राजर्षी शाहू छत्रपती महाराज यांचे विचिकित्सक समग्र चरित्र

॥ समाजक्रांतिकारक राजर्षी शाहू छत्रपती ॥

डॉ. जयसिंगराव पवार

मेहता पब्लिशिंग हाऊस

Please contact us at **Mehta Publishing House,** Pune 411030.
✆ +91 020-24476924 / 24460313 / Mob. No. 9545000513
Email : production@mehtapublishinghouse.com
Website : www.mehtapublishinghouse.com

- *या पुस्तकातील लेखकाची मते, घटना, वर्णने ही त्या लेखकाची असून, त्याच्याशी प्रकाशक सहमत असतीलच असे नाही.*

SAMAJKRANTIKARAK RAJARSHI SHAHU CHHATRAPATI
by **Dr. JAYSINGRAO PAWAR**

समाजक्रांतिकारक राजर्षी शाहू छत्रपती / चरित्र

author@mehtapublishinghouse.com

प्रकाशक : सुनील अनिल मेहता, मेहता पब्लिशिंग हाऊस, १९४१, सदाशिव पेठ, माडीवाले कॉलनी, पुणे - ४११०३०.
मुद्रक : ट्रिनिटी ॲकॅडमी फॉर कॉर्पोरेट ट्रेनिंग लिमिटेड
मुखपृष्ठ : चंद्रमोहन कुलकर्णी
प्रथमावृत्ती : जुलै, २०२१
किंमत : ₹ ६९५

P Book ISBN 9789391151218
E Book ISBN 9789391151362
E Books available on : amazonkindle Apple Books Google Play Books

भारताच्या सामाजिक लोकशाहीचे आधारस्तंभ आणि
आधुनिक महाराष्ट्राचे शिल्पकार

महात्मा ज्योतीराव फुले
महाराजा सयाजीराव गायकवाड
डॉ. बाबासाहेब आंबेडकर
कर्मवीर भाऊराव पाटील
डॉ. पंजाबराव देशमुख

यांच्या स्मृतीस अर्पण...

स्वराज्याचा पाया घालणारे
राजर्षी शाहू छत्रपती

"सत्यशोधक समाजाच्या तत्त्वाप्रमाणे छत्रपती शाहू महाराज यांनी अस्पृश्यता नष्ट केली. हा त्यांनी स्वराज्याचा खरा पायाच घातला आहे."

– महात्मा गांधी

Rajarshi Shahu Chhatrapati - The Pillar of Social Democracy

"My dear Maharajasaheb,

We need you ever so much for you are the pillar of that great movement towards social democracy which is making its headway in India...

– B. R. Ambedkar"

(डॉ. बाबासाहेब आंबेडकरांचे राजर्षी शाहू छत्रपतींना पत्र)

लेखकाचे मनोगत

१८ व्या शतकात ब्रिटिशांनी आपला भारत देश जिंकावयास सुरुवात केली आणि १९ व्या शतकाच्या मध्यापर्यंत म्हणजे सुमारे १८५७ पर्यंत त्यांनी तो आपल्या प्रत्यक्ष वा अप्रत्यक्ष अमलाखाली आणला. ब्रिटिशांनी आमचे स्वातंत्र्य हिरावून घेऊन आमच्यावर पारतंत्र्याची गुलामगिरी लादली. ही गुलामगिरी आपल्या लष्करी ताकदीच्या जोरावर उलथवून टाकण्याचा प्रयत्न १८५७ मध्ये भारतीयांनी केला खरा; पण ब्रिटिशांच्या आधुनिक शक्तिसामर्थ्यापुढे आणि चतुर राजनीतीपुढे तो विफल झाला. या वेळी ब्रिटिशांविरुद्धच्या उठावाचे नेतृत्व त्यांच्याकडून दुखावले गेलेल्या राजे-रजवाड्यांनी आणि लष्करातील शिपायांच्या पुढाऱ्यांनी केले होते. तथापि, ब्रिटिशांपुढे एकदा हार खाल्ल्यानंतर त्यांनी पुढे कधीच त्यांच्याविरुद्ध उठावाचा प्रयत्न केला नाही. येथून पुढे भारताचे नेतृत्व मध्ययुगीन विचारसरणीत वाढलेल्या भारतीयांकडून न होता ते आंग्लविद्याविभूषित अशा भारतीयांच्या तरुण पिढीकडून होईल ही गोष्टही अल्पकाळात स्पष्ट झाली. पाश्चात्त्यांच्या शिक्षणाच्या मुशीतून तयार झालेली तरुण सुशिक्षितांची पिढी आता आपल्या देशावर लादल्या गेलेल्या गुलामगिरीबद्दल गंभीरपणे विचार करू लागली. या गुलामगिरीचे करकचून बांधलेले पाश नष्ट करता आले नाहीत तरी ते ढिले कसे करता येतील, यावर राष्ट्रीय पातळीवर विचारांचे आदान-प्रदान होऊ लागले आणि यातूनच मग पुढे राष्ट्रीय काँग्रेसच्या नेतृत्वाखाली

आपल्या देशाच्या स्वातंत्र्याची चळवळ सुरू झाली.

आधुनिक भारताच्या इतिहासाचा बराचसा मोठा भाग या स्वातंत्र्य चळवळीने व्यापला आहे. ही चळवळ राष्ट्रीय स्वातंत्र्याची असल्याने, तिचे नेतृत्व करणारे पितामह दादाभाई नौरोजी, न्या. रानडे, ना. गोखले, लो. टिळक यांच्या पिढीपासून म. गांधी, पं. नेहरू, नेताजी सुभाषचंद्र बोस यांच्या पिढीपर्यंतचे सर्व भारतीय पुढारी हे राष्ट्रीय नेते मानले गेले आणि ते अत्यंत स्वाभाविक होते. तसे मानण्यात काही चूक होत होती असेही नाही. राष्ट्रीय स्वातंत्र्याची चळवळ जसजशी फोफावत गेली, तसतशी या नेत्यांची राष्ट्रीय लोकप्रियताही वाढत गेली. ते देशाच्या स्वातंत्र्याचे, अस्मितेचे आणि भवितव्याचे जणू प्रतीकच ठरले.

परंतु ही राष्ट्रीय स्वातंत्र्याची चळवळ सुरू असताना दुसऱ्या बाजूने आपल्या देशात एक व्यापक स्वातंत्र्याची, मानवी स्वातंत्र्याची, चळवळ उभी केली जात होती. या चळवळीचा पाया संकुचित नव्हता; तसेच ती जीवनाच्या सर्व क्षेत्रांना स्पर्श करणारी चळवळ होती. स्वातंत्र्य, समता व बंधुत्व अशा तत्त्वत्रयींनी या चळवळीचा आत्मा बनलेला होता. या चळवळीचे नेतृत्व महाराष्ट्रात म. फुले, राजर्षी शाहू छत्रपती, महर्षी विठ्ठल रामजी शिंदे, डॉ. आंबेडकर यांनी आणि महाराष्ट्राबाहेर दक्षिणेत पेरियार रामस्वामी नायकर, नारायण गुरू यांसारख्या समाजसुधारकांनी केले होते. तथापि, मानवी स्वातंत्र्याची ही व्यापक चळवळ करूनसुद्धा अगदी परवापरवापर्यंत या समाजसुधारकांना 'राष्ट्रीय' नेत्यांच्या पंगतीत स्थान मिळत नव्हते.

एवढेच नव्हे, तर उपरोक्त समाजसुधारकांपैकी काहींची खुद्द त्यांच्या हयातीतच नव्हे तर त्यानंतरच्या कालखंडातही स्वातंत्र्याच्या चळवळीचा म्हणजे स्वकीयांचा द्रोह करणारे, ब्रिटिशांशी हातमिळवणी करणारे म्हणून हेटाळणी केली गेली. त्यामध्ये प्रस्तुत चरित्र नायकाचे उदाहरण तर इतिहासात ठळकपणे नोंदले गेलेले आहे. शाहू छत्रपती महाराजांवर ब्रिटिशांचे हस्तक, स्वराज्यद्रोही छत्रपती म्हणून राष्ट्रीय चळवळ चालवणाऱ्यांनी हल्ले केले होते. त्यांचे चारित्र्यहनन करण्याचे प्रयत्नही त्यांच्या विरोधकांनी केलेले दिसतात. अशा प्रकारच्या स्वकीयांनीच केलेल्या विरोधाला तोंड देत या समाजसुधारकांनी आपली वाटचाल

चालू ठेवली. जीवनाच्या अंतापर्यंत त्यातून माघार घेतली नाही.

राष्ट्रीय स्वातंत्र्याची चळवळ चालवणारे आणि समाजसुधारणेची चळवळ चालवणारे या दोन गटांत त्या काळी सातत्याने विरोध, तर काही प्रसंगी शत्रुत्व का निर्माण झाले असावे, या प्रश्नाचे उत्तर शोधण्यासाठी फार मोठ्या संशोधनाची गरज नाही. त्या काळात म्हणजे काँग्रेसच्या स्थापनेपासून अगदी १९३० च्या कायदेभंगाच्या चळवळीपर्यंत राष्ट्रीय स्वातंत्र्याच्या आंदोलनात वरिष्ठ वर्णाची, म्हणजे ब्राह्मण वर्गाची, मक्तेदारी होती. महाराष्ट्रापुरते सांगायचे झाल्यास काँग्रेसचे नेतृत्व हे १९३० पर्यंत ब्राह्मणांकडेच होते. हा ब्राह्मण वर्ग काँग्रेसच्या व्यासपीठावरून ब्रिटिशांच्या जुलमी साम्राज्यसत्तेविरुद्ध तोफा डागून राष्ट्रीय स्वातंत्र्याच्या हक्कांची मागणी करत होता; पण त्याच वेळी आपल्याच देशबांधवांवर शेकडो वर्षे लादलेल्या गुलामगिरीविरुद्ध आवाज उठवण्याच्या प्रसंगी मात्र तो मूग गिळून गप्प बसत होता. फारच टीका होऊन सामाजिक स्वातंत्र्याचा प्रश्न ऐरणीवर आला तर 'अद्याप तशी अनुकूल वेळ आलेली नाही,' अशी बेमुर्वतखोर सबब सांगून आपले सामाजिक व राष्ट्रीय कर्तव्य तो वर्ग टाळत होता.

या संदर्भात काँग्रेसच्या इतिहासातील एक उदाहरण फार बोलके आहे. काँग्रेसच्या व्यासपीठावर अस्पृश्यता निवारणाचा ठराव पास व्हावा, जेणेकरून या प्रश्नाकडे सर्व देशाचे लक्ष जाईल; या हेतूने महाराष्ट्रातील थोर समाजसुधारक महर्षी विठ्ठल रामजी शिंदे सतत दहा वर्षे प्रयत्न करत होते; पण काँग्रेसमध्ये असलेल्या वर्णवर्चस्ववादी नेतृत्वाने (ज्यामध्ये ब्राह्मण व ब्राह्मणांच्या दबावाखाली असणारे वरिष्ठ ब्राह्मणेतर होते.) त्यांना दाद दिली नाही. हा ठराव दरवर्षी बारगळत होता. शेवटी तो १९१७ मध्ये कलकत्त्याच्या अधिवेशनात पास झाला. याचे कारण या वेळी काँग्रेसच्या अध्यक्षपदी डॉ. ॲनी बेझंट ही थोर मानवतावादी स्त्री होती म्हणून!

ज्या वेळी काँग्रेसच्या व्यासपीठावर अस्पृश्यता निवारणाचा केवळ ठराव पास होणेही मुश्कील होत होते, त्या वेळी हा कोल्हापूरचा राजा आपल्या राज्यात अस्पृश्यतेचा नायनाट करणारे कायदे अमलात आणत होता. एवढेच नव्हे, तर महार, मांग, चांभार आदी अस्पृश्य समाजात मिसळून त्यांच्या हातचे अन्नोदक जाहीरपणे घेत होता; त्यांचा

नेता डॉ. आंबेडकर यांना आपल्या पंगतीत बसवून त्यांचा सन्मान करत होता! चर्मकार समाजातील एका सुविद्य व्यक्तीला कोल्हापूर म्युनिसिपालिटीच्या चेअरमनपदावर बसवून देशासमोर सामाजिक आणि राष्ट्रीय ऐक्याचा आदर्श ठेवत होता!

शाहू छत्रपती काय, डॉ. आंबेडकर काय अथवा पेरियार रामस्वामी काय यांचा राष्ट्राच्या स्वातंत्र्याला विरोध नव्हता; तसा विरोध असेणही शक्य नव्हते. त्यांचे एवढेच म्हणणे होते की, ब्रिटिशांनी देशावर लादलेल्या गुलामगिरीविरुद्ध लढून त्यांच्यापासून जसे तुम्हाला स्वातंत्र्य हवे आहे, त्याचप्रमाणे तुम्ही लादलेल्या गुलामगिरीविरुद्ध लढून आम्हास आमचे स्वातंत्र्य हवे आहे. अगोदर तुम्ही आमच्यावर लादलेली गुलामगिरी नष्ट करा आणि मगच परकीयांनी लादलेल्या गुलामगिरीचा विचार करा. तुमच्या प्रयत्नांतून देशाला स्वातंत्र्य मिळाले, तर त्या स्वातंत्र्याचे फायदे तुमच्याच हातात पडणार आहेत, कारण मिळणाऱ्या स्वातंत्र्याचे फळ चाखण्याची ताकद अज्ञानाने, दारिद्र्याने ग्रासलेल्या, मागासलेल्या समाजाजवळ नाही. हा मागासलेला समाज जोवर ज्ञानी व सबल होत नाही, तोपर्यंत वरिष्ठ वर्गच स्वातंत्र्याचे हक्क उपभोगून बलिष्ठ होत जाणार आणि त्याचबरोबर मागासलेल्या समाजाची पिळवणूकही वाढत जाणार.

अगदी हाच प्रश्न आधुनिक भारताचे थोर तत्त्वज्ञ व भाष्यकार स्वामी विवेकानंद यांनी आपल्या एका पत्रात उपस्थित केला आहे. ते म्हणतात,

"भारताचा उद्धार करावयास हवा. गरिबांना पोटभर अन्न द्यावयास हवे. शिक्षणाचा प्रसार करायला हवा आणि पुरोहितगिरी नष्ट करायला हवी. पुरोहितांचा जुलूम नको. सामाजिक अत्याचार नको...

ब्रिटिशांपासून अधिक सत्ता मिळावी म्हणून आपल्यातील काही खुळे तरुण सभा भरवतात. त्यांचे हे प्रयत्न पाहून ब्रिटिश लोक नुसते हसतात. ज्याला इतरांना स्वातंत्र्य देण्याची इच्छा नसते, तो स्वतःच स्वातंत्र्याला लायक नसतो! कल्पना करा, ब्रिटिशांनी सारी सत्ता तुम्हाला दिली तर परिणाम काय होईल? जे सत्ताधारी होतील ते बाकीच्यांना दडपून टाकण्याचा प्रयत्न करतील, त्यांच्यापर्यंत काही ती सत्ता पोहोचू देणार नाहीत! अशा गुलामांना सत्ता हवी असते, इतरांना गुलाम बनविण्यासाठी."

राजर्षी शाहू छत्रपतींचे म्हणणे यापेक्षा काही वेगळे नव्हते. छत्रपती एका भाषणात काय म्हणतात पाहा :

"जर हल्लीची जातिव्यवस्थाच कायम राहिली तर ज्या रितीने हल्ली स्वराज्याचा अर्थ समजला जातो, तो स्वराज्य म्हणजे मूठभर लोकांच्या हाती सत्ता जाणे होय. याचा अर्थ मी स्वराज्याच्या चळवळीच्या विरुद्ध आहे, असे समजावयाचे नाही; हे मी पुन्हा एकवार सांगतो. आम्हाला स्वराज्य पाहिजेच; पण...

ब्रिटिश अधिकाऱ्यांच्या हातून सत्ता काढून घेऊन ती विद्यासंपन्न अशा अल्पसंख्याक ब्राह्मण वर्गाच्या हाती देणे मला बिलकूल पसंत नाही. परशुरामाच्या वेळेपासून आजपर्यंतचा इतिहास काय सांगतो? विद्येचा महिमा फक्त आपणांकडेच ठेवून इतरांना विद्येपासून दूर ठेवण्याचा अखंड पद्धतशीर प्रयत्न करून ब्राह्मण ब्युरोक्रसीने या दक्षिणेत इतरांना गुलामाच्या स्थितीस कसे आणले आहे, ही गोष्ट विसरणे फार कठीण आहे."

या दोन महापुरुषांची ही विधाने इतकी सुस्पष्ट आहेत की, त्यावर वेगळे काही भाष्य करण्याची आवश्यकता नाही. या दोन्ही विधानांतील भावार्थ आणि सत्यार्थ एकच आहे. फरक एवढाच की, असे विधान करणारे शाहू छत्रपती दुर्दैवाने 'स्वराज्यद्रोही', 'जनद्रोही' ठरवले गेले आणि तसेच एक विधान करणारे स्वामी विवेकानंद मात्र या आपत्तीतून बचावले!

१५ ऑगस्ट, १९४७ रोजी आपला देश स्वतंत्र झाला. राष्ट्रीय स्वातंत्र्याच्या आंदोलनाची स्वातंत्र्याच्या प्राप्तीत परिणती झाली; पण हे स्वातंत्र्य बहुजनांना सुखी करू शकले नाही. या स्वातंत्र्याने भल्याभल्यांचा भ्रमनिरास केला. हळूहळू त्यांच्या ध्यानात येऊ लागले की, देश परकीयांच्या दास्यातून स्वतंत्र झाला खरा; पण देशाला गांजणारे अज्ञान, दारिद्र्य, जातिभेद व अस्पृश्यता यातून निर्माण झालेला उच्च-नीच भाव, गरिबांची आर्थिक व सामाजिक पिळवणूक हे प्रश्न मात्र जसेच्या तसेच अस्तित्वात आहेत. या समस्यांपासून होणारी सुटका हेच खरे स्वातंत्र्य. याच स्वातंत्र्याची मागणी म. फुले, राजर्षी शाहू, डॉ. आंबेडकर, पेरियार रामस्वामी, नारायण गुरू प्रभृती करत होते.

आज देश स्वतंत्र होऊन सत्तर वर्षे झाली तरी त्याची दारिद्र्य व अज्ञान यांतून पूर्ण सुटका झालेली नाही. आपले कोट्यवधी बांधव अजूनही द्रारिद्र्यरेषेखाली जगत आहेत; कोट्यवधी मुला-मुलींना शिक्षणापासून वंचित राहावे लागत आहे. कोट्यवधी अज्ञानी स्त्रिया अद्यापही मध्ययुगीन गुलामीच्या मानसिकतेमध्ये समाधान मानून राहत आहेत. स्त्री-पुरुष समतेचे तत्त्व त्यांच्यापासून अनेक योजने दूर आहे. एका बाजूला भारताच्या राष्ट्रपतिपदावर एक सुविद्य स्त्री बसून इतिहास घडवत आहे, तर दुसऱ्या बाजूला हजारो स्त्रियांना कौटुंबिक अन्याय व अत्याचारांना बळी पडावे लागत आहे. एका बाजूला भारताचे राष्ट्रीय उत्पन्न वेगाने वाढत आहे आणि जगातील अब्जाधीशांच्या नामावलीत भारतीय उद्योगपतींची नावे झळकत आहेत, तर दुसऱ्या बाजूला भारतातील हजारो शेतकरी दुष्काळ व कर्जबाजारीपणा यांनी ग्रस्त होऊन आत्महत्येचा मार्ग धरत आहेत! ही वस्तुस्थिती आहे व ती कोणी नाकारू शकत नाही आणि असे जर असेल तर डॉ.ए.पी.जे.अब्दुल कलाम यांचे २०२०चे बलशाली भारताचे स्वप्न कसे साकार होणार? खरे तर २१व्या शतकातील भारतासमोर हा सर्वांत मोठा यक्षप्रश्न आहे.

सामाजिक व आर्थिक समता प्रस्थापित झाल्याशिवाय या यक्षप्रश्नाला उत्तर मिळणार नाही आणि अशी समता प्रस्थापित करायची झाली तर पुन्हा एकदा आपणाला फुले-शाहू-आंबेडकर प्रभृतींच्या चरित्रांकडे वळावे लागेल. म. गौतम बुद्धाची सर्वव्यापी करुणा आणि व्यापक मानवतावाद तसेच छत्रपती शिवाजी महाराजांची अन्याय-अत्याचारांविरुद्ध लढण्याची तेजस्वी क्षात्रवृत्ती व दुर्दम्य ध्येयनिष्ठा या गुणांचे दर्शन आपणास या थोर पुरुषांच्या चरित्रांत घडेल. उद्याच्या समतेच्या लढ्याचे, दुसऱ्या स्वातंत्र्याच्या लढ्याच्या प्रेरणांचे ते एक उगमस्थान असेल. या दृष्टीने महाराष्ट्राच्या या समाजक्रांतिकारक राजाचे हे चरित्र आजच्या पिढीलाच नव्हे, तर पुढील अनेक पिढ्यांना केवळ मार्गदर्शकच नव्हे तर प्रेरणादायी ठरेल, अशी आशा आम्ही बाळगून आहोत.

– डॉ. जयसिंगराव पवार

ग्रंथाविषयीचे निवेदन

आम्ही संपादित केलेला 'राजर्षी शाहू स्मारक ग्रंथ' प्रथम २००१ आणि नंतर २००७ मध्ये प्रकाशित झाला. हा ग्रंथ त्रिखंडात्मक असून, पहिल्या खंडात राजर्षी शाहू छत्रपतींचे आम्ही कागदपत्रे व समकालीन साधना ग्रंथ यांच्या आधारे लिहिलेले संशोधनात्मक चरित्र सादर केले आहे. हे शाहूचरित्र इतर शाहूचरित्रांप्रमाणे त्यांच्या कारकिर्दीचे वर्णनात्मक वृत्तान्त देणारे नसून त्यात शाहू महाराजांच्या कार्याच्या ऐतिहासिक विश्लेषणावर अधिक भर दिलेला आहे. दुसऱ्या शब्दांत हे एक विश्लेषणात्मक शाहूचरित्र आहे.

तथापि, जेव्हा आम्ही ठरविले की, या त्रिखंडात्मक स्मारक ग्रंथातून शाहूचरित्र वेगळे काढून ते एक स्वतंत्र शाहूचरित्र म्हणून प्रकाशित करावे, तेव्हा त्यामध्ये शाहू महाराजांच्या बालपणाचे एक आणि त्यांच्या निधनाचे एक अशा दोन प्रकरणांची भर घालून त्या चरित्राची आम्ही लौकिक अर्थाने परिपूर्णता केली.

आता काही वाचकांचे असे म्हणणे पडू शकेल की, त्रिखंडात्मक शाहू स्मारक ग्रंथात हे चरित्र समाविष्ट असताना आणखी स्वतंत्र शाहूचरित्राची गरज काय? तथापि, वस्तुस्थिती अशी आहे की, त्रिखंडात्मक शाहू स्मारक ग्रंथ हा काही वारंवार प्रकाशित होत नाही आणि जेव्हा तो प्रकाशित होतो, त्या वेळी त्याच्या प्रती मर्यादित असल्याने त्याची आवृत्ती लगेच संपून जाते. अशा वेळी त्या त्रिखंडात्मक

ग्रंथातील शाहूचरित्र तरी वाचकांना केव्हाही उपलब्ध होईल, अशी काही व्यवस्था करावी, अशी मागणी महाराष्ट्रातील शाहूप्रेमी सातत्याने करीत असतात.

अशा शाहूप्रेमींच्या व अभ्यासकांच्या आग्रही मागणीचा विचार करून आम्ही आमचे तरुण मित्र महाराष्ट्रातील नामवंत प्रकाशक श्री. सुनील अनिल मेहता यांना हे शाहूचरित्र त्यांच्या 'मेहता पब्लिशिंग हाऊस' या प्रकाशन संस्थेतर्फे प्रकाशित करावे, असा प्रस्ताव दिला. त्यांनी मोठ्या आनंदाने (कारण तेही मूळचे कोल्हापूरचे आहेत.) हा प्रस्ताव स्वीकारला. मेहतांची पुस्तके नेहमीच दर्जेदार (निर्मिती आणि विषय या दृष्टीने) असतात, असा त्यांचा सर्वत्र लौकिक आहे. या लौकिकास शोभेल असे शाहूचरित्र त्यांनी महाराष्ट्राला सादर केले आहे, याचा शाहूचरित्रकार म्हणून मला असीम आनंद होतो आहे.

आणखी एक बाब नोंदवाविशी वाटते, ती म्हणजे श्री. सुनील मेहता यांचे पिताजी श्री. अनिलकुमार मेहता हे माझे पहिले प्रकाशक मित्र आहेत. माझ्या ऐन उमेदीच्या काळात ४५/५० वर्षांपूर्वी त्यांनी माझी पहिली चार पुस्तके प्रकाशित केली आहेत आणि आज इतक्या प्रदीर्घ कालावधीनंतर त्यांचे चिरंजीव माझे प्रकाशक बनत आहेत. प्रकाशनविश्वात त्यांनी केलेली प्रगती आम्हा कोल्हापूरकरांना अचंबा व अभिमान वाटावा अशी आहे. 'बापसे बेटा सवाई' असे क्वचितच दिसून येते. मेहता पिता-पुत्रांच्या बाबतीत ते पाहावयास मिळते, याचा आनंद होतो.

– डॉ. जयसिंगराव पवार

दि. १२ मे, २०१८

अनुक्रमणिका

लेखकाचे मनोगत । ७

ग्रंथाविषयीचे निवेदन । १३

१. शाहूपूर्वकालीन हिंदुस्थान, महाराष्ट्र व कोल्हापूर । १

२. शाहू छत्रपतींचे बालपण आणि राज्यारोहण । २७

३. व्यक्तिमत्त्वाची जडणघडण । ४७

४. वेदोक्त चळवळ आणि तिचा अन्वयार्थ । ६२

५. शिवाजी क्लब व दहशतवादी । ८०

६. राजर्षी शाहू महाराज आणि लोकमान्य टिळक । ९०

७. १९०२चा क्रांतिकारी जाहीरनामा । १०१

८. वसतिगृह चळवळ । १०६

९. अस्पृश्योद्धार : शिक्षण । ११९

१०. अस्पृश्योद्धार : अस्पृश्यांच्या मुक्तीचे जाहीरनामे । १२६

११. अस्पृश्योद्धार : प्रत्यक्ष कृती । १४१

१२. अस्पृश्योद्धार : विचार व मार्गदर्शन । १५२

१३. राजर्षी शाहू आणि डॉ. आंबेडकर । १५९

१४. भटक्या-विमुक्त जातींचा उद्धार । १६८

१५. जातिभेदाशी मुकाबला । १७६

१६. स्त्रीजातीच्या संरक्षणाचे कायदे । १८६

१७. शिक्षण : एक गुरुकिल्ली । १९४

१८. ब्राह्मण ब्युरॉक्रसीशी सामना । २०९

१९. आर्य समाज । २२२
२०. सत्यशोधक समाज । २३०
२१. राजर्षी शाहू : आर्य समाजी की सत्यशोधकी? । २४४
२२. क्षात्रजगद्‌गुरूपदाची निर्मिती । २५६
२३. ब्राह्मणेतर चळवळ । २७१
२४. स्वराज्यद्रोही की स्वराज्योपासक? । २८५
२५. इंग्रजांशी तथाकथित राजनिष्ठा । २९७
२६. मुस्लीम समाज आणि उत्क्रमणशील धर्मविचार । ३१०
२७. कामगार चळवळ । ३२५
२८. शेती, उद्योगधंदे व सहकार । ३३१
२९. शिकार, मल्लविद्या आणि ललितकला । ३४६
३०. ब्राह्मणेतर वृत्तपत्रे । ३७७
३१. शत्रूंच्या कुटिल कारवाया । ३९६
३२. एका युगाची समाप्ती । ४१०
३३. व्यक्तिमत्त्व व कामगिरी । ४१९
संदर्भ । ४४२
संदर्भ ग्रंथसूची । ४६८
विषयनाम सूची । ४७३

१

शाहूपूर्वकालीन हिंदुस्थान, महाराष्ट्र व कोल्हापूर

जगाचा इतिहास सांगतो की, आक्रमकांबरोबर त्यांची संस्कृती, धर्म, भाषा, कला, शास्त्र आदी अपत्येही वाटचाल करीत असतात आणि आक्रमक जेव्हा जेते होतात, राज्ये स्थापन करतात, तेव्हा ही अपत्ये त्यानंतर आपला संचार जित्यांच्या भूमीवर करू लागतात. त्यातून जेते आणि जित यांच्या संस्कृतींच्या प्रथम संघर्षाची आणि नंतर समन्वयाची प्रक्रिया सुरू होते आणि त्यातून जित्यांच्या भूमीवर नव्या रंगाची संमिश्र संस्कृती तयार होते. अशा प्रकारची सांस्कृतिक-प्रक्रिया जगाच्या अनेक प्रदेशांत अखंड चालू राहिल्याचे दिसून येते.

हिंदुस्थानचा गेल्या हजार वर्षांचा इतिहास या प्रक्रियेचा साक्षी आहे. या काळात प्रथम आले मुस्लीम आक्रमक. इस्लामच्या प्रसाराचा पुकार करीत जरी ते आले असले तरी राज्यसाधना व लुटीतील द्रव्यप्राप्ती ही त्यांची धर्मप्रसाराइतकीच महत्त्वाची उद्दिष्टे होती. त्यांच्या आक्रमणांबरोबर त्यांची उपरोक्त अपत्येही आली आणि येथे इस्लामी सत्ता स्थिर झाल्यावर त्यांनी त्यांचे कार्यही सुरू केले. त्यातून आधी सांगितल्याप्रमाणे इस्लाम व हिंदू या दोन संस्कृतींच्या संघर्षाची आणि नंतर समन्वयाचीही प्रक्रिया घडून आली. या समन्वयातून 'ताजमहाल'च्या निर्मितीपासून भक्तिपंथांच्या उदयापर्यंत आणि तोफखान्याच्या वापरापासून हिंदी स्त्रियांच्या पडदानशीनपर्यंत अनेक बाबींचा जन्म झाला.

मुस्लिमांनंतर या देशावर झालेले दुसरे जबरदस्त आक्रमण म्हणजे युरोपियनांचे. पोर्तुगीज, फ्रेंच, डच आदी युरोपियनांमध्ये सर्वांत उशिरा येऊनही हिंदुस्थानचे राज्य जिंकण्याच्या स्पर्धेत बाजी मारली ती इंग्रजांनी. सन १७५७ मधील 'प्लासी'च्या लढाईने आपल्या सत्तेची मुहूर्तमेढ रोवणाऱ्या

इंग्रजांनी अवघ्या शतकभरात शेकडो हिंदी राजे-रजवाड्यांना धुळीला मिळवून अथवा पूर्णपणे अंकित करून काश्मीरपासून कन्याकुमारीपर्यंत आणि बलुचिस्तानपासून आसामपर्यंत सर्व भूमी आपल्या अधिसत्तेच्या आधिपत्याखाली आणली. ही अधिसत्ता उलथवून टाकण्याचा हिंदी लोकांचा शेवटचा प्रयत्न १८५७ च्या उठावाने फसल्यावर इंग्रजांनी बसविलेल्या दहशतीखाली हा देश हतबल होऊन निपचित पडून राहिला.

शाहूपूर्वकालीन इंग्रजी सत्तेचे स्वरूप

मुस्लीम आक्रमक आले, ते एका हातात तलवार व दुसऱ्या हातात कुराण घेऊनच! इंग्रज आक्रमक आले ते व्यापाऱ्यांच्या वेषात; एका हातात तराजू व दुसरा हात तलवारीसाठी सिद्ध करून ठेवलेला अशा स्थितीत. तराजूसाठी तलवार हाती घेण्याचा प्रसंग आल्यावरच ती त्यांनी घेतली. बायबल त्यांनी बरोबर आणले होते; पण ते आपल्या पोतडीत ठेवून दिले होते. तराजू व तलवार यांच्या कार्यसिद्धीनंतर त्यांनी ते पोतडीतून अधूनमधून बाहेर काढले; परंतु व्यापारी इंग्रजांना बायबलबद्दल प्रीती असली तरी तराजूच्या मार्गात ती त्यांनी आडवी येऊ दिली नाही, म्हणूनच साम्राज्यवाद्यांच्या इतिहासात इंग्रज सर्वांत धूर्त व शहाणे समजले गेले.

मुस्लीम राज्यकर्त्यांच्या प्रेरणा धार्मिक आणि राजकीय होत्या. त्यामध्ये 'आर्थिक' प्रेरणेस नगण्य स्थान होते. त्यांनी द्रव्यासाठी केलेल्या लुटी आणि खजिना भरण्यासाठी प्रजाजनांकडून केलेली महसूल वसुली म्हणजे त्यांची 'आर्थिक' प्रेरणा नव्हे. युरोपियन साम्राज्यवाद्यांची 'आर्थिक' प्रेरणा त्यांच्या ठिकाणी नव्हती. हाच फरक होता मुस्लीम राज्यकर्ते व इंग्रज राज्यकर्ते यांच्यामध्ये. इंग्रजांच्या आर्थिक प्रेरणा प्रामुख्याने व्यापारी होत्या. त्यांच्या अर्थनीतीतही प्रजाजनांची लूट होत असे; पण ही लूट म्हणजे जाळपोळ व रक्तपात करून मिळविलेली नसे. ती अशी केली जात असे की, लुटलेल्यांना आपण केव्हा व कसे लुटले गेलो, हे समजतही नसे. इंग्रजांच्या या लुटीच्या तंत्रासच 'आधुनिक व्यापारी साम्राज्यवाद' असे म्हटले जाते.

मुस्लीम आक्रमकांनी केलेल्या लुटींशी या आधुनिक तंत्राच्या लुटींची तुलनाही होऊ शकत नाही. या आधुनिक लुटीची खरी उमज पडलेले

पहिजे भारतीय पितामह दादाभाई नौरोजी. त्यांनी इंग्रजांना उद्देशून १८७१ मध्ये उद्‌गार काढले आहेत, "जो द्रव्यापहार या शतकाच्या प्रारंभी दरसाल तीस लक्ष पौंड होता, तो आज दरसाल तीन कोटी पौंड झाला आहे. महंमद गझनीने १८ स्वाऱ्या करून अठरा वेळा हिंदुस्थान लुटला असे इतिहासज्ञ म्हणतात; पण त्याने या सर्व स्वाऱ्यांत लुटून नेलेली एकूण संपत्तीही तुम्ही (इंग्रज) एका वर्षात लुटून नेता तितकी होऊ शकली नाही. शिवाय त्याने हिंदुस्थानला जी जखम केली, ती निदान अठराव्या घावानंतर तरी बंद झाली; पण तुम्ही जे घाव घालता आणि त्यामुळे जो रक्तपात होत आहे त्याला अंतच नाही. ज्याप्रमाणे ऋतूपरंपरा नियमितपणे चालूच असते, त्याचप्रमाणे आम्ही जगलो किंवा मेलो तरी आम्ही निर्माण केलेल्या धनापैकी तीन कोटी पौंडांचे धन दरसाल या देशातून बाहेर धाडलेच पाहिजे."

"तुमचे हे वैभवशाली साम्राज्य हिंदी लोकांच्या पैशावर आणि रक्तावर उभारलेले आहे. युद्धाच्या अवाढव्य खर्चामुळे आणि तुम्ही दरसाल हिंदुस्थानच्या द्रव्यात जे हरण करता; त्यामुळे हिंदुस्थान पूर्णपणे थकून गेला आहे आणि त्याचा रक्तस्राव होत आहे. आज या रक्तस्रावामुळे हिंदुस्थान मृत्युपंथास लागला असला तर त्यात नवल नाही."[१]

ज्या इंग्रजांच्या ताब्यात अखिल हिंदुस्थान गेला व शेवटी आपला महाराष्ट्रही गेला, त्या इंग्रजांच्या राज्याचे खरे स्वरूप आणि अंतिम उद्दिष्ट काय होते, हे दादाभाईंच्या उपरोक्त उद्‌गारावरून स्पष्ट होते. असे हे इंग्रज नव्या युगाचे नेतृत्व करीत होते. युरोपात १६ व्या शतकाच्या सुमारास नव्या युगाचा प्रारंभ झाला. या युगाच्या प्रेरणा वैचारिक होत्या. धर्म, तत्त्वज्ञान, साहित्य, कला, शास्त्र अशा मानवी जीवनाच्या सर्वच क्षेत्रांत युरोपात वैचारिक क्रांती होऊन नव्या युगाची पायाभरणी झाली. १८ व्या शतकात इंग्लंडमध्ये उदयास आलेली औद्योगिक क्रांती किंवा फ्रान्समध्ये घडून आलेली राजकीय/सामाजिक क्रांती या घटना नव्या युगाचीच पावले होती. इंग्लंडने आपल्या कर्तबगारीने या नव्या युगाचे म्होरकेपण प्राप्त केले होते. व्यापार, आरमार, सैन्यबळ, विज्ञान, तंत्रज्ञान इत्यादी क्षेत्रांत इंग्लंड इतर युरोपियन राष्ट्रांहून प्रगत होतेच; शिवाय आणखी एका बाबतीत ते इतरांहून वेगळे होते. हे वेगळेपण म्हणजे इंग्लंडची लोकशाही शासनव्यवस्था. इंग्रज हे 'जगातील लोकशाहीचे जनक' होते. लोकांचे

सार्वभौमत्व आणि व्यक्तिस्वातंत्र्य या लोकशाही मूल्यांचे ते जगातील पहिले पुरस्कर्ते होते, तेव्हा १९ व्या शतकात हिंदुस्थानवर आपला अंमल प्रस्थापित करणारे इंग्रज हे कोणी सामान्य आक्रमक नव्हते ते सर्व जगात वरचढ ठरलेले पृथ्वीतलावरील सर्वांत प्रगत मानव होते. आता अशा जगातील सर्वांत प्रगत मानवांशी ज्ञान-विज्ञान क्षेत्रांत मागासलेल्या हिंदी समाजाची गाठ पडली होती.

शाहूपूर्वकालीन वैशिष्ट्यपूर्ण १९ वे शतक

हिंदुस्थानच्या गेल्या ८-१० शतकांत १९ वे शतक हे मोठे वैशिष्ट्यपूर्ण ठरले आहे. या शतकातच पाश्चात्त्य राष्ट्रांपैकी इंग्लंडसारख्या बलदंड राष्ट्राने हिंदुस्थानवर आपले साम्राज्य निर्माण केले आणि इतिहासात प्रथमच हिंदी-उपखंड एकाच साम्राज्यसत्तेच्या अधिसत्तेखाली आले. १७ व्या शतकात आपण अखिल हिंदुस्थान जिंकल्याचा दावा औरंगजेबाने केला तरी त्याला दक्षिण खऱ्या अर्थाने जिंकता आला नाही. महाराष्ट्रातील मराठे व कर्नाटकातील नायक यांचा त्यास बीमोड करता आला नाही. इंग्रजांनी मात्र निरपवादपणे आपली सत्ता आसेतुहिमाचल पसरविली. स्थिर पायावर भक्कमपणे उभी केली. १८५७ च्या उद्रेकानेही ती उखडली गेली नाही. उलट त्यानंतर तिचा पाया अधिक मजबूत झाला.

इंग्रज हे हिंदी लोकांहून केवळ धर्माने व संस्कृतीनेच भिन्न होते असे नाही तर त्यांची समाजव्यवस्था, शासनव्यवस्था, लष्करी संघटन, स्वदेशाविषयीचे त्यांचे विचार, लोकशाही विचारप्रणाली, त्यांची शास्त्रे, त्यांचा भौतिक व वैज्ञानिक दृष्टिकोन अशा सर्वच बाबतींत हिंदी लोक इंग्रजांशी बरोबरी करू शकत नव्हते. इंग्रजी राज्य संस्थापनेने एका आधुनिक, विज्ञानश्रेष्ठ आणि लष्करीदृष्ट्या सर्व जगात प्रबळ असलेल्या पाश्चात्त्य राष्ट्राचे शासन हिंदुस्थानवर निर्माण झाले होते. अशी घटना यापूर्वी कधीच घडली नव्हती.

इंग्रज राजवटीने या देशात शांतता आणली. यापूर्वी विशेषतः १८ व्या शतकात अशी शांतता हिंदी लोकांच्या वाट्यास कधी आलीच नव्हती. हिंदी सत्ताधीशांनी आपापसांत केलेल्या बखेड्यांनी व लढायांनी हिंदुस्थानची शांतता पूर्णपणे नाहीशी झाली होती. मराठे हे अशा हिंदी सत्ताधीशांपैकी एक; पण त्यांच्यातील शिंदे आणि होळकर या सरदारांनी परस्परांच्या

प्रदेशात जो अनर्थ मांडला होता, तो पाहिल्यावर इंग्रजांनी निर्माण केलेल्या शांततेचा अर्थ समजू लागतो. इंग्रजांनी या सर्व एतद्देशीय सत्ताधीशांना वठणीवर आणले; हतबल करून टाकले. त्यानंतर या देशात धुमाकूळ घालणाऱ्या पेंढारी आणि ठग यांच्या टोळ्यांचेही निर्दालन केले. सर्वत्र शांतता प्रस्थापित झाली; पण हिंदी लोकांना या शांततेसाठी आपल्या स्वातंत्र्याची जबर किंमत द्यावी लागली. इंग्रजी अमलात शांततेबरोबर सुव्यवस्था आली. नवी प्रशासन यंत्रणा, नवे कायदेकानून (नंतर नवी कायदासंहिता), सर्वांना समान कायदा सांगणारी व त्याप्रमाणे न्यायदान करणारी नवी न्यायव्यवस्था इत्यादी बाबींनी ही सुव्यवस्था निर्माण केली गेली. अशी नावीन्यपूर्ण व्यवस्था हिंदी लोकांनी यापूर्वी कधीच अनुभवली नव्हती.

याच सुमारास इंग्रजांनी आपल्या अमलाखालील प्रदेशात पाश्चात्त्य शिक्षणाचा पाया घातला. या शिक्षणाचे वैशिष्ट्य असे होते की, त्यात मक्तेदारी नव्हती. समाजातील सर्व वर्गांना शिक्षण खुले केले गेले होते. या शिक्षण व्यवस्थेत इंग्रजी भाषेबरोबर पाश्चात्त्य तत्त्वज्ञान, इतिहास, कला व शास्त्रे यांचा परिचय हिंदी लोकांना होऊ लागला. हिंदुस्थानबाहेरचे जग कसे आहे, किती विशाल आहे; विशेषतः युरोपियन राष्ट्रांनी ज्ञान-विज्ञानाच्या क्षेत्रांत किती मोठी झेप घेतली आहे, याचे आकलन हिंदी लोकांना प्रथमच होऊ लागले.

पाश्चात्त्य शिक्षणाबरोबर मुद्रणकला व वृत्तपत्रे अवतीर्ण झाली. प्रथम त्या क्षेत्रात मिशनरी लोक अग्रेसर होते. प्रारंभी इंग्रजी भाषेतील वृत्तपत्रे निघाली. नंतर देशी भाषांतूनही वृत्तपत्रे उदयास येऊ लागली. वृत्तपत्रे हे समाजप्रबोधनाचे मोठे प्रभावी हत्यार आहे, हे हिंदी सुशिक्षितांच्या प्रथमच ध्यानी आले.

याच काळात इंग्रजांनी अनेक भौतिक सुधारणा केल्या. नवे महामार्ग, पूल, पोस्ट, तारायंत्रे व रेल्वे यांनी देशातील प्रमुख शहरे आणि बंदरे एकमेकांशी जोडली गेली. विशेषतः रेल्वेने देशातील विविध प्रांत भावनिकदृष्ट्या एकत्र येण्याची प्रक्रिया सुरू केली. एकराष्ट्रीयत्वाच्या उदयास तिने मोठा हातभार लावला. दळवळणाच्या या आधुनिक साधनांनी हिंदी लोकांचा नव्या युगातील विज्ञान-तंत्रज्ञानाशी परिचय झाला. 'विज्ञान' हा नव्या युगाचा धर्म बनत असल्याची जाणीव उत्पन्न होऊ लागली.

रेल्वे, तारायंत्रामागून आधुनिक कारखानदारी अस्तित्वात येऊ लागली. कलकत्त्यास ज्यूटच्या, तर मुंबईस कापडाच्या गिरण्या सुरू होऊ लागल्या. मुंबई, कलकत्ता, यांसारख्या शहरांची नवी औद्योगिक केंद्रे म्हणून झपाट्याने वाढ होऊ लागली. युरोपात यापूर्वीच अस्तित्वात आलेल्या कामगारवर्गासारखा नवा कामगारवर्ग आता आता हिंदुस्थानातही उदयास येऊ लागला.

हिंदुस्थानात उपरोक्त गोष्टी घडत असता हिंदी समाजात फार मोठे सामाजिक व सांस्कृतिक अभिसरण होऊ घातले होते. पाश्चात्त्य शिक्षणाने जागृत झालेला वर्ग आत्मशोधन करू लागला होता. पाश्चात्त्य शिक्षणाने त्यास नवी दृष्टी लाभली होती. त्यांच्यात प्रबोधनाच्या जाणिवा उत्पन्न झाल्या होत्या. अशा प्रबोधित वर्गापुढे काही नवे प्रश्न उभे राहिले. इंग्रजांपुढे आमचा पराभव का झाला? असे कोणते गुण इंग्रजांत होते आणि असे कोणते अवगुण आमच्या ठिकाणी होते की, त्यामुळे इंग्रज वरचढ ठरले आणि आम्ही हतवीर्य बनलो? इंग्रजांच्या संस्कृतीत ज्या अनेक नव्या बाबी दिसतात, त्या आमच्या संस्कृतीत का दिसत नाहीत? ख्रिस्ती मिशनरी हिंदू धर्मात व समाजात जी अनेक वैगुण्ये दाखवितात ती खरोखरच तशी आहेत काय? तशी असतील तर ती दूर करण्यास कोणती उपाययोजना करावी? या प्रश्नांची उत्तरे शोधणे म्हणजे आत्मचिंतन व आत्मशोधन या मार्गाशिवाय दुसरा उपाय नव्हता.

आणि काही देशाभिमानी व मानवतावादी वृत्तीच्या हिंदी सुशिक्षितांनी या मार्गांचा अवलंब केला. त्यातून अनेक धार्मिक व सामाजिक सुधारणा चळवळी उदयास आल्या. ब्राह्मो समाज, आर्य समाज, प्रार्थना समाज, सत्यशोधक समाज इत्यादी संघटना अशाच चळवळींची अपत्ये होती. त्यांनी हिंदुस्थानचा हरवलेला आत्मा शोधण्याचा प्रयत्न केला. हा हिंदी समाजाची अस्मिता जागृत करण्याचाच प्रयत्न होता. त्यासाठी या संघटनांनी आपली सर्व शक्ती पणास लावली.

याचबरोबर आणखी एका महत्त्वपूर्ण चळवळीचा उद्गम घडून आला. ती म्हणजे हिंदी राष्ट्रीयत्वाची चळवळ. इंग्रजांच्या एकछत्री अमलाने व पाश्चात्त्य विद्येच्या संपर्काने जी आत्मशोधनाची प्रक्रिया हिंदी समाजात चालू होती, तिच्यातूनच या चळवळीची बीजे पेरली गेली. आपण सर्वजण एकाच हिंदी राष्ट्राचे घटकावयव आहोत आणि आपणा सर्वांचे भले आपण सर्व एकत्र येण्यामध्ये आहे, हे तयार झालेले आत्मभान पुढे राष्ट्रीय

स्वातंत्र्याच्या चळवळीचा पाया ठरले.

उपरोक्त सर्व घटना अभूतपूर्व होत्या. त्या नवसमाजरचनेच्या आणि नवराष्ट्रनिर्मितींच्या कार्यास हातभार लावणाऱ्या होत्या. या घटनांमुळेच १९ व्या शतकास हिंदुस्थानच्या इतिहासात आगळेवेगळे स्थान प्राप्त झाले होते.

शाहूपूर्वकालीन महाराष्ट्र

एके काळी दिल्ली जिंकून अटकेपार आपली सत्ता नेणाऱ्या मराठ्यांची सत्ता पेशवाईच्या अस्तानंतर संपुष्टात आली. पेशवाईच्या अस्तास नादान बाजीराव पेशव्याचा अदूरदृष्टीचा कारभार आणि शिंदे-होळकर-भोसले-गायकवाड या त्याच्या सरदारांची बेकी आणि बखेडे कारणीभूत झाले होते. सर्वांनाच मराठी राज्याच्या मूळ संस्थापकांचा-शिवछत्रपतींचा, त्यांच्या ध्येय-धोरणांचा विसर पडला होता. पेशवाईच्या अस्तापूर्वी शिंदे होळकरांचा, तर होळकर शिंदे यांचा मुलूख लुटत होते; खुद्द राजधानी पुण्यास कोणी त्राता राहिला नव्हता. शिंदे-होळकर हे मराठी दौलतीचे खांबच पुण्यात हाहाकार माजवीत होते. पेशवा कावेबाज इंग्रजांच्या जाळ्यात अडकून पुन्हा त्यातून निसटण्याची कारस्थानी; पण केविलवाणी धडपड करीत होता. अशा पार्श्वभूमीवर पुण्याच्या शनिवार वाड्यावर युनियन जॅक चढल्यावर मराठी माणसांनी निःश्वास सोडल्यास नवल नव्हते. बाजीरावाचे 'ब्राह्मणी' राज्य गेल्याचे दुःख कोणास झाले असेल तर दक्षिणा आणि ब्राह्मण भोजने यावर तुष्ट झालेल्या ब्राह्मण वर्गास बाजीरावाच्या जुलमी कारभाराने गांजलेल्या वतनदार, जहागीरदार, सरदार मंडळींना त्यांचे हक्क पूर्वीप्रमाणे चालविले जातील, असे आश्वासन इंग्रजांनी दिल्याने त्यांनी खुशीने इंग्रजी अमलाचा स्वीकार केला. खुद्द एल्फिन्स्टनने ब्राह्मणांना खूश करण्यासाठी वाई, पुणे इत्यादी ठिकाणी त्यांच्या सभा घेऊन त्यांची संतर्पणे इंग्रजही पुढे चालवितील, असे वचन दिले होते, तेव्हा काही काळ त्यांचीही सद्दी चालू राहिली.

इंग्रज मोठे मुत्सद्दी होते. पेशव्यांची सत्ता पूर्ण खालसा केल्याने मराठी समाजात एकदम राजकीय पोकळी निर्माण होईल व त्यामुळे मराठी लोकांत प्रक्षोभ तयार होईल, अशी भीती त्यांस वाटल्याने त्यांनी साताऱ्याच्या छत्रपतींच्या सत्तेचे पुनरुज्जीवन करायचे ठरविले. मराठी राज्य मूळ छत्रपतींचे,

पेशव्यांनी बेइमानी करून ते बळकावले होते; आपण पुन्हा छत्रपतींची स्थापना करून त्यास ते परत करीत आहोत, असा पुकारा करून इंग्रजांनी साताऱ्याच्या गादीचे पुनरुज्जीवन केले. एक छोटे मराठी राज्य निर्माण करून त्यावर प्रतापसिंह छत्रपतीस त्यांनी आपल्या वतीने स्थापन केले. मराठ्यांना वाटावे की, इंग्रज किती भले! त्यांनी निर्माल्यवत झालेल्या छत्रपतीस पुन्हा राज्याचे अधिकारी बनवले! पण असे करताना शिवछत्रपतींच्या स्वराज्याची ही पुनर्स्थापना नव्हे, असेही त्यांनी मराठ्यांच्या मनावर बिंबविण्याचा प्रयत्न केला होता.[२] इंग्रजांनी ही काही काळ केलेली तडजोड होती. हा त्यांच्या मुत्सद्देगिरीचा एक डावपेच होता. पुढे १८३९ मध्ये त्यांनी अनेक कारस्थाने करून प्रतापसिंहास पदच्युत केले; आणखी दहाच वर्षांनी १८४८ मध्ये दत्तक वारस नामंजूर या तत्त्वानुसार त्यांनी साताऱ्याचे राज्यच खालसा करून टाकले!

सातारा व करवीर (कोल्हापूर) अशा छत्रपतींच्या भोसले घराण्याच्या दोन गाद्या. साताऱ्याचे राज्य खालसा झाल्यानंतर छत्रपती घराण्याची एकच गादी शिल्लक राहिली. पेशवे जरी छत्रपतींना विसरले होते तरी मराठी माणसे त्यांस विसरली नव्हती. विशेषतः शिवछत्रपतींच्या वंशजांची गादी म्हणून अखिल मराठी समाज करवीरच्या राज्याकडे आदराने पाहत होता. पुढे जेव्हा महाराष्ट्रात राजकीय जागृती होऊ लागली आणि गतकालीन मराठ्यांच्या इतिहासाचे शोधन हे या जागृतीचे एक महत्त्वाचे साधन ठरले, तेव्हा हा आदर आणखी वाढीस लागला.

कोल्हापूरशिवाय दक्षिणेत अनेक संस्थाने होती. त्यामध्ये भोर, औंध, सांगली, कुरुंदवाड, मुधोळ, जमखंडी ही प्रमुख होत. या संस्थानांशिवाय अनेक ठिकाणी जहागीरदार होते. संस्थानिक व जहागीरदार असे सर्वच इंग्रजांशी झालेल्या करारमदारांनी पूर्णपणे अंकित झाले होते. त्यांना आपल्या कारभाराची स्वायत्तता असली तरी तो कारभार इंग्रजांची मर्जी आणि त्यांच्याशी झालेले करारमदार सांभाळूनच करावा लागत असे.

इंग्रजांच्या सत्तेखाली असणाऱ्या हिंदुस्थानचे दोन भागांत विभाजन झाले होते. पहिला, प्रत्यक्ष इंग्रजी अमलाखाली असणारा भाग म्हणजे खालसा मुलूख आणि दुसरा, संस्थानिकांच्या ताब्यात असणारा भाग म्हणजे संस्थानी मुलूख. खालसा व संस्थानी अशा दोन्ही मुलखांतील शासनव्यवस्था भिन्न भिन्न असली तरी इंग्रज आपल्या प्रतिनिधींमार्फत

संस्थानी प्रशासनावर जबरदस्त अंकुश ठेवून होते. ते कोणाही संस्थानिकास अथवा जहागीरदारास केव्हाही सत्ताच्युत करू शकत होते. तो त्यांच्या अधिसत्तेचा अधिकार होता. बडोद्याच्या मल्हारराव गायकवाडांची पदच्युती हे १९व्या शतकातील या अधिकाराचे ठळक उदाहरण होते.

इंग्रजी राजवटीत महाराष्ट्रात निर्माण झालेल्या राजकीय परिस्थितीचे हे चित्र असताना मराठी समाजासही हळूहळू का होईना; पण आधुनिकतेचा वारा लागून जाग येत होती. १९व्या शतकाच्या प्रारंभी हिंदी लोकांना 'संस्कृत विद्ये'चे शिक्षण द्यावे की पाश्चात्त्य संस्कृतीचे 'इंग्रजी शिक्षण' द्यावे, असा वाद बराच काळ चालला होता. शेवटी लॉर्ड बेंटिंकच्या कारकिर्दीत लॉर्ड मेकॉलेच्या दिग्दर्शनाखाली हिंदी लोकांना पाश्चात्त्य विद्या व शास्त्रे यांचा अभ्यास अंतर्भूत असणारे 'इंग्रजी शिक्षण' देण्याचे सरकारचे धोरण जाहीर झाले होते (सन १८३५).

तत्पूर्वीच ख्रिस्ती मिशनऱ्यांनी मुंबई-पुणे येथे इंग्रजी शाळा सुरू केल्या होत्या. त्यात मुलींच्या शाळाही होत्या. मुंबईत १८२२ मध्येच जमशेटजी जिजीभाई, जगन्नाथ शंकरशेट यांसारख्या सामाजिक कार्यकर्त्यांनी पुढे होऊन 'द बॉम्बे नेटिव एज्युकेशन सोसायटी' अशी शिक्षण प्रसारासाठी एक संस्था स्थापन केली होती. लवकरच गव्हर्नर एल्फिन्स्टन १८२७ मध्ये सेवानिवृत्त झाल्यावर त्यांचे स्मारक म्हणून 'एल्फिन्स्टन इन्स्टिट्यूशन' स्थापन झाली. त्यातून 'एल्फिन्स्टन विद्यालय' व 'एल्फिन्स्टन महाविद्यालय' या दोन शाखा सुरू करण्यात आल्या. १८३४ मध्ये 'विल्सन हायस्कूल' स्थापन झाले. पुढे त्याचे रूपांतर 'विल्सन कॉलेजा'त झाले. १८४५ मध्ये 'ग्रँट मेडिकल कॉलेज'ची स्थापना झाली. पुण्यात १८२१ मध्येच 'दि पूना संस्कृत कॉलेज' स्थापन झाले होते. आरंभी संस्कृत आणि प्राच्य विद्या यांच्या अभ्यासासाठी स्थापन झालेल्या या संस्थेच्या अभ्यासक्रमात नंतर पाश्चात्त्य विद्यांचा समावेश केला गेला आणि त्याचे 'डेक्कन कॉलेजा'त रूपांतर झाले.[३]

मुंबई, ठाणे, पुणे, अहमदनगर अशा महाराष्ट्रातील प्रमुख शहरांत प्राथमिक शाळा सुरू झाल्या होत्या. विशेषतः मिशनरी लोक या कार्यात अग्रेसर होते. पुढे शिक्षण प्रसाराची तळमळ असणाऱ्या काही हिंदी लोकांनीही त्यात पुढाकार घेतलेला दिसतो. या सर्वांत गव्हर्नर एल्फिन्स्टनची कामगिरी खास उल्लेखनीय आहे. त्याच्या पुढाकाराने अनेक ठिकाणी प्राथमिक

शाळा स्थापन झाल्या. विशेषतः पाश्चात्त्य शिक्षण देशी भाषेच्या माध्यमातून दिले जावे, या धोरणाचा त्याने पुरस्कार व अवलंब केला. त्यासाठी त्याने शाळांच्या अभ्यासक्रमाची खास क्रमिक पुस्तके तज्ज्ञांकडून तयार करवून घेतली. आवश्यक त्या इंग्रजी ग्रंथांची भाषांतरेही केली. आपल्या आधिपत्याखाली असणाऱ्या प्रजाजनांस शिक्षण देऊन त्यांस ज्ञानी करणे हे राज्यकर्ते या नात्याने आपले कर्तव्य आहे, असे एल्फिन्स्टनला वाटत होते. पाश्चात्त्य विद्येने लोक शहाणे झाले तर इंग्रजी सत्तेविरुद्ध उठाव करतील, ही गोष्ट तो जाणत नव्हता असे नाही; पण तसे करण्याने नजीकच्या काळात इंग्रजी साम्राज्याला मोठा धोका उत्पन्न होईल, असेही त्यास वाटत नव्हते.[४]

आरंभीच्या काळात मुंबई इलाख्यात मुंबई व पुणे हीच सामाजिक जागृतीची प्रमुख केंद्रे बनली. याचे कारण हेच होते की, त्या ठिकाणी पाश्चात्त्य विद्येची केंद्रे प्रथम स्थापन झाली. १८४० मध्ये बोर्ड ऑफ एज्युकेशनची निर्मिती, १८५५ मध्ये शिक्षण संचालकाची नेमणूक आणि १८५७ मध्ये मुंबई विद्यापीठाची स्थापना या घटनांमुळे मुंबई इलाख्यातील एकूण शिक्षण व्यवस्थेला काही निश्चित आकृतिबंध मिळाला.

अशा प्रकारे इंग्रजांच्या शिक्षणविषयक उदार धोरणाने पाश्चात्त्य शिक्षणाची गंगा महाराष्ट्रात अवतीर्ण झाली खरे; पण हे गंगाजल समाजातील वरिष्ठ वर्गासच प्राशन करावयास मिळाले. मुंबईत पारशी, प्रभू व ब्राह्मण पुढारलेल्या वर्गात मोडत होते. शिक्षणाच्या क्षेत्रातही तेच पुढे राहिले. उदाहरणार्थ, मुंबईत 'एल्फिन्स्टन इन्स्टिट्यूशन'मध्ये १८२७ ते १८४८ या कालावधीत अभ्यासक्रम पुरा करणाऱ्या १५६ विद्यार्थ्यांची वर्गवारी अशी होती– ७१ प्रभू, २८ पारशी, १६ ब्राह्मण, १६ सारस्वत ब्राह्मण आणि २५ इतर जातींचे. मुंबई सोडून पुणे, कोल्हापूर, नागपूर यांसारख्या प्रमुख शहरांत ब्राह्मण वर्ग अग्रेसर होता. उदाहरणार्थ, १८८६ मध्ये पुण्याच्या 'न्यू इंग्लिश स्कूल'मध्ये शिकणाऱ्या ९८३ विद्यार्थ्यांपैकी ९११ ब्राह्मण वर्गातील होते.[५]

उपरोक्त एक-दोन ठिकाणांची आकडेवारी तत्कालीन समाजातील शैक्षणिक क्षेत्रावर प्रकाश टाकण्यास पुरेशी आहे. संपूर्ण १९वे शतक ब्राह्मण वर्ग शिक्षणात अग्रेसर राहिला; याचे महत्त्वाचे कारण गेली अनेक शतके, अगदी वेदकालापासून तो अग्रेसरच राहिला होता. अध्ययन व

अध्यापन ही त्याचीच क्षेत्रे मानली गेली होती; किंबहुना तो त्याचा 'धर्म'च बनून राहिला होता.

मराठेशाहीच्या काळात ब्राह्मणांच्या बरोबरीने प्रभू जात पुढारलेली होती. म्हणजे ज्ञानार्जनाच्या व मुलकी कारभाराच्या कामात ती ब्राह्मणांच्या तोडीस तोड होती. शिवछत्रपतींनी या दोन्ही जातींचा उपयोग स्वराज्य-उभारणीच्या कार्यात केला. पुढे १८व्या शतकात चित्पावन (कोकणस्थ) भट घराण्याच्या हातात मराठेशाहीची सूत्रे गेली आणि ब्राह्मणांमधील देशस्थ आणि प्रभू या दोघांनाही मागे हटवून चित्पावन ब्राह्मण पुढे आले. राज्यकारभारावर त्यांची पकड निर्माण झाली. एकूणच ब्राह्मणांचा प्रभाव समाजात बेसुमार वाढला. पेशवाई म्हणजे 'ब्राह्मणांचे राज्य' असे खुद्द ब्राह्मणांना वाटू लागले. यावर भाष्य करताना न्या. रानडे यांनी म्हटले आहे, "साताऱ्याहून पुण्यास राजधानी आल्यावर १७६० नंतरच्या काळात असे स्पष्ट दिसते की, कीर्तिशाली आणि मुलूखगिरी करणाऱ्या लष्करी सरदारांत निखालसपणे ब्राह्मण लोकच प्रामुख्याने झळकू लागले. प्रभू, शेणवी इत्यादी पांढरपेशा ब्राह्मणेतरांचाही पुणे दरबारात टिकाव लागेनासा झाला... ब्राह्मणांना पेशवाईत असे वाटू लागले की, आता आपणच खरेखुरे राजे आहोत. ब्राह्मणांना स्वतंत्र सवलती भोगावयास मिळू लागल्या. त्यांना अनेक बाबतींत इतरांना लागू असलेल्या कायद्याची बंधने लागेनाशी झाली. पेशव्यांच्या दरबारातील कोकणस्थ ब्राह्मण कारकुनांची मिजास तर आणखी वाढली. त्यांच्या इतमामास योग्य असा भरपूर पगार मिळे. त्यांच्या मालावर आयात-निर्यातीच्या बाबतीत जकात माफ होत असे... फौजदारी न्यायालयात ब्राह्मणांच्या बाबतीत कायदेशीर दंड व शिक्षा शक्य तितकी मऊ केली जात होती. किल्ल्यातील बंदिखान्यात इतरांपेक्षा ब्राह्मणांना उदार वागणूक मिळत असे. आणखी असे की, सरकार दरबार ब्राह्मणांना सरकारी खजिन्यातून फार मोठा दानधर्म करीत असे. विद्या असो-नसो, ब्राह्मणांकरिता दक्षिणा व जेवण यांची भरपूर तरतूद सरकारने केली; त्यामुळे पुणे शहर हे ब्राह्मण भिकाऱ्यांचे मोठे जंगी केंद्रच बनले. तीस ते चाळीस हजार ब्राह्मण ओळीने कित्येक दिवस पक्वान्नांचे भोजन झोडीत असत. या आणि अशा प्रकारच्या गोष्टींमुळे अठराव्या शतकाच्या अखेरीस ब्राह्मणशाहीचे वर्चस्व पराकाष्ठेस पोहोचले."[६]

अशा प्रकारे समाजात शिरजोर व बलिष्ठ झालेल्या ब्राह्मण समाजाने

इंग्रजी राजवटीत इंग्रजी शिक्षणाचा प्रथम लाभ घेतला. प्रभू त्यांच्या बरोबर होतेच; पण ते अल्पसंख्य असल्याने आणि ब्राह्मण त्यांना आपल्या बरोबरीचे समजत नसल्याने ते पुढे ब्राह्मणशाहीविरोधी लढ्यात बहुजन समाजाबरोबर राहिले.

ब्राह्मणांशिवाय समाजातील दुसरा महत्त्वाचा वर्ग म्हणजे मराठा. मराठा वर्गात ढोबळमानाने राजे-रजवाडे, जहागीरदार, इनामदार, देशमुख आदी वतनदार यांचा संख्येने अल्प असा जो वरचा थर होता, तो सोडल्यास बहुसंख्य मराठा समाज शेती करणाऱ्या रयत अथवा कुणबी वर्गात मोडत होता. १९व्या शतकात मराठ्यांत फक्त वरच्या वर्गातील म्हणजे सरदारादी घराण्यांतील लोक लिहिण्या-वाचण्यापुरते शिकत होते. एकूण शिक्षण हे आपले 'कार्यक्षेत्र' नव्हे, ते ब्राह्मणांचे काम अशीच त्यांची धारणा होती. मराठा समाजातील वरच्या पातळीवरील लोकांची ही कथा, तर सामान्य रयतेस अथवा कुणब्यांना शिक्षणाचा विचारही स्पर्श करणे शक्य नव्हते. अशा प्रकारे स्वतःला क्षत्रिय वर्णाचे समजून घेणाऱ्या मराठा जातीची ही अवस्था होती. अशा परिस्थितीत मराठ्यांशिवाय समाजात असणाऱ्या इतर अठरापगड जाती, शूद्रातिशूद्र समाज आणि अखिल स्त्री-वर्ग हा शिक्षणापासून पूर्णपणे वंचित होता, यात नवल नव्हते. 'ब्राह्मणाच्या घरी लिहिणं, कुणब्याच्या घरी दाणं आणि महाराच्या घरी गाणं' ही तत्कालीन समाजात रूढ असलेली म्हण सामाजिक वास्तवाचे दर्शन घडविणारी होती.

हिंदी लोकांना 'इंग्रजी शिक्षण' देण्याच्या एल्फिन्स्टन, मेकॉले आदी इंग्रज राज्यकर्त्यांच्या निर्णयामागे त्यांचा शैक्षणिक उदारमतवाद होता; पण तेच केवळ एक कारण नव्हते. इंग्रज राज्यकर्ते मूठभर होते आणि हिंदुस्थानचे अफाट साम्राज्य चालविण्यासाठी त्यांना कारकुनांची प्रचंड फौज लागणार होती. त्यासाठी त्यांना 'संस्कृत विद्ये'तून तयार झालेल्या पंडितांची मातबरी नव्हती; तर इंग्रजी जाणणाऱ्या कारकुनांची गरज होती. म्हणून त्यांनी इंग्रजी शाळा सुरू केल्या. काही त्यांच्या प्रोत्साहनाने सुरू झाल्या. त्यातून १९व्या शतकाच्या मध्यापर्यंत इंग्रजी शिक्षण घेतलेला कारकुनांचा वर्ग महाराष्ट्रात उदयास आला. इंग्रजी शिक्षणाचा प्रसार आस्तेआस्ते वाढत गेला. मुंबई, पुणे, नागपूर, कोल्हापूर इत्यादी अनेक ठिकाणी महाविद्यालये' निघाली. त्यातून 'आंग्ल विद्याविभूषित' असा एक उच्च सुशिक्षितांचा वर्ग

तयार झाला. त्यातील बहुतेकजण सरकारी नोकऱ्यांत शिरले; पण त्यातूनही काहींनी वेगळा मार्ग धरला. स्वकीयांच्या उद्धारासाठी शाळा काढणे, समाजजागृती व प्रबोधनासाठी वृत्तपत्रे सुरू करणे, हिंदू धर्मातील अनिष्ट चालीरीती बंद व्हाव्यात म्हणून संघटना बांधणे यांसारखी कार्ये त्यांनी हाती घेतली.

'इंग्रजी शिक्षणा'च्या प्रसारामुळेच उपरोक्त गोष्टी घडून आल्या; पण हे शिक्षण कोणाला मिळाले? समाजात जो वरिष्ठ ब्राह्मण वर्ग होता, तो या शिक्षणाचा धनी झाला. याला दोन कारणे घडली. पहिले असे की, शिक्षणाच्या संदर्भात लॉर्ड मेकॉलेचा 'झिरपणीचा सिद्धान्त' राज्यकर्त्यांनी स्वीकारला होता. या सिद्धान्तानुसार शिक्षण वरिष्ठ वर्गास द्यायचे; वरिष्ठ वर्ग सुशिक्षित झाला की, हळूहळू खालच्या वर्गात निसर्गनियमाने शिक्षण झिरपत जाईल, अशी राज्यकर्त्यांची समजूत होती. अशी समजूत करून घेणे त्यांना सोईचे व फायद्याचेही होते. दुसरे असे की, असे शिक्षण घेण्यास उत्सुक असा वरिष्ठ ब्राह्मण वर्ग समाजात तयार होता. पूर्वी हा वर्ग पेशव्यांच्या राज्यात प्रशासनातील सर्व जागांवर होताच. आता इंग्रजी शिक्षण घेऊन त्याने गाडीचा रूळ बदलण्याचाच प्रश्न होता. ब्राह्मण वर्गाने बदलत्या काळाची पावले ओळखली. इंग्रजी शिक्षण हा आधुनिक युगाचा मंत्र त्यांनी स्वीकारला आणि आपला रूळ बदलून टाकला. इंग्रजी प्रशासनाच्या विविध जागांवर ब्राह्मण मंडळी विराजमान झाली. समाजाच्या धर्मव्यवहारात त्यांचीच मक्तेदारी होती. आता समाजाशी दैनंदिन संबंध येणाऱ्या शासनव्यवहारातही त्यांची मक्तेदारी निर्माण झाली. परिणामी, ब्राह्मणांची समाजावरील पकड अधिक घट्ट झाली.

इंग्रजांनी आणलेल्या आधुनिक युगात ब्राह्मणेतर बहुजन समाजाने आपल्या गाडीचा रूळ बदलण्याचा प्रश्नच उद्‌भवत नव्हता, कारण त्यांची गाडी रुळावरच नव्हती. शिक्षणापासून पूर्णपणे वंचित राहिलेली रयत व शूद्रातिशूद्रांचा समाज अज्ञान, अंधश्रद्धा आणि दारिद्र्य यांनी गांजून गेला होता. पुरोहितशाहीकडून, सावकारशाहीकडून, सरकारी नोकरशाहीकडून तो पिळला जात होता. या पिळवणुकीसोबत अधूनमधून दुष्काळासारख्या आपत्तीही येत होत्या. या नैसर्गिक आपत्तींत लाखोंच्या संख्येने लोक बळी जात होते. बहुजन समाज मुक्या मेंढरासारखा बनला होता. शूद्रातिशूद्रांचे जीवन तर जनावरांहूनही कमी प्रतीचे बनले होते. त्यांच्या दुःखांना 'वाचा'

फुटत नव्हती. त्यांना कोणी वाली नव्हता.

अशा या विद्याहीन, धनहीन आणि सत्ताहीन बहुजन समाजाच्या दुःखाला वाचा फोडणारा पहिला वाली मिळाला, तो महात्मा जोतिराव फुले यांच्या रूपाने. बहुजन समाजाच्या सर्व दैन्यांचे मूळ त्यांच्या अज्ञानात व अंधश्रद्धेत आहे आणि या दोषांच्या निर्मूलनास 'शिक्षणा'शिवाय दुसरा उपाय नाही, हे म. फुले यांनी जाणले. अज्ञान म्हणजे अविद्या, तिने आपल्या बांधवांना कसे हीनदीन करून टाकले आहे, याची मीमांसा करताना ते म्हणतात –

'विद्येविना मती गेली । मतीविना नीती गेली ।।
नीतीविना गती गेली । गतीविना वित्त गेले ।।
वित्ताविना शूद्र खचले । इतके अनर्थ एका अविद्येने केले ।।''[७]

म. फुले केवळ बहुजन समाजाच्या हीनदीन अवस्थेची मीमांसा करून थांबले नाहीत, तर ती दूर करण्याच्या उपायास, प्रत्यक्ष कृतीसच त्यांनी हात घातला. शूद्रातिशूद्र समाजातील महार-मांग जातीच्या मुला-मुलींसाठी त्यांनी पुण्यात शाळा स्थापन केल्या. मुलींच्या शाळेत स्त्री-शिक्षिका पाहिजे म्हणून स्वतःच्या पत्नीस सुशिक्षित करून तिला मुलींच्या शाळेत शिक्षिका बनवले. हे सर्व १९व्या शतकाच्या मध्यावर घडत होते. फुले यांनी मेकॉलेचा 'झिरपणीचा सिद्धान्त' उधळून लावण्याचे ठरविले होते. शिक्षण खालून वर गेले पाहिजे, हा त्यांचा सिद्धान्त सामाजिक न्यायाशी आणि विशाल मानवतावादाशी नाते सांगणारा होता.

ब्राह्मणांची धर्माच्या आणि विद्येच्या क्षेत्रांत निर्माण झालेली मक्तेदारी, त्यांनी धर्मातील व समाजातील वरिष्ठ स्थानाच्या अधिकाराने शूद्रातिशूद्रांवर लादलेली गुलामगिरी, भटा-पुरोहितांकडून रयतेची विविध मिषांनी होणारी लुबाडणूक, सरकारी खात्यांत भट कामगारांकडून होणारी पिळवणूक या ब्राह्मणशाहीच्या सर्वंकष वर्चस्वाविरुद्ध मागासलेल्या व अज्ञानी बहुजन समाजाच्या वतीने म. फुले यांनी बंडाचे पहिले निशाण उभारले आणि शतकानुशतके बलदंड व शिरजोर झालेल्या ब्राह्मणशाहीला १९व्या शतकाच्या उत्तरार्धात उघडउघड आव्हान दिले.

आपल्या 'ब्राह्मणांचे कसब', 'गुलामगिरी', 'शेतकऱ्याचा असूड' इत्यादी ग्रंथांतून म. फुले यांनी जुलमी ब्राह्मणशाही व तिचा बनावट ब्राह्मणीधर्म यांची चिरफाड करून तिचे मर्मभेदी चित्र बहुजन समाजासमोर उभे केले.

ब्राह्मण वर्चस्वाची व त्यातून उद्‌भवणाऱ्या सर्वंकष गुलामगिरीची एक नवी समाजशास्त्रीय उपपत्तीच त्यांनी मांडली : इराणमधून आर्य-भटांच्या आक्रमक टोळ्या येऊन त्यांनी या देशाचे मूळ निवासी (क्षेत्रस्थ) यांचा जबर पराभव केला आणि क्रौर्याने वागून त्यांच्यावर आपल्या सेवेचे दास्यत्व लादले. बनावट धर्म व जातिभेद उत्पन्न करून ते कायम राहावेत यासाठी अन्यायी शास्त्रे व कायदे निर्माण केले. स्वतःस भूदेव असे घोषित करून बहुजन समाजास गुलामांच्या स्थितीत बंदिवान केले.

म. फुले हे केवळ ब्राह्मणी वर्चस्वाची समाजशास्त्रीय उपपत्ती सांगून थांबले नाहीत, तर या वर्चस्वाविरुद्ध संघर्ष करण्यासाठी त्यांनी १८७३ मध्ये 'सत्यशोधक समाज' या संघटनेची स्थापना केली. आपण सर्वजण एकाच ईश्वराची लेकरे असून त्याची भक्ती करण्यासाठी मध्यस्थाची गरज नाही, ही या 'समाजा'ची प्रमुख भूमिका होती. 'समाजा'च्या अनुयायांनी बनावट ब्राह्मणी धर्माचा त्याग करून सत्यमार्गाची शिकवण देणाऱ्या 'सत्यधर्मा'ची कास धरावी म्हणून त्यांनी 'सार्वजनिक सत्यधर्म पुस्तक' हा ग्रंथ रचला. या ग्रंथात त्यांनी मानवी स्वातंत्र्य, समता व विश्वबंधुत्व या तत्त्वत्रयींचा पुरस्कार करून अखिल मानवजातीस गवसणी घालणाऱ्या, सर्व विश्व हेच एक कुटुंब आहे, अशी व्यापक विश्वधर्माची बैठक असणाऱ्या मानवधर्माची स्थापना केली. म. फुले यांचा हा ग्रंथ म्हणजे सत्यशोधकांचे 'बायबल' होते. शेकडो वर्षे अज्ञान व दारिद्र्य यांच्या गर्तेत पडलेल्या बहुजन समाजाच्या उद्धाराचा तो एक 'मानवी हक्कांचा जाहीरनामा'च होता. म. फुले यांचे विचार व कार्य ही इंग्रजी राज्याबरोबर येथे प्रसारित झालेल्या पाश्चात्त्य शिक्षणाची एक ठोस प्रतिक्रिया होती. त्यांच्या कार्याची मूळ प्रेरणा महाराष्ट्रातील ख्रिस्ती मिशनऱ्यांचे मानवतावादी कार्य, ख्रिस्तप्रणीत मानवतावाद, पाश्चात्त्य जगातील प्रसिद्ध बंडखोर तत्त्वज्ञ, विचारवंत थॉमस पेन याचे 'Rights of Man', 'Age of Reason' यांसारखे ग्रंथ या गोष्टींत होती हे ध्यानात घेतले पाहिजे.

पाश्चात्त्य शिक्षणाची महात्मा फुले यांच्या कार्याच्या रूपाने उमटलेली बंडखोर; पण सुधारणावादी प्रतिक्रिया ही बहुजन समाजातील एक अपवादात्मक घटना होती. खरे म्हणजे फुले यांच्याही पूर्वी ब्राह्मण वर्गात अशा प्रतिक्रियेस प्रारंभ झाला होता. या प्रतिक्रियेचा पहिला हुंकार १८३२ मध्ये आचार्य बाळशास्त्री जांभेकर यांच्या 'दर्पण' वृत्तपत्राच्या रूपाने कानी पडला. हा

हुंकार नव्या युगाचा होता; प्रबोधनाचा होता. त्या काळात आपल्या वृत्तपत्रातून बाळशास्त्रींनी विधवाविवाह, प्रौढविवाह, स्त्री-शिक्षण यांसारख्या सुधारणांचा पुरस्कार करून आपली प्रागतिक मते प्रतिपादन केली. अशा सुधारणांविषयी बोलणेही त्या काळी मोठे धारिष्ट्याचे होते हे लक्षात घेतले पाहिजे. १८४६ मध्ये बाळशास्त्री अकाली गेले; पण त्यांच्यानंतर समाजास, विशेषतः ब्राह्मण वर्गास, आपल्या लेखणीच्या कठोर प्रहारांनी जागे करण्याचा कोणी प्रयत्न केला असेल, तर लोकहितवादी गोपाळ हरी देशमुख यांनी. त्यांच्या शतपत्रांतून (सन १८४८-५०) त्यांनी धर्मभ्रष्ट व नीतिभ्रष्ट झालेल्या ब्राह्मण वर्गावर हल्ल्यापाठीमागून हल्ले चढविले. प्रसंगी त्यांना 'मूर्ख', 'पशू' असेही संबोधले. समाजातील जातिभेद, अंधश्रद्धा, कर्मकांड, बालविवाह, जरठ-बालाविवाह, केशवपन यांसारख्या अनिष्ट चालीरीतींवर त्यांनी सडकून टीका केली. विधवाविवाह, प्रौढविवाह, स्त्री-शिक्षण यांसारख्या सुधारणांचा त्यांनी हिरिरीने पुरस्कार केला.

बाळशास्त्री जांभेकर / लोकहितवादी यांच्यापासून महाराष्ट्रात उदयास आलेल्या समाजसुधारणा चळवळीच्या प्रवाहात अनेक समाजसुधारक निर्माण झाले. भाऊ महाजन, विष्णुबुवा ब्रह्मचारी, विष्णुशास्त्री पंडित, दादोबा पांडुरंग, डॉ. आत्माराम पांडुरंग, डॉ. रामकृष्ण भांडारकर, न्या. महादेव गोविंद रानडे, प्रि. गोपाळ गणेश आगरकर अशा अनेक समाजसुधारकांनी हिंदू धर्म आणि समाज यामध्ये निर्माण झालेल्या अनिष्ट व दुष्ट चालीरीतींचे उच्चाटन व्हावे म्हणून मोठे प्रयत्न केले. प्रसंगी लोकनिंदा सोसली. महाराष्ट्राच्या प्रबोधनाच्या इतिहासातील त्यांची कामगिरी महनीयच होय. तथापि, या सुधारकांपैकी काही अपवाद वगळता सर्वजण ब्राह्मण वर्गातून आले होते आणि त्यांचे सुधारणेचे विचारही बव्हंशी ब्राह्मण वर्गापुरतेच मर्यादित होते. विधवाविवाह, बालविवाह, केशवपन, मुलींचे शिक्षण, धार्मिक कर्मकांड यांसारख्या वरिष्ठ वर्गातील विषयांभोवतीच ही चळवळ फिरत होती. ब्राह्मो समाज अथवा प्रार्थना समाजासारख्या सुधारणावादी संघटनांचे विचार आणि कार्य समाजातील खालच्या थरापर्यंत पोहोचू शकले नव्हते.

इंग्रजी राजवट व पाश्चात्त्य ज्ञानप्रसार यांची आणखी एक आगळीच प्रतिक्रिया मराठी समाजातील वरिष्ठ ब्राह्मण वर्गात उमटली. ही प्रतिक्रिया प्रतिगामी स्वरूपाची होती. इंग्रजी राजवटीबद्दल तिरस्कार बाळगणारा, स्वदेशाभिमान जागृत करू पाहणारा; पण हिंदू धर्म, रूढी व परंपरा यांचा

पुरस्कार करणारा असा एक महाराष्ट्रीय ब्राह्मण वर्ग १९व्या शतकाच्या शेवटच्या तीन दशकांत उदयास आला. १८७४ मध्ये सुरू झालेल्या 'निबंधमाले'चे कर्ते विष्णुशास्त्री चिपळूणकर हे त्याचे प्रेरणास्थान होते. पुढे 'लोकमान्य' या पदवीस पोहोचलेले बाळ गंगाधर टिळक हे या शास्त्रीबुवांचे सहकारी होते. राजकीय पारतंत्र्याविषयी चीड असणाऱ्या विष्णुशास्त्रींनी राष्ट्रीय स्वातंत्र्य चळवळीस आवश्यक असणारी स्वदेशाभिमानाची भावना आपल्या 'निबंधमाले'तून उत्पन्न केली; ही त्यांची कामगिरी मोठी होती हे खरेच; पण त्याबरोबर त्यांनी आपल्या ब्राह्मण वर्णाचा अहंकार व जुन्या परंपरांचा अभिमान बाळगून हिंदू समाजात सुधारणा घडवू पाहणाऱ्या सुधारकांशी वैर मांडले; ही घटना महाराष्ट्राच्या सामाजिक इतिहासावर दूरगामी परिणाम करणारी ठरली.

हिंदू धर्मातील अनिष्ट व दुष्ट प्रवृत्तींनी समाज अवनत अवस्थेस पोहोचला असून त्यावर अशीच काही जालीम उपाययोजना केली पाहिजे, हे लोकहितवादी व महात्मा फुले टाहो फोडून सांगत असताना विष्णुशास्त्री चिपळूणकर मात्र समाजाच्या स्थितीस काहीएक झाले नसल्याचे प्रतिपादन करीत होते. ते म्हणतात, ''आमच्या देशास काहीएक झाले नाही. त्याची नाडी अद्याप साफ चालत असून शरीरप्रकृतीस म्हणण्यासारखा काहीएक विकार नाही. यास्तव आमच्या अर्वाचीन पंडित मंडळीने डाक्तरी पद्धतीस अनुसरून, एकावर एक जालीम दवे सुरू करून व शस्त्रक्रियेचे तीव्र प्रयोग करून त्याची जी हलाखी मांडली आहे आणि विनाकारण विटंबना आरंभली आहे ती सर्व सोडून देऊन साधारण पौष्टिकाचे उपचार त्याजवर सुरू झाले असता तो लवकरच पुन्हा पहिल्यासारखा सशक्त व तेजस्वी होईल याविषयी आम्हास बिलकूल संशय नाही. हल्ली जी आमच्या राष्ट्रास विपत्तीची स्थिती प्राप्त झाली आहे, ती आमच्या अंगच्या काही अनिवार्य दोषांमुळे नसून ती यदृच्छेने कोणत्याही देशास येण्यासारखी आहे व आजपर्यंत आलीही आहे.''[८]

लोकहितवादी व महात्मा फुले यांच्या लेखणीने विष्णुशास्त्रींचा ब्राह्मणी अहंकार डिवचला गेला होता. या दुखावलेल्या अहंकारापोटीच ते म. फुले यांच्यावर तुटून पडले होते. म. फुले यांच्या ग्रंथातील भाषेची अवहेलना करताना ते म्हणतात, ''पण आमच्या शूद्र धर्मस्थापकांची तर मौज आहे! त्यांस पुरते व्याकरणाचे व शुद्ध लिहिण्याचेही ज्ञान नाही... अशा स्थितीस

आम्ही आपल्या शूद्रबंधूस अशी सूचना करतो की, श्रुतिस्मृतींचा ऊहापोह करण्याची हौस त्यांनी तूर्त एकीकडे ठेवावी; अगोदर लेखन शुद्धीच्या सूत्रांची संथा घ्यावी किंवा दादोकृत महाभाष्यात पारंगत व्हावे.''[९]

विष्णुशास्त्रींच्या ठिकाणी वर्णश्रेष्ठत्वाचा ब्राह्मणी अहंकार किती पराकोटीस पोहोचला होता, हे त्यांनी म. फुले यांना दिलेल्या उपरोक्त आव्हानावरून स्पष्ट होते. ते आणखी एके ठिकाणी लिहितात, ''मि. फुले यांस सूचना अशी की, जर त्यांस आपल्या जातिबंधूंची सुधारणा कर्तव्य असेल तर ती 'गुलामगिरी'च्या सारखे ग्रंथ तयार केल्याने आणि जे आपणाहून सर्वप्रकारे श्रेष्ठ, त्यांस नुसत्या शिव्या दिल्याने ती होणार आहे, असे मुळीच नाही. ब्राह्मण कितीही लबाड असले आणि कितीही दुष्ट असले तरी एक गोष्ट निर्विवाद आहे की, ज्ञानभांडाराच्या किल्ल्या त्यांच्या कमरेला आहेत. त्यांच्या साह्याशिवाय इतर जातींस ज्ञानाचा लाभ होण्याचा बहुधा मुळीच मार्ग नाही.''[१०]

लोकमान्य टिळकांनी आपल्या ब्राह्मण्याचा अहंकार एवढा उघडउघड मिरवला नसला तरी ते विष्णुशास्त्रींच्या पंथाचेच होते. प्रारंभी लो. टिळक आणि त्यांचे मित्र, पुढे थोर समाजसुधारक म्हणून प्रसिद्धी पावलेले, प्रि. गोपाळ गणेश आगरकर हेही विष्णुशास्त्रींच्याच गोटात होते. १८८१ मध्ये केसरी-मराठा वृत्तपत्रे सुरू करण्यात विष्णुशास्त्री यांच्याबरोबर टिळक-आगरकरही होतेच; पण प्रि. आगरकरांचा पिंड प्रखर सुधारणावाद्याचा व बुद्धिवादी विचारवंताचा होता. लो. टिळक परंपरावाद्यांची पाठराखण करणारे आणि सामाजिक सुधारणा अगदी आवश्यक असल्या तरी त्या लोकांच्या कलाने आस्तेआस्ते कराव्यात, असे म्हणणारे होते; पण प्रि. आगरकर सुधारणावाद्यांचे बौद्धिक नेतृत्व करणारे आणि समाजजीवनाच्या प्रत्येक क्षेत्रात बुद्धिप्रामाण्याच्या कसोट्या लावून तातडीने मूलगामी सुधारणांचा आग्रह धरणारे होते. स्वाभाविकच सामाजिक प्रश्नांवर दोघांचे वैचारिक मतभेद होणे अपरिहार्य होते. १८८७ मध्ये दोघांतील मतभेद विकोपास जाऊन त्याची परिणती प्रि. आगरकरांनी केसरी-मराठातून बाहेर पडण्यात आणि स्वतःचे 'सुधारक' हे वृत्तपत्र काढण्यात झाली. या वेळी मुलींचे शिक्षण हा वादाचा विषय होता. मुला-मुलींना एकाच प्रकारचे व प्रतीचे शिक्षण असावे असा प्रि. आगरकरांचा आग्रह होता, तर अशा समान शिक्षणास लो. टिळकांचा विरोध होता. पुढे तर १८९१ मध्ये संमतिवयाच्या

बिलाच्या चर्चेच्या निमित्ताने लो. टिळकांनी हिंदू धर्मशास्त्राच्या आधारे त्या बिलास जोरदार विरोध करून आपण परंपरानिष्ठांचे खंबीर नेते आहोत, हे स्पष्ट करून दिले.[११]

१९व्या शतकाच्या शेवटच्या एक-दोन दशकांतील उपरोक्त प्रतिगामी आणि सुधारणावादी प्रतिक्रियेवर भाष्य करताना तर्कतीर्थ लक्ष्मणशास्त्रींनी मार्मिकपणे म्हटले आहे, "प्रतिगामी प्रतिक्रियेने गतेतिहासाचे व भूतकालाचे शोचनीयत्व दडविले आणि अधोगतीला नेणाऱ्या शक्तींचे समर्थन केले. सुधारणाप्रिय प्रतिक्रियेने भूतकालाचा व इतिहासाचा वास्तविक अर्थ दाखवून दिला आणि प्रगतीचे रहस्य समजावून सांगितले."[१२]

गेल्या शतकातील सामाजिक इतिहासाचे आलोचन करताना न्या. महादेव गोविंद रानडे यांचे कर्तृत्व नजरेआड करता येत नाही. १९व्या शतकातील शेवटची दोन दशके त्यांनी महाराष्ट्राच्या प्रबोधनाच्या व समाजकारणाच्या चळवळीचे धुरीणत्व केले. राजकारण, समाजकारण, धर्मकारण, अर्थकारण अशा समाजाच्या सर्व क्षेत्रांत 'सर्वांगीण सुधारणे'चा त्यांनी आग्रह धरला. रायगडावरील शिवसमाधीच्या जीर्णोद्धारापासून दुष्काळग्रस्त शेतकऱ्यांच्या प्रश्नांपर्यंत अनेक प्रश्नांवर त्यांनी लोकजागृती केली. प्रार्थना समाज, सार्वजनिक सभा, सामाजिक परिषद, औद्योगिक परिषद यांसारख्या अनेक संस्था कार्यान्वित करण्यात तेच सूत्रधार राहिले. राष्ट्रीय स्वातंत्र्य चळवळीतही त्यांचा मोठा सहभाग होता. देशपातळीवर त्यांनी 'हिंदी प्रागतिक राजकारणा'चा पाया घातला. लो. टिळकांनी म्हटल्याप्रमाणे महाराष्ट्राच्या 'थंड गोळ्यात सजीवपणाची ऊब निर्माण करण्याचे दुर्धर काम' न्या. रानडे यांनी केले.

१८७१ पासून न्या. रानडे आपल्या गणेश वासुदेव जोशी (सार्वजनिक काका) या आपल्या सहकाऱ्यासोबत पुण्यातील सार्वजनिक सभेचे सूत्रसंचालन करीत होते. हिंदुस्थानातील जबाबदार राज्यपद्धतीच्या प्रश्नापासून महाराष्ट्रातील दुष्काळग्रस्त शेतकऱ्यांच्या दंग्यापर्यंत अनेक प्रश्न या सार्वजनिक सभेच्या व्यासपीठावरून मांडले गेले. ही सार्वजनिक सभा लो. टिळकांनी १८९५ मध्ये आपले बहुमत करून काबीज केली. एवढेच नव्हे तर त्याच वर्षी ज्या काँग्रेसच्या अधिवेशनाच्या मंडपात रानडेप्रणीत 'सामाजिक परिषद' नेमाने भरविली जात असे, तिला काँग्रेसच्या मंडपातून हुसकावून लावण्यात लो. टिळकांचे पाठीराखे यशस्वी झाले होते. काँग्रेसच्या व्यासपीठावर फक्त

राष्ट्रीय स्वातंत्र्याचाच प्रश्न चर्चिला जावा, सामाजिक प्रश्नांना स्थान नसावे, या त्यांच्या आग्रहामुळे महाराष्ट्रातीलच नव्हे तर देशातील सामाजिक चळवळीची फार मोठी पीछेहाट झाली.

१८९३ मध्ये मुंबईत हिंदू-मुस्लीम दंगे झाले. लो. टिळकांनी हिंदूंचा कैवार घेतला. त्या पार्श्वभूमीवर पुढच्याच वर्षी त्यांनी पुण्यात सार्वजनिक गणेशोत्सवाचा उपक्रम सुरू केला. लवकरच 'शिवाजी उत्सवा'ची त्यास जोड देण्यात आली. लो. टिळकांच्या या कार्याने पुण्यातील ब्रह्मवृंदाचे नेतृत्व त्यांच्याकडे चालून आले. हा ब्रह्मवृंद राजकीयदृष्ट्या जागृत राष्ट्रवादी लोकसमुदाय असला तरी सामाजिकदृष्ट्या त्याची मते प्रतिगामी होती. लो. टिळकांच्या पाठीशी त्याची मोठी शक्ती उभी राहिली होती. ते त्यास दुखवू इच्छित नव्हते. याच कारणामुळे त्यांना अनेकदा सामाजिक प्रश्नांवर प्रतिगामी भूमिका घ्यावी लागली.

इंग्रजी राजवटीबाबत महाराष्ट्रात उमटलेल्या सशस्त्र प्रतिकाराच्या प्रतिक्रियेचीही नोंद घेतली पाहिजे. १८५७ पूर्वी पुणे-सातारा भागात १८२६-३१च्या दरम्यान उमाजी नाईकाच्या नेतृत्वाखाली झालेला रामोशांचा उठाव, १८४४ मध्ये कोल्हापूर संस्थानातील सामानगड, पन्हाळा, विशाळगड येथील गडकऱ्यांनी केलेला उठाव असे काही सशस्त्र प्रतिकाराचे उद्रेक उसळले होते.[१३] पण इंग्रजांनी ते लष्करी बळावर शमवून टाकले होते. १८५७ मध्ये देशात इंग्रजी सत्तेविरुद्ध सार्वत्रिक उठाव झाला. त्याचे पडसाद महाराष्ट्रात कोल्हापूर, सातारा, नागपूर इत्यादी ठिकाणी उमटले; पण इंग्रजांनी तत्परतेने उपाय योजून तेही मोडून काढले. उठावात सामील झालेल्या बंडवाल्यांना कठोर शिक्षा देऊन जनतेवर दहशत बसविली. देशातील इतर भागांतील उठावही इंग्रजांनी असेच मोडून काढले. सर्वच बंडवाल्यांचा समूळ उच्छेद केला गेला. इंग्रज हे उठाव दडपण्यात पूर्ण यशस्वी झाले, तरी त्यांच्या इभ्रतीला मोठा धक्का पोहोचला. हिंदी लोकांवर राज्य करण्याच्या पद्धतीत आता त्यांनी मूलभूत बदल सुरू केले. कंपनी सरकारची राजवट बरखास्त होऊन इंग्लंडच्या राणीची राजवट घोषित करण्यात आली. राणीच्या जाहीरनाम्यात हिंदी लोकांना अनेक उदार अभिवचने देण्यात आली.

महाराष्ट्रातील इंग्रजी विद्येने जागृत झालेला सुशिक्षित वर्ग १८५७ च्या उठावात सामील न होता इंग्रजांशी एकनिष्ठ राहिला होता, हे लक्षात

घेतले पाहिजे. सामान्य माणूस अगतिकच होता. इंग्रजी राजवट सशस्त्र प्रतिकाराने उलथवून टाकता येईल, ही सामान्य माणसांची भोळी आशा १८५७ च्या अपयशाने पूर्ण मावळली; पण याचा अर्थ असाही नव्हता की, येथून पुढे कोणी तसा प्रयत्न केलाच नाही. इंग्रजी राजवटीविरुद्ध सशस्त्र प्रतिकाराचे तुरळक प्रयत्न होत राहिले. १८७९ मध्ये वासुदेव बळवंत फडके यांनी ब्राह्मण, कोळी, मांग, महार, मुसलमान या समाजातील सहकारी घेऊन पुण्याच्या आसमंतात केलेला सशस्त्र उठाव दूरगामी परिणाम करणारा ठरला. वासुदेव बळवंत पकडले जाऊन हा उठाव मोडला तरी या घटनेने इंग्रज राज्यकर्ते, विशेषतः पुढे काँग्रेसची स्थापना करण्यात पुढाकार घेणारे ह्यूमसाहेबांसारखे इंग्रज अधिकारी फार अस्वस्थ झाले. हिंदी समाजातील असंतोषाला, आशा-आकांक्षांना वाट करून देणाऱ्या एखाद्या राजकीय व्यासपीठाची त्यांना गरज वाटू लागली. काँग्रेसच्या रूपाने पुढे १८८५ मध्ये असे व्यासपीठ स्थापन झाले.

वासुदेव बळवंत यांच्या उठावानंतर महाराष्ट्रातील इंग्रज राज्यकर्त्यांना बसलेला दुसरा धक्का म्हणजे १८९७ मध्ये चाफेकर बंधूंनी केलेला रॅन्डचा खून. त्या वर्षी पुण्यात प्लेगने धुमाकूळ घातला आणि प्लेगनिवारणार्थ नेमलेल्या रॅन्डने हाहाकार माजविला. इंग्रज सोजिरांच्या अत्याचारी वर्तनाचा बदला पुण्यात साजरा झालेल्या व्हिक्टोरिया महाराणीच्या हीरक महोत्सवाच्या प्रसंगी रॅन्डच्या खुनाने घेतला गेला. या घटनेने राज्यकर्ते बिथरून गेले. लो. टिळकांनी 'केसरी'तील जहाल अग्रलेखांनी राज्यकर्त्यांना धारेवर धरले. या अग्रलेखांच्या आधारे सरकारने त्यांच्यावर राजद्रोहाचा खटला चालवून त्यांना दीड वर्षाची शिक्षा ठोठावली! खुद्द लो. टिळकांनी उघडपणे चाफेकरांनी बाजू घेतली नाही तरी अंतःस्थपणे त्यांची त्यांना सहानुभूती होती.[१४]

वासुदेव बळवंतांचे बंड आणि चाफेकरांनी केलेला रॅन्डचा खून या गोष्टी राज्यकर्त्यांना जरी राजद्रोह वाटत असल्या तरी इंग्रजी जुलमाने संतप्त झालेल्या काही मराठी तरुणांना ती खऱ्या देशभक्तीची कृत्ये वाटत होती. या कृत्यांतून प्रेरणा घेऊनच महाराष्ट्रात पुढे स्वा. सावरकरांसारखे सशस्त्र क्रांतिकारक उदयास आले. पुणे, कोल्हापूर, वर्धा, नागपूर यांसारख्या प्रमुख शहरांत दहशतवाद्यांचे अनेक गट निर्माण झाले. त्यांपैकीच कोल्हापुरात उदयास आलेला 'शिवाजी क्लब' नावाचा एक गट लवकरच दहशतवादी

मार्गावरून चालू लागला.

१९व्या शतकाच्या शेवटच्या दशकात महाराष्ट्रात दहशतवादी गटांचा उदय होत असतानाच या सुमारास देशात 'काँग्रेस' या राष्ट्रवादी व राष्ट्रव्यापी संघटनेची स्थापना (सन १८८५) होऊन तिची अनेक अधिवेशने महाराष्ट्रात मुंबई, नागपूर, पुणे इत्यादी ठिकाणी भरली होती. काँग्रेसची स्थापना म्हणजे संपूर्ण १९व्या शतकात हळूहळू आकार घेत गेलेल्या राष्ट्रवादी भावनेचा परिपाक होता. एकापरीने ती इंग्रजी शिक्षणाची देशपातळीवर उमटलेली महत्त्वाची राजकीय प्रतिक्रिया होती. या संघटनेच्या स्थापनेमध्ये महाराष्ट्रातील नेत्यांचा सर्वांत मोठा वाटा होता. दादाभाई नौरोजी व फिरोजशहा मेहता यांच्याबरोबर रानडे, भांडारकर, तेलंग, नूलकर, म्हस्के, आपटे, आगरकर अशी अनेक मराठी मंडळी मुंबईच्या पहिल्या अधिवेशनात उपस्थित होती.

महाराष्ट्रात इंग्रजी राजवट प्रस्थापित झाल्यावर पहिल्या एक-दोन पिढ्यांतील लोकांचे डोळे इंग्रजी सत्तेच्या व पाश्चात्त्य ज्ञानाच्या प्रभावाने दिपून गेले होते. या पिढ्यांतील आंग्लविद्याविभूषित लोकांना इंग्रजी राज्य म्हणजे 'मूर्ख' हिंदू लोकांना 'शहाणे' करून सोडण्यासाठी ईश्वराने केलेली एक योजना आहे, असेच वाटत होते. १८४९ मध्ये लोकहितवादींनी ही प्रातिनिधिक भावना आपल्या 'शतपत्रा'त व्यक्त केली आहे. पुढे १९व्या शतकाच्या अखेरपर्यंत कमी-अधिक फरकाने हीच भावना मराठी नेत्यांच्या ठिकाणी दुग्गोचर झालेली दिसते. राष्ट्रसभेचे एक अध्वर्यू आणि महाराष्ट्रातील थोर सुधारक न्या. रानडे यांची हीच विचारसरणी होती. त्यांच्या मते या ईश्वरी योजनेप्रमाणे देशात कायद्याचे राज्य स्थापन करून, शांतता निर्माण करण्यासाठी इंग्रज आले असून कायदा प्रस्थापित करणे हे त्यांचे काम व तो पाळणे हा प्रजाजन म्हणून आपला धर्म होय, तसेच राणीच्या जाहीरनाम्यानुसार इंग्रजांनी हिंदी लोकांना समानतेने वागवावे आणि हिंदी लोकांनी त्यांच्याशी एकनिष्ठ राहावे, असे त्यांना वाटत होते. राज्यकर्त्यांच्या सद्सद्विवेकबुद्धीवर त्यांचा विश्वास होता. इंग्लंडच्या छत्राखालील 'मांडलिकी स्वराज्य' हे त्यांचे राजकारणातील अंतिम ध्येय होते. हिंदी लोकांना राज्यकर्त्यांनी राज्यकारभाराचे शिक्षण देऊन हळूहळू तयार करावे, असे त्यांचे धोरण होते. त्यांचे हे धोरण 'प्रागतिक सनदशीर राजकारण' या नावाने ओळखले जाते. तेच काँग्रेसच्या आरंभीच्या काळात स्वीकारले गेले.

राष्ट्रसभेच्या पुढाऱ्यांचे हे नेमस्त प्रागतिक राजकारण न रुचणारा एक तरुण जहाल विचारांचा गट महाराष्ट्रात, विशेषतः पुण्यात, चिपळूणकर-टिळक-आगरकरांच्या नेतृत्वाखाली उदयास येत होता. १८७० नंतर सामान्य माणसांची स्थिती कमालीची हलाखीची बनत चालली होती. दुष्काळासारख्या नैसर्गिक आपत्ती, सरकारचे दयामाया न दाखविता शेतसारा वसूल करण्याचे धोरण, सावकारांकडून होणारे निष्ठूर शोषण यामुळे रयतेच्या दैन्यास पारावार राहिला नव्हता. १८७६-७७ मध्ये पडलेल्या भीषण दुष्काळात हजारो माणसे व गुरेढोरे अन्नान्न करून तडफडून मरत असताना लिटनसाहेब दिल्लीत लाखो रुपयांचा चुराडा करणारा वैभवशाली दरबार भरवीत होता व इंग्लंडची राणी 'हिंदुस्थानची सम्राज्ञी' झाल्याचे जाहीर करीत होता. सरकारची अशी कृत्ये हिंदू लोकांच्या दुःखावर डागण्या देणारी ठरत होती. या डागण्या असह्य झाल्या तर हिंदू लोकांना ओरडताही येऊ नये म्हणून देशी वृत्तपत्रांची मुस्कटदाबी करणारा कायदा लिटनने जारी केला होता. या पार्श्वभूमीवर १८८० च्या दशकात टिळक-आगरकरांनी महाराष्ट्रात जहाल राजकीय विचार मांडावयास सुरुवात केली. पुढे टिळक-आगरकर यांच्यात सामाजिक प्रश्नांसंबंधी मतभेद होऊन आगरकरांनी सामाजिक क्षेत्रातील जहालवादाचा आश्रय घेतला आणि टिळक राजकीय क्षेत्रातील जहालवादाचाच विकास करीत पुढे गेले. राजकीय प्रश्नांपुढे त्यांना सामाजिक अथवा धार्मिक प्रश्नांची मातबरी वाटत नव्हती. १८९०च्या दशकात लो. टिळकांची जहाल विचारांची धार वाढतच गेली. त्यास १८९६-९७ च्या दुष्काळाचे भीषण स्वरूप, सोबत प्लेगाने घातलेले थैमान, त्यावर कडी करणारे सरकारचे बेपर्वा व अरेरावीचे धोरण अशा अनेक घटना कारणीभूत झाल्या.

सरकारच्या अन्यायी धोरणाविरुद्ध लो. टिळकांनी 'केसरी'तून आपल्या लेखणीने लोकमत प्रक्षुब्ध करून सोडले. सोबत समाज संघटनेसाठी 'गणेशोत्सव' आणि 'शिवाजी उत्सव' यांसारखे उपक्रम सुरू केले. काँग्रेसच्या कार्यातही ते वेगाने क्रियाशील झाले. परिणामतः १९व्या शतकाच्या शेवटी महाराष्ट्रातील जहाल राष्ट्रीय पक्षाचा नेता म्हणून त्यांचा उदय घडून आला. तथापि, काँग्रेस अद्यापही नेमस्तवाद्यांच्याच प्रभावाखाली होती आणि पुढेही ती बराच काळ तशीच राहिली. दरम्यान, प्रि. आगरकर १८९५ मध्ये अकाली गेले. त्यांच्या निधनाने सामाजिक सुधारणा क्षेत्रातील

जहालवाद अस्तास गेला आणि पुण्यातील तरुण ब्राह्मण वर्ग पूर्णपणे लो. टिळकांच्या जहाल राजकीय विचारांच्या प्रभावाखाली गेला.

शाहूपूर्वकालीन कोल्हापूर संस्थान

हिंदुस्थानातील इतर अनेक राज्यांप्रमाणे कोल्हापूरचे राज्यही १९व्या शतकाच्या सुरुवातीपासून इंग्रजांच्या प्रभावाखाली येऊ लागले होते. दुसऱ्या शिवाजी छत्रपतींच्या कारकिर्दीत १८१२ मध्ये इंग्रजांनी लादलेल्या करारामध्ये, 'इंग्रज सरकारचा सल्ला घेतल्याशिवाय छत्रपतींनी कोणत्याही परकीय सत्तेशी लढाई करू नये. असा काही प्रसंग उद्‌भवलाच तर प्रथम इंग्रजांकडे ते प्रकरण सोपवावे आणि त्यांनी त्याची तड लावावी.'[१५] असे एक कलम होते. या कलमाने कोल्हापूर राज्याचे सार्वभौमत्व प्रथम लयास गेले. १८२६ मध्ये इंग्रजांनी कोल्हापूर राज्याच्या लष्करावर मर्यादा घातल्या आणि लवकरच १८२९ मध्ये आणखी एक करार लादून, 'यापुढे छत्रपतींचा कारभार चांगल्या प्रकारे चालविला जावा म्हणून कंपनी सरकारच्या पसंतीने एका योग्य अधिकाऱ्याची नेमणूक केली जाईल. त्यास कारभारासंबंधी मुखत्यारी देण्यात येईल.'[१६] असे कलम जारी केले. या करारान्वये कोल्हापूरकर छत्रपतींच्या लष्करी व मुलकी अशा दोन्ही क्षेत्रांतील कारभाराची मुख्य सूत्रे इंग्रज कंपनी बहादूरांच्या हाती गेली.

१८४४ मध्ये कोल्हापूर राज्याच्या कारभारावर इंग्रजांनी आपल्या वतीने दाजी कृष्ण पंडित यांची प्रमुख कारभारी म्हणून नेमणूक केली. दाजी कृष्णांच्या कारकिर्दीतच कोल्हापूर राज्यातील गडकऱ्यांनी उठाव केला. तो शिताफीने मोडून काढून इंग्रजांनी नवी व्यवस्था स्थापन केली. त्या अन्वये कोल्हापूर राज्यात एक 'पोलिटिकल सुपरिन्टेन्डन्ट' नेमण्याचे आणि त्याच्या हाती राज्याचे मुलकी व लष्करी अधिकार देण्याचे ठरविले. या वेळी छत्रपती बाबासाहेब महाराज अल्पवयीन होते, तेव्हा ते वयात येईपर्यंत कोल्हापूरचा सर्व कारभार पोलिटिकल सुपरिन्टेन्डन्टच्याच हाती राहणार होता. मेजर ग्रॅहॅम हा कोल्हापूरचा पहिला पोलिटिकल सुपरिन्टेन्डन्ट म्हणून नियुक्त झाला (सन १८४५). पुढे १८६१ मध्ये पोलिटिकल सुपरिन्टेन्डन्टचे पद 'पोलिटिकल एजंट'मध्ये रूपांतरित झाले.

बाबासाहेब महाराज वयात आल्यावर १८६४ मध्ये त्यांना कारभाराची मुखत्यारी दिली गेली; पण जेमतेम दोन वर्षे त्यांनी ती उपभोगली असेल,

नसेल तोच त्यांचे निधन झाले. त्यांच्यानंतर अल्पवयीन राजाराम महाराज गादीवर बसले; म्हणजे पुन्हा सर्व कारभार इंग्रजांच्या हाती गेला (सन १८६६). राजाराम महाराजांच्या रूपाने कोल्हापूरला एक सूज्ञ व जाणता राजा मिळण्याची परिस्थिती निर्माण होत असतानाच दुर्दैवाने त्यांचाही युरोपच्या दौऱ्यावर असताना इटलीतील फ्लॉरेन्स शहरात मृत्यू झाला (सन १८७०). कोल्हापूरचा कारभार पूर्ववत इंग्रजांच्याच हाती राहिला. राजाराम महाराजांच्या मृत्यूनंतर दुर्दैवी चौथे शिवाजी महाराज गादीवर आले (सन १८७१). त्या वेळी ते नऊ वर्षांचे होते. म्हणजे कोल्हापूरचा कारभार इंग्रजांनी नेमलेल्या कारभाऱ्यांमार्फतच चालू राहिला. त्यावर माधवराव बर्वे या अत्यंत कडव्या व अहंमन्य ब्राह्मण अधिकाऱ्याची 'दिवाण' म्हणून नेमणूक केली गेली होती. चौथ्या शिवाजी महाराजांच्या कारकिर्दीची शेवटची वर्षे कोल्हापूर दरबारातील कटकारस्थानांनी गाजली. छत्रपतींना मनोरुग्ण ठरवून त्यांना अहमदनगर किल्ल्यात डांबून ठेवले गेले. तिथेच इंग्रज सोजिरांच्या अत्याचारांत त्यांचा हृदयद्रावक अंत घडून आला (डिसेंबर, १८८३). तत्पूर्वीच १८८२ मध्ये 'रीजन्सी कौन्सिल'ची स्थापना होऊन बाबासाहेब महाराजांचे भाचे, फ्लॉरेन्सला निधन पावलेल्या राजाराम महाराजांचे मावस बंधू व कागलच्या थोरल्या पातीचे जहागीरदार जयसिंगराव ऊर्फ आबासाहेब घाटगे हे 'रीजन्ट' म्हणून नेमले गेले होते. याच आबासाहेब घाटगे यांचे थोरले पुत्र यशवंतराव हे १७ मार्च, १८८४ रोजी 'शाहू छत्रपती महाराज' म्हणून कोल्हापूरच्या गादीवर आले. २ एप्रिल, १८९४ रोजी त्यांना कोल्हापूर संस्थानच्या कारभाराची अधिकार प्राप्ती झाली.

असा हा थोडक्यात शाहूपूर्वकालातील कोल्हापूर राज्याचा इतिहास होता. १९व्या शतकाच्या प्रारंभी सार्वभौम असणारे कोल्हापूरचे राज्य आस्तेआस्ते इंग्रजी साम्राज्यसत्तेच्या प्रभावाखाली जाऊन ५०-६० वर्षांच्या अवधीत इंग्रजांचे एक मांडलिक संस्थान बनले. कोल्हापूरचे दुर्दैव असे की, शाहूपूर्वकालात अर्धशतकाहून अधिक काळ अल्पवयीन राजांच्याच कारकिर्दी झाल्या; त्यामुळे इंग्रजांनी नेमलेल्या दिवाण, रीजन्ट अथवा कौन्सिल यांच्याच हाती कोल्हापूरचा कारभार राहिला. आपला राजा गादीवर बसून खरेखुरे राज्य करतो आहे, असे दृश्य कोल्हापूरच्या प्रजाजनांनी पन्नास वर्षे पाहिलेच नव्हते. त्यांच्या दृष्टीने हे अर्धशतक म्हणजे एक काळोखे पर्वच ठरले होते.

विशेषतः शाहूपूर्वकालातील दिवाण बर्वे यांची कारकीर्द अनेक कृष्णकृत्यांनी गाजली. सर्व महाराष्ट्राला थरारून सोडणाऱ्या चौथ्या शिवाजी महाराजांच्या मानसिक छळाच्या कथा त्यांच्या काळातच घडल्या. या हतभागी छत्रपतींचा कैवार घेणाऱ्या 'केसरी'च्या टिळक-आगरकरांना याच बर्वे प्रकरणात शिक्षा भोगावी लागली. बर्वे उद्दाम व उन्मत्त नोकरशहा होते. आपल्या चित्पावन जातीचे कडवे अभिमानी होते. त्यांनी आपल्या कारकिर्दीत मामलेदारापासून सामान्य शिपायांपर्यंत ब्राह्मणांची, विशेषतः चित्पावनांची भरती केली. परिणामी, शाहू महाराजांच्या राज्यारोहणाच्या वर्षी (सन १८९४) कोल्हापूर दरबारच्या ७१ अधिकाऱ्यांपैकी ६० ब्राह्मण व ११ इतरेजन आणि खासगीच्या ५२ अधिकाऱ्यांपैकी ४५ ब्राह्मण व ७ इतरेजन होते, अशी आकडेवारी मिळते. या 'इतरेजनां'त इंग्रज, हिंदी ख्रिश्चन, पारशी, प्रभू ही मंडळी मोडत होती. म्हणजे ज्यांचे हे राज्य समजले जात होते, त्या 'मराठ्यां'ना प्रशासनात काही स्थान नव्हते. अधिकार नव्हता. शिक्षणात ज्यांची मक्तेदारी होती, त्यांनीच आता अशा प्रशासनिक अधिकाराच्या जागा आपली मिरासदारी बनविल्या होत्या. शिकलेल्या लोकांत ब्राह्मण सुमारे ८० टक्के होते आणि राहिलेल्या सुमारे २० टक्क्यांत मराठा, जैन, लिंगायत, मुसलमान इत्यादी लोक येत होते.[१७]

२

शाहू छत्रपतींचे बालपण आणि राज्यारोहण

जनक घराणे : कागलकर घाटगे

कागलचे घाटगे हे आदिलशाही दरबारातील एक नामांकित सरदार घराणे होते. या घराण्यातील भानजी घाटगे या पराक्रमी पुरुषाने आपल्या शौर्याच्या बळावर आदिलशहाकडून 'सर्जेराव' हा किताब प्राप्त केला होता. पुढे भानजीचे वंशज विठोजीराव शिवछत्रपतींच्या हिंदवी स्वराज्याच्या उद्योगात सामील झाले. शिवाजी महाराजांनी त्यांना आपल्या वतीने कागलची वतनदारी बहाल केली होती. शिवछत्रपतींचे द्वितीय पुत्र राजाराम महाराज यांची एक राणी राजसबाई या घाटगे घराण्यातीलच होती. हा नात्याचा संबंध पुढे आणखी घनिष्ठ होत गेला. कोल्हापूरकर दुसरे शिवाजी महाराज (सन १७६२-१८१३) यांनी आपली कन्या आऊबाई हिचा विवाह यशवंतराव घाटगे यांच्याशी घडवून आणला होता. या घराण्यातील नारायणराव घाटगे यांच्याशी बाबासाहेब छत्रपती (सन १८३८-१८६६) यांच्या बाळाबाई नावाच्या भगिनीचा विवाह झाला होता. नारायणराव-बाळाबाई या माता-पित्याच्या पोटी जयसिंगराव ऊर्फ आबासाहेब घाटगे यांचा जन्म १८५६ मध्ये झाला.

छत्रपतींचा भाचा या नात्याने आबासाहेबांचे बालपण कोल्हापूरच्या राजवाड्यातच मोठ्या कौतुकात गेले. वयाच्या आठव्या वर्षी त्यांचा विवाह मुधोळच्या राजकन्या राधाबाई यांच्याशी झाला. वयाच्या बाराव्या वर्षी ते कागल सीनियर या घाटगे घराण्याचे अधिपती झाले. ते जात्याच अत्यंत बुद्धिमान व तडफदार असल्याने त्यांनी कागल जहागिरीचा बंदोबस्त करून चोख कारभार यंत्रणा निर्माण केली. इतकी की, एक आदर्श व

कार्यक्षम प्रशासक म्हणून त्यांनी कोल्हापूर राज्याच्या जहागीरदारांमध्ये लौकिक प्राप्त केला.

आबासाहेब-राधाबाई या दांपत्यास कोल्हापूर मुक्कामी २६ जून, १८७४ रोजी पुत्रप्राप्ती झाली.[१] या पुत्राचे नाव 'यशवंतराव' असे ठेवले गेले. हे यशवंतराव म्हणजेच आपले चरित्रनायक शाहू महाराज होत. उपरोक्त दांपत्यास ३ जानेवारी, १८७६ रोजी आणखी एक पुत्र झाला. त्याचे नाव बापूसाहेब असे ठेवले गेले. बापूसाहेबांनी शेवटपर्यंत आपल्या ज्येष्ठ बंधूस लक्ष्मणाप्रमाणे साथ दिली.

शाहू छत्रपती म्हणून गादीवर आरूढ

राजाराम छत्रपतींचे विदेश दौऱ्यावर असताना फ्लॉरेन्सला निधन झाल्यावर सावर्डेकर-भोसले घराण्यातील एक पुत्र नारायणराव चौथे शिवाजी छत्रपती म्हणून गादीवर आले- (सन १८७१). या वेळी महादेव वासुदेव बर्वे हे दिवाण म्हणून काम पाहत होते. ते मोठे कुटील राजकारणी आणि उद्दाम गृहस्थ होते. त्यांच्या उन्मत्त वागण्यामुळे नूतन छत्रपतींशी त्यांचे बिनसले. त्यातूनच त्यांना मनोरुग्ण ठरवून ब्रिटिश अधिकाऱ्यांच्या हवाली करण्यात आले. दरम्यान, ब्रिटिश सरकारने आबासाहेब घाटगे यांना कोल्हापूर राज्याचे रीजन्ट म्हणून नियुक्त केले. लवकरच चौथ्या शिवाजी महाराजांचा अहमदनगर मुक्कामी ब्रिटिश अधिकाऱ्यांच्या क्रूर वागणुकीने अत्यंत हृदयद्रावक अंत घडून आला- (२५ डिसेंबर, १८८३).

रिकाम्या झालेल्या छत्रपतींच्या गादीवर रक्ताच्या नात्याने सर्वांत जवळचे वारसदार म्हणून रीजन्ट आबासाहेब यांच्या ज्येष्ठ पुत्राची म्हणजे यशवंतरावांची निवड ब्रिटिशांच्या संमतीने केली गेली. चौथ्या शिवाजी महाराजांच्या राणी आनंदीबाई यांनी १७ मार्च, १८८४ रोजी यशवंतरावांना विधिवत दत्तक घेतले. कागलच्या घाटगे घराण्यातील यशवंतराव 'शाहू छत्रपती' म्हणून कोल्हापूरच्या गादीवर आरूढ झाले. ब्रिटिश पोलिटिकल एजंट कर्नल रीव्हज यांनी दत्तक विधान पार पडून शाहू छत्रपती आता कोल्हापूरचे 'राजेसाहेब' झाल्याचे जाहीर केले. त्याच वेळी ते असेही म्हणाले की, शाहू छत्रपतींच्या मनाचा विकास होण्यासाठी त्यांना काही काळाने इंग्लंडला शिक्षणासाठी पाठविण्याचा ब्रिटिश सरकारचा मानस आहे.[२]

शाहू छत्रपतींच्या शिक्षणाची व्यवस्था

शाहू महाराजांचे प्रारंभीचे शिक्षण फिटझिराल्ड या ब्रिटिश अधिकाऱ्याच्या देखरेखीखाली सुरू झाले. त्यांच्याबरोबर त्यांचे बंधू बापूसाहेब, काकासाहेब (शाहू महाराजांचे चुलते) व दत्ताजी इंगळे हे सहाध्यायी म्हणून होते. त्यांच्यावर शिक्षक म्हणून कृष्णाजी गोखले व हरिपंत गोखले यांची नेमणूक केली गेली.

दरम्यान, रीजन्ट आबासाहेब इंग्लंडला जाऊन आले. तेथील परिस्थितीचे अवलोकन केल्यावर त्यांनी आपली मुले एवढ्या लहान वयात इंग्लंडला न पाठवण्याचा निर्णय घेतला (सप्टेंबर, १८८५) आणि ब्रिटिश अधिकाऱ्यांचीही त्यासाठी संमती घेतली.

१८८६च्या जानेवारीत शाहू महाराजांना त्यांच्या सोबत्यांसह राजकोटला राजकुमार कॉलेजमध्ये पाठविले गेले. त्यांच्यासोबत त्यांचे शिक्षक गोखलेद्वय आणि आबासाहेबांच्या विश्वासातील सरदार बुवासाहेब इंगळे यांना धाडले गेले. मुलांच्या पालकत्वाची जबाबदारी या मंडळींवर होती. याच कॉलेजमध्ये भावनगरचे राजपुत्र भावसिंहजी यांच्याशी शाहू महाराजांची मैत्री जमली आणि पुढे ती आजन्म टिकली.

इकडे कोल्हापुरात लवकरच आबासाहेब आजारी पडले आणि त्यातच त्यांचे २० मार्च, १८८६ रोजी वयाच्या अवघ्या ३०व्या वर्षी निधन झाले. शाहू महाराज तातडीने आपल्या बंधूंसह कोल्हापुरास परतले. हे मोठे संकट त्यांच्यावर कोसळले होते. त्यांची मातोश्री तर यापूर्वीच त्यांच्या वयाच्या तिसऱ्या वर्षी निवर्तली होती. आता वडील बाराव्या वर्षी गेले होते. शाहू महाराज आता खऱ्या अर्थाने पोरके झाले.

लवकरच शाहू महाराजांना पुन्हा त्यांच्या सोबत्यांसह राजकोटला पाठवले गेले. अभ्यासाव्यतिरिक्त नेमबाजी, कुस्ती, अश्वारोहण इत्यादी खेळांचे त्यांना प्रशिक्षण दिले जात असे. या खेळांत ते प्रवीणही झाले. दरम्यान, कोल्हापूरला त्यांना पुन्हा एकदा परतावे लागले. या वेळी त्यांच्या हस्ते कोल्हापूर-मिरज रेल्वेचा पायाभरणी समारंभ केला गेला. छत्रपतींच्या गादीवर आल्यानंतरचा हा त्यांचा पहिला सार्वजनिक समारंभ होता-(८ मे, १८८८).[३]

फ्रेजरसाहेबांच्या मार्गदर्शनाखाली शिक्षण

आबासाहेब निवर्तले, तेव्हा कोल्हापुरातील पोलिटिकल एजंटच्या पदावर विल्यम ली वॉर्नर नावाचे ब्रिटिश अधिकारी होते. ते आबासाहेबांचे घनिष्ठ मित्र व उदारमतवादी, सुसंस्कृत गृहस्थ होते. मृत्युशय्येवर असताना आबासाहेबांनी त्यांना शाहू महाराजांच्या भवितव्याच्या दृष्टीने काही सूचना केल्या होत्या. आपल्या मुलांचे शिक्षण एखाद्या विद्वान आणि हुशार अशा ब्रिटिश पालकांच्या हाताखाली व्हावे अशी त्यांची इच्छा होती. त्यांच्या इच्छेप्रमाणे ली वॉर्नरनी ब्रिटिश आय.सी.एस. अधिकारी स्टुअर्ट मिटफोर्ड फ्रेजर यांची शाहू महाराज आणि त्यांचे सोबती यांचे शिक्षक म्हणून नियुक्ती केली आणि तसे शाहू महाराजांना राजकोटला कळविले.[४] तेव्हा राजकुमार कॉलेज सोडून महाराज आपल्या सहाध्यायांसह कोल्हापूरला परतले (एप्रिल, १८८९). लवकरच धारवाड मुक्कामी फ्रेजरांच्या मार्गदर्शनाखाली राजकुमारांचे शिक्षण सुरू झाले. या वेळीही भावनगरचे राजकुमार भावसिंहजी त्यांच्यासोबत होते. देशी शिक्षक म्हणून केशवराव गोखले नावाच्या एका चारित्र्यवान व ध्येयवादी शिक्षकाची नेमणूक झाली होती. पालक म्हणून बुवासाहेब इंगळेही धारवाड येथे या मुलांच्या सोबत होते. त्यांनी शाहू महाराजांना घोडेस्वारी व शिकार या कलांमध्ये तरबेज बनवले. खुद्द फ्रेजरनीसुद्धा बुवासाहेबांच्या सचोटी, स्वामिनिष्ठा व प्रामाणिकपणा या गुणांचे कौतुक केलेले आढळते.

धारवाड मुक्कामी सन १८८९ ते १८९२ या कालावधीत फ्रेजर यांनी राजकुमारांना इंग्लिश, गणित, इतिहास, भूगोल, अर्थशास्त्र इत्यादी अनेक विषय शिकवले. आपल्या विद्यार्थ्यांच्या प्रगतीविषयी ते नियमितपणे कोल्हापूरच्या पोलिटिकल एजंटला आपला अहवाल पाठवीत असत. त्यांपैकी एका अहवालात ते म्हणतात, “शाहूराजे हे स्वभावाने निकोप, सरळ मनाचे, दिलदार व सत्यनिष्ठ आहेत. आपले तेच खरे असे ते मुळीच म्हणणार नाहीत. त्यांच्या स्वभावातील निःस्वार्थीपणा आणि विचारांचा सखोलपणा यांची जी उदाहरणे मी पाहिली आहेत, त्यावरून ते जसे दिसतात, तसेच सुस्वभावी आहेत.”[५]

फ्रेजरांच्या मार्गदर्शनाखाली अभ्यास दौरे

शाहू महाराजांनी हिंदुस्थानचा इतिहास व भूगोल अभ्यासला होता; पण प्रत्यक्ष इतिहास जेथे घडला, ती ठिकाणे व प्रदेश त्यांनी नजरेखालून घातल्यावर त्यांना या विषयांची खरी जाण येणार होती. शिवाय आपल्या देशाची लोकस्थिती काय आहे, सामाजिक व धार्मिक आचारविचार काय आहेत यांचीही कल्पना येणार होती. या दृष्टिकोनातून गुरुवर्य फ्रेजर यांनी आपल्या अभ्यासक्रमात राजकुमारांचे उत्तर व दक्षिण हिंदुस्थानचे दौरे आयोजित केले होते. त्यानुसार नोव्हेंबर, १८९० मध्ये त्यांचा उत्तर हिंदुस्थानचा दौरा नाशिकपासून सुरू झाला. नाशिकहून बनारस, अलाहाबाद, कलकत्ता, दार्जिलिंग, आग्रा, फत्तेपूर शिक्री, दिल्ली, जयपूर, अजमेर, मुंबई असा प्रवास करून ते कोल्हापुरास परत आले. एकूण ५ हजार मैलांच्या या प्रवासात त्यांच्या ज्ञानात व अनुभवांत मोठी भर पडली. नाशिक, बनारस इत्यादी तीर्थक्षेत्री पुरोहितांनी मांडलेला धर्माचा बाजार पाहिल्यावर त्यांना त्याचा उबग आला. याउलट दार्जिलिंगमधून हिमालयाच्या बर्फाच्छादित शिखरांचे विलोभनीय दर्शन घेताना त्यांची मने प्रफुल्लित झाली.[६]

दुसऱ्या वर्षी म्हणजे नोव्हेंबर, १८९१ मध्ये फ्रेजर यांनी राजकुमारांसाठी दक्षिण हिंदुस्थान व सिलोनचा दौरा आयोजित केला. या दौऱ्यात त्यांनी विजापूर, हैदराबाद, मद्रास, पाँडिचेरी, पंजाब, तंजावर, तुतिकोरीन, कोलंबो, कँडी या ठिकाणांना भेट दिली. परतीच्या प्रवासात त्यांनी बंगलोर व म्हैसूर ही शहरे पाहिली. या दौऱ्यात हैदराबाद, तंजावर व म्हैसूर या ठिकाणी शाहू महाराजांचे उत्स्फूर्त स्वागत झाले. सिलोनच्या ब्रिटिश गव्हर्नरने त्यांना सन्मानाची वागणूक दिली.[७]

१८९२ च्या ऑक्टोबरात तिसरा अभ्यासदौरा सुरू झाला. या दौऱ्यात बडोदा, जयपूर, जोधपूर, अलवार, भरतपूर, मथुरा, अलाहाबाद, हरिद्वार, अमृतसर, लाहोर, पेशावर, सक्कर, मुलतान, कराची आणि शेवटी मुंबई या ठिकाणी शाहू महाराजांचे मुक्काम झाले. बडोदा, जयपूर, जोधपूर इत्यादी ठिकाणांच्या अधिपतींनी त्यांचे मोठ्या प्रेमाने स्वागत केले. अलाहाबादमध्ये आर्य समाजाने त्यांना मानपत्र दिले. आर्य समाजाशी त्यांचा असा प्रथम संबंध घडून आला. कराचीत ब्रिटिशांनी चिमासाहेबांना

जेथे आजन्म स्थानबद्ध करून ठेवले होते, त्याच हवेलीत त्यांनी मुक्काम केला आणि शेजारच्या त्यांच्या समाधीचे दर्शन घेतले.[८]

अशा प्रकारे शाहू महाराजांचे शिक्षण व प्रशिक्षण चालू असताना दरम्यानच्या काळात त्यांच्या जीवनात एक महत्त्वाची घटना घडून आली, ती म्हणजे १ एप्रिल, १८९१ रोजी बडोद्याचे सरदार गुणाजीराव खानविलकर यांच्या लक्ष्मीबाई या कन्येशी त्यांचा विवाहसोहळा साजरा झाला.[९]

या विवाह सोहळ्यानंतर त्याच महिन्याच्या २० तारखेस मुंबईचे गव्हर्नर लॉर्ड हॅरिस यांच्या हस्ते कोल्हापूर-मिरज रेल्वे मार्गाचे उद्‌घाटन झाले. याच वेळी कोल्हापुरात औद्योगिक प्रदर्शन भरवले होते. त्याचेही उद्‌घाटन हॅरिस साहेबांनी दुसऱ्या दिवशी केले.

शिक्षण/प्रशिक्षणाचे शेवटचे पर्व

केशवराव गोखले १८९२ च्या अखेरीस निवृत्त झाले. त्यांच्या जागी देशी शिक्षक म्हणून रघुनाथ व्यंकाजी सबनीस यांची नियुक्ती ब्रिटिश सरकारने केली. सबनीस हे मुंबई विद्यापीठाचे पदवीधर व ठाण्यातील सरकारी हायस्कूलचे मुख्याध्यापक होते. त्यांचा स्वभाव गंभीर, सत्यनिष्ठ व प्रेमळ होता. ते आर्य समाजाचे चाहते होते. तसेच अस्पृश्य समाजाबद्दल त्यांच्या अंतःकरणात कणव होती.

१८९३च्या जानेवारीतच शाहू महाराज त्यांच्या सहाध्यायींसह धारवाडहून कोल्हापुरास परतले. तरीसुद्धा त्यांचे शिक्षण/प्रशिक्षण चालूच होते. १५ नोव्हेंबरला त्यांच्या अभ्यासक्रमाची समाप्ती झाली. दरम्यानच्या काळात राज्यातील सार्वजनिक कार्यक्रमांत ते भाग घेत राहिले. तसेच त्यांना प्रत्यक्ष राज्यकारभाराचे व न्यायदानाचे शिक्षण/प्रशिक्षण दिले गेले. फ्रेजर यांनी त्यांना राज्यकारभाराची तत्त्वे, हिंदी कायदे संहिता इत्यादी विविध विषयांचे ज्ञान दिले.

सर्वांत महत्त्वाचे म्हणजे फ्रेजर साहेबांच्या मार्गदर्शनाखाली शाहू महाराजांनी आपल्या बंधूंसह आता आपल्या राज्याचे दौरे सुरू केले. सह्याद्रीच्या डोंगर-दऱ्यांपासून पूर्वेकडील कसदार काळ्या जमिनीच्या प्रदेशापर्यंत त्यांनी आपल्या राज्याच्या भौगोलिक, सामाजिक, आर्थिक व सांस्कृतिक परिस्थितीचे अवलोकन केले. ज्या प्रजाजनांवर आपण लवकरच राज्य करणार आहोत, त्यांची अवस्था काय आहे, याचे निरीक्षण केले. अशा प्रकारे राज्याचा दौरा

काढून प्रजेशी जवळीक साधणारा हा कोल्हापूरच्या इतिहासातील पहिला राजा होता. ५० वर्षांनी कोल्हापूरची प्रजा आपला राजा प्रत्यक्ष पाहत होती. लवकरच त्यांचा राजा प्रत्यक्ष राज्यकारभार सुरू करणार होता.

राज्यारोहण : कपिलाषष्ठीचा अपूर्व योग

२ एप्रिल, १८९४ रोजी खास दरबार भरविला जाऊन गव्हर्नर लॉर्ड हॅरिस यांच्या उपस्थितीत शाहू महाराजांचे राज्यारोहण झाले. करवीर राज्याची अधिकारसूत्रे नव्या राजाच्या हाती आली. गेली कित्येक दशके कोल्हापूरचे प्रजानन ज्या गोष्टीची चातकाप्रमाणे वाट पाहत होते, ती गोष्ट घडून आली. सर्व मराठी मुलखास आनंद वाटावा, अशीच ही घटना होती. लो. टिळकांनी तिचे वर्णन करताना 'केसरी'तील आपल्या अभिनंदनपर अग्रलेखात म्हटले होते, 'हा दिवस सर्व महाराष्ट्रीयांस आनंदाचा तर खराच; पण त्यातूनही कोल्हापूरच्या प्रजेस हा एक कपिलाषष्ठीचा अपूर्व योग होता.'[१०]

कोल्हापूरची गादी ही शिवछत्रपतींच्या वंशजांची गादी असून आपणाप्रत चालत आलेला हिंदवी स्वराज्याचा तो एक ऐतिहासिक व सांस्कृतिक वारसा आहे, अशीच सर्व मराठी माणसांची या गादीविषयी आणि राज्याविषयी भावना होती. परिणामतः कोल्हापूरच्या छत्रपतींकडे महाराष्ट्राचे स्वाभाविक नेतेपण जाते आणि हे नेतेपण करीत असताना त्यांची महाराष्ट्राप्रती व देशाप्रती काही कर्तव्येही आहेत, अशी अपेक्षा त्या काळातील महाराष्ट्रातील टिळक-गोखल्यांसारख्या समाजधुरीणांनी व्यक्त केली होती. शाहू महाराजांकडून अपेक्षा करताना लो. टिळक म्हणतात, 'कोल्हापूरचे राज्य ज्यांनी स्थापन केले, त्यांच्या वंशातील पुरुषांनी जी महत्कृत्ये केली, जो देशाभिमान दाखविला आणि जी कीर्ती संपादन केली, ती इतिहासविश्रुत आहे. हल्लीचा काळ बदलला आहे खरा. तथापि, सकल महाराष्ट्रीयांस अभिमानास्पदीभूत झालेल्या श्रीशिवछत्रपतींच्या वंशातील पुरुषांनी अद्याप आपल्या संस्थानातील प्रजेच्या, महाराष्ट्रीयांच्या किंबहुना हिंदुस्थानवासी लोकांच्या कल्याणासाठी पुष्कळ गोष्टी करण्यासारख्या आहेत. हिंदुत्वाचा योग्य अभिमान बाळगून, त्याच्या अभ्युदयाकरिता निष्काम बुद्धीने आपला देह झिजविणे, हे कोल्हापूरकर महाराजांचे कुलव्रत आहे. ते पाळण्यास श्रीमंत श्री शाहू छत्रपती महाराजांस ईश्वर सुबुद्धी, धैर्य आणि दीर्घायुष्य देवो आणि महाराजांस त्याप्रमाणे यशप्राप्ती होऊन त्यांचा सदैव सारखा उत्कर्ष होवो.'[११]

राज्यारोहणानंतर काही दिवसांनी शाहू महाराजांनी पुण्यास भेट दिली, त्या वेळी 'सार्वजनिक सभे'ने त्यांचा मोठा सत्कार केला. त्या वेळी सभेच्या वतीने महाराजांचे स्वागत करताना प्रो. गोपाळ कृष्ण गोखले यांनी म्हटले होते, 'कोल्हापूरची गादी म्हणजे मराठ्यांच्या पराक्रमाचे आज हयात असलेले दृश्य चिन्ह आहे असे सर्वांस वाटत असून, गादीवर आरूढ होणाऱ्या छत्रपतींविषयी अखिल महाराष्ट्रातील लोकांना व प्रत्यक्ष त्यांच्या छत्राखाली नसलेल्या लोकांनादेखील नेहमी पराकाष्ठेचे प्रेम व आदर वाटत राहील... आपल्या प्रजाजनांचे सौख्य व प्रगती साधणे हे आपले पहिले कर्तव्य आहे यात तीळमात्र शंका नाही. तथापि, सामान्यपणे आपणा सर्वांच्या मातृभूमीच्या व विशेषतः महाराष्ट्राच्या अभ्युदयासाठी प्रयत्न करणे हेही आपले कर्तव्य आहे. आपल्या संस्थानच्या प्रजाजनासंबंधाने असलेल्या आपल्या कर्तव्याच्या खालोखाल हे महत्त्वाचे कर्तव्य आहे.''[१२]

टिळक-गोखले हे दोघेही पुढे महाराष्ट्राचेच नव्हे, तर अखिल हिंदुस्थानचे नेते झाले. शाहू महाराजांची कारकीर्द व कर्तबगारी अद्याप घडावयाची होती. कोल्हापूर गादीचे एकूण माहात्म्य लक्षात घेता या उभयतांनी व्यक्त केलेली अपेक्षा चुकीची नव्हती; पण शाहू महाराज पुढे खरोखरच महाराष्ट्राप्रती व देशाप्रती असलेले आपले कर्तव्य पार पाडण्यास उभे ठाकले, तेव्हा मात्र लो. टिळक हे त्यांचे मुख्य 'शत्रू' बनले, हा मोठा विचित्र योगायोग म्हटला पाहिजे!

राज्यारोहणाच्या प्रसंगी शाहू महाराज वीस वर्षांचे तरुण होते. त्यांचे पहिले कर्तव्य आपल्या संस्थानातील प्रजाजनांसाठी कल्याणकारी राज्यकारभार करून त्यांचे दैन्य आणि दारिद्र्य दूर करणे हे होते. स्वाभाविकच प्रजेच्या सुखाची व कल्याणाची वृद्धी हे ध्येय त्यांनी आपल्या पहिल्याच जाहीरनाम्यात स्पष्ट केले. या जाहीरनाम्याचा प्रारंभ 'स्वस्तिश्री राज्याभिषेक शके २२० विजयनाम संवत्सरे फाल्गुन वद्य ११, इंदुवासरे क्षत्रियकुलवंत श्रीराजा शाहू छत्रपती यांजकडून' अशा मायन्याने केला होता आणि त्याचा शेवट ईश्वरचरणी केलेल्या प्रार्थनेने झाला होता : 'आमची सर्व प्रजा सतत तृप्त राहून सुखी असावी, तिच्या कल्याणाची सतत वृद्धी व्हावी आणि आमचे संस्थानची हरएक प्रकारे सदोदित भरभराट होत जावी, अशी आमची उत्कट इच्छा आहे. हा आमचा हेतू परिपूर्ण करण्यास आमच्या पदरचे सर्व लहानथोर जहागीरदार, आप्त, सरदार, मानकरी, इनामदार, कामगार,

व्यापारी आदिकरून तमाम प्रजाजन शुद्ध अंतःकरणापासून मोठ्या राजनिष्ठेने आम्हास साह्य करतील, अशी आमची पूर्ण उमेद आहे. ही आमची कारकीर्द दीर्घ कालपर्यंत चालवून सफल करावी, अशी मी त्या जगन्नियंत्या परमात्म्याची एकभावे प्रार्थना करितो.''[१३]

उपरोक्त जाहीरनाम्याचा मायना मोठा अर्थपूर्ण होता. हा हिंदवी स्वराज्य संस्थापक शिवछत्रपतींच्या 'आज्ञापत्रा'चा मायना आहे. आपण शिवछत्रपतींचे वारसदार आहोत, आपल्या पाठीशी त्यांची पुण्याई आणि ऐतिहासिक वारसा आहे, हेच शाहू महाराजांना येथे सूचित करावयाचे होते. प्रजेचे सुख व कल्याण हेच 'हिंदवी स्वराज्या'चे अंतिम ध्येय होते आणि तेच ध्येयधोरण महाराजांनी जाहीरनाम्याच्या शेवटी ईशप्रार्थनेत व्यक्त केले आहे.

उक्तीप्रमाणे कृती करणारा राजा

शाहू महाराजांनी आपल्या पहिल्याच जाहीरनाम्यात शिवछत्रपतींच्या कारभाराच्या ध्येय-धोरणाचे जे सूतोवाच केले होते, ती केवळ उक्ती नव्हती; ती महाराजांच्या अंतःकरणात जागृत झालेली लोककल्याणाची तळमळ होती. त्याचे पहिले प्रत्यंतर राज्यारोहणानंतर अवघ्या १२ दिवसांनी काढलेल्या एका सरकारी आदेशात पाहावयास मिळते. आदेशाचा विषय खेड्यापाड्यांतील रयतेच्या सुख-दुःखाशी निगडित होता. तो असा की, छत्रपती महाराज स्वारी शिकारीनिमित्त आपल्या राज्यात दौरे काढीत; त्या प्रसंगी त्यांच्या मुक्कामात लागणारे जिन्नस संस्थानी नोकर रयतेकडून बऱ्याचदा फुकट वसूल करीत असल्याचे त्यांच्या दृष्टीस पडले. रयतेवर होणारा हा जुलूम थांबविण्यासाठी महाराजांनी हा आदेश तातडीने जारी केला होता.

आपल्या या आदेशात महाराज म्हणतात, 'अनुभवाअंती असे दिसू आले आहे की, श्रीमन्महाराज सरकारची खुद्द स्वारी इलाखे मजकुरी शिकाराकरिता होते, तेव्हा ज्या पेट्याचे हद्दीत मुक्काम पडतो, त्या पेट्याचे मामलेदार त्या पेट्याचे फौजदारास सरबराई ठेवण्याबद्दल हुकूम करितात; फौजदार आपले ताब्यातील पोलिसाकडे हे काम सोपवितात. मग ते पोलीस सभोवारच्या खेड्यापाड्यांत जाऊन एके ठिकाणी बकरी, दुसरे ठिकाणी अंडी, कोंबडी वगैरे जेथे जो जिन्नस सापडेल तो घेतात. त्या

तालुक्यातून हुजूरचे स्वारीचा कूच होण्याचे वक्ती स्वारीबरोबर जो खासगी खात्यातील कारकून कामगिरीवर असतो, तो मामलेदार यांजकडून हिशेब घेतो आणि पोहोचलेल्या जिनसांबद्दल पैसा आदा करितो. नंतर तो पैसा मामलेदार फौजदाराकडे, फौजदार आपल्या शिपायाकडे, शिपाई गावगन्नाच्या पाटलांकडे आणि पाटील ज्या इसमाकडून जिन्नस घेतले त्या इसमास आदा करतात, असा काल्पनिक समज आहे; परंतु ज्या गोरगरीब इसमांकडून जिन्नस घेण्यात येतात, त्या इसमांस तो सर्व किंवा त्यातील काहीतरी पैसा पोहोचतो किंवा कसे याजबद्दल वानवा वाटते. असे होऊ नये आणि ज्या गोरगरिबांचा माल घेतला त्यास भरपूर पैसा पोहोचावा तसेच आपल्या स्वारीच्या निमित्ताने कोणास यत्किंचितही उपसर्ग होऊ नये, अशी खुद्द श्रीमन्महाराज सरकारची इच्छा आहे. सबब खाली लिहिल्याप्रमाणे सामग्रीचा पुरवठा करण्याबद्दल नियम करण्यात येत आहेत.

१) गहू, ज्वारी, तांदूळ, डाळ वगैरे धान्ये, पीठ, साखर, मसाला वगैरे सामग्री खुद्द हुजूरचे मुदपाकखान्याकडे स्वारीचे लोकांकरिता लागेल ती यथाशक्य सर्व कोल्हापुराहून खासगी खात्याकडून नेण्यात यावी.

२) बकरी, कोंबडी, अंडी हे जिन्नस घेण्याकरिता स्वारी निघण्याच्या अगोदर खासगीकडील मुद्दाम एक कामगार पाठविण्यात यावा. त्याने मुक्कामाच्या ठिकाणानजीक जो बाजारचा गाव असेल, त्या गावी बाजारचे दिवशी जाऊन सर्व जिन्नस मालकास रोख पैसा जेव्हाचे तेव्हा - जेथल्या तेथे देऊन घ्यावे. सरपणाबद्दलही त्याचप्रमाणे आगाऊ तजवीज करावी. सामानाच्या पैशाचा बटवडा करणे तो त्या वेळी मुलकी कामगार गावी हजर असल्यास त्याच्या समोर पैसा आदा करून त्याची सही घ्यावी. तसा कोणी नसल्यास गावकामगार पाटील-कुलकर्णी यांच्या समक्ष पैसा आदा करून मालकाची पावती घ्यावी व कामगाराची साक्ष घ्यावी...

३) दुधाबद्दल खासगी थट्टीपैकी म्हशी स्वारीबरोबर नेण्याची तजवीज ठेवावी. कदाचित ही तजवीज न घडेल तर खासगी खात्याकडील वर नमूद केलेल्या कामगाराने किंवा कारकुनाने नजीकचे गावचे इसमाकडून स्वतः दूध घेऊन मालकास गावी भाव असेल त्याप्रमाणे ताबडतोब जेथल्या तेथे सर्व पैसा चुकवून द्यावा. स्वारीचे कूच होईपर्यंत ठेवू नये...

४) गवत : बहुशः सर्व पेट्यानिहाय सरकारी कुरणे आहेत, सबब लोकांकडून हे जिन्नस घेण्याचे कारण नाहीच; कदाचित प्रसंगोपात खरेदी

करावे लागल्यास मालकास जेव्हाचे तेव्हा रोख पैसा देऊन घ्यावे...

५) मेहेरबान पोलिटिकल एजंट साहेब बहादूर प्रांत करवीर व कर्नाटक यांची अथवा इतर इलाखे मजकूरचे साहेब लोकांच्या अथवा ब्रिटिश सरकारचे अमलातील साहेब लोकांच्या स्वाऱ्या आल्यास ठिकठिकाणचे संबंध असणारे मामलेदार, शिरस्तेदार वगैरे यांनी बाजारभावाप्रमाणे जेव्हाचे तेव्हा साहेब लोक किंवा त्यांचेकडील जे इसम माल घेतील त्यांजकडून घेऊन ज्याचा त्यास रोख पैसा आदा करण्याची तजवीज बिनचूक ठेवावी.'[१४]

सुमारे दोनशे वर्षांपूर्वी याच महाराष्ट्रातील एका मराठा राजाने, असाच एक आदेश आपल्या फौजेतील सैनिकांना व अधिकाऱ्यांना उद्देशून काढला होता. प्रसंग होता चिपळूणच्या छावणीचा. छावणीसाठी दाणागोट्याची, गवतचाऱ्याची चोख व्यवस्था केली गेली होती; पण शिपाई त्याची मन मानेल तशी उधळमाधळ करू लागल्याचे समजताच शिवछत्रपतींनी त्यांना खडसावले होते – 'कारकुनाकडून व गडोगडी गल्ला असेल तो देववून जैसी तैसी पागेची बेगमी केली आहे. त्यास तुम्ही मनास ऐसा दाणा, रतीब, गवत मागाल; असेल तोवरी धुंदी करून चाराल, नाहीसे जाले म्हणजे मग पडत्या पावसात काही मिळणार नाही, उपास पडतील; घोडी मरावयास लागतील. म्हणजे घोडी तुम्हीच मारिली ऐसे होईल आणि विलातीस तसवीस देऊ लागाल. ऐशास लोक जातील; कोणी कुणब्याचे येथील दाणे आणील, कोणी भाकर, कोणी गवत, कोणी फाटे, कोणी भाजी पाले. ऐसे करू लागलेत म्हणजे जे कुणबी घर धरून जीवमात्र घेऊन राहिले आहेत, तेही जाऊ लागतील. कित्येक उपाशी मराया लागतील; म्हणजे त्याला ऐसे होईल की, मोगल मुलकात आले त्याहूनही अधिक तुम्ही! ऐसा तळतळाट होईल! तेव्हा रयतेची व घोडियांची सारी बदनामी तुम्हावरी येईल. हे तुम्ही बरे जाणून, सिपाही हो अगर पावखलक हो, गाव राहिले असाल त्यांनी रयतेस काडीचा आजार द्यावया गरज नाही. साहेबी खजानातून वाटणिया पदरी घातलिया आहे ती ज्याला जे पाहिजे, दाणा हो अगर गुरेढोरे वागवीत असाल त्यास गवत हो, अगर फाटे, भाजीपाले व वरकड विकावया येईल ते, रास घ्यावे, बाजारास जावे, रास विकत आणावे. कोणावरी जुलूम अगर ज्याजती अगर कोणाशी कलागती करावयाची गरज नाही व पागेस सामा केला आहे, तो पावसाळा पुरवला पाहिजे.'[१५]

अधिकाराच्या बळावर राज्यातील नोकरांनी आपल्या रयतेवर जोराजोरी

करून त्यांची पिळवणूक करू नये म्हणून या दोन्ही राजांनी काढलेले आदेश पाहता इतिहासाची अशीही पुनरावृत्ती होऊ शकते, याचे दर्शन अभ्यासकास घडून जाते.

आपणाला मिळालेला राज्याधिकार हा राजवैभव आणि राजविलास यांचा उपभोग घेण्यासाठी नसून तो आपल्या रंजल्या-गांजल्या प्रजाजनांच्या; विशेषतः गरीब व अज्ञानी जनतेच्या उद्धारासाठी आहे, अशी राजाच्या 'उपभोगशून्य स्वामित्वा'ची जाण शाहू महाराजांच्या ठिकाणी राज्यारोहणाच्या क्षणापासून उत्पन्न झाल्याचे दिसून येते. राज्यारोहणापूर्वी कारभाराच्या प्रशिक्षणाचा एक आवश्यक भाग म्हणून महाराजांकडून त्यांच्या शिक्षकांनी संस्थानच्या सर्व भागांचा दौरा करवून घेतला होता. या दौऱ्यात खेड्यापाड्यांतील, डोंगराळ मुलखांतील गरीब रयतेची दयनीय अवस्था त्यांनी जवळून पाहिली होती. डोळस नजरेने त्यांनी रयतेच्या दारिद्र्याचे दशावतार टिपले होते आणि म्हणूनच राज्याधिकार मिळाल्यावर हा राजा राजवाड्याच्या विलासात मग्न न होता सतत आपल्या राज्यात फिरताना दिसत होता. दाजीपूर-पन्हाळ्याच्या दुर्गम प्रदेशापासून शिरोळ पेट्यातील नरसोबावाडीपर्यंत आपल्या प्रजाजनांना भेटत, त्यांच्याशी बातचीत करीत, त्यांची सुख-दुःखे समजून घेत तो अविश्रांत कष्ट घेताना दिसत होता; त्यास रयतेचे दारिद्र्य, दुःख, वेदना व अज्ञान आणि अंधश्रद्धा यांचे दर्शन पावलोपावली होत होते आणि त्याच्या मनात यावर कोणती व कशी उपाययोजना करावी, हाच प्रश्न सतत उभा राहत होता.

राज्यारोहणानंतर काढलेल्या अशाच एका दौऱ्यावरून परत आल्यावर शाहू महाराज एका दुर्दैवी दृश्याने व्यथित होऊन लिहितात– 'जिल्ह्यातील दौऱ्यावरून मी नुकताच परत आलो. सर्व गोष्टी प्रत्यक्ष पाहण्यात व रयत लोकांशी त्यांच्या नडीविषयी प्रत्यक्ष भाषण करण्यास मला मोठा आनंद होतो. मी दौऱ्यावर असताना नरसोबाचीवाडी हे क्षेत्र मी प्रत्यक्ष पाहिले. येथे सर्व बाजूंचे यात्रेकरू जमतात. भिकारी लोकांच्या पोषणाकरिता येथे बरीच अन्नछत्रे आहेत आणि महारोगी या ठिकाणी बरे होतात, अशीही लोकांची समजूत आहे. म्हणून या ठिकाणी हे दुर्दैवी लोक बऱ्याच मोठ्या प्रमाणात आढळतात. यांची कशी वासलात लावावी, हा माझ्यापुढे एक मोठाच प्रश्न आहे.'[१६]

समाजाकडून झिडकारलेल्या, सर्वार्थाने पतित व घृणास्पद बनलेल्या

महारोग्यांच्या व्यथांनी दुःखीकष्टी झालेल्या राजाच्या मनात उभा राहिलेला प्रश्न त्यास सतावत राहिला आणि मग त्या प्रश्नाची सोडवणूक लवकरच केली गेली. १८९७ मध्ये व्हिक्टोरिया राणीचा 'डायमंड ज्युबिली उत्सव' सर्व देशभर साजरा केला गेला. कोल्हापुरातही तो साजरा झाला. महाराणीच्या उत्सवाप्रीत्यर्थ शाहू महाराजांनी 'व्हिक्टोरिया लेपर असायलम' ही सेवाभावी संस्था (आश्रम) स्थापन केली. त्यांनी स्वतः त्या आश्रमाची पायाभरणी केली.[१७] तीर्थक्षेत्राच्या मार्गावर आपल्या देहाचे ओंगळवाणे प्रदर्शन मांडणाऱ्या महारोग्यांना 'आश्रमवासी' बनवून त्यांचे दुःखी जीवन सुसह्य करण्याचा प्रयत्न त्यांच्या राजाने केला होता.

अशीच एक सामान्य माणसांविषयीची, रयतेच्या कल्याणाची साधी गोष्ट आहे. कोल्हापूर हे उसाचे मळे व गुऱ्हाळे याविषयी सर्वत्र प्रसिद्ध होते. या उसाचे मळे पिकविणाऱ्या शेतकऱ्यांचे हात ऊस गाळताना अनेकदा घाण्यात सापडत होते. बोटे चिंबून असह्य वेदना होऊन हात थोटे बनत होते. शेतकऱ्याचे हे दुःख राजाच्या नजरेस येताच त्याची विचारचक्रे फिरू लागली. हे थांबविता येणार नाही का? आणि मग राजाने आपल्या संस्थानातील हुन्नरी लोकांना आवाहन करणारा एक जाहीरनामा काढला : 'घाण्यामध्ये हात सापडणार नाही अगर सापडलाच तर त्यास इजा होणार नाही, अशा तऱ्हेची त्यात काही यांत्रिक युक्ती तारीख १ जानेवारी, १८९६ च्या आत कोणी शोधून काढल्यास; ज्याची युक्ती सोपी, थोडक्या खर्चात होणारी व पसंत अशी ठरेल, त्यास चांगले बक्षीस देण्यात येईल.'[१८]

महाराजांच्या आवाहनाला प्रतिसाद मिळून नव्या युक्तीचे अनेक प्रकारच्या घाण्याचे नमुने दरबारात सादर केले गेले. त्यातील एक उत्कृष्ट ठरवून त्याचे काही नमुने तयार केले गेले. ते प्रत्येक पेट्याच्या मामलेदाराकडे पाठवून महाराजांनी तमाम रयतेसाठी दुसरा जाहीरनामा काढला. त्यात म्हटले होते : 'नव्या युक्तीने तयार केलेल्या घाण्याचे नमुने सर्व लोकांस पाहण्यास सुलभ पडावे म्हणून सर्व पेट्यांचे मामलेदार व महालकरी यांजकडे एक/एक नमुना तयार करून पाठविण्यात आला आहे. तो सर्वांस पाहण्यास मिळेल; याप्रमाणे सर्व लोकांनी आपआपल्या घाण्यामध्ये सोय केल्याखेरीज अपाय होण्याचे चुकणार नाही. यासाठी सर्व शेतकरी लोकांनी ही युक्ती पाहून, त्याप्रमाणे आपआपल्या घाण्यात सुधारणा

करण्याची व्यवस्था करावी व तसे करण्यास मामलेदार लोकांनी लोकांची मने वळवावी...

...सार्वजनिक सोयीसाठी सदरप्रमाणे तजवीज करण्यात आली आहे; त्याचे लोकांनी अनुकरण करावे, अशी सरकारची इच्छा आहे. तसे न झाल्यास त्याजबद्दल सरकारास योग्य तो विचार करणे जरूर पडेल. ता. २८ जानेवारी, १८९९.'[११]

वरवर सामान्य वाटणाऱ्या उपरोक्त गोष्टी शाहू महाराज आपल्या कारकिर्दीच्या पहिल्या पर्वात (सन १८९४-१९००) सामान्य लोकांच्या सुख-दुःखात कसे समरस होत असत याच्या निदर्शक होत्या. याच पर्वात कोल्हापूर संस्थानावर दोन 'अस्मानी' संकटे कोसळली. या संकटांनी सगळे जनजीवनच उद्‌ध्वस्त होण्याचा प्रसंग ओढवला होता. १८९६-९७ चा भीषण दुष्काळ आणि १८९८-९९ची प्लेगची भयानक साथ; ही ती दोन संकटे 'प्रशासक' म्हणून महाराजांची कसोटी पाहणारी ठरली. दुष्काळावर मात करण्यासाठी महाराजांनी अन्नधान्याची आयात करून स्वस्त धान्याची दुकाने काढली. शेतकऱ्यांना सारामाफी देऊन त्यांच्या गुराढोरांसाठी स्वस्त वैरणचाऱ्याची व्यवस्था केली; त्यांना रोजगार मिळावा म्हणून रस्ते, विहिरी, तलाव अशी रोजगार हमीची कामे सुरू केली. प्लेगवर मात करण्यासाठी गावेच्या गावे उठवून त्यांचे पुनर्वसन करावे लागले; प्लेगविषयी लोकांना शास्त्रीय ज्ञान व्हावे म्हणून 'लोकप्रबोधना'ची एक मोहीमच चालवावी लागली. या दोन्ही संकटांतून आपल्या प्रजेची सोडवणूक करण्यासाठी महाराजांनी जीवाचे रान केले. कधी घोड्यावर तर कधी सांडणीवर स्वार होऊन सर्व राज्यभर ते लोकांना दिलासा देत अविश्रांतपणे फिरत राहिले.

रात्रंदिवस प्रजेच्या हिताची व रक्षणाची काळजी लागून राहिलेले महाराज या सुमारास आपल्या एका मित्राला लिहिलेल्या पत्रात म्हणतात – 'पन्हाळा राजवाड्यात मी फक्त झोपतो; इतर सारा वेळ मी कार्यालयात काम करण्यातच व्यग्र असतो. सकाळचा वेळ मी शहरातील प्लेगची कामे कशी चालली आहेत यावर देखरेख ठेवतो. थोड्याच दिवसांपूर्वी मी स्वतः ग्रामीण भागातील पिकांची पाहणी करता यावी म्हणून घोड्यावरून ४० मैल आत गेलो होतो. त्यासाठी मी एकच घोडा घेतला होता व ताशी सुमारे ३ मैल जात होतो. घोड्यावरून जाता जाता चौकशी करीत होतो;

त्यामुळे मला अतिशय थकवा आला आहे- डिसेंबर १८९९.'[२०]

शाहू महाराजांच्या अविश्रांत व नियोजनबद्ध प्रयत्नांमुळे दुष्काळावर मात करता आली व प्लेगच्या साथीस पायबंद घालता आला. मुंबई इलाख्यात भीषण दुष्काळात हजारो लोक तडफडून मरत असताना कोल्हापूर संस्थानात एकही भूकबळी पडला नव्हता. याचे प्रमुख कारण असे होते की, अशा दुष्काळात जे अपंग, वृद्ध आणि निराधार लोक भूकबळी ठरतात, त्यांच्यासाठी महाराजांनी आपल्या राज्यात ठिकठिकाणी नऊ 'निराधार आश्रम' काढले होते. या आश्रमात सुमारे ५० हजार निराधार लोकांना अन्नवस्त्र देऊन महाराजांनी 'जीवदान' दिले होते! याहून विशेष म्हणजे रस्ते, पूल, तलाव या ठिकाणी काम करणाऱ्या मजूर आई-बापांच्या तान्ह्या मुलांची देखभाल करण्यासाठी कामाच्या ठिकाणी 'पाळणाघरे' उभी केली गेली होती.[२१] आई-बाप कामावर गेल्यावर झाडाच्या सावलीत भुकेने व्याकुळ झालेल्या त्या लहान जीवांचे आक्रंदनही या राजाच्या नजरेतून सुटले नव्हते याचे नवल वाटल्याशिवाय राहत नाही. आजचे आमचे प्रगतिशील महाराष्ट्र शासन राज्यातील 'रोजगार हमी'ची योजना आणि तेथे काम करणाऱ्या मजुरांच्या बालकांसाठी 'पाळणाघरां'ची सुविधा राबवत असते. कोल्हापूरच्या शाहूराजाने या दोन्ही गोष्टी शंभर वर्षांपूर्वी आपल्या राज्यात प्रत्यक्षात अमलात आणल्या होत्या. कदाचित हिंदुस्थानातील अशा प्रकारची ही पहिलीच घटना असेल!

कारकिर्दीच्या पहिल्या पर्वातील वाटचाल

१८९४च्या राज्यारोहण समारंभाने शाहू महाराज कोल्हापूर राज्याचे अधिकारी झाले खरे; पण हा अधिकार उपभोगण्याच्या त्यांच्या मार्गात अनेक समस्या उभ्या ठाकल्या होत्या. खरे तर महाराजांचे जनक पिता आबासाहेब घाटगे जर हयात असते तर त्यांचा हा मार्ग बराचसा निष्कंटक झाला असता; पण दुर्दैवाने शाहू महाराजांच्या दत्तक विधानानंतर दोनच वर्षांनी वयाच्या अवघ्या तिसाव्या वर्षी आबासाहेबांचे निधन झाले होते, तेव्हा महाराजांची पाठराखण करण्यास त्यांच्या धाकट्या बंधूंशिवाय - बापूसाहेब महाराजांशिवाय राजकुटुंबात कोणीच नव्हते.

छत्रपती घराण्याचे ऐतिहासिक महत्त्व लक्षात घेता खरे तर मराठा संस्थानांमध्ये कोल्हापूर संस्थानचे स्थान अव्वल दर्जाचे असायला हवे

होते; पण वस्तुस्थिती अशी होती की, गेल्या पन्नास-साठ वर्षांच्या कालखंडात अल्पवयीन छत्रपतींच्या कारकिर्दींनी कोल्हापूर दरबारची प्रतिष्ठा खालच्या दर्जाला जाऊन पोहोचली होती. इंग्रजांनी लादलेल्या अनेक करारमदारांनी छत्रपतींच्या अधिकारांचा आणि सन्मानांचा संकोच झाला होता. छत्रपती फक्त नावाचे राजे, प्रत्यक्ष कारभार इंग्रज नोकरशाहीच्या आणि त्यांनी नेमलेल्या संस्थानाबाहेरच्या परक्या लोकांच्या हाती अशी परिस्थिती राज्याचे प्रजाजन अनुभवत होते.

राज्यारोहणाच्या सुमारास संस्थानच्या सर्व प्रमुख जागांवर युरोपियन व पारशी गृहस्थ विराजमान झाले होते. उदाहरणार्थ, संस्थानचे एक्झि. इंजिनिअर होते शॅनॉन, दरबार सर्जन होते सिंक्लेअर, राजाराम कॉलेजचे प्रिन्सिपॉल होते कॅन्डी, शिक्षण खात्याच्या लेडी सुपरिन्ट्रेन्डन्ट होत्या मिस लिटल, अल्बर्ट एडवर्ड हॉस्पिटलमध्ये स्टेट मिडवाइफ होत्या सारा साईक्स; हे झाले युरोपियन. पारशांपैकी संस्थानचे दिवाण होते मेहरजी तारापूरवाला, तर पोलीसप्रमुख होते दोराबजी पालानजी. बाकीच्या सर्व मुलकी जागांवर होते ब्राह्मण. या सर्वांना पोलिटिकल एजंटसाहेबांच्या हुकमाखाली वागण्याची सवय झाली होती. आता छत्रपतींच्या हुकमाची तामिली करणे त्यांना अवघड वाटू लागले होते.

महाराजांनी आपले गुरू फ्रेजरसाहेब यांना लिहिलेल्या पत्रात नोकरशहांच्या या वृत्तीसंबंधीचा मुद्दा उपस्थित केला होता, तेव्हा आपल्या शिष्यास सल्ला देताना फ्रेजरसाहेबांनी लिहिले होते, 'कौन्सिल व वरिष्ठ अधिकारी दिलेल्या हुकमाची दखल घेत नाहीत, असे आपण म्हणता; परंतु आजवरच्या करवीर राज्याच्या स्थितीचा विचार करता, आता जे घडत आहे ते स्वाभाविकच आहे, तेव्हा राज्याचे खरेखुरे स्वामी आपणच आहोत याची प्रकर्षाने जाणीव करून दिली, तरच ते वठणीवर येतील आणि यापुढे तरी असल्या आज्ञाभंगाच्या कटकटीतून तुमची मुक्तता होऊ शकेल, एरवी नाही. अशा मतलबी लोकांना आपल्या स्वभावातील चांगुलपणाचा गैरफायदा घेऊ देऊ नका.'[२२]

गोरे पोलिटिकल एजंट तर आतापर्यंत स्वतःला कोल्हापूर संस्थानचे सर्वेसर्वा समजत असत. या वेळी हंटर नावाचा पोलिटिकल एजंट कोल्हापुरात होता. आता संस्थानचा कारभार छत्रपतींच्या हातात गेल्यावर तोही अस्वस्थ झाला. आपण सार्वभौम इंग्रजी सत्तेचे प्रतिनिधी आहोत, अशी साम्राज्यवादी

अहंगंडांची भावना त्याच्या ठिकाणी वसत होती. म्हणूनच आपण कोल्हापूरबाहेर जाताना आपणास निरोप देण्यासाठी आणि कोल्हापुरात येताना स्वागत करण्यासाठी खुद्द छत्रपतींनी रेल्वे स्टेशनवर आले पाहिजे, अशी उद्दाम मागणी तो करू पाहत होता.[२३]

महाराजांच्या दुर्दैवाने १८९६ मध्ये कर्नल विल्यम रे नावाच्या अत्यंत घमेंडखोर विक्षिप्त इंग्रज अधिकाऱ्याची नेमणूक पोलिटिकल एजंट म्हणून झाली. त्याने आपल्या तापट व अरेरावीच्या वर्तनामुळे राजाराम कॉलेजचे प्रिन्सिपॉल कॅन्डी, दरबार सर्जन सिंक्लेअर, दिवाण तारापूरवाला या बड्या अधिकाऱ्यांशी वितुष्ट सुरू करून संघर्षामागून संघर्ष उपस्थित केले आणि सर्वांवर कडी म्हणजे एका मेजवानीच्या निमित्ताने त्याने आपल्यावर विषप्रयोगाचा कट केल्याचा आरोप खुद्द छत्रपतींवरच केला! पुढे महाराजांनीच खास आग्रह धरून मुंबई सरकारकडून इंग्रज चौकशी अधिकारी आणला आणि सर्व प्रकरणाची चौकशी करवून घेऊन आपले निरपराधित्व सिद्ध केले. तेव्हा रे पुरता फजीत पावला. लवकरच गव्हर्नरने रेला सक्तीच्या रजेवर पाठवून कोल्हापुरातून दूर केले, ही गोष्ट वेगळी; पण या सर्वच प्रकरणांत महाराजांना फार मोठा मानसिक त्रास सोसावा लागला.

वर सांगितलेल्या एक-दोन घटना या वानगीदाखल आहेत. त्यावरून महाराजांची छत्रपतींची गादी म्हणजे 'गुलाबपुष्पांची शय्या' नव्हती हे लक्षात येते. या पार्श्वभूमीवर महाराजांनी आपल्या कारकिर्दीच्या पहिल्या ५-७ वर्षांत म्हणजे सन १९०० पर्यंत आपले खरेखुरे राजपद निर्माण केले. 'कोल्हापूर राज्याचे तुम्ही मालक आहात, हे प्रत्येकाच्या ध्यानी प्रथमपासून आणून द्या आणि तुमच्या चांगुलपणाचा फायदा तुमच्या नोकरशहांना उठवू देऊ नका' हा आपल्या गुरूंचा सल्ला महाराजांनी शिरोधार्य मानला आणि त्या दृष्टीने धिमेपणाने; पण आत्मविश्वासाने पावले टाकून आपल्या पदाचा प्रभाव वाढवीत नेला. परिणामी, राज्यारोहणानंतरच्या तीन-चार वर्षांत कोल्हापूरच्या गादीच्या राशीला बसलेले युरोपियन व पारशी पापग्रह एकामागून एक याप्रमाणे अस्तास गेले. कॅन्डी, शॅनॉन या युरोपियनांप्रमाणे दोराबजी, मेहरजी ही पारशी मंडळीही निघून गेली. महाराजांच्या मार्गात अडचणी उपस्थित करणारी ही धेंडे दूर झाल्याने त्यांची पुढची वाटचाल बरीच सुकर झाली.

राज्यारोहणानंतर लगेचच शाहू महाराजांनी पूर्वीचे 'राज-प्रतिनिधी मंडळ'

(Council of Regency) बरखास्त करून 'प्रशासन मंडळ' (Council of Administration) नेमले होते. दिवाण, सरन्यायाधीश व सरसुभे अशा तीन प्रमुख अधिकाऱ्यांचे हे मंडळ होते. कालौघात यातील सर्व जागांवर आपणास हव्या असणाऱ्या व्यक्तींच्या नेमणुका महाराजांनी केल्या. या प्रशासन मंडळाबरोबर 'हुजूर ऑफिस' या नव्या महत्त्वाच्या खात्याची निर्मिती करून त्यांनी त्यावर आपले गुरू रावसाहेब रघुनाथ व्यंकाजी सबनीस यांना नेमले- (एप्रिल, १८९४). युरोपियन व पारशी यांची प्रशासनातील मक्तेदारी अस्तास गेली; पण ब्राह्मणांच्या मक्तेदारीचा मजबूत बुरूज अबाधित होता. त्यास पहिला सुरुंग लावला गेला प्रभू समाजातील सबनीसांच्या दिवाणगिरीवरील नेमणुकीने आणि दुसरा सुरुंग लावला गेला भास्करराव विठोजी जाधव यांच्या १८९५ च्या नेमणुकीने. बी.ए. आणि एम.ए. या परीक्षांत पहिल्या वर्गात उत्तीर्ण झालेल्या या संस्थानाबाहेरच्या बुद्धिमान तरुणास खास पाचरण करून शाहू महाराजांनी महसूल खात्यात प्रथम असि. सरसुभे म्हणून व लवकरच फर्स्ट क्लास मॅजिस्ट्रेट म्हणून नेमले.

अशाच महाराजांनी दाजीराव अमृत विचारे या दुसऱ्या सुविद्य मराठा तरुणाची एक्झ्यु. इंजिनियर म्हणून निवड केली.

अशा प्रकारे शॅनॉनसाहेब निघून गेल्यावर संस्थानाच्या प्रशासनातील ब्राह्मण वर्गाची पकड ढिली करण्याचे कार्य शाहू महाराजांनी आपल्या कारकीर्दीच्या पहिल्या पर्वातच सुरू केले होते. पण त्यांना परिस्थितीची साथ मिळत नव्हती. पिढ्यान्‌पिढ्या शिक्षणापासून वंचित राहिलेल्या बहुजन समाज महाराजांना प्रशासनात आवश्यक असलेल्या 'उच्चविद्याविभूषित' अशा तरुणांचा पुरवठा करू शकत नव्हता. कारण बहुजन समाजाच्या आडातच शिक्षण नव्हते, तर ते पोहऱ्यात येणार कसे? खरे तर बहुजन समाजाच्या भूमीत आडच खणले गेले नव्हते. हे आड खणण्याचे कार्य, बहुजन समाजासाठी शिक्षणाच्या सोयी निर्माण करण्याचे कार्य महाराजांनी आपल्या कारकिर्दीच्या पुढील पर्वात हाती घेतले.

कोल्हापूर संस्थानातील अंतर्गत राज्यकारभारावर आपली पकड मजबूत करीत असताना सार्वभौम इंग्रज सरकारशी आपले संबंध दिवसेंदिवस अधिक सौहार्दाचे व विश्वासाचे कसे बनतील, याकडेही शाहू महाराजांनी कटाक्षाने लक्ष पुरवले होते. मांडलिक संस्थानिक या नात्याने असे संबंध

प्रस्थापित होणे संस्थानाच्या हिताच्या दृष्टीने अत्यावश्यक बाब होती. मुंबईचा गव्हर्नर आणि त्याचे कौन्सिल या सार्वभौम इंग्रज सत्तेच्या महत्त्वाच्या घटकावयवाच्या अधिकाराखाली कोल्हापूर संस्थान येत असल्याने त्यांचा विश्वास संपादन करणे हे महाराजांचे एक प्रमुख कर्तव्य होते. महाराज याही कामात यशस्वी झाल्याचे दिसून येते. राज्यारोहणानंतर वर्षभरातच महाराजांना सम्राज्ञी व्हिक्टोरियाकडून G.C.S.I. हा किताब बहाल करण्यात आला. लवकरच राज्यकर्त्याला महत्त्वाचे असणारे 'गुन्हेगाराला जीवदान अथवा फाशी देण्याचे अधिकार' (Power of life and death) कोल्हापूरच्या छत्रपतींना परत करण्यात आले- (सन १८९५). यापूर्वीच्या कालखंडात इंग्रजांनी ते छत्रपतींकडून आपल्या हाती घेतले होते. हे अधिकार परत करून एक प्रकारे सार्वभौम सरकारने शाहू महाराजांवर आपला विश्वासच प्रकट केला होता. १८९९ मध्ये कर्नल रे याने कोल्हापुरात 'विषप्रयोग प्रकरण' उपस्थित करून महाराजांना संकटात टाकले होते; पण त्या वेळी मुंबई सरकारने निष्पक्षपातीपणे चौकशी करून महाराजांना पूर्णपणे दोषमुक्त ठरविले. या विषप्रयोग प्रकरणात महाराजांचे सचोटी, धैर्यशीलपणा, न्यायप्रियता हे गुण विशेषत्वाने प्रकट झाले. २४ मे, १९०० रोजी सम्राज्ञी व्हिक्टोरियाचा वाढदिवस हिंदुस्थानात साजरा केला गेला. त्या प्रीत्यर्थ सार्वभौम सरकारने कोल्हापूरच्या छत्रपतींना 'महाराजा' हा किताब बहाल केला. महाराजांच्या कार्याची व एकनिष्ठेची ही पावतीच होती. अशा प्रकारे आपल्या कारकिर्दीच्या अवघ्या ५-७ वर्षांच्या कालखंडात महाराजांनी आपल्या कर्तबगारीने कोल्हापूर संस्थानला दक्षिणेत प्रतिष्ठा प्राप्त करून दिली होती. ही प्रतिष्ठा उत्तरोत्तर वाढतच गेली. इतकी की, विसाव्या शतकाच्या दुसऱ्या दशकात सार्वभौम सत्तेच्या आणि हिंदी लोकांच्या नजरेत ते देशातील एक महत्त्वाचे संस्थान ठरले! पण हा पुढचा इतिहास आहे.

दरम्यान, 'वेदोक्त' नावाचे प्रथम सामान्य वाटणारे एक प्रकरण ऑक्टोबर, १८९९ च्या सुमारास कोल्हापुरात उद्भवले आणि एक-दोन वर्षांतच या प्रकरणाने असा पेट घेतला की, ठिणगीचे रूपांतर वणव्यात व्हावे त्याप्रमाणे त्याचे रूपांतर एका सामाजिक संगरात झाले. सर्व महाराष्ट्र या संगराने ढवळून निघाला. याहीपेक्षा महत्त्वाची गोष्ट म्हणजे शाहू छत्रपती महाराज बहुजन समाजाचे उद्धारक, एक समाजक्रांतिकारक या नात्याने लोकांच्या पुढे आले; पण ही बहुजन समाजाच्या उद्धाराची, ही समाजक्रांतीची प्रेरणा

त्यांना कुठून मिळाली? अशा कोणत्या रसायनांनी त्यांचे व्यक्तिमत्त्व घडले होते की, ज्या योगे त्यांनी आपल्या शूद्रातिशूद्र बांधवांच्या दुःखाचा व वेदनांचा काळोख दूर करण्यासाठी आपल्या छत्रपतिपदाची सर्व प्रतिष्ठा, सर्व सत्ता त्यांच्या पाठीशी उभी केली? महाराजांच्या त्या कार्याचे अवलोकन करण्यापूर्वी या प्रश्नांचा शोध घेणे आवश्यक ठरते.

३

व्यक्तिमत्त्वाची जडणघडण

महापुरुष कसा निर्माण होतो? इतिहासातील कर्तबगार माणसांच्या व्यक्तिमत्त्वाची जडणघडण कशी होते? त्यास त्याच्या कार्याच्या प्रेरणा कशा मिळतात? त्याचे 'गुरू' कोण होते? यांसारखे प्रश्न इतिहास अभ्यासकांच्या खास चिंतनाचे विषय असतात. शिवछत्रपतींच्या चरित्राकडे दृष्टिक्षेप टाकला तर प्रत्येक चरित्रकाराने उपरोक्त प्रश्नांचा शोध आपापल्या परीने घेण्याचा प्रयत्न केल्याचे दिसून येते. येथे राजर्षी शाहू छत्रपती महाराजांच्या व्यक्तिमत्त्वाची जडणघडण कशी झाली होती, याचा ऊहापोह करणे प्रस्तुत आहे.

राजघराण्याचे संस्कार

समाजातील प्रत्येक व्यक्ती ही तिच्यावर होणाऱ्या संस्कारांनी घडत असते. हे संस्कार घरापासून सुरू होतात. आई-वडील, आप्तस्वकीय, घराण्याच्या पूर्वपरंपरा, घराण्याचे समाजातील स्थान इत्यादी बाबी त्या व्यक्तीस घडवीत असतात. शाहू महाराजांच्या संदर्भात विचार करता, त्यांना माता-पित्याचा सहवास फारसा लाभला नाही. वयाच्या तिसऱ्या वर्षी ते मातृसुखास पारखे झाले होते. महाराज आणि दीड वर्षांनी लहान असणारे त्यांचे बंधू पिराजीराव तथा बापूसाहेब ही दोन मुले आईविनाच पित्याच्या छत्राखाली वाढली. अशी मुले थोडी अबोल व अंतर्मुख स्वभावाची बनतात. लहानपणात महाराजांचा स्वभावही तसाच 'घुमा' दिसून येतो; पण या घुमेपणाखाली अत्यंत निकोप मन व संवेदनशील अंतःकरण होते. खुद्द महाराजांच्या पित्याने आपल्या मुलाचे वर्णन 'विचारशील, आज्ञाधारक, उदार मनाचा आणि संवेदनशील अंतःकरणाचा' असे केलेले आहे;[१] तर त्यांच्या गुरूने (फ्रेजर यांनी) त्यांचे वर्णन 'स्वभावाने निकोप, सरळ मनाचे, साधे, दिलदार, सत्यनिष्ठ व निःस्वार्थी' असे केलेले आढळते.[२]

महाराजांचे पिता जयसिंगराव तथा आबासाहेब घाटगे हे काही सामान्य प्रकरण नव्हते. कोल्हापूरकर छत्रपती घराण्याशी रक्ताच्या नात्याने निगडित असलेले व कागलच्या थोरल्या पातीचे जहागीरदार असलेले आबासाहेब १८८२ मध्येच कोल्हापूरचे रीजन्ट बनले होते. आंग्लविद्याविभूषित असणारे आबासाहेब रुबाबदार व्यक्तिमत्त्वाचे, बहुश्रुत, बुद्धिमान व अत्यंत महत्त्वाकांक्षी पुरुष होते. ते इंग्लंडला गेले होते, त्या वेळी सम्राज्ञी व्हिक्टोरियाच्या भेटीत तिच्यावरही त्यांनी छाप टाकली होती! चौथ्या शिवाजी महाराजांच्या मनोरुग्णावस्थेत त्यांच्याच राजकारणी डावपेचांमुळे शाहू महाराज कोल्हापूरच्या गादीवर आले होते. त्यांचे हे राजकीय डावपेच वादाचा विषय होऊ शकतील; पण त्यामुळे कोल्हापूरच्या गादीला शाहूरायांसारखा कर्तबगार राजा मिळाला, ही वस्तुस्थिती इतिहासाला अमान्य करून चालणार नाही.

आबासाहेब वृत्तीने पुरोगामी होते. कागलसारख्या छोट्या जहागिरीत त्यांनी ११ मुलांच्या शाळा, १ मुलींची शाळा आणि २ इंग्रजी शाळा स्थापन केल्या होत्या. पुढे रीजन्ट झाल्यावर कोल्हापूर संस्थानात स्त्रीशिक्षणाधिकारी मिस लिटल हिच्या देखरेखीखाली त्यांनी मुलींचा 'ट्रेनिंग क्लास' सुरू केला; शिवाय पन्हाळा व आजरा या दोन्ही ठिकाणी मुलींच्या शाळा सुरू केल्या- (सन १८८३). याशिवाय शेतकऱ्यांना पशुसंवर्धनाची व आधुनिक शेतीची आवड निर्माण व्हावी म्हणून यात्रांच्या ठिकाणी ते उत्कृष्ट जनावरांची व शेतीमालांची प्रदर्शने भरवीत असत. ते स्वतः तालीमबाज, कुस्तीचा व शिकारीचा शौक असणारे होते. शाहू महाराजांना शिक्षणासाठी राजकोटला पाठविले, तेव्हा त्यांच्या सोबत दोन मल्ल व एक वस्ताद यांची योजना आबासाहेबांनी केली होती.[३] थोडक्यात- शिक्षणाविषयी प्रेम, शेतकऱ्यांविषयी आस्था, कुस्ती व शिकारीची आवड या बाबींचे संस्कार महाराजांवर बालपणीच पित्याकडून झाले होते. महाराज राजकोटला असतानाच आबासाहेबांचे आकस्मिक निधन झाल- (१८८६). अतिरेकी मद्यसेवनाने त्यांचा वयाच्या अवघ्या तिसाव्या वर्षी ऐन तारुण्यात घात झाला. बारा वर्षांच्या कोवळ्या मनाच्या शाहू महाराजांवर संस्कारक्षम वयातच झालेला हा मोठा क्रूर आघात होता. या आघातातून महाराजांनी धडा घेतला. आयुष्यात त्यांनी दारूच्या थेंबालाही स्पर्श केला नाही. एवढेच नव्हे तर दारुड्या मित्रांच्या सावलीपासूनही ते दूर राहिले.

शाहू महाराजांच्या बालपणी राजवाड्यातील राजकुटुंब कसे होते? महाराजांच्या दत्तक विधानाच्या प्रसंगी एकूण चार विधवा राण्या राजवाड्यात

होत्या. बुवासाहेब महाराजांची राणी ताईसाहेब, तिसऱ्या शिवाजी महाराजांची राणी अहिल्याबाई, राजाराम महाराजांची राणी सकवारबाई आणि चौथ्या शिवाजी महाराजांची राणी आनंदीबाई अशा त्या होत. आनंदीबाईंचे वय या वेळी अवघे १५-१६ वर्षांचे होते. या राण्यांपैकी अहिल्याबाई या सात्त्विक प्रवृत्तीच्या होत्या, तर सकवारबाई या राज्यकारभारात रस असणाऱ्या होत्या. राण्यांनी बनलेल्या राजकुटुंबावर जुन्यापुराण्या मतांचा व परंपरांचा मोठा पगडा होता. शाहू महाराजांनी आपल्या 'जातिधर्म' अनुसार राहावे यावर त्यांचा कटाक्ष होता. महाराज व त्यांचे सहकारी स्वाध्यायी यांच्या शिक्षणासाठी नियुक्त केलेल्या फ्रेजरसाहेबांनाही तशा सूचना दिल्या गेल्या होत्या. शिकारीच्या प्रसंगी रानावनात हे गुरु-शिष्य वेगवेगळ्या झाडाखाली बसून फराळ करीत असत! आपल्या शिष्याने आपल्या घरी एकदाही चहा घेतलेला नाही याचा निर्वाळा फ्रेजरसाहेबांनी दिला आहे![४]

उपरोक्त गोष्टीवरून राजवाड्यातील वातावरण किती जुन्या वळणाचे, जातिधर्माची कडक बंधने पाळायला लावणारे कसे कर्मठ होते, हे स्पष्ट होते. खुद्द महाराजांनीही आपल्या पुढील आयुष्यात आपल्यावर झालेल्या कर्मठ संस्कारांची कबुली दिली आहे. नाशिकच्या एका भाषणात महाराज म्हणतात, 'मी प्रथमतः अगदी कॉन्झर्व्हेटिव्ह म्हणजे जुन्या मतांचा कट्टर अभिमानी होतो. जातिभेद कायम राहिला पाहिजे आणि पाळला पाहिजे, असे माझे मत होते. अशा दुराभिमानाने इतरांची उन्नती होण्याच्या मार्गात मी अडथळा ठरतो, याची जाणीव मला नसे. दुसऱ्या जातींच्या लोकांनी भरविलेल्या सभेत जाऊन अध्यक्षस्थान स्वीकारणे म्हणजे आपला धर्म बुडविणे असे मला वाटे.''[५] महाराजांच्या चरित्राचे हे वैशिष्ट्य आहे की, या कर्मठ संस्कारकोशाचा भंग करून लवकरच ते धैर्याने बाहेर पडले.

राजवाड्यातील जातिधर्माचा कर्मठ संस्कार शाहू महाराजांनी फार काळ बाळगला नाही; पण धार्मिक संस्कार मात्र शेवटपर्यंत रेंगाळत राहिले. राण्यांमध्ये अहिल्याबाई राणीसाहेब (महाराजांच्या पणजी : मृत्यू - १८९५)[६] या अत्यंत धार्मिक प्रवृत्तीच्या होत्या. राजवाड्यात इतर धार्मिक विधीही नित्यनेमाने चालत होते. या सर्वांचा प्रभाव बालपणी महाराजांवर पडला होता. शेवटपर्यंत राजवाड्यातील प्रथांनुसार राजवाड्यात धार्मिक विधी होत राहिले. महाराज शेवटपर्यंत पार्थिव पूजा करीत असत. यावरून त्यांच्यावरील सखोल धार्मिक संस्कारांचा प्रभाव लक्षात येतो.

छत्रपती घराण्याच्या संस्कारांची चर्चा करीत असताना शाहू महाराजांवर

झालेल्या ऐतिहासिक संस्कारांची नोंद येथे घ्यावयास हवी. रजपूत राजांमध्ये जसा उदेपूरच्या सिसोदिया घराण्याला अग्रपूजेचा मान, तसा मराठा राजांमध्ये कोल्हापूरच्या छत्रपती घराण्याला अग्रपूजेचा मान होता. शिवछत्रपतींनी महाराष्ट्राचा इतिहास घडविला होता; जडणघडण केली होती. अशा थोर पुरुषांचे आपण वारसदार आहोत; त्यांच्या पदस्पर्शाने पावन झालेल्या छत्रपतींच्या गादीवर आपण विराजमान झालो आहोत, तेव्हा त्यांच्या कीर्तीला व वारशाला बट्टा लागेल असे कृत्य आपल्या हातून होता कामा नये, याचे आत्मभान शाहू महाराजांनी अखेरपर्यंत बाळगले होते.[७] हा छत्रपती घराण्याने त्यांच्यावर केलेला सर्वांत मोठा संस्कार होता.

शिवछत्रपतींबद्दल कमालीची श्रद्धा व अभिमान महाराजांच्या ठिकाणी वसत होता. त्यापोटीच त्यांनी सिंधुदुर्गातील शिवाजी महाराजांच्या मंदिराचा जीर्णोद्धार केला आणि तसेच एक 'शिवाजी मंदिर' त्यांनी पन्हाळ्याच्या राजवाड्यासमोर बांधले. सिंधुदुर्गातील शिवाजी उत्सवात तर या राजाने शिवछत्रपतींची पालखी स्वतःच्या खांद्यावर घेऊन मिरवली![८] शिवछत्रपतींविषयी महाराजांच्या हृदयात इतकी अपार आदरबुद्धी होती की, कोल्हापुरात खरेशास्त्रींच्या 'शिवसंभव' नाटकात स्टेजवर शिवाजी महाराजांचा जन्म झाल्याचे दृश्य दिसताच हा राजा सर्व भान विसरून स्टेजवर गेला आणि त्या 'बाल शिवाजीराजा'स त्याने लवून मुजरा केला![९] असा इतिहास जगणारा राजा महाराष्ट्राने त्यापूर्वी व त्यानंतरही पाहिला नाही.

शिवछत्रपतींविषयी शाहू महाराजांना वाटणारा आदर केवळ भावनिक पातळीवरचा नव्हता. 'शिवचरित्र' हे एका थोर राष्ट्रीय पुरुषाचे आदर्श चरित्र आहे, असे त्यांना वाटत होते. शिवछत्रपतींच्या चरित्रातील लढाया व पराक्रमांचे अनुकरण करून 'स्वराज्य' स्थापण्याचा काळ आता राहिलेला नाही, याचे भान महाराजांना होते; पण या लष्करी पराक्रमापेक्षा शिवछत्रपतींनी सर्व मराठ्यांची एकी करून समाजबांधणीचे जे कार्य केले, त्याचे अनुकरण आपण करावयास हवे, असे त्यांनी आपल्या भाषणांत जाहीरपणे अनेकदा म्हटले आहे. स्वराज्य संस्थापक शिवाजी राजांमध्ये शाहू महाराजांना एक 'समाजसुधारक'ही दिसत होता. जातिपातीची बंधने उद्ध्वस्त करण्यासाठी जेव्हा ते पुढे उत्तरायुष्यात उभे राहिले, तेव्हा त्यांनी शिवछत्रपतींच्या एका धाडसी सामाजिक कृत्याचा दाखला दिलेला दिसून येतो. आपल्या मराठा जातीच्या लोकांना पुढे होऊन जातिनिर्बंध तोडून टाकण्याचे आवाहन करताना ते म्हणतात, 'सुधारणेच्या सर्व चळवळीत पुढाकार घेणे हे

उच्चवर्णीयांचे कर्तव्य आहे. जपान देशातील ‘सामुराई’ जातीने, म्हणजे त्या राष्ट्रातील क्षत्रिय वर्णाने, त्यांचे जातिनिर्बंध मोडून टाकण्याच्या बाबतीत पुढाकार घेतला. सतराव्या शतकात होऊन गेलेल्या आमच्यातील थोर व पूज्य विभूती श्री छत्रपती शिवाजी महाराज यांनी आपणापुढे ठेविलेले ध्येय आज विसाव्या शतकात आपण आपल्या नजरेपुढे ठेविले पाहिजे व त्यांचे अनुकरण केले पाहिजे... थोरल्या शिवाजी महाराजांनी जे उदाहरण घालून दिले आहे, त्याकडे त्यांनी (मराठ्यांनी) दुर्लक्ष करू नये. फलटणच्या निंबाळकर घराण्यापैकी एका पुरुषाने मुसलमानी धर्माची दीक्षा घेऊन एका मुसलमान स्त्रीशी लग्न केले होते. त्या पुरुषास त्या थोर विभूतीने पुन्हा आपल्या जातीत घेतले आणि आपल्या परमपूज्य श्री जिजाबाईसाहेब यांच्या संमतीने त्यांनी निंबाळकरांच्या मुलाशी आपल्या स्वतःच्या मुलीचा विवाह करून दिला.’[१०]

अशा आपल्या थोर पूर्वजाचे चरित्र लिहिले जावे, असे शाहू महाराजांना मनापासून वाटत होते. म्हणूनच त्यांनी प्रसिद्ध इतिहाससंशोधक रा.ब. पारसनीस यांना द्रव्यसाह्यही केले होते; पण त्यांच्या हातून शिवचरित्राचे काम तडीस गेले नाही, त्याबद्दल महाराजांना सतत खंत वाटत राहिली. महर्षी विठ्ठल रामजी शिंदे यांनी शिवचरित्राच्या लेखनाची कामगिरी शिरावर घ्यावी, असे त्यांनी एके ठिकाणी म्हटले आहे. १९२० मध्ये त्यांनी लिहिलेल्या एका पत्रात महाराज म्हणतात, ‘इतके दिवस गणेश उत्सव, शिवाजी महाराज यांच्या नावाखाली दडून टिळकांनी आपला नावलौकिक केला. गणेश उत्सव काढून काही वर्षांपूर्वी मोहरमच्या छातीवर बसविला. शिवाजी उत्सव करून ब्राह्मणेतरांत थोरवी मिळविली; परंतु त्या शिवबाचे मात्र कोणीही चरित्र लिहिले नाही. शिंदे, आपण त्या शिवबाचे गोड व सुरस चरित्र लिहून त्या शिवाजीची सेवा केल्याबद्दलचे यश घ्यावे, अशी माझी इच्छा आहे.’[११]

गुरुजनांनी दिलेली शिकवण

घराण्यानंतर शाहू महाराजांवर झालेला महत्त्वाचा संस्कार म्हणजे त्यांच्या सर स्टुअर्ट मिटफोर्ड फ्रेजर आणि सर रघुनाथराव व्यंकाजी सबनीस या दोन गुरुजनांनी दिलेली शिकवण. १८८९ मध्ये इंग्रज सरकारने महाराजांचे ‘ट्यूटर व गार्डियन’ म्हणून फ्रेजरना नियुक्त केले. पुढे १८९४ मध्ये ते जरी या पदावरून निघून गेले तरी त्यांचे महाराजांशी शेवटपर्यंत गुरू-शिष्यांचे संबंध अबाधित राहिले. महाराजांच्या आयुष्यात जे काही सद्भाग्याचे योग जुळून आले, त्यांपैकी फ्रेजरसारखा असामान्य गुरू

त्यांना लाभला हा एक योग होय. फ्रेजर हे बुद्धिमान आय.सी.एस. अधिकारी तर होतेच; पण त्याशिवाय त्यांच्याकडे पित्याची सहृदयता होती. प्राचीन ऋषिमुनींप्रमाणे ते आपल्या शिष्याच्या कल्याणाची, त्याच्या जीवनसाफल्याची काळजी वाहणारे होते. राजकुमारांसाठी आखलेल्या अभ्यासक्रमातील विषयांचे शिक्षण तर त्यांनी दिलेच; शिवाय आपला शिष्य एक आदर्श राज्यकर्ता म्हणून कसा बनेल याकडेही त्यांनी कळकळीने लक्ष पुरविले. भावी राज्यकर्ता म्हणून महाराजांचे व्यक्तिमत्त्व सुसंस्कृतपणा, व्यावहारिक शहाणपणा, दूरदृष्टी, अखंड सावधानता, कर्तव्यनिष्ठा, न्यायप्रियता, संयम, शिस्त, संकटातही अविचल राहण्याची वृत्ती, उदारबुद्धी, देशकालाचे सम्यक ज्ञान इत्यादी अनेक गुणालंकारांनी मंडित व्हावे म्हणून या गुरूने अथक परिश्रम घेतल्याचे तत्कालीन पत्रव्यवहारांतून स्पष्ट होते.

व्रतबंध हा पूर्णपणे हिंदू धर्मातील एक संस्कार विधी; पण त्या विधीचे मानवी जीवनातील जडणघडणीचे महत्त्व फ्रेजर जाणून होते. आपल्या शिष्याच्या व्रतबंध सोहळ्याच्या प्रसंगी त्यास पाठविलेल्या उपदेशपर पत्रात फ्रेजर म्हणतात, 'हा प्रसंग म्हणजे आपल्या आयुष्यातील मैलाचा दगडच आहे; जो आपणाला जाणीव करून देतो की, आपण किती अंतर पार केले आहे आणि अद्याप पुढे किती अंतर कापावयाचे आहे. या प्रवासात क्षणभर थांबून आपण अंतर्मुख व्हायला हवे की, आतापर्यंत आपली वाटचाल कशी झाली आहे. हे खरेच की, आज आपणास मागील आठवड्यापेक्षा मोठे झाल्याची जाणीव होईल. आता आपल्या आयुष्यातील एक महत्त्वाचा टप्पा पार पडला आहे आणि आयुष्याच्या प्रवासातील एक नवा अध्याय सुरू झालेला आहे. आपण एकदमच मोठे व्हावे, समजूतदार व्हावे अशी आमची मुळीच अपेक्षा नाही, कारण ते अनैसर्गिक ठरेल; पण आयुष्यातील काही महत्त्वपूर्ण गोष्टींचा आपण थोड्या अधिक गांभीर्याने विचार करण्यास सुरुवात करावी. स्वतःच्या विचारांची व कृतींची जबाबदारी स्वीकारण्यास शिकावे. जेणेकरून आपली बाल्यावस्था ते किशोरावस्था आणि किशोरावस्था ते तारुण्यावस्था असे स्थित्यंतर स्पष्ट होत जाईल. दि. २२ मार्च, १८९१.'[१२]

लवकरच शाहू महाराजांचा विवाह संपन्न झाला. या वेळी महाराज १७ वर्षांचे व महाराणी १२ वर्षांहून लहान होत्या. त्या काळी लहान वयात लग्ने होत होती; त्यामुळे वधूचे वय असे कमी असणे स्वाभाविक होते; पण लहान वयात झालेल्या लग्नामुळे हिंदू कुटुंबात अनेक समस्या निर्माण होत होत्या. अशा समस्या राजकुटुंबात निर्माण होऊ नयेत,

महाराजांचे वैवाहिक जीवन सुखाचे आणि फलदायी व्हावे, राणीसाहेबांची प्रकृती उत्तम राहून त्यांचे भावी अपत्य (गादीचा वारसदार) निरोगी व्हावे, अशी फ्रेजर यांची मनोमन इच्छा होती. ही इच्छा त्यांनी एका पत्रात व्यक्त केली आहे. त्यात या नाजूक प्रश्नाचा ऊहापोह करून महाराजांकडे त्यांनी वचन मागितले आहे, 'महाराज, आपल्या सुसंस्कृतपणाला, सद्भाव व सद्हेतूला आवाहन करत आपल्या आणि आपल्या राणीसाहेबांच्या आनंदासाठी व भल्यासाठी मी आपल्याकडून एक सद्गृहस्थाचे वचन मागू इच्छितो. ते असे की, अजूनही बालवयात असलेल्या आपल्या राणीसाहेबांकडून त्या पूर्णपणे वयात येईपर्यंत म्हणजे सन १८९४ पर्यंत आपण शरीरसुखाची अपेक्षा करू नये'- (१६ डिसेंबर, १८९१).[१३] फ्रेजर यांनी मागितलेले वचन महाराजांनी दिले आणि वचनाप्रमाणे संयमाने वागून, गुरूंचा आपल्यावरील विश्वास अधिकच दृढ केला.

शाहू महाराजांच्या व्यक्तिमत्त्वाच्या जडणघडणीत फ्रेजर किती समरस झाले होते, हे उपरोक्त दोन वानगीदाखल प्रसंगांवरून लक्षात येते. महाराजांच्या जीवनात येथून पुढे अनेक हर्षामर्षाचे, संकटांचे प्रसंग उद्भवले. या प्रत्येक प्रसंगात, मग तो 'विषप्रयोगा'च्या आरोपाचा असो किंवा 'वेदोक्ता'चा असो; महाराज आपल्या गुरूकडे सल्ला मागताना आणि फ्रेजर आपल्या शिष्यास 'युक्तीच्या दोन गोष्टी' सांगताना दिसतात. गुरू-शिष्याचा हा संवाद अखंड ३३ वर्षे कोणासही हेवा वाटावा असा चालू राहिला. फ्रेजरांविषयी महाराजांच्या मनात अपार आदरभाव व कृतज्ञता बुद्धी होती आणि म्हणूनच त्यांचा गौरव करताना, ते आपले 'Friend, Philosopher & Guide' आहेत, असे त्यांनी यथार्थपणे म्हटले होते.

शाहू महाराजांच्या जीवनावर प्रभाव टाकणारे त्यांचे दुसरे गुरू म्हणजे सर रघुनाथराव सबनीस. १८९३ मध्ये महाराजांचे 'देशी शिक्षक' कृष्णाजी गोखले निवृत्त झाल्यावर त्यांच्या जागेवर सबनीस यांची नियुक्ती झाली. म्हणजे राज्यारोहणापूर्वी वर्ष-सव्वा वर्षच ते महाराजांचे शिक्षक म्हणून होते; पण एवढ्या अल्पावधीत त्यांच्या प्रामाणिक, सत्यनिष्ठ व धीरगंभीर स्वभावाने महाराजांवर एवढी छाप पडली की, राज्यारोहणानंतर प्रथमच 'हुजूर ऑफिस' निर्माण केले गेले, तेव्हा पहिले 'हुजूर चिटणीस' म्हणून सबनीस यांची नियुक्ती केली गेली. सबनीस यांच्या राजसेवेचा आलेख असाच चढता राहिला. महाराजांनी १८९८ मध्ये त्यांना कोल्हापूर संस्थानचे 'दिवाण' म्हणून नेमले. महाराजांच्या संपूर्ण कारकिर्दीत आणि त्यानंतरही

बराच काळ ते या दिवाणपदी राहिले.

इंग्रजी आणि संस्कृत भाषांवर प्रभुत्व असणारे सबनीस अत्यंत बुद्धिमान व कार्यक्षम तर होतेच, शिवाय त्यांच्या ठिकाणी असामान्य कर्तव्यनिष्ठा व अव्यभिचारी स्वामिनिष्ठा होती. फ्रेजर व सबनीस हे दोघेही महाराजांचे आयुष्यभर प्रमुख सल्लागार राहिले; पण या दोघांत फरक असा होता की, सल्ला देणारे फ्रेजर कधी म्हैसूरला असत, तर कधी हैदराबादमध्ये असत. सबनीस यांचे तसे नव्हते. ते सतत महाराजांसोबत असत. सल्ला दिल्यानंतर प्रत्यक्ष जेव्हा त्यानुसार कार्यवाही होत असे, तेव्हा त्या कार्यवाहीतही सबनीस सहभागी असत. प्रसंगी प्रतिपक्षांशी महाराजांच्या खांद्याला खांदा लावून ते लढत; त्यामुळे आपल्या वाटचालीत व कार्यात सबनीस यांचा मोठा वाटा आहे, असे महाराजांना नेहमी वाटत राहिले. १९१५ मध्ये सबनीस यांच्या कार्याचा गौरव करताना महाराजांनी म्हटले आहे, 'मेहरबान रावबहादूर रघुनाथ व्यंकाजी सबनीस, सी.आय.ई., दिवाणसाहेब यांचा संबंध करवीर संस्थानशी पूर्वीचा, पुष्कळ दिवसांपासून पिढीजात आहे आणि विशेषकरून आम्ही लहान असल्यापासून आमच्याशी व आमच्या घराण्याशी निकट संबंध आला आहे. आम्ही जो काही बरा-वाईटपणा मिळविला असेल, त्याचे सर्व श्रेय दिवाणसाहेबांकडेच जाते. आम्हास जे अधिकार मिळाले व आमच्या कारकिर्दीत संस्थानचा जो फायदा झाला असेल, त्या सर्वांस रावबहादूर सबनीस हेच कारणीभूत आहेत.'[१४]

१९१९ मध्ये महाराजांनी सबनीस यांचा अशाच प्रकारे गौरव करणारा आणखी एक खास हुकूम जारी केल्याचे दिसून येते- 'हल्लीचे रावबहादूर सबनीस दिवाणसाहेब यांचे आणि माझे गुरू-शिष्याचे नाते असल्यामुळे जो काही चांगलेपणा अगर वाईटपणा मला मिळालेला आहे त्यास ते कारणीभूत आहेत. माझ्याशी व आमच्या बंधूंच्या घराण्याशी त्यांची पूर्ण प्रेमळ राजनिष्ठा असलेली लक्षात घेऊन यापुढे हे जेव्हा जेव्हा कोल्हापूर सोडून परगावी जातील, तेव्हा तेव्हा त्यांचा आणि त्यांच्या नोकरलोकांचा व पाहुणे मंडळींचा औषधपाण्याचा, बंगला-भाड्याचा, गाडी-भाड्याचा सर्व खर्च दौलतीतील अबफोर्सीने खात्यातून व्हावा असा रावसाहेब फिनॅन्शल सेक्रेटरी यांना हुकूम द्यावा- ११ जानेवारी, १९१९.'[१५] उपरोक्त दोन्ही हुकमांत महाराजांनी सबनीस यांचे असणारे आपले नाते गुरू-शिष्याचे असल्याचे जाहीरपणे स्पष्ट केले आहे. महाराजांनी आपल्या कारकिर्दीतील सर्वच कामगिरीचे श्रेय आपल्या गुरूंना देऊन आपल्या मोठ्या दिलाचे दर्शन घडविले आहे.

देश-विदेश पर्यटनातील दर्शन

विसाव्या शतकाच्या पहिल्या दशकातच एक प्रगमनशील राज्यकर्ता म्हणून शाहू महाराजांचा उदय झाला. त्याची पार्श्वभूमी त्यांच्या देश-विदेश पर्यटनांनी घडविली होती. विद्यार्थिदशेत गुरू फ्रेजर यांच्या मार्गदर्शनाखाली उत्तरेत दोन व दक्षिणेत एक अशा सफरी काढल्या गेल्या होत्या. पेशावरपासून तंजावरपर्यंत हिंदुस्थानातील शेकडो ऐतिहासिक स्थळे आणि वास्तू, तीर्थक्षेत्रे, शैक्षणिक व सांस्कृतिक केंद्रे महाराजांनी आपल्या डोळस नजरेखाली घातली होती. या सफरीतून त्यांना आपल्या देशाच्या इतिहासाचे व लोकांच्या स्थितीचे सम्यक दर्शन घडले. त्यातून त्यांच्या बुद्धीची व मनाची क्षितिजे विशाल बनली. निरीक्षणशक्ती व ज्ञानग्रहणशक्ती वाढली. या सफरींनी महाराजांवर अनेक संस्कार घडविले. उदाहरणार्थ, फत्तेपूर-शिक्री येथे अकबराने उभारलेल्या वास्तूमधून व्यक्त झालेल्या सर्वधर्मसमभावाने 'विद्यार्थी' शाहूराजांवर दूरगामी प्रभाव टाकला होता. पुढे महाराजांनी आपल्या आयुष्यात जाहीर भाषणांत अनेकदा अकबराचा शिवछत्रपतींबरोबर उल्लेख करून त्यास 'महात्मा' म्हटले आहे.

शाहू महाराजांची दृष्टी खरी विशाल झाली ती १९०२ च्या युरोपच्या पर्यटनाने. बादशहा सातव्या एडवर्डच्या राज्यारोहणाच्या सोहळ्यास हजर राहण्यासाठी महाराज इंग्लंडला गेले होते. त्या वेळी ते फ्रान्स व इटली या देशांतही जाऊन आले. युरोपातील या प्रगत देशांत विज्ञानाने घडवून आणलेली आश्चर्यकारक भौतिक प्रगती, आधुनिक उद्योगधंदे, शेती सुधारणा, प्रचंड धरणे, तेथील सामाजिक संस्था, लोकशाही जीवनपद्धती, सार्वजनिक शिस्त, सामान्य माणसांची देशभक्तीची भावना इत्यादी अनेक बाबींचा महाराजांच्या मनावर विलक्षण प्रभाव पडला. हा प्रभाव किती खोलवर होता याचे प्रत्यंतर ते मायदेशी परतल्यानंतर करवीरकर जनतेने आयोजिलेल्या स्वागत-समारंभात त्यांनी उत्तरादाखल केलेल्या भाषणातून मिळते.

महाराज म्हणाले होते, 'तेथील पुष्कळशा सार्वजनिक संस्था मी प्रत्यक्ष पाहिल्या आणि तेथील सार्वजनिक व राजकीय सभांना हजर राहण्याची संधी मला मिळाली. या सर्व गोष्टींमुळे इंग्लिश लोकांविषयी मला अतिशय आदर व कौतुक वाटते. जेथे जेथे तुम्ही दृष्टी फेकाल तेथे तेथे कडक शिस्त, व्यवहारयोग्य गुण, चोख प्रामाणिकपणा, सत्याची व न्यायाची आवड, स्वार्थत्यागपूर्वक सार्वजनिक कार्य करण्याची हौस, पराकाष्ठेची

चिकाटी व परक्या लोकांशी गृहस्थांच्या सद्‌वर्तनाचे आधारस्तंभ असून, इंग्लंडने जगात जे विलक्षण यश संपादिले आहे, त्याचे ते मर्मनिदर्शक होत. इंग्लंडमधील भव्य सार्वजनिक इमारती, सुंदर पटांगणे आणि बागबगीचे, भूमिगत रेल्वे व बोगदे, भव्य पूल, मोठमोठे कारखाने, गर्जना करणाऱ्या आगगाड्या आणि वाहने, भव्य पदार्थ संग्रहालयात गोळा करून ठेवलेली विपुल संपत्ती आणि कित्येक शतकांच्या कुबेरांनी व हावर्ड विल्बरफोर्ससारख्या गृहस्थांनी संस्थापिलेल्या परोपकारी संस्थांनी राष्ट्राला मेहेरनजर केलेल्या कलाकुसरीच्या व इतर विस्मयजनक गोष्टींचा संग्रह ही या सद्‌गुणांची दृश्य रूपे होत. माझ्या मनावर जे परिणाम घडले व माझ्या मनात ज्या भावना उद्‌भूत झाल्या, त्याचे वर्णन या छोट्याशा उत्तरात मी अंशतःदेखील करू शकत नाही.'[१६]

कोल्हापुरातील कुस्त्यांचा खासबाग आखाडा, नाटकासाठी बांधलेले पॅलेस थिएटर, भोगावती नदीवर बांधलेले राधानगरी धरण अशा अनेक मोठ्या भौतिक सुधारणांची कल्पनाबीजे महाराजांच्या १९०२ च्या या विदेश-पर्यटनामध्ये आहेत.

देश-विदेश पर्यटनांनी शाहू महाराजांची दृष्टी विशाल बनली होती, तर संस्थानांतर्गत दौऱ्यांनी त्यांची वृत्ती अंतर्मुख झाली होती. विशेषतः राज्यारोहणापूर्वी आणि नंतर त्यांनी आपल्या संस्थानातील दुर्गम भागांसह सर्व प्रदेश आपल्या संचाराने पिंजून काढला, तेव्हा दैन्य, दारिद्र्य, कर्जबाजारीपणा, अज्ञान, अंधश्रद्धा यांनी गांजून गेलेल्या गरीब रयतेचे खरे दर्शन त्यांना घडले. राज्य करणे म्हणजे राज्यात केवळ अंतर्गत शांतता व सुव्यवस्था राखणे नव्हे, तर या गरीब रयतेस सुखी व समाधानी राखणे हे होय, याची जाणीव रयतेच्या त्या खऱ्या 'दर्शना'ने महाराजांच्या ठिकाणी उत्पन्न झाली. पुढे महाराजांचा 'रयतेचा राजा' म्हणून उदय झाला, त्याची पार्श्वभूमी अशी होती.

सामाजिक संस्थांचा कार्यप्रभाव

शाहू महाराजांच्या व्यक्तिमत्त्वावर व कार्यावर प्रभाव टाकणाऱ्या घटकांचे विवेचन करीत असताना तत्कालीन आर्य समाज, सत्यशोधक समाज, थिऑसॉफिकल सोसायटी व अमेरिकन प्रेसबिटेरियन मिशन या चार सामाजिक संस्थांच्या कार्यप्रभावाची दखल घेणे क्रमप्राप्त आहे. यांपैकी काही संस्थांच्या संदर्भात आपण पुढे सविस्तर चर्चा करणार आहोत. तथापि, या ठिकाणी महाराज अगदी १९०२ सालापासूनच आर्य समाजाकडे

आकृष्ट झाले होते, ही गोष्ट लक्षात घेतली पाहिजे. त्या वर्षी आपण इंग्लंडला जात असताना बोटीवर इदारच्या प्रतापसिंह महाराजांशी गाठ पडली आणि प्रतापसिंहांनी आर्य समाजाची तत्त्वे आपणास समजावून सांगितल्यानंतर आपण त्या तत्त्वांनी प्रभावित झालो, असे खुद्द महाराजांनीच एका जाहीर भाषणात सांगितले आहे. पुढे सुप्रसिद्ध आर्य समाजातील पंडित आत्मारामशास्त्री यांचेही सान्निध्य महाराजांना लाभले. सर्व हिंदूंना वेदाचा अधिकार आणि जातिभेद अस्पृश्यता यांचा तीव्र निषेध या आर्य समाजाच्या प्रमुख तत्त्वांनी महाराजांवर मोठी छाप निर्माण केली. नुकत्याच घडलेल्या 'वेदोक्त' प्रकरणामध्ये ते पोळून निघाले होते; महाराष्ट्रातील ब्राह्मण वर्गाने त्यांना शूद्र ठरवून वेदाचा अधिकार नाकारला होता. या पार्श्वभूमीवर सर्व हिंदूंना समान लेखून त्यांना वेदाधिकार देणाऱ्या आर्य समाजाचा पुरस्कार करून त्यांनी त्याचे अनुयायीत्व स्वीकारल्यास नवल नव्हते.

महाराजांच्या कानावर सत्यशोधक समाजाचे नाव केव्हा गेले असेल, हा संशोधनाचा विषय आहे. बहुतकरून म. फुले यांचे सहकारी रामय्या व्यंकप्पा अय्यावारू आणि कृष्णाजी अर्जुन केळुसकर यांच्या सत्यशोधक समाजाच्या कार्याचा परिचय घडवून आणला असावा, असा तर्क केल्यास तो अप्रस्तुत होणार नाही. शाहूंनंतरच्या काळात 'कोल्हापूर स्टेटचे दिवाण' झालेल्या डी. ए. सुर्वे यांनी आपल्या लेखात या मुद्द्यावर थोडा अधिक प्रकाश टाकला आहे. ते म्हणतात, 'विसाव्या शतकाच्या सुरुवातीस शाहूंनी समाजसुधारणेचा आणि विशेषतः हरिजनोद्धाराचा आपला कल दाखविला. त्यांनी १९व्या शतकातील जोतिबा फुले यांच्या कार्याची माहिती असलेल्या जुन्या व जाणत्या मंडळींना बोलावून घेऊन त्यांच्याकडून फुले यांच्या कार्यपद्धतीची तसेच त्यांच्या मार्गात आलेल्या विघ्नांची व संकटांची पूर्ण माहिती जाणून घेतली. या व्यक्तींना घेऊन ज्यांच्यावर त्यांचा नितांत विश्वास होता अशा दिवाण सबनीस यांच्याबरोबर अनेक बैठका घेतल्या. यातूनच ते समाजातील विषमता व अन्याय यांचे निर्मूलन करण्यासाठी काहीतरी भरीव असे कार्य केले पाहिजे, या निर्णयाप्रत पोहोचले.'[१७]

समाजातील ब्राह्मण वर्गाच्या सर्वंकष मक्तेदारीविरुद्ध शूद्रातिशूद्रांच्या वतीने बंड पुकारणाऱ्या व जातिभेद, अस्पृश्यता या जुलमी रूढींना कडवा विरोध करणाऱ्या सत्यशोधक समाजाचाही शाहू महाराजांनी अशा प्रकारे पुरस्कार करणे स्वाभाविक होते. महाराजांनी दिलेल्या 'राजाश्रया'मुळेच सत्यशोधक समाजाचे पुनरुज्जीवन होऊन ती चळवळ पुढे सर्व महाराष्ट्रभर पसरली.

सर्व धर्मांप्रती सारखाच आदर ठेवणाऱ्या व सर्व धर्मांचा समतोल अभ्यास करणाऱ्या 'थिऑसॉफी'च्या प्रभावाखालीही शाहू महाराज काही काळ होते. थिऑसॉफीच्या थोर प्रवक्त्या डॉ. ॲनी बेझंट यांच्या अध्यक्षतेखाली महाराजांनी कोल्हापुरात १९१५ मध्ये थिऑसॉफिकल सोसायटीचे अधिवेशनही आयोजित केले होते; पण थिऑसॉफीच्या अध्यात्मवादी तत्त्वचर्चेची खुद्द महाराजांना आवड असली तरी ती तत्त्वचर्चा महाराष्ट्रातील सामान्य माणसांचे धार्मिक व सामाजिक प्रश्न सोडवू शकत नाही, याचे भान आल्यावर ते थिऑसॉफीच्या प्रभावकक्षेतून बाहेर पडले.

म. फुले यांच्या प्रमाणेच शाहू महाराजांवरही ख्रिश्चन मिशनऱ्यांच्या कार्याचा प्रभाव पडला होता. १९०३ पासून महाराज प्रथम मिरजेच्या डॉ. वानलेस व नंतर डॉ. व्हेल या दोन अमेरिकन मिशनरी डॉक्टरांच्या सहवासात आले. हे उभय डॉक्टर महाराजांचे फॅमिली डॉक्टरच नव्हे, तर जिवलग स्नेहीही होते. त्यांच्या मिरजेच्या मिशन हॉस्पिटलमध्ये धर्मभेद, जातिभेद व अस्पृश्यता यांना थारा न देता 'रुग्णसेवा हीच ईश्वरसेवा' या निरपेक्ष वृत्तीने या डॉक्टरांनी जे मानवतावादी कार्य चालविले होते, त्यामुळे महाराज अत्यंत प्रभावित झाले. इतके की, पुढे आपल्या आयुष्याच्या शेवटच्या पर्वात अस्पृश्यता विध्वंसनाचे जे अनेक हुकूम त्यांनी आपल्या संस्थानात जारी केले, त्या प्रत्येक हुकमात त्यांनी आपल्या अधिकाऱ्यांना अस्पृश्यता-निवारण कार्यात अमेरिकन मिशनचे आणि डॉ. वानलेस - डॉ. व्हेल यांच्या सेवाभावी वृत्तीचे अनुकरण करावे, अशी ताकीद दिलेली आढळते. पुढे दिलेली एक हुजूर आज्ञा पाहा – 'सर्व सार्वजनिक इमारती, धर्मशाळा, रेस्ट हाउसेस, सरकारी अन्नछत्रे वगैरे ठिकाणी व नदीचे पाणुते, सार्वजनिक विहिरी येथे कोणत्याही मनुष्यप्राण्याचा विटाळ मानायचा नाही. ख्रिश्चन पब्लिक बिल्डिंग्जमध्ये व सार्वजनिक विहिरीवर जसे अमेरिकन मिशनमध्ये डॉ. व्हेल व वानलेस हे सर्वांना एकसहा समतेने वागवितात त्याप्रमाणेच येथेही कोणाचा विटाळ न मागता वागविण्याचे आहे. तसे न झाल्यास गावकामगार पाटील, तलाठी यांना जोखीमदार धरले जाईल. सदरचा हुकूम ग्याझिट करावा.'[१८]

अशा प्रकारचे हुकूम जाहीर झाले, तेव्हा समाजात मोठी खळबळ उडाली. काही जुन्या मताची मंडळी शिष्टमंडळ घेऊन महाराजांना भेटायला आली. महाराजांनी कोणत्या 'धर्मशास्त्रा'च्या आधारावर हे हुकूम जारी केले आहेत, असा त्यांनी सरळ सरळ सवाल केला. डॉ. वानलेस आपल्या

आत्मचरित्रात सांगतात की, अशीच एकदा महाराजांची रेल्वेत गाठ पडली असता खुद्द त्यांनीच ही 'शिष्टमंडळाची गोष्ट' त्यांना सांगितली.

महाराज डॉक्टरांना म्हणाले, 'काही दिवसांपूर्वी आमच्या लोकांचे एक मोठे शिष्टमंडळ आमच्याकडे आले आणि आम्ही कोणत्या आधारावर व कोणाच्या अधिकाराने हे कारभारविषयक नवे नियम जाहीर केले, याचे स्पष्टीकरण मागू लागले. त्यांच्या मते धर्मशास्त्रात कुठेच अशा प्रकारच्या सामाजिक वर्तनाचे नियम अस्तित्वात नाहीत. त्यावर आम्ही त्यांना म्हणालो की, हे नियम आम्ही मिरजेच्या मिशन हॉस्पिटलमध्ये प्रथम पाहिले; तिथे गेली कित्येक वर्षे हे नियम प्रत्यक्षात अमलात आणले जात आहेत. म्हणून आम्ही मनाशी ठरविले की, आपल्या संस्थानाच्या हितासाठी हे नियम राज्यकारभारात जारी करणे, ही फारच चांगली गोष्ट होईल.'[१९] अमेरिकन मिशन संस्थेतील माणुसकीचे नियम हेच माझे धर्मशास्त्राचे ग्रंथ आहेत, हे महाराजांचे उद्‌गार ते मिशनऱ्यांच्या व्यापक करुणेच्या आचारविचाराने किती प्रभावित झाले होते, हे स्पष्ट करतात.

महाराजांचे खरे गुरू कोण?

अशा प्रकारे तत्कालीन समाजातील अनेक व्यक्ती व संस्था यांच्या कार्याचा आणि विचारांचा प्रभाव शाहू महाराजांवर पडून त्यांचे व्यक्तिमत्त्व घडले. म. फुले यांचा समाजसुधारकाचा पिंड जसा पुण्याच्या स्कॉटिश मिशनपासून थॉमस पेनच्या 'Rights of Man' पर्यंतच्या अनेक घटकांनी बनला होता, तसा राजर्षी शाहू महाराजांचाही समाजसुधारकाचा पिंड मिरजेच्या अमेरिकन मिशनपासून इंगरसॉलच्या 'Writings & Speeches' पर्यंतच्या अनेक घटकांनी तयार झाला होता.[२०] यांतील अमूक एक घटक सर्वांत जास्त प्रभावी किंवा अधिक प्रेरणादायी आणि अमूक एक घटक कमी प्रभावी असा काटेकोर हिशेब मांडता येणार नाही. अथवा या महापुरुषांच्या 'गुरूं'चा शोध घेऊनही ते त्यांच्या माथ्यावर लादणेही इष्ट होणार नाही. म. फुले यांचे 'गुरू' कोण? राजर्षी शाहूंचे 'गुरू' कोण? असे प्रश्न वृथा आहेत. आमच्या मते महापुरुषांना कोणी 'गुरू' नसतो. लौकिक अर्थाने त्यांच्या जीवनात जे गुरू येतात, ते निमित्तमात्र असतात. महापुरुषांच्या हृदयात मुळातच करुणेचा निर्झर झुळझुळ वाहत असतो. या निर्झराची विशाल सरिता आणि त्या सरितेचा अथांग सागर कालौघात बनत असतो. ही एक सहजसुंदर बनत जाणारी प्रक्रिया असते आणि या प्रक्रियेच्या पाठीशी त्या महापुरुषाच्या अंतःकरणात धगधगणारा स्वयंप्रेरित ऊर्जास्त्रोत कार्यरत असतो.

या उपर कोणास राजर्षी शाहूंच्या 'गुरू'चा शोधच घ्यायचा असेल तर खुद्द

त्यांनीच एका प्रसंगी काढलेले उद्‍गार त्यास मार्गदर्शक ठरतील. त्यांनी सांगून ठेवले आहे, 'पूर्वजांचा इतिहास व स्वानुभव हेच माझे खरे गुरू होत.'[२१] महाराजांच्या दृष्टिकोनातून 'पूर्वजांचा इतिहास' म्हणजे पूर्वजांनी केलेल्या लढाया आणि पराक्रम नव्हे, तर पूर्वजांनी केलेल्या चुका, निर्माण केलेल्या समाजविघातक रूढी-परंपरा आणि 'स्वानुभव' म्हणजे या चुकांचा व रूढी-परंपरांचा खुद्द महाराजांना आलेला अनुभव. 'पूर्वजांच्या इतिहासा'संबंधी महाराजांनी केलेले विवेचन असे आहे– 'आपण जरा भारतवर्षाच्या गत इतिहासावर दृष्टिक्षेप टाकू. हजार वर्षांपूर्वीच्या व आताच्या भारतवर्षात जमीन-अस्मानाचे अंतर आहे. आज पराक्रम, विद्वत्ता, धर्मशीलता, उदारता आदी सद्‍गुण लुप्त झाले आहेत. हजारो कुसंस्कार, चालीरीती यांनी भारतवर्ष ग्रासून गेलेले पाहून काही आश्चर्यही वाटत नाहीसे झाले आहे. बालविवाह, मद्यपान, स्त्रियांना शिक्षणास मज्जाव, वर्णाश्रमधर्माची अव्यवस्था वगैरे अनेक सामाजिक घातक रूढींनी समाज निर्जीव करून टाकला आहे.'

'उदाहरणार्थ, वर्णव्यवस्था घ्या. संपूर्ण भारत, विशेषतः महाराष्ट्रादी दक्षिण प्रांतात, ब्राह्मणेतर जातींची अवस्था अत्यंत शोचनीय आहे. या जातींना पुढे सरसावण्यास व प्रगती करून घेण्यास संधीच दिली जात नाही. आज विसाव्या शतकातदेखील अस्पृश्य गणले जाणारे प्राणी आहेत. त्यांचा अपराध एवढाच आहे की, त्यांनी एखाद्या विशिष्ट जातींमध्ये जन्म घेतला नाही. आज भारतवर्षात ऐक्य, प्रेम व सहकार्य कोठेही पाहावयास मिळत नाही, कारण आमची स्वतःची मूर्खता होय. भारतवर्षामध्येच अशी मनुष्ये वर्तमान आहेत की, ज्यांना आपल्या बंधूची छायाही आपणावर पडणे दुःसह होते. स्वतःच स्वतःला उच्च समजणारे लोक मिथ्या जात्यभिमानाच्या नशेत अगदी निमग्न होऊन राहिले आहेत आणि नीच म्हणविल्या जाणाऱ्या जातींवर मन मानेल तसे अत्याचार करीत आहेत.'[२२]

आता या घातक रूढी-परंपरांचा महाराजांना आलेला स्वानुभव म्हणजे काय? तो कसा होता? याचे प्रत्यंतर खुद्द महाराजांनी बॅ. शामराव केळवकर यांना सांगितलेल्या एका आठवणीतून येते. बॅ. केळवकर म्हणजे कोल्हापूर संस्थानच्या पहिल्या 'देशी' स्त्री-शिक्षणाधिकारी रखमाबाई केळवकर यांचे चिरंजीव. त्यांनी ही महाराजांविषयीची एक आठवण दिली आहे. ते सांगतात, 'एकदा एका भेटीत सहज बोलता बोलता महाराज चटकन ओघाबरोबर म्हणाले, 'केळवकर, संस्थानभर दौरा काढावा आणि प्रत्येक खेड्यातील महारवाड्यात जाऊन जेवावं,' असं मला फार वाटतं आहे.'

'असं वाटायचं कारण काय, महाराज?'

'त्याचं असं झालं बघा केळवकर, मी एकदा सातारला गेलो होतो. जेवण आम्हा मंडळींसाठीच चाललं होतं. जेवण ब्राह्मणी होतं. सोवळेकरी ब्राह्मणच होते. जेवायची वेळ होत आली. मी स्नान करून, जेवण कुठपर्यंत आलंय हे पाहण्याकरता हिंडू लागलो. बरेचसे हंडे शिजत होते. त्यामध्ये बरंच अंतर होते. एक उघडाबंब सोवळेकरी हातात मांजर घेऊन मध्ये मध्ये हिंडत होता. त्यानं मला पाहिलं आणि म्हणाला, 'आपल्याला इकडून हिंडता येणार नाही. शिवाशीव झाली म्हणजे साराच घोटाळा होऊन जाईल.' हे शब्द कानावर पडताच माझं काळीज कापल्यासारखं झालं. म्हणजे मी त्या मांजरापेक्षाही खालच्या दर्जाचा? असाच प्रश्न मी स्वतःला विचारू लागलो!'

'मी छत्रपती असूनही जिथं माझा असा अपमान; तिथं अस्पृश्यांचा किती होत असेल? म्हणून मला वाटतं की, महारपोरांना जवळ घेऊन जेवावं.'[२३]

अशा 'स्वानुभवा'तूनच महाराज आपल्या वाटचालीचे धडे घेत होते. सामाजिक गुलामगिरीवर डझनभर ग्रंथ वाचूनही जे 'आत्मज्ञान' मिळू शकत नाही, ते अशा क्षुल्लक भासणाऱ्या 'स्वानुभवा'तून क्षणार्धात प्राप्त होते आणि म्हणूनच महाराजांनी या 'स्वानुभवा'ला आपला 'गुरू' केले आहे. या स्वानुभवांनीच महाराजांचे व्यक्तिमत्त्व घडत गेले. टप्प्याटप्प्याने ते विकसित होत गेले. १८९४ मध्ये प्रजेच्या कल्याणाचा जाहीरनामा प्रसिद्ध करणारे महाराज, १९०२ मध्ये प्रशासनातील ५० टक्के जागा मागासलेल्या जातींना आरक्षित ठेवणारे महाराज, १९०८ मध्ये अस्पृश्यांसाठी खास वसतिगृह स्थापन करणारे महाराज, १९११ मध्ये सत्यशोधक समाजास राजाश्रय देणारे महाराज, १९१८ मध्ये अस्पृश्यता निवारणाचा जाहीरनामा काढणारे महाराज आणि १९२०-२२ मध्ये महाराष्ट्रातील तमाम बहुजन समाजाचे, दलित-पतितांचे, नेतृत्व करणारे महाराज ही व्यक्ती एकच असली तरी तिचे व्यक्तिमत्त्व प्रत्येक टप्प्यावर विकसित होत गेल्याचे दिसून येते. अशा प्रकारे विकसित होत जाण्याची प्रक्रिया जशी उत्क्रमणशील असते, तशी ती उत्कर्षशीलही असते आणि म्हणूनच महर्षी वि.रा. शिंदे यांनी महाराजांच्या 'मनाच्या विकासा'चा शोध घेताना म्हटले आहे की, 'श्री शाहूरायांच्या चरित्राकडे शास्त्रीयदृष्ट्या आणि सहानुभूतीने पाहू गेल्यास एक गोष्ट दिसून येते ती अशी की, त्यांचे मन उत्क्रमणशील होते आणि तशीच दुसरी गोष्टी अशी की, ते उत्कर्षशील होते.'[२४]

४

वेदोक्त चळवळ आणि तिचा अन्वयार्थ

वेदोक्ताची ठिणगी

१८९९च्या ऑक्टोबरचा सुमार. पूर्वापार प्रथेप्रमाणे शाहू महाराज आपल्या परिवारासह कार्तिक स्नानास पंचगंगा नदीच्या तीरावर गेले. परिवारात बंधू बापूसाहेब महाराज, मेहुणे मामासाहेब खानविलकर, स्नेही राजारामशास्त्री भागवत अशी मंडळी आणि स्नानाच्या वेळी मंत्र म्हणणारा नारायण भटजी. स्नान चालू असताना भटजी मंत्र म्हणत होता. प्रकांड पंडित असलेल्या राजारामशास्त्रींचे भटजीच्या मंत्राकडे लक्ष गेले. भटजी स्नान न करताच 'वेदोक्त' मंत्राऐवजी 'पुराणोक्त' मंत्र उच्चारत होता. छत्रपती वेदोक्त मंत्राचे अधिकारी असताना हा भटजी पुराणोक्त मंत्र म्हणत असल्याचे राजारामशास्त्रींनी महाराजांच्या नजरेस आणून दिल्यावर त्यांनी त्यास जाब विचारला. त्यावर त्याने उत्तर दिले, 'शुद्राला पुराणोक्त मंत्र सांगावे लागतात. वैदिक मंत्र म्हणतेवेळीच स्नानाची आवश्यकता असते; परंतु या शूद्रांना पुराणोक्त पद्धतीचा अनुग्रह करावयाचा असल्याने मला स्नानाची आवश्यकता नाही!'[१] त्या भटजीची ही अभद्र वाणी आकाशातून वज्राघात व्हावा त्याप्रमाणे महाराजांच्या अंगावर कोसळली. 'क्षत्रिय कुलावंत हिंदुपदपातशहा' अशी बिरुदावली असणाऱ्या छत्रपतीस यःकश्चित भटजीने 'शुद्र' म्हणून हिणवणे ही कल्पनाही सहन करण्यापलीकडची होती; पण ती केवळ कल्पना नव्हती, तर कठोर 'स्वानुभवा'च्या रूपाने ती महाराजांसमोर उभी राहिलेली वस्तुस्थिती होती. याच 'स्वानुभवा'ने त्यांना अंतर्मुख बनविले. चिंतनशील बनविले. सामाजिक बंडखोरीस उद्युक्त केले.

असाच एक प्रसंग म. फुले यांच्या आयुष्यात घडला होता. आपल्या

ब्राह्मण मित्राच्या लग्नाच्या मिरवणुकीत ब्राह्मण मंडळींबरोबर ते चालले असता एका कडव्या ब्राह्मणवीराने त्यांना तेथून हाकलून लावताना दरडावले होते, 'अरे ए कुणबटाच्या पोरा, खबरदार आम्हा ब्राह्मणांबरोबर चालशील तर! तू जातीने शूद्र असतानाही आमच्या ब्राह्मण मंडळींबरोबर चालतोस! तुझ्या स्पर्शाने आम्हा ब्राह्मणांना विटाळ होत नाही का? तू आमच्या मागून चाल!!'[२] ब्राह्मणवीराची ती अभद्र वाणी अशीच जोतिरावांवर कोसळली होती. याच 'स्वानुभवा'ने जोतिरावांना अंतर्मुख आणि बंडखोर बनविले होते.

आणखी एका महात्म्याच्या जीवनात असाच एक प्रसंग येऊन गेला होता. दक्षिण आफ्रिकेतील एका रेल्वे स्टेशनवर फर्स्ट क्लासचे तिकिट हातात घेऊन गांधीजी फर्स्ट क्लासच्या डब्यात चढत असताना तेथील मग्रूर गोऱ्या लोकांनी 'तू काळा आदमी आहेस, तुला गोऱ्यांच्या डब्यामध्ये बसता येणार नाही' असे म्हणून त्यांचा मार्ग अडविला. गांधीजी हक्काने व हट्टाने डब्यात शिरण्याचा प्रयत्न करू लागताच त्या गोऱ्यांनी त्यांना धक्के मारून, शिव्यांची लाखोली वाहात त्यांच्या सामानासह त्यांना रेल्वे फलाटावर फेकून दिले होते. राजर्षी शाहू अथवा महात्मा फुले यांच्या आयुष्यात आलेल्या त्या प्रसंगांहून हा प्रसंग भयंकर होता. येथे गोऱ्यांची केवळ अभद्र वाणीच नव्हे, तर प्रत्यक्ष अभद्र गोरेच अंगावर कोसळले होते.

पंचगंगा तीरावरील भटजी, पुण्याच्या नवरदेवाच्या मिरवणुकीतील कर्मठ ब्राह्मण आणि दक्षिण आफ्रिकेतील रेल्वे स्टेशनवरील गोरे हे खरे तर एकाच माळेचे मणी, एकाच 'वर्णा'चे मनुष्यप्राणी होते. आपण या जगात 'वर्णश्रेष्ठ' असून बाकीचे सर्व आपल्याहून कनिष्ठ वर्णाचे आहेत, हा अहंभाव त्यांच्यात पिढ्यान्‌पिढ्या भिनला होता आणि याच वर्णश्रेष्ठत्वाच्या डंखांनी उपरोक्त महात्म्यांतील 'महात्मेपण' जागे केले होते.

पंचगंगा तीरावरून राजवाड्यात परतल्यावर शाहूंना, नवरदेवाच्या मिरवणुकीतून घरी परतल्यावर फुले यांना व रेल्वेच्या फलाटावरून उठून तेथील विश्रामकक्षात येऊन बसल्यावर गांधींना अवमानाच्या असंख्य इंगळ्या डसल्याच्या वेदना तर होत होत्याच; पण त्याचबरोबर डोक्यात विचारांचे वादळ घोंघावत होते! हा अवमान, हा अन्याय आपण मुकाटपणे सहन करायचा की आपल्या सर्व सामर्थ्यानिशी त्याविरुद्ध बंड पुकारून

उभे राहायचे, या विचाराने भारावलेले ते वादळ होते. हा शाहू अथवा फुले अथवा गांधी या नावाच्या व्यक्तींचा अवमान नव्हता, तर शतकानुशतके वरिष्ठ वर्गाच्या दबावाखाली पिचलेल्या समस्त कनिष्ठ वर्गाचा अवमान होता आणि म्हणूनच उपरोक्त महापुरुषांनी आपल्या वैयक्तिक अवमानात व्यापक सामाजिक अन्यायाचा आशय पाहिला आणि त्याविरुद्धच्या सर्वंकष लढ्याची सिद्धता केली. खरे तर असे अवमानाचे प्रसंग त्यांच्या जीवनाला कलाटणी देणारे 'दिव्य क्षण' ठरले, अशीच इतिहासाची साक्ष आहे.

ब्राह्मणश्रेष्ठत्वाचा सिद्धान्त

'वेदोक्ता'चा अधिकार म्हणजे हिंदू धर्मातील सोळा संस्कार व इतर धर्मकृत्ये वैदिक मंत्रांनी करण्याचा अधिकार. हा अधिकार प्राचीन काळी ब्राह्मण, क्षत्रिय व वैश्य या त्रिवर्णांना होता. तथापि, कालौघात ब्राह्मणांनी सर्वांवर आपले वर्चस्व प्रस्थापित करण्यासाठी क्षत्रिय व वैश्य या दोन्ही वर्णांचे 'संस्कारलोप' झाल्याचे सांगून त्यांना शूद्र वर्णात ढकलून दिले होते आणि जगात आता फक्त ब्राह्मण व शूद्र असे दोनच वर्ण असल्याचे जाहीर करून टाकले होते; पण 'शूद्रां'करिता 'पुराणोक्त' मंत्रांची उपाययोजना केली गेली. वेदातील मंत्र प्रथम दर्जाचे, ते ब्राह्मणांसाठी व पुराणातील मंत्र दुय्यम दर्जाचे; ते या शूद्रांसाठी.

विशेष म्हणजे हे सर्व ठरविले कोणी? तर ब्राह्मणांनीच! ब्राह्मणांनीच आपण सर्व पृथ्वीतलावर श्रेष्ठ आहोत अशी शेखी मिरवली. मनूपासून समर्थ रामदासांपर्यंत शेकडो वर्षे ब्राह्मणांच्या श्रेष्ठत्वाच्या कल्पनेचा अतिरेक करण्यात आला. मनुस्मृती हा अशाच प्रकारचा 'आपल्या संस्कृतीचा, आचाराचा आणि व्यवहाराचा आधारस्तंभ' ठरलेला आणि 'भारताच्या ऐहिक व पारलौकिक जीवनाचे शतकानुशतके नियमन'[३] करीत आलेला धर्मग्रंथ. त्यात मनूने स्वच्छ सांगून ठेवले होते.

अविद्वांश्चैव विद्वांश्च ब्राह्मणो दैवतं महत् ।
प्रणीतश्वाप्रणीतश्च यथाग्निं दैवतं महत् ।।

'अग्निहोत्राच्या होमकुंडात सिद्ध झालेला अग्नी असो की दुसरा कुठलाही अग्नी असो, ती मोठी देवता आहे. तद्वत ब्राह्मण व्यक्ती अविद्वान असो की विद्वान असो, ते मोठे दैवत आहे!'[४] विद्वानांच्या मते मनुस्मृतीचे मूळ

अडीच हजार वर्षांपूर्वीचे आहे![५] मनूनंतर झालेले बहुतेक सर्व धर्मशास्त्रकार त्याचाच सिद्धान्त समाजमनावर ठसविण्यात यशस्वी झाले. जे मनूने प्रतिपादन केले तेच १७व्या शतकात समर्थ रामदासांनी आपल्या रोकड्या भाषेत सुनावले आहे.

'गुरू तो सकळांसी ब्राह्मण । जरी तो जाला क्रियाहीन ।
तरी तयासीच शरण । अनन्यभावें असावें ॥
अहो या ब्राह्मणाकारणें । अवतार घेतला नारायणें ।
विष्णूनें श्रीवत्स मिरविणें । तेथें इतर ते किती ॥
सकळांसी पूज्य ब्राह्मण । हे मुख्य वेदाज्ञा प्रमाण ।
वेदविरहित तें अप्रमाण । अप्रिय भगवंता ॥
ब्राह्मणीं योग-याग-व्रतें-दानें । ब्राह्मणी सकळ तीर्थाटणें ।
कर्ममार्ग ब्राह्मणाविणें । होणार नाहीं ॥
ब्राह्मण वेद मूर्तिमंत । ब्राह्मण तोची भगवंत ।
पूर्ण होती मनोरथ । विप्रवाक्येंकरूनि ॥
ब्राह्मण पूजनें शुद्ध वृत्ती । होऊन जडे भगवंतीं ।
ब्राह्मणतीर्थे उत्तम गती । पावती प्राणी ॥
असो ब्राह्मणा सुरवर वंदिती । तेथें मानव बापुडें किती ।
जरी ब्राह्मण मूढमती । तरी तो जगद्वंद्य ॥
अंतज्य शब्द ज्ञाता बरवा । परी तो नेऊन काय करावा ।
ब्राह्मणासन्निध पूजावा । हें तों न घडे की ॥'[६]

समर्थांच्या या ब्राह्मणश्रेष्ठ सिद्धान्ताच्या विवरणावर भाष्य ते काय करावे! त्यांनी ब्राह्मणास केवळ सर्वांचा 'गुरू'च मानले आहे असे नव्हे तर त्यास साक्षात 'भगवंत'च म्हणून गौरविले आहे! बरे, असा हा भूदेव विद्वान व शीलवंत असलाच पाहिजे असे नाही. तो अगदी 'मूढमती' असला तरी जिथे त्याला मोठमोठे देव वंदन करतात, तेथे सामान्य माणसाची काय कथा! भगवान विष्णूनेसुद्धा भृगू ऋषींची म्हणजे ब्राह्मणाची, लाथ आपल्या छातीवर 'श्रीवत्स' म्हणून मिरवली, तेथे सामान्य मानवप्राणी कोण?

ब्राह्मणांनी आपल्या श्रेष्ठत्वाचा खुंटा हलवून अधिक घट्ट करण्यासाठी आणखी एक 'सिद्धान्त' पुढे आणला होता. तो म्हणजे या कलियुगात क्षत्रिय वर्णच नाहीसा झाला असून त्याचे रूपांतर शूद्रात झाले आहे!

त्यासाठी परशुरामाने २१ वेळा पृथ्वी निःक्षत्रिय केली यांसारख्या भाकड कथा पुराणांतरी रचल्या गेल्या. 'नंदांतं क्षत्रिय कुलम्' यांसारखी शास्त्रवचने निर्माण करण्यात आली. अशा वचनांना मोगल बादशाहाच्या काळात कृष्ण नरसिंह शेष, कमलाकर भट्ट यांसारख्या ब्राह्मण पंडितांनी 'शूद्राचारा'वर खास ग्रंथ रचून बळकटी आणली. ब्राह्मणांचा अहंकार इतका पराकोटीला गेला होता की, अशी विधाने करण्यात आपण तर्कबुद्धीला पारखे होतो आहे, याचाही त्यांना विसर पडला होता. एकदा पृथ्वी निःक्षत्रिय केल्यानंतर परशुरामाला पुनःपुन्हा ती निःक्षत्रिय का करावी लागली? हे विधान वदतोव्याघात नव्हे काय? बरे, पृथ्वी निःक्षत्रिय करण्याचे 'महान कर्म' केल्यावर परशुरामाला युद्धात फजीत करणारे प्रभू रामचंद्र आणि पितामह भीष्माचार्य कोण होते? नंदानंतर क्षत्रियांची कुले नष्ट झाली, तर त्यानंतरचे गुप्त, चालुक्य, परमार, यादव आणि उत्तरेतील रजपूत राजघराणी कोण होती? पण असले मूळ मुद्द्याला हात घालणारे तर्कबुद्धीचे प्रश्न ब्राह्मणांना कोण विचारणार? कारण ज्ञान भांडाराच्या किल्ल्या आपल्याच कंबरेला घट्ट बांधल्याचा दावा १९व्या शतकाच्या अखेरपर्यंत ब्राह्मण करीत होते आणि अज्ञ शूद्रांना बापुडवाणे होऊन माना डोलविण्याशिवाय गत्यंतर नव्हते.

अशा प्रकारे आपल्या ब्राह्मणश्रेष्ठत्वाच्या तथाकथित सिद्धान्ताने ब्राह्मणांनी क्षत्रियांना नामोहरम करून 'शूद्र' वर्णात ढकलून दिले होते. क्षत्रियांबरोबर वैश्यही भरडले गेले. त्यांचीही शूद्रांत गणना झाली. ब्राह्मणांनी समस्त स्त्रीवर्गास (त्यात ब्राह्मण स्त्रियाही आल्या) शूद्र वर्णात ढकलले होते. मनूपासून अनेक धर्मवेत्त्यांनी स्त्रीला 'शूद्र' मानले होते; पण अशा 'शूद्र' स्त्रीच्या पोटी जन्म घेतलेले पुत्र 'ब्राह्मण' कसे होऊ शकतात, हा प्रश्न ब्राह्मण पंडितांच्या मनाला शिवत नव्हता! आता अशा शूद्र मानल्या गेलेल्या स्त्री-पुरुषांना वेदाचा अधिकार नाही, हे ब्राह्मणांचे पुढचे प्रतिपादन होते. अशा शूद्रांनी पुराणांत सांगितलेल्या मंत्रांनीच आपली धर्मकृत्ये करावीत, असा सामाजिक दंडक त्यांनी निर्माण केला होता. गेली अडीच हजार वर्षे ब्राह्मण वर्गाची सामाजिक मानसिकता अशा प्रकारच्या वर्णश्रेष्ठत्वाच्या तत्त्वज्ञानावर पोसली होती आणि हीच मानसिकता राजर्षी शाहू महाराजांना 'वेदोक्ता'चा अधिकार नाकारणाऱ्या महाराष्ट्रीयन ब्राह्मणांच्या वृत्तीच्या मुळाशी कार्यरत होती, हे ध्यानात घेतले पाहिजे.

वेदोक्ताचे तीन प्रसंग

महाराष्ट्रातील मराठे स्वतःस क्षत्रिय मानत होते; पण महाराष्ट्रीयन ब्राह्मण मात्र त्यांना शूद्र समजत होते आणि त्यांच्या शूद्रत्वामुळे त्यांना वेदाचा अधिकार नसल्याचे प्रतिपादन करीत होते. या दोन प्रमुख वर्गांच्या परस्परविरोधी मानसिकतेतून संघर्ष होणे अपरिहार्य होते. कोल्हापुरातील वेदोक्त प्रकरणापूर्वी ब्राह्मणांनी तीन ठळक प्रसंगी मराठ्यांच्या 'क्षत्रियत्वा'स आव्हान दिल्याचे दिसून येते. पहिला प्रसंग होता शिवाजी महाराजांच्या रायगडावरील १६७४ सालच्या राज्याभिषेकाचा. राज्याभिषेकाच्या पूर्वी ब्राह्मणांनी महाराजांच्या 'क्षत्रियत्वा'विषयी घेतलेल्या आक्षेपांना अत्यंत मुत्सद्देगिरीने उत्तर दिले गेले. उदयपूरच्या सिसोदिया घराण्याशी भोसल्यांचे भाऊबंदाचे नाते सांगणारा कागदोपत्री पुरावा तर आणला गेलाच; शिवाय अखिल हिंदुस्थानातील ब्रह्मवृंदाचा नेता, १७व्या शतकात 'प्रतिव्यास'च मानला गेलेला आणि मूळचा महाराष्ट्रीय असलेला काशीचा गागाभट्ट यास पाचारण करण्यात आले. त्याच्या मुखाने महाराजांनी आपले क्षत्रियत्व जाहीर केले आणि महाराष्ट्रीय ब्राह्मणांची तोंडे बंद केली. वेदमंत्राच्या उद्घोषात खुद्द गागाभट्टाने महाराजांचा राज्याभिषेक साजरा केला. रायगडावर उठलेल्या 'वेदोक्ता'च्या वावटळीने गडाचा पायथा ओलांडून वादळाचे रूप धारण केले नाही.

दुसरा प्रसंग साताऱ्याच्या प्रतापसिंह महाराजांच्या काळातील होता. या वेळी छत्रपतींच्या भोसले कुलाच्या क्षत्रियत्वाविषयी ब्राह्मणांनी आक्षेप उभे केले होते. सांगलीच्या चिंतामणराव पटवर्धनांनी कडव्या ब्राह्मणांचा एक पक्षच तयार करून संकेश्वराच्या शंकराचार्यांकडून फतवा काढला होता की, कलियुगात क्षत्रियच नसल्याने शिवाजी महाराज क्षत्रिय नव्हते; सबब प्रतापसिंह महाराजांनी 'क्षत्रिय कुलावंत' ही बिरुदावली धारण करू नये.[७] या प्रश्नाचा जाहीर निकाल लावण्यासाठी प्रतापसिंहांनी उभय पक्षांची एक निर्णयसभा आयोजित केली. कायस्थ प्रभू पंडितांनी क्षत्रिय पक्षाची बाजू मांडली. या सभेत ब्राह्मण पक्ष पराजित होऊन क्षत्रियांचे अस्तित्व आणि भोसल्यांचेच नव्हे, तर घाटगे, पालकर, जाधव, शिर्के, मोहिते इत्यादी मराठ्यांचे क्षत्रियत्व सिद्ध झाले. त्यांचा वेदोक्ताचा अधिकार मान्य केला गेला (सन १८३५). प्रतापसिंह या 'वेदोक्ता'ला सामाजिक संघर्षाचे स्वरूप देऊ शकले नाहीत. लवकरच इंग्रजांनी त्यांना पदच्युत केल्याने त्यांचा ग्रंथ

आटोपला.

तिसरा संघर्ष १८९६ मध्ये बडोद्याचे महाराज सयाजीराव गायकवाड यांच्या दरबारात उपस्थित झाला. गायकवाडांच्या पदरी असणाऱ्या महाराष्ट्रीय ब्राह्मणांनी त्यांची धर्मकृत्ये 'वेदोक्त' पद्धतीने करावयास नकार दिला, तेव्हा सयाजीरावांनी या ब्राह्मणांना सेवेतून कमी करून, गुजराथी व राजस्थानी ब्राह्मणांना आणून त्यांच्या करवी राजवाड्याती धर्मकृत्ये वेदोक्त पद्धतीने सुरू केली, तेव्हा पुण्याच्या 'केसरी'तून लो. टिळकांनी त्यांच्यावर पहिली तोफ डागली; पण सयाजीरावांनी तिकडे फारसे लक्ष दिले नाही. वेदोक्त प्रकरणाचे सामाजिक भान त्यांना अवश्य होते, त्या दृष्टीने त्यांनी काही सुधारणाही हाती घेतल्या होत्या; पण त्यांनी हे प्रकरण पुढे अधिक पेटवले नाही. प्रशासनातील एखाद्या जटिल प्रश्नाचा निकाल लावावा त्याप्रमाणे त्यांनी लगेच पर्यायी व्यवस्था करून 'वेदोक्ता'चा प्रश्न निकालात काढला.

वेदोक्त प्रकरणाचा भडका

जे बडोद्यात घडले नाही, ते कोल्हापुरात घडले. 'वेदोक्ता'च्या ठिणगीचे रूपांतर सामाजिक वणव्यात झाले आणि पुढे त्या वणव्याचे रूपांतर सामाजिक न्यायाच्या चळवळीत झाले. वास्तविक कोल्हापुरातील ब्राह्मण वर्गाने थोडेसे सामंजस्य व दिलदारपणा दाखविला असता तर 'वेदोक्त' हे पेल्यातील वादळही ठरले असते. काळ बदललेला आहे; आद्य शिवछत्रपतींचाच नव्हे तर प्रतापसिंह छत्रपतींचाही काळ आता राहिलेला नाही याची जाण कोल्हापुरातील ब्रह्मवृंदाने ठेवायला पाहिजे होती. ज्यांना सर्वजण मराठी संस्कृतीचे व इतिहासाचे मानचिन्ह मानत होते, त्या छत्रपतींनाच शूद्र म्हणून हिणवणे म्हणजे पूर्वजांनी केलेल्या चुकीचीच पुनरावृत्ती करणे असून तो मराठी अस्मितेचाही भंग आहे, हे त्यांच्या ध्यानात आले नाही; किंबहुना ध्यानात आले तरी त्यांच्या ठिकाणी असलेल्या वर्णश्रेष्ठत्वाच्या अहंकाराने त्यांच्या विवेकबुद्धीवर मात केली होती.

शाहू महाराजांचे वय या वेळी अवघे २५-२६ वर्षांचे होते. आपल्याच सेवेत असणाऱ्या एका सेवकाने आपणास शूद्र म्हणावे, ही घटना या तरुण मानी राजाच्या जिव्हारी लागली होती. तरीही अंतःकरणातील खळबळ बाहेर न दाखविता महाराज शांत राहिले होते; पण ही वार्ता कर्णोपकर्णी होऊन कोल्हापुरातील मराठा लोकांत संतापाची लाट उसळली होती. वास्तविक

याच वेळी ब्राह्मण वर्गातील नेते मंडळींनी पुढे होऊन सुज्ञपणा दाखवावयास हवा होता; पण प्रो. विष्णू गोविंद विजापूरकर यांच्यासारख्या स्वतःला राष्ट्रीय स्वातंत्र्य व राष्ट्रीय शिक्षण यांचा पुरस्कर्ता मानणाऱ्या पुढाऱ्यांनी ब्राह्मण वर्गात सामंजस्य निर्माण करण्याऐवजी मराठ्यांशी लढण्यासाठी युद्धज्वर निर्माण करण्याची कृती केल्याने 'वेदोक्ता'च्या धुमसणाऱ्या संघर्षाने पेट घेतला. झालेल्या अवमानाबद्दल छत्रपतींची माफी मागणे दूरच; पण ब्राह्मणांमधील हे विद्वान छत्रपतींचे कुल क्षत्रिय कसे नाही, हे सिद्ध करण्याचा खटाटोप करीत राहिले. एवढेच नव्हे तर आपल्या क्षत्रियत्वाच्या आधारावर छत्रपतींनी वेदाधिकाराचा आग्रह धरणे कसे सयुक्तिक व कालोचित नाही याचेही विवरण करीत राहिले! विजापूरकरांच्या 'ग्रंथमाला' मासिकास कोल्हापूर दरबारकडून सात वर्षे अनुदान मिळत होते. जून १९०१ मध्ये ते बंद झाल्याने, तर विजापूरकर चवताळून जाऊन छत्रपती आणि मराठे यांच्यावर बेलगाम टीकाप्रहार करू लागले.

याच सुमारास (ऑगस्ट, १९०१) टिळकांनी 'ताईमहाराज प्रकरणा'च्या संदर्भात कोल्हापूरला भेट दिली. कोल्हापूरच्या ब्रह्मवृंदाने त्यांचा आदरसत्कार करून भेटीगाठी घेतल्या. या भेटीगाठींत 'वेदोक्त' प्रकरणावर चर्चामसलत झाली असणार हे उघड आहे; पण ती नेमकी काय झाली व लो. टिळकांनी काय मसलत दिली याविषयी इतिहास अबोल आहे. तथापि, यापूर्वी लो. टिळकांनी बडोद्याच्या 'वेदोक्ता'वर केलेली जाहीर टीका व यापुढे कोल्हापूरच्या 'वेदोक्ता'वर त्यांनी घेतलेली जाहीर भूमिका यावरून कोल्हापूर भेटीत काय शिजले असावे, याचा सुगावा लागू शकतो. पुढे वर्षभराने मुंबईचे गव्हर्नर भारतमंत्र्यास लिहिलेल्या पत्रात या संदर्भात म्हणतात, 'हे वेदोक्त प्रकरण खरोखरच काही न घडता तसेच विरले असते; परंतु जेव्हा बाळ गंगाधर टिळक हे बाबा महाराजांच्या दत्तक विधानाच्या बाबतीत कोल्हापूरला आले होते, तेव्हा त्यांनी या प्रकरणात हस्तक्षेप करून, वेदोक्ताच्या बाबतीत शाहू महाराजांच्या विरुद्ध असलेल्या ब्राह्मण चळवळ्यांना चिथावणी दिली आणि ते प्रकरण चिघळविले; त्यामुळे जो प्रश्न सर्वसाधारण कोल्हापुरातच राहिला असता, तो प्रश्न ब्राह्मण आणि मराठे यांच्यामध्ये प्रतिष्ठेचा प्रश्न होऊन बसला.'[८]

एव्हाना लो. टिळकांची जनमानसातील प्रतिमा महाराष्ट्रातील परंपरानिष्ठांचे पुढारी अथवा 'धर्मरक्षक' म्हणून स्थिर झाली होती. यास संमती वयाच्या

बिलावर त्यांनी केलेली कडवी टीका, काँग्रेसच्या मंडपातून 'सामाजिक परिषदे'ला हुसकावून लावण्यासाठी त्यांनी केलेले राजकारण आणि एकूणच समाजसुधारणावाद्यांच्या मार्गात त्यांनी उभा केलेला प्रतिरोध हे घटक कारणीभूत होते. या पार्श्वभूमीवर लो. टिळकांनी कोल्हापुरातील कर्मठ ब्रह्मवृंदाची बाजू घेणे स्वाभाविक होते. तथापि, पुढे जो महाराष्ट्रात वेदोक्ताचा हलकल्लोळ निर्माण झाला आणि त्यात महाराष्ट्रातील समस्त ब्रह्मवृंदाच्या बाजूने त्यांनी हिरिरीने भाग घेऊन छत्रपतींवर जे कठोर प्रहार केले, त्यास ताई महाराज प्रकरणाने वेदोक्ताच्या आगीत ओतलेले तेल कारणीभूत झाले होते. ताई महाराज प्रकरणात शाहू महाराजांनी लो. टिळकांच्या विरोधात घेतलेल्या भूमिकेमुळे वेदोक्त प्रकरणातील चीड अधिकच वाढत गेली.

दरम्यान, कोल्हापुरात वेदोक्ताच्या संदर्भात अनेक लहानमोठे उद्रेक झाले. त्यात मराठ्यांची 'श्रावणी' वेदोक्त पद्धतीने करणाऱ्या नारायणशास्त्री सेवेकरी या निःस्पृह पुरोहितास ब्रह्मवृंदाने धर्मबहिष्कृत करणे, शाहू महाराजांच्या दत्तक आई आनंदीबाई राणीसाहेबांच्या अंत्यसंस्काराच्या वेळी 'या शूद्र बाईचे संस्कार वेदोक्तरीत्या कोण करील?' असे म्हणून ब्रह्मवृंदाने त्यांच्या वेदोक्त संस्कारास नकार देणे, त्याच दिवशी रात्री जुन्या राजवाड्यास आग लागणे यांसारख्या अनेक घटना घडल्या; पण या सर्वांत धक्कादायक घटना होती, ती म्हणजे दरबारचे मुख्य पुरोहित आप्पासाहेब राजोपाध्ये यांनी राजवाड्यातील धर्मकृत्ये वेदोक्त पद्धतीने करावयास दिलेला नकार. कोल्हापूरच्या ब्रह्मवृंदाच्या भरीस पडून राजोपाध्यांनी घेतलेला हा निर्णय आत्मघातकी तर ठरलाच; पण वेदोक्त प्रकरण अधिक भडकण्यास कारणीभूत झाला. अशा प्रकारे 'वेदोक्ता'चा भडका उडाला असतानाच करवीर पीठाचे शंकराचार्य ब्रह्मनाळकर स्वामींनी छत्रपतींच्या विरोधात भूमिका घेऊन त्यांच्या 'क्षत्रियत्वा'ला आव्हान दिले होते.

याची प्रतिक्रिया महाराजांच्या बाजूवर होणे स्वाभाविक होते. वारंवार इशारा देऊनही राजोपाध्ये जेव्हा आपल्या भूमिकेस चिकटून राहिले, तेव्हा महाराजांनी त्यांचे त्यांना राजसेवेसाठी दिलेले ३० हजारांचे इनाम जप्त केले. शंकराचार्यांच्या मठाचे ५० हजारांचे उत्पन्न सरकारजमा करून, ब्रह्मनाळकर स्वामींनाही त्यांनी तडाखा दिला. ज्या ब्राह्मण पुरोहितांनी वेदोक्त पद्धतीने धार्मिक विधी करावयास नकार दिला, त्या शेकडो ब्राह्मणांची

अनुदाने व इनामे जप्त झाली. दरम्यान, कोल्हापूर संस्थानच्या प्रशासनातील ५० टक्के जागा मागासवर्गीयांसाठी राखीव केल्याचा जाहीरनामा प्रसिद्ध झाला. महाराजांच्या या कृत्यांनी महाराष्ट्रातील समस्त ब्राह्मण वर्ग संतप्त झाला. वेदोक्ताची रणधुमाळी माजली. पुणे, वाई, बेळगाव इत्यादी ठिकाणांचे ब्रह्मवृंद कोल्हापूरच्या ब्रह्मवृंदाच्या साह्यास धावले. ब्राह्मणी वृत्तपत्रांतून महाराजांवर विखारी टीकेचा भडिमार सुरू झाला. या सर्व रणात ब्राह्मण पक्षाचे कैवारी आणि नेते होते लो. टिळक!

लो. टिळकांची वेदोक्तातील भूमिका!

लो. टिळकांची वेदोक्ताच्या संदर्भात काय भूमिका होती? ऑक्टोबर १९०१मध्ये त्यांनी केसरीत 'वेदोक्ताचे खूळ' या शीर्षकाखाली जे दोन अग्रलेख लिहिले होते, त्यातून ती बरीच स्पष्ट झाली होती. त्यातील मुख्य मुद्दे असे होते -

१) वेदोक्त म्हणजे इंग्रजी विद्येने 'संस्कृत' झालेल्या मराठ्यांच्या डोक्यात शिरलेले खूळ आहे.

२) धर्मशास्त्रावरील जे प्रसिद्ध व सर्वमान्य ग्रंथकार आहेत, त्यांच्या मते खऱ्या क्षत्रिय आणि वैश्य जाती नष्ट झाल्या आहेत.

३) शिवाजी महाराजांनी हिंदू धर्म व हिंदू राष्ट्र यांचे अस्तित्व कायम राखण्याची मोठी कामगिरी केल्याने त्यांना 'उच्च पद, उच्च मान, उच्च अधिकार कोणत्या रितीने मिळतील' या कृतज्ञताबुद्धीने महाराष्ट्र विचार करीत होता. परिणामी, गागाभट्टाच्या देखरेखीखाली व सल्ल्याने, सर्व ज्ञातींच्या मुत्सद्द्यांच्या व शूर पुरुषांच्या संमतीने, किंबहुना सर्व महाराष्ट्राच्या इच्छेने त्यांना शास्त्रोक्त, वैदिक पद्धतीने राज्याभिषेक केला गेला.

४) याप्रसंगी भोसले कुलावर लोकांची श्रद्धा होती; त्यामुळे हिंदू धर्माचे संरक्षण करणाऱ्या या पुरुषास 'व्यवहाराने व शास्त्राने ज्या काही सवलती देण्यासारख्या असतील, त्या सर्व किंवा त्याहूनही कांकणभर जास्त' देण्यास ते हौसेने तयार होते. आताच्या मराठ्यांना तो अधिकार राहिलेला नाही.

५) हा राज्याभिषेक 'क्षत्रियास उचित अशा शास्त्रोक्त पद्धतीने, वेदोक्त मंत्राने' झाला तरी भोसल्यांच्या घरचे संस्कार वेदोक्त होत असत असा

पुरावा नाही. उलटपक्षी त्याच वेळी भोसले घराण्यात गृहकर्माविषयी पुराणोक्त पद्धतच लावून दिली गेली. शिवाजी महाराजांच्या काळी हा जो निर्णय झाला, त्यास न जुमानता आजच्या 'काही उच्छृंखल मराठ्यांनी' वेदोक्ताचे खूळ माजविले आहे.

६) भोसल्यांच्या कुलापेक्षा ज्यांचे कूळ 'कर्तबगारीने, ज्ञातीने व मानाने कमी आहे' अशा मराठ्यांनी वेदोक्ताचा आग्रह धरणे ज्ञातिसंप्रदायास व न्यासास अनुसरून नाही.

७) वैदिक मंत्रांनी संस्कार झाले म्हणजे मराठे व ब्राह्मण एका जातीचे होतील अशी जर कोणाची कल्पना असेल, तर तीही निर्मूल आहे. ब्राह्मण जातीतील स्त्रियांस वेदोक्त मंत्र म्हणण्याचा अधिकार नसतानाही त्या जातीने ब्राह्मण आहेत आणि मराठे लोकांनी वेदोक्त मंत्र म्हटले तरी ते मराठेच राहतील हे लक्षात ठेविले पाहिजे.

८) राजाला जो अधिकार आहे, तो समाजाची घडी मोडून समाजात असंतोष उत्पन्न करण्याकरिता नव्हे आणि या अधिकाराचा जर एखाद्या संस्थानिकाकडून दुरुपयोग होईल तर त्याची दाद घेणे सार्वभौम सरकारास भाग पडेल. संस्थानातील प्रजेमध्ये ज्ञाती-ज्ञातींतील तंटे संस्थानाच्या अधिपतीच्या प्रोत्साहनाने अधिक विकोपास जाऊ नयेत,याबद्दल खबरदारी घेणे हे इंग्रज सरकारचे कर्तव्य आहेत.[१]

लो. टिळकांनी आडवळणाने मांडलेल्या उपरोक्त मुद्द्यांतून वेदोक्ताविषयीची त्यांची भूमिका अधिक स्पष्ट करता येते. ती अशी- या युगात ब्राह्मण व शूद्र असे दोनच वर्ण राहिले असून शिवाजी महाराजही शूद्रच होते. तथापि, त्यांच्या कार्यावर मोहित होऊन तत्कालीन महाराष्ट्रातील कर्त्या पुरुषांनी (म्हणजे ब्राह्मणांनी) खास सवलत म्हणून त्यांना क्षत्रियत्व बहाल करून गागाभट्टाच्या हस्ते वेदोक्त पद्धतीने राज्याभिषेक केला; पण त्या वेळी भोसले घराण्याची सर्व धर्मकृत्ये पुराणोक्तच करावीत अशी परंपरा ब्राह्मणांनी घालून दिली होती. हीच परंपरा पाळली गेली पाहिजे. छत्रपती घराण्याशिवाय अन्य मराठे क्षत्रिय नाहीत. सबब त्यांना वेदोक्ताचा अधिकार नाही.

शिवाजी महाराजांचा फक्त राज्याभिषेकच वेदोक्त पद्धतीने झाला; पण त्याच वेळी छत्रपतींच्या घरची इतर सर्व धर्मकृत्ये पुराणोक्त पद्धतीने करावीत अशी रीत घातली गेली, या लो. टिळकांच्या म्हणण्याला काही

आधार नव्हता. भोसल्यांची धर्मकृत्ये वेदोक्त पद्धतीने होत होती यास पुरावा नाही, म्हणून ती पुराणोक्त पद्धतीनेच होत होती असे म्हणणे तर्कदुष्टपणा होता. उलट कोल्हापूरकर छत्रपतींच्या घराण्यात वेदोक्त कर्मे चालू होती, ती बाबासाहेब महाराजांच्या वेळी (सन १८६०) बंद करून पुराणोक्त कर्मे सुरू झाल्याची लो. टिळकांचे वेदोक्तातील एक सहकारी प्रो. विजापूरकर यांची साक्ष आहे.[१०] छत्रपतीस वेदोक्ताची 'भीती' घालून पुराणोक्त सुरू करण्यात आले होते, तसेच सातारकर छत्रपती घराण्यातील वेदोक्ताची पद्धती नाना फडणीसाने आपल्या मुत्सद्देगिरीच्या बळावर बंद पाडल्याचीही नोंद आहे.[११] याचा अर्थ शिवछत्रपतींच्या राज्याभिषेकानंतर भोसले घराण्यात बराच काळ वेदोक्त परंपरा चालू होती; पण ब्राह्मणांनी आपल्या मुत्सद्देगिरीने ती बंद पाडली.

छत्रपतींच्या भोसले घराण्याशिवाय अन्य मराठा घराणी वेदोक्ताचे अधिकारी नसल्याचे ठरवून लो. टिळकांनी समस्त मराठा लोकांच्या अस्मितेच्या भंग केला होता. त्यात शाहू छत्रपतींच्या जनक घराण्यातील बापूसाहेब घाटगे आणि बडोद्याचे सयाजीराव गायकवाडही येत होते. ही गोष्ट शाहू महाराजांना अस्वस्थ करणारी वाटत होती आणि म्हणूनच प्रारंभी फक्त आपल्यापुरताच राजवाड्यातील वेदोक्ताचा आग्रह धरणाऱ्या महाराजांनी समस्त मराठ्यांच्या वेदोक्ताच्या अधिकाराचा पुरस्कार केला. मराठ्यांतील फक्त भोसलेच क्षत्रिय आणि बाकीचे मराठे शूद्र ही भूमिका महाराजांना सामाजिक अन्यायाची वाटत होती.

उपरोक्त क्र. ७ मधील लो. टिळकांचे विधानही मूळ मुद्द्याला बगल देऊन, फाटे फोडण्याचे होते. मराठे वेदोक्ताच्या अधिकाराचा आग्रह धरत होते, ते त्यांना 'ब्राह्मण' होण्यासाठी नव्हे, त्यांना ते अधिकार 'क्षत्रिय' म्हणून हवे होते. क्र. ८ मधील विधानातून शाहू महाराजांनी वेदोक्ताच्या प्रकरणात आपल्या सत्तेचा दुरुपयोग केला तर सार्वभौम सरकारला त्याची दखल घ्यावी लागेल, अशी धमकीही दिली आहे.

वेदाला प्रमाण मानणारा तो हिंदू अशी हिंदूंची व्याख्या देणाऱ्या लो. टिळकांनी वेदातील मंत्रांचा अधिकार मागणाऱ्या मराठ्यांना तो अधिकार नाकारावा हे विलक्षण होते. जगातील ख्रिस्ती, इस्लाम किंवा अन्य कोणत्याही धर्मात त्या त्या धर्माच्या अनुयायांना आपला धर्मग्रंथ वाचण्यास बंदी नाही; किंबहुना अन्य धर्मीयांनीही आपला ग्रंथ वाचावा आणि त्यातील तत्त्वज्ञान

जर आवडले तर त्या धर्माची दीक्षाही घ्यावी, अशी त्यांची धडपड असते. बायबल जगातील सर्व भाषांमध्ये आणि जगाच्या कानाकोपऱ्यांत प्रसारित झाले आहे, ते याच विचारांच्या प्रेरणेने. याला फक्त अपवाद होता तो म्हणजे आमच्या हिंदू धर्माचा. हिंदू धर्माच्या किल्ल्या ज्यांच्या हाती होत्या, त्या ब्राह्मण वर्गाने हिंदूंच्या सर्वश्रेष्ठ धर्मग्रंथाचा अधिकार मक्तेदारीने आपल्याच हाती ठेवला होता आणि दुर्दैवाने लो. टिळकांसारख्या नेत्याने या वर्गाचे नेतेपण स्वीकारले होते.

सर्वसाधारणपणे या काळाच्या अनेक अभ्यासकांनी म्हटले आहे की, पुढे महाराष्ट्रात दोन-तीन दशके गाजलेल्या ब्राह्मण-ब्राह्मणेतर वादाची बीजे याच काळात रुजली गेली; तसेच लो. टिळकांनी जर सामोपचाराची आणि उदार भूमिका घेतली असती तर हा वाद विकोपाला गेला नसता. ही जरी वस्तुस्थिती असली तरी १८९१ ते १९०० या दशकातील लो. टिळकांची सार्वजनिक जीवनातील वाटचाल पाहिली तर 'वेदोक्ता'त त्यांनी घेतलेली भूमिका त्या वाटचालीशी सुसंगतच होती असे दिसून येते. सामाजिक न्यायाच्या दृष्टीने ही भूमिका चुकीची असली तरी रानडे-आगरकर आदी सुधारकांच्या विचारांना विरोध करणारा परंपरानिष्ठ नेता म्हणून त्यांची प्रतिमा समाजात उदयास आली होती; त्या प्रतिमेची स्वाभाविक बंधने त्यांच्यावर पडलेली दिसतात. ही बंधने झुगारून देऊन छत्रपतींसह सर्व मराठा वर्गाचे क्षत्रियत्व त्यांनी उदार मनाने मान्य केले असते, तर महाराष्ट्राचा पुढील ३०-४० वर्षांचा सामाजिकच नव्हे तर राजकीय इतिहासही बदलला असता. लोकमान्यांकडे तेवढे सामर्थ्यही होते; पण अशा क्रांतिकारी भूमिकेस महाराष्ट्रातील ब्राह्मण वर्गाचा पाठिंबा मिळणार नाही, याची जाणीव त्यांना होती. तसेच राजकीयदृष्ट्या जागृत असलेला हा वर्ग यांच्या राजकीय चळवळीत सतत त्यांच्या पाठीशी होता. राष्ट्रीय चळवळीत तेच त्यांचे बलस्थान होते, तेव्हा अशा बलिष्ठ वर्गास ते 'वेदोक्ता'सारख्या प्रश्नावरून दुखावण्यास तयार नव्हते, असाच निष्कर्ष शेवटी काढावा लागतो.

वेदोक्ताची इतिश्री

अशा या 'वेदोक्ता'ची कोल्हापूर संस्थानात कशी इतिश्री झाली हे पाहणे उद्‌बोधक आहे. राजोपाध्यांनी त्यांचे उत्पन्न जप्त झाल्यावर सार्वभौम सत्तेकडे धाव घेतली होती. कोल्हापुरातील पोलिटिकल एजंटपासून कलकत्त्याच्या

गव्हर्नर जनरलपर्यंत त्यांनी अपिलामागून अपिले केली होती. कोल्हापूरचेच नव्हे, तर महाराष्ट्राचे लक्ष या केसकडे लागून राहिले होते. या केसवर वेदोक्त संघर्षाचे भवितव्य बरेचसे अवलंबून होते. शेवटी मे, १९०५ मध्ये गव्हर्नर जनरलसाहेबांनी राजोपाध्यांची केस फेटाळून लावली आणि वेदोक्त संघर्षातील ब्राह्मणी पक्षाच्या फुग्यातील हवाच निघून गेली. कोल्हापुरातील राजोपाध्ये व त्यांचे मुख्य सल्लागार विजापूरकर यांच्या खालोखाल या निकालामुळे कोणाला दुःख झाले असेल तर ते पुण्यातील 'केसरी'ला. राजोपाध्यांचे इनाम जसे संस्थानात सामील झाले तसे कोल्हापूर संस्थान इंग्रजी राज्यात सामील झाल्यास लोकांना समाधानच वाटेल, अशी शापवाणी उच्चारून 'केसरी'ने आपले समाधान करून घेतले.

'राजोपाध्ये केस' हा ब्राह्मण पक्षाचा शेवटचा आशातंतू होता; तोच तुटल्यामुळे त्या पक्षाच्या गोटात नैराश्य उत्पन्न झाले. लढ्याचीच इतिश्री झाली आणि शाहू महाराज विजयी झाल्याची वस्तुस्थिती आता त्यांना मान्य करावी लागली. महाराजांसमोर सर्वांत प्रथम शरणागती स्वीकारली ती करवीर शंकराचार्य ब्रह्मनाळकर स्वामींनी. महाराज क्षत्रिय असून त्यांना वेदोक्ताचा पूर्ण अधिकार असल्याचे कबूल करून त्यांनी क्षमायाचना केली, तेव्हा महाराजांनी मेहरबान होऊन स्वामींच्या मठाची संपत्ती त्यांच्याकडे सुपूर्द केली (सप्टेंबर, १९०५). शंकराचार्यांच्या मागोमाग कोल्हापुरातील ब्रह्मवृंदानेही शरणागती स्वीकारली. महाराजांचे क्षत्रियत्व आणि वेदाधिकार एका जाहीर सभेतील ठरावाने त्यांनी मान्य केला. (डिसेंबर, १९०५). सहा-सात वर्षे चाललेल्या या सामाजिक संगरात शेवटी महाराज विजयी झाले. महाराष्ट्राच्याच नव्हे तर अखिल हिंदुस्थानच्या सामाजिक इतिहासातील हा एक महान विजय होता. हा विजय महाराष्ट्रातील सर्वच ब्राह्मण वर्गाने मान्य केला असे नाही. अधूनमधून वेदोक्ताचे संदर्भ ब्राह्मण समाजात उफाळून वर येत राहिले; पण त्यात पूर्वीचा जोश राहिलेला नव्हता. वेदोक्त आता वाईच्या भाऊशास्त्री लेले व पुण्याच्या इतिहासाचार्य राजवाडे यांच्यासारख्या ब्राह्मण विद्वानांच्या पांडित्यापुरतेच मर्यादित राहिले.

वेदोक्ताच्या संघर्षात ब्राह्मण पक्षाच्या गोटात लो. टिळक आणि विजापूरकर यांच्याशिवाय इचलकरंजीचे घोरपडे, कोल्हापूरचे राशिंगकर वकील व 'विद्याविलास'कार शंकरशास्त्री गोखले, साताऱ्याचे दादासाहेब करंदीकर, वाईचे 'धर्म'कार भाऊशास्त्री लेले, मुंबईचे महादेव राजाराम बोडस, पुण्याचे

'काळ'कार शिवरामपंत परांजपे, वि.का. राजवाडे, श्री. व्यं. केतकर, सरदार बाळासाहेब नातू अशी अनेक मातब्बर मंडळी कार्यरत होती. याशिवाय केसरी, समर्थ, काळ, मोदवृत्त, गुराखी, धर्म, जगतहितेच्छू, प्रेक्षक, सुबोधसिंधू, बेळगाव समाचार, ब्रह्मोदय अशा अनेक ब्राह्मणी वृत्तपत्रांतून प्रतिपक्षावर सातत्याने प्रखर हल्ले होत राहिले.[१२]

येथे आणखी एका बाबीची आवर्जून नोंद घेतली पाहिजे. ती म्हणजे वेदोक्ताच्या संघर्षात काही मोजकीच; पण विचाराने खंबीर व तत्त्वनिष्ठ असलेली ब्राह्मण मंडळी शाहू महाराजांच्या बाजूने उभी राहिली होती. त्यामध्ये ब्रह्मवृंदाच्या जातिबहिष्कृततेच्या शिक्षेस भीक न घालणारे वेदशास्त्रसंपन्न नारायण भट सेवेकरी, पुढे राजोपाध्यांच्या जागी ज्यांची नेमणूक झाली ते तात्याराव जोशीराव, कोल्हापुरातील प्रतिष्ठित ब्राह्मण गुंडोपंत पिशवीकर आणि दत्तात्रय तोफखाने, कुरुंदवाडचे बाळासाहेब पटवर्धन, वाईचे महादेवशास्त्री दिवेकर, मुंबईचे सुधारणावादी विचारवंत राजारामशास्त्री भागवत, पुण्याचे प्रकांड पंडित भारताचार्य चिं.वि. वैद्य इत्यादींचा समावेश होतो. विशेषतः राजारामशास्त्री भागवत आणि भारताचार्य वैद्य या ब्राह्मण पंडितांनीच मराठ्यांच्या क्षत्रियत्वाचा आणि त्यांच्या वेदाधिकाराचा साधार व जाहीर पुरस्कार केल्याने शाहू महाराजांचा पक्ष नैतिकदृष्ट्या अधिक बलवान झाला.

वेदोक्ताचा अन्वयार्थ

अशा प्रकारे 'वेदोक्ता'चे प्रकरण करवीर शंकराचार्यांच्या व ब्रह्मवृंदाच्या शरणागतीने संपुष्टात आले तरी त्याचे पडसाद महाराष्ट्राच्या समाजकारणावर दूरगामी स्वरूपाचे झाले. प्रारंभी वेदोक्ताचा वाद छत्रपतींच्या राजवाड्यापुरता मर्यादित असताना कालौघात त्याचे एका मोठ्या सामाजिक संगरात रूपांतर झाले, याचे मूलतः कारण त्या संगराच्या तळाशी सामाजिक न्यायाचे तत्त्व कार्यरत होते हे होय. वेदमंत्रांनी धर्मकृत्ये केली म्हणजे मराठा जातीचा मोठा उद्धार होणार होता, अशी वस्तुस्थिती नव्हती. लो. टिळक अथवा विजापूरकर यांनी हाही मुद्दा आपल्या लेखांत मराठ्यांच्या वेदाधिकाराचे खंडन करताना अनेकवार मांडला आहे. लो. टिळकांनी म्हटले आहे, 'वेदोक्त कर्मे करणारे ब्राह्मण पाणी भरतात आणि पुराणोक्त कर्मे करणारे मराठे राजपदाचा अनुभव घेतात हे जर आम्ही डोळ्याने पाहत आहोत, तर वेदोक्त मंत्रांनीच आपले संस्कार झाले पाहिजेत, असा मराठ्यांनी आग्रह धरणे चुकीचे नव्हे

काय?'[१३] विजापूरकरांचेही असेच म्हणणे होते : 'बदलत्या काळानुसार जे धर्मविधी खुद्द सुशिक्षित ब्राह्मण समाजातच निर्माल्यतुल्य समजले जाऊ लागले आहेत, तेच धर्मविधी किंवा वेदमंत्रप्रयोग सुरू करण्यात व अर्थ न समजता त्यांच्या कवायती करण्यात काळाचा आणि वित्ताचा वृथा विनियोग करण्यासारखे आहे. जे वेदोक्त कर्मपद्धतीचे जड जू सुशिक्षित ब्राह्मण मंडळी आपल्या मानेवरून झुगारून देऊ पाहत आहेत, तेच जू आपल्यावर लादून घेण्यात मराठे मंडळी कोणता पुरुषार्थ साधणार आहेत?'[१४]

खरोखरच लो. टिळकादी विचारवंत म्हणतात त्याप्रमाणे वेदोक्त कालबाह्य व निरर्थक कर्मकांडाचे जू वगैरे काही असेल तर त्याचे अधिकार मराठ्यांना देण्यास ब्राह्मण वर्गाची एवढी खळखळ का होती? वेदोक्त कालबाह्य व निरर्थक असेल तर त्याचे जू स्वीकारून मराठ्यांचे नुकसान होणार होते, ब्राह्मणांचे नाही. उलट पुराणोक्तापेक्षा वेदोक्ताची अधिक फी लावून, ब्राह्मणांना अर्थलाभ करून घेता आला असता. अशा परिस्थितीत मराठ्यांना दिलेला उपरोक्त सल्ला साळसूदपणाचा होता यात शंका नाही. वेदोक्ताच्या मंत्रांनी आपला उद्धार होणार नाही, याची शाहू महाराजांनाही जाणीव होती; पण हा वेदोक्त मंत्राचा प्रश्न नव्हता, हा सामाजिक हक्काचा प्रश्न होता. हिंदू धर्मातील क्षत्रिय वर्णाचा एक मूलभूत हक्क म्हणून मराठ्यांना वेदोक्ताचा अधिकार हवा होता. 'चातुर्वर्ण्य पद्धती' हे हिंदू समाजाचे व्यवच्छेदक लक्षण मानले जात असताना ब्राह्मणांनी आपल्या बरोबरीच्या क्षत्रियांचे 'क्षत्रियत्व'च नाकारून त्यांचे अस्तित्व पुसले होते आणि त्यांना 'शूद्रा'त बसविले होते. यामागे ब्राह्मणांचा वर्णश्रेष्ठत्वाचा अहंकार होता; सर्व ब्राह्मणेतरांना तुच्छ लेखण्याची गर्विष्ठ वृत्ती होती आणि समाजात आपल्याच वर्गाची सर्वंकष मक्तेदारी निर्माण करण्याचे कुटिल धोरण होते. या सर्वांस मराठ्यांचे क्षत्रियत्व मान्य करून त्यांना वेदाधिकार दिल्याने शह बसणार होता. धर्मकारणातच नव्हे, तर सर्व समाजकारणातही ब्राह्मणांच्या बरोबर मराठ्यांना प्रतिष्ठा प्राप्त होणार होती. अशी प्रतिष्ठा द्यायला महाराष्ट्रातील ब्राह्मण वर्ग तयार नव्हता, तेव्हा मराठ्यांच्या वतीने हा संघर्ष सामाजिक हक्काच्या, सामाजिक न्यायाच्या प्रस्थापनेसाठी होता.

'वेदोक्त' हा शाहू महाराजांच्या उत्क्रमणशील जीवनातील एक महत्त्वाचा आणि पहिला टप्पा होता हे लक्षात घेतले पाहिजे. हे स्पष्ट आहे की, महाराजांनी चातुर्वर्ण्य व्यवस्थेच्या अंतर्गत मराठ्यांच्या क्षत्रियत्वाचा व

वेदाधिकाराचा आग्रह धरला होता. त्यांनी या टप्प्यावर चातुर्वर्ण्य व्यवस्था नाकारलेली नाही. वर्णश्रेष्ठत्व, जातिभेद व अस्पृश्यता याविरुद्ध त्यांनी १९१० नंतरच्या दशकात सर्वंकष लढा पुकारला. ही त्यांच्या उत्क्रमणशील सार्वजनिक जीवनाची फार पुढची म्हणजे १९१५-१६ सालानंतरची पायरी आहे. त्या पायरीचे निकष सन १९०१-०२च्या महाराजांच्या जीवनाला लावणे चुकीचे होईल. खुद्द महाराजांनाही आपण पुढे महाराष्ट्रातील अखिल ब्राह्मणेतरांचे, दलित-पतितांचे कैवारी बनून आपणास त्यांच्या हक्कासाठी व अभ्युदयासाठी लढा द्यावा लागेल याचे स्वप्न पूर्णांशाने पडले होते, असेही म्हणता येणार नाही. एखाद्या कळीचे रूपांतर पूर्ण विकसित सुगंधी फुलात व्हावे त्याप्रमाणे महाराजांचे सार्वजनिक जीवन हळूहळू विकसित होत गेले. वेदोक्त कालखंडात महाराजांच्या या जीवनाची कळी नुकतीच उमलू पाहत होती असेच म्हणावे लागेल.

असे असले तरी समाजातील ब्राह्मणी वर्चस्वास व मक्तेदारीस महाराजांनी 'वेदोक्ता'त यशस्वी आव्हान दिले, ही गोष्ट सामान्य नव्हती. त्यातून त्यांना ब्राह्मणशाहीचे अंतरंग समजू शकले आणि त्याचबरोबर तिच्याशी लढ्याचे तंत्रही ते अवगत करू शकले. या 'स्वानुभवा'ची आणि आत्मसात केलेल्या तंत्राची शिदोरी त्यांना पुढील वाटचालीत मार्गदर्शक ठरली. 'वेदोक्ता'तील 'स्वानुभवा'मुळेच सर्व हिंदूंना वेदाधिकार देणाऱ्या आर्य समाजाकडे आणि ब्राह्मणशाहीच्या मक्तेदारीविरुद्ध लढणाऱ्या सत्यशोधक समाजाकडे महाराज आकृष्ट झाले. ही वेदोक्ताची सर्वांत मोठी फलनिष्पत्ती मानावयास हवी.

'वेदोक्ता'ने फक्त मराठा समाजातच जागृती केली असे नाही; तर अखिल ब्राह्मणेतरांमध्येही जागृतीचे पर्व सुरू झाल्याचे महाराजांचे समकालीन 'जागृति'कार भगवंतराव पाळेकर सांगतात : 'कोल्हापूरचे वेदोक्त प्रकरण म्हणजे मागासलेल्या जातींच्या जोरदार मोहिमेचे पहिले रणशिंगच होय असे म्हणण्यास हरकत नाही. वेदोक्ताच्या चळवळीविषयी कोणाचा कसाही मतभेद असला तरी तिने ब्राह्मणेतरांचा स्वाभिमान जागृत केला. धार्मिक सुधारणेकडे त्यांची दृष्टी वळविली, ही गोष्ट कोणालाही नाकबूल करता यावयाची नाही. महाराष्ट्रामध्ये करवीरच्या छत्रपतींनी या चळवळीमध्ये पुढाकार घेतल्यामुळेच तिला विशेष जोर आला आणि तिचा फैलाव झाला.'[१५]

'वेदोक्ता'मधील शाहू महाराजांच्या विजयाने ब्राह्मणेतर समाजात विलक्षण चैतन्य उत्पन्न केल्याने ती ब्राह्मणेतर चळवळीची नांदीच ठरल्याचे महाराजांचे

आद्य चरित्रकार अण्णासाहेब लठ्ठे यांनीही म्हटले आहे : 'त्या सामन्यात अखेर महाराजांनाच विजयश्रीने माळ घालताच, अखिल महाराष्ट्रातील मराठा घराण्यांत वेदोक्त प्रकरणाविषयी नेहमी दिसून येणारे स्वाभाविक अगर वरपांगी औदासीन्य नष्ट होऊन, त्यांच्यामध्ये विलक्षण चैतन्य उत्पन्न झाले. मराठा व इतर वसतिगृहांमध्ये शिक्षण संपादन करणारे विद्यार्थी आणि ब्राह्मणेतर, जागृतिरूपी विद्युत्‌शक्तीच्या प्रवाहाने व्यापून गेलेल्या कोल्हापूरच्या वातावरणात राहणारे लोक या सर्वांमध्ये एक प्रकारचा विलक्षण उत्साह उत्पन्न झाला. हे लोक कोल्हापूरची हद्द सोडून परमुलखात जेथे जेथे म्हणून जात असत तेथे तेथे ब्राह्मणेतर जागृतीची नवनवीन केंद्रे उत्पन्न होत; आणि याच केंद्रांमुळे थोड्या वर्षांनंतर ब्राह्मणेतरांची चळवळ उत्पन्न झाली, असे म्हणण्यास हरकत नाही.'[१६]

तात्पर्य, वेदोक्ताच्या संगराने छत्रपतींच्या गादीवर विराजमान झालेल्या एका राजाचा एक बंडखोर समाजसुधारक म्हणून, अखिल ब्राह्मणेतर समाजाचा भावी नेता म्हणून उदय घडवून आणला होता.

५

शिवाजी क्लब व दहशतवादी

शिवाजी क्लबचा उदय

कोल्हापुरात वेदोक्ताचा संघर्ष चालू असताना राजर्षी शाहू महाराजांना आणखी एका गुंतागुंतीच्या व दीर्घकाळ टिकून राहिलेल्या प्रकरणाला सामोरे जावे लागले. हे प्रकरण म्हणजे कोल्हापुरातील ब्राह्मण दहशतवाद्यांनी सुरू केलेल्या सशस्त्र कारवाया. या कारवाया 'शिवाजी क्लब' नावाच्या १८९३ मध्ये स्थापन झालेल्या संघटनेच्या लोकांनी सुरू केल्या. प्रारंभी मर्दानी खेळाचे शिक्षण देणारी व गणेश उत्सव, शिवजयंती यांसारखे उत्सव साजरे करणारी ही संघटना हळूहळू सशस्त्र बनत जाऊन सार्वभौम इंग्रजी सरकारविरुद्ध कारवाया करू लागली. इंग्रजांचे मांडलिक संस्थानिक या नात्याने शाहू महाराजांनी जेव्हा त्यांच्या करावायांची दखल घेऊन त्यांचा बंदोबस्त करायला सुरुवात केली, तेव्हा महाराजही या संघटनेचे शत्रू बनले.

'शिवाजी क्लब' ही संघटना मुख्यतः कोल्हापुरातील सुशिक्षित ब्राह्मण तरुणांनी स्थापन केली असली तरी त्यामध्ये प्रारंभी अनेक ब्राह्मणेतर तरुणही सामील होते. छत्रपतींच्या दरबारातील अनेक ज्येष्ठ अधिकाऱ्यांचे जवळचे नातलगही त्यामध्ये होते. शिवछत्रपतींच्या कार्याचे स्मरण राखून, त्यांच्या स्मृत्यर्थ उत्सव वगैरे साजरे करून देशप्रेम जागृत करणाऱ्या या संघटनेबद्दल शाहू महाराजांचे मत प्रारंभी अनुकूल होते. एवढेच नव्हे, तर दरबाराकडून या संघटनेच्या सभासदांच्या मर्दानी खेळांच्या शिक्षणासाठी घोडे आणि हत्यारेही पुरवली जात. दरम्यान, १८९५च्या ऑगस्टमध्ये रायगडावरील शिवछत्रपतींच्या समाधीच्या जीर्णोद्धाराच्या संदर्भात लो.

टिळकांच्या नेतृत्वाखाली पुण्याचे एक शिष्टमंडळ महाराजांना भेटले होते. आपल्या पूर्वजांविषयी वाटणाऱ्या आदरभावापोटी महाराजांनी जीर्णोद्धाराच्या कार्यास भरीव साह्य करण्याचे आश्वासनही दिले होते. शिवाजी महाराजांच्या नावाने समाजात चालत असलेल्या कोणत्याही विधायक कार्यास मदत करावी, असे महाराजांना वाटणे स्वाभाविक होते. एवढेच नव्हे, तर इंग्रज अधिकारीही प्रारंभी या 'शिवाजी चळवळी'च्या विरुद्ध नव्हते.

पण ही परिस्थिती फार काळ राहिली नाही. लो. टिळकप्रणीत 'शिवाजी चळवळी'त राजकीय रंग आणले गेले. तसे ते येणे स्वाभाविकही होते; पण त्यामुळे राज्यकर्त्यांचा त्या चळवळीकडे बघण्याचा दृष्टिकोन दिवसेंदिवस प्रतिकूल बनत गेला. इकडे कोल्हापुरातील शिवाजी क्लबमधील काही सभासदांनी १८९५ पासून शस्त्रसंग्रह करायला सुरुवात केली. हे जेव्हा उघडकीस आले, त्या वेळी काहीजणांना शिक्षाही झाली. या लहानशा घटनेने महाराज सावध झाले; पण प्रकरण तिथेच मिटले नाही. शिवाजी क्लबच्या मंडळींनी आपले उद्योग चालूच ठेवले. एप्रिल, १८९९ मध्ये बीडमध्ये झालेल्या बंडात सहभागी होऊन त्यांनी तिकडे आर्थिक मदत पाठविली. एवढेच नव्हे, तर त्यांनी त्याच सुमारास कोल्हापुरात सुरू झालेल्या प्लेगच्या साथीचा फायदा घेऊन शस्त्रखरेदीसाठी शहरातील काही बंद घरांत चोरीचे प्रकार केले (जानवारी, १९००). त्यात काहीजणांना शिक्षाही झाली. याच दरम्यान कोल्हापुरातील पोलिटिकल एजंट कर्नल रे यांनी महाराजांवर 'विषप्रयोगा'चे बालंट आणले; त्यातच काही विघ्नसंतोषी लोकांनी शिवाजी क्लबच्या बेकायदेशीर व प्रक्षोभक कारवायांमागे महाराजांचे बंधू बापूसाहेब यांचा हात असल्याचे कळवून इंग्रज सरकारचे मन कलुषित करण्याचा प्रयत्न केला; त्यामुळे इंग्रज सरकारही महाराजांच्या एकूण वागण्याविषयी साशंक बनले होते. याच सुमारास कोल्हापुरात वेदोक्त प्रकरण धुमसू लागले होते. 'वेदोक्त' पेटविणारा जो ब्राह्मण वर्ग होता, त्या वर्गातूनच शिवाजी क्लबचे बहुसंख्य सभासद आले होते. या घटनांच्या पार्श्वभूमीवर दरबारातील अधिकाऱ्यांनी, त्यांच्या नातलगांनी, शिवाजी क्लबशी कोणत्याही प्रकारचा संबंध ठेवू नये, म्हणून महाराजांना राजाज्ञा काढावी लागली. परिणामी, बहुतेक ब्राह्मणेतर सभासदांनी शिवाजी क्लबमधून आपले अंग काढून घेतले आणि अशा प्रकारे १९०० सालापासून शिवाजी क्लब हा मुख्यतः ब्राह्मण दहशतवाद्यांचा गट म्हणून पुढे आला.

लोकमान्यांची भूमिका

लो. टिळकांची या दहशतवाद्यांच्या संदर्भात नेमकी काय भूमिका होती, हे पाहणे महत्त्वाचे आहे. या वेळी राष्ट्रीय पातळीवर काँग्रेसअंतर्गत जहालवादी राजकारणाचे प्रणेते म्हणून त्यांचा उदय होत होता. याच वेळी जुलमी कर्झनशाहीचा साम्राज्यवादी वरवंटा हिंदुस्थानच्या माथ्यावर फिरत होता. या जुलमी कर्झनशाहीचा सशस्त्र प्रतिकार करण्यासाठी देशभर, विशेषतः महाराष्ट्रात अनेक गुप्त गट उदयास आले होते. महाराष्ट्रात पुणे, नाशिक, सातारा, कोल्हापूर, बेळगाव इत्यादी ठिकाणी या गटांच्या कारवाया चालू झाल्या होत्या. असे गट स्थापन करणाऱ्या व्यक्ती 'टिळकभक्त' होत्या हे लक्षात घेतले पाहिजे. लो. टिळकांनी दहशतवाद्यांच्या सशस्त्र कारवायांचा कधीच उघड पुरस्कार केला नसला तरी त्यांची सहानुभूती आणि वेळ पडल्यास प्रत्यक्ष साह्य त्यांच्या पाठीशी असे; पण असे साह्य करीत असताना आपण त्यात कुठेही अडकणार नाही, याची ते जाणीवपूर्वक खबरदारी घेत आणि त्यांनी देशसेवेचा जो मार्ग स्वीकारला होता, त्या संदर्भात अशी खबरदारी घेणे आवश्यक व योग्यच होते. असे असले तरी आणि त्यांचा 'केसरी' एका बाजूला दहशतवाद्यांची कृत्ये हे 'माथेफिरूंचे अघोरी उपाय' असे वर्णन करीत असला तरी हिंदी निःशस्त्र लोकांची माथी भडकवून, त्यांना बॉम्बगोळ्यासारखे अघोरी उपाय योजण्यास सरकारचे जुलमी व अत्याचारी धोरणच कारणीभूत असल्याचे तो ठणकावून सांगत होता.

दहशतवाद्यांची साहसी कृत्ये समाजातील इंग्रजांविरुद्धचा असंतोष प्रकट करण्याचा एक प्रभावी मार्ग असल्याचे लो. टिळकांना वाटत असल्याने त्यांचा आशीर्वाद सशस्त्र क्रांतिकारकांच्या पाठीशी सदैव राहिला. महान क्रांतिकारक स्वा. सावरकरांनी त्यांच्याविषयी म्हटले आहे की, लोकमान्य खड्गाची मूठ होते आणि क्रांतिकारक या खड्गाचे पाते होते.[१] याचा अर्थ दहशतवादी आपल्या सर्व कारवाया लो. टिळकांशी सल्ला-मसलत करून करीत होते, असे नाही; पण अशा कारवायांमध्ये ते अडचणीत आले तर हस्ते-परहस्ते ते त्यांना साह्यही करीत; प्रसंगी सावधानतेचा आणि परिस्थितीचे भान ठेवण्याचा इशाराही देत.

कोल्हापूरच्या संदर्भात सांगायचे झाले तर वेदोक्त संघर्षाच्या वेळी कोल्हापुरातील ब्रह्मवृंदाची जशी पाठराखण लो. टिळकांनी केली, तशीच ती ब्राह्मण दहशवाद्यांच्या संदर्भातही चालू ठेवली. १९०७ च्या जूनमध्ये शाहू महाराजांनी संस्थानातील दहशतवाद्यांच्या हालचालींना आळा घालण्यासाठी सभाबंदीचा हुकूम जारी केला, तेव्हा लो. टिळकांनी 'केसरी'तून आपले कठोर टीकास्त्र सोडताना म्हटले होते, 'जरी पंजाब व पूर्व बंगाल या प्रांतांमध्ये डिस्ट्रिक्ट मॅजिस्ट्रेटास कळविल्याखेरीज सार्वजनिक सभा भरविण्याचे बंद केले आहे, तरी शिवाजीच्या वंशातल्या छत्रपतींनी ब्रिटिशांच्या पावलावर पाऊल टाकून जुलमी इंग्रजी कायद्याच्या धर्तीवर जाहीरनामा काढावा, हे तिरस्करणीय आहे. कोल्हापूर राज्यात असे काय गूढ आहे अथवा राजद्रोह चालला आहे की, ज्याचा बंदोबस्त इंग्रजी कायद्याचे अठरा आणे अनुकरण केल्याशिवाय करता येत नाही. महाराज आमचे शत्रू की आम्ही महाराजांचे शत्रू याचा निकाल कधी तरी लागल्याशिवाय राहणार नाही.''[२]

कोल्हापुरातील दहशतवाद्यांच्या कारवाया

वेदोक्त प्रकरण चालू असता कोल्हापुरातील दहशतवाद्यांच्या कारवायाही चालूच होत्या; पण वेदोक्तामध्ये ब्रह्मवृंदाचा पराभव झाल्याने त्या दिवसेंदिवस अधिक वाढत गेल्या. राज्यकर्ता या नात्याने प्रतिबंधात्मक उपाययोजना करून संस्थानातील दहशतवाद्यांचा बंदोबस्त करणे हे शाहू महाराजांचे कर्तव्यच होते. हे कर्तव्य बजावीत असताना इंग्रज सरकारशी सहकार्य करणे अथवा त्यांचे सहकार्य घेणे हेही अपरिहार्य होते. विशेष म्हणजे कोल्हापुरातील दहशतवादी आणि देशातील अन्य ठिकाणांचे दहशतवादी यांच्यात एक महत्त्वाचा फरक होता. कोल्हापूरच्या दहशतवाद्यांच्या कारवायांस वेदोक्त संघर्षाची पार्श्वभूमी लाभलेली होती; त्यामुळे त्यामध्ये धार्मिक कडवेपणाचे रंग मिसळलेले होते आणि हा धार्मिक कडवेपणा खुद्द छत्रपतींच्या विरोधात ब्राह्मणांनी अंगीकारलेला होता. परिणामी, छत्रपती आणि हा ब्रह्मवृंद यांचे संबंध शत्रुत्वाचे बनले. वेदोक्ताचा निकाल लागल्यावर या ब्रह्मवृंदाने आता महाराजांना अडचणीत आणण्याचे दुसरे मार्ग धुंडाळण्यास सुरुवात केली होती.

यांतील एक मार्ग होता शाहू महाराजांचे चारित्र्यहनन करण्याचा. १९०६च्या मध्यास कोल्हापुरातील कारस्थानी लोकांनी काही निनावी, तर काही खोट्या नावाने मुंबई सरकारकडे अर्ज पाठविले. त्यात त्यांनी महाराजांवर तीन तरुण स्त्रियांना भ्रष्ट केल्याचा आरोप केला होता. महाराजांनी अतिशय धीरगंभीरपणे हे आव्हान स्वीकारले. महाराजांच्या चरित्र्यहननाविषयी सविस्तर चर्चा पुढे येणारच आहे. तूर्त येथे एवढेच लक्षात ठेवले पाहिजे की, ब्राह्मणशाहीशी त्यांचा जो संघर्ष चालू होता, त्यात त्यांच्यावर अशा हीन पातळीवर उतरूनही वार केले जात होते. अर्थात लो. टिळकांचा अशा हीन दर्जाच्या कृत्यांना कधीच पाठिंबा नव्हता, हेही ध्यानात घेतले पाहिजे.

इंग्रज सरकार आणि शाहू महाराज यांच्याविरुद्ध ब्राह्मण दहशतवाद्यांचा जो लढा चालू होता, त्यात महाराजांचा काटा आपल्या मार्गातून कायमचा दूर करण्याचा मार्ग चोखाळ्यासही त्यांनी कमी केले नाही. किंबहुना कोल्हापुरातील दहशतवाद्यांच्या नजरेसमोर येथून पुढे हे एक प्रमुख लक्ष्य बनल्याचेच दिसून येते. २१ मार्च, १९०८ रोजी महाराजांची कन्या आक्कासाहेब महाराज यांच्या भव्य विवाह सोहळ्याचे आयोजन केले गेले होते. गव्हर्नर क्लार्क, त्यांचे अनेक वरिष्ठ इंग्रज सहकारी, पोलिटिकल एजंट फेरिस, भावनगर, मुधोळच्या महाराजांसह अनेक संस्थानिक या शुभप्रसंगी उपस्थित राहणार होते. अशा प्रसंगी बॉम्ब टाकून या बड्यांची शिकार करण्याचा कट कोल्हापुरातील दामू जोशी, गणपतराव मोडक इत्यादी दहशतवाद्यांनी रचला. सुदैवाने पुण्याहून येणारा बॉम्ब कोल्हापूरला वेळेत पोहोचू शकला नाही, म्हणून पुढचा अनर्थ टळला. हा बॉम्ब वेळेत पोहोचून गव्हर्नर, छत्रपतींसह नववधू-वरांचा घात झाला तर कोल्हापूरच्या समस्त ब्रह्मवृंदावर कोणती आपत्ती कोसळेल, याचा साधा विचारही या अविवेकी लोकांनी केला नव्हता.

शाहू महाराजांबरोबरच कर्नल फेरिस यांचे नावही कोल्हापूरच्या दहशवाद्यांच्या यादीत होते. वेदोक्ताच्या संघर्षात फेरिसनी महाराजांना साथ दिली असल्याने ते कोल्हापूरच्या ब्रह्मवृंदाचे पहिल्या क्रमांकाचे शत्रू बनलेले होते, तेव्हा दहशतवाद्यांनी फेरिस सेवानिवृत्त होऊन मायदेशी जात असताना रेल्वेतच त्यांचा खून करण्याचा कट रचला. १६ एप्रिल, १९०८ रोजी फेरिस रेल्वेने प्रवास करीत असताना दामू जोशीने त्यांच्यावर पिस्तूल रोखून गोळ्या झाडल्या; पण दामूच्या दुर्दैवाने व फेरिसच्या सुदैवाने पिस्तुलाने

दगा दिला. फेरिस या हल्ल्यातून वाचले.

या घटनेनंतर अवघ्या तीन महिन्यांत खुद्द महाराजांना रस्त्यात बॉम्बने उडवून देण्याचा आणखी एक अयशस्वी प्रयत्न झाला. या प्रयत्नाविषयी आपले एक हितचिंतक सर क्लॉड हिल यांना लिहिलेल्या पत्रात महाराज म्हणतात, 'दहशतवाद्यांच्या कारवायांना सध्या कोल्हापुरात ऊत आला आहे. ब्राह्मणांचे माझ्याविषयीचे वैरभावाचे वागणे पराकोटीला गेले आहे. मी पुण्याहून मेलने कोल्हापूरला येत असल्याची खात्री करून घेऊन त्यांनी स्टेशन ते राजवाडा या रस्त्यावर एक बॉम्ब ठेवला. आजारी नातलगास पाहण्यास गेल्यामुळे मी मेलने निघू शकलो नाही, त्यानंतरच्या गाडीने निघालो. प्रथेप्रमाणे रोखलेला रस्ता मी मेलने न आल्यामुळे सार्वत्रिक वाहतुकीस मोकळा केला गेला. राजवाड्याच्या रस्त्याने एक टांगा जात असताना बॉम्बचा स्फोट झाला आणि घोडा जखमी झाला. मी दैवयोगाने बचावलो. मुंबईहून मला काही धमकीची पत्रेही आली आहेत. टिळकांच्या जगद्‌गुरूंचा अपमान केल्याबद्दल एक महिन्याच्या आत बॉम्ब टाकून माझा बळी घेण्याची मला धमकी दिली आहे. ब्रिटिश सरकार यातून मला वाचवू शकत नाही, अशी आव्हानात्मक दमबाजीही केली आहे. कोल्हापूर हे दहशतवाद्यांचे केंद्र आहे, हे सांगताना मला वाईट वाटते. सदर्न मराठा स्टेट्‌समध्ये पंधरा संस्थाने असून त्यांपैकी कोल्हापूर व मुधोळ ही दोनच मराठा संस्थाने आहेत, बाकीची सारी ब्राह्मणी संस्थाने. साहजिकच दक्षिण मराठा कंट्री नावाने ओळखल्या जाणाऱ्या या भूप्रदेशात ब्राह्मणांचे अधिक वर्चस्व आहे'- (१८ जुलै, १९०८).[३]

यानंतरच्या काळातही महाराजांचा प्राण हिरावून घेण्याची अनेक कटकारस्थाने रचली गेली. अशाच एका कटाची माहिती देताना त्यांचे गुरू फ्रेजर लिहितात, 'तुम्हाला ठार मारण्याचा विडा उचललेल्या लोकांसंबंधीचा तुमचा होरा दुर्दैवाने खरा ठरला आहे. त्या कटाचे धागेदोरे मिळाले आहेत. मुंबई सरकारने तुमच्या संरक्षणाची व्यवस्था केली आहे'- (५ एप्रिल, १९१०).[४] दहशतवाद्यांनी महाराजांच्या जीवनाच्या अंतापर्यंत त्यांचा पिच्छा पुरविलेला दिसतो. मार्च, १९२२ मध्ये त्यांच्या पुण्याच्या हितचिंतकाने, भालचंद्र शेखदार यांनी, त्यांना लिहिलेले एक पत्र उपलब्ध आहे. त्यात ते लिहितात,

'हुजुरांचे सेवेसी हे पत्र सादर करण्याचे कारण असे की, मी हुजुरांच्या जिवास अपाय करू इच्छिणाऱ्यांचे काही शब्द ऐकले आहेत. त्यावरून

असे दिसते की, हुजुरांचेवर काहीतरी फेकून (स्फोटकारक) हुजुरांचा जीव घेण्याचा प्रयत्न होईल. शिवाय हुजुरांचेवर पाणी पिण्याचे द्वाराही विषप्रयोग होण्याचा संभव आहे. मी त्यांचे नजरेस पडताच त्यांनी मलाही ऐकलेले तोंडाने कोणास सांगितल्यास जीव घेण्याची भयंकर धमकी दिली. मी हुजुरांचा प्रजाजन असल्याने आणि माझे कुटुंब हुजुरांच्या कृपाप्रसादावरच पोसत असल्याने झालेली गोष्ट सरकारास कळविणे अवश्य कर्तव्य म्हणून कळविली आहे.'[५] महाराजांचा प्राण घेण्यासाठी जसे अनेक शत्रू टपून बसले होते, तसा त्यांचा प्राण वाचविणारेही अनेक हितचिंतक समाजात होते. त्यांच्या दृष्टीने महाराजांचा जीव त्यांना लाख मोलाचा वाटत होता, हेच उपरोक्त पत्रावरून स्पष्ट होते.

दक्षिण महाराष्ट्रात कोल्हापूर हे एकच मराठा संस्थान होते. सांगली, मिरज, इचलकरंजी, औंध, भोर अशी अनेक ब्राह्मण संस्थाने होती; पण या ब्राह्मण संस्थानांत दहशतवाद्यांनी आपल्या कारवाया न करता त्या कोल्हापूर संस्थानातच चालू ठेवाव्यात आणि कोल्हापूर हे पुण्याखालोखाल महाराष्ट्रातील दहशतवाद्यांचे प्रमुख केंद्र बनवावे, यामागे ब्राह्मणशाहीचे कुटिल कारस्थान आहे, असे शाहू महाराजांना वाटत होते. दहशतवाद्यांना इंग्रजांविरुद्धची सशस्त्र चळवळ चालविण्याबरोबरच आपल्या कारवायांनी महाराजांनाही संकटात घालता येत होते. याचा अर्थ कोल्हापुरातील दहशतवादी एकाच दगडात दोन पक्षी मारू पाहत होते. इंग्रज हे जसे त्यांचे शत्रू होते, तसे महाराजांनाही ते आपले शत्रू समजत होते; त्यामुळे त्यांच्या लढ्यात परकीय सत्तेच्या द्वेषाबरोबर छत्रपतींविषयीची द्वेषभावनाही होती आणि ती ब्राह्मणशाहीच्या अहंकारातून जन्मास आलेली होती. असा ब्राह्मणी अहंकार स्वा. सावरकर प्रभृतींच्या कृत्यांत आढळत नाही. त्यांची सशस्त्र कृत्ये ही निखळ राष्ट्रप्रेमावर आधारित होती.

महाराजांचे क्रांतिकारी चळवळीस साह्य

शाहू महाराजांनाही देशाच्या स्वातंत्र्याबद्दल आच होतीच आणि ते स्वातंत्र्य पैदा करणाऱ्या लो. टिळक प्रभृतींच्या कार्याबद्दल आदरभावही होता; पण इंग्रजांच्या अधिसत्तेखाली मांडलिकत्वाच्या बंधनांनी त्यांचे हात बांधले गेल्यामुळे देशाच्या स्वातंत्र्याविषयी अथवा त्यासाठी प्रयत्न करणाऱ्या नेत्यांविषयी ते उघड सहानुभूती व्यक्त करू शकत नव्हते. मातृभूमीच्या

स्वातंत्र्यासाठी सर्वस्व अर्पण करणाऱ्या थोर क्रांतिकारकांविषयीही त्यांना द्वेष वाटणे शक्य नव्हते; नव्हे त्यांच्या हृदयाच्या एका खोल कप्प्यात अशा क्रांतिकारकांविषयी सहानुभूती व प्रेमच होते. याविषयी काही मोजकेच; पण महत्त्वाचे संदर्भ हाती लागतात. यांपैकी काही असे आहेत.

पहिला संदर्भ आहे नेपाळच्या बंदुकीच्या प्रकरणाविषयी. १९०२ ते १९०४ च्या दरम्यान लो. टिळकांचे एक सहकारी काकासाहेब खाडिलकर हे नेपाळमध्ये जाऊन तिथे जर्मन तंत्रज्ञांच्या मदतीने बंदुकीचा कारखाना सुरू करण्याचा खटाटोप करीत होते. लोकमान्यांची प्रेरणा त्यामागे होती आणि त्या कारखान्यासाठी लागणाऱ्या हजारो रुपयांच्या निधीचीही जबाबदारी त्यांनी व त्यांच्या वासूकाका जोशी, खापर्डे प्रभृतींनी घेतली होती.[६] अर्थात हा बंदूकनिधी अत्यंत गुप्तपणे उभा केला जात होता. संदर्भ असा मिळतो की, लो. टिळकांच्या या बंदूकनिधीस शाहू महाराजांनी गुप्तपणे पाच हजार रुपयांचे साह्य पाठवून दिले होते. ही साक्ष आहे कोल्हापुरातील 'शिवाजी क्लब'चे एक संघटक गोपाळराव पळसुले यांची.[७] या साक्षीला दुजोरा देताना लोकमान्यांचे आज हयात असलेले नातू श्री. जयंतराव टिळक यांनी १९७४ मध्ये शाहू जन्मशताब्दीनिमित्त झालेल्या व्याख्यानात म्हटले आहे की, शाहू महाराजांनी ही मदत मिरजेच्या राजेसाहेबांमार्फत पाठवून दिली होती.[८]

दुसरा संदर्भ आहे बाबू अरविंद घोषांना मदत पाठविल्याचा. खुदीराम बोस व प्रफुल्लचंद चाकी यांनी ३० एप्रिल, १९०८ रोजी मुझ्झफरपूरचा बॉम्बस्फोट घडवून आणल्यानंतर हिंदुस्थानातील क्रांतिकारकांची पाळेमुळे खणून काढण्याच्या प्रयत्नात सरकारने बंगाली क्रांतिकारकांचे नेते अरविंद घोष यांना पकडून सामान्य गुन्हेगाराप्रमाणे पोलीस चौकीत डांबले, तेव्हा त्यांच्या भगिनीने त्यांच्या बचावासाठी 'साह्यनिधी' देण्याचे प्रकट आवाहन देशवासीयांना केले. अरविंदांसारखा थोर क्रांतिकारक संकटात सापडल्याचे समजताच शाहू महाराजांचे अंतःकरण द्रवले आणि त्यांनी बडोद्याचे त्यांचे एक सन्मित्र खासेराव जाधव यांचे बंधू कॅ. माधवराव यांच्यामार्फत पाच हजार रुपयांची मदत त्या 'साह्यनिधी'स गुप्तपणे पाठवून दिली. ही हकिगत खुद्द महाराजांनी आपणास सांगितल्याचे त्यांचे एक जवळचे सहकारी वा. द. तोफखाने यांनी आपल्या आत्मवृत्तात म्हटले आहे.[९]

लो. टिळकांचे सहकारी व महाराजांचे कट्टर विरोधक, न. चिं. केळकर

यांनी स्पष्ट म्हटलेले आहे की, सयाजीराव महाराज आणि शाहू महाराज या 'दोघांनीही प्रसंगानुसार क्रांतिकारकांना मदत केली होती.''[१०]

आणखी एक संदर्भ लो. टिळकांचे भक्त असलेल्या बेळगावच्या गणपतराव जांबोटकर यांच्या 'केसरी'तील त्यांच्या मुलाखतवजा लेखात मिळतो. जांबोटकर स्वतः सशस्त्र चळवळीत कार्य करणारे होते. ते म्हणतात, 'सुमारे १९०३ पासून १९०८ पर्यंत भावी सशस्त्र स्वातंत्र्ययुद्धाकरिता टिळकांनी एक गुप्त संघटना स्थापून ती मोठ्या चातुर्याने चालविली होती. या संघटनेला आर्थिक मदत म्हणून छत्रपती शाहू महाराज हे प्रतिवर्षी पाचशे रुपये पाठवीत होते.'[११]

शाहूचरित्रकार कृ. गो. सूर्यवंशींनीही या विषयावर चर्चा करीत असताना रावसाहेब विचारे यांच्या दफ्तराचा हवाला देऊन म्हटले आहे की, 'शाहू आपल्या विश्वासातील अधिकारी दाजीराव अमृतराव विचारे यांच्याकरवीही मोठमोठ्या रकमा टिळकांकडे पोहोचवीत असत.'[१२]

आता काही अभ्यासक असाही प्रश्न उपस्थित करू शकतात की, शाहू महाराजांनी क्रांतिकारकांच्या कार्याला केलेल्या साह्याबद्दल प्रत्यक्ष कागदोपत्री काही पुरावा आहे काय? याचे एकच उत्तर आहे आणि ते म्हणजे असे साह्य अंत्यत गुप्तपणे केले असल्याने त्याचा कागदोपत्री पुरावा ठेवणे म्हणजे आत्मघात आणि कार्यनाश ओढवून घेण्यासारखे झाले असते. शाहू महाराजांच्याच बाबतीत नव्हे, तर लो. टिळकांच्या बाबतीतही असे दिसून येईल की, या पुरुषांनी क्रांतिकारकांना केलेल्या मदतीबद्दल एकही सबळ पुरावा सरकारच्या हाती लागणार नाही, याची अतिदक्षता घेतली होती.

ख्यातनाम संशोधक डॉ. य. दि. फडके यांनी आपल्या 'विसाव्या शतकातील महाराष्ट्र' या ग्रंथात रॅन्डच्या खुनाचा वृत्तान्त देताना लो. टिळकांनी त्या प्रकरणात चाफेकर बंधूंना ठिकठिकाणी आश्रय मिळविण्यासाठी केलेल्या साह्याची माहिती दिली आहे. उपरोक्त माहिती त्यांना स्वातंत्र्योत्तर काळात प्रसिद्ध झालेल्या आत्मवृत्तान्तातून व चरित्रग्रंथातून उपलब्ध झालेली आहे. या माहितीच्या आधारावर शेवटी निष्कर्ष काढताना डॉ. फडके यांनी म्हटले आहे, 'स्वातंत्र्योत्तर काळात उघडकीस आलेल्या या माहितीवरून रॅन्ड व आयर्स्ट यांचे खून कोणी केले हे टिळकांना माहीत होते आणि गोऱ्या अधिकाऱ्यांचे खून करणाऱ्या चाफेकर बंधूंना आश्रय मिळावा अशी टिळकांनी व्यवस्था केली होती असे म्हणता येते.'[१३]

आता हाच न्याय शाहू महाराजांच्या चरित्राला लावल्यास त्यांच्या जीवनकार्याचा एक अप्रकाशित पैलू थोडासा उजेडात आल्याशिवाय राहत नाही आणि हा थोडासा प्रकाशमान झालेला पैलू आपणास महाराजांच्या स्वातंत्र्यप्रेमाविषयी खूप काही सांगून जातो. लो. टिळक, बाबू अरविंद यांच्यासारख्या थोर पुरुषांच्या सशस्त्र क्रांतीच्या योजना यशस्वी व्हाव्यात म्हणून त्यांना मदत पाठविणारे महाराज आपल्या राज्यातील दहशतवाद्यांची पाळेमुळे खणून काढण्यासाठी हरप्रकारे प्रयत्न करीत असल्याचे दिसते. येथे महाराजांनी दहशतवाद्यांमध्ये निश्चितपणे फरक केलेला दिसतो. ब्राह्मणशाहीचे वारे डोक्यात शिरलेले व महाराजांचे प्राण घ्यावयास आसुसलेले कोल्हापुरातील दहशतवादी हे महाराजांचे उघडउघड शत्रू होते आणि अशा शत्रूंच्या कारवायांचा बंदोबस्त करून आपल्या राज्यात शांतता व सुव्यवस्था राखणे हे राज्यकर्ता या नात्याने आपले पहिले कर्तव्य आहे, असे महाराजांना वाटत होते; पण या ब्राह्मणी दहशतवाद्यांच्या कारवायांशी राष्ट्र पातळीवर थोर क्रांतिकारकांनी चालविलेल्या सशस्त्र क्रांतीच्या लढ्याची गल्लत ते करीत नव्हते. स्वातंत्र्याच्या उदात्त ध्येयाने प्रेरित झालेल्या सशस्त्र क्रांतीच्या पुरस्कर्त्यांना साह्य करणे हे हिंदभूचा एक पुत्र या नात्याने आपले राष्ट्रीय कर्तव्य आहे, असेच ते मानीत होते. याशिवाय त्यांनी लो. टिळक, बाबू अरविंद घोष प्रभृतींना केलेल्या गुप्त साह्याचा अन्य अन्वयार्थ लावणे शक्य होत नाही.

६

राजर्षी शाहू महाराज आणि लोकमान्य टिळक

राजर्षी शाहू महाराज आणि लोकमान्य टिळक या दोन महान पुरुषांचे नेतृत्व विसाव्या शतकाच्या पहिल्या दोन दशकांत महाराष्ट्राला लाभले. महाराजांनी महाराष्ट्राच्या समाजकारणाचे धुरीणत्व केले; तर लो. टिळकांनी महाराष्ट्राच्याच नव्हे तर अखिल देशाच्या राजकीय चळवळीचे पुढारीपण केले. एकाने राजकीय स्वातंत्र्यापेक्षा मानवमुक्ती करणाऱ्या सामाजिक स्वातंत्र्याचा आग्रह धरला; तर दुसऱ्याने सामाजिक सुधारणांना गौणत्व देऊन, राजकीय स्वातंत्र्याच्या ध्येयास प्राधान्य दिले. वास्तविक ही दोन्हीही स्वातंत्र्ये एकमेकांस पूरक होती आणि या सामाजिक सत्याची जाण दोघाही महापुरुषांना होती. अशा परिस्थितीत उपरोक्त दोन प्रकारची स्वातंत्र्ये पैदा करण्यासाठी महाराष्ट्रात ज्या दोन चळवळी उत्पन्न झाल्या, त्यांच्यात उभय पक्षी समन्वय घडून यायला हवा होता. या दोन्ही नेत्यांनी एकमेकांच्या हातात हात घालून काम करावयास हवे होते; पण तसे घडले नाही, ही महाराष्ट्राच्या दृष्टीने अत्यंत दुर्दैवी घटना झाली.

परस्परांविषयी प्रारंभीच्या भावना

वास्तविक कोल्हापूरच्या छत्रपतींच्या गादीविषयी लो. टिळकांच्या ठिकाणी कमालीची आदरभावना होती. या भावनेपोटीच त्यांनी आणि त्यांचे सहकारी आगरकर यांनी शाहू महाराजांच्या पूर्वी चौथ्या शिवाजी महाराजांवर होणाऱ्या अत्याचाराला 'केसरी'तून जाहीर वाचा फोडून, दिवाण बर्व्यांचा रोष आणि त्यानंतर न्यायालयीन शिक्षा स्वतःवर ओढवून घेतली होती. या प्रकरणातच टिळक-आगरकरांच्या 'डेक्कन एज्युकेशन सोसायटी'स आबासाहेब घाटगे यांच्याकडून भरीव अर्थसाह्य केले गेले आणि सोसायटीचे सन्माननीय अध्यक्षपद

कोल्हापूरच्या छत्रपतींकडे दिले गेले. पुढे जेव्हा शाहू महाराज राज्यासनारूढ झाले, त्या वेळी लो. टिळकांनी त्यांचे मनःपूर्वक अभिनंदन केल्याचा आणि नंतर लो. टिळकांच्या नेतृत्वाखाली रायगडावरील शिवसमाधीचा जीर्णोद्धार करू इच्छिणारे शिष्टमंडळ भेटले, त्या वेळी त्यांचे छत्रपतींच्या दरबारात यथायोग्य स्वागत झाल्याचा उल्लेख मागे येऊन गेलाच आहे. सारांश, १९०० सालापर्यंत तरी शाहू महाराज आणि लो. टिळक यांचे संबंध सौहार्दाचे राहिले होते.

हे संबंध किती सौहार्दाचे अथवा विश्वासाचे होते, हे शाहू महाराजांनीच तोफखाने यांना सांगितलेल्या एका आठवणीवरून स्पष्ट होते. महाराज म्हणतात, 'आमचे कोल्हापूरचे संस्थान म्हणजे पांडव पंचमीच्या दिवशी लहान मुले जसे मातीचे गोपूर बांधतात आणि दुसऱ्या दिवशी ते मोडूनही टाकतात, तशाच स्वरूपाचे; म्हणजे ब्रिटिशांच्या डोक्यात येईल, तेव्हा अगदी विनासायास मोडून टाकता येणारे असेच त्यांच्याकडून (ब्रिटिश गव्हर्नमेंटकडून) समजले जात असले पाहिजे, अशी अगदी मनाला नित्य जाळणारी शंका मला अहोरात्र भंडावून सोडत होती, कारण राजाराम महाराजांचा अंत त्यांनी वाटेत इटलीमध्ये घडवून आणला. शिवाजी महाराज अगदी स्वाभिमानी व कोणापुढेही न वाकणारे असल्याचे पाहून त्यांचा शेवट अत्यंत क्रूरपणाने व हलकट साधनांनी करविला आणि आपल्यासाठीही तशाच घातकी मार्गाची योजना करून, ते गव्हर्नमेंट कामाला लागले होते. विषप्रयोगाच्या आरोपात आपल्याला (खुद्द महाराजांना) गोवण्याची ब्रिटिश गव्हर्नमेंटची इच्छा होती. त्यात त्यांना (गव्हर्नमेंटला) यश येते तर आपल्याला कोठल्याही अंधार कोठडीत घालून, मारून टाकता आले असते आणि कोल्हापूरच्या राजघराण्याला नालायक ठरवून, संस्थानही खालसा करून टाकता आले असते.

या सर्व गोष्टींबाबत मला टिळकांशी वाटाघाट करावयाची होती; पण त्यांचे पाय हळूहळू राजकारणाच्या खोल पाण्यात अधिकाधिक खोलातच जात होते; त्यामुळे त्यांची भेट कशी घडवून आणावी याची मला अडचण वाटू लागली. गव्हर्नमेंटच्या हातात मला नेस्तनाबूत करता येणारे असे कसलेही हत्यार पडू न देण्याविषयी मी अत्यंत सावध होतो. त्यातून टिळकांना माझा निरोप तोंडी पोहोचेल अशी व्यवस्था मी केली होती; पण तशा अर्थाचे पत्र घेऊन या, असा निरोप मला त्या माणसाने पोहोचविला.

मला तो खरा वाटला नाही. मधली माणसेच काहीतरी चावटपणा करतील असे वाटल्याने मी त्या निरोपातून अंग काढून घेतले.'[१]

विषप्रयोग प्रकरणासारख्या मोठ्या संकटात लो. टिळक आपणास योग्य ती मसलत सांगून आपल्या साह्यास येतील, असे महाराजांना वाटत होते, हे उपरोक्त हकिगतीवरून स्पष्ट होते; पण मध्यस्थांविषयी महाराजांना खात्री न वाटल्याने त्यांचा या प्रकरणी लो. टिळकांशी संपर्क होऊ शकला नाही.

मग चुकले कुठे?

आणि नंतर लगेच 'वेदोक्त' प्रकरण उद्‌भवले. याही वेळी लो. टिळक आपली बाजू घेऊन, त्यातून काही मार्ग काढतील, असे शाहू महाराजांना वाटले होते. महाराज म्हणतात, 'पुढे वेदोक्त वाद सुरू झाला. कोल्हापूरचे राजघराणे क्षत्रिय नव्हे, शूद्र असल्याची बोलवा कोल्हापुरात ऐकू येत असल्याचे कानी येऊ लागले. तेव्हा वाटले की, लो. टिळक याबाबतीत निश्चितपणे आमच्या वतीने काही वाट काढतील. ते स्वस्थ बसणार नाहीत, असा मला त्यांच्याबद्दल पूर्ण भरवसा वाटत होता; पण त्यांच्याकडून तशा स्वरूपाचा आवाज उठविला गेल्याचे कानी आले नाही. उलट टिळकांनी ब्राह्मणांची बाजू घेतली असल्याविषयीची बोलवा गावात असल्याचे कानावर येऊ लागले; त्यामुळे माझ्या मनाची फारच चलबिचल झाली. मी अगदी गोंधळून गेलो...'

"मला उमेद वाटत होती, त्याप्रमाणे टिळकांनी यात भाग घेतला असता तर वेदोक्त वादाला जे विकृत स्वरूप आले, ते आले नसते आणि सर्व काही गुण्यागोविंदाने होऊन, शिवाय यामध्ये टिळक आहेत याचा फायदा घेता येऊन मला अडचणीच्या होऊन बसलेल्या सर्व बाबतींत, गव्हर्नमेंटला कसलाही संशय येऊ न देता, मला त्यांच्याशी मोकळ्या मनाने, अगदी खुलासेवार चर्चा करता आली असती. याप्रमाणे त्या वेळी टिळकांनी जे करावयास पाहिजे होते ते त्यांनी केले नाही, हीच त्यांची चूक झाली. त्यांचे चुकले ते येथे. आमचे काही चुकले नाही, असे माझे म्हणणे नाही. तसे म्हणणे टिकणार नाही; पण टिळक जे चुकले असे मी म्हणतो; ते जर तसे झाले नसते, तर आम्हाला हव्या होत्या त्या गोष्टी सर्वांच्या समजूतदारपणाने घडून आल्या असत्या व पुढे समाजात जी विस्कटाविस्कट झाली ती टळती व एकमेकांच्या हातात हात घालून आम्ही काम करू शकू

अशी जी उमेद आम्हा उभयतांना वाटत होती, ती जशी वाऱ्यावरी गेली तशी ती गेली नसती. मग काहीतरी करून परस्परांत कुरापती निघण्याची, काढण्याची प्रथा सुरू झाली.''[२]

वेदोक्त प्रकरणात लो. टिळकांनी आपल्याविरुद्ध सनातन्यांची बाजू घेतली, ही त्यांची चूक झाल्याचे महाराजांनी जसे म्हटले आहे तसे त्या काळच्या बहुतेक सर्व अभ्यासकांनीही म्हटले आहे आणि ते वास्तव कोणाला नाकबूलही करता येणार नाही; पण लो.टिळकांनी पुढे कोल्हापूरच्या ब्रह्मवृंदाचे उघडउघड नेतृत्व स्वीकारून जी कडवी भूमिका घेतली, त्यास 'ताई महाराज प्रकरणा'त जातीने लक्ष घालून लो. टिळकांच्या विरुद्ध महाराजांनी घेतलेली भूमिका बरीच कारणीभूत झाली असावी, हे स्पष्ट दिसते. त्यानंतर कोल्हापुरातील ब्राह्मण दहशतवाद्यांच्या कारवाया, चिरोल प्रकरण, कुलकर्णी वतन प्रकरण अशी एकामागून एक अनेक प्रकरणे उपस्थित झाली. उभय पक्षी एकमेकांवर हल्ले-प्रतिहल्ले झाले. ही युद्धजन्य परिस्थिती उभय नेत्यांच्या हयातीपर्यंत राहिली. महाराजांचा इंग्रज सरकारशी व इंग्रज स्नेही अधिकाऱ्यांशी ताईमहाराज प्रकरण, दहशतवाद्यांचे प्रकरण व चिरोल प्रकरण या तीन प्रकरणांच्या संदर्भात झालेला तत्कालीन पत्रव्यवहार पाहिला तर लो. टिळकांना नेस्तनाबूत करण्यात जणू महाराजांनी विडाच उचललेला होता, असे चित्र अभ्यासकांसमोर उभे राहते. वेदोक्त प्रकरणापासून उभयतांमधील विरोध प्रत्यही वाढतच गेल्याचे दिसते. लो. टिळकांसारख्या जबरदस्त प्रतिपक्षास महाराजांनीही तितकाच जबरदस्त विरोध करण्यात, महाराजांवर इंग्रजांचे दडपण होते असे जरी मान्य केले, तरी त्यामध्ये महाराजांनी जो अभिनिवेश दाखविला तो तसा दाखविण्याची आवश्यकता होती असे वाटत नाही; पण विरोध करण्यात किंवा प्रेम करण्यात काही कुठे कसूर न ठेवणे हे त्यांच्या स्वभावाचे एक वैशिष्ट्यच होते. विरोध करणार तर प्राणपणाने करणार आणि प्रेम करणार तर भरभरून करणार. प्रेमाच्या संदर्भात दलितांवर त्यांनी केलेला प्रेमाचा वर्षाव हे उत्कट उदाहरण आहे आणि म्हणूनच लो. टिळकांना महाराज केवळ आपले विरोधक न म्हणता 'शत्रू' म्हणून संबोधित होते.[३]

लो. टिळक व त्यांचे अनुयायी यांनीही शाहू महाराजांना विरोध करण्यात काही कसूर ठेवली होती असे नाही. विशेषतः १९१८ पासून पुढे महाराजांनी ब्राम्हणेतर पक्षाचे नेतृत्व स्वीकारून महाराष्ट्राच्या राजकारणात प्रवेश केल्यावर

तर या विरोधाची धार तीव्रतर बनत गेली. लो. टिळकांकडे ‘केसरी’सारखे महाराष्ट्रातील जनमतावर प्रभाव टाकणारे प्रभावी अस्त्र होते. या आणि अन्य ब्राह्मणी वृत्तपत्रांचे हल्ले परतवून लावण्यासाठी महाराजांनी अनेक ब्राह्मणेतर वृत्तपत्रांचा उदय घडवून आणला. त्यांना हरप्रकारे साह्य केले. परिणामी, महाराष्ट्रातील ब्राह्मण-ब्राह्मणेतर वाद पराकोटीस पोहोचला आणि त्याच बरोबर उभय नेत्यांच्या परस्परांविषयीच्या ‘शत्रुत्वा’च्या भावनाही पराकोटीस पोहोचल्या. त्या किती तीव्रतम व्हाव्यात यास काही सुमारच राहिला नाही. १९१८ मध्ये मुंबईच्या गव्हर्नरांनी बोलावलेल्या युद्धपरिषदेत लो. टिळकांना ‘होमरूल’सारख्या राजकीय प्रश्नावर बोलावयास परवानगी नाकारताच त्यांनी सभात्याग केला. या त्यांच्या कृतीवर कडवी टीका करताना महाराज कॅडेल या इंग्रज अधिकाऱ्यास लिहिलेल्या पत्रात म्हणतात, ‘त्यांच्यासारख्या माणसाला जर्मनीत सरळ गोळी घालण्यात आली असती.’[४]

लो. टिळकही अशा संतापाच्या भावना व्यक्त करण्यात कमी पडले असे नाही. त्यांच्या निधनापूर्वी काही दिवसच म्हणजे मे-जून, १९२०च्या सुमारास, उभय नेत्यांमधील विरोध शिगेला पोहोचला होता. त्या वेळी महाराजांचे विश्वासू सहकारी तोफखाने लो. टिळकांना भेटावयास सिंहगडावर गेले असताना त्यांच्याकरवी त्यांनी महाराजांकडे आपली धमकी पोहोचवली होती, ती अशी- ‘शाहूंनी युरोपियनांना खूश करण्याचे धोरण बदलले नाही आणि ब्राह्मणेतरांना स्वतःचे हक्क आणि दर्जा वाढावा असे प्रोत्साहन देऊन, ब्राह्मण-ब्राह्मणेतर यांच्यामध्ये शत्रुत्वाची भावना निर्माण करण्याचे धोरण बदलले नाही, तर त्यांनी लक्षात ठेवावे की, जॅक्सन आणि रॅन्ड यांचे भवितव्य त्यांच्या वाट्यास येईल.’’[५]

परस्परांविषयी हृदयांतरीची भावना

अर्थात अशा प्रकारचे संतापाच्या भावनांचे उद्रेक होण्याचे प्रसंग क्वचित आले असले तरी त्यातून उभय पक्षी परस्परांविषयी किती कटुता निर्माण झाली होती, याचे ते निदर्शक मानावे लागेल. असे असले तरी लो. टिळकांच्या हृदयाच्या एका खोल कप्प्यात शाहू महाराजांसंबधी आदराची व विश्वासाची भावना होती आणि महाराजांच्या हृदयांतरी लो. टिळकांविषयी खास ममत्वाची भावना होती, याचे तुरळक का होईना; पण इतिहासात काही दाखले मिळतात. लो. टिळकांच्या बाजूवर एक दाखला मिळतो, तो

असा- लो. टिळक मंडालेहून सुटल्यानंतर त्यांनी तुरुंगात लिहिलेल्या 'गीतारहस्य' या ग्रंथाबद्दल मुंबई सरकारला मोठे औत्युक्य लागून राहिले होते, तेव्हा त्यांच्याकडून 'गीतारहस्या'चे हस्तलिखित आणण्याची कामगिरी सरकारने शाहू महाराजांवर सोपविली. महाराजांनी गायकवाड वाड्यात लो. टिळकांची भेट घेऊन, ग्रंथाचे हस्तलिखित चार-दोन आठवड्यांसाठी वाचण्यास देण्याची मागणी केली. त्यांनी ती लगेच मान्य करून हस्तलिखिताची चार बाडे महाराजांच्या स्वाधीन केली. ती घेऊन, ते निघून गेले.

पुढची आठवण अशी आहे की, 'लोकमान्य दिवाणखान्यात येताच तेथील मंडळी अगदी निराश होऊन म्हणाली, "दादा, काय केलेत तुम्ही? आता पुन्हा मिळेल तरी का ते हस्तलिखित? मगराने माणिक गिळले म्हणावयाचे! छे! छे! अगदीच चुकले आपले बुवा!" मंडळी निराश झाली; पण लोकमान्य शांत होते. सुपारीचे खांड तोंडात टाकीत ते म्हणाले, "स्वतः छत्रपती आपल्याकडे पुस्तक मागावयास आले. ते पुस्तक न देणे म्हणजे छत्रपती शिवाजी महाराजांच्या गादीचा अपमान करण्यासारखे आहे. तो मी कधीच करणार नाही. छत्रपतींचे नि आमचे मतभेद असतील; पण ते मला प्रिय आहेत. त्यांचा शब्द मला शिरसावंद्य आहे."

"ते सारे ठीक आहे; पण आता गीतारहस्य मात्र गेले." कुणीतरी निराशेने बोलले.

"गेले कुठे? वह्या गेल्या तरी ग्रंथ माझ्या डोक्यात आहे. तो मी पुन्हा तसाच लिहून काढीन. शिवाय चार-दोन आठवड्यांत वह्या परत करतो, असे शाहू महाराज म्हणाले आहेत. हा छत्रपतींचा शब्द आहे; ते तो पाळतीलच पाळतील, अशी माझी खात्री आहे." लोकमान्य म्हणाले...

शेवटी लोकमान्यांचेच खरे झाले. छत्रपतींनी गव्हर्नरांना वह्या दिल्या आणि ठरावीक मुदतीत त्यांच्याकडून परत घेऊन, त्या लोकमान्यांना परत केल्या.[६]

शाहू महाराजांच्या संदर्भात त्यांनी लो. टिळकांना त्यांच्या कार्यात वेळोवेळी केलेल्या अर्थसाह्याविषयी चर्चा मागे येऊन गेलीच आहे. अशा प्रकारचे साह्य अगर गुप्त निरोपांची देवाणघेवाण करणाऱ्यांमध्ये महाराजांचे 'अंतरंगातील सल्लागार' सरदार बाळासाहेब गायकवाड हे एक होते. सुप्रसिद्ध साहित्यिक ग. त्र्यं. माडखोलकर म्हणतात, 'टिळक आणि महाराज यांचे वैमनस्य एकीकडे धुमसत असताना दुसरीकडे महाराज आपल्या पद्धतीने टिळकांना

सावध करण्याचा म्हणा किंवा साह्य करण्याचा म्हणा, गुप्त रितीने प्रयत्न करीत असत. बाळासाहेब गायकवाड या कामातील महाराजांचे विश्वसनीय मध्यस्थ होते.'[७]

शाहू महाराज लो. टिळकांना प्रसंगी अंतःस्थपणे कसे साह्य करीत याची एक अतिशय बोलकी आठवण प्रबोधनकार ठाकरे यांनी सांगितली आहे. चिरोल प्रकरणात महाराजांनी लो. टिळकांच्या विरोधात किती रस घेतला होता, हे जगजाहीर होते. या प्रकरणात सरकारला हर प्रकारे मदत करावयास ते उत्सुक होते. त्यांनी चिरोलच्या या ग्रंथाचे प्रा. डोंगरे यांच्याकडून मराठी भाषांतर करवून घेऊन, ते प्रसिद्धही केले होते. मुंबई सरकार तर चिरोलसाहेबांच्या पूर्ण पाठीशी होते. सरकारने महाराजांकडे दोन खास गुप्त पत्रे पाठवून, त्यात 'चिरोलसाहेबांना सरकारच्या ज्या खात्यातील कागदपत्रे किंवा माहिती हवी असेल ती गुप्त रीतीने पुरविण्याची' विनंती केली होती. ही पत्रे मुंबई सरकारचे सेक्रेटरी रॉबर्टसन यांच्या सहीने पाठविली होती. जेव्हा चिरोल खटला उभा राहिला, तेव्हा लो. टिळकांचे वकील दादासाहेब करंदीकर रॉबर्टसन यांची उलटतपासणी घेत असताना पुनःपुन्हा खोदून विचारत होते की, मुंबई सरकारने अशी गुप्त पत्रे पाठविली होती की नाही आणि रॉबर्टसन जोरदारपणे जबाबही देत होते, "नो, नो, नॉट ॲटॉल!" शेवटी करंदीकरांनी ती दोन पत्रे (अस्सल बरहुकूम नक्कल) आपल्या फाइलमधून काढून न्यायमूर्तींसमोर ठेवली, तेव्हा रॉबर्टसन बिचारे पुरते फजित पावले. मुंबई सरकार चिरोलसाहेबांचे पक्षपाती असल्याचे सत्य शाबीत होऊन लो. टिळकांची बाजू भक्कम झाली. महाराजांकडे खास कडी-कुलपात असणारी ती पत्रे त्यांनीच आपल्या दूताकरवी लो. टिळकांकडे पाठविली होती. पुढे त्या संदर्भात प्रबोधनकारांनी महाराजांना विचारले असता ते एकदम उसळून म्हणाले, "मग काय? ती पत्रे दाबून ठेवून आम्ही टिळकांना गोत्यात आणायचे? ते देशासाठी मरताहेत, तेव्हा आम्ही काय वेदोक्ताचे वैर राजकारणात धरायचे? वाद जितक्यास तितका असावा!"[८]

लो. टिळक मंडालेहून सुटल्यावर १९१४ मध्येच मुंबई सरकारने एक परिपत्रक काढून समाजातील जहागीरदार, वतनदार, रावसाहेब, रावबहादूर वगैरे प्रतिष्ठित व्यक्तींना इशारा दिला होता की, 'सरकारशी संबंधित कोणाही व्यक्तीने टिळकांची भेट घेतल्यास तो गुन्हा समजून शिक्षा केली जाईल.' विशेष म्हणजे त्या वेळी मुंबई सरकारच्या दबावाखाली अशा

प्रकारचे परिपत्रक कोल्हापूरसह सर्वच संस्थानिकांनी काढले होते.[९] या पार्श्वभूमीवर लो. टिळकांशी असा अंतःस्थ संबंध ठेवण्यात शाहू महाराज केवढा मोठा धोका पत्करत होते, हे लक्षात येते.

शाहू-टिळक संबंधांतील महाराजांच्या बाजूवरील शेवटचे दोन-तीन दाखले अत्यंत हृदयस्पर्शी आहेत.

जुलै, १९२०च्या अखेरीस जेव्हा महाराजांना कळले की, लो. टिळकांचे वास्तव्य मुंबईत असून त्यांची प्रकृती फारच बिघडली आहे, तेव्हा त्यांनी त्यांचे पुत्र श्रीधरपंत यांना तातडीने पत्र लिहिले, 'लोकमान्यांची तब्येत बिघडली आहे, असे ऐकल्यापासून मनास अतिशय वाईट वाटते. त्यांची तब्येत कशी काय आहे, हे आपण रोजच्या रोज तारेने कळवावे. माझ्या मते त्यांनी गरम हवेत राहावे. मिरजेच्या माझ्या बंगल्यात राहावे. तेथे आल्यावर व्हेल व वॉनलेससारख्या चतुर डॉक्टरांची मदत होईल आणि तब्येतीला बरे वाटेल असे मला वाटते. मी आपणाकडे मि. तोफखाने, मि. विचारे व पोंक्षे यांना पाठविले आहे. कळावे बहुत काय लिहिणे. लोभ असावा. ही विनंती.'[१०]

ज्या काळात (जून-जुलै, १९२०) उभय पक्षी 'शत्रुत्वा'च्या भावना तीव्रतम बनल्या होत्या आणि लो. टिळकांनी महाराजांना 'जॅक्सन व रँड यांचे भवितव्य तुमच्या वाट्यास येईल' असा निरोप पोहोचविला होता, त्या काळात महाराजांनी उपरोक्त पत्र पाठविले आहे, हे पाहिल्यावर मन अचंबित झाल्याशिवाय राहत नाही. असा अचंबा त्या काळी महाराजांचे विश्वासू सहकारी तोफखाने यांनाही वाटल्याशिवाय राहिला नाही. तोफखाने आपल्या आत्मवृत्तात लिहितात, 'पण या उभयतांमधील दुहीची मला कल्पना असल्याने आणि त्यामुळे न राहवल्याने मी बोलून गेलो की, 'आपण व लोकमान्य यांच्यामधून विस्तव जाऊ शकत नाही, असले हाडवैर आणि त्यांची व्यवस्था आपण पन्हाळ्यास करतो म्हणता, हे कसे?' उत्तरादाखल महाराजांनी मला पृथ्वीराज चव्हाण व त्यांच्या चुलत्यामध्ये झालेल्या लढाईकडे माझे लक्ष वेधले. आपल्या चुलत्याला झालेल्या जखमा अत्यंत वर्मी असल्याचे समजल्याने एक मलमलीचा सदरा अंगात घालून संध्याकाळी लढाई संपल्यावर पृथ्वीराज आपल्या चुलत्याच्या समाचाराला कसे गेले आणि चुलत्याच्या मरणकालाच्या इच्छेस अनुसरून उभयतांनी एका ताटातूनच कसे जेवण केले, याचे रसभरीत वर्णन करून महाराज मला म्हणाले, "अहो, वैराची अशी तऱ्हा असलेल्या या भरतभूमीत आणि जगातील

उदात्त अशा आर्यधर्मात आमचा जन्म झालेला आहे. वैराला किती वाव द्यायचा ते आम्हाला कळते. या वेळी टिळकांच्या ऐवजी मी आजारी असतो, तर पोटी वैराची जाणीव ठेवून ते माझ्या समाचाराला आले नसते आणि माझी योग्य ती व्यवस्था त्यांनी केली नसती, असे का तुमचे म्हणणे? असे कोणी म्हटल्यास ते सर्वस्वी खोटे, अगदी झूट आहे असे माझ्या आजारातही टाहो फोडून सांगितल्याशिवाय मी राहिलो नसतो. तोफखाने, टिळकांची योग्यता मी जाणतो.''[११]

शाहू महाराजांनी आपल्या विश्वासातील पाठविलेली माणसे अर्ध्या रस्त्यात असतानाच लो. टिळकांच्या दुःखद निधनाची वार्ता सर्वत्र पसरली. महाराज या वेळी रायबाग कॅम्पात मुक्कामास होते. त्यांना मोठा धक्काच बसला. माधवराव बागल आठवण सांगतात, 'लो. टिळक वारल्याची तार महाराजांना कोल्हापूरहून सकाळी ८ वाजता रायबाग कॅम्पात पोहोचली. तार पोहोचताच महाराजांनी डोळे घट्ट मिटून घेतले. डोळे उघडताच घळाघळा अश्रू वाहू लागले. आवेग ओसरल्यावर त्यांच्या तोंडून उद्‌गार निघाले, 'माझा थोर शत्रू नाहीसा झाला; आता मी कोणाशी लढू? माझे त्यांचे वाकडे असले तरी त्यांची देशसेवा फार मोठी होती!'

'या वेळी हरणांवर चित्त्याची शिकार ठरली होती. टप्प्याटप्प्यावर घोडे पूर्वीच रवाना झाले होते. वाघ बरोबर घेऊन, पोशाख करून शिकारीच्या गाडीतून जाण्याची महाराजांची तयारी झाली होती. सर्व बेत रहित केला. घोडे परत बोलावले. त्या दिवशी मांसाहार बंद ठेवला. वाघांनासुद्धा मांस न घालता दूधच पाजले.

तो सारा दिवस महाराज टिळकांची स्तुती करीत होते. दुसरा विषयच नव्हता.'[१२]

न सुटणारे कोडे (?)

आतापर्यंत लो. टिळकांच्या संदर्भातील महाराजांचा व्यवहार पाहिल्यास उभयतांमधील संबंध एक न सुटणाऱ्या कोड्यासारखे होते, असे अनेक तत्कालीन अभ्यासकांनी म्हटले आहे. महाराजांशी अनेक वार भेटीगाठीचे आणि चर्चेचे प्रसंग आलेल्या प्रबोधनकार ठाकरे यांनी म्हटले आहे की, 'महाराष्ट्रातील या दोन थोर पुरुषांचे एकमेकांविषयी अतंःस्थ ऋणानुबंध काय होते, हा अद्याप न सुटलेला प्रश्न आहे. टिळक ब्राह्मण आणि शाहू महाराज ब्राह्मणेतर मराठा एवढाच विकल्पी चष्मा चढविणाऱ्यांना तो सुटणारा

नाही, सुटलेला नाही अन् नाही सुटणारही नाही. दोघांनीही आपापल्या आजूबाजूच्या मंडळींना त्याचा कधीही थांगपत्ता लागू दिल्याचे आढळत नाही. तसा प्रयत्न करणाऱ्यांना, शाहू महाराजांनी दिलेली उडवाउडवीची उत्तरे तर हमखास बहुरंगी असायची.'[१३]

शाहूचरित्रकार धनंजय कीर यांनी उभय नेत्यांमधील नात्यांचे विश्लेषण करताना म्हटले आहे की, 'हे नाते काही वेळा प्रेम व अनेक वेळा द्वेष असेच होते खरे!' शाहू-टिळक संबंधांचे एक अभ्यासक अरविंद ताटके यांनी उभयतांमधील नात्याचे वर्णन 'जगावेगळे विरोधी प्रेम' असे केले आहे.[१४] ग. रं. भिडे आणि खुपेकरशास्त्री या कोल्हापुरातील अभ्यासकांनी मात्र उभय नेत्यांच्या संबंधांची चर्चा करताना 'शाहू महाराजांचा ब्राह्मणविरोध व टिळकविरोध हे केवळ एक नाटक होते' असा निष्कर्ष काढला आहे.[१५] अशाच प्रकाराचा निष्कर्ष डॉ. रमेश जाधव यांनी आपल्या शाहूचरित्रात काढला आहे.[१६] हा निष्कर्ष डॉ. य. दि. फडके यांना मान्य नाही. ते लिहितात, 'शाहू छत्रपती ब्रिटिश सरकारला बनवायचा प्रयत्न करीत होते किंवा त्यांचा टिळकविरोध हे नाटक होते; वस्तुतः छत्रपती टिळकांच्या निरोपानुसार वागत होते वगैरे विधाने उपलब्ध अस्सल कागदपत्रे वाचल्यानंतर खरी वाटत नाहीत, तसेच ती पटण्याजोगीही नाहीत.'[१७] डॉ. फडके यांची उपरोक्त निष्कर्षावरील टिपणी उपलब्ध कागदपत्रांवर आधारित असून ती बरोबरच आहे.

राजर्षी शाहू व लो. टिळक या दोन महापुरुषांच्या परस्परांशी असलेल्या संबंधांचे सिंहावलोकन करीत असताना हे स्पष्ट जाणवते की, महाराष्ट्राच्या सार्वजनिक जीवनात हे दोघेजण एकमेकांच्या कट्टर विरोधात उभे राहिले होते आणि हा विरोध वैयक्तिक स्वरूपाचा नसून तो तत्त्वाधिष्ठित होता. काही प्रसंगी ही विरोधाची भावना तीव्रतम बनून तिचे रूपांतर 'शत्रुत्वा'च्या भावनेत झालेले आढळले तरी उभयतांच्या मनातील परस्परांविषयीचा आदराचा व ममत्वाचा धागा अतूटच राहिला. उभयतांचे 'शत्रुत्व' आणि 'ममत्व' हे दोन्ही वास्तवच होते. त्यात 'नाटक' वगैरे काही नव्हते. विशेषतः शाहू महाराजांच्या बाजूचा विचार करता त्यांनी ब्राह्मणशाहीचा कैवार घेणारे 'परंपरानिष्ठ टिळक' आणि देशाच्या स्वातंत्र्यासाठी खडतर वनवास भोगणारे 'देशभक्त टिळक' अशी लो. टिळकांची दोन रूपे मानली होती आणि या दोन रूपांच्या रंगांची त्यांनी कधी गल्लत केली नाही. सार्वभौम इंग्रज

सत्तेखालचे एक मांडलिक संस्थानिक या नात्याने लो. टिळकांच्या राजकीय चळवळीला विरोध करणे त्यांना क्रमप्राप्तच होते; पण हा विरोध करीत असतानाही हिंदी स्वातंत्र्य चळवळीमधील त्यांचे महान कार्य, त्यांची थोर देशभक्ती यांची त्यांना पूर्ण जाणीव होती. 'देशासाठी मरणाऱ्या टिळकांची' देशाला गरज आहे, याचेही भान त्यांना होते. म्हणून अशा देशभक्तास आरोग्य आणि दीर्घायुष्य मिळाले पाहिजे, अशी त्यांची मनोमन भावना होती. या ममत्वाच्या भावनेपोटीच, इंग्रज सरकारला काय वाटेल याची पर्वा न करता महाराजांनी लो. टिळकांना त्यांच्या शेवटच्या आजारात आपल्याकडे औषधोपचारासाठी पाचारण केले होते. एवढेच नव्हे, तर त्यांच्या समाचारासाठी आपल्याकडील खास विश्वासू माणसे पाठविली होती. त्यामध्ये महाराजांचा औपचारिकपणा नव्हता. तसे करण्याची त्यांना काहीच आवश्यकता नव्हती. उलट लो. टिळकांविषयी एवढी आस्था दाखविण्याचे त्यांचे कृत्य इंग्रजांच्या दृष्टीने 'राजद्रोह'च होता; पण 'देशभक्त टिळकां'साठी या राजद्रोहाचीही ते पर्वा करीत नव्हते आणि म्हणून लोकमान्य गेल्याची वार्ता समजताच एखादा आप्तगण गेल्याचे दुःख होऊन त्यांच्या नेत्रांतून अश्रुधारा वाहू लागल्या. हे अश्रू म्हणजे एका माहात्म्याने दुसऱ्या माहात्म्यास वाहिलेली अंतःकरणापासूनची श्रद्धांजली होती.

७

१९०२चा क्रांतिकारी जाहीरनामा

'वेदोक्त' प्रकरण ऐन रंगात आले असताना शाहू महाराजांनी प्रतिस्पर्धी पक्षाला जबरदस्त हादरा देणारा आपला एक हुकूम जाहीर केला. २६ जुलै, १९०२ रोजी तो प्रसिद्ध करण्यात आला. महाराज या वेळी युरोपात होते. त्यांच्या आदेशाने कोल्हापूर गॅझेटमध्ये प्रसिद्ध झालेला हा अपूर्व जाहीरनामा असा होता-

'सध्या कोल्हापूर संस्थानामध्ये सर्व वर्णांच्या प्रजेस शिक्षण देण्याबद्दल आणि त्यांस उत्तेजन देण्याबद्दल प्रयत्न केले आहेत; परंतु सरकारच्या इच्छेप्रमाणे मागासलेल्या लोकांच्या स्थितीत सदरहू प्रयत्नांस जितके यावे तितके यश आले नाही, हे पाहून सरकारांस फार दिलगिरी वाटते.

या विषयाबद्दल काळजीपूर्वक विचारांती सरकारांनी असे ठरविले आहे की, यशाच्या या अभावाचे खरे कारण उच्च प्रतीच्या शिक्षणास पुरेसा विपुल मोदबला दिला जात नाहीत हे होय.

त्या गोष्टीवर काही अंशी तोड काढण्याकरिता व महाराज सरकारच्या प्रजाजनांपैकी मागासलेल्या वर्णांनी उच्च प्रतीच्या शिक्षणापर्यंत अभ्यास करावा, म्हणून उत्तेजनादाखल आपल्या संस्थानच्या नोकरीचा आजपर्यंत चालू असलेल्यापेक्षा बराच मोठा भाग या लोकांकरिता निराळा राखून ठेवणे हे इष्ट होईल, असे सरकारांनी ठरविले आहे.

या रितीस अनुलक्षून महाराज सरकार असा हुकूम करतात की, हा हुकूम पोहोचल्या तारखेपासून रिकाम्या झालेल्या जागांपैकी शेकडा पन्नास जागा मागासलेल्या लोकांतून भराव्यात. ज्या ऑफिसमध्ये मागासलेल्या वर्गांच्या अंमलदारांचे प्रमाण सध्या शेकडा पन्नासपेक्षा कमी असेल तर पुढची नेमणूक या वर्णांतील व्यक्तींमधून करावी.

या हुकुमाच्या प्रसिद्धीनंतर केलेल्या सर्व नेमणुकांचे तिमाही पत्रक प्रत्येक खात्याच्या मुख्यांनी सरकारांकडे पाठवावे.

सूचना - मागासलेल्या वर्णांचा अर्थ ब्राह्मण, परभू, शेणवी, पारशी व दुसरे पुढे गेलेले वर्णखेरीज करून सर्व वर्ण असा समजावा- शाहू छत्रपती'[१]

हिंदुस्थानच्या इतिहासात आजवरच्या कोणाही राजाने आपल्या प्रजाजनांसाठी इतकी अप्रतिम भेट दिलेली नव्हती! महाराजांचे एक चरित्रकार धनंजय कीर यांनी त्याचे वर्णन 'नवीन युगाच्या आगमनाची घोषणा करणारा अग्रदूत' अशा यथार्थ शब्दांत केले आहे;[२] पण या नव्या युगाच्या अग्रदूताचे आगमन महाराष्ट्रातील, विशेषतः कोल्हापुरातील ब्राह्मण वर्गास एखाद्या बॉम्बस्फोटाप्रमाणे भासले. कोल्हापूर संस्थानातील धर्मकारणात व प्रशासनात ब्राह्मणांचे वर्चस्व कसे प्रस्थापित झाले, याची चर्चा मागे येऊन गेलीच आहे. आता त्यांच्या धार्मिक वर्चस्वाबरोबर या ऐहिक वर्चस्वासही महाराजांनी शह द्यायचे ठरविले होते. म्हणून विद्येत मागासलेल्यांना संजीवनी वाटणारा महाराजांचा हा जाहीरनामा कोल्हापुरातील ब्रह्मवृंदांना मृत्युघंटेच्या निनादाप्रमाणे भासल्यास नवल नव्हते. हा जाहीरनामा पाहून कोल्हापूरच्या ब्रह्मवृंदाचे मार्गदर्शक प्रोफेसर विष्णू गोविंद विजापूरकर यांच्या तळपायाची आग मस्तकात गेली होती. आपल्या 'समर्थ' पत्रात हा जाहीरनामा 'मृत्युलेखाभोवती टाकतात तशी काळी चौकट टाकून छापण्याचा त्यांचा विचार होता; पण तो सोडून देण्यासाठी आपणास फार संयम दाखवावा लागला,' असे म्हणून त्यामुळे, 'कोल्हापूर संस्थानातील ब्राह्मणांच्या वाजवी आकांक्षांना मूठमाती मिळाली असल्याने या अभूतपूर्व परिपत्रकाला मृत्युलेखाचा सन्मान देणे योग्य ठरले असते.' असा जळफळाट यांनी व्यक्त केला होता. शेवटी शापवाणी उच्चारली होती की, 'ईश्वराने काही भलतेसलते घडवू नये म्हणजे झाले!'[३]

लोकमान्यांनाही महाराजांच्या या 'असमंजस' कृत्याचा अत्यंत संताप चढून त्यांचा 'बुद्धिभ्रंश' झाल्याचे त्यांनी म्हटले आहे- 'कोल्हापूरचे महाराज यांनी आपल्या राज्यात यापुढे रिकाम्या होणाऱ्या जागांपैकी निम्म्या जागा मागासलेल्या लोकांस आणि निम्म्या ब्राह्मण, शेणवी, परभू, पारशी वगैरे पुढारलेल्या लोकांस द्यावयाच्या असा ठराव करून त्याची अंमलबजावणी होण्याकरिता तो आपल्या राज्यात नुकताच प्रसिद्ध केला आहे... ही कोटी भ्रामक आणि घातक आहे आणि त्यापासून ब्राह्मणांचे नव्हे, तर संस्थानचेच

अधिक नुकसान होण्याचा संभव आहे. रिकाम्या झालेल्या निम्म्या जागांवर ज्या मागासलेल्या जातींतील लोकांची नेमणूक करावयाची त्यांची योग्यता पाहावयाची की नाही... मागासलेल्या व पुढारलेल्या जातींमध्ये अशा प्रकारची आवडनिवड करून देशाचे हित किंवा संस्थानाचे कल्याण होईल, असा जो महाराजांचा समज झाला आहे, तो गैरमुत्सद्दीपणाचा व असमंजस होय; किंबहुना हे बुद्धिभ्रंशाचेच लक्षण आहे असे आम्ही समजतो.'[४] समर्थ व केसरी यांच्याप्रमाणे नेटिव ओपिनियन, कल्पतरू, प्रेक्षक इत्यादी अन्य ब्राह्मणी पत्रांनीही महाराजांच्या राखीव जागांच्या धोरणावर प्रखर हल्ले चढविले.

'मराठा' हे लो. टिळकांचे दुसरे वृत्तपत्र (इंग्रजी) होते. त्यातूनही टीकास्त्र सोडले गेले. प्रशासनातील ५० टक्के जागा मागासवर्गीयांसाठी राखीव करून महाराजांना आपल्या 'मराठा' जातभाईंना कारभारात प्राधान्य द्यायचे आहे, असा त्यांच्यावर उघड आरोप करण्यात आला. महाराजांनी या जाहीरनाम्याने 'राज्यकारभारात जातीय प्रश्न घुसडल्याचा' आरोप करून 'मराठा'ने म्हटले होते, 'मराठा संस्थानिकांनी आपल्या जातभाईंना शिक्षण देण्याच्या बाबतीत हजारो रुपये खर्च केले, तरी त्याला 'मराठा' पत्राचा विरोध नाही. तथापि, एकाच जातीच्या उन्नतीसाठी प्रयत्न करणे याला आमचा विरोध आहे.'[५]

वास्तविक कोल्हापूर संस्थानात 'मराठा' जातीचे लोक बहुसंख्य असले तरी मुसलमान, जैन, लिंगायत समाजाचे लोकही लक्षणीय संख्येने असून त्यांच्यातील शिक्षणाचे प्रमाण जवळपास मराठ्यांच्या इतकेच होते. अशा परिस्थितीत महाराजांच्या जाहीरनाम्याचा फायदा उपरोक्त सर्व ब्राह्मणेतर जातींना होणार होता; पण तो एकट्या मराठा जातीलाच मिळेल, अशी महाराजांवर पक्षपातीपणाचा आरोप करणारी टीका ब्राह्मणी वृत्तपत्रांनी सुरू केली. ही टीका करताना ते वस्तुस्थितीकडे दुर्लक्ष करीत होते की, कोल्हापूर संस्थानच्या फक्त ३ टक्के लोकसंख्या असलेल्या पुढारलेल्या जातींना (त्यातही विशेषतः ब्राह्मण मुख्य) महाराजांनी ५० टक्के जागा अद्यापही राखून ठेवलेल्या होत्या आणि उरलेल्या ५० टक्के जागा ९७ टक्के बहुजन समाजासाठी दिलेल्या होत्या. ब्राह्मण वर्गाचे खरे दुखणे हे होते की, प्रशासनातील त्यांच्या आजपर्यंतच्या पूर्ण मक्तेदारीस व तदनुषंगिक वर्चस्वास या जाहीरनाम्याने शह दिला जाणार होता आणि सर्वांत मोठा धोका पुढेच

होता. उद्या सार्वभौम इंग्रज सरकारनेही ब्राह्मणांच्या मार्गात खोडा घालण्यासाठी आणि ब्राह्मणेतर जातींना आपल्या बाजूस वळविण्यासाठी अशाच प्रकारचे राखीव जागांचे धोरण जाहीर केले तर? इंग्रज सरकार राजकीय चळवळ करणाऱ्या ब्राह्मण वर्गास शत्रू मानत होते आणि शत्रूचा शत्रू तो आपला मित्र या राजनीतीच्या दृष्टिकोनातून असे घडणे अशक्य नव्हते.

कोल्हापूर संस्थानातील राज्य कारभारात बहुजन समाजाला नगण्य स्थान होते. त्या वेळी बहुजन समाजातील एखाद्या व्यक्तीने मॅट्रिकची परीक्षा पास होणे, ही मोठी अपूर्वाईची गोष्ट होती; पण अशा सुशिक्षित व्यक्तीसही संस्थानातील ब्राह्मण नोकरशाही कशी रखडत ठेवीत असे, याविषयी भास्करराव जाधव यांनी आपल्या एका लेखात लिहिले आहे, 'मराठे आणि विद्येत मागासलेल्या आपल्या प्रजेतील शेकडा ९५ भागांची शोचनीय स्थिती प्रथमच महाराजांच्या लक्षात आली. कोल्हापुरात हायस्कूल व कॉलेज स्थापन होऊन कैक वर्षे होऊन गेली होती; पण ब्राह्मणेतरांस या विद्येच्या साधनांचा फारसा फायदा घेता आला नाही. दोन मराठे मॅट्रिकची परीक्षा पास झालेले होते, त्यातील एकास हायस्कूलमध्ये नेमलेले होते; पण त्याच्याकडे शिक्षकाचेदेखील काम न देता लायब्ररीवरच कुजत ठेवले होते. दुसऱ्याला हुजऱ्याच्या नोकरीची जमीन असल्याने हुजऱ्यातच रखडविले होते. मग इतके शिक्षण न झालेल्या मराठ्यांस नोकरीतच प्रवेश मिळत नसे, त्यात आश्चर्य कसले? कोणतीही परीक्षा न दिलेले कैक ब्राह्मण अधिकारी होते आणि राजाराम कॉलेज किंवा हायस्कूल यात ज्यांचे शिक्षण झाले असेल त्यालाच संस्थानच्या नोकरीत प्रवेश मिळावा, असाही हुकूम पूर्वीच्या कारकिर्दीत काढण्यात आला होता आणि हा हुकूम ब्राह्मणांच्याच फायद्याचा असल्याने त्याचे उल्लंघन होऊ नये म्हणून तो समाज जागरूक असे.'[६]

भास्कररावांनी वर्णन केलेली कोल्हापूर संस्थानच्या राज्य कारभाराची स्थिती महाराजांच्या कारकिर्दीच्या प्रारंभीच्या काही वर्षांची आहे. भास्करराव, विचारे प्रभृतींच्या नेमणुकांनी ही स्थिती पालटून टाकण्यास महाराजांनी प्रारंभ केलाच होता. महाराजांच्या मते मागासलेल्या जातींतील उच्च शिक्षण घेतलेल्या व्यक्तींना संस्थानातील नोकऱ्यांच्या रूपाने त्यांच्या 'उच्च शिक्षणाची पारितोषिके विस्तृत रितीने' विभागून दिली गेली नाहीत, तर त्यांच्या जातीत उच्च शिक्षण घेण्याची आकांक्षा व उमेदच पैदा होणार नाही.

त्यासाठी त्यांच्या शिक्षणाची सोय तर करायला हवीच; पण शिकून तयार झालेल्यांना सामाजिक समतेच्या तत्त्वानुसार योग्य संधीही उपलब्ध करून द्यायला हवी. प्रशासनातील अधिकार ही एका परीने राज्यसत्तेच्या उपभोगातील वाटणीच असते. आतापर्यंत फक्त वरिष्ठ वर्गातील लोकच हा उपभोग घेत होते, तेव्हा उपरोक्त जाहीरनाम्याच्या प्रसिद्धीने महाराजांनी या सत्तेच्या वाटणीचा न्याय्य भाग बहुजन समाजाच्या पदरात टाकण्याचे ठरविले होते ते उघड आहे.

८

वसतिगृह चळवळ

वसतिगृहांची आवश्यकता

शाहू महाराजांच्या १९०२च्या राखीव जागांच्या जाहीरनाम्याचा धिक्कार करताना लो. टिळकांच्या 'केसरी'ने असेही म्हटले होते की, 'हा जाहीरनामा केवळ ब्राह्मणांना धक्का देणारा नाही तर संस्थानच्या हितकर्त्यांनाही धक्का देणारा आहे. शिवाय महाराजांनी यापूर्वी तेली, तांबोळी, मुसलमान, लिंगायत यांना शिक्षण देण्याचा कधी प्रयत्न केला होता असे ऐकिवात नाही.'[१] ज्या तेली, तांबोळी, मुसलमानादी मागासलेल्या समाजांसाठी महाराजांनी आपल्या प्रशासनातील ५० टक्के जागा राखीव ठेवल्या आहेत, त्यांच्यातील विद्येच्या प्रसारासाठी त्यांनी काही प्रयत्न केलेले नाहीत, असे म्हणून लोकमान्यांनी त्यांना डिवचले होते. लोकमान्यांना काय कल्पना की, हा राजा आपले येथून पुढचे सर्व आयुष्य मागासलेल्या समाजाच्या अभ्युदयासाठीच खर्च करणार आहे!

मागासलेल्या समाजात एकूण शिक्षणाविषयीच मोठी अनास्था होती. मग उच्च शिक्षणाविषयी तर बोलावयासच नको. त्यातूनही प्रतिकूल परिस्थितीशी झगडून काहींनी उच्च शिक्षण घेतले तर त्यांना ब्राह्मण नोकरशाहीकडून प्रशासनिक नोकऱ्यांत उपेक्षित ठेवले जात असे, तेव्हा उच्च शिक्षण घेऊनही त्याचा काही उपयोग होत नाही, ही वस्तुस्थिती मागासलेल्या समाजास नाउमेद करणारी होती. म्हणूनच महाराजांनी या भावनेची अचूक नोंद घेऊन प्रथम आपल्या राज्यातील नोकऱ्यांत त्यांच्यासाठी ५० टक्के राखीव जागांची सुविधा निर्माण केली होती. महाराजांचा असा होरा होता की, अशा प्रकारे 'उच्च शिक्षणाची पारितोषिके' मागासलेल्या व्यक्तींच्या

पदरात पडू शकतात, ही जाणीव होताच उच्च शिक्षण घेण्याविषयीची त्यांची उमेद वाढीस लागेल. त्यांचा हा होरा अवतीभोवतीच्या समाजाच्या निरीक्षणातून तयार झाला होता आणि तो चुकीचाही नव्हता.

मागासलेल्या समाजात उच्च शिक्षणाविषयी आस्था निर्माण करण्याची आणखी एक महत्त्वाची उपाययोजना होती आणि ती म्हणजे असे उच्च शिक्षण घेऊ इच्छिणाऱ्या गरीब विद्यार्थ्यांसाठी, त्यांच्या राहण्या-जेवण्याच्या सोयीसाठी वसतिगृहे निर्माण करणे. या उपाययोजनेतील पहिला टप्पा उपरोक्त जाहीरनामा प्रसिद्ध करण्यापूर्वीच महाराजांनी सुरू केला होता, हे पाहिले की, त्यांच्या डोक्यात मागासलेल्या समाजाच्या अभ्युदयासाठी एकाच वेळी अनेक विचार कसे चालू होते, याची कल्पना येते.

वास्तविक १८९६ मध्येच कोल्हापुरात उच्च शिक्षणासाठी आलेल्या विद्यार्थ्यांसाठी दरबारच्या खर्चाने एक वसतिगृह स्थापन केले गेले होते. असि. जज्ज व्ही. बी. गोखले हे त्याचे अध्यक्ष होते. वसतिगृहाची सर्व व्यवस्था ब्राह्मण मंडळींकडेच असल्याने एकाही ब्राह्मणेतर मुलास तेथे प्रवेश दिला जात नव्हता. शैक्षणिक सुविधांची मक्तेदारी ब्राह्मण वर्गच उपभोगत होता, कारण 'शिक्षण' हे क्षेत्र आपल्याच मक्तेदारीचे आहे, अशी त्यांची मनोभूमिका होती.

कोल्हापूर संस्थानात बहुसंख्य मराठा समाज होता. संस्थानही 'मराठ्यांचे'समजले जात होते; पण मराठे मात्र इतर समाजांसारखेच विद्येत मागासलेले राहिले होते. खेड्यांमध्ये असलेल्या या मराठा समाजात चार-दोन घरंदाज पाटलांची घरे सांपत्तिकदृष्ट्या बरी असत; पण त्यांच्याही ठिकाणी शिक्षणाची गोडी नसे. आपल्या मुलास कोल्हापुरास उच्च शिक्षणासाठी पाठवावे, अशी आच मराठा आई-बापांच्या ठिकाणी उत्पन्न होत नव्हती. याला महत्त्वाचे कारण मुलास कोल्हापुरात पाठवायचे तर त्याच्या राहण्या-जेवण्याची सोय कुठे करायची, हा सर्वांत मोठा प्रश्न त्यांच्यासमोर असे. आज अनेक वसतिगृहांनी गजबजलेल्या शहरांकडे पाहून या प्रश्नाचे महत्त्व आपल्या लक्षात येणार नाही; पण शंभर वर्षांपूर्वीची समाजस्थिती पाहिल्यास या प्रश्नाचे गांभीर्य ध्यानी येते.

१८९९ मधील गोष्ट. शाहू महाराजांनी वर्तमानपत्रात बातमी वाचली की, वडगावच्या चिमाजी पाटलाचा मुलगा पांडुरंग मॅट्रिकची परीक्षा पास झाला आहे! त्या काळी बहुजन समाजातील मुलगा मॅट्रिक होणे ही मोठी

नवलाईची गोष्ट होती. या बातमीने महाराजांना मोठा आनंद झाला. त्यांनी तातडीने स्वार पाठवून त्या मुलास (पी.सी. पाटलांना) पन्हाळ्यावर बोलावून घेतले. त्यांचे तोंड भरून कौतुक केले आणि कोल्हापुरातील त्यांच्या राहण्या-जेवणाच्या व्यवस्थेची चौकशी केली, तेव्हा पाटलांनी सांगितले, 'शहरात मराठ्यांच्या खानावळी नाहीत; फक्त ब्राह्मणांच्या आहेत. त्या खानावळींचा दरमहाचा दर पाच रुपये असतो. शिवाय मराठ्यांना आपल्या पत्रावळी आपणच उचलाव्या लागतात, म्हणून मी ब्राह्मणाच्या खानावळीचा नाद सोडला आणि एका ओळखीच्या मराठ्याकडे महिना साडेतीन रुपये देऊन जेवणाची सोय केली होती.''

''तेथे अभ्यास करण्यास तरी जागा होती का?'' महाराज.

''त्यांच्या घरात जागा कमी होती, म्हणून हायस्कूलजवळ सरकारी तालीम आहे, तेथे मामा जाधव, बळीबा पाटील, हरीबा पाटील, हिंदुराव घाटगे वगैरे पाच-सहाजणांनी तालीम मास्तरांच्या परवानगीने रात्री अभ्यासाची व झोपण्याची व्यवस्था केली होती. त्यांच्याबरोबर मीही होतो.'' - पाटील[२]

खेड्यातील मराठा समाजातील 'गावचा राजा' समजल्या गेलेल्या पाटील घराण्यातील मुलाची ही कथा तर इतर मागासलेल्या जातींची अवस्था कशी असू शकेल, याची आपण कल्पना करू शकतो. महाराजांच्या डोक्यातील विचारचक्रे वेगाने फिरू लागली. तुमच्या पुढच्या शिक्षणाची व्यवस्था मी करतो, असे आश्वासन त्यांनी पी.सी. पाटलांना दिलेच; पण ते तेथेच थांबले नाहीत. पाटील पुढे सांगतात की, दुसऱ्याच दिवशी रावसाहेब दाजीराव विचारे, एक्झिक्युटिव्ह इंजिनिअर आणि रावसाहेब भास्करराव जाधव, असि. सरसुभे या दोन मराठा अधिकाऱ्यांना बोलावून मराठा विद्यार्थांसाठी एक वसतिगृह काढण्याचा त्यांचा विचारविनिमय सुरू झाला.[३]

व्हिक्टोरिया मराठा बोर्डिंग - पहिले वसतिगृह

विशेष नमूद करण्यासारखी गोष्ट म्हणजे अशा प्रकारचे वसतिगृह स्थापन करण्याच्या संदर्भात शाहू महाराजांनी पुण्यातील न्या. रानडे व नामदार गोखले या दोन उदारमतवादी नेत्यांशीही विचारविनिमय केला होता आणि त्या दोघांनीही महाराजांची कल्पना उचलून धरली होती. महाराजांनी गाईल्स या मुंबई इलाख्याच्या शिक्षण खात्याच्या संचालकांशीही या बाबतीत पत्रव्यवहार केला होता व त्यांचेही मत अजमावले होते. महाराजांना पाठविलेल्या पत्रात

गाईल्ससाहेब म्हणतात, 'महाराजांचे पत्र आल्यामुळे मला परमानंद झाला. मराठ्यांकरता जेवणा-खाण्याची सोय असलेल्या शाळेच्या प्रश्नावर आपल्याशी चर्चा करायला मला आनंदच होईल. शिक्षणाच्या दृष्टीने मराठ्यांना पुढे आणण्यासाठी असे विशेष प्रयत्न करणे अत्यंत आवश्यक आहे. या बाबतीत मी आपल्याशी सहमत आहे. मराठ्यांच्या सवयी आणि भावना या उच्च शिक्षण घेण्याच्या बाबतीत प्रतिकूल आहेत. यास्तव ब्राह्मणांशी तुलना करता ते शिक्षणात बरेच मागे पडलेले आहेत. मी जेव्हा कोल्हापूरला भेट दिली, तेव्हा मला असे आढळून आले की, शिक्षण खात्यात नोकरीसाठी येणाऱ्या अर्जात मराठ्यांचे अर्ज क्वचित आढळतात. इतर खात्यांतही तीच परिस्थिती आहे'[४] - (१० ऑगस्ट, १९००).

समाजातील अनेक विचारवंतांशी असा विचारविनिमय चालू असतानाच शाहू महाराजांनी पन्हाळ्यावरील दत्त मंदिरात पी.सी. पाटलांसह चार कॉलेज विद्यार्थ्यांची आपल्या खासगीतून राहण्या-जेवणाची सोय करून 'मराठा वसतिगृह' सुरू केले होते; पुढे ते कोल्हापूरला नेण्यात आले. लवकरच महाराजांचे काका दत्ताजीराव घाटगे यांच्या अध्यक्षतेखाली कोल्हापुरातील प्रतिष्ठित मराठ्यांची सभा भरविली गेली आणि मामासाहेब खानविलकर, अप्पासाहेब म्हैसाळकर, भास्करराव जाधव, दाजीराव विचारे, जिवाजीराव सावंत आदी प्रमुख मराठा व्यक्तींच्या सहकार्याने १८ एप्रिल, १९०१ रोजी 'व्हिक्टोरिया मराठा बोर्डिंग' या कोल्हापुरातील पहिल्या वसतिगृहाची स्थापना करण्यात आली. त्यामध्ये विशेषतः जाधव, विचारे व सांवत या तीन तरुण मराठा कार्यकर्त्यांचा मोठा पुढाकार होता. पी. सी. पाटील हे या पहिल्या वसतिगृहाचे पहिले विद्यार्थी. पुढे पुण्याच्या शेतकी महाविद्यालयाचे ते प्राचार्य झाले. अमेरिकेतील एम.एस्सी. आणि मुंबई विद्यापीठाची डी. एस्सी. या सन्माननीय पदव्यांनी विभूषित होऊन देशातील थोर कृषितज्ज्ञ म्हणून ते प्रसिद्धीस पावले. या वसतिगृहाचे नाव 'मराठा' असे जातिविशिष्ट ठेवले गेले असले तरी अगदी प्रारंभापासून मराठ्यांशिवाय मुसलमान, शिंपी, कोळी, माळी, गवळी अशा बहुजन समाजातील अन्य जातींच्या मुलांनाही तेथे उदार आश्रय दिला जात होता. यातून मराठा समाजाच्या सर्वसमावेशकतेचाच प्रत्यय येत होता. अशा प्रकारच्या वसतिगृहाची कल्पना ही त्या काळी नावीन्यपूर्णच होती आणि तिचे जनकत्व महाराजांकडेच जात होते.

डॉ. पी.सी. पाटील आपल्या आठवणीत म्हणतात, 'स्वतंत्र मराठा वसतिगृहाची (व्हिक्टोरिया मराठा बोर्डिंग) अधिकृतपणे स्थापना होण्यापूर्वी मुंबई इलाख्यात फक्त मोठमोठ्या कॉलेजला जोडून क्लब्ज (हॉटेल्स) असत; पण एखाद्या जातीने किंवा धर्मपंथाने चालविलेले वसतिगृह महाराष्ट्रात तरी अस्तित्वात नव्हते. सध्या पुण्यासारख्या शहरात जी एक-दोन अनाथ वसतिगृहे आहेत, तीसुद्धा त्या वेळी नव्हती. या दृष्टीने शिक्षण घेणाऱ्या विद्यार्थ्यांसाठी वसतिगृहांची विशेषतः निरनिराळ्या जातींनी आपापल्या जातींतील विद्यार्थ्यांची राहण्याची जबाबदारी घेऊन त्यांच्यासाठी कमी खर्चात वसतिगृहे स्थापन करण्याची ही अभूतपूर्व कल्पना शाहू महाराजांचीच होती, असे म्हटले पाहिजे.'[५] कालौघात महाराजांनी ५५० रुपयांचे वार्षिक अनुदान, २ हजार रुपयांचे वार्षिक उत्पन्न मिळेल इतका जमीनजुमला आणि ४७ हजार रुपयांची स्थायी देणगी अशी अनुदाने देऊन मराठा वसतिगृहांचा पाया मजबूत केला.[६]

याच वर्षी म्हणजे १९०१ मध्ये 'जैन बोर्डिंग'ची स्थापना केली गेली. त्यानंतर लिंगायत, मुस्लीम, अस्पृश्य, सोनार, शिंपी, पांचाळ, गौड सारस्वत, इंडियन ख्रिश्चन, चां.का. प्रभू, वैश्य, ढोर-चांभार, सुतार, नाभिक, सोमवंशीय आर्यक्षत्रिय, कोष्टी अशा विविध जातिधर्मांची २० वसतिगृहे महाराजांच्या प्रेरणेने व साह्याने स्थापन केली गेली. प्रत्येक वसतिगृहास इमारती, खुल्या जागा, कायमस्वरूपी उत्पन्नाची साधने उपलब्ध करून देऊन गरीब विद्यार्थ्यांच्या योगक्षेमाची चोख व्यवस्था केली गेली.

वसतिगृह चळवळीतील तंत्र व प्रयोग

'वसतिगृह' हा शाहू महाराजांच्या सामाजिक कार्यातील एक अभिनव प्रयोग होता. त्याचे एक तंत्रच त्यांनी विकसित केले होते, असे म्हटले तर चुकीचे होणार नाही. मनात आले की, सरकारी अधिकाऱ्यांना हुकूम करून वसतिगृह स्थापन केले, असे त्यांनी केले नाही. ज्या जातीसाठी वसतिगृह स्थापन करायचे, त्या जातीतील पुढारी अथवा प्रतिष्ठित लोकांशी ते अशा युक्तीने संपर्क वाढवीत की, त्यांना आपल्या जातीच्या अभ्युदयासाठी काहीतरी करावयास हवे, अशी भावना त्यांच्या ठिकाणी उत्पन्न होई आणि नंतर मग त्यांना त्यांच्या जातीतल्या मुलांसाठी वसतिगृह स्थापण्यास ते उद्युक्त करीत. महाराज स्वतः कधीच त्याचे पुढारीपण करीत नसत. प्रत्येक

जातीत त्या त्या जातीचे पुढारी तयार व्हावेत, यावर त्यांचा कटाक्ष असे. अशी पुढारी मंडळी एकत्र होऊन, वसतिगृहाची कल्पना घेऊन महाराजांकडे येत, तेव्हा ते त्यांच्या प्रयत्नांस प्रोत्साहन देऊन सर्व प्रकारची मदत करीत असत. असे करण्यात लोकांचा सहभाग त्यांना महत्त्वाचा वाटत होता, तसेच त्या त्या जातीतल्या लोकांना आपण आपल्या जातीसाठी काहीतरी केल्याचे समाधान मिळत होते. अशा प्रकारे 'वसतिगृह' ही केवळ कोल्हापूरच्या राजाची चळवळ न बनता ती लोकचळवळ बनू शकली. परिणामी, तिचा प्रसार कोल्हापूर संस्थानच्या बाहेरही सर्व महाराष्ट्रात होऊ शकला.

अस्पृश्य समाजाविषयी मात्र शाहूंनी वेगळी वाट चोखळलेली दिसते. सर्वार्थाने उपेक्षित असलेल्या या समाजात शिक्षणाविषयी तळमळ बाळगून आपला उद्धार करण्याची इच्छा धरणारे पुढारी मिळणे अशक्यच होते. अशा परिस्थितीत महाराजांनी भास्करराव जाधव, महादेव डोंगरे, श्रीपतराव शिंदे, खंडेराव बागल, गणपतराव कदम प्रभृती कार्यकर्त्यांना पुढे करून अस्पृश्यांमध्ये शिक्षणाविषयी जागृती करण्यास उद्युक्त केले. महाराजांच्या प्रोत्साहनानेच उपरोक्त मंडळींनी अस्पृश्य मुलांसाठी १९०८ मध्ये कोल्हापुरात 'मिस क्लार्क होस्टेल' हे स्वतंत्र वसतिगृह स्थापन केले. मिस व्हायोलेट क्लार्क ही मुंबईचे गव्हर्नर सर जॉर्ज क्लार्क यांची कन्या. अस्पृश्यांविषयी कळवळा असणारी. शाहू महाराज स्थापन करीत असलेल्या वसतिगृहास या मुलीने आपल्या नृत्याचा एक खास कार्यक्रम करून जमलेले ५ हजार रुपये भेट म्हणून दिले होते. तिची मानवतावादी दृष्टी पाहून महाराजांनी तिचेच नाव अस्पृश्यांच्या वसतिगृहास दिले होते.[७]

या वसतिगृह चळवळीत शाहू महाराजांनी आणखी एका समाजाबद्दल थोडी वेगळी भूमिका घेतली. महाराजांचे मुस्लीम समाजावर मोठे प्रेम होते; पण या समाजात इतर समाजांशी तुलना करता शिक्षणाबद्दल फारच अनास्था होती. मुस्लिमांसाठी स्वतंत्र वसतिगृह काढण्याचे महाराजांचे प्रयत्न १९०२ सालापासून सुरू होते; पण त्यामध्ये त्यांना यश नव्हते. दरम्यान, त्या समाजातील होतकरू मुलांची मराठा वसतिगृहात सोय केली जात होती. शेवटी १९०६ मध्ये महाराजांनी स्वतःच पुढाकार घेऊन शहरातील प्रमुख मुस्लीम मंडळींची सभा बोलावली.

'इंदुप्रकाश' हे वृत्तपत्र या सभेचा वृत्तान्त देते- 'बोर्डिंगसाठी मुसलमान समाज तीन हजार रुपये गोळा करीत असेल, तर आपण तितकीच रक्कम

देण्यास तयार आहोत, असे श्रीमंतांनी जाहीर करण्याबद्दल सेक्रेटरी यांस आज्ञा केली. त्या योगे जागच्या जागी चार हजार रुपयांपर्यंत वर्गणीचे आकडे पडले. मुसलमान समाजातील मंडळींचा हा उत्साह पाहून हुजूरस्वारींनी खूश होऊन आणखी एक हजार रुपये वाढवून चार हजार रुपये देण्याचे आश्वासन दिले. शिवाय इलाखा मजकुरी दर्गा (देवस्थान), मसजीद वगैरे मुसलमानांच्या धार्मिक बाबींसंबंधी असलेली सर्व उत्पन्ने, मुसलमान जमातीच्या पंचांतर्फे धार्मिक कृत्यांकडे योग्य तितकी खर्च करून शिल्लक राहील ती रक्कम, यतीम (पोरकी) गरीब व होतकरू विद्यार्थ्यांच्या शिक्षणाकडे खर्च करण्याबद्दल बोर्डिंग फंडाकडे देण्यात यावी, अशी आपली इच्छा असून त्यास मुसलमान समाजाची अनुमती आहे का, असा प्रश्न हुजूरस्वारींनी केला. त्यावर अत्यंत कृतज्ञतापूर्वक समस्त मुसलमान समाजाकडून या कामी सर्वांची एकवाक्यता असल्याचे जाहीर करण्यात आले.'[८]

त्याच सभेत 'मोहमेडन एज्युकेशन सोसायटी'ची स्थापना होऊन, 'मुस्लीम बोर्डिंग' सुरू केले गेले. महाराज एवढ्यावरच थांबले नाहीत. त्यांनी स्वतः मोहमेडन एज्युकेशन सोसायटीचे पदसिद्ध अध्यक्षपद स्वीकारले. संस्थानाच्या दिवाणांना सोसायटीचे पदसिद्ध उपाध्यक्ष, तर करवीरच्या मामलेदारास पदसिद्ध कार्यवाह बनविले! अशा प्रकारे मुस्लीम समाजावर कोल्हापूर दरबारचा कायमचा वरदहस्त महाराजांनी निर्माण केला. दरबारातून भरीव अर्थसाह्य तर दिले गेलेच शिवाय संस्थानातील मुस्लीम देवस्थानांची, मशिदी आणि दर्गे यांची उत्पन्नेही बोर्डिंगच्या खर्चासाठी महाराजांनी जोडून दिली. १९२० मध्ये महाराजांचे गुरू सर फ्रेजर यांनी कोल्हापुरास भेट दिली, त्या वेळी भव्य दरबार भरवून मुस्लीम बोर्डिंगच्या प्रशस्त दुमजली इमारतीची पायाभरणी केली गेली. त्यासाठी महाराजांनी साडेपाच हजार रुपयांची देणगी दिली. शिवाय इमारतीसाठी संस्थानच्या जंगलातील सागवानी लाकूड देण्याची व्यवस्था केली.[९]

'वसतिगृह चळवळीत कोल्हापुरामध्ये या कालखंडात एक अभिनव प्रयोग केला गेला. शाहू महाराजांपासून प्रेरणा घेऊन सामाजिक क्षेत्रात कार्य करणाऱ्या कार्यकर्त्यांनी हा प्रयोग केला होता. हा प्रयोग म्हणजे मराठा समाजातील अत्यंत गरीब विद्यार्थ्यांसाठी स्थापन झालेले 'श्री प्रिन्स शिवाजी मराठा फ्री बोर्डिंग हाउस' हे वसतिगृह होय. पुण्यामध्ये बापूराव शिंदे हे सामाजिक कार्यकर्ते एक मोफत विद्यार्थिगृह चालवीत होते. या विद्यार्थिगृहातील

विद्यार्थी माधुकरी मागून अन्न आणत असत आणि एकत्र बसून जेवण करीत असत. एकदा महाराजांचा पुण्यात मुक्काम असताना 'विजयी मराठा'कार श्रीपतराव शिंदे यांनी ही गोष्ट महाराजांच्या कानावर घातली. आजपर्यंत गरीब ब्राह्मणांची मुले माधुकरी मागून शिक्षण घेत असल्याचे महाराजांना माहीत होते. आता मराठ्यांची मुलेही माधुकरी मागून शिक्षण घेण्याची जिद्द बाळगतात, हे ऐकून महाराजांना मोठे कौतुक वाटले आणि मग अवचितपणे महाराजच श्रीपतरावांना घेऊन ते वसतिगृह पाहावयास गेले. उघडीबोडकी मुले माधुकरी मागून आणलेल्या अन्नाची 'प्रतवारी' करीत होती. ते सर्व दृश्य पाहून महाराजांचे हृदय भरून आले. श्रीपतरांवाच्या चरित्रात म्हटले आहे, 'श्रीपतरावांच्या खांद्यावर हात ठेवून, सद्‌गदित कंठाने राजर्षींनी उद्‌गार काढले, 'श्रीपतराव! ही मराठ्यांची मुले माधुकरी मागून विद्या शिकू लागली हे बघून मला फार आनंद झाला!' शाहूरायांचे डोळे आणि अंतःकरण भरून आले होते; ते पुढे म्हणाले, 'आता मला थोडी का होईना आशा वाटते की, माझा समाज, असाच काही कोपऱ्यात धूळ खात पडणार नाही.'[१०]

आता शाहू महाराजांच्या वर्तुळातील तरुण कार्यकर्त्यांनी कोल्हापुरात हा प्रयोग करावयाचे ठरविले. श्रीपतराव शिंदे, मामासाहेब मिणचेकर, खंडेराव बागल, बाबूराव यादव, रामचंद्र बाबाजी जाधव (दासराम) इत्यादींनी प्रारंभी १० मुले जमवून त्यांना सधन कुटुंबांमध्ये वार लावून दिले. 'वार' म्हणजे ठराविक विद्यार्थ्याने ठराविक कुटुंबात जेवण घ्यायचे. अनेक शिक्षणप्रेमी कुटुंबे आपणहून या कार्यासाठी पुढे आली. यात समाजाचा सहभाग महत्त्वाचा होता. शिक्षणाविषयी एक प्रकारची व्यापक जाणीव या प्रयोगातून तयार होत होती. हळूहळू विद्यार्थ्यांची संख्याही वाढू लागली आणि विद्यार्थ्यांच्या जेवणाची व्यवस्था करता करता कार्यकर्त्यांची दमछाक होऊ लागली. महाराज या प्रयोगाकडे बारकाईने लक्ष ठेवून होते. त्यांना शे-पन्नास विद्यार्थ्यांची मोफत जेवणाची व्यवस्था करणे काहीच अवघड नव्हते; पण त्यांनी तसे केल्याचे दिसत नाही, कारण त्यांच्या मते शिक्षणासाठी खडतर मार्ग स्वीकारण्याची तयारी मागासलेल्या समाजातील लोक दाखवीत आहेत आणि त्या दृष्टीने ते स्वतःच्या पायावर उभे राहण्याचा पडतझडत का होईना प्रयत्न करीत आहेत, ही गोष्ट समाज जागा होण्याच्या दृष्टीने मोलाची होती; म्हणून त्या प्रयोगास थोडा अवसर देणे त्यांना आवश्यक

वाटत होते. तो दिल्यानंतर कार्यकर्त्यांची कुचंबणा होऊ लागताच महाराज पुढे झाले. त्यांनी या वसतिगृहावर आपल्या कृपेचा वर्षाव केला. त्यांनी 'कोठीशाळा' नावाची एक मोठी इमारत वसतिगृहासाठी दिली. वसतिगृहाच्या खर्चासाठी ७ हजार रुपयांचा स्थायी निधी ट्रेझरीत ठेवला. शहरात सात एकर जमीन बहाल केली. याच जागेवर पुढे वसतिगृहाच्या इमारती उभ्या राहिल्या. गडहिंग्लज तालुक्यातील नूल या गावी रामनाथगिरी मठाच्या देवस्थानच्या १०० एकर जमिनीचे उत्पन्न वसतिगृहास कायमचे लावून दिले. या वसतिगृहातील कोणाही विद्यार्थ्यास कोणत्याही संस्थेत मोफत शिक्षण देण्याचा हुकूम काढला गेला.[११] कोल्हापुरातील उपरोक्त दोन्ही 'मराठा' वसतिगृहांचे प्रथमपासूनचे वैशिष्ट्य असे आहे की, त्यामध्ये मराठ्यांच्या मुलांबरोबर इतर मागासलेल्या समाजातील मुलांनाही प्रवेश दिला जात होता. जी अत्यंत गरीब कुटुंबातील मुले असत, त्यांची वसतिगृहात मोफत व्यवस्था केली जात असे.

शाहू महाराजांना आपल्या वसतिगृह चळवळीचा मोठा अभिमान होता. ही चळवळ महाराजांच्या प्रेरणेने आणि आश्रयानेच फोफावली असली तरी तिच्या यशस्वितेचे श्रेय ते स्वतःकडे न घेता आपल्या संस्थानातील शिक्षणप्रेमी प्रजेला देऊ इच्छित होते. १९२० मध्ये नाशिकमधील 'श्री उदाजी मराठा विद्यार्थी वसतिगृहा'च्या इमारतीच्या कोनशिला समारंभात अध्यक्ष म्हणून भाषण करताना त्यांनी म्हटले होते, 'माझ्या चिमुकल्या राज्यातील प्रजाजनांनी एका बाबतीत तरी विशेष नाव कमावले आहे; हे मी अभिमानपूर्वक सांगतो. त्यांचे उदाहरण लोकांपुढे आल्याने हा कित्ता पुष्कळ ठिकाणी गिरविला गेला आहे. ब्रिटिश पार्लमेंटला 'मदर ऑफ पार्लमेंट्स' असे मोठ्या अभिमानाने इंग्रज आणि इतर लोक म्हणतात. त्याप्रमाणे 'कोल्हापुरास मदर ऑफ बोर्डिंग हाउसेस' म्हणजे विद्यार्थी वसतिगृहांची माता म्हणावे असे सार्थ यश मिळाले आहे.'[१२]

शाहू महाराजांच्या वसतिगृह चळवळीचे आणखी एक वैशिष्ट्य म्हणजे महाराजांनी वसतिगृह चळवळीस दिलेला राजाश्रय फक्त कोल्हापूर संस्थानापुरताच मर्यादित नव्हता. महाराष्ट्रातील पुणे, अहमदनगर, नाशिक, नागपूर इत्यादी ठिकाणच्या अनेक वसतिगृहांना त्यांनी उदार हृदयाने व सढळ हाताने अर्थसाह्य केले होते. ठिकठिकाणच्या सामाजिक कार्यकर्त्यांना मागासलेल्या समाजाच्या मुलांसाठी वसतिगृहे स्थापन करण्यात अर्थसाह्य

देण्याचे कार्य त्यांनी शेवटपर्यंत चालूच ठेवले होते. महाराजांच्या डोक्यात वसतिगृहाचे इतके विलक्षण वेड भरले होते की, एकेकाळी त्यांनी लंडनमधील विद्यार्थ्यांसाठी तेथे एखादे स्वस्त वसतिगृह स्थापन करता येईल का, याचाही विचार केला होता![१३]

वसतिगृह चळवळीतील जातीचा मुद्दा

शाहू महाराजांनी जातीनिहाय वसतिगृहे काढली, ही त्यांच्या जातिभेदनिर्मूलन कार्याच्या विरोधात गेलेली बाब होय, असा काहीसा प्रतिकूल सूर काही टीकाकार लावतात. वरवर पाहता ती वस्तुस्थितीही वाटते; पण अस्पृश्यता व जातिभेद यांच्याशी निकराचा लढा देणाऱ्या महाराजांनी जातीच्या पायावर वसतिगृहे का उभी केली, याचा खोलवर जाऊन विचार करता त्यांची ही कृती कालोचितच होती, असे दिसून येते. शेकडो वर्षे भक्कम पायावर उभी असलेली जातिव्यवस्थेची उतरंड महाराज काही एका रात्रीत उद्ध्वस्त करू शकत नव्हते. या व्यवस्थेचे वैशिष्ट्यच असे होते की, प्रत्येक वरची जात खालच्या जातीस तुच्छ समजत होती; तसेच ती आपल्याच वर्तुळात फिरत राहून आपले स्वतंत्र अस्तित्व प्राणपणाने जपत होती. अशा कठोर सामाजिक वास्तवाच्या पार्श्वभूमीवर महाराजांनी सर्व जातिधर्मांसाठी म्हणून एकच मोठे वसतिगृह स्थापन केले असते, तरी त्या वसतिगृहात जात्याभिमानी आई-बापांनी आपली मुले 'जात बुडते' म्हणून पाठविली नसती. याउलट आपल्या जातीचे बोर्डिंग कोल्हापुरात आहे, हे पाहिल्यावर त्या त्या जातीच्या आई-बापांनी आपली मुले शिकली तरी 'जात तरते' या आशेवर मुले पाठविण्याचे धाडस केले; त्यामुळे निरनिराळ्या जातींची, विशेषतः मागासलेल्या जातींची मुले शिकू लागली. महाराजांच्या दृष्टीने प्रत्येक जातीची मुले आपापल्या जातीच्या वसतिगृहात राहून का होईना; पण शिकणे महत्त्वाचे होते. ही मुले शिकल्यावर त्यांना जातिभेदातील फोलपणा लक्षात आल्याशिवाय राहणार नाही, असा त्यांचा आशावाद होता. कुटुंबापेक्षा जात मोठी व जातीपेक्षा 'समाज' मोठा ही जाणीव निर्माण होण्यासाठी प्रथम शिक्षणाच्या प्रसाराची गरज आहे, असे त्यांना वाटत होते.

उपरोक्त 'जाती'चा मुद्दा प्रत्यक्ष उदाहरणावरून अधिक स्पष्ट होईल. आपण पाहिले की, सर्व अस्पृश्य जातींच्या मुलांसाठी महाराजांनी 'मिस क्लार्क होस्टेल' नावाचे वसतिगृह सुरू केले होते; पण वसतिगृहातील

अस्पृश्य मुलांतही एकमेकांच्या जातीबद्दल तुच्छता होती. सर्व अस्पृश्य जातींची मुले एकत्र राहू शकत नाहीत, हे महाराजांच्या लक्षात आल्यावर अस्पृश्यांतील चांभार व ढोर या दोन जातींसाठी त्यांनी १९१९ मध्ये स्वतंत्र वसतिगृह स्थापन केले. याचा अर्थ जातीचा उच्च-नीच भाव फक्त वरच्या जातींमध्येच होता असे नाही, तो अगदी खालच्या थरांतही तितकाच तीव्र होता. अशा परिस्थितीत महाराजांच्या समोर अशा प्रत्येक जातीसाठी स्वतंत्र वसतिगृह स्थापन करण्याशिवाय अन्य पर्याय नव्हता आणि मग या पर्यायाच्या मार्गानेच जायचे ठरविल्यानंतर त्यांनी प्रत्येक जातीला वाटणाऱ्या अभिमानाच्या भावनेने वसतिगृह चळवळीसाठी उपयोजन केले.

१९०१ मध्ये मराठा वसतिगृहाची स्थापन करीत असतानाच महाराजांच्या मनात जैन वसतिगृहाची कल्पना घोळत होती. त्याच सुमारास निपाणीजवळ स्तवनिधी या तीर्थक्षेत्री जैन धर्मीयांची एक परिषद भरली होती. महाराजांनी ही संधी साधून आपला एक खास प्रतिनिधी त्या परिषदेस पाठविला आणि जैन मंडळींनी आपल्या मुलांच्या कल्याणासाठी कोल्हापुरात वसतिगृह स्थापण्यास पुढे यावे, त्यास दरबारची सक्रिय सहानुभूती राहील, असा संदेश पाठविला. या संदेशाने प्रभावित होऊन जैन मंडळी पुढे आली आणि मराठा वसतिगृहाच्या स्थापनेनंतर दुसऱ्याच महिन्यात कोल्हपुरात 'दिगंबर जैन वसतिगृह' सुरू झाले. लिंगायत वसतिगृहाच्या स्थापनेपूर्वी तर खुद्द महाराजांनीच लिंगायत लोकांची एक परिषद आयोजित करून तिच्यात त्यांच्या समाजाचे वसतिगृह सुरू करण्यासाठी कार्यकर्त्यांनी पुढे यावे, असे कळकळीचे आवाहन केले होते.[१४]

प्रत्येक जातीला आपल्याविषयी जी अस्मिता असते, तिचे रूपांतर शिक्षण प्रसारासारख्या विधायक कार्यात व्हावे, असे महाराजांना वाटत होते. प्रत्येक जातीत प्रतिष्ठित, सधन व समाजहितैषी मंडळी असतात, त्यांच्या ठिकाणी आपल्या जातीसाठी काही विधायक कार्य करावे अशा सुप्त भावनाही असते. महाराजांना याची अचूक जाण असल्याने ते अशा मंडळींच्या भावनांना आवाहन करून, कार्यसिद्धी साधत असत. महाराजांना वाटे की, ज्या जातीसाठी आपण वसतिगृहे काढतो आहोत, त्या जातीच्या लोकांमध्ये आपली मुलेबाळे शिकली पाहिजेत, ही जाणीव निर्माण व्हायला हवी; त्या जातीने सामुदायिक प्रयत्न करून वसतिगृहासाठी काही प्राथमिक निधीही उभारावा, अशी त्यांची इच्छा असे. अशी इच्छा धरण्यात महाराजांना

वसतिगृहाच्या निर्मितीत त्या त्या जातीच्या प्रत्यक्ष कृतीचा सहभाग महत्त्वाचा वाटत होता; त्यामुळेच वसतिगृहांच्या चळवळीत लोकांचा सहभाग वाढू शकला.

चळवळीची फलनिष्पती

शाहू महाराजांच्या वसतिगृह चळवळीची फलनिष्पती काय, या प्रश्नाचे उत्तर पाहिले जाता असे दिसून येते की, या चळवळीने आधुनिक महाराष्ट्राच्या जडणघडणीसाठी शेकडो कर्तबगार व्यक्ती उदयास आणल्या. कृषितज्ज्ञ डॉ. पी.सी. पाटील यांच्यापासून पंजाबचे गव्हर्नर रँग्लर डी.सी. पावटे यांच्यापर्यंत, साहित्यिक ग. ल. ठोकळांपासून शिक्षणतज्ज्ञ जे. पी. नाईकांपर्यंत, लोकनेते बाळासाहेब देसाईंपासून कम्युनिस्ट नेते कॉ. मिरजकरांपर्यंत निरनिराळ्या क्षेत्रांत चमकलेल्या शेकडो व्यक्ती कोल्हापुरातील शाहू महाराजांच्या वसतिगृहांत राहून-शिकून पुढे आल्या. सुमारे पाऊणशे वर्षे महाराष्ट्राच्या राजकारण, समाजकारण, अर्थकारण, शिक्षण, कला इत्यादी क्षेत्रांतील चळवळींचे नेतृत्व करणाऱ्या व्यक्ती कोल्हापूरच्या वसतिगृहांनी घडविल्या. या वसतिगृहांमुळेच महाराष्ट्रात मुंबई-पुण्याखालोखाल कोल्हापूर हे विद्याभ्यासाचे केंद्र म्हणून पुढे आले. मुंबई-ठाण्यापासून बेळगाव-धारवाडपर्यंत पसरलेल्या बहुजन समाजास ही वसतिगृहे म्हणजे आपल्या मुलाबाळांच्या भाग्योदयाची केंद्रे भासू लागली. परिणामी, महाराष्ट्राच्या काना-कोपऱ्यांतून शेकडो तरुण कोल्हापूरकडे आकर्षित झाले. महाराष्ट्रातील उच्च शिक्षणाने विभूषित झालेली ब्राह्मणेतरांची पहिली पिढी घडविण्यात या वसतिगृहांचा वाटा मोलाचा ठरला. शाहू काळातीलच नव्हे, तर त्यानंतरच्याही ब्राह्मणेतर समाजाच्या तीन पिढ्या या वसतिगृहांनी घडविल्या आहेत. आज जे पश्चिम महाराष्ट्रात बहुजन समाजाच्या सर्वांगीण प्रगतीचे समर्थ चित्र उभे राहिले आहे, त्याचा पाया शाहू महाराजांच्या वसतिगृहांनी घातला आहे. बहुजन समाजाला अज्ञानाच्या गर्तेतून उचलून वर काढण्यासाठी महाराजांनी ज्या अनेक तरफा उपयोगात आणल्या, त्यात सर्वांत प्रभावी तरफ वसतिगृहाच्या चळवळीची होती. बहुजन समाजातील हजारो मुले गेल्या शंभर वर्षांत या वसतिगृहांतून शिकून पुढे आली; ही वसतिगृहे नसती तर ती शिक्षणापासून वंचितच राहिली असती, हे एक ऐतिहासिक सत्य आहे.

शाहू महाराजांच्या वसतिगृह चळवळीच्या आणखी एका फलनिष्पत्तीची

नोंद घ्यावयास हवी; ती म्हणजे या चळवळीतून प्रेरणा घेऊन महाराष्ट्रातील अनेक सामाजिक कार्यकर्त्यांनी ठिकठिकाणी विद्येत मागासलेल्या समाजांसाठी वसतिगृहे स्थापन केली. त्यामध्ये सर्वांत लक्षणीय कामगिरी केली ती स्वतःला महाराजांचे शिष्य म्हणवून घेणाऱ्या कर्मवीर भाऊराव पाटील यांनी. खुद्द भाऊराव हे महाराजांच्या वसतिगृह चळवळीचेच अपत्य होते. त्यांनी 'रयत शिक्षण संस्था' स्थापन करून महाराष्ट्राच्या खेड्यापाड्यांत ज्ञानाची गंगा तर नेलीच; पण ठिकठिकाणी हायस्कूल-कॉलेजांसोबत गरीब विद्यार्थ्यांसाठी वसतिगृहे स्थापन केली. या विद्यार्थ्यांना 'कमवा आणि शिका' हा स्वावलंबी जीवनाचा मंत्र देऊन, कर्मवीरांनी आपल्या गुरूच्याही पुढे एक पाऊल टाकले! त्यांच्या शैक्षणिक कार्याची नाळ थेट शाहूरायांच्या चळवळीशी जोडलेली होती, हे लक्षात घेतले पाहिजे.

९

अस्पृश्योद्धार : शिक्षण

अस्पृश्यांविषयी प्रेमाचा पाझर

महर्षी विठ्ठल रामजी शिंदे यांनी राजर्षी शाहू महाराजांच्या व्यक्तिमत्त्वाचा मागोवा घेताना त्यांचे मन 'उत्क्रमणशील' होते, तसेच ते 'उत्कर्षशील' होते, असे म्हटल्याचे आपण मागे पाहिलेच आहे. त्याच लेखात त्यांनी लिहिले आहे की, 'भारतीय निराश्रित साह्यकारी मंडळीची स्थापना झाल्यावर तिच्या अव्वल अमदानीत (सन १९०६-०९) माझ्या व त्यांच्या ज्या भेटी झाल्या, त्या वेळी अस्पृश्यांविषयी त्यांची सहानुभूती अद्याप बनली नव्हती, असे माझ्या स्पष्ट नजरेस आले. मात्र, त्यांच्या कोमल मनात अस्पृश्यांविषयी द्वेष असणे शक्यच नव्हते. द्वेष नसणे व प्रेमाचा पाझर फुटणे यात जमीन-अस्मानचे अंतर आहे; पण तेही अंतर त्यांनी हळूहळू ओलांडले.'[१]

गुरुवर्य फ्रेजरसाहेबांनी शाहू महाराजांच्या विद्यार्थिदशेत त्यांच्यावर पाश्चात्त्य संस्कृतीचे भौतिक संस्कार केले होते; पण हिंदू संस्कृतीच्या आचारधर्माचे संस्कार करण्याचा त्यांना अधिकार नव्हता; हा संस्कार राजवाड्यातील परंपरानिष्ठ वातावरण आणि तशाच प्रकारचा अवतीभोवतीचा समाज त्यांच्यावर करीत होता. परिणामी, महाराजांचे मन परंपरानिष्ठ बनल्यास नवल नव्हते. ते किती परंपरानिष्ठ होते, हे त्यांनी पुढे एका प्रकट निवेदनात स्पष्ट केले आहे. त्यात स्वतःविषयी ते सांगतात, 'एक वेळ खुद्द महाराजांची स्थिती अशी होती की, वंशपरंपरा अस्पृश्य मानलेले यांची जरी शिवाशिव न झाली तरी ते शिवाशिव झाली असे समजून स्नान करीत होते.'[२] इतके कर्मठ संस्कार झालेल्या शाहू महाराजांनी पुढे अस्पृश्यता व जातिभेद या दोन अनिष्ट सामाजिक रूढींविरुद्ध मोठा संघर्ष केला. हे स्थित्यंतर आपसुकपणे

अथवा एक-दोन वर्षांत घडून आलेले नव्हते. त्यासाठी पंचगंगेच्या पात्रातून अनेक महापुरांचे पाणी वाहून जावे लागले.

वेदोक्ताच्या संघर्षात वर्णवर्चस्ववाद्यांचे दाहक चटके शाहू महाराजांना बसले होते. मराठ्यांच्या राजास 'शूद्र' म्हणून त्याच्याच राज्यातील वरिष्ठ वर्गातील प्रजाजनांनी हिणवले होते. पुढे या वर्गाने महाराजांचे 'क्षत्रियत्व' मान्य केल्यामुळे हा संघर्ष जरी वरवर शांत झाल्यासारखा वाटला तरी अहंकार दुखावलेल्या ब्राह्मणशाहीची महाराजांविरुद्धची शत्रुत्वाची भावना धुमसतच राहिली. लवकरच या भावनेने दहशतवादी मार्ग स्वीकारल्याचे दिसून येते. १९०६ नंतर या ब्राह्मण दहशतवाद्यांनी उत्तरोत्तर उग्र स्वरूप धारण केले. महाराजांच्या चारित्र्यहननापासून त्यांना या जगातून नाहीसे करण्यापर्यंतचे सर्व अवैध व अनैतिक मार्ग चोखाळले गेले. या संघर्षातून 'वाईटातून चांगले' या न्यायाने वर्णवर्चस्ववाद्यांविरुद्ध लढण्याची महाराजांची मनोभूमिका अधिक खंबीर व तत्त्वनिष्ठ बनली. त्याचबरोबर छत्रपतींनाही शूद्र म्हणणाऱ्या वर्णवर्चस्ववाद्यांनी ज्या शूद्रातिशूद्रांना पशुतुल्य जीवन जगण्यास भाग पाडले होते, त्यांच्या वेदना महाराज समजू शकले. ब्राह्मणशाहीविरुद्धच्या झगड्यात या शूद्रातिशूद्रांना प्रथम मानसिक व सामाजिक गुलामगिरीतून मुक्त करावयास हवे, याची त्यांना प्रकर्षाने जाणीव झाली. ही जाणीव म्हणजेच म. शिंदे यांनी म्हटल्याप्रमाणे 'अस्पृश्यांविषयी प्रेमाचा पाझर फुटणे' ही घटना होय. हा पाझर या शतकाच्या पहिल्या दशकात बराचसा सुप्तावस्थेत होता. मात्र, दुसऱ्या दशकात तो हळूहळू दृश्यमान होऊन त्याच्या अमृतधारा अस्पृश्यांची शतकानुशतकांची सामाजिक तहान भागवू लागल्या.

शिक्षणप्रसाराचे विशेष प्रयत्न

शाहू महाराजांनी आपल्या संस्थानातील सर्वच मागासलेल्या जातींचा उद्धार शिक्षणाच्या साधनाने करण्याचे धोरण स्वीकारले होते आणि त्या अनुसार निरनिराळ्या जातींच्या विद्यार्थ्यांसाठी कोल्हापुरात वसतिगृहे स्थापन होऊ लागली होती, हा वृत्तान्त यापूर्वी येऊन गेलाच आहे. १९०८ मध्येच त्यांनी भास्करराव जाधव, महादेव डोंगरे, खंडेराव बागल, श्रीपतराव शिंदे आदी आपल्या निकटवर्ती मंडळींना पुढे करून अस्पृश्यांचे वसतिगृह सुरू केले होते. त्यासाठी 'अस्पृश्य मानलेल्या जातींत विद्या प्रसारक मंडळी'

नावाची संस्थाही स्थापन केली होती. भास्करराव त्याचे प्रमुख होते. या वसतिगृहास अस्पृश्यांची मुले मिळविण्यापासून ते या मुलांचा शैक्षणिक दर्जा स्पृश्य शाळांतील मुलांच्या दर्जाइतका आणण्यापर्यंत सर्व प्रकारचे प्रयत्न ही मंडळी करीत होती; पण मुळात अस्पृश्य समाजात शिक्षणाची इतकी प्रचंड अनास्था होती की, त्यांच्या पोहऱ्यात पुरेसे पाणी येणे मुश्कील होते. महाराजांनी या सर्व अडचणींवर मात करण्याचे प्रयत्न सुरू केले.

त्या काळी सर्वत्रच स्पृश्यांच्या व अस्पृश्यांच्या शाळा वेगवेगळ्या होत्या. स्पृश्यास्पृश्य भावना इतकी तीव्रतर होती की, स्पृश्य विद्यार्थी अस्पृश्य विद्यार्थ्यांसमवेत बसणेच शक्य नव्हते. कायद्याने ही भावना नष्ट करण्याचा प्रयत्न करण्यास परिस्थिती अनुकूल नव्हती; अशी अनुकूल परिस्थिती निर्माण होण्यास पुरेसे समाज प्रबोधन आवश्यक होते. ते कालौघात झाल्यावर महाराजांनी तेही पाऊल उचलल्याचे दिसून येते. प्राप्त परिस्थितीत अस्पृश्यांमध्ये शिक्षणासाठी जागृती घडवून आणणे आणि त्यांच्या शाळांची संख्या वाढविणे, एवढेच त्यांच्या हाती होते. राज्यारोहणाच्या समयी (सन १८९४) संस्थानात अस्पृश्यांसाठी फक्त ५ शाळा होत्या आणि त्यातील विद्यार्थ्यांची संख्या १६८ होती. १९०७-०८ मध्ये अस्पृश्यांच्या शाळांची संख्या १६ आणि विद्यार्थ्यांची संख्या ४१६ झाली. महाराजांच्या अथक प्रयत्नांनी उत्तरोत्तर शाळांची संख्या वाढत गेली. अवघ्या चार वर्षांत १९१२ मध्ये अस्पृश्य शाळांची संख्या २७ आणि विद्यार्थ्यांची संख्या ६३६ इतकी झाली. अस्पृश्यांमध्ये महार, मांग, चांभार व ढोर या प्रमुख जाती होत्या. त्यांची संस्थानातील लोकसंख्या या शतकाच्या प्रारंभी एक लाखाहून अधिक होती. अशा लोकसंख्येत हे शिक्षणाचे प्रमाण अत्यल्प वाटत असले तरी त्या जातींचा पूर्वेतिहास ध्यानात घेता शिक्षणाला पूर्णपणे वंचित राहिलेल्या या समाजातील ही प्रगती संथ असली तरी लक्षणीय होती आणि त्याचे श्रेय महाराजांच्या अस्पृश्यांविषयीच्या उदार शैक्षणिक धोरणास होते.

सन १९१२-१३चा कोल्हापूर संस्थानचा प्रशासकीय अहवाल म्हणतो, 'पददलित जातिजमातींना छत्रपती महाराजांनी ज्या विशेष सोयी-सवलती उपलब्ध करून दिल्या आणि अस्पृश्यांमध्ये शिक्षणप्रसार करण्यासाठी स्थानिक लोकांच्या संघटनेने जे कमालीचे परिश्रम घेतले, त्याचा संकलित परिणाम म्हणजे अंत्यजांच्या शिक्षणप्रसार कार्यात झालेली लक्षणीय प्रगती

होय. अमानुष वागणुकीचे दुर्दैवी बळी बनलेल्या आपल्या अतिशूद्र धर्मबांधवांना अल्प प्रमाणात का होईना, सहानुभूतीचा आणि सहकार्याचा हात देण्यासाठी उच्चवर्णीय लोक पुढे येत आहेत, ते उच्चवर्णीयांच्या मनाला चिकटलेली अपसमजाची किल्मिषे करवीर दरबारच्या शहाणपणाच्या व उदार धोरणाच्या प्रभावाने विरघळून जात असल्याचे द्योतक होय.'[३]

त्या काळी स्पृश्य-अस्पृश्य शाळांचा अभ्यासक्रमही सारख्या दर्जाचा नव्हता. अस्पृश्यांच्या शाळेतील अभ्यासक्रम इतका सुमार दर्जाचा असे की, चौथी पास झाल्यावर ५वीमध्ये म्हणजे हायस्कूलच्या वर्गात प्रवेश मिळविण्यासाठी आवश्यक पात्रता अस्पृश्य विद्यार्थ्यांच्या ठिकाणी निर्माण होत नसे; त्यामुळे अस्पृश्य विद्यार्थी हायस्कूलमध्ये जाऊच शकत नसे. या अडथळ्यावर मात करण्यासाठी महाराजांनी चौथी पास झालेल्या अस्पृश्य विद्यार्थ्यांचे खास पात्रतावर्ग सुरू केले. या कामी सेवाभावी वृत्तीचे श्रीपतराव शिंदे पुढे आलेले दिसतात. या वर्गाविषयी नामदार भास्करराव जाधव लिहितात, 'महाराजांच्या प्रोत्साहनाने अस्पृश्य लोकांत वरिष्ठ शिक्षणाचा प्रसार करण्यासाठी एक मंडळी स्थापन झाली. महारांच्या शाळा आणि त्यांचे शिक्षक पूर्वीपासून महार, चांभार होते; पण मुलांची शिक्षणाची मजल मराठी चौथीच्या पलीकडे जात नसे. या मुलांस इंग्रजी शिक्षण द्यावयाचीही अडचण पडे, कारण मराठी चौथी इयत्ता बरोबर झाली नसल्याने त्यांना पुढील शिक्षण ग्रहण होईना. ही अडचण दूर करण्यासाठी एक विशेष वर्गच चालविण्याचे ठरले. या वर्गाचे पहिले शिक्षक मोठे उत्साही आणि कर्तव्यदक्ष असे कळकळीचे मिळाले. त्यांच्या सार्वजनिक सेवेचा आरंभ त्यांनी अस्पृश्यांच्या शिक्षणास जोरदार चालना देऊन केला. हे गृहस्थ आमचे मित्र श्रीपतराव शिंदे होत. त्यांच्या शिक्षणाखाली तयार झालेली मुले पुढे इंग्रजी शिक्षणात चांगलीच सरसावली आणि काहींनी तर वर्गात पहिला नंबरही पटकावला. कोणत्याही शिक्षणाचा पाया बळकट केल्याशिवाय पुढील इमारत बांधणे फायदेशीर नाही.'[४]

काही खास आदेश

या कालखंडात अस्पृश्य समाजातील शिक्षणप्रसारासाठी शाहू महाराजांनी केलेल्या काही खास प्रयत्नांचे उल्लेख त्यांच्या 'निवडक आदेशा'त मिळतात. १९०६चा एक आदेश सांगतो की, त्या वेळी कोल्हापुरात चांभार, महार

वगैरे अस्पृश्य लोकांसाठी एक 'रात्रीची शाळा' होती. २८ नोव्हेंबर, १९०६च्या आदेशाने महाराजांनी ती शाळा कायम केली.[५] ४ ऑक्टोबर, १९०७च्या एका आदेशान्वये कोल्हापुरातील चांभार व ढोर या अस्पृश्य समाजातील 'मुलींच्या शाळे'साठी मंजुरी देण्यात आली; तसेच त्या शाळेसाठी दरसाल ९६ रुपये खर्चाची तरतूदही संस्थानच्या स्त्रीशिक्षणाच्या अंदाजपत्रकात करण्यात आली.[६]

सन १९०९ मध्ये भास्करराव जाधव प्रभृतींनी स्थापन केलेल्या अस्पृश्यांच्या वसतिगृहास इमारतीसाठी जागा उपलब्ध करून दिली गेली. त्या संदर्भात काढलेल्या आदेशात महाराज म्हणतात, 'सर्व मागासलेल्या जातींत अस्पृश्य मानलेल्या जातीइतकी हतदैवी इतर जाती नाहीत आणि या लोकांची स्थिती सुधारण्यास विद्या प्रसाराशिवाय दुसरे बलवान साधन नाही. एक वर्षाच्या अनुभवावरून या लोकांत विद्या शिकण्याची पात्रता आहे, अशी साक्ष पटली आहे; परंतु त्यांची स्थिती दारिद्र्याची असल्याने इतर लोकांप्रमाणे विद्यार्थिगृह झाल्यास बरीच अडचण दूर होणार आहे. सबब करवीर येथील चांभार शाळा ज्या जागी आहे, ती इमारत आणि कंपाउंडच्या आतील जागा बोर्डिंगप्रो आपल्या ताब्यात मिळावी म्हणून अस्पृश्य मानलेल्या 'जातीत विद्या प्रसारक मंडळी'च्या कार्यकारी मंडळाचे प्रमुख रावसाहेब भास्करराव जाधव यांनी ता. ५-३-१९०९ची यादी दिल्यावरून सदरहू जागा त्यांच्या ताब्यात देण्याचे हुजुरून मंजूर करण्यात आले आहे.' (५-३-१९०९).[७]

सर्वांत महत्त्वाचा आदेश २४ नोव्हेंबर, १९११ रोजी काढला गेला; त्या अन्वये संस्थानातील सर्व अस्पृश्यवर्गास सर्व प्रकारचे शिक्षण मोफत करण्यात आले.[८] याशिवाय अस्पृश्यांतील हुशार विद्यार्थ्यांना दरबाराकडून वेळोवेळी खास शिष्यवृत्ती दिल्या जाऊ लागल्या.[९] ७ एप्रिल, १९१९ च्या एका आदेशान्वये 'अस्पृश्य लोकांची दैनावस्था ध्यानी' आणून त्यांच्या शिक्षणास 'उत्तेजन द्यावे' या हेतूने महाराजांनी त्यांना पुस्तके, पाट्या, पेन्सिली मोफत देण्यासाठी अडीच हजार रुपये मंजूर केले.[१०] त्याच महिन्यात महाराजांनी सुरू केलेल्या 'तलाठी वर्गा'तील अस्पृश्य विद्यार्थ्यांसाठी दरमहा आठ रुपये याप्रमाणे खास शिष्यवृत्ती जाहीर करण्यात आल्याचे दिसून येते.[११]

या कालखंडात (१९१८-१९) महाराजांनी आपल्या संस्थानातून अस्पृश्यतेचे उच्चाटन करण्याचा चंग बांधून एकापाठोपाठ एक 'अस्पृश्यता

निवारणा'चे आदेश काढण्यास सुरुवात केली होती. शिक्षणाच्या क्षेत्रातही त्याचे पडसाद उमटणे स्वाभाविक होते. २८ सप्टेंबर, १९१९ रोजी महाराजांनी संस्थानातील अस्पृश्यांच्या स्वतंत्र शाळा बंद केल्याचा आदेश जारी केला. त्यात ते म्हणतात, 'करवीर इलाख्यात (जहागिरी सोडून) अस्पृश्य लोकांच्या मुलांसाठी स्वतंत्र शाळा असतात. त्या सर्व येत्या दसऱ्यापासून बंद करण्यात याव्यात आणि अस्पृश्यांच्या मुलांस सरकारी शाळांतून इतर लोकांच्या मुलांप्रमाणेच दाखल करून घेत जावे. सरकारी शाळांत शिवाशिव पाळण्याची नसल्याने सर्व जातींच्या आणि धर्मांच्या मुलांस एकत्र बसविण्यात यावे.'[१२]

यानंतरही अस्पृश्य समाजातील विद्यार्थ्यांसाठी महाराजांनी सढळ हाताने आर्थिक मदत चालूच ठेवली.[१३] दरम्यानच्या काळात महाराजांचे धाकटे पुत्र प्रिन्स शिवाजी यांचे दुःखद अपघाती निधन झाले होते. त्यांच्या स्मरणार्थ महाराजांनी १९२० मध्ये 'अस्पृश्य लोकांच्या विद्येच्या उत्तेजना'करिता १० हजार रुपयांच्या प्रॉमिसरी नोटा तयार करून ठेवल्या आणि त्याच्या व्याजातून दरमहा पाच रुपये याप्रमाणे आठ शिष्यवृत्ती सुरू केल्या. विशेष म्हणजे या शिष्यवृत्त्यांपैकी तीन शिष्यवृत्ती अस्पृश्य मुलींसाठी ठेवल्या गेल्या होत्या. संस्थानात जर अशा मुली मिळाल्या नाहीत तर संस्थानाबाहेरच्या अस्पृश्य मुलींना त्या द्याव्यात, असेही महाराजांनी आपल्या त्या हुकमात म्हटले आहे.[१४] महाराजांनी केवळ आपल्याच संस्थानातील अस्पृश्यांच्या शिक्षणाची काळजी वाहिली असे नाही. संस्थानाबाहेर नाशिक, नागपूर इत्यादी ठिकाणांच्या अस्पृश्यांच्या अनेक वसतिगृहांना त्यांनी उदार हृदयाने अर्थसाह्य केल्याची उदाहरणे सापडतात.[१५]

अस्पृश्यांना उच्च वर्णीयांच्या बरोबरीने आणून ठेवण्याच्या कामी शाहू महाराजांनी शिक्षणाच्या क्षेत्रात किती धाडसी व क्रांतिकारी निर्णय घेतले होते, याचा दाखला नामदार भास्करराव जाधव यांच्या लेखात पाहावयास मिळतो. ते लिहितात, 'या अस्पृश्य मानलेल्या मुलांस योग्य तऱ्हेचे धार्मिक शिक्षण देण्याची योजनाही महाराजांनी विचारपूर्वक केली. या कामी त्यांनी आर्य समाजीय स्वामींचा उपयोग करून घेतला. त्यांनी आपल्या पद्धतीप्रमाणे त्यांना आर्य करून घेऊन उपनयन केले आणि प्रथमच त्यांना वेदांची संथा दिली. यामुळे त्या मुलांच्या अंगची, आपण हलके ही भेकडपणाची वृत्ती जाऊन आपण इतरांबरोबरीचे, हा आत्मविश्वास उत्पन्न झाला. या कारणाने

त्यांची उन्नती होऊ लागली. हायस्कूलमध्ये ही मुले इतरांशी बरोबरीच्या नात्याने वागू लागली आणि त्यास तसे वागविण्यात येऊ लागले; त्यामुळे हायस्कूलमधील अस्पृश्यता नाहीशी झाली.'[१६]

अस्पृश्यांच्या मुलांचे उपनयन करून, त्यांना 'वेदाची संथा' देणारा आणि त्यांना ब्राह्मणांच्या तथाकथित श्रेष्ठ दर्जावर आणून सोडणारा शाहू राजा हा हिंदुस्थानच्या ज्ञात इतिहासातील पहिला राजा होता.

१०

अस्पृश्योद्धार : अस्पृश्यांच्या मुक्तीचे जाहीरनामे

‘हे माझे पवित्र कर्तव्य’

१९१८ पासून सत्यशोधक चळवळ, ब्राह्मणेतर पक्षाची चळवळ, अस्पृश्योद्धार, जातिभेद-निर्मूलन, शिक्षणप्रसार अशा अनेक क्षेत्रांत शाहू महाराजांचे कार्य अधिक गतिमान झाल्याचे दिसून येते. विशेषतः अस्पृश्योद्धार चळवळीत तर त्यांनी एकामागून एक क्रांतिकारी पावले उचलून, अस्पृश्य समाजास युगानुयुगाच्या सामाजिक गुलामगिरीतून मुक्त करण्याचा अविरत प्रयत्न चालू ठेवला. या प्रयत्नाच्या मागे महाराजांच्या हृदयातील अस्पृश्यांविषयीची कारुण्याची भावना जशी होती, तशी त्याच्या तळाशी या सुमारास त्यांच्या वैयक्तिक जीवनातील नियतीच्या एका कठोर हल्ल्याने त्यांच्या ठिकाणी निर्माण झालेली विशेष अशी एक मानसिकताही कार्यरत होती.

१२ जून, १९१८ हा दिवस शाहू महाराजांच्या जीवनातील अत्यंत दुर्दैवी दिन ठरला. त्या दिवशी महाराजांचे धाकटे चिरंजीव शिवाजी महाराज (प्रिन्स शिवाजी) यांचा डुकराची शिकार करताना भरधाव घोड्यावरून पडून अपघाती मृत्यू झाला. विलक्षण तेजस्वी आणि बुद्धिमान राजपुत्र ऐन उमद्या तारुण्यात, वयाच्या २०व्या वर्षी, आपल्या पित्याला आणि पत्नीला अपरंपार दुःखसागरात लोटून निघून गेला! या वेळी राजस्नुषा इंदुमतीदेवीचे वय होते अवघे १२ वर्षांचे. आपल्या निरागस दुर्दैवी सुनेच्या पांढऱ्या कपाळाकडे पाहून महाराजांचे पुत्रवियोगाचे दुःख शतपटीने वाढत होते.

नियतीच्या या क्रूर हल्ल्याने महाराजांचे जीवनच बदलून गेले. त्यांनी राजवाड्यातील राजऐश्वर्याचा त्याग केला. ते अंतर्बाह्य विरागी बनून रजपूतवाडी

कॅम्पमध्ये आश्रमी जीवन जगू लागले. ऐहिक जीवनातील सर्व रस आटून गेल्यासारखे ते विरक्त झाले. आता 'राहिलो उपकारापुरता' हीच भावना त्यांच्या ठिकाणी उत्तरोत्तर वाढत जाऊन आता उर्वरित आयुष्य दलित व पतितांच्या उद्धारासाठी खर्ची घालावे, असा त्यांनी मनोनिग्रह केल्याचे दिसून येते. जून, १९१९ मध्ये मुंबईच्या गव्हर्नरास धाडलेल्या पत्रात ते लिहितात, 'विशेषतः माझा मुलगा मृत्यू पावल्यापासून मला एक अनिवार इच्छा झाली आहे आणि ती म्हणजे गरीब वर्गांचे हित करण्याच्या दृष्टीने त्वरित उपाय योजावेत ही होय. माझ्या लहान संस्थानामध्ये शक्यतो सर्व उपाय योजून मी तसे करण्याचा प्रयत्न करीत आहे. मला वाटते, एक प्रकारची आत्मिक भावना मला हे मार्गदर्शन करीत आहे आणि गरिबांचे हित करण्यासाठी मला पुढे लोटत आहे आणि हे कार्य करण्यात मी अंशतः जरी यशस्वी झालो तरी माझे जीवितकार्य सफल झाले असे मी मानीन...

...मागासवर्गीयांना दारिद्र्याच्या आणि दुःखाच्या चिखलातून बाहेर काढणे हे माझे पवित्र कार्य आहे, असे मी खरोखरच मानतो आणि हे माझे पवित्र कर्तव्य करण्यात मी मागासवर्गीयांचीच सेवा करतो असे नाही, तर ती मानवजातीची करतो अशी माझी पवित्र भावना आहे.'[१]

हजेरी व वेठवरळा पद्धती बंद

दलित-पतितांची सेवा हीच खरी मानवतेची सेवा या थोर मानवतावादी भूमिकेवर महाराज आलेले दिसतात. याच भूमिकेतून त्यांनी येथून पुढील अस्पृश्यमुक्तीचा संग्राम चालविला. अस्पृश्यमुक्तीचा पहिला आदेश २७ जुलै, १९१८ ला मंजूर होऊन कोल्हापूर गॅझेटमध्ये ३ ऑगस्ट, १९१८ रोजी प्रसिद्ध झाला. त्यामध्ये अस्पृश्यांवर लादलेल्या अमानुष अशा 'हजेरी'च्या पद्धतीचे निर्मूलन करण्यात आले. त्यात म्हटले होते, 'इलाखे मजकुरी गुन्हेगार जातींच्या लोकांची हजेरी दररोज पोलीस पाटलाकडे होते. त्यातील काही जातींची हजेरी माफ केली असून काही काही ठिकाणी त्यांची हजेरी अद्याप घेण्यात येते; या हजेरीपासून त्या त्या जातींच्या लोकांची फार गैरसोय होते व इमानाचे धंदे करून पोट भरण्यास अडचण पडते, ही सर्व अडचण दूर झाली पाहिजे; यासाठी हुकूम देण्यात येतो की, महार, मांग, रामोशी व बेरड या चार जातींच्या लोकांची हजेरी बंद करण्यात यावी.

यांतील जे कोणी गुन्ह्यात सापडून शिक्षा झालेले असतील त्यांना मात्र या हुकुमाने हजेरीची माफी नाही. या हुकुमाचा ताबडतोब अंमल करण्यात यावा.'[२]

२९ सप्टेंबर, १९१८ रोजी महाराजांचा 'हजेरी' संदर्भात आणखी एक हुकूम गॅझेट झाला. त्यात गुन्हेगार कपाळावर कायमचा शिक्का बसलेल्या 'गट्टेचोर' जातीची हजेरी महाराजांनी माफ केल्याचे जाहीर करून शिक्षा झालेल्या कोणाही मनुष्याचे वर्तन शिक्षा संपल्यापासून पाच वर्षे चांगले राहिले असेल तर त्यास हजेरीतून मुक्त करावे असे म्हटले आहे.[३]

पुढे 'माणगाव परिषदे'त भाषण करताना शाहू महाराजांनी आपण 'हजेरी'ची पद्धत का बंद केली, याची मीमांसा केलेली आहे. ते म्हणतात, 'हजेरी असल्यामुळे या गरीब लोकांवर गावकामगार व इतर ऑफिसर्सचा फारच जुलूम होत होता. म्हणजे गावात बारा आणे मजुरीचा दर असला तरी गैरहजेरीची भीती घालून त्या गरीब लोकांकडून अधिकारी लोक फुकट काम करून घेत होते. फार झाले तर त्यांच्या पोटाला म्हणून काहीतरी थोडेसे देत होते. गुलामगिरीपेक्षासुद्धा या विसाव्या शतकात अशी गुलामगिरी चालली आहे! ज्यांना ही हजेरी होती त्यांना त्याप्रमाणे आपल्या जवळचे आप्तइष्ट पै-पाहुणे कोणी आजारी पडल्यास त्यांना ताबडतोब भेटता येत नव्हते. कित्येक प्रसंगी तशी भेट न होताच ते मरतही होते. मी असे प्रत्यक्ष पाहिले आहे की, कित्येक वेळा लहान आजारी मुलांच्या आयांना व बापांना वेळी-अवेळी जबरदस्तीने वेठीस धरून नेल्यामुळे ती लहान आजारी मुले त्यांच्याकडे लक्ष देण्यास कोणीच नसल्याने त्यांचे आई-बाप परत आल्यावर त्यांना ती मेलेली आढळली आहेत. यापेक्षा जास्त जुलूम काय असावयाचा... गावात एखादी चोरी झाली म्हणजे तर त्या हजेरीवाल्या लोकांची फारच दैना होते. चांगल्या-वाईट सर्व लोकांना धमकावण्यात येऊन त्यांच्यावर अनेक तऱ्हेचे जुलूम होतात. गुन्ह्यांचे मान पाहिले तर मी स्वतःच्या अनुभवावरून असे सांगू शकतो की, हजेरीच्या लोकांपेक्षा बिनहजेरीच्या लोकांतच गुन्हेगारीची संख्या जास्त आहे. मात्र, बिनहजेरीच्या लोकांना हजेरी लावून बेशरम केल्याने त्यांची प्रवृत्ती गुन्हा करण्याकडे होते. एवढा हजेरीचा उपयोग होत होता. त्यांना अब्रूने आणि प्रतिष्ठेने न वागविण्याचा फायदा काय? कोणत्याही स्थितीत हजेरी पाठीशी लागलेलीच आहे; बेअब्रू कायमचीच आहे; मग त्यांनी तरी चांगल्या रीतीने का वागावे, असा परिणाम त्यांच्या मनावर

हजेरीने होत आहे. मी हजेरी बंद केल्यापासून गुन्ह्यांची संख्या कमी झाली आहे, कारण प्रत्येकासच अब्रूने वागावे असे वाटते.'[४]

'हजेरी'प्रमाणेच अस्पृश्यांच्या, विशेषतः महार समाजाच्या माथ्यावर 'वेठवरळा' ही अमानुष पद्धत लादली गेली होती. वेठवरळा पद्धतीखाली पाटील-कुलकर्णी हे गावकामगार अथवा सरकारी अधिकारी महारांस अनेक प्रकारची कामे सांगून विनामोबदला राबवून घेत असत. वास्तविक महार हा गावगाड्यातील एक महत्त्वाचा 'वतनदार' होता; पण त्याचे वतन म्हणजे पाटील-कुलकर्णी अथवा देशमुख-देशपांडे यांच्या वतनाप्रमाणे प्रतिष्ठेचे वतन नव्हते. प्रत्येक वतनदारास गावची व सरकारची कामे करावी लागत आणि त्यासाठी त्यास वतनाची इनामे व हक्क असत. महारांनाही त्यांच्या चाकरीची इनामे व हक्क असत; पण त्याचे स्वरूप क्षुद्र असे. महारांच्या चाकरीत गावगाड्याच्या इतर अनेक कामांबरोबर 'वेठवरळा'चे ओझे वाहावे लागत असे. महारकीच्या वतनाबरोबर ही वेठवरळाची बेडी त्यांच्या पायात पिढ्यान्‌पिढ्या ठोकलेली होती. महार हे वतन सोडून गावाबाहेर पडू शकत नव्हते. परिणामी, ही वेठवरळाची बेडी तुटून पडू शकत नव्हती. एका परीने हे महारकीचे वतन म्हणजे सामाजिक गुलामगिरीच होती. हे वतनच खालसा करून महारांना या गुलामगिरीतून मुक्त करावे, असा विचार शाहू महाराज करीत होते. या विचारातून त्यांनी २६ जून, १९१८ रोजी 'महार लोकांचे उत्पन्न बलुते खुतांतून कमी करून गावहक्कदार खुतांत दाखल करण्याविषयी' एक वटहुकूम काढल्याची नोंद मिळते.[५] याचा अर्थ महारांच्या वतनी जमिनी या हुकमाने रयतावा होणार होत्या. म्हणजे इतर रयत लोकांप्रमाणे त्यांना जमिनीवर शेतसारा भरावा लागणार होता; पण त्याचबरोबर जमिनीचे वतन स्वरूप नष्ट होणार असल्याने 'वेठवरळा'ही नष्ट होणार होता.

पण या वटहुकमाची अंमलबजावणी होऊ शकली नाही असे दिसते, कारण या कामी महारांच्यावर सक्ती न करता त्यांचे प्रबोधन होऊन त्यांनीच आपले वतन खालसा करून जमिनी रयतावा कराव्यात म्हणून पुढे यावे, अशी महाराजांची अपेक्षा होती. १ ऑगस्ट, १९१८च्या आदेशात महाराज म्हणतात, 'जर महार लोकांनी आपली वतने रयताव्यात दाखल करावीत म्हणून अर्ज दिला तर त्यांच्याकडून अर्जाच्या तारखेपासून वेठवरळा नोकरी घेण्याची नाही. जर कोणी आपल्या मनगटाच्या जोरावर अशा लोकांना वेठवरळा करण्यास लावील तर त्यांना नोकरीतून पेन्शन न देता कमी केले

जाईल आणि वतनदार असल्यास त्यास वतनातूनही कमी केले जाईल, याची प्रत्येक गावकामगारास दखल द्यावी. याप्रमाणे जरूर ती तजवीज करावी.'[६] या आदेशावरून हे स्पष्ट होते की, पूर्वीच्या वटहुकमानुसार संस्थानातील महार वतने सरसहा खालसा झालेली नव्हती.

पुढे १९२० मध्ये माणगावच्या परिषदेत भाषण करताना महार वतनाविषयीची आपली व्यथा शाहू महाराजांनी बोलून दाखविली आहे. ते म्हणतात, 'परंतु वेठवरळा मात्र मला कमी करता येईना, कारण हे सर्व लोक वतनाच्या मागे लागत आहेत, ते वतन तरी किती? २ आर जमीन अगर पाटीभर धान्य! यातून कोणाचे पोट तर भरत नाही; परंतु तशा स्थितीने वतनाच्या आशेने गावी राहणे भाग पडल्याने पोट भरण्याकरिता चोऱ्या वगैरे गुन्हे करण्याशिवाय त्यांना दुसरा मार्गच उरला नाही. म्हणून मी सर्व बलुतेदारांस व महार वगैरे वतनदारांस अशी विनंती केली की, तुम्ही अशी लहानलहान वतने आणि बलुती त्यांच्या मागे लागू नका; ती सोडून द्या आणि विशेषकरून महार लोकांना मी अशी विनंती केली की, तुम्ही साधारण माणशी दहा एकर जमीन वाट्याला येईल असे तुमच्या महारकीचे तुकडे करा आणि हे उत्पन्न तुमच्यातील जे वडील असतील त्यांच्याकडे जसे पाटील, सनदी शिलेदार यांच्याकडे चालते तसे चालवा. म्हणजे गावास फक्त आठ महार शिलेदारांप्रमाणे अगर सनदी शिलेदारांप्रमाणे नेमा. म्हणजे त्यामुळे गुलामगिरी नाहीशी होईल आणि मी मोठ्या खुषीने त्यांना नवीन सनदा देण्याची तजवीज करीन. असे झाल्याने बाकीच्या महार लोकांस गावात अगर बाहेरगावी कोणताही धंदा करण्यास मोकळीक होईल आणि सर्वांनीच जे अर्धपोटी राहावयाचे तेही वाचले. हे माझे म्हणणे करवीरच्या महारांनी कबूल केले आहे व त्याचे अनुकरण सर्व करतील अशी माझी खात्री आहे आणि माझे प्रिय मित्र आंबेडकर या कामी मदत करतील, अशी मला पूर्ण आशा आहे.'[७]

माणगाव परिषदेनंतर अवघ्या महिनाभरानेच शाहू महाराजांनी संस्थानातील अन्यायी वेठवरळा पद्धत कायद्याने बंद करून टाकली. त्या संदर्भात काढलेल्या हुकमात महाराज म्हणतात, 'महार, मांग वगैरे कोणाही अस्पृश्य लोकांकडून राजघराण्यातील लोकांशिवाय व स्टेट दफ्तराच्या कामाशिवाय वेठवरळा घेण्याची नाही. तहत रावबहादूर दिवाणसाहेबांपर्यंत कोणाही स्टेट रीजन्ट अगर ॲडमिनिस्ट्रेटर नोकराने वरील कामाशिवाय सदर लोकांस

वेठीस धरण्याचे नाही. पाटलाने जर महार वेठीस घेतला तर त्यास वतनातून कमी केले जाईल; तसेच मांगाकडून दोर-नाडा वगैरे हरएक काम फुकट वेठवरळाच्या स्वरूपात कोणी करून घेईल. त्यासही जबर शासन करण्यात येईल.'[८]

याच सुमारास महाराजांनी माणगावच्या परिषदेतील भाषणात म्हटल्याप्रमाणे (३ मे, १९२०) गावच्या 'समस्त महार' समाजाची एकूण वतनी जमीन एकत्र करून, तसेच महारांपैकी काही निवडक वडील व्यक्तींमध्ये तिचे वाटप प्रत्येकास ८/१० एकर जमीन येईल, अशा पद्धतीने करून, त्या प्रत्येकास 'सरकारी नोकरीस नेमून' घेतले आणि त्याप्रमाणे प्रत्येकास नेमणुकीच्या इनामी सनदा दिल्या. अशीच एक सनद उपलब्ध असून त्यात म्हटले आहे, 'नेमून दिलेल्या सोळा इसमांनी सरकारी नोकरी करण्याची आहे. खुद्द हुजूर स्वारी, आईसाहेब महाराज, युवराज महाराज यांजकडे नोकरी करण्याची आहे, तसेच जरूर पडल्यास त्यांनी श्री महालक्ष्मी करवीर निवासिनीकडेही नोकरी करण्याची आहे. सरकारी टपाल व वर्दी करण्याची आहे.'[९] या सनदेचे वैशिष्ट्य असे की, महाराजांनी या महारांना प्रत्यक्ष हुजूर स्वारी, राणीसाहेब व युवराज यांच्या सेवेत घेतले आहे. इतकेच नव्हे तर जरूर पडल्यास त्यांनी 'महालक्ष्मी'कडेही सेवा करण्याची होती!

महार वतन खालसा

तथापि, संस्थानातील सर्वच गावांच्या महारांतील निवडक का होईना; पण अशा सर्वांना सरकारी कामावर घेणे शक्य नव्हते. शिवाय ज्यांच्या वतनी जमिनी जाणार, ते असंतुष्ट राहणार. यावर उपाय म्हणजे सर्वच महारांचे 'महारकीचे वतन' खालसा करून त्यांच्या जमिनी रयतावा करून त्यांच्या नावे करून देणे आणि त्यांना वतनाच्या जबाबदारीतून कायमचे मुक्त करणे. महाराजांनी हा निर्णय लगेच अमलात आणला. प्रत्येक गावच्या 'समस्त वतनदार महार लोकां'कडून त्यांनी एक अर्ज भरून घेतला आणि त्यावर तातडीने कार्यवाही करून त्या त्या गावचे महार वतन खालसा करून टाकले- (मे, १९२१).[१०] हा अर्ज महार समाजातील सुशिक्षित कार्यकर्त्यांनी तयार केलेला दिसतो. असाच एक अर्ज गंगाराम कांबळे यांच्या कागदपत्रांत सापडला. त्यात म्हटले आहे, 'आम्हा महार लोकास हिंदू समाजातील आचार-विचारांनी, दुष्ट चालीरीतींनी आणि बंधनांनी

अस्पृश्य ठरवून टाकले आणि बहिष्कृत करून गावाबाहेर राहण्यास भाग पाडले; त्यामुळे आमची सर्वतोपरी अत्यंत हानी झाली आहे. इतर सर्व समाजांत अनेक प्रकारे ज्ञानवृद्धी होत आहे. त्यांची सुधारणा चालू आहे; परंतु आम्ही मात्र सुधारणेस मुकलो व सुखास पारखे झालो! आमच्यात मनुष्यपणासुद्धा राहिला नाही. आम्ही अतिनिकृष्ट स्थितीस पोहोचलो.''

'श्रीमन्महाराज छत्रपतींनी आम्हास ऊर्जित दशेस आणावे आणि आमची सुधारणा करावी म्हणून अनेक मार्गांनी प्रयत्न चालविले आहेत. आमच्यासाठी बोर्डिंग्ज काढली, विद्या मंदिरे खुली केली, कित्येकांना नोकऱ्या दिल्या आणि काहींचा वकिलीसारख्या उच्च धंद्यातही प्रवेश करविला आणि स्पृश्यास्पृश्यतेचा भेद बाजूस ठेवून सरकारांनी आम्हास मुलांप्रमाणे ममतेने वागविले! याबद्दल आमचा समाज हुजुरास देवाप्रमाणे पूज्य मानीत आहे आणि या औदार्याबद्दल पिढ्यान्‌पिढ्या हा समाज हुजूर चरणांचा ऋणी राहील!'

'इतके झाले तरी, आमच्या समाजाच्या लोकसंख्येकडे दृष्टी दिली म्हणजे मन निराश होते! आणि काय करावे, ते सुचत नाही! झालेली सुधारणा काहीच नव्हे, असे वाटू लागते!'

'हिंदू समाजात वतनाची आवड फार; परंतु आमचे वतन आणि आमची वतनी नोकरी यात आम्हास भूषण वाटण्यसारखे काहीच नाही; परंतु अंध परंपरेने नरकातील किड्याप्रमाणे असले वतनही आम्हास प्रिय वाटत आहे! या क्षुद्र वतनी नोकरीतून आम्हास मुक्त करावे म्हणून हुजुरून एक वटहुकूम काढला आणि ठरविले की, १० एकर जमिनीमागे एक महार नोकर सरकारांनी घ्यावा आणि बाकी सर्व महारांना नोकरीतून कमी करावे; परंतु या हुकुमाने इष्ट हेतू साध्य होत नाही, कारण हल्ली इतर सर्व महारांच्या कबजातील जमिनी जाणार आणि ते असंतुष्ट होणार. दुसरे असे, सर्व जमिनी थोड्याशा महार लोकांत वाटल्या जाऊन पुन्हा वतनी नोकरीचे जू त्यांचे मागे राहणारच! या क्षुद्र वतनी नोकरीचे लोढणे आमच्या गळ्यात असेपर्यंत आमची दशा सुधारणे शक्य नाही. याकरिता ही वतनी नोकरीच अजिबात काढून टाकावी, असे आमचे म्हणणे आहे.'

'सरकारांस आमची नम्र सूचना खाली लिहिल्याप्रमाणे : आजवर ज्यांच्याकडे जमिनी जशा चालत आल्या आहेत, तशाच त्यांच्याकडे चालू ठेवाव्यात. कबजाची दिगरादिगर अगर फेरफार करू नये. फक्त सर्व महारकी वतने ९

नंबरच्या इनामपत्रकातून काढून नमुना नंबर ५च्या रयताव्यात दाखल करावीत आणि दुसरी गोष्ट सर्व महार लोकांना वतनी नोकरीतून मुक्त करावे. सरकारची अगर रयतेची कसलीही वतनी नोकरीची जबाबदारी त्यांच्यावर ठेवू नये. या योगाने आम्हांस काहीशी स्वतंत्रता मिळेल; इतर धंदे करण्यास चार पैसे मिळून सवडही होईल. यात कोणाचे नुकसान नाही. अर्थातच असंतोषही नाही. आमची वतनी नोकरी म्हणजे गावची वेठबिगार करणे, लाकडे फोडणे, जनावरांची प्रेते वाहणे आणि गावची गलिच्छ कामे करणे. जोपर्यंत ही कामे वतन कारणाने आमच्यावर लादली आहेत; तोपर्यंत आम्ही असेच क्षुद्र राहणार. ती नोकरी नाहीशी झाली म्हणजे आम्हास धंदेस्वातंत्र्य मिळेल आणि निर्वाहाचे इतर उद्योग करता येतील आणि आमच्यावरील क्षुद्रपणाचा आणि त्या बरोबर अस्पृश्यत्वाचा डागही क्रमाक्रमाने नाहीसा होत जाईल.'

'आता सरकारच्या नोकरीचा प्रश्न राहिला. त्याचे उत्तर सोपे आहे. आमच्या जमिनी निव्वळ रयतावा झाल्याने त्यांचा जो सारा सरकारात जमा होईल; त्यातून जरुरीप्रमाणे आवश्यक तितके नोकर ठेवण्यास आणि वाटेल त्याच्याकडून पैसा देऊन काम करून घेण्यास सरकारास काहीच अडचण नाही. याकरिता सरकारपाशी आमची प्रार्थना आहे की, आमची सर्व महारकी वतने इनामांतून कमी करून रयताव्यांत दाखल करावीत आणि सर्व महारांना वतनी नोकरीतून मुक्त करावे.'[११]

हा कागद म्हणजे तत्कालीन सामाजिक इतिहासाचा एक महत्त्वाचा दस्तऐवजच आहे. त्यातील मजकूर म्हणजे कोल्हापूर संस्थानातील जागृत झालेल्या महार समाजाचे मनोगतच आहे. अशा प्रकारे प्रत्येक गावचे महार वतन खालसा केल्यानंतर महाराजांनी पुन्हा एकदा सर्व गावकामगार मंडळींना आणि सरकारी नोकरांना महारांकडून 'वेठवरळा' न घेण्याचा व घेतल्यास कडक शिक्षा केली जाण्याचा हुकूम काढला.[१२] - (१५ जुलै, १९२१).

महार वतन खालसा केल्याने गावच्या सरकारी कामाच्या सक्तीतून महार मुक्त होणार असल्याने आणि त्या जागी रोखीने वेतन देऊन कामगार ठेवावा लागणार असल्याने खजिन्यावर त्याचा ताण पडणार, हे उघड होते. सरकारी अधिकाऱ्यांनी हा धोका महाराजांच्या निदर्शनास आणल्यावर त्यांचा सल्ला धुडकावीत ते उद्गारले होते, 'या बाबतीत जरी माझा खजिना रिता झाला तरी मला त्याची पर्वा नाही! पण माणसाला माणुसकीपासून वंचित

करणारी ही रूढी मला मोडावयाची आहे.'[१३]

महार वतनाच्या संदर्भात अनेक शाहू चरित्रकारांनी असे म्हटले आहे की, महाराजांनी १९१८ मध्येच महारांची वतने नष्ट करून वतनी जमिनी त्यांच्या नावावर करून दिल्या.[१४] तथापि, तत्कालीन कागदपत्रांचा शोध घेता असे दिसून येते की, महार वतन खालसा करण्याचे कार्य महाराजांनी महार समाजाचे प्रबोधन करीत टप्प्याटप्प्याने केले. ही प्रक्रिया १९१८ मध्ये सुरू झाली आणि १९२१च्या मध्यावर ती पूर्ण झाली, असाच निष्कर्ष काढावा लागतो.

या संदर्भात आणखी एक गोष्ट नमूद करावयास हवी; ती म्हणजे महार वतन खालसा प्रकरणात महाराजांनी डॉ. बाबासाहेब आंबेडकर यांचा सल्ला घेतला होता. बाबासाहेबांचा केवळ सल्लाच नव्हता, तर तसा आग्रह होता. या वतनाच्या बरखास्तीशिवाय सामाजिक गुलामगिरीतून महारांची मुक्तता होणार नाही, याची त्यांना खात्री होती. पुढे खुद्द बाबासाहेबांनी महार वतन खालसा करावे म्हणून पोटतिडकीने आपले विचार मांडले आहेत. एवढेच नव्हे तर महार वतन इंग्रज सरकारने खालसा करावे म्हणून त्यांनी 'मुंबई कायदे मंडळा'त सन १९२८ ते ४० च्या दरम्यान तीन वेळा निकराचा प्रयत्न केला; पण ते शक्य झाले नाही. खेर सरकारनेही ते केले नाही. मोरारजीभाई सरकारकडून तशी अपेक्षा नव्हती; शेवटी शाहू छत्रपती आणि डॉ. आंबेडकर यांच्या परंपरांशी इमान राखणाऱ्या यशवंतराव चव्हाण यांनी ही महार वतने सन १९५८ मध्ये खालसा करून गुलामगिरीतून महारांची मुक्तता केली.[१५]

अस्पृश्यता-निवारणाचे जाहीरनामे

आता शाहू महाराजांनी अखिल मानवजातीस कलंक असणाऱ्या 'अस्पृश्यते'च्या रूढीचे निर्दालन करण्यासाठी कोणकोणत्या उपाययोजना केल्या, याकडे वळायचे आहे. आपल्या संस्थानातून अस्पृश्यतेचे उच्चाटन करण्याच्या इराद्याने महाराजांनी १९१९च्या जानेवारीच्या पहिल्या तारखेस दोन जाहीरनामे मंजूर केले. त्यातील पहिला महसूल, न्याय इत्यादी खात्यांसंबंधी होता. त्यात म्हटले होते : 'कोल्हापूर इलाख्यातील रेव्हिन्यू, ज्युडिशियल आदीकरून सर्व अधिकाऱ्यांनी आमच्या संस्थानात जे अस्पृश्य नोकरी धरतील, त्यांना प्रेमाने आणि समतेने वागविले पाहिजे. जर कोणा अधिकाऱ्याची

अस्पृश्यांना याप्रमाणे वागविण्याची इच्छा नसेल, त्याने हा हुकूम पोहोचल्यापासून सहा आठवड्यांच्या आत नोटीस देऊन राजीनामा द्यावा. त्याला पेन्शन मिळणार नाही. आमची अशी इच्छा आहे की, आमच्या राज्यातील कोणाही इसमाला जनावराप्रमाणे न वागविता मनुष्यप्राण्याप्रमाणे वागवावे... आमच्या अधिकाऱ्यांनी या बाबतीत मिशनरी, आर्य समाजिष्ट, रेल्वे व गव्हर्नमेंट अधिकाऱ्यांचे अनुकरण करावे.'[१६]

असा एक जाहीरनामा त्याच दिवशी संस्थानच्या आरोग्य विभागासाठी मंजूर केला होता. यानंतर अवघ्या १५ दिवसांनी विद्या खात्यातील अस्पृश्यता नष्ट करणारा जाहीरनामा मंजूर झाला; पण या जाहीरनाम्यांची सामाजिक विषमता नष्ट करण्याची दाहकता त्या काळी इतकी प्रखर वाटत होती की, संस्थानच्या अधिकाऱ्यांना हे जाहीरनामे गॅझेटमध्ये प्रकाशित करण्याचे धाडस झाले नाही. पुढे ही गोष्ट महाराजांच्या लक्षात येताच त्यांनी अधिकाऱ्यांना धारेवर धरून ते जाहीरनामे गॅझेट करावयास लावले. हे जाहीरनामे मुळातून वाचण्यासारखे आहेत, कारण तसे ते वाचल्याशिवाय महाराजांची अस्पृश्यता निवारणाची तळमळ लक्षात येणार नाही. आरोग्य खात्याच्या जाहीरनाम्यात महाराज म्हणतात, 'हुजुरांच्या असे पाहण्यात आले आहे की, अस्पृश्यांना व स्पृश्यांना धर्मार्थ दवाखान्यात निरनिराळ्या तऱ्हेने वागविण्यात येऊन अस्पृश्यांना दवाखान्याचे इमारतीतील कंपाउंडमध्येसुद्धा येऊ दिले जात नाही. सरकारी इमारती या काही कोणाला सॅनिटोरियम म्हणून दिलेल्या नसल्यामुळे अस्पृश्यांना इतक्या तुच्छतेने वागविण्याचा कोणालाही हक्क नाही. इतकेच नव्हे, तर अस्पृश्यांची हरतऱ्हेने काळजी घेतली पाहिजे. धर्मार्थ संस्था गरीब लोकांकरिता असून गरिबातील गरीब अस्पृश्यांना समतेच्या पायावर वागविणे योग्य आहे. हुजुरांची अंतःकरणपूर्वक इच्छा आहे की, स्टेट मेडिकल अधिकाऱ्यांनी पाश्चात्त्यांचे, त्यातल्या त्यात मिरजेच्या अमेरिकन मिशनचे अनुकरण करावे. एखादा रोगी, मग तो स्पृश्य असो किंवा अस्पृश्य असो, तो दरवाजात येताच त्याला सभ्य गृहस्थाप्रमाणे वागवून त्याची तपासणी करावी आणि त्याला जनावराप्रमाणे बाहेर न घालविता उपचारासाठी दवाखान्यात पाठवावे. मेडिकल खात्यातील कोणा इसमाची असे करण्यास हरकत असेल तर त्याने हा हुकूम झाल्यापासून सहा आठवड्यांच्या आत आपला राजीनामा पाठवावा, अर्थात त्याला पेन्शन मिळणार नाही. एखादा ऑफिसर काम करून कितीही थकलेला असो,

त्याने नवा रोगी येताच त्याची सोय केली पाहिजे, हा नियम मेडिकल खात्यातील अगदी वरिष्ठ अधिकारी व ड्रेसर किंवा नर्स या सर्वांना लागू आहे. मेडिकल खात्यात हल्ली नोकर असलेल्या व पुढे नोकर होणाऱ्या प्रत्येक इसमाला या हुकमाची नक्कल देण्यात यावी आणि नेहमीच्या उपयोगासाठी दवाखान्याच्या ऑफिसामध्ये एक नक्कल टांगून ठेवावी.'[१७]

विद्या खात्यासाठी काढलेल्या जाहीरनाम्यात शाहू महाराज म्हणतात, 'हुजुरांच्या असे पाहण्यात आले की, अस्पृश्यांना व स्पृश्यांना शाळा खात्यात निरनिराळ्या तऱ्हेने वागविले जाते व अस्पृश्यांना शाळा खात्याच्या इमारतीच्या कंपाउंडच्या आत येऊ दिले जात नाही. सरकारी इमारती खासगी उपयोगासाठी दिलेल्या नसल्यामुळे अस्पृश्यांना तुच्छतेने वागविण्याचा कोणालाही हक्क नसून अस्पृश्यांची प्रत्येक तऱ्हेने काळजी घेतली पाहिजे. शिक्षण संस्था गरीब लोकांकरिता असून गरिबांतील गरीब जे अस्पृश्य, त्यांना समतेच्या पायावर वागविणे योग्य आहे. ते कर देतात, तर मग त्यांना वाईट रीतीने का वागवावे? हुजुरांची अंतःकरणपूर्वक इच्छा आहे की, शाळा खात्यातील ज्या खासगी किंवा सरकारी संस्थांना ग्रॅन्ट किंवा इमारती किंवा प्लेग्राउंड वगैरे रूपाने मदत मिळते त्यांनी स्पृश्य वर्गापेक्षा अस्पृश्यांना जास्त ममतेने व आदराने वागवावे, कारण स्पृश्य लोक कोणत्याही प्रकारे शिक्षणात आपला मार्ग काढू शकतात; परंतु अस्पृश्यांना ते असाध्य असल्यामुळे कोणताही मार्ग नाही. जर अस्पृश्यांना समतेने वागविले नाही तर मग तो प्रिन्सिपॉल असो अगर खालच्या दर्जाचा शिक्षक असो, त्याला जाब द्यावा लागेल आणि खासगी संस्थांना जी मदत मिळते, ती काढून घेण्यात येईल.'

"हुजुरांची मनःपूर्वक इच्छा आहे की, मिरजेचे अमेरिकन मिशन, सेंट झेविअर, विल्सन कॉलेज व बंगलोर, पाचगणी येथील मिशन स्कूल्स किंवा आर्य समाजाच्या शाळा, कॉलेज व गुरुकुल, रेल्वे व सरकारी अधिकारी हे जसे स्पृश्यास्पृश्य हा भेदभाव ठेवत नाहीत, त्याप्रमाणे संस्थानातील विद्या खात्याने वागावे. सरकारी मदत मिळणाऱ्या कोणत्याही शाळेत एखादा अस्पृश्य वर्गाचा विद्यार्थी आला तर त्याला संभावित गृहस्थाप्रमाणे आदरपूर्वक वागवून शाळेत घेण्यात यावे. शाळा खात्यातील कोणा इसमाची असे करण्यास हरकत असेल तर त्याने हा हुकूम झाल्यापासून सहा आठवड्यांच्या आत आपला राजीनामा पाठवावा. अर्थात त्याला पेन्शन मिळणार नाही.

मदत मिळणाऱ्या शिक्षण संस्थेची हरकत असेल तर त्यांचीही ग्रॅन्ट किंवा इतर मदत दरबार बंद करील. प्लेग्राउंड, इमारती किंवा दुसरी स्थावर जंगम मिळकत जी संस्थानाकडून त्यांना देण्यात आली आहे, तिजवर जबर कर बसेल... रावसाहेब डोंगरे हे सर्व शिक्षकांना मग ते सरकारी असोत अथवा मदत मिळणाऱ्या संस्थेतील असोत, या हुकमाची नक्कल पाठवून देतील.'[१८]
- (२३ ऑगस्ट, १९१९).

यानंतर पुढच्याच महिन्यात शाहू महाराजांनी 'सर्व सार्वजनिक इमारती, धर्मशाळा, रेस्ट हाउसेस, सरकारी अन्नछत्रे वगैरे ठिकाणी व नदीचे पाणुते, सार्वजनिक विहिरी येथे कोणत्याही मनुष्यप्राण्याचा विटाळ मानण्याचा नाही' म्हणून तमाम जनतेसाठी अस्पृश्यता निवारणाचा एक जाहीरनामा काढला.[१९]
- (६ सप्टेंबर, १९१९).

हे जाहीरनामे गॅझेट होताच संस्थानच्या प्रजाजनात असंतोष माजून हलकल्लोळ उडेल अशी भीती अधिकाऱ्यांना वाटत होती; पण शाहू महाराजांना लोकमताची नस सापडली होती. आतापर्यंतच्या आपल्या आचार-विचारांनी आपल्या प्रजेचे अस्पृश्यता निवारण कार्याविषयी आवश्यक ते प्रबोधन झाले आहे, याची त्यांना मनोमन खात्री होती आणि म्हणून ही जाहीरनाम्यांची अस्त्रे समाजातील दुष्ट रूढींच्या बुरुजांवर फेकून ते उद्ध्वस्त करण्याचे पाऊल महाराजांनी निश्चयाच्या बळाने उचलले होते.

अस्पृश्यतेच्या प्रश्नावरील देशातील मतप्रवाह

कोल्हापूर संस्थानात अस्पृश्यांच्या उद्धाराच्या व अस्पृश्यता निवारणाच्या अनेक उपाययोजना व कायदेकानून अमलात आणले जात असताना देशात या प्रश्नावर राष्ट्रीय संघटना व नेते यांची काय भूमिका होती, हे पाहणे उद्बोधक ठरते, कारण तसे पाहिल्याशिवाय शाहू महाराजांच्या अस्पृश्योद्धाराच्या कार्याचे यथार्थ मूल्यमापन होऊ शकणार नाही. त्यासाठी देशाच्या तत्कालीन समाजकारणातील दोन-तीन घटना जरी पाहिल्या तरी त्या वेळच्या वाऱ्याची दिशा समजून येते.

पहिली घटना आहे दिल्लीतील मध्यवर्ती कायदे मंडळातील. या कायदे मंडळात अस्पृश्यांच्या विमोचनाच्या प्रश्नावर पहिला ठराव मार्च, १९१६ मध्ये मध्य प्रांत-वऱ्हाडातून निवडून गेलेल्या माणेकजी दादाभॉय या मवाळ नेत्याने मांडला.[२०] या ठरावावर भाषण करताना दादाभॉयनी, 'अस्पृश्यांच्या

प्रगतीसाठी सतत झटणे ही सरकार व हिंदू लोक यांची नैतिक जबाबदारी आहे. ती जबाबदारी पार पाडण्यास ते पुढे येत नाहीत, हे त्यांना दूषणास्पद आहे,' अशी टीका करून अस्पृश्यांच्या उन्नतीसाठी अनेक उपाययोजना सुचविल्या. त्या वेळी सुरेंद्रनाथ बॅनर्जी आणि पं. मदनमोहन मालवीय यांच्यासारखे थोर राष्ट्रीय नेते या कायदे मंडळाचे सदस्य होते. त्यांनी या ठरावास थंड प्रतिसाद देताना म्हटले होते, 'अस्पृश्यांचा प्रश्न हा मुख्यतः धार्मिक व सामाजिक स्वरूपाचा आहे आणि तो सोडविण्यासाठी हिंदूंनी पुढे आले पाहिजे, हे जरी खरे असले तरी हिंदूंना त्या बाबतीत सर्वस्वी दोषी ठरविणे योग्य नाही; अस्पृश्यांच्या बाबतीत सध्या जे लोकमत आहे, त्यात इष्ट बदल होण्यास बराच काळ लागेल आणि कालांतराने हा प्रश्न धसास लागेल.'[२१]

दुसरी घटना आहे राष्ट्रीय काँग्रेसमधील. काँग्रेस ही हिंदी लोकांची राजकीय स्वातंत्र्याच्या हक्कांसाठी संघर्ष करणारी राष्ट्रीय संघटना. सर्व हिंदी लोकांचे आपण प्रतिनिधित्व करीत आहोत, असा तिच्या नेत्यांचा दावा होता. ते अखिल भारतीय सर्वश्रेष्ठ व्यासपीठ होते. अशा व्यासपीठावर अस्पृश्यतेसारख्या दुष्ट रूढींचा निषेध करणारा अस्पृश्यता निवारणाचा ठराव मंजूर व्हावा, म्हणून महर्षी विठ्ठल रामजी शिंदे सतत दहा वर्षे प्रयत्न करीत होते; पण अस्पृश्यतेसारख्या ज्वलंत सामाजिक प्रश्नावर ठराव करून काँग्रेसमधील सवर्ण मंडळींच्या भावना दुखावण्यास काँग्रेसचे नेते राजी नव्हते. परिणामी, महर्षी शिंदे यांचा ठराव दरवर्षी बारगळत होता. शेवटी १९१७ मध्ये कलकत्ता अधिवेशनात डॉ. ॲनी बेझंट यांच्यासारख्या थोर मानवतावादी विदुषीच्या अध्यक्षतेखाली तो मंजूर झाला.[२२] त्याचे श्रेय म. शिंदे यांच्याप्रमाणेच बेझंटबाईंच्या बहुमोल सहकार्यास दिले पाहिजे.

तिसरी घटना आहे मार्च, १९१८ मधली. ती म्हणजे महर्षी शिंदे यांनी आयोजित केलेली व महाराजा सयाजीराव गायकवाड यांच्या अध्यक्षतेखाली मुंबईत भरलेली 'पहिली अस्पृश्यता निवारण परिषद.' ही परिषद येऊ घातलेल्या माँटफर्ड सुधारणांच्या पार्श्वभूमीवर भरली होती; त्यामुळे लो. टिळकही तिला उपस्थित होते. न्या. सर नारायणराव चंदावरकर हे तिचे स्वागताध्यक्ष होते. इतर उपस्थितांमध्ये बिपिनचंद्र पाल, विठ्ठलभाई पटेल, नामदार सी. व्ही. मेहता, बॅ. जयकर, नामणारे खापर्डे, ठक्कर बापा प्रभृती अशा महनीय व्यक्ती होत्या. त्यांपैकी अनेकांची भाषणे झाली. त्यामध्ये

लोकमान्यांचे भाषण अधिक गाजले. ते म्हणाले होते : 'अस्पृश्य वर्गाचा प्रश्न अत्यंत महत्त्वाचा असून त्याचा राजकीयदृष्ट्या किंवा सामाजिकदृष्ट्या शक्य तितका लवकर निकाल लागला पाहिजे आणि तो लावण्यासारखा आहे... अमक्याला शिवले असता पाप लागते, अमक्याची सावली पडली असता विटाळ होतो, ही वृत्ती अजिबात नष्ट झाली पाहिजे... हे भेद आहेत खरे; परंतु ते नाहीसे करण्याच्या मार्गाला लागणे, ते नाहीसे करून टाकणे हे देशसुधारणेचे चिन्ह आहे. हे भेद काढून टाकणे हे धर्मसुधारणेचे रहस्य आहे... हे कार्य सगळ्या देशाचे आहे. परमेश्वराच्या घरी अस्पृश्य, चांडाळ, शूद्र असा भेद नाही. आपण त्यांना आपले म्हटले तर आपण परमेश्वरी आज्ञेचे उल्लंघन केले असे केव्हाही होणार नाही... राष्ट्रीय कार्यात, सामाजिक कार्यात आपण अस्पृश्य वर्गांना बरोबर घेतले पाहिजे, हे आता अपरिहार्य होऊन बसलेले आहे. जे कार्य अपरिहार्य आहे, तिकडे कानाडोळा करून कसे चालेल?... मी अस्पृश्यांविरुद्ध नाही, हे स्पष्टपणे सांगतो. अस्पृश्यता गेली पाहिजे, असेच माझे मत आहे. ही रूढी आहे, ही नष्ट झाली पाहिजे.'[२३]

तथापि, लोकमान्यांचे हे आवेशयुक्त भाषण म्हणजे व्यासपीठावरील पोकळ सिंहगर्जना आहे, याचे प्रत्यंतर महर्षी शिंदे यांना लवकरच आले. या परिषदेत अस्पृश्यता निवारणाच्या संदर्भात जे ठराव झाले, त्यांचा अंतर्भाव केलेल्या जाहीरनाम्यावर परिषदेमधील उपस्थित नेत्यांनी सह्या केल्या. म. शिंदे यांनी जेव्हा लोकमान्यांना स्वाक्षरी करण्याची विनंती केली, तेव्हा त्यांनी, 'सध्याच्या माझ्या कार्यव्याप्ततेमध्ये हे नवीन कार्य मला अंगावर घेता येईलसे वाटत नाही' असे म्हणून नकार दिला![२४]

करवीर पीठाचे शंकराचार्य यांनी या परिषदेला संदेश पाठविला होता. त्यांनी त्या संदेशात अस्पृश्यतेच्या प्रश्नाबाबत 'इतर धर्मपीठांच्या आचार्यांच्या विचाराने आम्ही प्राचीन आवश्यक शास्त्राज्ञेस झुगारून न देता' मार्ग काढू असे म्हटले होते; पण त्यांची भाषा गोलमाल होती. ज्या इतर धर्मपीठांच्या आचार्यांशी सल्ला-मसलत करून ते मार्ग काढणार होते, त्यांपैकी द्वारकापीठाच्या शंकराचार्यांनी तर सयाजीराव महाराज आणि म. शिंदे यांना 'आधुनिक काळातील कलिपुरुष' संबोधून परिषदेचा निषेध करणारी तार पाठवून दिली होती![२५]

अशा प्रकारे हिंदू समाजाच्या पुढाऱ्यांची अस्पृश्यतेच्या प्रश्नासंबंधी

उदासीनता असल्यामुळेच इंग्रज सरकार अस्पृश्यतेचे उच्चाटन करणारे कायदे करू शकले नव्हते. अस्पृश्यतेचे कायदेशीर उच्चाटन व्हायला देशाला स्वातंत्र्य मिळावे लागले. त्यानंतर १९५० मध्ये अमलात आलेल्या राज्यघटनेच्या १७ व्या कलमानुसार अस्पृश्यता नष्ट केली गेली. पुढे भारतीय संसदेने १९५५ मध्ये अस्पृश्यता निवारणाचा खास कायदा केला. जी गोष्ट घडण्यास देशाला स्वातंत्र्यानंतरही काही दिवस वाट पाहावी लागली, ती राजर्षी शाहू महाराजांनी ३०/३५ वर्षे अगोदर आपल्या छोट्या संस्थानात करून दाखविली होती.

११

अस्पृश्योद्धार : प्रत्यक्ष कृती

अस्पृश्यतेचे कायदेशीर उच्चाटन करणे, हा शाहू महाराजांच्या अस्पृश्योद्धाराच्या कार्याचा एक भाग होता. त्यासाठी त्यांनी आवश्यक ते वटहुकूम अथवा जाहीरनामे वेळोवेळी काढले; पण केवळ जाहीरनामे काढून स्वस्थ बसणाऱ्यांपैकी महाराज नव्हते. ते कृतिशील सुधारक होते. जाहीरनाम्यात उद्घोषित केलेल्या तत्त्वांनुसार त्यांनी प्रत्यक्ष आचरण केले; अस्पृश्यांना आपल्या खासगी सेवेत आणि सरकारी नोकऱ्यांत घेऊन त्यांच्याविषयीची अस्पृश्यता त्यांनी काढून टाकली व इतरांनाही काढून टाकण्यास भाग पाडले. असे करीत असताना अस्पृश्यांमध्ये आत्मविश्वास व अस्मिता कशी निर्माण होईल, याकडे त्यांनी अधिक लक्ष दिले.

संस्थानच्या लष्करी सेवेत मराठा व तत्सम जातींचे लोक प्रामुख्याने असत. ही सर्व मंडळी अस्पृश्यता पाळणारी होती. शाहू महाराजांनी १९१७ मध्ये आपल्या 'लष्करी फडात' चार अस्पृश्यांची नेमणूक केली. त्यांपैकी दोघे महार होते, तर दोघे मांग होते.[१] अन्य सरकारी सेवेतही अस्पृश्यांच्या नेमणुका केल्या जाव्यात, यासाठी महाराजांनी ५ ऑगस्ट, १९१८ रोजी खास हुकूम काढला होता : 'अस्पृश्य जातीचे लोकांना तलाठी नेमण्याबद्दल अलाहिदा हुकूम देण्यात आलेला आहे. सदर लोकांपैकी जे लोक आपले कर्तबगारीने व बुद्धीने पुढे येतीत त्यास भाग कारकून व अव्वल कारकून अशा प्रकारच्या जागा देण्यात याव्यात.'[२]

महाराजांनी संस्थानातील कुलकर्णी वतन खालसा करून कुलकर्णीऐवजी ब्रिटिश मुलखातील पद्धतीप्रमाणे 'तलाठी' नेमण्याची पद्धती स्वीकारली होती. या तलाठ्यांच्या जागांवर मागासलेल्या वर्गांतील, विशेषतः अस्पृश्य वर्गातील, लोकांची वर्णी लागावी, यासाठी 'तलाठी वर्ग' सुरू करून त्यात

अस्पृश्य उमेदवारांना विशेष शिष्यवृत्ती देऊन प्रशिक्षित केले गेले. अशा प्रशिक्षित अस्पृश्यांना अग्रक्रमाने तलाठी म्हणून नेमले जावे यासाठी महाराजांनी खास हुकूम जारी केला. त्यात म्हटले होते : 'हल्ली तलाठ्यांच्या नेमणुका चालल्या आहेत. त्यात अस्पृश्य जातीच्या लोकांस प्रेफरन्स देण्यात यावा तसेच त्या जातींतील लोकांस योग्य ती लायकी असल्यास दरबारातील कोणत्याही योग्यतेच्या जागेवर म्हणजे रेव्हेन्यू, ज्युडिशियल, पोलीस व जनरल आदी कोणत्याही डिपार्टमेंटच्या मुख्याच्या जागेवरही नेमण्यात येईल. इतःपर त्यांच्या अस्पृश्यत्वाची सबब सरकारी नोकरीच्या बाबतीत (ऐकून) घेतली जाणार नाही म्हणून जाहीर करण्यात यावे'[३] - (८ ऑगस्ट, १९१८). अशाच आशयाचा आणखी एक हुकूम वर्षभराने काढला गेला, त्यात म्हटले होते : 'ज्या जातीची लोकवस्ती जास्त असेल, त्या जातीचा होता होईल तो तलाठी नेमावा. महार, मांग, चांभार वगैरे अस्पृश्य जातीच्या लोकांना होईल तितका प्रेफरन्स द्यावा. प्रत्येक पेट्यात पाच आणि प्रत्येक महालात निदान तीन तरी अस्पृश्य असावेत'[४] - (२६ ऑगस्ट, १९१९).

गावात पाटलाच्या खालोखाल कुलकर्ण्याचा दर्जा होता. आता कुलकर्ण्याच्या ठिकाणी तलाठी आला आणि त्या तलाठ्याच्या जागांवर अस्पृश्यांच्या नेमणुका होऊ लागल्या. ज्या महाराचे बापजादे चावडीच्या पायरीवरसुद्धा बसू शकत नव्हते, तो महार तलाठी शाहू महाराजांच्या कृपेने गावच्या पाटलाच्या मांडीला मांडी लावून बसू लागला! आतापर्यंत 'जोहार मायबाप' असे दीनवाणेपणाने म्हणण्याची सवय असणारा तो महार तलाठी गावातील मराठा रयतेकडून 'रामराम' स्वीकारू लागला! पाऊणशे वर्षांपूर्वी महाराष्ट्रातील ग्रामीण भागामध्ये शाहू महाराजांनी निर्माण केलेले हे सामाजिक चित्र किती क्रांतिकारी दिसत असेल, याची आपण आज कल्पनाही करू शकणार नाही. हे चित्र म्हणजे केवळ सामाजिक बदल नव्हता, ती एक सामाजिक क्रांती होती.

शाहू महाराजांनी अस्पृश्यांपैकी काहींच्या मुलकी खात्यात 'दफ्तरबंद' म्हणून तर, काहींच्या पोलीस खात्यात पोलीस म्हणून नेमणुका केलेल्या दिसतात. १९२० मध्ये शहरातील पोलीस गेटावर १६ महारांची नेमणूक करताना महाराजांनी म्हटले आहे : 'या लोकांचा समाजात दर्जा वाढावा म्हणून आपण हे करीत आहोत.'[५]

कोल्हापूर म्युनिसिपालिटीच्या कार्यालयातही प्रथमच एक अस्पृश्य नेमला

गेला; एवढेच नव्हे तर म्युनिसिपालिटीच्या चेअरमनपदी प्रथमच एका अस्पृश्याची- दत्तोबा पोवार यांची महाराजांच्या प्रेरणेने नेमणूक झाली. म्युनिसिपालिटीचा चेअरमन म्हणून एका अस्पृश्याची निवड व्हावी ही घटना त्या काळी असाधारण तर होतीच; पण हिंदुस्थानमध्येही ती प्रथमच घडली असावी. खुद्द महाराजांना या गोष्टीचा मोठा अभिमान वाटत होता. १९२१ मध्ये म. शिंदे यांना लिहिलेल्या पत्रात महाराज म्हणतात, 'मी कोल्हापुरात असताना आपण एकदा इकडे येऊन जावे. हल्ली कोल्हापूर म्युनिसिपालिटीचे चेअरमन हे अस्पृश्य जातीचे असून, म्युनिसिपालिटीत व्हटकर नावाचा अस्पृश्य जातीतील एक क्लार्क वीस रुपये पगारावर आहे. कम्युनल रिप्रेझेंटेशन अस्पृश्यांना व ब्राह्मणेतरांना दिल्याने हा त्यांना चान्स मिळाला आहे. सॅनिटेशनच्या पॉइंटवर आजवर ब्राह्मणांकडून अस्पृश्य मानलेल्यांना जो त्रास होत असे तोही आता नाहीसा झाला आहे, तेव्हा ही सर्व परिस्थिती आपण येऊन अवलोकन करून जाल, अशी आशा आहे.'[६]

शाहू महाराजांच्या कारकिर्दीच्या अखेरीस म्युनिसिपालिटीच्या कारभारात भंगी समाजाचाही प्रवेश झाल्याचे दिसते. महाराजांनी हिरा मदार भंगी यास लोकनियुक्त कमिटीवर म्युनिसिपल मेंबर म्हणून नेमल्याची एक नोंद मिळते.[७]

अस्पृश्यात शिक्षणाचा प्रसार फारसा झाला नसल्याने शिकलेली माणसे मिळणे जवळजवळ अशक्य होते; पण महाराजांनी शिक्षणाचा बाऊ न करता अस्पृश्यांना आपल्या अनेक खात्यांत सामावून घेतले होते. सरकारी पागेत, पील (हत्ती) खान्यात, शिकारी खुतात, टपाल खात्यात आता सर्वत्र अस्पृश्य मंडळी सरकारी सेवक म्हणून वावरताना दिसू लागली. महाराजांनी काहींना माहूत बनविले तर काहींना आपल्या राजपरिवारांचे कोचमन/ड्रायव्हर बनविले. १९०८ मध्ये राजकन्या आक्कासाहेब यांच्या लग्नाच्या वरातीत कंबरेस तलवारी बांधलेल्या गाडी-घोड्यावरील रुबाबदार अस्पृश्य कोचमननी आणि राजेशाही हत्तीवरील संस्थानी पोशाखातील माहुतांनी आपल्याबरोबर समस्त अस्पृश्य समाजाचीही प्रतिष्ठा वाढविली होती. महाराजांचा तो एक सामाजिक प्रयोगच होता.

शाहू महाराजांचा सोनतळी कॅम्प (रजपूतवाडी) म्हणजे असे सामाजिक प्रयोग करण्याची अभिनव प्रयोगशाळाच होती. या कॅम्पमध्ये अस्पृश्यांना आपल्या सेवेत घेऊन सर्व समाजासमोर त्यांनी अस्पृश्यता निवारण कार्याचा

वस्तुपाठच ठेवला होता. महाराजांचे बिन तारखेचे एक आत्मनिवेदन उपलब्ध आहे. त्यात या प्रयोगाविषयी खुद्द महाराजांनीच म्हटले आहे, 'रजपूतवाडीस मरगाई (आदी) अडतीस देव-देवी, सर्व पीर आणि गजेंद्रलक्ष्मी या सर्वांच्या पूजा गणू नावाचा महारच करीत असतो. त्या देवास कॅम्पातील सर्व लोक, खुद्द महाराजही जातात. लग्नकार्य झाल्यास वरातीही जातात. तेथील पाण्याच्या हौदावर भंग्याशिवाय सर्वांना शिवाशिव करण्यास मोकळीक आहे. त्या कॅम्पातील मजा अशी आहे की, सर्व कॅम्पातील मंडळी बंधुप्रेमाने राहतात. दशरथा मांग यास तेथील शिकारी स्टोअरचा जामदार केला आहे. आबा मांग व चंदा महार हे शिकारखान्याचे कामदार आहेत. दादू महार व रामू महार (राधानगरी) हे हत्तीवरले माहूत असून दर शुक्रवारी अंबाबाईचे व शककर्ते शिवाजी महाराजांपासून चौथ्या शिवाजीपर्यंत जे सरकारी छबिने निघतात, त्या हत्तींवर नोकरी करतात. अर्थातच त्यांना अंबाबाईच्या व महाराजांच्या पादुकांना शिवाशिव करण्यास प्रतिबंध नाही, हे स्पष्ट दिसून येते. त्याचप्रमाणे कारकून, तलाठी, पोलीस वगैरे पुष्कळ (अस्पृश्य) लोक कमी-जास्त दर्जाच्या नोकरीत आहेत... सूर्यवंशी व सोमवंशी लोकांची हजेरी एका हुकमाने माफ केली आहे. त्याचप्रमाणे सर्व परी शाळेत सूर्यवंशी, सोमवंशी लोकांना घेणेचा हुकूम आला आहे. शाळा मारुतीच्या देवळात असल्यासही (त्यांना तेथे) घेणेचा हुकूम आहे. देवास का विटाळ माणसाचा होतो? देवाची का आज्ञा आहे का, अमक्याचा विटाळ मानावा आणि अमक्याचा विटाळ मानू नये म्हणून? मुळीच नाही... हुजुरांचा मोटार ड्रायव्हर यल्लाप्पा बाळा नाईक हा महार आहे. सरकारचा चाबूकस्वार दशरथा आणि काही कोचमनदेखील महार आहेत. जेथे काही वेळ हे लोक हुजऱ्याची कामे करतात, मग राहिले तरी काय? शिकारीत चंद्रा, आबा, दशरथा वगैरे लोक हुजऱ्याचीसुद्धा कामे करतात, मग त्यात नवल ते काय?'[८]

महाराजांना शिकारीचा मोठा नाद होता. शिकारीच्या खुतात त्यांनी अनेक अस्पृश्यांची भरती केली होती. विशेषतः महाराजांकडे शे-दोनशे देशी-विदेशी जातींचे जहाँबाज शिकारी कुत्रे होते. त्यांना सांभाळण्यासाठी मांग समाजातील तरुणांची नेमणूक त्यांनी केली होती. प्रसंगविशेषी महाराज या अस्पृश्य सेवकांच्या अंगी असणाऱ्या कर्तबगारीचे मोठ्या खुबीने प्रदर्शन करीत असत. मिस क्लार्क होस्टेलमधील अशाच एका समारंभाचे वर्णन

नामदार भास्करराव जाधव यांनी दिले आहे : 'अस्पृश्य मानलेल्यांच्या शिक्षणासाठी स्थापन झालेल्या मंडळीने सुरू केलेल्या मिस क्लार्क होस्टेलचा एक जंगी समारंभ महाराजांनी घडवून आणला. त्या वेळी पोलिटिकल एजंट अध्यक्षस्थानी होते. हा एक अपूर्व असा समारंभ झाला. महाराजांनी पोलिटिकल एजंटला चार घोड्यांच्या पोस्टिलियनच्या गाडीतून आणले. घोड्यावर बसलेले दोन्ही पोस्टिलियन महार जातीचे होते. हे घोडे हाकण्याचे काम चांगलेच कुशलतेचे होते. पाहुण्यांच्या स्वागताकरिता राजवाड्याबाहेर लवाजमा उभा होता; त्यात हत्ती होते. त्यांचे माहूत व गडकरी अस्पृश्यच होते. शिकारखान्यांतील कुत्री घेऊन युनिफॉर्म घालून मांगांची मुले उभी होती. बहिरी ससाणा हाती धरून अस्पृश्यच स्वागत करीत होते. चित्त्यांच्या गाड्याही तशाच! हा समारंभ आपला आहे अशी भावना त्या (अस्पृश्य) समाजातील प्रत्येक व्यक्तीस झाली होती; त्यामुळे संधी, योग्य शिक्षण आणि प्रोत्साहन मिळाल्यास कोणतेही लहान-मोठे काम करण्याची लायकी आपल्या समाजाच्या अंगी आहे, याची जाणीव त्यांस व इतरांस झाली आणि त्यांचा आत्मविश्वास दुणावला.'[१]

अस्पृश्य समाजातील लोकांची आडनावे बऱ्याचदा जातिवाचक असत, तर काही नावांवरून त्यांच्या जातींचा लगेच बोध होत असे; त्यामुळे काही ठिकाणी अस्पृश्यांना अडचणी निर्माण होत. उदाहरणार्थ, शाहू महाराजांच्या प्रोत्साहनाने अस्पृश्य वर्गातही काही उमदे मल्ल तयार झाले होते. कोल्हापुरात जेव्हा कुस्त्यांच्या दंगली भरविल्या जात, तेव्हा कोल्हापूरबाहेरचेही मल्ल येत असत. नावे पुकारून मल्लांच्या कुस्त्या लावल्या जात. अशा वेळी अस्पृश्य मल्लाची जात कुस्तीशौकिनांच्या आणि प्रतिस्पर्धी मल्लांच्या लक्षात येऊ नये, यासाठी महाराजांनी आगळीच क्लृप्ती योजली होती. अस्पृश्य समाजातील कार्यकर्ते गंगाराम कांबळे या क्लृप्तीबद्दल सांगतात, 'अस्पृश्य समाजाला वर आणण्याकरता, त्यांच्यातील कमीपणाची भावना नाहीशी करण्याकरता महाराजांनी सर्व प्रकारे प्रयत्न केले. या कामात ते किती रंगून गेले होते आणि प्रत्येक गोष्टीकडे किती बारकाईने पाहत याची ही गोष्ट.

भंगी, महार, चांभार या नावांस अस्पृश्यता चिकटली आहे, तेव्हा तीही काढून टाकावी म्हणून या जातीतल्या पहिलवानांना महाराजांनी नवी नावे दिली होती. कुस्त्यांच्या मैदानात या लोकांनी कुस्त्यांसाठी लांघ बांधून तयार होण्याकरता हाक मारण्याच्या वेळी महार पहिलवानांना हाक मारताना

'जाट' पहिलवानांनी तयार व्हावे, म्हणून ओरडण्यात येत असे. चांभारांना 'सरदार' आणि भंग्यांना 'पंडित' अशी नावे ठेवली होती. यामुळे दुसऱ्या जातीतील पहिलवानांना आपण महार, चांभार किंवा भंगी जातीतील पहिलवानाशी खेळत आहोत अशी कल्पनाही येत नसे. नाही तर त्यांच्या जातीमुळे त्यांना जोड मिळणे अवघड झाले असते.'[१०]

शाहू महाराजांनी अस्पृश्य वर्गातील शिक्षणाची आत्यंतिक आवड असणाऱ्या अनेक गरीब मुलांना शिक्षणाच्या सर्व सुविधा उपलब्ध करून देऊन त्यांच्या जीवनाचे सोने केले. इस्लामपुरात बाह्मण पंतोजीच्या शाळेत ज्ञानदेव ध्रुवनाथ घोलप हा महार मुलगा वर्गाच्या बाहेर बसून शिक्षणाची तहान भागवत होता. सत्यशोधक भाऊराव पाटलांनी हे दृश्य पाहिले आणि त्या पंतोजीशी भांडण करून त्या मुलास त्यांनी कोल्हापुरात शाहू महाराजांसमोर उभे केले. महाराजांनी या मुलाच्या शिक्षणाची सर्व व्यवस्था केली. पुढे हा मुलगा उच्च विद्याविभूषित बनला. १९२४ मध्ये मुंबई इलाख्याच्या कायदे मंडळात अस्पृश्यांचा पहिला प्रतिनिधी म्हणून निवडून जाण्याचे भाग्य त्यास मिळाले! डॉ. बाबासाहेब आंबेडकर यांच्या सार्वजनिक जीवनातील त्यांच्या पहिल्या काही सहकाऱ्यांपैकी ज्ञानदेव घोलप एक होत.[११]

दुसरे उदाहरण आहे कृष्णाजी लक्ष्मण मोरे या मांगाच्या मुलाचे. या लहान मुलात शिक्षण घेण्याची ऊर्मी इतकी उसळत होती की, त्याने एकदा धाडस करून सोनतळीच्या आश्रमात थेट शाहू महाराजांनाच गाठले आणि धिटाईने पुढे होऊन त्याने लवून मुजरा केला. महाराज गरजले, 'कोण रे तू?' कृष्णाजी हात जोडून बोलला, 'मी मांगाचा. मला साळा सिकायची हाय.' महाराजांना या मुलाच्या धिटाईचे व शाळाप्रेमाचे विलक्षण कौतुक वाटले. त्यांनी त्याला 'उद्या ये रे' असे सांगितले आणि दुसऱ्या दिवशी आपल्या खडखडयात बसवून स्वतः त्यास 'गुरुकुला'त घेऊन गेले. आर्य समाजाच्या त्या आश्रमशाळेत त्या मांगाच्या मुलाच्या शिक्षणाची त्यांनी सर्व सोय करण्याचा हुकूम दिला. हा मुलगा पुढे शिकून सवरून मोठा झाला. इतका की, भारतीय लोकसभेचा दोन वेळा सदस्य होण्याचा बहुमान त्यास मिळाला. कृष्णाजी मोरे यांनी सांगितलेली ही कथा मुळातूनच वाचण्यासारखी आहे.[१२] त्यात कृष्णाजी म्हणतात, 'मी मांगाचा. 'मला शाळा सिकायची हाय!' हे शब्द उच्चारण्याची मला सुबुद्धी होते काय नि त्याला उत्तर 'उद्या ये रे' म्हणून महाराजांकडून आज्ञा होते काय आणि

चोवीस तासांच्या आत या घटनेची अंमलबजावणी माझ्या 'गुरुकुल'मधील प्रवेशाने होते काय! वरवर दिसायला ही घटना साधीसुधीच आहे. शाहू महाराजांच्या दृष्टीने तरी अशी घटना सागरातील एका बिंदूप्रमाणे आहे, कारण माझ्याप्रमाणे शाहू महाराजांनी अनेकांचे जीवन फुलविले होते, तेव्हा त्यांच्या दृष्टीने हे कोट्यवधी कामातील एक लहानसे काम. इतर लोकांच्या दृष्टीनेही ही जुजबी बाबच ठरेल.'[१३] कृष्णाजी मोरे यांनी म्हटल्याप्रमाणे महाराजांनी अस्पृश्य वर्गातील अनेकांच्या जीवनातील काटेकुटे दूर करून, त्यांचे जीवनमळे फुलविले.

तो काळच असा होता की, अस्पृश्यांना शिवणे म्हणजे अपवित्र घटना मानली जात होती. अस्पृश्यतेसंबंधीचे सोवळेपण केवळ ब्राह्मणच पाळत होते असे नाही, तर मराठे व तत्सम अनेक जातीही त्यास अपवाद नव्हत्या. या सामाजिक परिस्थितीच्या पार्श्वभूमीवर शाहू महाराजांनी अस्पृश्यता निवारण चळवळीत अस्पृश्यांच्या हातचे अन्नोदक स्वीकारण्याची जाहीर कृत्ये करून अस्पृश्यतेच्या बलदंड रूढीच्या पायाखालीच सुरुंगाचे स्फोट घडवून आणले.

माणगावच्या अस्पृश्य परिषदेत भाषण करीत असता भर सभेत शाहू महाराजांनी डॉ. बाबासाहेब आंबेडकरांना त्यांनी सोनतळी कॅम्पवर येऊन आपल्याबरोबर भोजन घ्यावे, अशी विनंती केली आणि त्याप्रमाणे कॅम्पवर भोजनाचा व सत्काराचा मोठा कार्यक्रम घडवून आणला. या कार्यक्रमास बहुजन समाजातील अनेक कार्यकर्ते व सत्यशोधक मंडळी उपस्थित होती.[१४] त्या सर्वांवर या घटनेचा मोठा प्रभाव पडल्याशिवाय राहिला नाही. पुढे मे, १९२० मध्ये नागपूरला 'अखिल भारतीय बहिष्कृत परिषद' भरली. त्या परिषदेच्या अध्यक्षपदाचा मान महाराजांना दिला गेला. परिषदेच्या भर कार्यक्रमात महाराजांनी 'ब्राह्मण, मराठे वगैरे सवर्ण जातींच्या पुढाऱ्यांसमक्ष मुद्दाम अस्पृश्याच्या हातचा चहा घेतला' अशी नोंद त्यांच्या चरित्रात मिळते.[१५] पुढच्याच महिन्यात नाशिक येथे अस्पृश्य विद्यार्थी वसतिगृहाचा पायाभरणी समारंभ महाराजांच्या हस्ते झाला, तेव्हाही शेकडो लोकांसमोर महाराजांनी एका अस्पृश्याच्या हातचा चहा घेतला. असेच एक कृत्य त्यांनी तासगावलाही केले.[१६]

शाहूचरित्रात गंगाराम कांबळेची कथा तर इतिहासप्रसिद्ध आहे. गंगाराम हा सरकारी पागेतील मोतद्दार. एके दिवशी त्याने मराठ्यांसाठी असलेल्या

पाण्याच्या हौदाला स्पर्श केला. मराठ्यांना हे समजल्यावर त्यांनी संतापून गंगारामास रक्तबंबाळ होईपर्यंत मार दिला. महाराज या सुमारास दिल्लीला गेले होते. ते कोल्हापुरात परत येताच गंगाराम आपल्या अस्पृश्य बांधवांसोबत महाराजांना भेटला आणि आपली रक्तबंबाळ झालेली पाठ उघडी करून त्याने न्यायाची मागणी केली. गंगारामची कहाणी ऐकताच, 'महाराज गोरेमोरे झाले. ज्यांनी मारलं त्यांना अस्पृश्य मंडळींच्या समोर बोलावून घेतले. हातात घोड्याची कमची घेतली आणि त्या सर्वांची पाठ फोडून काढली. हा मराठा, हा आपला रक्तसंबंधाचा असा भेद त्यांनी केला नाही. गंगारामला जवळ घेतले व म्हणाले, 'जा, तुला नोकरी माफ केली आहे, तू कोणताही स्वतंत्र धंदा कर. लागेल ती मदत माझ्याकडे माग.'[१७]

पुढे याच गंगारामने शाहू महाराजांच्या प्रोत्साहनाने कोल्हापुरात हमरस्त्यावर 'सत्यसुधारक हॉटेल' काढले. आता शहरात फेरफटका मारताना महाराजांचा खडखडा (घोडागाडी) गंगारामच्या हॉटेलसमोर थांबू लागला. खडखड्यात बसून महाराज गंगारामला गडगडाटी आवाजात चहाची ऑर्डर देत आणि गंगारामने मोठ्या अदबीने आणलेल्या चहाच्या ट्रेमधील चहा महाराज स्वत: तर घेतच; पण खडखड्यात खच्चून भरलेल्या ब्राह्मण, मराठा आदी जातींच्या सर्व मंडळींनाही आग्रहाने तो चहा पाजत. खुद्द महाराजच गंगारामचा चहा आवडीने पीत असताना त्यांच्या आग्रहाला नाही म्हणायची कोणाची छाती होती?[१८]

गंगाराम कांबळे यांच्या जीवनात तर शाहू महाराजांनी क्रांती केली. पुढे हे गंगाराम अस्पृश्य समाजाचे प्रतिष्ठित पुढारी होऊन अस्पृश्योद्धाराच्या कार्यात महाराजांचे कार्यकर्ते बनले. महाराजांच्या निधनानंतर डॉ. बाबासाहेब आंबेडकरांच्या अस्पृश्यमुक्तीच्या लढ्यात कोल्हापूर संस्थानात आघाडीवर ते बाबासाहेबांचे सच्चे सहकारी म्हणून कार्यरत राहिले. गंगारामच्या आणखी एका कार्याची आवर्जून नोंद घेतली पाहिजे. ती म्हणजे महाराजांच्या निधनानंतर ३/४ वर्षांनी त्यांचे स्मारक उभारण्यासाठी त्यांनी आपल्या महार समाजाचे एक मंडळ स्थापन करून त्यामार्फत १९२५ मध्ये कोल्हापुरात शाहू महाराजांचे स्मारक उभारले. कोल्हापुरातीलच नव्हे तर अखिल हिंदुस्थानातील महाराजांचे हे पहिले स्मारक होय आणि तेही महार समाजाने उभारलेले![१९] काही दिवसांपूर्वीच गंगारामाच्या कार्याचा गौरव म्हणून कोल्हापूरकरांनी त्यांचा स्मृतिस्तंभ कोल्हापुरात पूर्वीच्या त्यांच्या सत्यसुधारक हॉटेलच्या

जागेजवळ उभारला आहे.

अस्पृश्यांच्या हातचे अन्नोदक जाहीरपणे घेण्याच्या कार्यक्रमात काही वेळा महाराजांनी आपल्या राजपरिवारातील मंडळींनाही सामील करून घेतल्याचे दिसते. अशाच एका कार्यक्रमाची आठवण गंगाराम कांबळे यांनी सांगितली आहे, 'महाराज शिरोळला शिकारीला गेले होते. चहासाठी म्हणून शिरोळच्या महारांना त्यांच्या तक्क्यात सर्वांची सोय करायला सांगितली. त्यांना आपल्या घरात घेण्यापेक्षा आपणच त्यांच्या घरात जाऊन जेवण किंवा फराळ करणे ही तर बरीच पुढची पायरी होती. त्यातही तक्क्यात महाराज एकटेच गेले नाहीत तर त्यामध्ये बायकांनाही भाग घेता यावा म्हणून त्यांनी हळदी-कुंकवाचा समारंभ करायला लावला आणि त्या ठिकाणी राणीसाहेब, अक्कासाहेब, इंदुमतीदेवी यांना मुद्दाम बोलावून घेतले व इंदुमतींना चार शब्द बोलायलाही लावले. महाराजांमुळे बरोबरच्या सर्वांना तेथे चहापान करावे लागले. याचा परिणाम सर्व शिरोळ गावावर झाला. महाराजांना आवडतं म्हणून त्यांना खूश करण्यासाठीही काही अस्पृश्योद्धारक निर्माण होऊ लागले. हे ढोंगही त्या समाजाला उपयुक्तच ठरले.'[२०] कोल्हापूरचा अख्खा राजपरिवार महाराच्या तक्क्यात जाऊन त्यांच्या समवेत चहापान करतो आहे, हे त्या काळी हिंदुस्थानात देवदुर्लभ दृश्य होते.

शाहू महाराज यांना भेटावयास येणाऱ्या अस्पृश्य मंडळींची, त्यांच्या पुढाऱ्यांची खास प्रेमाने कशी वास्तपुस्त करीत, हे विदर्भातील अस्पृश्यांचे पुढारी गणेश अक्काजी गवई यांच्या चरित्रावरून समजते. नागपूरच्या 'अखिल भारतीय बहिष्कृत समाजाच्या परिषदे'चे निमंत्रण देण्यासाठी गवई व त्यांचे सहकारी कोल्हापुरात येऊन एका बोर्डिंगमध्ये उतरले. हे समजताच महाराजांनी आपला खास अधिकारी पाठवून त्यांना सरकारी गेस्ट हाउसमध्ये आणले आणि त्यांच्या सोबत दररोजच्या भोजनाच्या पंगतीस सत्यशोधक कार्यकर्ते गणपतराव कदम आणि बाबूराव यादव यांना पाठवून दिले. एक दिवस महाराजांनी त्यांना आपल्या सोनतळी कॅम्पवर बोलावून आपल्या पंगतीस बसवून 'दरबारी खाना'ही दिला. त्या वेळी परिषदेचा विषय निघताच महाराज म्हणाले, 'माझ्याऐवजी लोकमान्य टिळकांना का घेऊन जात नाही?' तेव्हा गवई उत्तरले, 'लोकमान्य टिळकच काय पण हिंदू धर्मातील श्रीरामचंद्रासारखे अवतारी पुरुषदेखील आम्हा दलितांच्या सुधारणेच्या बाबतीत अनुकूल राहिले नाहीत. त्यांचे धोरण आमच्याशी वागण्यात अधार्मिक

झाल्याचे वाटते. स्पष्टपणाबद्दल क्षमा असावी महाराज, म्हणूनच आम्ही आपल्याकडे धाव घेतली.' त्यावर गहिवरून जाऊन महाराज उद्गारले, 'माझे राज्य गेले तरी हरकत नाही. मी तुमच्यासाठी काय कराचये ते अवश्य करीन.'[२१] गवई महाराजांचा निरोप घेऊन गेल्यानंतर महाराजांनी त्यांना मोठ्या आपुलकीने पत्र लिहिले. त्यात ते म्हणतात, 'आपण आमंत्रणाशिवाय करवीरला येऊन, आपले घर समजून आम्हास येऊन भेटलात; अशा प्रकारचे वर्तन खऱ्या इष्टमित्राशिवाय होत नाही. आपण अशा प्रकारचे प्रेमळ व आप्तासारखे वर्तन केल्याबद्दल मला कितीतरी आनंद झाला. यापुढे आपले घर समजून अशीच वरचेवर करवीरमध्ये आपली गाठ पडावी. असे झाल्यास आम्हास खरोखरच आनंद होईल.'[२२] अशा तऱ्हेने अंतःकरणातील खऱ्या प्रेमाने अस्पृश्यांना वागविल्यानंतर त्या समाजाची महाराजांविषयी कृतज्ञताबुद्धी पराकोटीस पोहोचल्यास नवल नव्हते.

नागपूरच्या परिषदेसाठी महाराजांचे आगमन होताच अस्पृश्य समाजाने भव्य स्वागत करून त्यांची जंगी मिरवणूक काढली. लोकांनी त्यांच्यावर पुष्पवृष्टी करून त्यांच्या जयजयकाराने वातावरण दुमदुमून टाकले. आदल्या दिवशी नागपुरात वर्णवर्चस्ववाद्यांनी महाराजांची निंदा व निषेध करण्यासाठी त्यांचे 'धेडोंका राजा' म्हणून वर्णन करणारी भित्तीपत्रके लावली होती. खुद्द नागपूरचे राजे रघुजीराव भोसले यांना महाराजांनी या परिषदेला येणे पसंत नव्हते. ते नागपूरबाहेर निघून गेले होते! वर्णवर्चस्ववाद्यांनी महाराजांचा अवमान करण्याची कृती केल्याने समस्त अस्पृश्य समाज प्रक्षुब्ध झाला होता. त्यास शांत करून, महाराज उद्गारले होते, 'त्यांनी मला 'धेडोंका राजा' म्हणून हिणविण्याचा प्रयत्न केला असला तरी त्यात मी माझा अपमान मानीत नाही. त्यात माझा गौरवच आहे, असे मी समजतो.'[२३] या परिषदेला डॉ. बाबासाहेब आंबेडकरही उपस्थित होते.

अस्पृश्यांच्या सभा-संमेलनांत जाणे, त्यांच्यात मिसळणे, त्यांच्या हातचे अन्नोदक घेणे या गोष्टी आज विसाव्या शतकाच्या अखेरीस काही महत्त्वाच्या वाटत नसल्या तरी त्या काळात त्या गोष्टी फार मोठ्या धाडसाच्या होत्या, हे लक्षात घेतले पाहिजे. माणगावची अस्पृश्यांची परिषद आयोजित करणाऱ्या आप्पासाहेब दादगोंडा पाटील या सामाजिक कार्यकर्त्यावर त्यांच्या जैन धर्मबंधूंनीच नव्हे, तर सर्व गावाने बहिष्कार टाकला होता. या पाटलांना जैन मंदिरात जाण्यास बंदी केली गेली होती. एवढेच नव्हे, तर गावच्या

न्हाव्यांनी व परटांनीही त्यांच्यावर बहिष्कार टाकला होता. शेवटी हे प्रकरण शाहू महाराजांपर्यंत गेल्यावर त्यांनी पाटलांवरील बहिष्कार उठविला नाही तर तुरुंगात टाकीन अशी धमकी दिल्यावर सवर्ण मंडळींना बहिष्कार उठवावा लागला.[२४] माणगावच्या पाटलांवर बहिष्कार टाकून त्यांची गांजवणूक करणारी मंडळी ब्राह्मण नव्हती तर ती ब्राह्मणेतर होती, यावरून त्या काळच्या एकूण समाजाची अस्पृश्यांसंबंधीची मानसिकता ध्यानात येते. त्याचबरोबर शाहू महाराजांनी अस्पृश्यतेशी मुकाबला करीत असताना प्रसंगी ब्राह्मणेतर मंडळींचीही गय केली नाही, हेही प्रकर्षाने जाणवल्याशिवाय राहत नाही.

१२

अस्पृश्योद्धार : विचार व मार्गदर्शन

आता शाहू महाराजांच्या अस्पृश्योद्धाराच्या संदर्भात त्यांनी प्रकट केलेले विचार व मार्गदर्शन यांचा थोडासा मागोवा घ्यायचा आहे. त्यांचे हे विचार आणि अस्पृश्य समाजास केलेले मार्गदर्शन त्यांनी वेळोवेळी निरनिराळ्या व्यक्तींना पाठविलेल्या व्यक्तिगत पत्रांतून, तसेच सभा-परिषदांच्या व्यासपीठांवरून केलेल्या भाषणांतून व्यक्त झालेले आढळते.

मुंबईचे सेवानिवृत्त राज्यपाल व शाहू महाराजांचे जवळचे स्नेही लॉर्ड सिडनहॅम यांना जून, १९१८ मध्ये लिहिलेल्या पत्रात शाहू महाराज म्हणतात, 'खरोखरच या कोट्यवधी मुक्या जनतेच्या हितासाठी झटणे हे एक असे कर्तव्य आहे की, त्याचे कधी चीज होईल असे वाटत नाही. त्या कार्याविषयी कृतज्ञता व्यक्त करण्याइतके ते सज्ञान नाहीत किंवा त्यांना हे कळतही नाही; परंतु हे कर्तव्य अतिशय त्याग करून उदार वृत्तीने करावे लागते. असहाय, अनाथ, अज्ञान, पददलित जनतेला साह्य करावे हाच माझा त्यात एकमेव उद्देश आहे.'[१] या ठिकाणी हे लक्षात घेतले पाहिजे की, अस्पृश्यांच्या दुःखांना वाचा फोडणारा त्यांचा वाली कोणी नाही, हे या वेळी महाराजांचे मोठे दुःख होते आणि म्हणूनच उच्च विद्याविभूषित बाबासाहेब जेव्हा प्रथम त्यांच्या नजरेत आले, तेव्हा त्यांना अस्पृश्यांना त्यांचा स्वाभाविक नेता मिळाल्याचा अत्यानंद झाला.

ब्राह्मण ब्युरॉक्रसीने अस्पृश्यांची अस्मिता नष्ट केली!

पुढे शाहू महाराज व डॉ. बाबासाहेब आंबेडकर यांच्या गाठीभेटी होऊ लागल्या. अस्पृश्यता निवारण कार्याच्या संदर्भात उभयतांत पत्रव्यवहार व विचारविनिमय होऊ लागला. अशाच एका १९२०च्या सुमारास पत्रात

महाराजांनी अस्पृश्य समाज अस्मिता व स्वाभिमान या दोन गोष्टींना पारखा झाल्याबद्दल खंत व्यक्त केली आहे. महाराज लिहितात, 'आजकाल सर्व अस्पृश्य लोकांचे 'स्पिरीट' नाहीसे झाले आहे आणि त्यातल्या त्यात विशेषतः महार लोकांचे! सेल्फरिस्पेक्टचा त्यांना स्पर्शदेखील नाही. आपण मनुष्य आहोत किंवा पशूहून नीच आहोत याची कल्पना एक फर्लांग अंतरावरून त्यांच्या भोवती फिरते; परंतु त्यांना स्पर्शदेखील करत नाही. मग त्यांच्या मनात कोठून येणार? याचे कारण काय? असे विचार करताना मला असे वाटते की, एक तर त्यांना विद्यादान करणारा कोणीही नाही. एखादा माईचा पूत जर ते देण्यास तयार झाला तर ते विद्या घेण्यासही कबूल नाहीत. मी शिरोळ मुक्कामी सर्व महार माझे बंगल्यात बोलावले आणि मोटारीतून बाहेर फिरण्यासही नेले; परंतु याविषयी त्यांना कसलेच प्रेम वाटले नाही. मात्र, मला ते म्हणाले, 'नको, नको, आम्हाला जवळ बोलावू नका.' जणू काय त्यांना बोलावण्यात मी मोठा अपराध केला आणि त्याचे कारण काय? तर ब्राह्मणांनी केलेली जुलमाची जबरदस्त 'डेस्पॉटिक ब्युरॉक्रसी' व त्याचे नियम!''[२]

शेकडो वर्षे अस्पृश्य समाजावर जुलमी ब्राह्मणशाहीने प्रस्थापित केलेल्या जबरदस्त वर्चस्वाने त्या समाजातील अस्मिता, स्वाभिमान, आत्मविश्वास आदी गुण नाहीसे झाल्याचे महाराजांचे मत होते. या गुणांची निर्मिती अस्पृश्यांच्या ठायी व्हावी, या दृष्टीने त्यांचे सुधारणांचे प्रयत्न चालू होते. त्यांपैकी एक म्हणजे अस्पृश्य लोकांना दिलेल्या वकिली व्यवसायाच्या सनदा. अशा सनदांचा ब्राह्मण वर्गाने मोठा गवगवा केला होता. खुद्द ब्राह्मणादी वरिष्ठ वर्गास जेव्हा अशा प्रकारच्या सनदा दिल्या होत्या, तेव्हा मात्र त्यांची काही टीकाटिपणी झाली नव्हती. नागपूरच्या परिषदेतील भाषणात महाराज म्हणतात, 'मॅट्रिक पास झालेले अगर इंग्रजी चांगले शिकलेले महार, मांग वरिष्ठ दर्जाच्या धंद्यात आणताच ब्राह्मणी समाज खवळला. तेच महार, मांग जर ख्रिश्चन झाले असते, तर माझे कृत्य टीकेस पात्र झाले नसते. ज्या महार-मांगांस मी वकिलीच्या सनदा दिल्या, त्यांच्यापेक्षा विद्येने व अकलेने फार कमी अशा पुष्कळ वरिष्ठ जातीच्या लोकांस कित्येक देशी संस्थानांतून वकिलीच्या सनदा देण्यात येतात, त्याबद्दल मात्र समाजास काही कमीपणा वाटत नाही... अशा वकिलीच्या सनदा देण्यात माझा हेतू एवढाच आहे की, जे धंदे अस्पृश्य वर्गास रूढीने, कायद्याने,

अगर दडपशाहीने बंद झालेले आहेत, ते त्यांस मोकळेपणाने करून द्यावेत आणि त्यांची स्थिती सुधारून, त्यांच्यात आपण इतर माणसांच्या बरोबरीचे आहोत, असा आत्मविश्वास उत्पन्न करावा.'[३]

अस्पृश्य समाजाच्या ऐहिक गुलामगिरीबरोबर त्याची मानसिक गुलामगिरीही नष्ट व्हायला हवी आणि त्यासाठी त्यांच्या ठिकाणी प्रथम आत्मविश्वास निर्माण करावयास हवा, असे शाहू महाराजांना वाटत होते. असा आत्मविश्वास निर्माण करण्याची संधी त्यांनी सभा-परिषदांमध्ये केलेल्या अनेक भाषणांतून घेतलेली दिसते. नागपूरच्याच परिषदेत अस्पृश्यांचा आत्मविश्वास व स्वाभिमान फुलवीत असताना ते म्हणतात, 'अस्पृश्य हा शब्द कोणत्याही माणसास लावणे फार निंद्य आहे... तुम्ही अस्पृश्य नाही. तुम्हास अस्पृश्य मानणाऱ्या पुष्कळ लोकांपेक्षा जास्त बुद्धिवान, जास्त पराक्रमी, जास्त सुविचारी, जास्त स्वार्थत्यागी असे तुम्ही हिंदू राष्ट्राचे घटकावयव आहात. मी तुम्हाला अस्पृश्य समजत नाही. आपण निदान बरोबरीची भावंडे आहोत, आपले हक्क समसमान तरी खास आहेतच, अशी भावना धरून आपणास पुढील कामास लागले पाहिजे.'[४]

अस्पृश्यता म्हणजे जगाच्या पाठीवर हिंदुस्थानशिवाय कुठेही न आढळणाऱ्या जातिभेदाचेच हिडीस स्वरूप असून ते सर्वांनाच लज्जास्पद आहे, अशा शब्दांत शाहू महाराजांनी नाशिकच्या सभेत उद्‌गार काढलेले आढळतात– 'आमच्या धर्मात जातिभेदामुळे जो उच्च-नीचपणा आलेला आहे, तशा प्रकारचा जन्मजात भेदभाव जगाच्या पाठीवरील दुसऱ्या कोणत्याही धर्मात नाही. या जातिभेदाचे अत्यंत हिडीस स्वरूप जर कोठे असेल तर इतर जातींकडून तुम्हाला ज्या रीतीने वागविण्यात येते, त्या रीतीत दिसून येते. तुम्ही आमचे बंधू असताना तुम्हाला अस्पृश्य लेखून मांजरे, डुकरे, कुत्री यांपेक्षाही नीचपणाने वागविण्यात येते, ही किती शरमेची गोष्ट आहे बरे?'[५]

मार्च, १९१८ मध्ये मुंबईस म. शिंदे यांनी भरविलेल्या परिषदेत भाषण करताना लो. टिळकांनी म्हटले होते, 'अस्पृश्यांचा प्रश्न लवकर सुटला पाहिजे; परंतु याच्यापेक्षाही जे मोठे प्रश्न आहेत, त्यांना या प्रश्नाने केव्हा केव्हा अडथळा येत असतो, तो मात्र येऊ नये.'[६] लोकमान्यांनी उल्लेख केलेला 'मोठा प्रश्न' म्हणजे 'स्वराज्या'चा प्रश्न होय. स्वराज्यप्राप्तीच्या चळवळीत अस्पृश्योद्धाराच्या चळवळीचा अडथळा होता कामा नये, असेच त्यांना सुचवायचे होते. स्वराज्यासाठी राजकीय चळवळ करणाऱ्या वरिष्ठ

वर्गाची अस्पृश्यतेसारख्या सामाजिक प्रश्नास गौणत्व देण्याची जी प्रवृत्ती होती, तिचेच प्रतिबिंब लोकमान्यांच्या उपरोक्त विधानात उमटलेले होते. शाहू महाराजांचा या प्रवृत्तीस विरोध होता. ते म्हणतात, 'कित्येक म्हणतात की, राजकारणाचा व स्पृश्यास्पृश्यतेचा काय संबंध आहे? काही संबंध असल्यास आम्ही तसेही करू; पण मी म्हणतो, अस्पृश्यांना मनुष्याप्रमाणे वागविल्याशिवाय राजकारण कसे होणार? ज्यांना राजकारण करायचे आहे, त्यांनी मनुष्याला मनुष्याप्रमाणे म्हणजे इतर देशांत वागवितात त्याप्रमाणे वागविले पाहिजे आणि तसे वागविल्याशिवाय देशकार्य कसे होणार? आणि जो असे वागवील त्यानेच देशकार्य केले असे म्हणता येईल, इतरांनी नाही.'[७]

जातिभेद व अस्पृश्यता या एकमेकांस हीन लेखणाऱ्या आणि आपापसांत द्वेष वाढविणाऱ्या गोष्टी असल्याने त्यांचा ब्राह्मण वर्गाने त्याग करावा, अशी प्रेमाची विनंती करताना शाहू महाराज म्हणतात, 'प्रेमाने प्रेम वाढते व द्वेषाने द्वेष वाढतो. जनावरास प्रेमाने वागविले तर ते जनावरदेखील प्रेम करते. मी स्पोर्ट्समन आहे. मी माझा चित्ता आफ्रिकेहून आणविला आणि तो कोल्हापुरापासून दोनशे मैलांवरील जंगलात सोडला, तेथून तो मालकास हुडकत परत आला! जनावरांना प्रेमाने वागविले तर इतके प्रेम दाखवितात. तोच चित्ता जुलमाने वागविला असता तर पळून गेला असता; मनुष्याला चावला असता. हे आमच्या पुढाऱ्यांना कळू नये का? इतरांना हीन किंवा अस्पृश्य म्हणण्याने त्यांचा मोठेपणा कसा वाढणार?'[८]

पुढारी आपल्या जातीतीलच असावा

अस्पृश्यमुक्तीच्या चळवळीत अस्पृश्य समाजाने वरिष्ठ वर्गाच्या पुढाऱ्यांचे नेतृत्व न स्वीकारता आपल्याच वर्गाचा पुढारी करावा आणि स्वावलंबनाचे तत्त्व आचरून आपली उन्नती करून घ्यावी, हा विचार शाहू महाराजांनी आपल्या पत्रव्यवहारांत आणि भाषणांत अनेकदा मांडलेला आहे. अस्पृश्यांचे एक नेते आणि डॉ. बाबासाहेब आंबेडकरांचे सहकारी सीताराम शिवतरकर यांना लिहिलेल्या पत्रात महाराजांनी हा मुद्दा मोठ्या कौशल्याने विशद केला आहे. ते म्हणतात, 'जो दुसऱ्यावरी विश्वासला। त्याचा कार्यभाग बुडाला।। जो आपणच कष्टत गेला। तोचि जाण भला।। अशी माझी मते आहेत. मी स्वतः अगर बडोद्याचे महाराज किंवा हैदराबादचे निजाम अगर चंदावरकर

किंवा शिंदे अशा लोकांची मते घ्यावीत; परंतु त्यांना पुढारी मात्र समजू नये. पुढारी सोमवंशीय जातीतीलच असावा... आपण पुढारी असा कोणासच घेऊ नये. सल्लागार म्हणून घ्यावे. पुढारी म्हणून घेतला की, लगेच त्याने आपली अंमलबजावणी करून घेतलीच. माझे न ऐकाल तर तुमच्या संस्थेशी माझा संबंध राहणार नाही; मी तुमच्याविषयी पत्रात काही लिहिणार नाही; लेजिस्लेटिव्ह कौन्सिलमध्ये प्रश्न काढणार नाही; गव्हर्नमेंटमध्ये तुम्हाविषयी काही बोलणार नाही; अशा तऱ्हेच्या धमकावण्या घालून तो पुन्हा तुम्हाला गुलामगिरीच्या पायात चांगलाच घालणार! पशूदेखील आपल्या जातीशिवाय पुढारी स्वीकारत नाहीत; मग मनुष्यांनी का स्वीकारावा? हरणाच्या कळपात कधी डुक्कर पुढारी नसते किंवा डुकरांच्या कळपात हरण पुढारी नसते. कबुतरांच्या कळपात कधी बदके पुढारी नसतात किंवा बदकांच्या कळपात कधी कावळे पुढारी नसतात. मग मनुष्यांच्या कळपात दुसऱ्या जातीचे पुढारी का असावेत? याचे कारण थोडक्यात आहे ते असे की, पुढारीपणा घेतला की, बकऱ्यांसारखी किंवा ढोरांसारखी स्थिती होते. बकऱ्यांचा पुढारी धनगर असतो; त्या बिचाऱ्यांच्या नशिबी असते, त्यांच्या पुढाऱ्याकरिता आपला जीव देणे. विजातीय पुढारी असला म्हणजे हेच त्यांच्या नशिबी यावयाचे. हरणासारखा स्वच्छंदीपणा कोठून येणार? ...ब्राह्मणांस जर आमचा पुढारीपणा घेणे असेल तर जातिभेद मोडून त्यांनी रोटी-बेटी व्यवहार करावयास पाहिजे; तरच त्यांना पुढारी मानू. नाही तर माझ्यासारखी मंडळी दूर राहून यथाशक्ती सल्ला व द्रव्यद्वारा मदत करतील. सल्ला पाहिजे त्याचा घ्यावा; पण आपले मनास वाटेल ते करावे, अशा मंडळींनाच मी सल्ला व द्रव्यद्वारा मदत देण्यास तयार आहे. मेंढरासारख्या किंवा गाई-बैलांसारख्या दुसऱ्या जातीवर अवलंबून राहणाऱ्या लोकांशी संबंध ठेवणेसुद्धा मला इष्ट वाटत नाही''...[१] (सप्टेंबर, १९१९) शाहू महाराजांनी अस्पृश्यांच्या उद्धाराच्या इतक्या गोष्टी केल्या होत्या की, त्यांना अखिल अस्पृश्य समाजाचा नेता म्हणून पुढारीपण घेणे काहीच अवघड नव्हते; पण एकतर अस्पृश्योद्धाराचे जे कार्य त्यांनी केले होते, ते अत्यंत निरपेक्ष बुद्धीने केले होते आणि दुसरे असे की, अस्पृश्यांचे पुढारीपण त्यांच्याच नेत्याने करावयास हवे, असे त्यांना प्रामाणिकपणे वाटत होते.

अस्पृश्यांसह बहुजन समाजाचा उद्धार हे शाहू महाराजांनी आपले जीवनकार्य मानले होते. आयुष्याच्या अखेरच्या ५/६ वर्षांत त्यांनी सत्यशोधक

आणि ब्राह्मणेतर चळवळींना जोरदार पाठिंबा देऊन अखिल महाराष्ट्र सामाजिकदृष्ट्या ढवळून काढला. विशेषतः सत्यशोधक जलशांच्या चळवळीमागे त्यांचीच प्रेरणा असल्याने अनेक ठिकाणी ब्राह्मण-ब्राह्मणेतर वादास मोठी धार चढली. काही ठिकाणी जलशांना ब्राह्मण वर्गातील तरुण मंडळींनी विरोध केल्यामुळे सामाजिक तणावाचे प्रसंग उद्‌भवले. इंग्रज सरकार या चळवळीवर बारकाईने लक्ष ठेवून होते. महाराजांनी आपल्या संस्थानात बहुजन समाजाचा हवा तेवढा उद्धार करावा, त्यासाठी इंग्रज सरकारची काही आडकाठी नव्हती; पण त्यांनी संस्थानाबाहेरच्या मुलखातील सामाजिक चळवळींत भाग घेऊ नये अथवा त्या चळवळींना प्रोत्साहन देऊ नये, असे त्यास वाटत होते. महाराज हे मांडलिक संस्थानिक असल्यामुळे संस्थानाबाहेरच्या सभा-संमेलनात भाग घेण्यासाठी त्यांना मुंबई सरकारची परवानगी घ्यावी लागे. सरकार अनेकदा खळखळ करीत असे. काही प्रसंगी आपली नापसंती व्यक्त करीत असे. ही नापसंती म्हणजे आडवळणाने एक प्रकारची दमदाटीच असे.

असाच एक दमदाटीचा खलिता १९२२ मध्ये सरकारकडून आलेला असताना त्यास महाराजांनी कसा खणखणीत जबाब दिला, त्याचा आशय प्रबोधनकार ठाकरे यांनी आपल्या आठवणीत सांगितला आहे- 'महाराष्ट्रातील अस्पृश्यांसह तमाम मागासलेल्या बहुजन समाजाचा उद्धार हे माझे पवित्र जीवनकार्य आहे. या लक्षावधी शेतकरी, कामकरी नि मजूर बांधवांची सामाजिक, धार्मिक नि आर्थिक सुधारणा झाल्याशिवाय सरकारने राजकारणी हक्काची भाषा बोलावी तरी कशाला? हक्क देणार कुणाला? घेणारे कोण? आणि त्याचा अडाणी ब्राह्मणेतरांना अर्थ तो काय कळणार नि फायदा तरी काय होणार? सरकार मला पदच्युतीच्या बुरखेबाज धमक्या देत आहे, त्यामागे कोणाची चिथावणी नि कारवाई आहे ते मला माहीत आहे. तुम्ही पदच्युत करण्यापूर्वी मीच आत्मसंतोषाने गादीचा राजीनामा देईन; पण एकदा हातात घेतलेली ब्राह्मणेतरांची चळवळ प्राण जाईतोवर हा शाहू सोडणार नाही!'[१०]

शाहू महाराज - 'आमचा अब्राहम लिंकन'

मराठ्यांमध्ये शाहू महाराज आणि महर्षी शिंदे या दोनच नेत्यांना अस्पृश्यांबद्दल 'खराखुरा कळवळा' होता, असे डॉ. य. दि. फडके यांनी

एका ठिकाणी म्हटले आहे.[११] खुद्द महर्षी शिंदे शाहू महाराजांच्या अस्पृश्योद्धाराच्या कार्याने भारावून गेले होते. १९२१ मध्ये त्यांनी महाराजांना लिहिलेल्या पत्रात म्हटले होते, 'अस्पृश्यांच्या हितासाठी श्रीमन्महाराजांकडून अवर्णनीय प्रयत्न होत आहेत, हे आता जगजाहीर आहे. त्याबद्दल त्यांच्याइतकाच किंबहुना जास्त मी ऋणी आहे. ते पाहण्यासाठी मी स्वतः येण्यात मला फार आनंद वाटेल.'[१२]

महाराजांच्या अस्पृश्योद्धाराच्या कार्याविषयी अस्पृश्यांच्या मनात केवढी पूज्यबुद्धी होती, याचे वर्णन करताना धनंजय कीर यांनी म्हटले आहे की, 'शाहूंच्या या अलौकिक प्रेमामुळे व निष्ठेमुळे त्यांना मागासवर्गीय आणि अस्पृश्य मानलेले वर्ग देवासमान मानत होते. गौतम बुद्ध, म. फुले व आंबेडकर यांना ते जसे पूजनीय मानत, तसेच शाहूंनाही ते आपला उद्धारकर्ता म्हणून पूजनीय मानत!'[१३]

कीर यांनी आपल्या विधानात काहीच अतिशयोक्ती केलेली नाही, यास शाहू महाराजांच्या निधनानंतर गणेश अक्काजी गवई यांनी 'बहिष्कृत भारता'त लिहिलेला मृत्युलेख साक्षी आहे. या लेखामध्ये श्रद्धांजली वाहताना गवईंनी म्हटले आहे, 'धर्माच्या नावावर ज्यांना अढळ दास्यत्वाची वतनवृत्ती प्राप्त झाली, अविद्येच्या पायी जे मानसिक गुलाम बनले आणि अस्पृश्यतेच्या खोड्याने जे जनावरांपेक्षाही अगतिक झाले, ज्यांची अस्पृश्यता काढण्यास हजारो वर्षांपासून एकाही सत्पुरुषास यश आले नाही, अशा हतभागी वर्गाचा हा कलंक साफ दूर करून त्यास माणसांत आणण्यास आमच्या भगवान शाहू छत्रपतींचे ठायी परमात्म्याने अजब सामर्थ्य दिले होते!'[१४] याच लेखात पुढे त्यांनी महाराजांच्या अस्पृश्यता निवारण कार्याचा गौरव करताना त्यांना 'आमचा अब्राहम लिंकन' असे संबोधले आहे!

म. फुले आणि राजर्षी शाहू महाराज यांच्या अस्पृश्योद्धाराच्या चळवळीची धुरा पुढे डॉ. बाबासाहेब आंबेडकरांनी आपल्या खांद्यावर घेतली आणि अखिल हिंदुस्थानातील अस्पृश्यांचे ते महान नेते बनले. त्या बाबासाहेबांनी महाराजांच्या अस्पृश्योद्धाराच्या कार्याविषयी मोठ्या कृतज्ञतेचे उद्‌गार काढलेले आहेत, ''शाहू महाराजांसारखा सखा अस्पृश्यांना पूर्वी लाभला नव्हता आणि पुढे लाभेल की नाही याबद्दल आम्हास शंका आहे.'[१५] यापेक्षा शाहू महाराजांच्या अस्पृश्योद्धाराच्या कार्याचा उचित गौरव अन्य काय असू शकेल?

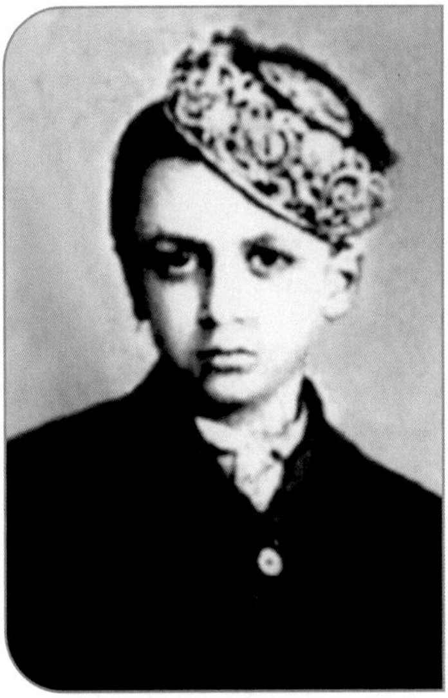

शाहू छत्रपती महाराज,
वय वर्षे सात

शाहू छत्रपती महाराज,
वय वर्षे अकरा

शाहू छत्रपती महाराज, वय वर्षे बारा
(राजकोट मुक्कामी)

शाहू छत्रपती महाराज, वय वर्षे पंधरा
(धारवाड मुक्कामी)

शाहू छत्रपती, राज्यारोहण प्रसंगी,
वय वर्षे वीस

शाहू छत्रपती,
वय वर्षे सुमारे बावीस

शाहू छत्रपती,
वय वर्षे सुमारे चोवीस

शाहू छत्रपती कोल्हापुरी फेट्यातील
वय वर्षे पंचवीस

शाहू छत्रपती :
इंग्लंडमधील वास्तव्यात (सन १९०२)

शाहू छत्रपती :
फेज कॅपमध्ये

शाहू छत्रपती :
दरबारी पोषाखात (इंग्लंड)

शाहू छत्रपती :
दरबारी पोषाखात (इंग्लंड)

शाहू छत्रपती :
दरबारी पोषाखात

शाहू छत्रपती :
साध्या पोषाखात

शाहू छत्रपती,
अखेरच्या दिवसात

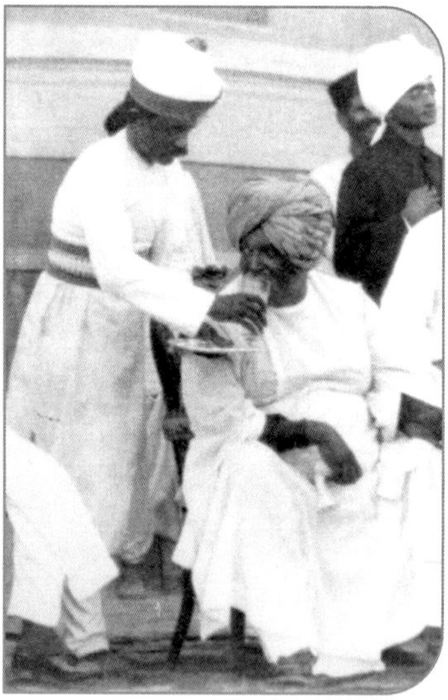

शाहू छत्रपतींचे शेवटचे छायाचित्र
मुक्काम बडोदे (सन १९२२)

राजर्षी शाहू महाराज व त्यांचा राजपरिवार-१

शाहू छत्रपतींचे पणजोबा :
छत्रपती शिवाजी तिसरे ऊर्फ बाबासाहेब
(सन १८३८-१८६६)

शाहू छत्रपतींच्या पणजी :
अहिल्याबाई राणीसाहेब,
(मृत्यू : सन १८९५)

शाहू छत्रपतींचे आजोबा :
राजाराम छत्रपती (सन १८६६-१९७०)

शाहू छत्रपतींच्या आजी :
सकवारबाई राणीसाहेब

शाहू छत्रपतींचे पिता :
छत्रपती शिवाजी चौथे
(सन १८७१-१८८३)

शाहू छत्रपतींच्या माता :
आनंदीबाई राणीसाहेब
(मृत्यू : सन १९०२)

शाहू छत्रपतींचे जनक पिता :
जयसिंगराव ऊर्फ आबासाहेब घाटगे
(मृत्यू : मार्च, १८८६)

शाहू छत्रपतींच्या जनक माता :
राधाबाईसाहेब
(मृत्यू : सन १८७७)

शाहू छत्रपती :
पदव्यांच्या मेडलसह

शाहू छत्रपतींच्या राणी : लक्ष्मीबाई राणीसाहेब
(विवाह : सन १८८१, मृत्यू : सन १९४५)

शाहू छत्रपतींचे ज्येष्ठ पुत्र : राजाराम छत्रपती
(सन १८९७-१९४०)

शाहू छत्रपतींच्या ज्येष्ठ स्नुषा :
ताराबाई राणीसाहेब
(विवाह : सन १९१८, मृत्यू : सन १९५४)

शाहू छत्रपतींचे कनिष्ठ पुत्र : प्रिन्स शिवाजी
(जन्म : १८९९, मृत्यू : १९१८)

शाहू छत्रपतींच्या कनिष्ठ स्नुषा :
इंदुमती राणीसाहेब
(विवाह : सन १९१७, मृत्यू : १९७१)

शाहू छत्रपतींचे जामात :
तुकोजीराव पवार (देवास)

शाहू छत्रपतींच्या कन्या :
राधाबाई उर्फ आक्कासाहेब

राजर्षी शाहू महाराज व त्यांचा राजपरिवार- २

शाहू छत्रपतींचे नातू : विक्रमसिंह पवार (देवास)
१९४७ साली कोल्हापूरच्या गादीवर
शहाजी छत्रपती म्हणून आले

शाहू छत्रपतींच्या नातसून :
शहाजी छत्रपतींच्या राणी, प्रमिलाराजे

राजाराम छत्रपतींच्या द्वितीय राणी :
विजयमाला राणीसाहेब

प्रिन्सेस पद्माराजे : राजाराम छत्रपती यांच्या कन्या
शाहू छत्रपतींच्या नात

शाहू छत्रपतींचे बंधू पिराजीराव
ऊर्फ बापूसाहेब घाटगे

बापूसाहेब घाटगे यांच्या पत्नी,
ताराबाईसाहेब

शाहू छत्रपतींचे चुलते :
काकासाहेब घाटगे

चंद्रप्रभाबाई : शाहू छत्रपतींच्या
चुलत भगिनी (जनक घराणे)

राजर्षी शाहू महाराज आणि त्यांच्या निकटच्या सरदार घराण्यांतील व्यक्ती

शाहू छत्रपतींचे बालपणीचे सहाध्यायी :
शाहू छत्रपती, बंधू बापूसाहेब,
दत्ताजीराव इंगळे आणि काकासाहेब घाटगे

व्यंकटराव ऊर्फ बुवासाहेब इंगळे,
शाहू छत्रपतींचे राजकोट व
धारवाड येथील पालक

भावसिंहजी महाराज, शाहू छत्रपतींचे
जिवाभावाचे स्नेही

दत्ताजीराव इंगळे (ज्यु.)
शाहू छत्रपतींचे सहाध्यायी

दत्ताजीराव इंगळे (सिनि.),
शाहू छत्रपतींचे ए.डी.सी.,
शिकार सुप्रिटेन्डेन्ट

खंडेराव ऊर्फ बाळासाहेब गायकवाड,
कोल्हापूर दरबारचे नायब दिवाण

बाबासाहेब ऊर्फ मामासाहेब खानविलकर
शाहू छत्रपतींचे मेहुणे

मल्हारराव ऊर्फ बापूसाहेब गायकवाड
राव विश्वासराव : दरबारातील मानकरी
व अत्यंत विश्वासातील सहकारी

केदारराव शिंदे ऊर्फ आप्पासाहेब म्हैसाळकर,
शाहू छत्रपतींचे खास विश्वासू सहकारी

बाळासाहेब चिंतामणराव पटवर्धन
(कुरुंदवाड सिनि.)
शाहू छत्रपतींचे तत्त्वनिष्ठ स्नेही

रघुपती पंडित महाराज,
छत्रपती घराण्याचे राजगुरू,
शाहू छत्रपतींचे जिवलग मित्र

बाळा महाराज, रघुपती पंडित महाराज
यांचे धाकटे बंधू

शाहूकालीन इंग्रज अधिकारी व मित्र

सर एस. एम. फ्रेझर,
शाहू छत्रपतींचे गुरू

कर्नल फेरिस, पोलिटिकल एजन्ट
(सन १९०१-१९०८)

सर क्लॉड हिल :
कर्तव्यदक्ष ब्रिटिश अधिकारी

लॉर्ड विलिंग्डन, मुंबईचे गव्हर्नर
कोल्हापूर भेट, (सन १९१३)

डॉ. बाबासाहेब आंबेडकर :
अस्पृश्य समाजाचे राष्ट्रीय नेते

महर्षी विठ्ठल रामजी शिंदे :
ब्राह्मो समाजी, सत्यशोधक विचारवंत

डॉ. माधवन नायर : मद्रास ब्राह्मणेतर
चळवळीचे संस्थापक,
विचारवंत, निर्भय समाजसुधारक

खासेराव जाधव : बडोदा संस्थानातील
ज्येष्ठ अधिकारी,
मराठा समाजाचे तळमळीचे पुढारी

सर रघुनाथराव सबनीस :
शाहू छत्रपतींचे गुरू, मार्गदर्शक, सल्लागार,
कोल्हापूर संस्थानचे दिवाण

भास्करराव जाधव : कोल्हापूर
संस्थानातील ज्येष्ठ अधिकारी, सत्यशोधक
समाजाचे व ब्राह्मणेतर पक्षाचे नेते

रावब. दाजीराव अमृत विचारे :
कोल्हापूर संस्थानातील एक्झ्यु. इंजिनियर,
सामाजिक कार्यकर्ते

जिवाजीराव सावंत : मराठा समाजातील
उच्चविद्याविभूषित हरहुन्नरी कार्यकर्ते

१३

राजर्षी शाहू आणि डॉ. आंबेडकर

महाराष्ट्राच्या इतिहासातील एक अपूर्व घटना

राजर्षी शाहू महाराज आणि डॉ. बाबासाहेब आंबेडकर यांची भेट आणि त्यानंतर घडून आलेला परस्परांतील सहयोग ही आधुनिक महाराष्ट्राच्या इतिहासातील एक अपूर्व घटना होती. महाराष्ट्राचे आणि परिणामी, अखिल हिंदुस्थानचे दुर्दैव असे की, हा सहयोग फार काळ टिकू शकला नाही. महाराजांच्या अकाली निधनामुळे तो संपुष्टात आला.

महाराजा सयाजीराव गायकवाड यांनी दिलेल्या शिष्यवृत्तीच्या आधारावर बाबासाहेब अमेरिकेला गेले होते - (सन १९१३). तेथे कोलंबिया विद्यापीठात त्यांनी एम. ए. व पीएच. डी. पदव्या प्राप्त केल्यानंतर लंडन विद्यापीठाच्या एम. एस्सी. व बार-ॲट-लॉ या पदव्या मिळविण्यासाठी इंग्लंडला प्रयाण केले; पण बडोदा सरकारने त्यांची शिष्यवृत्तीची मुदत वाढवून द्यावयास नकार दिल्यामुळे त्यांना नाइलाजाने मायदेशी परतावे लागले - (सन १९१७). त्यानंतर लगेचच शिष्यवृत्तीच्या अटीनुसार त्यांना बडोदा संस्थानात नोकरीस जावे लागले. तथापि, अस्पृश्य म्हणून त्यांना बडोद्यात राहावयास जागा मिळणेही मुश्कील झाले. ऑफिसमध्ये अस्पृश्य म्हणून त्यांची सतत अवहेलना सुरू झाली. मानखंडना व मनस्ताप यांच्या कात्रीत सापडलेल्या बाबासाहेबांची सुटका सयाजीराव महाराजही करू शकले नाहीत. परिणामी, अगतिक होऊन त्यांनी बडोद्याची नोकरी सोडून ते मुंबईस परतले.[१]

याच सुमारास (सन १९१८) बाबासाहेबांचे नाव शाहू महाराजांच्या कानावर गेले असावे. महार समाजातील एक तरुण परदेशातील इतक्या उच्च पदव्या प्राप्त करून आल्याचे महाराजांना समजताच त्यांना विलक्षण

आनंद झाला आणि त्यांना भेटण्याची उत्सुकता त्यांच्या ठिकाणी निर्माण झाली. बाबासाहेबांचे चरित्रकार चांगदेव खैरमोडे यांनी म्हटले आहे की, 'कोल्हापुरातील अस्पृश्य समाजातील सुशिक्षित कार्यकर्ते दत्तोबा पोवार यांचा बाबासाहेबांशी परिचय होता व त्यांनीच महाराजांना बाबासाहेबांविषयी प्रथम माहिती सांगितली.'[२] धनंजय कीर यांनी लिहिले आहे की, 'याच दत्तोबा पोवारांनी महाराज आणि बाबासाहेब यांची भेट घडवून आणली.'[३] खैरमोडे यांनी भेटीचे साल १९२० असे दिले आहे.

तथापि, ही भेट दत्तोबा पोवार यांच्याऐवजी दत्तोबा दळवी यांनी घडवून आणल्याचे भाई माधवराव बागल यांनी आपल्या 'आठवणी'त सांगितले आहे. बागलांना अर्थातच ही हकिकत खुद्द दळवींनी सांगितली होती. दळवी हे उत्तम आर्टिस्ट असून हे महाराजांच्या खास प्रेमातील गृहस्थ होते. त्यांनाच महाराजांनी प्रथम बाबासाहेबांकडे पाठवून दिले. दळवींनी बाबासाहेबांची भेट घेऊन महाराजांची इच्छा त्यांना सांगितली. पुढे यथावकाश उभयतांची भेट घडून आली,[४] असेच बागलांनी कथन केलेल्या आठवणीवरून स्पष्ट होते; तसेच ही भेट खैरमोडे सांगतात त्याप्रमाणे १९२० मध्ये न होता ती १९१९ मध्येच घडून आली असावी, कारण जानेवारी, १९२० मध्ये बाबासाहेबांचे 'मूकनायक' हे पाक्षिक सुरू झाले आणि या पाक्षिकाला मूळ अर्थसाह्य महाराजांनी दिले होते. अर्थातच तत्पूर्वी उभयतांची भेट घडून अस्पृश्यांच्या चळवळीसंबंधी व त्यासाठी असे एखादे वृत्तपत्र काढण्याविषयी चर्चा झाली होती, हे उघड आहे, कारण खुद्द खैरमोडे यांनीच म्हटले आहे की, अस्पृश्य चळवळीस पोषक असे वृत्तपत्र काढण्यासाठी बाबासाहेबांच्या प्रेरणेने अस्पृश्य कार्यकर्त्यांचे एक शिष्टमंडळ १९१९ मध्ये मुंबईत महाराजांना भेटले होते.[५] या शिष्टमंडळाच्या भेटीपूर्वीच उभयतांची भेट घडून आली असावी.[६]

मूकनायक व माणगाव परिषद

शतकानुशतके मुका बनून राहिलेल्या बहिष्कृत समाजात जागृती करून त्याचे नेतृत्व करू इच्छिणाऱ्या आपल्या वृत्तपत्रास बाबासाहेबांनी 'मूकनायक' हे मोठे अन्वयार्थक नाव दिले होते. 'मूकनायका'चे संपादक म्हणून बाबासाहेबांच्या सहकाऱ्यांची नावे येत असली तरी त्या मागील प्रेरणा त्यांचीच होती. एवढेच नव्हे, तर त्यातील प्रारंभीची जाहिरातसुद्धा

केसरीकारांनी आपल्या अंकात पैसे घेऊन छापण्यास नकार दिला होता.[७] यापूर्वी १९१८ मध्ये मुंबईच्या पहिल्या 'अस्पृश्यता निवारक परिषदे'त लो. टिळकांनी अस्पृश्यतेविषयी पुरोगामी विचार मांडणारे भाषण केले होते. त्यासंबंधी एकही ओळ ज्या 'केसरी'ने छापली नव्हती,[८] त्या 'केसरी'कडून 'मूकनायका'चे जाहिरातीच्या रूपानेही स्वागत न होणे, यात काही नवल नव्हते! या पार्श्वभूमीवर कोल्हापूरच्या शाहू महाराजांनी 'मूकनायका'स आरंभापासून सहकार्याचा हात देणे, ही त्यांची स्वाभाविक प्रतिक्रिया होती. महाराजांकडून अशा प्रकारचे सहकार्य वेळोवेळी मिळत गेल्याचे कागदोपत्री पुरावे उपलब्ध आहेत.[९]

बाबासाहेबांचा शाहू महाराजांशी जो घनिष्ठ संबंध आला तो मार्च, १९२० मध्ये कोल्हापूर संस्थानात माणगाव या ठिकाणी भरलेल्या परिषदेत. ही परिषद महाराजांच्या प्रेरणेनेच भरली होती व तिच्यासाठी खास सवड काढून महाराज उपस्थित राहिले होते. बाबासाहेब या परिषदेचे अध्यक्ष होते. त्यांच्या रूपाने अस्पृश्य समाजास एक उमदे नेतृत्व मिळत आहे, याचा महाराजांना मोठा आनंद झाला होता. आपला आनंद व्यक्त करताना महाराजांनी म्हटले होते, 'तुम्ही तुमचा खरा पुढारी शोधून काढला, याबद्दल मी तुमचे अंतःकरणपूर्वक अभिनंदन करतो. माझी खात्री आहे की, डॉ. आंबेडकर हे तुमचा उद्धार केल्याशिवाय राहणार नाहीत. इतकेच नव्हे, तर अशी एक वेळ येईल की, ते सर्व हिंदुस्थानचे पुढारी होतील. माझी मनोदेवता मला असे सांगते.'[१०] इतिहासाने हे दाखवून दिले आहे की, शाहू महाराजांनी आपल्या दूरदृष्टीने बाबासाहेबांविषयी केलेले भाकीत अचूक होते.

त्या वेळच्या भाषणात बाबासाहेबांच्या विद्वत्तेचा गौरव करताना महाराजांनी उद्‌गार काढले होते- "आज त्यांना पंडित ही पदवी देण्यास तरी काय हरकत आहे? विद्वानांत ते एक भूषणच आहेत. आर्य समाज, बौद्ध समाज आणि ख्रिस्ती यांनी त्यांना आपल्यात आनंदाने घेतले असते; परंतु ते तुमचा उद्धार करण्याकरिता तिकडे गेले नाहीत; याबद्दल तुम्ही त्यांचे आभार मानले पाहिजेत आणि मीही मानतो.'[११] याच परिषदेत बाबासाहेबांच्या पुढाकाराने परिषदेने शाहू छत्रपतींनी 'आपल्या राज्यात बहिष्कृतांना समानतेचे हक्क देऊन त्यांचा उद्धार करण्याचे सत्कृत्य आरंभल्याबद्दल अभिनंदन करून, प्रत्येक बहिष्कृत व्यक्तीने त्यांचा वाढदिवस सणाप्रमाणे साजरा

करावा' असा खास ठराव मंजूर केला.[१२]

तसेच याच परिषदेत महाराजांनी बाबासाहेबांना आपल्याकडे भोजनाचे जाहीर निमंत्रण दिले होते व त्याप्रमाणे सोनतळी कॅम्पवर सहभोजनाचा जंगी कार्यक्रमही घडवून आणला होता; याचा संदर्भ मागे येऊन गेलाच आहे. कोल्हापूरच्या या भेटीत महाराजांनी बाबासाहेबांना मोठ्या सन्मानाने वागविले आणि शेवटी निरोप देताना कोल्हापुरी 'जरीपटक्या'चा प्रेमाचा आहेरही केला. हा आहेर स्वीकारताना बाबासाहेब गहिवरून गेले आणि उद्‌गारले, 'छत्रपतींनी मानाचा जरीपटका माझ्या मस्तकी चढविला, त्याचा मी सदैव मान राखीन!'[१३] आयुष्यभर दलितोद्धाराचेच कार्य करून बाबासाहेबांनी छत्रपतींच्या 'जरीपटक्या'चा मान राखला, असेच त्यानंतरचा इतिहास सांगतो. खरे तर बाबासाहेबांच्या सार्वजनिक जीवनाची खरी सुरुवात माणगाव परिषदेच्या व्यासपीठावरूनच झाली. खुद्द बाबासाहेबांनीही या गोष्टीची पुढे १९४० मध्ये कोल्हापुरातील एका समारंभात जाहीर कबुली दिली आहे.[१४]

परस्परांतील वाढता सहयोग

माणगाव परिषदेनंतर अवघ्या सव्वादोन महिन्यांनी नागपुरात 'अखिल भारतीय बहिष्कृत समाज परिषदे'च्या निमित्ताने शाहू महाराज व बाबासाहेब यांची पुन्हा एकदा भेट घडून आली (३० मे, १९२०) आणि या भेटीत उभयतांमधील स्नेहाचे बंध अधिकच दृढ झाले. या परिषदेत येऊ घातलेल्या राजकीय सुधारणा आणि त्यानुसार अस्पृश्यांना कायदे मंडळात मिळणारे प्रतिनिधित्व हा मोठा ज्वलंत प्रश्न चर्चिला गेला. खरे तर या प्रश्नावर अस्पृश्य समाजाची भूमिका सरकारला स्पष्ट करण्यासाठी बाबासाहेबांनीच या परिषदेचे महाराजांच्या अध्यक्षतेखाली आयोजन केले होते. म. शिंदे यांनी उपरोक्त प्रश्नासंबंधी घेतलेल्या तथाकथित भूमिकेवर बाबासाहेबांनी परिषदेत कडाडून हल्ला चढविला आणि परिषदेकडून त्यांचा निषेध करवून घेण्यात ते यशस्वी झाले. परिणामी, अस्पृश्य समाजाच्या चळवळीची सूत्रे त्याच समाजाच्या उदयोन्मुख नेत्याकडे जात असल्याचे चित्र नागपूरच्या परिषदेत निर्माण झाले. शाहू महाराजांना बाबासाहेबांकडून हीच अपेक्षा होती.

पुढील काळात उभयतांत जिव्हाळ्याचा पत्रव्यवहार सुरूच राहिला. अस्पृश्यमुक्ती चळवळीसाठी एखादा निधी गोळा करण्याचा उपक्रम हाती

घ्यावा व त्यासाठी जी समिती स्थापन करायची त्यात शाहू महाराजांचे नाव असावे, अशा आशयाचे एक पत्र बाबासाहेबांनी पाठविले होते. त्या पत्रास उत्तर देताना महाराज म्हणतात, "आपण जे डेप्युटेशन फंड गोळा करण्याकरिता पाठविणार आहे, त्यात माझे नाव घालण्यास मी आपणास मोठ्या संतोषाने परवानगी देतो. आपण जी काही संस्था सदरहू कामाकरिता स्थापन कराल तिचा व्हाइस प्रेसिडेंट किंवा असिस्टंट सेक्रेटरी होण्यासही मी तयार आहे. मला वाटते, आपण एक 'ऑल इंडिया डिप्रेस्ड क्लासेस एज्यु. फंड' संस्था स्थापन करून, तिच्याकरिता चांगली वजनदार व काम करणारी माणसे कामगार म्हणून निवडावीत आणि या संस्थेच्या वतीने ठिकठिकाणी डेप्युटेशने पाठवीत जावी; म्हणजे फंड गोळा करणे सोयीचे होईल. मला स्वतःला असिस्टंट सेक्रेटरी होण्याची फार इच्छा आहे आणि मी हे काम मोठ्या आनंदाने करीन'[१५] – (७ जून, १९२०). अस्पृश्यांच्या कोणत्याही चळवळीचे नेतृत्व बाबासाहेबांसारख्या त्यांच्याच नेत्याने करावे आणि अशा चळवळीत आपली भूमिका साह्यकर्त्याची असावी, या त्यांच्या मताचे प्रतिबिंब उपरोक्त पत्रात उमटले आहे.

२६ जून हा शाहू महाराजांचा वाढदिवस. हा वाढदिवस अस्पृश्य समाजाने सणाप्रमाणे सर्वत्र साजरा करावा, असा ठराव बाबासाहेबांच्या प्रेरणेने माणगाव परिषदेने केला होता. नागपूर परिषदेतही तसाच ठराव केला गेला होता. त्यास अनुसरून बाबासाहेबांनी 'मूकनायका'चा 'स्पेशल अंक' काढण्याचे ठरविले होते. या संदर्भात त्यांनी महाराजांना लिहिलेले १३ जून, १९२० चे पत्र उपलब्ध असून त्यात म्हटले आहे की, 'स्पेशल अंका'करिता महाराजांच्या आमदनीची इत्थंभूत माहिती घेण्यासाठी आपण कोल्हापुरास येत आहोत.[१६] तथापि, या पत्राप्रमाणे बाबासाहेब कोल्हापूरला आले का आणि त्यांनी 'मूकनायक'चा खास अंक काढला का, याविषयीची माहिती मिळू शकत नाही. 'मूकनायक'चा तो अंक आज उपलब्ध नाही; तो मिळाल्यास शाहूचरित्र वाङ्मयात मोलाची भर पडेल.

या काळात बाबासाहेब सिडनहॅम कॉलेजमध्ये चरितार्थाचे साधन म्हणून प्राध्यापकाची नोकरी करीत होते; पण त्यांचे लक्ष आपल्या अपुऱ्या राहिलेल्या विद्याभ्यासाकडे लागले होते. तो पुरा करण्यासाठी ठरावीक मुदतीतच त्यांना लंडनला जाणे भाग असल्याने त्यांनी जुलै, १९२० मध्ये तिकडे प्रयाण केले. बाबासाहेबांच्या या उच्च शिक्षणाच्या खर्चासाठी महाराजांनी

आर्थिक साह्य पाठवून दिलेच, शिवाय बाबासाहेबांच्या निवासस्थानी- परळमधील सिमेंटच्या चाळीत जाऊन त्यांची वास्तपुस्त केली. एवढेच नव्हे, तर 'रमाबाई ही धाकटी बहीण, तुम्ही लंडनहून परत येईपर्यंत मी तिला माहेरी कोल्हापुरी घेऊन जातो,' असे अंतरीच्या प्रेमाचे बोलणे केले. या उद्‍गारामुळे बाबासाहेबांच्या मनात महाराजांविषयी किती कमालीचा आदरभाव निर्माण झाला असेल, याची आपण कल्पना करू शकतो. यावर बाबासाहेबांनी महाराजांच्या अंतःकरणातील जिव्हाळ्याबद्दल आभार मानून 'मी कुटुंबाची मुंबईस शक्यतोवर सर्व व्यवस्था करून जात आहे, आपण याबद्दल त्रास घेऊ नये,' असे सौजन्यपूर्ण उत्तर दिले.[१७] या दोन महापुरुषांची मुंबईतील ही भेट शेवटची ठरली[१८] - (मे, १९२०).

जाताना शाहू महाराजांनी इंग्लंडमधील त्यांचे स्नेही सर आल्फ्रेड पीज यांना लिहिलेले पत्र बाबासाहेबांच्या हाती दिले होते. येऊ घातलेल्या राजकीय सुधारणांमध्ये हिंदुस्थानातील ब्राह्मणेतर समाजाच्या न्याय्य हक्कांची इंग्रज राज्यकर्त्यांनी उपेक्षा केली असून त्याबाबत इंग्लंडमधील लोकमत जागृत करण्याच्या कामी बाबासाहेबांना सर पीजनी सहकार्य करावे, अशी विनंती त्या पत्रात केली होती.[१९]

शाहू महाराजांच्या अपेक्षेप्रमाणे ब्राह्मणेतर चळवळीची बाजू मांडण्यासाठी बाबासाहेब इंग्लंडमधील पुढाऱ्यांच्या गाठीभेटी घेत होते, तेथील वृत्तपत्रांत लेखन करीत होते. भारतमंत्री माँटेग्यूसाहेबांचीही त्यांनी भेट घेतली होती. ३ फेब्रुवारी, १९२१ रोजी महाराजांना लिहिलेल्या पत्रात बाबासाहेब म्हणतात, 'माँटेग्यू हा नेमस्त पुढाऱ्यांच्या सूचनेप्रमाणे वागतो. तथापि, तो आता ब्राह्मणेतर चळवळीसंबंधाने तुच्छतेने बोलणार नाही, अशी माझी खात्री आहे. खरे म्हणजे ब्राह्मणेतर चळवळ समजून घेण्याची येथे कोणी पर्वा करीत नाही... ज्या वेळी सुधारणा विधेयक तयार होते, त्या महत्त्वाच्या वेळी ब्राह्मणेतर चळवळीचे महत्त्व पटवून देणारा कोणी समर्थ प्रतिपादक येथे नव्हता, ही खेदाची गोष्ट होय; त्यामुळे ब्राह्मणेतर चळवळीच्या विरोधकांना ती चळवळ ब्राह्मणविरोधी आहे, असे सांगण्याचे काम सोपे झाले. त्या चळवळीची लोकशाहीनिष्ठ बाजू चातुर्याने दडपून टाकण्यात आली आणि तिचा विपर्यास करण्यात आला. तेच विपर्यस्त स्वरूप सर्वसाधारण इंग्रजांच्या मनात सध्या वावरत आहे... आता राजकीय सुधारणांचा मसुदा कायम होऊन चुकल्यामुळे हिंदुस्थानात किती भेदाभेद आहेत हे जाणून घेण्याची

तसदी कोणी घेत नाही. तरी भावी काळासाठी आतापासूनच तयारीस लागले पाहिजे. यास्तव मी संधी मिळेल, तेव्हा प्रत्येक वजनदार इंग्रज व्यक्तीला हिंदुस्थानातील सामाजिक व राजकीय प्रश्नाचे संबंध परस्परांत कसे गुंतलेले आहेत, याची योग्य ती कल्पना देतो. घटना घडून गेल्यानंतरचे हे माझे प्रयत्न असल्यामुळे त्याचे परिणाम त्वरित दिसणे शक्य नाही. तथापि, ते निष्फळ झाले की कसे ते काळच ठरवील...'[२०]

इंग्लंडमध्ये आपला विद्याभ्यास सांभाळून बाबासाहेब ब्राह्मणेतरांच्या हक्कांविषयी तेथील लोकमताचे प्रबोधन करणारी चळवळ चालवीत होते. इकडे हिंदुस्थानातील बहिष्कृत समाज आणि खुद्द शाहू महाराज त्यांच्या मायदेशीच्या आगमनाकडे डोळे लावून होते. बाबासाहेबांच्या अनुपस्थितीतही त्यांची प्रतिष्ठा व नावलौकिक कसा वाढीस लागेल याची दक्षता महाराज घेत होते. फेब्रुवारी, १९२२ मध्ये दिल्ली येथे अस्पृश्य समाजाची अखिल भारतीय स्वरूपाची परिषद भरली होती. या परिषदेत महाराज मुख्य पाहुणे होते. आपल्या भाषणात प्रारंभीच महाराजांनी बाबासाहेबांची आवर्जून आठवण काढून गौरवाने म्हटले होते, 'आजचा मान खरे म्हटले असता आपणातील उत्साही व सुशिक्षित पुढारी मि. आंबेडकर यांनाच मिळावयास पाहिजे होता. माझ्यापेक्षा ते जास्त सुशिक्षित आहेत व अभिमानी आहेत. त्यांनी आपल्या कल्याणाकरिता अविश्रांत श्रम केले आहेत; परंतु त्यांना आज आपल्यामध्ये हजर राहता येणे शक्य नाही, कारण ते विलायतेस गेले आहेत आणि तेथे ते आपले हित अंतःकरणात ठेवूनच इतर व्यवसाय करतील, यात तीळमात्र संशय नाही.'[२१]

सामाजिक चळवळीचे एक आधारस्तंभ

बाबासाहेब इंग्लंडमध्ये असले तरी त्यांचा शाहू महाराजांबरोबर जिव्हाळ्याचा पत्रव्यवहार चालूच होता. ४ सप्टेंबर, १९२१ रोजी त्यांनी महाराजांना पाठविलेल्या पत्रात इंग्लंडमधील चलनाचे भाव घसरल्यामुळे आपणापुढे आर्थिक अडचण निर्माण झाली असून ती निवारण्यासाठी २०० पौंडांची रक्कम पाठवून देण्याची विनंती केली होती. या पत्राच्या शेवटी बाबासाहेबांनी लिहिले होते, 'आपली प्रकृती ठीक आहे अशी मला आशा आहे. आपली आम्हाला फारच जरुरी आहे, कारण हिंदुस्थानात प्रगती करीत असलेल्या सामाजिक लोकशाहीच्या महान चळवळीचे आपण एक आधारस्तंभ आहात

- (Pillar of Social Democracy).'[२२] म. फुले यांच्यापासून शाहू महाराजांपर्यंत चालत आलेली बहुजन समाजाच्या उद्धाराची चळवळ ही 'सामाजिक लोकशाही'च्या प्रस्थापनेचीच चळवळ होती. महाराज या चळवळीचे एक आधारस्तंभ आहेत, हे त्यांच्या कार्याचे बाबासाहेबांनी केलेले मूल्यमापन सर्वार्थाने उचित होते.

असा सामाजिक लोकशाहीच्या चळवळीचा आधारस्तंभ, अस्पृश्यांचा सखा इहलोकाची यात्रा संपवून निघून गेल्याची वार्ता जेव्हा बाबासाहेबांनी लंडनच्या वृत्तपत्रांत वाचली, तेव्हा या वार्तेने ते व्याकूळ झाले. महाराजांचे थोरले पुत्र, नूतन छत्रपती राजाराम महाराज यांना लिहिलेल्या सांत्वनपर पत्रात ते म्हणतात, 'ही संकटाची घटना मला दोन कारणांमुळे दुःखदायक झाली आहे. त्यांच्या मरणाने मी एका वैयक्तिक मित्राला आचवलो आणि अस्पृश्य समाज आपल्या एका महान हितचिंतकाला व सर्वांत महान कैवाऱ्याला मुकला आहे. मी स्वतः दुःखाने व्याकूळ झालो असताना आपल्या व विधवा महाराणीसाहेबांच्या दुःखात अपार आणि कळकळीची सहानुभूती व्यक्त करीत आहे.'[२३]

शाहू महाराजांच्या निधनानंतरही बाबासाहेबांनी प्रसंगविशेषी त्यांच्याविषयी आदरभाव व्यक्त केलेला दिसतो. १९४० मध्ये 'दलित प्रजा परिषदे'च्या निमित्ताने ते कोल्हापुरात आले असताना आपल्या भाषणात त्यांनी म्हटले होते, 'कोल्हापूरसंबंधी एक गोष्ट अगदी निश्चित आहे आणि या गोष्टीबद्दल अस्पृश्यांना व मला कोल्हापूरचा अभिमान वाटतो. शाहू महाराजांनी कोल्हापुरातच खरी लोकशाहीची मुहूर्तमेढ रोवली, ही ती गोष्ट होय. आपण गोब्राह्मण प्रतिपालक छत्रपती शिवाजी महाराजांची जयंती साजरी करतो. शिवछत्रपतींना ब्राह्मण्य नष्ट करता आले नाही. त्यांना आपल्या राज्याभिषेकासाठी सोने देऊन काशीहून गागाभट्टाला आणावे लागले. ब्राह्मणाची नांगी तोडण्याच्या बाबतीत शाहू छत्रपती हे शिवरायांपेक्षा श्रेष्ठ होते, असे म्हटल्याशिवाय गत्यंतर नाही.''[२४]

शाहू महाराज व बाबासाहेब यांच्यातील संबंधांचा विचार करता हे संबंध केवळ सामाजिक चळवळीच्याच पातळीवर अस्तित्वात होते असे नाही, तर ते वैयक्तिक जिव्हाळ्याच्या पातळीवरही पोहोचले होते, असे दिसून येते. महाराजांनी रमाबाईंना 'बहीण' म्हणून माहेरपणासाठी नेण्याची तयारी दाखविणे किंवा महाराजांचे पुत्र राजाराम महाराज व कन्या आक्कासाहेब

यांनी बाबासाहेबांना 'मामा' म्हणून संबोधणे,[२५] या बाबासाहेबांचे चरित्रकार खैरमोडे यांनी सांगितलेल्या घटना उभय नेत्यांच्या परस्परांविषयीच्या घनिष्ठ जिव्हाळ्याच्या नात्याच्या निदर्शक मानाव्या लागतील.

या संबंधांचा दुसरा एक विशेष जाणवतो. तो म्हणजे परस्परांविषयीचा आदरभाव. शाहू महाराज हे राजे होते. बाबासाहेबांपेक्षा वयाने वडील होते. महाराष्ट्रातील बहुजन समाजाचे उद्धारकर्ते म्हणून ते प्रसिद्धीस आले होते. असे असले तरी बाबासाहेबांशी वागण्यात, बोलण्यात, पत्रव्यवहारात, भाषणात कुठेही त्यांनी आपले हे मोठेपण प्रदर्शित केले नाही. आपल्या बरोबरीचे किंबहुना आपल्यापेक्षा जास्त 'सुशिक्षित व अभिमानी' असे आपले मित्र म्हणून बाबासाहेबांचा गौरव त्यांनी केलेला दिसतो. महाराजांच्या या सौजन्यशील कृतीला बाबासाहेबांनीही तितक्याच सौजन्यशीलतेने प्रतिसाद दिलेला दिसतो. महाराजांविषयी त्यांच्या ठिकाणी अपार आदरभावना वसत होती, हेच त्यांच्या अनेक उद्‌गारांवरून स्पष्ट होते.

प्रस्तुत चर्चेत शाहू महाराजांनी बाबासाहेबांना महार समाजाच्या 'स्पिरीट'बद्दल लिहिलेल्या पत्राचा संदर्भ मागे येऊन गेलाच आहे. त्या पत्राचा मायना फार महत्त्वाचा आहे, कारण या मायन्यात महाराजांनी बाबासाहेबांना 'रा. लोकमान्य आंबेडकर' असे संबोधिले आहे. हे पत्र १९२०च्या सुमाराचे आहे आणि त्याचा उपरोक्त मायना महाराजांच्या मनातील बाबासाहेबांच्या उज्ज्वल भविष्याचे चित्र उमटविणारा आहे. त्या काळात 'लोकमान्य' ही पदवी फक्त टिळकांना लावली जात होती. तेथे ती बाबासाहेबांना लावून ते हिंदुस्थानातील तमाम मागासवर्गीयांचे 'लोकमान्य' नेते होणार आहेत, असेच महाराजांना सूचित करावयाचे होते. यात महाराजांच्या मनाचा मोठेपणा तर होताच; पण असे सूचित करण्यात भावी इतिहासाचा अचूक वेध घेण्याची मोठी क्षमता महाराजांच्या ठिकाणी होती, हेही त्यातून स्पष्ट होते. इतिहासाने महाराजांचे भाकीत खरे ठरविले. लोकमान्य टिळकांसारखी उदंड लोकप्रियता बाबासाहेबांनी राष्ट्रीय स्तरावर प्राप्त केली.

१४

भटक्या-विमुक्त जातींचा उद्धार

अस्पृश्य समाजाचा उद्धार करण्याच्या ज्या अनेक उपाययोजना शाहू महाराजांनी केल्या, त्या आपण पाहिल्या. या समाजाहून भिन्न; पण त्याहूनही अधिक उपेक्षित असा एक मोठा समाज, भटक्या-विमुक्त जातींचा समाज, हाही त्यांच्या कनवाळू नजरेतून सुटला नाही. हा त्यांनी बहिष्कृतांसाठी केलेल्या थोर कार्याचा एक विशेष मानावा लागेल.

भटक्या-विमुक्त जाती गावगाड्याच्या बाहेर

अस्पृश्यांमधील चांभार, ढोर, महार, मांग आदी जाती कितीही हीन व उपेक्षित समजल्या गेल्या आणि त्यांपैकी महार-मांग यांसारख्यांना गावकुसाबाहेर बहिष्कृत म्हणून ठेवले गेले, तरी त्या जाती 'गावगाड्या'चा एक अविभाज्य भाग होत्या. गावगाड्याची म्हणून जी वैशिष्ट्यपूर्ण रचना होती, त्यातच त्यांना स्थान दिले गेले होते; किंबहुना या जातींच्या सहकार्याशिवाय गावगाडा चालणार नव्हता. उदाहरणार्थ, ढोरांशिवाय शेतकऱ्यास मोटेसाठी कातडे मिळणार नव्हते, चांभाराशिवाय पायताण मिळणार नव्हते, मांगाशिवाय मोटेचा नाडा, गुरा-ढोरांना कासरे मिळणार नव्हते आणि महारांशिवाय तर गावची बिगारी कामे होणार नव्हती. म्हणून 'गावगाड्या'ने त्यांच्या उदरनिर्वाहाची काही ना काही व्यवस्था लावली होती; अगदी हलक्या दर्जाचे का असेना; पण बलुत्याचे हक्क दिले होते. त्यांना एक-दोन खणाचे का असेना; पण घर होते. महारासारखी अस्पृश्य जात तर 'वतन'दार समजली जात होती आणि प्रत्येक महारास चार ओऱ्यांची का होईना वतनी जमीन होती. अस्पृश्यांना स्पृश्य जातींनी दहा हात लांब ठेवले असले तरी गावगाड्यातील त्यांचे अस्तित्व व साहचर्य अपरिहार्य म्हणून का होईना; पण समाजाने

मान्य केले होते.

भटक्या-विमुक्त जातींच्या वाट्याला यांपैकी काहीही आलेले नव्हते. या जाती गावगाड्याचा भाग नव्हत्या. त्यांना स्वतःचे 'गाव'च नव्हते, तर त्या गावगाड्यात येणार कशा? एका गावाहून दुसऱ्या गावी सतत भटकंती करत राहणाऱ्या या जाती म्हणजे एक वेगळेच जग होते. त्यांचा गावगाड्याच्या संस्कृतीशी काही संबंध नव्हता. या जाती आदिम जमातींचे अवशेष म्हणून वावरत होत्या. अभ्यासकांनी त्यांना एक प्रकारची 'राष्ट्रे'च मानली आहेत. एखाद्या स्वतंत्र राष्ट्राप्रमाणे त्यांचे कायदेकानून स्वतंत्र होते. त्यानुसार होणारा न्यायनिवाडा वेगळाच होता. हा न्यायनिवाडा करणाऱ्या त्यांच्या जातपंचायती स्वतंत्र होत्या. त्यांचा तथाकथित सुसंस्कृत समाजाच्या कायदेकानूंशी अथवा न्यायव्यवस्थेशी काही संबंध नव्हता (आणि आजही फारसा नाही).

भटक्या जाती 'गुन्हेगार' बनल्या

अशा या भटक्या-विमुक्त जाती गावगाड्याचा एक भाग बनून राहणे शक्यच नव्हते. कारण अनादी कालापासून त्या भटकंतीचे जीवन जगत होत्या. त्यांपैकी काही जंगलाच्या आश्रयाने राहत होत्या, तर काही सुसंस्कृत समाजाच्या अवतीभोवती भटकत होत्या. अंगी असणारे काही कसब, कला दाखवून त्या जगत होत्या. त्यांच्यापैकी काही राजसंस्था, सैन्यदले यांच्याशी निगडित राहून भटकत होत्या. पोटासाठी काही ना काही व्यवसाय त्या करीत होत्या. या मुळात चोर, दरोडेखोर नव्हत्या; पण पुढे देशातील राजकीय परिस्थिती पालटली. इंग्रजांनी येथील अनेक राज्ये नष्ट केली. सर्वत्र आपला अंमल बसविला. अनेक राजकीय व सामाजिक उलथापालथी झाल्या. त्यात या भटक्यांच्या जीवनपद्धतीस धक्के बसले. त्यांच्यापैकी अनेकांची उदरनिर्वाहाची साधनेच नष्ट झाली आणि मग त्यांना चोऱ्यामाऱ्यांची वाट धरण्याशिवाय जगण्याचा अन्य पर्याय राहिला नाही. उदाहरणार्थ, बंजारा ही भटकी जात बैलांच्या पाठीवरून सैन्यदलांना अन्नधान्याच्या रसदी पोहोचविण्याचे काम करीत असे; तर छप्परबंद ही भटकी जात सैन्याच्या राहुट्या उभा करण्याचे, टांकसाळीत नाणी पाडण्याचे काम करीत असे. जेव्हा हिंदी राज्येच खालसा झाली, तेव्हा या भटक्या जातीही विस्थापित झाल्या. त्यांच्यापैकी अनेकांनी वर सांगितल्याप्रमाणे अवैध मार्गांचा अवलंब केला आणि त्या जातीतील लोक मोठ्या प्रमाणावर चोऱ्या, दरोडे,

लुटालूट अशा कृत्यांत सापडू लागले आणि मग त्या त्या सबंध जातीसच इंग्रजांनी 'गुन्हेगार जात' म्हणून घोषित करण्यास सुरुवात केली. महाराष्ट्रात अशा भटक्यांपैकी बंजारा, कोरवी (कैकाडी), टकारी भामटा, राजपूत भामटा, कंजारभाट, बेरड (रामोशी), मांग-गारुडी, फासेपारधी, छप्परबंद, कटबू, वड्ड इत्यादी १३ भटक्या जाती 'गुन्हेगार' म्हणून घोषित केल्या गेल्या होत्या. (स्वातंत्र्योत्तर काळात या गुन्हेगार जातींवरील 'गुन्हेगारी'चा शिक्का पुसून त्यांना त्या गुलामगिरीतून मुक्त करण्यात आले, तेव्हापासून त्यांना 'विमुक्त जाती' असे म्हटले जाऊ लागले.)[१]

इंग्रज हे हिंदुस्थानचे राज्यकर्ते होते. त्यांना आपल्या 'सुसंस्कृतपणा'चा अहंगंड होता. तमाम हिंदी लोकांना ते मागासलेले व रानटी समजत होते, तेथे या भटक्या जातींविषयी त्यांची मानसिकता काय असू शकेल, याची आपण कल्पना करू शकतो. राज्यकर्ते या नात्याने हिंदुस्थानात शांतता व सुव्यवस्था निर्माण करून कायद्याचे राज्य निर्माण करणे हे आपले आद्य काम आहे, असे ते मानीत होते. या दृष्टीनेच त्यांनी ठगांचा व पेंढाऱ्यांचा बंदोबस्त केला होता. त्यात त्यांना यशही मिळाले होते. देशभर विखुरलेल्या 'गुन्हेगार' जातींचा बंदोबस्त करणे, हाही या कामाचाच एक भाग ते समजत होते. त्या दृष्टीने त्यांनी १८२७ पासून सरकारी आदेश काढल्याचे दिसून येते. त्या सालच्या आदेशान्वये या जातींच्या रात्रीच्या संचारावर बंधने घातली गेली; तसेच त्यांच्यावर नजर ठेवण्याचे काम गावच्या पाटलावर सोपविण्यात आले.[२]

पुढे १८५७चा उठाव झाला. त्यात काही भटक्या जातींचा सहभाग उघडकीस आल्याने इंग्रज अधिक सावध झाले. पुढे त्यांनी त्यांचा बंदोबस्त करण्यासाठी १८७१ मध्ये खास 'गुन्हेगार जमाती कायदा' जारी केला आणि त्याप्रमाणे देशात ठिकठिकाणी या गुन्हेगार जातींच्या लोकांसाठी 'खुल्या तुरुंगा'ची निर्मिती करण्यात आली. एखाद्या मेंढरांच्या कळपाप्रमाणे या लोकांना तारांच्या कुंपणांच्या आत कोंडले जाई आणि मग ते 'सुधारण्यासाठी' अनेक प्रयोग केले जात; पण अनेकदा शिस्तीच्या नावाखाली अत्याचार होत असत. अशा 'खुल्या तुरुंगा'त ज्यांची सुधारणा होई त्यांना बाहेर काढून शेजारच्या 'मुक्त वसाहती'त राहण्याची परवानगी दिली जाई; पण तेथेही त्यांच्यावर दिवसातून तीन वेळा हजेरी देण्याची सक्ती असे. खुल्या तुरुंगासह अशा ज्या वसाहती असत त्यांना 'सेटलमेंट्स' असे म्हणत.[३]

जगात स्वतःला सर्वाधिक सुसंस्कृत मानणाऱ्या इंग्रज राज्यकर्त्यांच्या 'सेटलमेंट्स' धोरणाच्या पार्श्वभूमीवर कोल्हापूरच्या राजाने अंगीकारलेला मानवतावादी दृष्टिकोन अचंबित केल्याशिवाय राहत नाही. इंग्रजांच्या अनेक भौतिक सुधारणांचे अनुकरण करणाऱ्या महाराजांनी त्यांच्या 'सेटलमेंट्स' धोरणाचे आंधळे अनुकरण केले नाही. त्यांनी या तथाकथित गुन्हेगार जातींसंबंधी वेगळाच मार्ग चोखाळला. हा मार्ग कायद्याच्या बडग्याचा नव्हता, तर अंतरीच्या मानव्यवादी कृतिशीलतेचा होता आणि म्हणूनच त्यांच्या जीवनाच्या वाटचालीत त्यांना भेटलेल्या कुंचीकोरवी, वड्डु, डोंबारी, राजपूत भामटा, फासेपारधी इत्यादी अनेक गुन्हेगार समजल्या गेलेल्या जातींना त्यांनी जवळ केले, पोटाशी धरले आणि माणसात आणले. कोरव्यांना तोरगल भागातून आणले तर फासेपारध्यांना कटकोळ भागातून आणले. इतरांचा संचार कोल्हापूर संस्थानात होतच असे. या प्रत्येक जातीच्या लोकांच्या ठिकाणी काहीतरी कला होती आणि त्या कलेत ते तरबेज होते. शरीराने ते काटक व चपळ होते, तर मनाने ते निर्मळ व प्रामाणिक होते. पोट भरण्याचे त्यांचे व्यवसाय अत्यंत क्षुद्र स्वरूपाचे होते. उदा. डोंबारी (कोल्हाटी) जातीचे लोक जनावरांच्या शिंगाच्या फण्या, पक्ष्यांचे पिंजरे अशा वस्तू तयार करीत आणि त्यातून पोट न भागल्याने नाचगाणी, कसरतींचे प्रयोग करून कशीबशी गुजराण करीत. फासेपारधी तर रानावनांत फिरणारी, शिकार करून पोट भरणारी जमात; पण निव्वळ शिकारीवर पोट कसे चालावे? तेव्हा चोऱ्यामाऱ्या केल्याशिवाय त्यांना दुसरा पर्यायच नव्हता. चोऱ्या करून जगणे हाच त्यांच्या जातीचा व्यवसाय बनला होता. परिणामी, फासेपारध्यांवर 'गुन्हेगार जात' म्हणून सर्वांत गडद शिक्का बसला होता.

शाहू महाराजांचे नवे समीकरण

गुन्हेगार जातीतील माणूस म्हणजे जन्मजात गुन्हेगार असून त्याच्यात कधीच बदल होणार नाही, हे हिंदी समाजाचे आणि इंग्रज राज्यकर्त्यांचे समीकरण स्वीकारण्यास शाहू महाराजांनी नकार दिला. माणूस इथूनतिथून सारखाच. मात्र, परिस्थितीने तो 'साव' अथवा 'गुन्हेगार' बनतो; माणुसकीने, प्रेमाने वागविले तर हिंस्र पशूदेखील बदलतो मग ही माणसे का बदलणार नाहीत, हे नवे समीकरण महाराजांनी मांडले. निव्वळ समीकरण मांडून ते

थांबले नाहीत, तर ते त्यांनी अमलातही आणले! कष्टाची व अंगमेहनतीची कामे करणाऱ्या वड्डु व राजपूत भामट्या लोकांना त्यांनी त्यांच्या घरादारांसाठी जागा देऊन 'स्थिर' केले. आपल्या मालकीचे 'घर' असणारे 'गृहस्थ' बनवून त्यांना समाजात आणले. डोंबाऱ्यांनाही जागा दिल्या. त्यांचीही एक वस्ती बनविली. कलाकुसरीच्या वस्तू बनविण्यास त्यांना प्रोत्साहन दिले. कुंचीकोरवी लोक शिकारीत अत्यंत तरबेज होते. त्यांना शिकारखान्यात नोकरीस घेतले. महाराज शिकारीस जात, त्या वेळी शिकारी ताफ्यात हे कोरवीही असत. एवढेच नव्हे तर कधीकधी शहरात फेरफटका मारत असताना महाराज कोरवींना आपल्या खडखड्यातही सोबत घेत असत. कोरवींचा रामू नावाचा एक धष्टपुष्ट जवान पोर महाराजांच्या नजरेत भरताच त्यास त्यांनी खोपटातून उचलून आपल्या राजवाड्याच्या 'लाल आखाड्या'त आणले आणि पहिलवानी खुराक सुरू करून त्यास नामांकित कुस्तीगीर बनविले! या रामूचा पुढे 'कुस्तीराम' पहिलवान म्हणून सर्वत्र नावलौकिक झाला. त्याच्या रूपाने महाराजांनी सर्व कोरवींना सामाजिक प्रतिष्ठा प्राप्त करून दिली.[४]

सर्व 'गुन्हेगार जातीं'त सर्वांत 'खतरनाक गुन्हेगार जात' म्हणून फासेपारधी ओळखले जात होते. आपल्या राज्यातील फासेपारध्यांना पकडून तुरुंगात टाकणे किंवा इंग्रजांच्या 'सेटलमेंट्स'प्रमाणे तारेच्या कुंपणाच्या वसाहती तयार करणे महाराजांना काही अवघड नव्हते; पण तो 'शिक्षे'चा मार्ग न स्वीकारता त्यांनी 'प्रेमा'चा मार्ग स्वीकारला. फासेपारधी चोऱ्यामाऱ्या, दरोडे का करतात याचा त्यांनी मुळात जाऊन शोध घेतला आणि त्यांच्या लक्षात आले की, समाजाने या लोकांना पोट भरण्यासाठी काही अन्य पर्यायच ठेवलेला नाही. 'बेरोजगारी आणि दारिद्र्य यातच त्यांच्या पापाचे मूळ आहे. ते काढल्याशिवाय त्यांना नीतीचा उपदेश करणे किंवा त्यांच्या गुन्ह्यांबद्दल त्यांना शिक्षा ठोठावणे हे चुकीचे आहे.'[५] एकदा हा विचार पक्का होताच महाराजांनी फासेपारध्यांवर एक प्रयोग करण्याचे ठरविले. सर्व जगाच्या दृष्टीने जे 'खरतनाक गुन्हेगार' ठरविले गेले होते, त्यांच्या प्रमुख पुढाऱ्यांनाच त्यांनी आपल्या निवासस्थानाच्या संरक्षणाची जबाबदारी सोपविण्याचे निश्चित केले. नेमबाजीत तरबेज असणाऱ्या फासेपारध्यांच्या लाल्या व आरव्या या पुढाऱ्यांनाच महाराजांच्या सोनतळी कॅम्पच्या खास पहाऱ्यावर नेमले गेले.[६]

समाजाला वाटले की, महाराजांनी चोरांच्या हातीच जामदारखान्याच्या

किल्ल्या दिल्या आहेत; पण महाराजांनी फासेपारध्यांमधील 'चोर'न पाहता 'माणूस' पाहावयाचे ठरविले होते. प्रेमाचा प्रतिसाद प्रेमानेच आणि विश्वासाचा प्रतिसाद विश्वासानेच मिळायला हवा, असे त्यांचे या प्रयोगातील गृहीत होते. हे गृहीत त्यांनी प्रयोगातील अनेक कसोट्यांतून सिद्ध करवून घेतले. एकदा 'आज कोणालाही आत सोडायचे नाही' असा महाराजांनी हुकूम देताच राजाच्या हुकमाची शंभर टक्के तामिली करणाऱ्या लाल्या-आरव्याने खुद्द राजाच्या बंधूस - बापूसाहेब महाराजांनाही - आत प्रवेश करू दिला नाही! बापूसाहेब रागाने लालबुंद होताच ते उत्तरले, 'तुमाला जर आमी सोडलं तर राजाचा हुकूम मोडल्यासारखं होईल; तवा ही बंदूक घ्या, आमाला गोळ्या घालून आत जावा.'[७] लाल्या-आरव्यांनी फासेपारध्यांच्या ठिकाणी असणाऱ्या निष्ठेचे व प्रामाणिकपणाचे दर्शन घडवून महाराजांचा प्रयोग यशस्वी केला.

महाराजांनी काही फासेपारध्यांना पहाऱ्यावर घेतले; काहींना शिकारखान्यात कुत्तेवान म्हणून घेतले, तर काहींना पोलीस खात्यात नेमले. उरलेल्या फासेपारधी लोकांसाठी रोजगाराची विविध कामे संस्थानात सुरू केली.

काहींना रस्ते बांधणे, विहीर खोदाई, घरबांधणी यांसारख्या कामावर ठेवले; तर काहींना राधानगरीच्या धरणाच्या कामावर पाठविले.[८] फासेपारध्यांनी पिढ्यान्‌पिढ्या अशी कामे कधी केली नव्हती. पोटासाठी कष्टाची भाकरी मिळविण्याची सुसंस्कृत समाजाची ही रीत त्यांच्या ठिकाणी बाणवावी, यासाठी महाराजांची ही सर्व धडपड होती आणि त्यात त्यांना यशही येत होते.

सोनतळी कॅम्पवर महाराजांनी फासेपारध्यांसाठी बरीच बांधकामे काढली होती. या बांधकामावर स्त्री-पुरुष काम करीत असता त्यांच्या मुलांच्या शिक्षणाचीही सोय करण्यात आली. गरीब कुटुंबातील शाळेत जाणाऱ्या प्रत्येक मुलास मुदपाकखान्यातून दोन भाकरी देण्याचा महाराजांचा हुकूम होता. फासेपारध्यांच्या मुलांसाठीही तो लागू केला गेला. त्यातील काही हुशार मुलांना आर्य समाजाच्या 'गुरुकुला'त धाडले गेले. 'शिक्षण' ही सुसंस्कृत समाजाची आणखी एक रीत होती. महाराजांच्या कृपेने तिचा स्पर्श फासेपारध्यांना प्रथमच झाला.[९]

शाहू महाराजांचा नोव्हेंबर, १९१२ मधील एक आदेश उपलब्ध आहे. त्या आदेशान्वये त्यांनी कोल्हापुरातील कोटितीर्थाच्या माळावर २३ फासेपारधी

कुटुंबांना जागा देऊन त्यांना स्वतःची घरे बांधण्यासाठी १२०० रुपये मंजूर केले.[१०] ज्यांच्या नशिबात नियतीने कायमची भटकंती लिहिली होती, त्यांना एका ठिकाणी घरे देऊन अशा प्रकारे स्थिर केले गेले. महाराजांनी संस्थानात अनेक ठिकाणी फासेपारध्यांचे तांडे ठेवले होते. रायबागला महाराजांचा एक बंगला होता. त्या बंगल्यावर पहारेकरी म्हणून तीन तांड्यातील लोक होते. १९१७ मध्ये महाराजांनी खास आदेश काढून या तीन तांड्यांना अलगवाडी, खणदाळ व कंकणवाडी येथे शेकडो एकर जमीन 'जात इनाम' म्हणून दिल्याचे दिसून येते.[११] अशाच प्रकारे कोल्हापुरातही फासेपारधी व कंजारभाट या जातींच्या लोकांना महाराजांनी जमिनी बहाल केल्या होत्या.[१२]

सर्व भटक्यांमध्ये फासेपारधी सर्वाधिक तिरस्कृत गुन्हेगार जात मानली गेली; पण महाराजांचे सर्वाधिक प्रेम त्यांनाच मिळाले. महाराजांनी त्यांना नोकऱ्यांत घेतले, रोजगार उपलब्ध करून दिला, घरेदारे दिली, जमिनी दिल्या, मुलांना शाळेत घातले; इतकेच नव्हे तर राजाराम महाराजांच्या विवाहाच्या वेळी एका खास आगगाडीने महाराजांनी आपला 'गोतावळा' नेला होता, त्यात फासेपारधीही होते![१३] राजांच्या लग्नाला फासेपारधी वऱ्हाडी ही घटना हिंदुस्थानच्या सामाजिक इतिहासात प्रथमच (आणि कदाचित शेवटचीच) घडत होती! समाजाच्या दृष्टीने फासेपारधी रानटी व असंस्कृत होते. त्यांचे बोलणे-चालणेच नव्हे, तर एकूण सर्व जीवनपद्धतीच ओबडधोबड होती. ते महाराजांनासुद्धा 'ए राजा' म्हणून हाक मारीत. आदरार्थी बोलणे त्यांना माहीतच नव्हते; पण अशी रानटी माणसेच महाराजांना अधिक आवडत होती. सुशिक्षित; पण खुशमस्करी लोकांपेक्षा अशा माणसांच्या सहवासात ते अधिक रमत होते. एकदा महाराज तोफखाने यांना म्हणाले होते, 'तोफखाने, तुमच्या शहाण्या माणसांपेक्षा मला हे माझे फासेपारधीच बरे वाटतात. अतिशय Trust-worthy. फसवेगिरी त्यांना बिलकूल माहीत नाही. संबंध दिवसभर यांच्यात बसून राहिलो तरी कंटाळा तर येत नाही; पण भूक लागलेलीदेखील समजून येत नाही. बोलण्यात ती माणसे थोडी अडाणी वाटली तरी आपल्या कामात ती अत्यंत तरबेज असतात आणि चाणाक्षही असतात.'[१४]

भटक्या-विमुक्त समाजातील एक कार्यकर्ते व लेखक लक्ष्मण माने यांनी एके ठिकाणी म्हटले आहे, 'शाहू महाराजांनी फासेपारधींसारख्या

अनेक भटक्या-विमुक्त जमातींवर आईच्या मायेने व पित्याच्या वात्सल्याने प्रेम केले. देवाच्या ठिकाणीच आईची माया व पित्याचे वात्सल्य एकरूप झालेले असते. म्हणूनच ही समाजाकडून तिरस्कृत झालेली माणसे शाहू महाराजांना 'देव' मानत होती. अशा लोकांच्या श्रद्धेतच राजर्षी शाहू महाराजांचे समाजक्रांतीचे मूर्त स्वरूप पाहावयास मिळते.'[१५]

खरोखरच शाहू महाराज या भटक्यांना 'देव' वाटत होते. या 'देवा'वर त्यांची श्रद्धा व भक्ती होती; म्हणूनच जेव्हा शाहू महाराजांच्या निधनानंतर त्यांचे पार्थिव कोल्हापुरास आणले गेले, तेव्हा त्यांचे फासेपारधी प्रजाजन धाय मोकलून रडले; जणू त्यांच्याच घरातील माणूस गेला होता![१६]

१५

जातिभेदाशी मुकाबला

'अस्पृश्यता' हे जातिभेदाचेच हिडीस स्वरूप होते. अस्पृश्यता व जातिभेद या एकाच नाण्याच्या दोन बाजू होत्या. मूळ मानव समाज हा इथूनतिथून एकच; त्याची एकच जात, ती म्हणजे 'माणूस.' ही संकल्पना स्वीकारली की, जातिभेदही राहत नाही आणि अस्पृश्यताही राहत नाही. ही संकल्पना समतेची होती, तशीच ती मानवतावादाची होती. आधुनिक युगात युरोप-अमेरिकादी खंडांतील देशात ही संकल्पना झपाट्याने प्रसार पावून तिथे समाजाधिष्ठित समाज लवकर निर्माण होऊ शकला. त्यास महत्त्वाचे प्रमुख कारण असे की, तिकडे यहुदी-ख्रिश्चन, कॅथॉलिक-प्रॉटेस्टंट असे धर्मभेद अथवा पंथभेद होते, तसेच काळा-गोरा असे वर्णभेदही होते; पण आपल्यासारखे जातिभेद नव्हते. जातिभेद व प्रत्येक जातीस नेमून दिलेल्या व्यवसायाची सक्ती ही संकल्पनाच पाश्चात्त्य देशांत नसल्याने त्यांना 'स्वातंत्र्य, समता व बंधुत्व' या तत्त्वत्रयींना सामाजिक क्षेत्रात अग्रपूजेचा मान देऊन आपला सर्वांगीण विकास साध्य करता आला.

हिंदू समाज : जातिव्यवस्थेचा मनोरा

हिंदुस्थानात या तत्त्वत्रयींच्या वाटचालीत म्हणजेच सामाजिक प्रगतीच्या मार्गावर जातिभेद ही फार मोठी धोंड उभी होती. ही धोंड बाजूला सारून प्रगतीचा मार्ग मोकळा करणे, ही सहजसाध्य गोष्ट नव्हती, कारण जातिभेद हे हिंदू धर्म व हिंदू समाजाचे व्यवच्छेदक लक्षण होते. मुळात जातींच्या उच्च-नीचतेच्या कल्पनेवरच हिंदू समाजाची उभारणी झालेली होती. डॉ. बाबासाहेब आंबेडकरांनी या समाजरचनेस अनेक मजली मनोऱ्याची उपमा देऊन, तिचे अत्यंत मार्मिक विश्लेषण केले आहे. 'मूकनायक'च्या पहिल्याच

अंकात ते म्हणतात, 'हिंदू धर्मात समाविष्ट होणाऱ्या जाती उच्च-नीच भावनेने प्रेरित झालेल्या आहेत, हे उघड आहे. हिंदू समाज हा एक मनोरा आहे आणि एक/एक जात म्हणजे त्याचा एक/एक मजला होय; पण लक्षात ठेवण्यासारखी गोष्ट अशी आहे की, या मनोऱ्यास शिडी नाही आणि म्हणून एका मजल्यावरून दुसऱ्या मजल्यावर जाण्यास मार्ग नाही. ज्या मजल्यात ज्याने जन्मावे त्याच मजल्यात त्याने मरावे. खालच्या मजल्यातला इसम, मग तो कितीही लायक असो; त्याला वरच्या मजल्यात प्रवेश नाही आणि वरच्या मजल्यातला माणूस कितीही नालायक असो, त्याला खालच्या मजल्यात लोटून देण्याची प्राज्ञा नाही. उघड भाषेत बोलावयाचे म्हणजे जातिजातींत असलेल्या या उच्च-नीच भावना गुणावगुणांच्या पायावर झाल्या आहेत असे नाही. उच्च जातीत जन्मलेला मग तो कितीही अवगुणी असो, तो उच्च म्हणावयाचा, तसेच नीच जातीत जन्मलेला मग तो कितीही गुणी असो, तो नीचच राहावयाचा!'[१]

हिंदू समाजातील प्रत्येक जात स्वतंत्र होती; दुसऱ्या जातीशी रोटी-बेटी व्यवहार करीत नव्हती. एवढेच नव्हे, तर त्या जातीतही अनेक उपजाती असत आणि प्रत्येक उपजात दुसऱ्या उपजातीशी रोटी-बेटी व्यवहारांत फटकून वागत असे. आंबेडकर चरित्रातील एक घटना पाहण्यासारखी आहे. १९२० सालच्या नागपूरच्या 'बहिष्कृत समाज परिषदे'च्या समाप्तीस बाबासाहेबांनी महारांच्या १८ उपजातींचे सहभोजन महत्प्रयासाने घडवून आणले होते![२] जातिभेदाचे सर्वांत भयावह चटके महार जातीस बसले असताना त्या जातीतील उपजाती 'सहभोजना'सारख्या गोष्टीस तयार करताना बाबासाहेबांसारख्यांना 'महत्प्रयास' करावे लागले; यावरून म. फुले, शाहू महाराज, बाबासाहेब यांच्या समोरच्या जातिभेदाच्या समस्येच्या भयंकर स्वरूपाची कल्पना येऊ शकते. प्रत्येक जात पुन्हा अनेक उपजातींत विभागली होती, हे सामाजिक वास्तव फक्त महारांपुरतेच मर्यादित नव्हते, ते प्रत्येक जातीस लागू होते. ब्राह्मण, मराठा, माळी, साळी असे कोणीच त्यास अपवाद नव्हते. बाबासाहेबांनी ज्या जातिव्यवस्थेच्या मनोऱ्याचे वर्णन केले होते, त्याच्या सर्वांत वरच्या मजल्यावर होते ब्राह्मण, त्याखाली मराठे, त्याखाली तत्सम जाती, बलुते-अलुते, अस्पृश्यांच्या विविध जाती. यांतील प्रत्येक जात खालच्या जातीस कमी लेखत होती; अस्पृश्यांतही हा उच्च-नीच भाव होता. शेकडो वर्षे विषमतेच्या मजबूत खडकावर उभा असलेला

हा जातिव्यवस्थेचा मनोरा ढासळविण्याचे काम म. फुले यांनी सुरू केले होते, शाहू महाराजांनी ते पुढे चालू ठेवले. फुले यांच्यापेक्षा महाराजांकडे अधिक साधने होती. हाती सत्ता होती आणि ती समाजाच्या उद्धारासाठी वापरण्याची इच्छाशक्ती होती. सत्ता व इच्छाशक्ती यांच्या जोरावर त्यांनी जातिभेदाच्या समस्येशी मुकाबला केला.

जातिभेद-निर्मूलनाविषयी शाहू महाराजांचे विचार

शाहू महाराजांनी सामाजिक परिषदांमधून केलेली जी काही मोजकी भाषणे आज उपलब्ध आहेत, त्यात त्यांनी जातिभेदाच्या समस्येविषयीची आपली मते निर्भीडपणे मांडलेली आढळतात. समाजातील विषमता, अन्याय, शोषण आदी समाजपुरुषाच्या ठिकाणी जे दोष निर्माण झाले आहेत, याचे मूळ कारण या जातिभेदात आहे; हिंदुस्तानच्या हजारो वर्षांच्या गुलामगिरीचे मुख्य कारण जातिभेद हेच आहे; सर्व लोकांत या जातींच्या रूपाने 'अनुल्लंघ्य भेद' माजल्यामुळे त्यांच्यात एकी होणे अशक्य होऊन त्याचा परिणाम देशाला गुलामगिरीच्या खाईत जाऊन पडावे लागले. अशा प्रकारचे विचार त्यांनी व्यक्त केले आहेत. 'जातिभेद असू द्या; पण जातिद्वेष नको' असे म्हणणाऱ्या लोकांचा समाचार घेताना ते म्हणतात, 'हे मत प्रामाणिकपणाचे असल्यास त्यांच्या अज्ञानाची कीव केली पाहिजे, कारण जातिभेदाचे कार्यच जातिद्वेष हे आहे, तेव्हा कार्य नाहीसे करण्यास कारणही काढून टाकले पाहिजे.'[३] या जातिद्वेषाचे उच्चाटन करण्याचा एकच मार्ग म्हणजे प्रथम सर्व जातिभेद मोडले पाहिजेत; हे प्रतिपादन करताना महाराज म्हणतात, "जातिद्वेष हा हिंदुस्थानचा फार जुना-पुराणा रोग आहे. परशुरामाने पृथ्वी निःक्षत्रिय केली, या म्हणण्यात पूर्णपणे जातिद्वेषाचे प्रतिबिंब पडलेले दिसेल. पेशव्यांनी ब्राह्मणेतरांच्या घरांवर गाढवाचे नांगर फिरविले याचेही कारण तेच. ज्यांच्या शेंड्या व जानवी श्री शिवाजी महाराज व मराठे वीर यांनी रक्षण केली, तेच ब्राह्मण मराठे शूद्र आहेत, असे बिनदिक्कत प्रतिपादन करतात. याचे कारण दुसरे कोणते? या जातिद्वेषाची उचलबांगडी करावयाची असेल तर जातिभेदच मोडला पाहिजे. जातिभेद मोडून आपण सर्व एक होऊ या."[४]

जातिव्यवस्थेच्या संदर्भात शाहू महाराजांनी अत्यंत मूलभूत स्वरूपाचा जीवशास्त्रीय विचार केलेला होता. सृष्टीमध्ये प्राणिजगतात अनेक प्राण्यांच्या जाती आहेत, त्यांपैकी मनुष्यप्राण्याची एक जात होय. ती एकच आहे.

त्यात भेद असणेच शक्य नाही. जातीचे शास्त्रप्रकारांनी दिलेले 'समान प्रसवात्मिका जाति' हे वचन उद्‌धृत करून ते म्हणतात, 'ज्यांच्यामध्ये समान भाव, समान आकृती व समान उत्पत्ती आहे, त्यांची एक जात समजावी' आणखी 'ज्यांची आकृती समान त्यांची जात एक. जसे मनुष्य, गाय, घोडा, हत्ती इत्यादी' अशी व्याकरणशास्त्रातील जातीच्या व्याख्येची पुस्तीही ते पुढे जोडतात.[५] जातीची ही व्याख्या हिंदू धर्मातील जातिव्यवस्थेचा पायाच उखडून टाकणारी होती.

शाहू महाराजांनी आपल्या भाषणात अनेकदा जपानमधील सामुराई लोकांचे उदाहरण दिले आहे. हे सामुराई आपणास श्रेष्ठ दर्जाचे समजून इतर जपान्यांना हीन मानत होते; पण एकदा जपान एक आधुनिक व प्रबळ राष्ट्र बनवायचे हा निश्चय केल्यानंतर त्यांनी आपला वरिष्ठ दर्जा व हक्क आपणहून सोडून दिले आणि ते राष्ट्राच्या मुख्य समाजप्रवाहात सामील झाले. त्याची फलनिष्पत्ती म्हणजे जपानचा एक सामर्थ्यशाली राष्ट्र म्हणून उदय झाला.[६] महाराजांना वाटत होते की, जे जपानमध्ये सामुराईंनी केले ते हिंदुस्थानात ब्राह्मण-क्षत्रियांनी का करू नये; जातिभेद मोडण्याचे हे कार्य राष्ट्रकार्य असून त्याचा आरंभ प्रथम ब्राह्मण व क्षत्रिय (मराठे) यांच्यापासून झाला पाहिजे. त्यांनी प्राचीन काळापासून चालत आलेले वर्चस्वाचे हक्क सोडून देऊन स्वार्थत्यागाचा कित्ता सर्वांस घालून दिला पाहिजे. या संदर्भात महाराज म्हणतात, 'जातिभेद मोडण्याचे प्रयत्न केवळ खालच्या वर्गांकडून सुरू झाल्यास त्याचे परिणाम अनर्थावह होण्याचा संभव आहे. तेच काम उच्च म्हणविणाऱ्या लोकांकडून प्रथम झाल्यास हे स्वार्थत्यागाचे उदाहरण इतर सर्व जातींना बोधप्रद होईल. जोपर्यंत असे होत नाही, तोपर्यंत हल्लीच्या स्थितीचा उपयोग करून वैमनस्य न वाढविता प्रत्येक जातीने आपली सुधारणा करून आपला दर्जा वाढवून घेण्याचा आणि वरच्या पायऱ्यांवर चढण्याचा प्रयत्न चालूच ठेवला पाहिजे आणि वरील जातींनीही जरूर तर काही पायऱ्या खाली येऊन त्यांना हात देऊन वर घेतले पाहिजे. असे झाले म्हणजे सुरळीतपणे आणि सलोख्याने हे जातिभेद मोडण्याचे बिकट काम सिद्धीस जाण्याचा संभव आहे. आम्हासारख्या मराठ्यांनासुद्धा जात मोडून एकी करण्यास भाग पाडले पाहिजे.'[७]

जोवर जातिभेद पूर्ण नष्ट होत नाही, तोवर प्रत्येक जातीने आपापली प्रगती करून वरच्या दर्जाला पोहोचण्याचा प्रयत्न करावा या उपरोक्त

विचारानुसारच शाहू महाराजांनी जातिविशिष्ट वसतिगृहे स्थापन केली होती, तसेच मागासलेल्या जातींच्या परिषदा भरविण्यास उत्तेजन दिले होते. अनेकदा ते अशा परिषदांचे अध्यक्षही झाले; पण अशा उत्तेजनामुळे त्या त्या जातींचा 'जात्यभिमान' कळत नकळत वाढीस लागून अस्तित्वात असलेला जातिभेद तीव्र होईल की काय, अशीही भीती महाराजांना वाटत होती. ही भीती नजरेसमोर ठेवून त्यांनी जातिपरिषदा भरविणाऱ्या लोकांना गंभीर इशारा दिला आहे, 'मी जातिपरिषदांस उत्तेजन दिले तर जातिभेद तीव्र केल्याचे पाप माझ्या डोक्यावर येईल, अशी मला भीती वाटते, तेव्हा सर्व जातींच्या पुढाऱ्यांना माझे सांगणे असे आहे की, आपली दृष्टी दूरवर ठेवा. पायापुरतेच पाहू नका. जातिभेद मोडणे इष्ट आहे, जरूर आहे. जातिभेद पाळणे हे पाप आहे. देशोन्नतीच्या मार्गात हा अडथळा आहे. तो दूर करण्याचे प्रयत्न केले पाहिजेत. ही जाणीव पक्की ध्यानात ठेवून मग या दिशेचा प्रयत्न म्हणून जातिपरिषदा होऊ नयेत, ही खबरदारी घेतली पाहिजे.'[८] असे वाटते की, महाराजांचा हा इशारा आजही अशा परिषदा भरविणाऱ्या सामाजिक कार्यकर्त्यांनी सतत ध्यानात ठेवला पाहिजे.

शाहू महाराजांनी उपरोक्त मुद्दा आणखी एका प्रसंगी अधिक स्पष्ट केला आहे. १९२० मध्ये कोल्हापुरात 'आर्य क्षत्रिय समाजा'ने एक परिषद आयोजित केली होती. त्या परिषदेत अध्यक्षपदावरून बोलताना महाराज म्हणाले होते, 'जातिभेद हा हिंदुस्थानातील मोठा रोग आहे, असे मी यापूर्वी अनेक प्रसंगी स्पष्ट बोलून दाखविले आहे आणि जातिभेद मोडण्याचे माझे प्रयत्न सतत चालू आहेत. असे असतानाही मी आपल्यासारख्या जातिविशिष्ट प्रयत्नांस मदत देतो, हे माझे वर्तन माझ्या बोलण्याशी विसंगत आहे, असे कोणी म्हणतील; तेव्हा या संबंधाने चार शब्द सांगणे गैर नाही. काही पर्यायांपर्यंत जातिभेद व जाती अभिमान सुटत नाही. मनुष्य आपल्या मुलाबाळांचीच विशेष काळजी घेतो आणि हे त्याचे करणे गैर आहे असेही कोणी म्हणणार नाही; परंतु ज्याला आपल्या संपूर्ण आयुष्यात आपल्या मुलाबाळांच्या हितापलीकडे काही दिसत नाही, त्याला कोणीही दोष देईल. आपण ज्या समाजात वाढलो, त्या समाजाची उन्नती करण्याची काळजी वाहणे हे योग्य आहे; पण त्या समाजाच्या बाहेरही एक मोठा, फारच मोठा समाज आहे आणि त्याचीही आपण सेवा केली पाहिजे, याची जाणीव प्रत्येकाने ठेवली पाहिजे. म्हणूनच जातीचा अभिमान अगदी मर्यादित असावा.

आपण हिंदी आहोत, देशाची उन्नती करण्याची जबाबदारी आपणावर आहे याची विस्मृती होऊ देता कामा नये. थोडक्यात, सांगावयाचे म्हणजे जाती अभिमान हा राष्ट्रकार्यास पोषक असावा. राष्ट्रसेवा नजरेआड करणारा नसावा.'[९]

जातिव्यवस्था व प्रत्येक जातीस स्वतःबद्दल वाटणारा अभिमान या गोष्टी काही एक-दोन दशकांत अथवा एखाद्या पिढीत नाहीशा होणार नाहीत, या वास्तवाचे भान शाहू महाराजांना होते. म्हणून प्रत्येक जातीस तिचा अभिमान ठरावीक मर्यादेत ठेवण्याचे आणि आपल्या जातीच्या बाहेर अस्तित्वात असणाऱ्या मोठ्या समाजाच्या कल्याणाची गोष्ट नजरेआड न करण्याचे आवाहन ते करतात.

महाराज एका बाजूने जातिभेदाचा निषेध करतात, तर दुसऱ्या बाजूने मागासलेल्या जातींना उत्तेजन देऊन त्यांच्या ठिकाणी जातिमत्सर वाढवीत असतात, असा एक आरोप त्यांचे विरोधक त्यांच्यावर करीत असत. या आरोपाला शाहू महाराजांनी अत्यंत चोख उत्तर दिले आहे. ते म्हणतात, 'मागे पडलेल्यांना मी सारखे म्हणजे एका जातीचे समजतो आणि त्यांना वर आणण्याचा प्रयत्न करतो, हे माझे पवित्र कर्तव्य आहे असे मी समजतो. मी असे न करीन तर मी कर्तव्यविन्मुख झालो, असे माझे मन मला टोचत राहील. या मागासलेल्या जातीला वर आणण्याचे प्रयत्न झाले नाहीत तर जातिभेदाचे कट्टर अभिमानी वीर तिला दडपून टाकल्याशिवाय राहणार नाहीत. यासाठी मागासलेल्यांचा कैवार घेणे हे जातिद्वेष वाढविणे नव्हे, हे उघड आहे.'[१०] हा कैवार म्हणजे एखाद्या डॉक्टराने अशक्त व दुबळ्या मुलास अन्न आणि औषधे देऊन त्याला धडधाकट मुलांच्या जोडीला आणून बसविण्यासारखा असतो. यात पंक्तिप्रपंचही नाही अथवा जातिमत्सर वाढविणेही नाही, असेही महाराजांनी आणखी एका ठिकाणी म्हटले आहे.[११]

जातिभेद निर्मूलन : उपाययोजना व प्रत्यक्ष कृती

समाजातील विषमतेचे मूळ असणारा जातिभेद नष्ट व्हायला पाहिजे, असा केवळ विचार मांडून शाहू महाराज थांबले नाहीत; तर तत्संबंधी उपाययोजना व प्रत्यक्ष कृती यांचाही त्यांनी निर्भयपणे अवलंब केला. जातिव्यवस्थेचे काही विशेष निर्बंध अस्तित्वात होते. त्यांपैकी रोटीबंदी, बेटीबंदी आणि व्यवसायबंदी हे तीन निर्बंध महत्त्वाचे होते. या संदर्भात

सभा-परिषदांत अस्पृश्यांच्या हातचे अन्नोदक घेऊन महाराजांनी 'रोटीबंदी' जाहीरपणे धुडकावून लावली, हे आपण पाहिलेच आहे. तथापि, 'रोटीबंदी'हून अधिक तीव्र होता 'बेटीबंदी'चा निर्बंध. हा निर्बंध समाजात जोपर्यंत पाळला जातो आहे, तोपर्यंत जातिभेद समूळ नष्ट होणार नाही, याची महाराजांना कल्पना होती. तथापि, हा निर्बंध जाहीरपणे धुडकावून त्याप्रमाणे कृती करणे हे त्या काळात मोठे धाडस होते. महाराजांनी हे धाडस केले. त्यांनी आपल्या संस्थानात आंतरजातीय विवाहास कायदेशीर मान्यता देणारा कायदा मंजूर केला.[१२]

अशा कायद्यास कोल्हापूर संस्थानातच नव्हे तर सर्व देशात परंपरावाद्यांचा मोठा विरोध होता. यापूर्वी १९१७ मध्ये केंद्रीय कायदे मंडळात नामदार विठ्ठलभाई पटेल यांनी 'आंतरजातीय विवाहा'चे एक बिल आणले होते. त्यावरून सर्व देशात मोठा गदारोळ उठला होता. लो. टिळक, पुरीचे शंकराचार्य, करवीरचे शंकराचार्य इत्यादी सनातन्यांच्या पुढाऱ्यांनी 'पटेल बिला'स तीव्र विरोध केला होता. त्यांच्या मते आंतरजातीय विवाहास कायदेशीर मान्यता मिळाल्यास 'धर्म लोप पावून सबगोलाकार' होण्याचा धोका होता; पण समाज असा 'सबगोलाकार' होण्यातच त्याच्या प्रगतीचे बीज आहे, असे देशातील तेजबहादूर सप्रू, लाला लजपतराय, शाहू महाराज प्रभृती सुधारणावाद्यांना वाटत होते, म्हणून त्यांनी 'पटेल बिला'स आपला जाहीर पाठिंबा दर्शविला होता.[१३] 'पटेल बिला'चा म्हणजे आंतरजातीय विवाहाचा जाहीर पुरस्कार करताना शाहू महाराजांनी म्हटले होते, 'या देशाची उन्नती लवकर किंवा उशिरा होणे, हे येथील जातिभेद ज्या प्रमाणात नाहीसा होईल, त्यावर अवलंबून आहे. हा जातिभेद नाहीसा होण्यास भिन्न भिन्न जातींत विस्तृत प्रमाणावर शरीरसंबंध होणे फार जरूर आहे. आता जास्त प्रमाणावर रोटीव्यवहार होणार, त्याविरुद्ध कोणी कितीही धडपड केली तरी तिचा विशेष उपयोग होणार नाही; पण बेटीव्यवहाराची गोष्ट तशी नाही. असे विवाह होण्याकडे प्रवृत्ती होण्यास अगोदर कायदेशीर अडचणी दूर झाल्या पाहिजेत. म्हणजे असले विवाह कायदेशीर ठरले पाहिजेत व त्यापासूनच्या संततीस औरस संततीचे सर्व हक्क मिळाले पाहिजेत.'[१४]

आंतरजातीय विवाहाच्या संदर्भात एखादी धाडसी कृती करून समाजासमोर एक आदर्श ठेवावा, असे शाहू महाराजांनी ठरविले होते. त्यानुसार त्यांनी

आपल्या जनक घराण्यातील-कागलकर घाटगे घराण्यातील कन्या, महाराजांच्या चुलत भगिनी, चंद्रप्रभाबाई यांचा विवाह इंदूरच्या तुकोजीराव होळकरांचे पुत्र यशवंतराव यांच्याशी निश्चित केला. या बाबतीत तुकोजीरावांना राजी करण्याची कामगिरी त्यांनी आपले एक विश्वासू सेवक गुंडोपंत पिशवीकर (धर्माधिकारी) यांच्यावर सोपविली होती व वधूपित्याची मानसिक तयारी करण्याची जबाबदारी खुद्द महाराजांनी स्वीकारली होती. त्यात यश मिळताच कोल्हापूर व इंदूर या दोन संस्थानांच्या दरम्यान एकूण १०० मराठा-धनगर आंतरजातीय विवाह करण्याची योजना आखली गेली. त्यानुसार एकूण ६० हजार रुपये खर्च होणार होता. प्रत्येक जोडप्यास उभय संस्थानांत काही जमीनजुमलाही इनाम दिला जाणार होता. शिक्षणासाठी अर्थसाह्य आणि नोकरीही दिली जाणार होती. या योजनेप्रमाणे एकूण २५ विवाह साजरे झाले; पण लवकरच महाराजांचे अकाली निधन झाल्याने ही योजना पुढे सरकली नाही.[१५]

जातिव्यवस्थेचा तिसरा निर्बंध 'व्यवसायबंदी' हाही शाहू महाराजांनी रद्दबातल ठरविला. या निर्बंधानुसार प्रत्येक जातीला रूढी परंपरेने जो व्यवसाय दिला होता, तोच करण्याची सक्ती होती. म्हणजे सुताराने सुतारकीची, लोहाराने लोहारकीची, महाराने महारकीचीच कामे करण्यावाचून अन्य पर्याय समाजाने ठेवलेला नव्हता. एखाद्याने आपल्या जातीच्या व्यवसायास अन्य पर्याय शोधणे म्हणजे त्या जातीचाच नव्हे, तर समाजाचा गुन्हा समजला जात होता. अशा परिस्थितीत ग्रामीण भागातील अलुते-बलुतेदारांना महाराजांनी प्रथम त्यांच्या व्यवसायाच्या निर्बंधातून मुक्त केले. २२ फेब्रुवारी, १९१८ रोजी कोल्हापूर सरकारच्या गॅझेटमध्ये जाहीरनामा प्रसिद्ध होऊन संस्थानातील 'बलुतेदार पद्धती' खालसा करण्यात आली. त्या अन्वये कोणाही अलुते-बलुत्यावर कोणत्याही व्यवसायाची सक्ती राहिली नाही. सर्व अलुते-बलुतेदारांना वाटेल त्या ठिकाणी राहण्याची आणि वाटेल तो धंदा तसेच वाटेल त्या प्रकारचे काम करण्याची परवानगी देण्यात आली. त्यांच्या इनामी जमिनी 'रयतावा' करण्यात आल्या. त्याचबरोबर बलुतेदारी पद्धतच खालसा झाल्यामुळे अलुते-बलुत्यांना 'बैते' देण्याची सक्ती रयतेवर राहिली नाही.'[१६] अशा प्रकारे ग्रामीण भागात असणाऱ्या अलुते-बलुतेदारांच्या मागासलेल्या जातींना महाराजांनी व्यवसाय-स्वातंत्र्य, संचार-स्वातंत्र्य आणि निवास-स्वातंत्र्य देऊन एक प्रकारच्या सामाजिक गुलामगिरीतून त्यांची

मुक्तता केली.

वर्णाश्रमव्यवस्था, जातिव्यवस्था आणि त्यामधील वरिष्ठ वर्णीयांचे हक्क याविषयी लो. टिळकांसारख्या राष्ट्रीय नेत्याची मते किती परंपरानिष्ठ होती, याचे संदर्भ मागे येऊन गेलेच आहेत; पण म. गांधींसारख्या हिंदुस्थानच्या क्षितिजावर उदयोन्मुख असलेल्या राष्ट्रीय नेत्याची या कालखंडातील वर्णाश्रम, धर्म व जातिसंस्था यांचा कैवार घेणारी मते पाहिल्यावर आश्यर्च वाटल्याशिवाय राहत नाही. महात्मा गांधी अस्पृश्यता हा मानवतेविरुद्धचा गुन्हा व हिंदू धर्मावरचा कलंक समजत होते; पण तेच म. गांधी या कालखंडात 'हिंदू समाज जातिव्यवस्थेचा त्याग करू शकत नाही'; 'जात ही हिंदुस्थानची मोठी शक्ती आहे आणि त्यात हिंदू धर्माचे रहस्य आहे.' 'प्रारंभी जातिभेद व्यवस्था ही उपयुक्त पद्धत होती आणि तिच्यामुळे राष्ट्राची उन्नती साधते'; 'माझ्या मते, सहभोजन व मिश्रविवाह ही राष्ट्राच्या विकासासाठी आवश्यक आहेत, ही भोळी समजूत पाश्चिमात्य राष्ट्रांकडून उसनी घेतलेली दिसते'; 'जातिव्यवस्था नष्ट करण्यासाठी ज्या चळवळी चालविल्या जात आहेत, त्यांच्याविरुद्ध मी आहे' अशा प्रकारचे उद्‌गार काढताना दिसतात.[१७] हे उद्‌गार म्हणजे हिंदू धर्माविषयी सुधारणाविरोधी मते होती. दक्षिण आफ्रिकेत जुलमी गोऱ्यांच्या वर्णभेदी राजवटीविरुद्ध कडवा संघर्ष करणाऱ्या म. गांधींनी हिंदुस्थानातील जातिभेदाच्या संदर्भात एवढा परंपरानिष्ठ पवित्रा घेतला होता, यावरून जातिभेदाने हिंदू समाजात निर्माण केलेल्या विषमतेचे व जुलमाचे गांभीर्य या वेळी त्यांच्या ध्यानात आलेले नव्हते हे उघड आहे; पण पुढे जेव्हा ते राष्ट्रीय स्वातंत्र्य चळवळीचे प्रमुख नेते बनले, तेव्हा हिंदू समाजात राष्ट्रीय ऐक्य व सामाजिक समता प्रस्थापनेच्या मार्गात जातिभेद हा प्रमुख अडथळा असल्याचे त्यांच्या निदर्शनास आले. परिणामी, त्यांची जातिव्यवस्थेसंबंधीची मते कालौघात बदलत गेली. नंतरच्या काळात, विशेषतः १९३१ नंतरच्या कालखंडात त्यांनी जातिव्यवस्थेतील रोटी-बेटीबंदी प्रथांचा निषेध केला आणि ते 'जाती नष्ट झाल्या पाहिजेत' या मूलगामी वैचारिक टप्प्यापर्यंत पोहोचल्याचे दिसून येते.[१८]

हे जरी खरे असले तरी इथे महत्त्वाचा मुद्दा असा आहे की, जेव्हा शाहूकालात महात्माजींसारखा मानवी समता व स्वातंत्र्य यांचा पुरस्कर्ता जातिभेदाविरुद्धच्या चळवळींना आपली सहानुभूती द्यावयास तयार नव्हता, तेव्हा सामान्य माणसांचा या चळवळीस कडवा विरोध असल्यास नवल

नव्हते. शाहूकालात राष्ट्रीय स्वातंत्र्याची चळवळ चालविणारे काँग्रेसचे नेतेही जातिभेद अथवा अस्पृश्यता अशा सामाजिक प्रश्नांत गांभीर्याने लक्ष घालावयास तयार नव्हते. म्हणून महर्षी शिंदे यांच्यासारख्या राष्ट्रीय विचाराच्या सुधारकास काँग्रेसच्या व्यासपीठावर अस्पृश्यतेचा निषेध करणारा ठराव मंजूर करून घेण्यासही अविरत धडपड करावी लागली होती. या सर्व पार्श्वभूमीवर शाहू महाराजांनी जातिभेद-निवारणाचे केलेले कार्य जाणून घेतले पाहिजे. तसे झाले तरच महाराजांनी जातिभेदाविरुद्ध पुकारलेला संगर किती बिकट होता, याची आपणास कल्पना येऊ शकते.

१६

स्त्रीजातीच्या संरक्षणाचे कायदे

मागासलेल्या समाजाचा उद्धार हे शाहू महाराजांचे जीवितकार्य बनून राहिले होते. तत्कालीन समाजातील अखिल स्त्री-वर्ग हाही एक प्रकारे उपेक्षित व सर्वदृष्ट्या मागासलेला होता. आपल्या देशाच्या कट्टर पुरुषप्रधान संस्कृतीत स्त्री जातीवर अनेक प्रकारचे अन्याय व अत्याचार होत होते. बालविवाह, विधवा-विवाह प्रतिबंध, शिक्षणबंदी, पडदापद्धती इत्यादी रूढिपरंपरांनी स्त्रीचे जीवन असहाय व पूर्णपणे परावलंबी बनले होते. तिच्यावर होणाऱ्या अन्याय-अत्याचाराला वाचा फोडण्याचे कार्य म. फुले यांच्यापासून प्रि. आगरकरांपर्यंतच्या अनेक समाजसुधारकांनी केले होते. तिच्या ठिकाणी आत्मजागृतीचे सामर्थ्य यावे, म्हणून म. फुले यांनी आणि नंतरच्या काळात महर्षी कर्वे यांनी केलेले स्त्री-शिक्षणासाठीचे प्रयत्न महाराष्ट्राच्या इतिहासात खास उल्लेखनीय आहेत. खरे तर म. फुले यांनी स्त्री-शिक्षणाची सुरू केलेली चळवळ ही स्त्रीमुक्तीचीच चळवळ होती. शाहू महाराजांनीही आपल्या संस्थानात स्त्री-शिक्षणास तर प्रोत्साहन दिलेच शिवाय तिच्या नैसगिक हक्कांचे संरक्षण करणारे अनेक कायदेही अमलात आणून, तिची समाजाकडून आणि कुटुंबाकडून होणारी पिळवणूक थांबविण्याचा मोठा प्रयत्न केला. एक प्रकारे स्त्रीमुक्ती चळवळीस महाराजांचा हा हातभारच होता.

विधवा-पुनर्विवाह कायदा

१९१७ च्या जुलैमध्ये शाहू महाराजांनी आपल्या संस्थानात विधवांच्या पुनर्विवाहास कायदेशीर मान्यता देणारा कायदा संमत केला. हिंदूंच्या अनेक जातींत विधवांच्या पुनर्विवाहाच्या बाबतीत 'इतर विवाहांप्रमाणे योग्य विधी

न करण्याची पद्धत' असल्यामुळे ज्या अनेक अडचणी निर्माण होत होत्या, त्या या कायद्यान्वये दूर करण्यात आल्या; तसेच या कायद्यानुसार विवाहाची कायदेशीर नोंद करायची पद्धत सुरू केली गेली; त्यामुळे विवाहविधीचा कायदेशीर पुरावा अस्तित्वात राहू शकल्याने स्त्री-वर्गावर होणाऱ्या संभाव्य अन्यायाचा प्रतिकार करण्याचे साधन त्यांना उपलब्ध करून दिले गेले.[१]

समाजाच्या स्वास्थ्यासाठी विधवा विवाहास कायदेशीर मान्यता असणे ही अत्यंत आवश्यक बाब आहे, असे शाहू महाराजांचे मत होते. १९१९ मध्ये कानपूरमधील कुर्मी क्षत्रिय परिषदेत या विषयावर बोलताना महाराज म्हणाले होते, 'कुर्मी क्षत्रियांमध्ये विधवा विवाह प्रचलित असलेला पाहून मला मोठा आनंद होतो. आपली क्षत्रिय जात भ्रूणहत्या, व्यभिचारादी पापापासून सुरक्षित राहील, असा माझा विश्वास आहे. हा आपद्धर्म आहे. मनुष्यसमाज निर्दोष राखण्याकरिता हे आहे. वेदादी शास्त्रांचे याला पाठबळ आहे. आमच्या गव्हर्नमेंटनेही विधवा विवाहाचा कायदा पास केला आहे. ज्या जातीमध्ये या आपद्धर्माचा प्रचार नाही, त्या जातीत भ्रूणहत्या, व्यभिचार आदीकरून पाप पडत आहे आणि हजारो मुले प्रत्येक वर्षी मरत आहेत, ही किती दुःखाची गोष्ट आहे बरे?'[२]

याच परिषदेत स्त्री-वर्गास बंधनात घालून त्यांच्या स्वाभाविक गुणांचा उत्कर्ष रोखणाऱ्या पडदा-पद्धतीचा महाराजांनी जाहीर निषेध केला होता. त्या संदर्भात ते म्हणाले होते, 'भारतवासीय लोक उन्नतीची तीन मुख्य साधने समजतात. ती अशी : पहिले साधन पडदा, दुसरे विधवा विवाहनिषेध आणि तिसरे कोणाशीही मिळून भोजन न करणे. काय आश्चर्य आहे! राजमाता जिजाबाईसाहेब, कोल्हापूरच्या राज्यसंस्थापिका महाराणी ताराबाईसाहेब, महाराणी सती अहिल्याबाई, महाराणी कमलाबाई आदी करून क्षत्रिय स्त्रियांनी राज्याचा गाडाही हाकलेला आहे व रणांगणावर जाऊन शत्रूबरोबर लढायाही मारलेल्या आहेत. हे सर्व काम पडद्यात राहून केवळ अशक्य होते. सध्याही सर्व देशांत पडद्याची चाल नाही. महाराष्ट्र, मद्रास, गुजरात वगैरे प्रांतांत पडदा बिलकूल नाही. दुसऱ्या प्रांतांमध्येही काही थोड्या जातींमध्येच पडदा आहे. पडद्यामुळे स्त्रियांमधील शूरतादी गुणांचा सर्वथा नाश होतो.'[३]

आंतरजातीय विवाह कायदा

कोल्हापूर संस्थानात लागू केलेल्या आंतरजातीय विवाहाच्या कायद्याचा संदर्भ मागे येऊन गेलाच आहे. हा कायदा १२ जुलै, १९१९ रोजी 'कोल्हापूर इलाख्यातील विवाहासंबंधीचा कायदा' या नावाने गॅझेटमध्ये प्रसिद्ध झाला. या कायद्यान्वये संस्थानातील हिंदू व जैन या दोन मुख्य धर्मांच्या लोकांना 'जातिनिर्बंध न पाळता सदरहू दोहोंपैकी आपआपल्या कोणत्याही धर्माच्या मुनष्याशी विवाह करण्याची मुभा' दिली गेली. त्यांचे अशा प्रकारे होणारे आपसांतील विवाह कायदेशीर ठरविले गेले. या कायद्याच्या एका कलमान्वये विवाहकाली पुरुषाचे वय १८ वर्षे पूर्ण आणि स्त्रीचे वय १४ वर्षे पूर्ण असले पाहिजे, असा निर्बंध घातला गेला. त्या काळात बालविवाह पद्धती सर्वत्र रूढ होती आणि मुलींचे विवाह सर्वसाधारणपणे १० वर्षांच्या आतच केले जात होते. इंग्रज सरकारने १८९१ मध्ये मोठ्या धाडसाने 'संमती वयाचा कायदा' मंजूर करून विवाहोत्तर 'मुलीचे संभोग वय किमान दहाऐवजी बारा' वर्षे असावे असा दंडक घातला होता. तथापि, या बारा वर्षे वाढीव वयाचा दंडक हिंदू धर्माचारात ढवळाढवळ करणारा आहे, अशी भूमिका घेऊन लो. टिळक आदी परंपरानिष्ठांनी त्यास मोठा विरोध केला होता.[४] या पार्श्वभूमीवर विवाहप्रसंगी मुलीचे वय किमान चौदा असावे असे सांगणारा कायदा पुरोगामीच म्हटला पाहिजे. या कायद्यातील पुढचे एक कलम असे दर्शविते की, १८ वर्षे पूर्ण झालेल्या स्त्रीला विवाहासाठी पित्याची अथवा पालकाची संमती आवश्यक असणार नाही! स्त्रीला आपला जन्माचा जोडीदार निवडण्याचे स्वातंत्र्य देणारे हे मोठे वैशिष्ट्यपूर्ण कलम होते, तसेच या कायद्याखाली होणाऱ्या विवाहाची रीतसर नोंदणीही होणार होती. अशा प्रकारे त्या कालाच्या मर्यादा लक्षात घेतल्या तर प्रस्तुतचा कायदा म्हणजे स्त्री-पुरुषांच्या सामाजिक स्वातंत्र्याचा पुरस्कार करणारे महाराजांचे एक क्रांतिकारी पाऊल होते, असे म्हटल्यास चुकीचे होणार नाही.

क्रूरपणाच्या वर्तनास प्रतिबंध करणारा कायदा

२ ऑगस्ट, १९१९ रोजी कोल्हापूर सरकारच्या गॅझेटमध्ये 'स्त्रियांना क्रूरपणे वागविण्याचे नाहीसे करावे किंवा त्यास प्रतिबंध करावा म्हणून

केलेले कायदे' आणि 'कोल्हापूरचे काडी मोडण्याचे (घटस्फोट) नियम' हे स्त्रियांना संरक्षण देणारे आणखी दोन महत्त्वपूर्ण कायदे जारी केले गेले. अनेक कुटुंबांमध्ये नवरा व त्याचे नातलग यांच्याकडून स्त्रीचा अनेक प्रकारे छळ होत असे. काही छळांचे प्रकार असे असत की, छळ करणाऱ्या अपराध्यास 'इंडियन पिनल कोड'मधील तरतुदीच्या मर्यादेत आणता येत नसे. या त्रुटींचा विचार करून छळाचा कोणताही प्रकार न्यायदेवतेच्या नजरेतून सुटणार नाही, अशा प्रकारचा सर्वसमावेशक कायदा महाराजांनी तयार केला. हा कायदा जारी होण्यापूर्वी महाराजांनी त्याची उद्दिष्टे व कारणे स्पष्ट करणारा आपल्या सहीचा एक आदेश जाहीर केला होता. या आदेशावरून महाराजांनी कुटुंबामध्ये होणाऱ्या स्त्रियांच्या छळांचा किती बारकाईने विचार केला होता, हे स्पष्ट होते. आपल्या आदेशात महाराज म्हणतात, 'हिंदुस्थानात पाश्चात्त्य शिक्षणाचा इतका मंदगतीने प्रसार होत आहे की, त्याचा स्त्रियांची स्थिती सुधारण्याच्या कामी व्हावा तितका उपयोग होत नाही. हिंदू शास्त्रकारांनी कुटुंबातील पुढाऱ्यास प्रसंगविशेषी हलकेसे शासन करण्याचीही परवानगी दिली आहे; पण या परवानगीचा दुरुपयोग करून स्त्रियांना वाटेल तशा वाईट पद्धतीने वागविण्याचा आपणास परवानाच मिळाला आहे, अशी पुरुषांची समजूत झालेली आहे आणि म्हणून पुरुषवर्गाकडून स्त्रियांवर होणाऱ्या अत्याचारास आळा घालावा म्हणून हा कायदा केलेला आहे.

या कायद्याचा उद्देश अधिक स्पष्ट करताना महाराज पुढे म्हणतात, 'क्रूरपणाची वागणूक कशाला म्हणावे हे ठरविण्यासाठी, ज्या गोष्टी जरुरीच्या आहेत म्हणून आम्ही सांगितले आहे त्या गोष्टी मागासलेल्या वर्गाला आणि अशिक्षित समाजाला जास्त कडक आहेत, असे वाटण्याचा संभव आहे; परंतु शिक्षणाच्या सुपरिणामावरच केवळ आपण अवलंबून राहू लागलो तर स्त्री-वर्गाचे सुधारणेचे काम फारच मंदगतीने चालेल. शिक्षणाचा परिणाम लवकर घडून यावा या हेतूसाठी मनुष्यासही कायद्याच्या दहशतीची मदत पाहिजे; ही गोष्ट अगत्याने दिसून येत आहे. सर्व गोष्टी रीतीप्रमाणे व क्रमाक्रमाने होतच आहेत; आपण त्यात हात घालण्याचे कारण नाही; हे तत्त्व फक्त उच्च प्रतीच्या सुधारलेल्या समाजालाच लागू होणार आहे. मागासलेल्या लोकांचे सामाजिक सुधारणा घडवून आणण्याचे काम कायद्याची मदत घेतल्यावाचून केव्हाही होणार नाही. स्त्रियांसंबंधी क्रूरपणाने वागणुकीचे कित्येक प्रकार असे आहेत की, ते अपराध या शब्दाखाली येऊ शकत

नाहीत आणि त्यावर इंडियन पिनल कोडचा अंमल चालत नाही. मात्र, ते प्रकार केव्हा केव्हा इतके दुष्ट प्रतीचे असतात की, त्यामुळे स्त्री जातीला आपला जन्म केवळ कंटाळवाणा आणि भूभार आहे असे वाटू लागते. या गोष्टी लक्षात घेऊन क्रूरपणाची वागणूक या शब्दाची व्याख्या आम्ही अशी तयार केली आहे की, त्यातून कोणत्याही प्रकारची वाईट वागणूक सुटून जाता कामा नये.'

'आपण हेही लक्षात ठेविले पाहिजे की, वरिष्ठ वर्गाच्या लोकांत अत्यंत त्रासदायक आणि जुलमी वागणूक घडत असली, तरी तिच्याबद्दल केव्हाही तक्रार होत नाही, त्या (स्त्रिया) चारचौघांत येत नाहीत किंवा आणण्याचा प्रयत्नही केला जात नाही; म्हणून अशी सर्वसाधारण कसोटी आम्ही घालून दिलेली आहे की, त्या योगाने अत्यंत सुधारलेल्या सामाजातील क्रूरपणाचे वागणुकीचे जे प्रकार आहेत त्याचाही यात समावेश व्हावा.'[५] एकूण ११ कलमांच्या या कायद्यान्वये स्त्रीला क्रूरपणाची वागणूक देणाऱ्या अपराध्यास ६ महिन्यांचा कारावास आणि २०० रुपयांपर्यंत दंड अशी शिक्षा देण्याची तरतूद केली गेली होती.

घटस्फोटाचा व वारसाचा कायदा

याच बरोबर घटस्फोटासंबंधीचा जो कायदा लागू केला, त्यामध्येही स्त्रीच्या हक्कांचे संरक्षण कसे होईल, घटस्फोटानंतर तिच्या अन्नवस्त्र खर्चाची योग्य ती व्यवस्था कशी केली जाईल; याकडे लक्ष ठेवून कायद्याची तशी कलमे तयार केली होती, तसेच वैवाहिक संतती असेल तर त्यांच्या ताब्याबद्दलची, पोटगीबद्दलची व शिक्षणाबद्दलची व्यवस्थाही या कायद्याने लावली गेली. या कायद्याच्या संदर्भातही महाराजांनी जो आदेश काढला होता, त्यामध्ये त्याच्या उद्देशासंबंधाने महाराजांनी म्हटले होते, 'ज्यापेक्षा दरबारच्या प्रजाजनांत अनेक जातींमध्ये काडीमोडासंबंधाने बरीच ढिलाई आहे, असे करवीर दरबारच्या नजरेस आले आहे आणि ज्यापेक्षा ही ढिलाई अशीच चालू ठेवल्यास समाज सर्वस्वी नीतिभ्रष्ट होईल आणि विवाहविधी जो सुधारलेल्या समाजाचा पाया आहे, तो पायाच अजिबात नाहीसा होईल असे दरबारचे मत आहे. त्यापेक्षा नवरा व बायको यांमधील भौतिक हितसंबंध कायद्याच्या मध्यस्थीनेच 'काडी मोडून' घेण्याची त्यास मुभा देऊन दृढतर पायावर उभारण्याचे योजिले आहे. काडी मोडणे ही जातीतील

पंचांच्या लहरीवर सोडण्याची पडलेली चाल बंद करण्याचेही योजिले आहे. ज्यांनी काडी मोडून घेतली आहे अशा इसमाचा विवाह कायदेशीर करण्याचे अगर कायदेशीर करून घेण्याचे काडी मोडण्यापूर्वी जन्मलेल्या मुलाच्या ताब्यासंबंधी नियम करण्याचे योजिले आहे.'[६] प्रस्तुत कायद्याने जात-पंचायतीच्या लहरीवर आधारलेला प्रसंगी स्त्रीवर अन्याय करणारा घटस्फोट अमान्य करण्यात आला. तसेच तिच्या नैसर्गिक हक्कांना कायद्याचा 'दृढ पाया' देण्यात आला.

करवीर सरकारच्या गॅझेटमध्ये १७ जानेवारी, १९२० रोजी 'हिंदू वारसाच्या कायद्याच्या दुरुस्तीचा कायदा' या नावाचा एक महत्त्वपूर्ण सामाजिक सुधारणेचा कायदा प्रसिद्ध करण्यात आला. या कायद्याची संहिता मराठी आणि इंग्रजी अशा दोन्ही भाषांत दिलेली आहे. या कायद्यानुसार शूद्राची अनौरस संतती व ब्राह्मण, क्षत्रिय आणि वैश्य या तीन वरिष्ठ वर्णांची अनौरस संतती यांना मिळणाऱ्या वारसा हक्कांतील फरक काढून टाकला गेला. सर्व वर्णांच्या अनौरस संततींना जनक बापाच्या मिळकतीत वारसा हक्क दिला गेला. याच कायद्याचे दुसरे कलम पतित स्त्रियांच्या उद्धाराच्या दृष्टीने महत्त्वाचे आहे.

देवदासी प्रथा प्रतिबंध कायदा

तत्कालीन समाजात, कनिष्ठ वर्गात देवाच्या नावावर मुली सोडण्याची अनिष्ट प्रथा मोठ्या प्रमाणावर अस्तित्वात होती. (आणि आजही तिचे समूळ निर्मूलन झालेले नाही.) या प्रथेमधूनच समाजात जोगतीण, मुरळी, देवदासी, भावीण इत्यादी प्रकारच्या पतित स्त्रियांचा वर्ग अस्तित्वात आलेला होता. या वर्गाचे अस्तित्व म्हणजे समाजावरील कलंकच होता. हा कलंक निर्माण करणाऱ्या प्रथेस या कायद्याने प्रतिबंध करण्याचा प्रयत्न शाहू महाराजांनी केला.

जेव्हा या मुली देवाच्या नावाने सोडल्या जात, तेव्हा त्या सर्वार्थाने देवाच्या बनत. जनक घराशी त्यांचा काही संबंध राहत नसे, तसेच जनक आई-बापाच्या मिळकतीत त्यांचा काही वारसा हक्क राहत नसे; पण त्याच बरोबर देवाला सोडल्यामुळे संबंधित देवस्थानात तिला काही परंपरेने चालत आलेले विशिष्ट हक्क मिळत असत आणि एक प्रकारचा विशिष्ट असा कायद्याच्या दृष्टीने सामाजिक दर्जाही प्राप्त होत असे. आता हे हक्क व दर्जा

कितीही हीन प्रकारचा असला तरी त्याला समाजाची आणि परंपरेची मान्यता होती. महाराजांनी उपरोक्त कायद्याने हे हक्क व हा दर्जा अमान्य केला; पण त्याचबरोबर या स्त्रियांना आपल्या जनक आई-बापाच्या मिळकतीमध्ये वारसाचे हक्क प्राप्त करून दिले.[७] दुसऱ्या शब्दांमध्ये देवाला सोडल्यामुळे या स्त्रियांना मिळणारा समाजातील कायदेशीर दर्जाच (Legal status) अमान्य करण्यात येऊन देवदासी प्रथेचा पायाच उखडून टाकण्याचा महाराजांनी प्रयत्न केला.

इंग्रजी संहितेच्या प्रस्तावनेत या कायद्याचा उद्देश स्पष्ट करताना शाहू महाराजांनी म्हटले आहे, 'अगदी बालपणीच देवाला वाहिलेल्या या दुर्दैवी मुलींना धर्माच्या नावाखाली समाजातील अनेक अनैतिक गोष्टींना बळी पडावे लागते. अशा प्रकारच्या प्रथेला मान्यता देणे म्हणजे हिंदू कायद्याला कलंकच आहे. अगदी कोवळ्या वयात कलंकित झालेल्या या मुलींना भरपाई म्हणून या कायद्याने काही सवलती देऊ केल्या आहेत. ही बाब उघडउघड या निंद्य आणि लाजीरवाण्या प्रथेला कायदेशीरपणा प्राप्त करून देणारी आहे. कोणत्याही सुसंस्कृत राज्यात अशा प्रकारच्या गोष्टींना कायद्याने सामाजिक दर्जा देणे योग्य नाही.'[८]

'महार वतन' खालसा करण्यामागे शाहू महाराजांचा जो विचार होता, तोच उपरोक्त कायद्यामागे होता, असे म्हटल्यास चुकीचे होणार नाही. महार वतनामुळे महारांना समाजात हीन दर्जाची कामे करावी लागत होती, वेठबिगारीसारखी सामाजिक गुलामगिरी सहन करावी लागत होती. महाराजांनी महारांचे हे वतनच खालसा केल्यामुळे महारांची ही कामे आणि वेठबिगारी कायद्यानेच बंद झाली. परिणामी, महार समाज 'स्वतंत्र' बनून समाजाच्या मुख्य प्रवाहात सामील होण्याची प्रक्रिया सुरू झाली. तद्वतच जोगतिणी, मुरळी, देवदासी आदींना मिळणारे देवस्थानातील हक्कच बरखास्त झाल्याने व त्यांचा देवस्थानातील दर्जाच अमान्य केल्याने त्या या अनिष्ट प्रथेतून मुक्त होतील आणि त्यांना 'स्वतंत्र' जीवन लाभेल, अशी आशा महाराजांना वाटत होती.

शाहू महाराजांनी आपल्या कारकिर्दीत स्त्रीच्या सामाजिक स्वातंत्र्याच्या हक्कांचे संरक्षण करणारे कायदे करून आपल्या पुरोगामी व लोककल्याणकारी राज्यकारभाराची एक प्रकारे ग्वाहीच दिली होती. असे कायदे केले म्हणजे स्त्रियांवरील अत्याचार थांबले किंवा त्यांची पिळवणूक थांबली, असे म्हणता

येणार नाही, कारण आजही अशा प्रकारचे कायदे अस्तित्वात असूनही स्त्रियांवरील अत्याचाराचे प्रकार थांबलेले नाहीत. असे असले तरी शाहू महाराजांनी केलेल्या कायद्यांचे सामाजिक महत्त्व कमी लेखता येणार नाही. ज्या काळात प्रगत इंग्रज सरकारच्या राज्यातही स्त्रियांच्या हक्कांचे संरक्षण करणारे असे कायदे अस्तित्वात नव्हते आणि इंग्रज सरकार अशा प्रकारे कायदे करून परंपरावाद्यांचा रोष ओढवून घ्यावयास राजी नव्हते, त्या काळात शाहू महाराजांनी हे क्रांतिकारी कायदे करून अमलात आणले होते, ही गोष्ट ध्यानात घेतली पाहिजे. कुटुंबामध्ये होणाऱ्या नाना प्रकारच्या क्रूर छळांतून असहाय स्त्रीची सुटका करावी अथवा देवदासीसारख्या अनिष्ट व रानटी प्रथांपासून तिची मुक्तता करावी, हा विचार घेऊन स्वातंत्र्योत्तर काळात बऱ्याच उशिरा चळवळी सुरू झाल्या. या पार्श्वभूमीवर पाऊणशे वर्षांपूर्वी या राजाने स्त्रियांच्या उद्धाराचा विचार मनात आणावा व त्यानुसार कृती करावी, ही घटना मोठी लक्षणीय मानावी लागेल.

१७

शिक्षण : एक गुरुकिल्ली

बहुजन समाजाच्या उद्धाराचे कंकण ज्यांनी हाती बांधले होते, त्या म. फुले यांच्यापासून ते कर्मवीर भाऊराव पाटील यांच्यापर्यंत सर्व समाजसुधारकांनी 'शिक्षण' ही सर्व सुधारणांची गुरुकिल्ली मानली होती. शिक्षण म्हणजेच 'विद्या', तिच्यापासून बहुजन समाज शतकानुशतके वंचित राहिल्यामुळेच तो अज्ञान व दारिद्र्य यांच्या गर्तेत खितपत पडला होता. शिक्षणाचा अभाव म्हणजेच अविद्या, तिच्यापासून बहुजन समाजात किती अनर्थ निर्माण झाले, याचे वर्णन म. फुले यांनी कसे यथार्थपणे केले होते, याचा संदर्भ मागे येऊन गेलाच आहे. त्या सर्व अनर्थांच्या मुळाशी अविद्या असली, तरी त्या अविद्येच्याही मुळाशी जातिभेद आणि त्या अनुषंगाने वरिष्ठ जातीने कनिष्ठ जातींवर लादलेली विद्याबंदी ही कारणे होती.

या विद्याबंदीनेच आपला देश अधोगतीस जाऊन पोहोचल्याचा मुद्दा प्रतिपादन करताना शाहू महाराज म्हणतात, 'शिक्षणानेच आमचा तरणोपाय आहे, असे माझे ठाम मत आहे. शिक्षणाशिवाय कोणत्याही देशाची उन्नती झालेली नाही, असे इतिहास सांगतो. अज्ञानात बुडून गेलेल्या देशात उत्तम मुत्सद्दी आणि लढवय्ये वीर कधीही निपजणार नाहीत. म्हणूनच सक्तीच्या मोफत शिक्षणाची हिंदुस्थानला अत्यंत आवश्यकता आहे. या बाबतीत आमचा गतकाल म्हणजे इतिहासातील एक अंधारी रात्र आहे. फक्त एकाच जातीने विद्येचा मक्ता घेतला होता. मनू आणि त्याच्या मागून आलेल्या शास्त्रकारांनी त्या त्या वेळेच्या ध्येयाला अनुसरून निरनिराळ्या जातींच्या व्यवहारांस बंधनकारक असे निर्बंध घातले आणि कमी जातींच्या लोकांना विद्यामंदिराचे दरवाजे बंद करण्यात आले. त्यांचे स्वतःचे धर्मग्रंथ आणि वेद हेसुद्धा वाचण्याची त्यांना मनाई होती.

हिंदू धर्माशिवाय इतर कोणत्याही धर्माने अशा आंधळ्या व दुःखकारक परिणाम करण्याबद्दल प्रमुखता मिळविली नाही.'[१]

इंग्रज राज्यकर्त्यांचे प्रयत्न व धोरण

ही विद्याबंदी तोडण्याचे पहिले काम या देशात इंग्रज राज्यकर्त्यांनी केले. १८५४ मध्ये वुडसाहेबाने आपल्या खलित्यात 'हिंदी लोकांना शिक्षण देऊन पाश्चात्त्य संस्कृतीचे फायदे उपलब्ध करून देणे, हे इंग्रज राज्यकर्त्यांचे पवित्र कर्तव्य' असल्याचे सांगून शिक्षणाची द्वारे हिंदुस्थानातील सर्व जातिधर्मांच्या लोकांना खुली केली. त्यानुसार ठिकठिकाणी शाळा स्थापन झाल्या. काही सरकारने सुरू केल्या, तर अनेक ठिकाणी खासगी व्यक्ती आणि संस्था यांनी त्या सुरू केल्या. मिशनऱ्यांच्याही शाळा होत्याच; पण या सर्व शाळांतून महार, मांग आदी अस्पृश्य वर्गांतील मुलांना प्रवेश दिला जात नव्हता. मिशनऱ्यांच्या शाळांमध्ये स्पृश्यास्पृश्य हा भेदभाव पाळला जात नव्हता; पण या शाळांत वरिष्ठ वर्गाचे पालक आणि मुले अस्पृश्य मुलांना येऊ देत नव्हती. अशा प्रकारे शिक्षणाची द्वारे सर्वांना खुली हे तत्त्व कागदोपत्री स्वीकारले असले तरी वरिष्ठ जातीच्या वर्णश्रेष्ठत्वाच्या दाव्यासमोर सरकारही हतबल होते. म्हणून सरकारने अस्पृश्यांसाठी खास वेगळ्या शाळा स्थापन केल्या होत्या; परंतु सरकारने निर्माण केलेली ही तरतूद अत्यंत जुजबी स्वरूपाची होती.

१८८२ मध्ये हंटर कमिशनला सादर केलेल्या निवेदनात म. फुले यांनी म्हटले आहे की, सरकारने अशा अस्पृश्य शाळा फक्त शहरांपुरत्याच काढल्या असून, पुण्यासारख्या शहरात, जिथे अस्पृश्य वर्गाची संख्या ५००० हून जास्त आहे तिथे, एकच शाळा स्थापन केली आहे आणि या शाळेतही ३० पेक्षा कमी मुले हजर असतात.[२] ब्राह्मण सोडून समाजातील इतर वर्गांची शिक्षणासंबंधीची स्थिती अस्पृश्यांच्या स्थितीहून फारशी वेगळी नव्हती. सर्वच बहुजन समाजांत शिक्षणासंबंधी प्रचंड अनास्था होती. ही अनास्था अज्ञान व दारिद्र्य यातून निर्माण झाली होती. याशिवाय शिक्षण ही आपलीच मक्तेदारी आहे, असे समजणाऱ्या ब्राह्मण वर्गाचा अहंगंड आणि शिक्षण हे आपले क्षेत्र नव्हे, असे समजणाऱ्या बहुजन वर्गाचा न्यूनगंड या दोन समाजभावनांतून निर्माण होणाऱ्या मानसिकतेनेसुद्धा ही शिक्षणविषयक अनास्था अधिक गंभीर बनविली होती.

या संदर्भात इंग्रज राज्यकर्त्यांचे धोरणही वरिष्ठ वर्गाच्या शिक्षणाच्या मक्तेदारीस पूरक बनणारे होते. देशातील शिक्षण प्रसाराच्या बाबतीत राज्यकर्त्यांनी 'झिरपणीच्या सिद्धान्ता'चा पुरस्कार केला होता. वरिष्ठ वर्गाला मिळणारे शिक्षण हळूहळू झिरपत कनिष्ठ वर्गांच्या स्तरांपर्यंत पोहोचेल आणि अशा प्रकारे कालौघात सर्व समाज शिक्षित होईल, असे गृहीत धरूनच त्यांनी आपले शैक्षणिक धोरण अमलात आणले होते. हे धोरण वरिष्ठ वर्गास फायद्याचे तर होतेच शिवाय विद्येच्या क्षेत्रातील त्याची मक्तेदारी राखण्यासही ते साह्यभूत ठरणारे होते, कारण वरून कोसळणाऱ्या शिक्षण गंगेचा प्रवाह खाली जाऊ द्यायचा की नाही, हे हा वर्ग ठरविणार होता. राज्यकर्त्यांनाही हे धोरण सोयीचे होते; कारण संख्येने प्रचंड असलेल्या बहुजन समाजास शिक्षण देण्याची जबाबदारी त्यामुळे टाळली जाणार होती आणि त्याचबरोबर वरिष्ठ वर्गास दिल्या जाणाऱ्या शिक्षणामुळे राज्यकारभारासाठी आवश्यक तो सुशिक्षित नोकरवर्गही उपलब्ध होणार होता. परिणामी, बहुजन समाजाच्या शिक्षणाबाबत राज्यकर्ते उदासीन बनल्यास नवल नव्हते. इकडे वरिष्ठ वर्गाने गंगेचे पाणी वरच्या वरच अडवून धरल्याने ते झिरपत खाली पोहोचलेच नाही. खालचे वर्ग तसेच तृषार्त राहिले.

सक्तीच्या प्राथमिक शिक्षणाचा फुले-शाहूंचा आग्रह

या पार्श्वभूमीवर त्या खालच्या वर्गांवर होणाऱ्या अन्यायाला वाचा फोडणारा त्यांचा पहिला वाली म. फुले यांच्या रूपाने उदयास आला. शिक्षणाशिवाय कनिष्ठ वर्गांची ऐहिक व बौद्धिक गुलामगिरीतून सुटका होणार नाही, हे जाणून म. फुले यांनी समाजातील शूद्रातिशूद्रांच्या मुला-मुलींसाठी शाळा तर काढल्याच शिवाय सरकारने प्राथमिक शिक्षण सक्तीचे व मोफत करावे म्हणून १८८० पासून सरकारला साकडे घालण्यास सुरुवात केली. पुढे १८८२ मध्ये हंटर कमिशनकडे धाडलेल्या अर्जात सरकारने १२ वर्षांच्या आतील सर्व मुली-मुलींना प्राथमिक शिक्षण मोफत द्यावे, म्हणून त्यांनी आग्रह धरलेला दिसतो;[३] पण त्यानंतर असा आग्रह नामदार गोखल्यांचा १९१० चा केंद्रीय कायदे मंडळातील प्राथमिक शिक्षणाचा ठराव वगळता कोणी धरलेला आढळत नाही.[४] खरे तर त्या काळातील सुधारकांचे विचार वरिष्ठ वर्गातील स्त्रीशिक्षण, विधवाविवाह, जरठ-कुमारी विवाह, स्त्रियांचे संमती वय यांसारख्या समस्यांभोवतीच फिरत होते; तर

राष्ट्रीय स्वातंत्र्य चळवळीतील थोर नेत्यांचे विचार हिंदुस्थानातील उच्च शिक्षणाच्या व आय.सी.एस. परीक्षेच्या समस्यांभोवती घोटाळत होते. समाजातील मागासलेल्या वर्गांना प्राथमिक शिक्षण मिळाले पाहिजे, अशी निकड या मंडळींना भासत नव्हती. याचे कारण ते या वर्गातून आले नव्हते. म. फुले या कनिष्ठ वर्गातलेच असल्याने त्या वर्गाच्या उद्धाराविषयीची तळमळ त्यांच्या अंतःकरणात असणे स्वाभाविक होते आणि म्हणूनच त्यांनी सक्तीच्या मोफत प्राथमिक शिक्षणाचा आग्रह धरला होता.

म. फुले यांचा विचार शाहू महाराजांनी पुढे चालविला. शिक्षण हीच त्यांनी सर्व सामाजिक सुधारणांची व प्रगतीची जननी मानली आणि समाजातील मागासलेल्या वर्गाची बौद्धिक गुलामगिरी नष्ट होण्यास त्यासाठी किमान प्राथमिक उपलब्ध करून देण्याच्या सुधारणेचा त्यांनी जोरदार पुरस्कार केला. नाशिकच्या एका भाषणात त्यांनी म्हटले होते, 'खालच्या वर्गाच्या लोकांच्या बुद्धीवर व ज्ञानावर हे जे जड आणि जुलमी जू लादले गेले आहे, ते झुगारून देण्याची शक्ती बहुजन समाजाच्या अंगी येण्यास सक्तीच्या मोफत प्राथमिक शिक्षणाची फार जरुरी आहे.'[५]

खामगाव येथे १९१७ मध्ये भरलेल्या अखिल भारतीय मराठा शिक्षण परिषदेच्या अध्यक्षपदावरून आपल्या ज्ञातीबांधवांना शिक्षणाची आधुनिक काळातील महती विशद करताना शाहू महाराजांनी म्हटले आहे, 'आम्ही कसे खावे, श्वास कसा घ्यावा हेही आम्हांस शिकले पाहिजे, हे सांगणे जरासे चमत्कारिक दिसते. तथापि, ही गोष्ट खरी आहे. हल्लीच्या काळी शेती इतकी काही पद्धतशीर झाली आहे की, ज्याला यात यश मिळवावयाचे आहे, त्याला त्या विषयावरील पुस्तके वाचता आली पाहिजेत व समजली पाहिजेत... अर्वाचीन युद्धपद्धतीत शिक्षणाची अत्यंत जरुरी आहे. प्रत्येक सैनिकास संग्रामशास्त्रावरील पुस्तके वाचता आली पाहिजेत. या ठिकाणीसुद्धा शिक्षणाचा प्रश्न आपल्यापुढे येतो. जर मराठे लोकांना शिक्षण मिळेल तर ते खात्रीने अधिक चांगले योद्धे होतील. हल्लीच्या लढाईच्या दिवसांत तोफखान्यावरील लोक उत्तम गणिती असले पाहिजेत. म्हणून हीच गोष्ट पुन:पुन्हा सांगावी लागते आणि सर्व स्थितीचा विचार करिता एकच तत्त्व निघते ते हे की, प्रत्येक मराठा चांगला सुशिक्षित झाला पाहिजे.'[६]

समाज समृद्ध व बलवान करण्यासाठी बहुजन समाजातून उत्तम शेतकरी, उत्तम शिक्षक, उत्तम व्यापारी, उत्तम उद्योगपती, उत्तम सैनिक निर्माण झाले

पाहिजेत आणि त्यासाठी शिक्षणगंगेचे पाट खेड्यापाड्यांतील गोरगरीब जनतेच्या दारापर्यंत नेले पाहिजेत, असे शाहू महाराजांना वाटत होते. महाराज उच्च शिक्षणाच्या विरोधात नव्हते; पण जिथे समाजातील बहुसंख्य वर्गास प्राथमिक शिक्षणाची 'कोंड्याची भाकरी'ही मिळत नव्हती. तिथे उच्च शिक्षणाच्या 'पंचपक्वानाच्या ताटा'चा विचार ते करू इच्छित नव्हते. उच्च शिक्षणाचे पंचपक्वान्न झोडणाऱ्या वरिष्ठ वर्गास समाजातील रयत वर्गास प्राथमिक शिक्षणाची कोंड्याची भाकरी तरी मिळते आहे का नाही, याकडे लक्ष देण्याची गरज भासत नव्हती. महाराज म्हणतात, 'केसरी वगैरे जहाल पत्रांचे धोरण व कावा कसा आहे, हे आपणास माहीत आहेच. प्राथमिक शिक्षण सक्तीचे करण्याच्या अगोदर सध्या उपयोगात असलेली शाळागृहे विस्तृत आणि हवेशीर केली पाहिजेत, तिकडे खर्च करण्याची जास्त जरुरी आहे, हे 'केसरी'चे प्रतिपादन कोणाही सरळ बुद्धीच्या माणसास चीड आणील. No cake to a few until all are served with bread हे इंग्लंडमधील मजूर पक्षाचे धोरण आहे; पण येथे शेकडा ९० लोक उपाशी आहेत आणि दहा लोक पोळी खात आहेत. उपाशी लोकांसाठी कोंड्याच्या भाकरीची सोय करण्याअगोदर या दहांच्या पोळीवर साजूक तूप वाढा, असा ओरडा करणाऱ्यांना रयतेची कळकळ कितपत आहे, हे उघड होत आहे.'[७]

मोफत व सक्तीच्या प्राथमिक शिक्षणाचा फायदा

आपल्या कोल्हापूर संस्थानात प्राथमिक शिक्षण सार्वत्रिक करावे, हा विचार शाहू महाराजांच्या मनात १९१२-१३च्या सुमारास उद्भवला होता, असे त्या सालच्या प्रशासकीय अहवालावरून स्पष्ट होते. तो अहवाल सांगतो, 'शिक्षण खात्याकडे छत्रपती महाराजांचे लक्ष पूर्वीप्रमाणे विशेष वेधले आहे. दुसऱ्या कोणत्याही खात्यात महाराजांचे इतके औदार्य दिसून येणार नाही. मागासलेल्या वर्गांत शिक्षणाचा प्रसार करण्यासाठी जरी प्रयत्न करण्यात येत आहेत, तरी आतापर्यंत झालेली प्रगती महाराजांना समाधानकारक वाटत नाही, म्हणून या प्रगतीच्या सध्याच्या गतीला चालना देण्याच्या हेतूने पाया विस्तृत करून सर्वांना प्राथमिक शिक्षण सुलभ करून देणे महाराजांना जरुरीचे वाटत आहे.'[८] सार्वत्रिक शिक्षणाचा विचार अमलात आणण्यासाठी महाराजांनी एक अभिनव प्रयोग केला. प्रत्येक खेड्यात

एक/एक शाळा स्थापन करायची आणि त्या शाळेत पगारी शिक्षक न नेमता खेड्यातील बहुसंख्य असणाऱ्या समाजातून 'वतनी शिक्षक' नेमायचा, अशी ती योजना होती. त्यासाठी बापूसाहेब महाराजांच्या अध्यक्षतेखाली एक समितीही स्थापन केली गेली होती; पण 'वतनी शिक्षका'चा हा प्रयोग फारसा यशस्वी झाला नाही.[९]

प्राथमिक शिक्षणाच्या संदर्भात १९१७ मध्ये शाहू महाराजांनी दमदार पाऊल टाकले. त्यासाठी २४ जुलै, रोजी प्रसिद्ध केलेल्या जाहीरनाम्यात म्हटले होते की, 'येत्या गणेश चतुर्थीपासून (३० सप्टेंबर) करवीर इलाख्यात प्राथमिक शिक्षण मोफत व सक्तीचे करण्याचे आहे. सध्या असलेल्या सर्व प्राथमिक शाळांतील फी या दिवसापासून माफ करण्यात येत आहे.'[१०] सक्तीच्या प्राथमिक शिक्षणाची नियमावली तयार करण्यासाठी करमरकर, मराठे आणि प्रो. पंडितराव अशा तीन ब्राह्मण शिक्षणतज्ज्ञांची समिती नेमली गेली. एज्युकेशन इन्स्पेक्टर डोंगरे यांच्याकडे अभ्यासक्रम तयार करण्याची जबाबदारी सोपविली गेली, तसेच या सक्तीच्या शिक्षण योजनेवर १ लाख रुपये खर्च करण्याचे जाहीर केले गेले. त्यांपैकी ८० हजार रुपये दरबार खजिन्यातून, तर २० हजार रुपये देवस्थान फंडातून खर्च होणार होते. या रकमेतून खर्च होऊन शिल्लक उरणारी रक्कम ट्रेनिंग कॉलेज, शाळांच्या इमारती, शिक्षणोपयोगी साहित्य याकडे कारणी लागणार होती.[११]

लवकरच २१ सप्टेंबर, १९१७ रोजी शिक्षणतज्ज्ञांच्या समितीने तयार केलेल्या नियमावलीवर आधारित असा 'सक्तीच्या शिक्षणाचा कायदा' खास जाहीरनामा काढून प्रसिद्ध करण्यात आला. त्याच्या उद्देशात 'करवीर इलाख्यातील आमच्या सर्व प्रजाजनांना लिहिता-वाचता येऊन आपली स्थिती ओळखून सुधारण्यास समर्थ व्हावे' म्हणून कायदा केल्याचे म्हटले होते. या कायद्यान्वये शिक्षणास योग्य वयाची मुले शाळेत पाठविण्याची आई-बापांवर सक्ती करण्यात आली. त्यांनी तशी पाठविली नाहीत, तर त्यांना दर महिना प्रत्येकी एक रुपया दंड करण्याची तरतूद करण्यात आली.'[१२]

प्राथमिक शिक्षण कायद्याची अंमलबजावणी

या योजनेंतर्गत ५०० ते १००० लोकसंख्या असलेल्या प्रत्येक गावात प्राथमिक शाळा स्थापन करण्यात आली. अशा छोट्या गावात शाळेसाठी

इमारत कशी उपलब्ध होणार? तेव्हा गावातील चावडी, देवळे, धर्मशाळा आदी इमारतींत शाळा सुरू केल्या गेल्या. जिथे अशा इमारती मिळाल्या नाहीत आणि जिथे एखादे मंदिर असणे आवश्यक वाटले, तिथे देवस्थान निधीमधून तुळजा भवानीचे मंदिर बांधावे आणि त्या मंदिराच्या एका सोप्यात शाळा व दुसऱ्या सोप्यात गाव चावडी ठेवावी, असा आदेश दिला गेला.[१३] काही ठिकाणी खास शाळांसाठी इमारती बांधल्या गेल्या. वर्षभरात संस्थानातील खेड्यापाड्यांत अशा ९६ नव्या शाळा सुरू झाल्या. अशा पहिल्या नव्या सक्तीच्या शाळेचा उद्‌घाटन सोहळा चिखली गावी खुद्द शाहू महाराजांच्या हस्ते संपन्न झाला - (४ मार्च, १९१८). शाहूचरित्रकार लठ्ठे यांनी म्हटले आहे की, या योजनेमुळे सुमारे पाऊण लाख खेडूत लोकांच्या टप्प्यात प्राथमिक शिक्षण प्रथमतः आले आणि त्यांच्यापैकी साडेचार हजारांवर मुले शिक्षण घेऊ लागली.[१४]

कोल्हापूरसारख्या लहानशा संस्थानाने प्राथमिक शिक्षणासारख्या बाबीवर दरवर्षी लाख रुपयाची रक्कम खर्च करणे म्हणजे साधी बाब नव्हती. त्या काळी प्राथमिक शिक्षकाचा पगार १२ रुपये होता.[१५] त्या मानाने ही रक्कम प्रचंड होती. त्या सुमारास महाराष्ट्र, कर्नाटक, गुजरात व सिंध इतक्या अफाट प्रदेशावर पसरलेल्या मुंबई इलाख्याचीही शिक्षणातील तरतूद एक लाख रुपये इतकी नव्हती. पुढे दहा-बारा वर्षांनी १९३० मध्ये ही तरतूद एक लाख रुपयांची करण्यात आली.[१६] या पार्श्वभूमीवर शाहू महाराज आपल्या संस्थानाच्या उत्पन्नातून एक लाख रुपये प्राथमिक शिक्षणासाठी खर्च करीत होते, ही गोष्ट हिंदुस्थानच्या शैक्षणिक इतिहासात अपूर्व मानली पाहिजे. महाराजांनी हा पैसा संस्थानातील प्रत्येक घरावर एक रुपया अशा नाममात्र शिक्षण कराच्या रूपाने उभा केला.[१७] या एका रुपयात रयत लोकांच्या घरातील सर्व पोराबाळांना मोफत शिक्षण देण्याची व्यवस्था महाराजांनी केली होती. समाजात जी इनामदार, सरंजामदार यांसारखी बडी मंडळी होती, त्यांनाही या समाजकार्यात सहभागी करून घेण्यात आले. त्यांच्या उत्पन्नावर शेकडा १० ते २० टक्के 'शिक्षणपट्टी' बसविली गेली. आपापल्या गावातील रयतेच्या शिक्षणासाठी एवढा आर्थिक बोजा ही मंडळी आनंदाने सहन करतील अशी आमची खात्री आहे, असे महाराजांनी त्या संदर्भात काढलेल्या एका आदेशात म्हटले मात्र आहे.[१८] यानंतर लवकरच एक खास कायदा करून संस्थानातील सावकार, वकील, डॉक्टर व दरबारातील

वरिष्ठ दर्जाचे अधिकारी यांच्यावरही 'शिक्षणविषयक कर' बसविण्यात आला- (१६ ऑगस्ट, १९१८).[१९] अशा प्रकारे प्राथमिक शिक्षण योजनेस भक्कम आर्थिक पाठबळ देण्यात आले. प्रजेच्या उद्धाराची खरी तळमळ असेल तर राज्यकर्त्याला पैसा कमी पडत नाही. मात्र, त्यास इच्छाशक्तीची जोड असावी लागते, हेच शाहूचरित्रामधील या घटनेवरून सिद्ध होते.

याच कालखंडात पुढे १९२३ मध्ये मुंबई प्रांताच्या कायदे मंडळात शिक्षणमंत्री प्राचार्य र. पु. परांजपे यांनी सक्तीच्या व मोफत प्राथमिक शिक्षणाची कल्पना 'व्यावहारिकदृष्ट्या अशक्य असल्याचे' जाहीर केले होते, हे लक्षात घेतले पाहिजे.[२०] वरिष्ठ वर्गातील विचारवंतांनी महाराजांच्या या प्राथमिक शिक्षण योजनेचे फारसे स्वागत केले नाही. 'सर्व्हन्ट्स ऑफ इंडिया' यांसारख्या वृत्तपत्राने योजनेच्या प्रारंभीच, 'दरबाराकडून आखण्यात आलेली सक्तीच्या प्राथमिक शिक्षणाच्या योजनेची संकल्पनाच दोषपूर्ण असून तिची अंमलबजावणी करायची, तर त्याला अनेक वर्षे जावी लागतील,'[२१] असा निराशाजनक सूर लावला होता. 'केसरी'कारांनी तर सक्तीच्या प्राथमिक शिक्षणावर खर्च करण्यापेक्षा अस्तित्वात असलेली 'शाळागृहे विस्तृत व हवेशीर करण्याचा' सल्ला सरकारला दिला होता, हे आपण पाहिलेच आहे.

या सर्व पार्श्वभूमीवर १९१८ च्या प्रारंभीच शाहू महाराजांनी आपल्या संस्थानात सक्तीच्या व मोफत शिक्षणासाठी एक खास स्वतंत्र खाते स्थापन केले. त्यावर 'डायरेक्टर' आणि 'एज्युकेशनल इन्स्पेक्टर' या वरिष्ठ अधिकाऱ्यांची नेमणूक करण्यात आली, तसेच हे खाते 'खुद्द आमच्या नजरेखाली राहील,' असे महाराजांनी जाहीर केले.[२२] संस्थानातील मामलेदार-महालकरी या अधिकाऱ्यांपासून गावच्या पाटलांपर्यंत सर्वांना या प्राथमिक शिक्षण चळवळीत सहभागी करून घेण्यात आले. खेड्यापाड्यांतील लोकांना आपली मुले शाळेत पाठविण्यासाठी उद्युक्त करणे आणि जे लोक मुले पाठविणार नाहीत त्यांना दंड करणे, दरमहा शाळा तपासणी करून त्याचा रिपोर्ट पाठविणे इत्यादी कामे मामलेदार-महालकरी यांच्यावर सोपविली गेली. गाव पाटलावरसुद्धा त्याने दिवसातून एकदा शाळा तपासणीस जाऊन हजर असणाऱ्या मुलांचा आकडा 'व्हिजिट बुकात' नमूद करून त्याखाली सही करण्याची सक्ती करण्यात आली.[२३] असे सर्व दंडक करण्यात महाराजांचा हेतू हाच होता की, प्राथमिक शाळांची योजना कागदोपत्री न

राहता तिची अंमलबजावणी पूर्ण कार्यक्षमतेने व्हावी. या शाळांमधील शिक्षक नेमतानाही 'त्यास थोडेबहुत तरी इंग्रजी'चे ज्ञान असावे अशी अपेक्षा होती. शिवाय नेमणुकीच्या पूर्वी त्याला एका परीक्षेस बसून त्यात उत्तीर्णही व्हावे लागे.'[२४]

प्राथमिक शिक्षणाच्या संदर्भात शाहू महाराजांनी घेतलेले निर्णय सामाजिकदृष्ट्या महत्त्वाचे होते. त्यांपैकी पहिल्या निर्णयानुसार संस्थानातील अस्पृश्यांसाठी अस्तित्वात असलेल्या शाळा बंद केल्या गेल्या. अस्पृश्यांची मुले आता स्पृश्यांच्या मुलांसोबत शिकू लागली.[२५] दुसरा निर्णय शेतकऱ्यांच्या मुलांसंबंधी होता. खेड्यातील शेतकरी आपल्या मुलांना शाळेत पाठविण्यास फारसा राजी होत नसे. याचे एक कारण असे होते की, या मुलांचा शेतीच्या कामात हातभार लागत असे. शेतीवर शेतकऱ्यांचे पोट चालत असल्याने त्यांना शाळेपेक्षा शेती महत्त्वाची वाटत होती. यावर उपाय म्हणून महाराजांनी खेड्यातील शेतकऱ्यांच्या मुलांनी सकाळी किंवा संध्याकाळी दोन तास शाळेत यावे आणि बाकीचा वेळ शेतीच्या कामात घालवावा, अशी सवलत दिली- (जुलै, १९१९).[२६] यावरून प्राथमिक शिक्षणासंबंधीचे महाराजांचे धोरण किती लवचीक आणि वास्तववादी होते याची प्रचिती येते.

सक्तीच्या मोफत प्राथमिक शिक्षणाच्या योजनेची अंमलबजावणी करीत असताना गरिबांसाठी हायस्कूलचे मॅट्रिक्युलेशनपर्यंतचे शिक्षण मोफत करण्याचा विचारही शाहू महाराजांच्या मनामध्ये येऊन गेला होता, याचा दाखला त्यांच्या एका आदेशात पाहावयास मिळतो. २५ मार्च, १९१८ रोजी प्रसिद्ध केलेल्या आदेशात महाराजांनी म्हटले आहे की, 'प्राथमिक शिक्षणाच्या योजनेवर खर्च करून राहिलेली रक्कम दुसऱ्या कोणत्याही बिगरशैक्षणिक बाबीवर खर्च करावयाची नसून अशा प्रकारच्या शिलकीचा विनियोग सवडीप्रमाणे मॅट्रिक्युलेशन परीक्षेपर्यंत शिक्षण सर्व जातींच्या गरीब विद्यार्थ्यांना मोफत देण्याकडे करण्यात येईल.'[२७] महाराजांना जर आणखी काही वर्षे आयुष्य लाभते तर त्यांनी हे माध्यमिक शिक्षणही सर्वांसाठी मोफत करून ठेवले असते.

१९१७-१८ मध्ये सक्तीच्या प्राथमिक शिक्षणाची योजना कार्यान्वित झाली, त्या वेळी या योजनेखाली २७ शाळा आणि १२९६ मुले होती. पाच वर्षांच्या कालावधीत, १९२१-२२ पर्यंत, त्यामध्ये वाढ होऊन शाळांची संख्या ४२० आणि मुलांची संख्या २२,००७ अशी झाली.

१९२२ पर्यंत या योजनेवर होणारा खर्च तीन लाखांपर्यंत गेला.[२८]

स्त्री शिक्षणास प्रोत्साहन

शाहू महाराजांनी स्त्री शिक्षणाच्या संदर्भात केलेल्या प्रयत्नांचीही दखल घेणेही येथे क्रमप्राप्त होईल. कोल्हापूर संस्थानचा स्त्री शिक्षणाविषयीचा दृष्टिकोन मुळातच पुरोगामी स्वरूपाचा होता. मिस लिटल या शिक्षणाधिकारी असणाऱ्या इंग्रज बाई मायदेशी गेल्यावर त्यांच्या जागेवर शाहू महाराजांनी कोल्हापुरातील 'फिमेल ट्रेनिंग स्कूल'मध्ये शिक्षिका असणाऱ्या रखमाबाई केळवकर या बुद्धिमान स्त्रीची नेमणूक केली होती. रखमाबाईंनी संस्थानातील स्त्री शिक्षणाच्या कार्यास गती देण्याचे प्रशंसनीय कार्य केले. संस्थानात मुला-मुलींच्या शाळा होत्याच, त्याशिवाय खास मुलींसाठीही स्वतंत्र अशा शाळा स्थापन केल्या गेल्या होत्या. विशेषतः महाराजांच्या कारकिर्दीच्या पहिल्या ४/५ वर्षांत भुदरगडसारख्या सह्याद्रीलगतच्या मागासलेल्या भागात मुलींच्या शाळा स्थापन झाल्या होत्या.[२९] जिथे मुलींच्या स्वतंत्र शाळा अस्तित्वात नव्हत्या, तिथे मुली-मुले एकत्र शिक्षण घेत होती. मुलींनी शाळेत यावे, मुलांच्या बरोबरीने शिक्षण घ्यावे यासाठी खास उत्तेजन दिले जात होते. विशेषतः मुलींच्या शिक्षणात शिक्षकांनी अधिक रस घ्यावा, म्हणून मुलांच्या शाळेत पास होणाऱ्या मुलींच्या संख्येवर त्या शिक्षकांना खास 'इनाम' म्हणून बक्षिसी दिली जात असे.[३०] प्रौढ स्त्रियांच्या शिक्षणाच्या बाबतीतही शाहू महाराजांनी विशेष लक्ष घातल्याचे दिसून येते. खास करून मागासलेल्या जातींच्या शिक्षण घेऊ इच्छिणाऱ्या स्त्रियांसाठी त्यांनी १९१९ मध्ये एक खास हुकूम गॅझेट केला होता. त्या अन्वये अशा स्त्रियांच्या राहण्या-जेवणाची सर्व व्यवस्था दरबारकडून मोफत केली जाणार होती.[३१] हुशार मुलींना पुढील शिक्षणास प्रोत्साहन मिळावे म्हणून दरबारने खास शिष्यवृत्ती ठेवल्या होत्या. आक्कासाहेब महाराजांच्या विवाहाप्रीत्यर्थ प्रत्येकी ४० रुपयांच्या एकूण ५ शिष्यवृत्ती इयत्ता चौथीच्या वार्षिक परीक्षेत सर्वाधिक गुण मिळविणाऱ्या विद्यार्थिनींना देण्यात येत होत्या.[३२]

मुलींच्या उच्च शिक्षणाच्या बाबतीतही शाहू महाराजांनी अत्यंत उदार दृष्टी ठेवली होती. राजाराम कॉलेजमध्ये शिकणाऱ्या सर्व मुलांना त्यांनी शिक्षण मोफत केले होते.[३३] रखमाबाई केळवकरांच्या कन्या कृष्णाबाई यांना महाराजांनीच वैद्यकीय शिक्षणासाठी मुंबईच्या ग्रँट मेडिकल कॉलेजमध्ये

पाठवून त्यांना डॉक्टर बनविले आणि कोल्हापूरच्या एडवर्ड मेमोरियल हॉस्पिटलमध्ये वरिष्ठ वैद्यकीय अधिकारी म्हणून नियुक्त केले. लवकरच महाराजांच्या प्रोत्साहनाने व अर्थसाह्याने कृष्णाबाई उच्च वैद्यकीय शिक्षणासाठी इंग्लंडला गेल्या आणि उच्चविद्याविभूषित होऊन त्या कोल्हापूर संस्थानच्या सेवेत पुन्हा रुजू झाल्या. १८९५ सालच्या पुण्याच्या काँग्रेसच्या अधिवेशनात महाराजांच्या सूचनेवरूनच कृष्णाबाई व त्यांच्या भगिनी द्वारकाबाई या दोघी स्वयंसेविका म्हणून हजर होत्या, ही खास नमूद करण्यासारखी गोष्ट आहे.[३४]

स्त्रीच्या व्यक्तिमत्त्वाच्या विकासासंबंधीच्या शाहू महाराजांच्या कल्पना सर्वार्थाने प्रकट झाल्या, त्या त्यांच्या विधवा सुनेला - इंदुमतीदेवींना - शिक्षण देण्याचा प्रसंग उद्‌भवला तेव्हा. राज परिवाराचा कडवा विरोध धुडकावून लावून त्यांनी इंदुमतीदेवींना शिक्षण देण्याचा धाडसी निर्णय घेतला व सोनतळी कॅम्पवर तो अमलातही आणला. इंदुमतीदेवींचे व्यक्तिमत्त्व सर्वांगसुंदर बनावे, सुसंस्कृत व स्वावलंबी व्हावे म्हणून महाराजांनी अपार कष्ट घेतले. त्यांनी विदुषी व्हावे, उच्च वैद्यकीय शिक्षण घ्यावे आणि डॉक्टर बनून आपल्याच संस्थानात गोरगरीब रयतेची सेवा करावी, असे महाराजांचे स्वप्न होते. दुर्दैवाने त्यांच्या निधनामुळे ते साकार झाले नाही.

दरम्यानच्या काळात १९१८ मध्ये शाहू महाराजांनी आकस्मिकपणे कोल्हापुरातील राजाराम कॉलेज बंद करण्याचा निर्णय घेऊन सर्वांना धक्का दिला होता. आपल्या प्रजेला प्राथमिक शिक्षण देणे, हे कोणाही प्रगत सरकारचे प्रमुख कर्तव्य असून राजाराम कॉलेजवर होणारा मोठा खर्च या प्राथमिक शिक्षणाच्या मार्गात आडवा येत आहे, असे या निर्णयामागचे कारण महाराजांनी जाहीर केले होते. खरे तर इचलकरंजीकर, विशाळगडकर आणि बावडेकर या तीन जहागीरदारांनी ठरावीक रक्कम प्रती वर्षी कॉलेजखर्चासाठी देण्याचा ठराव होता; पण महाराज गादीवर आल्यापासून या जहागीरदारांनी ही मदत देण्याचे बंद केले होते. अशा परिस्थितीत कॉलेजवर होणारा दरवर्षीचा २० हजार रुपयांचा खर्च एकट्या दरबारने करावा, यास महाराज तयार नव्हते. तथापि, या निर्णयास महाराष्ट्रातील 'केसरी'कारांसारख्या महाराजांच्या विरोधकांनी तर विरोध केलाच शिवाय मुंबई सरकारनेही आपली नापसंती प्रकट केली. या विषयावर महाराजांचे त्या सरकारशी असलेले संबंधही ताणले गेले. कोल्हापुरात राजाराम कॉलेजचे अस्तित्व असल्यामुळे दक्षिण महाराष्ट्रातील ब्राह्मणेतर समाजाच्या उच्च

शिक्षणाचे ते एक प्रमुख केंद्र बनले होते. कोल्हापुरातील नाना जातिधर्मांच्या वसतिगृहांचा होणारा विकासही या केंद्राच्या अस्तित्वामुळेच होत होता. या सर्वांवर महाराजांच्या या निर्णयाने विपरीत परिणाम झाल्याशिवाय राहिला नसता. हा निर्णय म्हणजे महाराजांची फार मोठी धोरणात्मक चूक ठरली असती. सुदैवाने आपल्या निर्णयाचे दूरगामी धोके लक्षात येऊन त्यांनी आपला निर्णय बदलला आणि त्यांनी राजाराम कॉलेज, तसेच राजाराम हायस्कूल चालविण्याची जबाबदारी संयुक्त प्रांतातील 'आर्य प्रतिनिधी सभा' या आर्य समाजी संस्थेवर सोपविली. एवढेच नव्हे तर या दोन शैक्षणिक संस्थांच्या खर्चासाठी दरवर्षी २० हजार रुपये दरबारकडून अनुदान देण्याचेही कबूल केले. पुढे महाराजांच्याच प्रयत्नांमुळे राजाराम कॉलेजला मुंबई विद्यापीठाकडून 'फर्स्ट ग्रेड कॉलेज'चा दर्जा प्राप्त झाला.[३५] महाराजांच्या हातून कळत-नकळत घडू पाहणारी एक मोठी चूक वेळीच दुरुस्त झाल्याने बहुजन समाजाच्या उच्च शिक्षणाचा मार्ग खुला राखला गेला.

संस्कृत कॉलेज, उच्च शिक्षणासाठी शिष्यवृत्त्या, देणग्या इत्यादी

१९१७ मध्ये शाहू महाराजांनी करवीर शंकराचार्यांच्या मार्गदर्शनाखाली संस्कृत कॉलेज काढण्याचा एक अभिनव प्रयोग केला. जुलैच्या प्रारंभीच डॉ. कुर्तकोटी या प्रकांड पंडिताची महाराजांनी करवीर पीठावर शंकराचार्य म्हणून नेमणूक केली होती. नूतन शंकराचार्यांची मते अत्यंत पुरोगामी होती. अस्पृश्यता त्यांना मान्य नव्हती. अशा शंकराचार्यांचे सहकार्य आपल्या समाजसुधारणा कार्यास मिळेल, अशी उमेद महाराजांना होती. पीठावर आरूढ झाल्यानंतर काही दिवसांत सर्व जातींच्या मुलांसाठी एक 'संस्कृत महाविद्यालय' सुरू करण्याचे उभयतांचे ठरले. त्यानुसार २९ जुलै रोजी 'छत्रपती महाविद्यालय' या नावाने ते सुरूही झाले. या कॉलेजच्या भावी विस्तारासाठी महाराजांनी मौजे उचगावच्या हद्दीतील पूर्वीच्या लेपर असायलमच्या इमारती व आजूबाजूची मोकळी जागा देणगी म्हणून दिली होती;[३६] पण बहुजन समाजातील मुलांना संस्कृत भाषा शिकविण्याची सुविधा उपलब्ध करून देण्याचा महाराजांचा हा प्रयोग यशस्वी होऊ शकला नाही, कारण अल्प काळातच शंकराचार्य डॉ. कुर्तकोटींनी आपले 'खायचे दात' बाहेर काढले. अस्पृश्यता, विधवाविवाह इत्यादी प्रश्नांसंबंधी त्यांनी अत्यंत प्रतिगामी भूमिका घ्यावयास प्रारंभ केला आणि 'कुलकर्णी वतन प्रकरणी'

महाराजांच्या विरोधात टिळक पक्षाशी हातमिळवणी सुरू केली. परिणामी, महाराजांशी त्यांचे वितुष्ट येऊन त्यांना शंकराचार्यांच्या गादीचा त्याग करावा लागला - (नोव्हेंबर, १९१८). डॉ. कुर्तकोटींच्या बरोबर उपरोक्त संस्कृत कॉलेजही काळाच्या पडद्याआड गेले.

शाहू महाराजांनी प्राथमिक शिक्षणाच्या खर्चाच्या मिळवणीसाठी संस्थानातील देवस्थानच्या उत्पन्नापैकी २० हजार कारणी लावले होते, हे आपण पाहिलेच आहे. या संदर्भातील पंढरपुरात असणाऱ्या दरबारच्या अन्नछत्रासंबंधी महाराजांनी काढलेला पुढील आदेश पाहण्यासारखा आहे, 'पंढरपूर या क्षेत्रात करवीर सरकारचे अन्नछत्र त्याचा दरमहा खर्च एकशे बारा रुपये आठ आणे आहे. पूर्वीच्या समजुतीप्रमाणे हा खर्च अपात्री होत आहे. सर्व दानात विद्यादान हे श्रेष्ठ असल्याने त्या कामी या द्रव्याचा खर्च होणे जरूर आहे. याकरिता तारीख माहे ऑक्टोबर, सन १९२० पासून हे अन्नछत्र बंद करण्यात यावे आणि या कामासाठी खर्च होणारी रक्कम दरमहा रुपये ११२॥ मराठा विद्या प्रसारक समाज, पंढरपूर यांच्याकडे द्यावी आणि त्यांनी या रकमेचा खर्च एक मराठा विद्यार्थी स्थापनेकडे व चालविण्याकडे करावा तसेच यातील दरमहा तीस रुपये अस्पृश्य लोकांचे विद्यार्थिगृह चालविण्याकडे खर्च करावेत.'[३७] अन्नछत्राऐवजी मराठ्यांच्या व अस्पृश्यांच्या वसतिगृहांवर रक्कम खर्ची घालावी, हा महाराजांचा निर्णय खचितच पुरोगामी होता. या निर्णयावर विरोधकांनी काहूर उठविले, तेव्हा त्यास महाराजांनी उत्तर दिले, 'मी पंढरपूरच्या देवळाला देत असलेली धार्मिक देणगी बंद केली, हा आरोप खोटा आहे. मी ती देणगी पूर्वीप्रमाणेच सुरू ठेवलेली आहे; परंतु तिचा उपयोग आळशी व ऐतखाऊ लोकांना पोसण्याऐवजी विद्येला उत्तेजन देण्यासाठी मी करीत आहे, कारण त्या धार्मिक देणगीचा उपयोग विद्यार्थ्यांच्या साह्याकरिता होत आहे.'[३८]

बडोद्याचे महाराज सयाजीराव गायकवाड यांच्याप्रमाणे शाहू महाराजांनी उच्च शिक्षण घेऊ इच्छिणाऱ्या बहुजन समाजातील होतकरू तरुणांना देणगी व शिष्यवृत्ती यांच्या रूपाने वेळोवेळी साह्य केल्याचे दिसून येते. या संदर्भात डॉ. बाबासाहेब आंबेडकर आणि रावबहादूर पी. सी. पाटील यांची उदाहरणे तर इतिहासप्रसिद्ध आहेत. याशिवाय महाराजांनी आपल्या कारकिर्दीत अनेक विद्यार्थ्यांना दिलेल्या अर्थसाह्याविषयीचे बरेच आदेश उपलब्ध आहेत. त्यांमध्ये पुढे नामवंत शिक्षणतज्ज्ञ म्हणून प्रसिद्ध पावलेल्या प्रि. सी. आर.

तावडे यांना अमेरिकेस उच्च शिक्षणास जाण्यासाठी आणि नामवंत कलावंत, समाजसुधारक व नेते म्हणून उदय पावलेल्या भाई माधवराव बागल यांना जे. जे. स्कूल ऑफ आर्टमध्ये शिकण्यासाठी केलेल्या साह्याची नोंद घेतली पाहिजे.[३९] तसेच १९१४ मध्ये एक आणि १९२० मध्ये तीन विद्यार्थ्यांना महाराजांनी उच्च शिक्षणासाठी अमेरिकेला पाठविल्याच्या नोंदी मिळतात.[४०] काही शिष्यवृत्ती कला, कायदा, तंत्रज्ञान, वैद्यक या विषयांत उच्च शिक्षण घेणाऱ्या विद्यार्थ्यांसाठी ठेवल्या होत्या.[४१] कोल्हापूर संस्थानातच नव्हे, तर संस्थानाबाहेरही महाराजांनी विद्यार्थी व संस्था यांना सढळ हाताने शिष्यवृत्त्या आणि देणग्या दिलेल्या आढळतात. उदाहरणार्थ, मद्रासमध्ये त्यांनी थोर ब्राह्मणेतर नेते डॉ. नायर यांच्या स्मरणार्थ ५००० रुपये देणगीतून 'डॉ. नायर मेमोरियल स्कॉलरशिप' सुरू केली होती. संस्थानाबाहेरच्या संस्थांमध्ये डेक्कन एज्युकेशन सोसायटी, श्री शिवाजी मराठा सोसायटी, ताराबाई मराठा बोर्डिंग (पुणे), उदाजी मराठा बोर्डिंग, सोमवंशीय समाज बोर्डिंग (नाशिक), चोखामेळा बोर्डिंग (नागपूर), बनारस हिंदू युनिव्हर्सिटी (काशी) इत्यादी अनेक संस्थांना महाराजांनी भक्कम अर्थसाह्य दिलेले होते.[४२] सारांश, देशातील शिक्षण प्रसाराच्या चळवळीसही हातभार लावण्याचे सर्व प्रकारचे प्रयत्न महाराजांनी आपल्या कारकिर्दीत उत्साहाने व ध्येयनिष्ठेने केले.

शाहू महाराजांच्या पुरोगामी व धडाडीच्या शिक्षण धोरणाची दृश्यफले त्यांच्या कारकिर्दीतच दिसून आली. प्राथमिक स्तरावरील विद्यार्थिसंख्या कशी वाढत गेली, हे आपण पाहिलेच. महाराजांच्या राज्यारोहणप्रसंगी, १८९४ मध्ये, कॉलेजचे विद्यार्थी सोडून संस्थानातील एकूण विद्यार्थिसंख्या १०,८४४ इतकी होती, ती १९२२ मध्ये २७,८३० झाली. त्याचबरोबर अस्पृश्य विद्यार्थ्यांची संख्या २३४ वरून २१६२ झाली. अस्पृश्य विद्यार्थ्यांच्या संख्येत अशा प्रकारे नऊ पटीहून अधिक वाढ झाल्याचे दिसून येते. कॉलेज विद्यार्थ्यांची संख्या ७९ वरून २६५ झाली. त्यामध्ये १८९४ मध्ये या ७९ विद्यार्थ्यांत फक्त ६ ब्राह्मणेतर विद्यार्थी होते. १९२२ मध्ये २६५ विद्यार्थ्यांपैकी ब्राह्मणेतर विद्यार्थ्यांची संख्या १०० झाली होती. या कालखंडात कॉलेज सोडून ब्राह्मण विद्यार्थ्यांची संख्या २५२२ वरून २७२२ पर्यंत पोहोचली म्हणजे त्यात फक्त २००ची वाढ झाली. लठ्ठे यांनी म्हटले आहे की, 'याचा अर्थ इतकाच होता की, महाराज गादीवर बसण्यापूर्वीच ब्राह्मणांच्या

साक्षरतेचे प्रमाण इतके वाढले होते की, २८ वर्षांनंतरसुद्धा त्यात दोनशेहून अधिक वाढ होण्यास जागाच राहिली नाही.'[४३]

शाहू महाराजांच्या शैक्षणिक धोरणाचे परिणाम केवळ कोल्हापूर संस्थान व त्यांची कारकीर्द यापुरतेच मर्यादित राहिले नाहीत. त्यांच्या कार्यापासून प्रेरणा घेऊन पुढे कर्मवीर भाऊराव पाटील यांच्यापासून तो डॉ. पंजाबराव देशमुखांपर्यंत अनेक शिक्षण प्रसारकांनी सर्व महाराष्ट्रात बहुजन समाजाला समर्थ बनविणारी शिक्षण चळवळ अर्ध शतकभर चालविली. शेकडो प्राथमिक शाळा, हायस्कूल्स आणि कॉलेज स्थापून ज्ञानगंगेचे असंख्य पाट त्यांनी रयतेच्या झोपडीपर्यंत पोहाचविले. परिणामी, महाराष्ट्रात बहुजन समाजाचा एक अपूर्व सामाजिक अभ्युदय घडून आला. त्याचबरोबर समाजाची एक प्रागतिक, सामाजिक मानसिकता तयार झाली. या सर्व प्रगतीची मुळे शाहू महाराज आणि म. फुले यांच्या विचारांत आणि कृतींत आहेत, हे विसरून चालणार नाही.

१८

ब्राह्मण ब्युरॉक्रसीशी सामना

ब्राह्मण ब्युरॉक्रसीचा अर्थ आणि व्याप्ती

'Bureaucracy'या शब्दाचा कोशातील अर्थ आहे 'अधिकारनिविष्ट शासन पद्धती'. सामान्य व्यवहारात ब्युरॉक्रसीसाठी 'नोकरशाही' असा शब्द योजिला जातो. राजसत्ता कोणाची का असेना; पण तिचे अधिकारीच प्रजेवर ती सत्ता गाजवून तिचा मनमानी उपभोग घेतात, तेव्हा प्रायः त्या शासन पद्धतीस 'नोकरशाही' असे म्हटले जाते. १९व्या शतकात इंग्रज हिंदुस्थानचे राज्यकर्ते बनले; पण त्यांची सत्ता सामान्य प्रजेवर गाजवली ती नोकरशहांनी. कलेक्टर, हायकोर्ट जज्जेस यांसारखे उच्चपदस्थ अधिकारी इंग्रज होते; नव्हे त्यांच्यावर सत्ता गाजविणारे ते राज्यकर्तेच होते, असे म्हटल्यास चुकीचे होणार नाही.

अशा या नोकरशाही ऊर्फ ब्युरॉक्रसीला म. फुले यांनी 'ब्राह्मणशाही' असे म्हटले आहे. या ब्राह्मणशाहीच्या सामर्थ्याचे वर्णन करताना ते आपल्या एका 'अखंडा'त म्हणतात –

'सत्ता तुझी राणीबाई । हिंदुस्थानी जागृत नाही ।।
जिकडे तिकडे ब्राह्मणशाही । डोळे उघडून पाही ।।
खेडेगावी कुलकर्णी । आहे लेखणीचा धनी ।।
महालामध्ये महालकरी । जसा अष्ट अधिकारी ।।
यमवत मामलेदार । शुद्रा शिक्षा अनिवार ।।
धूर्त चिटणीसांचे पुढे । काय कलेक्टर बापुडे ।।
रेव्हिन्यूची दफ्तरदारी । ब्राह्मण किती अधिकारी ।।
चहूकडे भटभाई । कुणब्याची दाद नाही ।।

जोती म्हणे धाव घेई । दुष्टापासून सोडवी ॥'[१]

शाहू महाराजांनी आपल्या अनेक खासगी पत्रांत आणि जाहीर भाषणांत या ब्राह्मणशाहीस 'ब्युरॉक्रसी' असा शब्द योजिलेला आढळतो. मागे उल्लेख केलेल्या डॉ. आंबेडकरांना लिहिलेल्या एका पत्रात महाराजांनी अस्पृश्य समाजातील 'स्पिरीट' नष्ट करणाऱ्या ब्राह्मण ब्युरॉक्रसीला 'जुलमाची, जबरदस्त, डेस्पॉटिक' अशी विशेषणेही लावलेली आहेत. तथापि, 'ब्राह्मण ब्युरॉक्रसी' म्हणजे ब्राह्मणशाहीचे नोकरशाहीच्या रूपाने प्रकट झालेले रूप, अशीच केवळ मर्यादित कल्पना महाराजांच्या समोर नव्हती. 'ब्राह्मण ब्युरॉक्रसी' म्हणजे ब्राह्मण वर्गाचे बहुजन समाजावर प्रस्थापित झालेले धार्मिक, सामाजिक, राजकीय आदी सर्व प्रकारचे प्रभुत्व, अशी ब्राह्मणी वर्चस्वाची सर्वसमावेशक कल्पना महाराजांनी मांडली आहे. १९१८ मध्ये मुंबईतील कामगार मेळाव्यात बोलताना त्यांनी ही कल्पना स्पष्ट केली आहे.

महाराजांच्या मते ब्राह्मण वर्गाची विद्येची मक्तेदारी हे त्या 'ब्युरॉक्रसी'चे व्यवच्छेदक लक्षण होते. ही मक्तेदारी नष्ट होऊन मागासलेल्या वर्गांना विद्यामृताचे काही थेंब मिळून ते थोडेबहुत तरी सज्ञान झाल्याशिवाय सरकारकडून मिळणारे राजकीय हक्क त्यांच्या काहीच उपयोगाचे नाहीत; उलट हे हक्क, तसेच दिले गेले तर ते ब्राह्मण वर्गाच्या हाती पडून त्यांची 'स्वदेशी' आणि 'सुशिक्षित' ब्युरॉक्रसी निर्माण होईल, असे महाराजांनी म्हटले आहे : 'इंग्रजी अधिकाऱ्यांच्या हातून सत्ता काढून घेऊन ती विद्यासंपन्न अशा अल्पसंख्याक ब्राह्मण वर्गाच्या हाती देणे मला बिलकूल पसंत नाही. परशुरामाच्या काळापासून आजपर्यंतचा इतिहास काय सांगतो? विद्येचा मक्ता फक्त आपणाकडेच ठेवून इतरांस विद्येपासून दूर ठेवण्याचा अखंड पद्धतशीर प्रयत्न सतत करून ब्राह्मण ब्युरॉक्रसीने या दक्षिणेत इतरांस गुलामाच्या स्थितीस कसे आणले आहे, ही गोष्ट विसरणे फार कठीण आहे... रयतेतील मोठा भाग अडाणी राहिला आणि थोडेसे लोक विद्याचारसंपन्न झाले आणि प्रजेस अधिकार दिले, तर ते या थोड्या लोकांच्या हाती पडणार आणि एक स्वदेशी ब्युरॉक्रसी तयार होणार. या सुशिक्षित ब्युरॉक्रसीचा कारभार आमच्या ओळखीचा आहे. फार लांब कशाला, मराठ्यांचा इतिहासच पाहा. शाहू महाराजांची भूल होऊन पेशव्यास अधिकाधिक सत्ता बळकावण्यास संधी मिळाली. याचा परिणाम छत्रपतींचा कारागृहवास हा झाला; जातिभेद तीव्र झाले; जातिमत्सर वाढला आणि अस्पृश्यांस तर गळ्यात गाडगे

आणि कंबरेस फेसाटी बांधून फिरावे लागे. हा प्रसंग कोठेही पुन्हा येणे चांगले नाही. याकरिता अधिकारदान करण्यापूर्वी सर्व लोकांत विद्याप्रसार करण्याकडे अगोदर लक्ष देणे जरूर आहे.'[२]

स्वदेशी ब्युरॉक्रसीचा इतिहासातील आणखी एक दाखला देताना शाहू महाराजांनी पेशवाईतील साताऱ्च्या प्रतापसिंह महाराजांचे उदाहरण सांगितले आहे. लहानपणी प्रतापसिंहांना लिहिणे-वाचणे शिकण्याचीही पेशव्यांनी बंदी केली होती, तेव्हा त्यांच्या आईने त्यास रात्री बारा वाजता उठवून ब्राह्मण पंतोजीकडून शिक्षण दिले. पुढे पेशवाई बुडाल्यानंतर, इंग्रजांचे राज्य आल्यावर प्रतापसिंहांनी आपले क्षत्रियत्वाचे हक्क परत मिळविण्याचे व ब्राह्मणांचे फाजील महत्त्व कमी करण्याचे प्रयत्न सुरू करताच ते चिडून गेले. त्यांनी पुढे खोटी कारस्थाने रचून इंग्रज सरकारचा त्यांच्याविषयी गैरसमज केला व त्यास गादीवरून दूर करविले. महाराज पुढे म्हणतात, 'तशीच भीती ते मला आज घालीत आहेत; पण मी ईश्वरी व इंग्रजी न्यायावर आणि देशप्रेमी स्नेह्यांच्या सहानुभूतीवर विश्वास ठेवून स्वस्थ मनाने माझे कर्तव्य करीत राहीन.'[३] यातूनही या ब्युरॉक्रसीने आपल्यावर अंमल प्रस्थापित केला, तर आपल्या कर्त्या झालेल्या मुलाकडे राज्य सोपवून आपण मागासलेल्या लोकांच्या 'सेवेत' राहण्याची प्रतिज्ञा केली आहे, असेही त्यांनी आणखी एका ठिकाणी म्हटले आहे.[४] ब्युरॉक्रसीच्या कारस्थानामुळे एखाद्या वेळी नशिबी तुरुंगवास आला तरी तो भोगण्याची मानसिक तयारीही महाराजांनी केलेली होती![५]

म. फुले काय अगर शाहू महाराज काय त्यांच्या चरित्राकडे पाहिले तर असे दिसून येते की, त्यांची सर्व हयात या 'ब्राह्मण ब्युरॉक्रसी'शी लढण्यातच खर्ची पडली. या ब्युरॉक्रसीशी जो संघर्ष चालू होता, त्यात म. फुले यांच्या बाजूवर प्रतिपक्षावर आक्रमण करून त्यास जेर करण्यासाठी फार कमी हत्यारे उपलब्ध होती. धारदार व तिखट लेखणी हे तसे प्रतिपक्षास घायाळ करू शकणारे एकमेव हत्यार त्यांच्याकडे होते. बाकीची शिक्षणप्रसार, जनजागृती आदी साधने केवळ स्वपक्षाचे बळ वाढविणारी होती. शाहू महाराजांचे तसे नव्हते. त्यांच्या हातात राजसत्ता होती आणि या सत्तेच्या जोरावर ते 'ब्राह्मण ब्युरॉक्रसी'चे पंख छाटू शकत होते. ब्राह्मणांची विद्येच्या क्षेत्रातील, सरकारी नोकऱ्यांच्या क्षेत्रातील मक्तेदारी त्यांना सत्तेच्या जोरावरच नष्ट करता आली. मागासलेल्या वर्गांना त्यांना ब्राह्मणांच्या बरोबरीचे सामाजिक

हक्क सत्तेच्या बळावरच देता आले. ब्राह्मण ब्युरॉक्रसीच्या सर्वंकष वर्चस्वाचे खच्चीकरण निदान आपल्या संस्थानापुरते तरी करण्यात महाराज यशस्वी झाले. त्यासाठी त्यांनी जी अनेक खंबीर पावले उचलली, त्यांपैकी कुलकर्णी लोकांचे वतन खालसा करण्याचे त्यांचे पाऊल सर्व महाराष्ट्रात खळबळ उडवून देणारे ठरले.

कुलकर्णी-वतनाची बरखास्ती

प्रत्येक खेड्यातील वतनदार कुलकर्णी म्हणजे 'ब्राह्मण ब्युरॉक्रसी'च्या किल्ल्याचा एक बलदंड बुरूजच होता. खेड्यातील शिकलेला, लिहिता-वाचता येणारा बहुधा तो एकमेव इसम असे. पाटील गावचा 'राजा' खरा; पण तो निरक्षर व अडाणी असल्याने गावाचा कारभार कुलकर्ण्याच्याच हाती असे. गावचा महसूल, त्यासंबंधीचे दफ्तर, जमिनीच्या नोंदीचे दफ्तर, सरकार दरबाराशी पत्रव्यवहार आदी बाबी कुलकर्ण्यांच्या हाती असत. सरकारचा तो गावातील अधिकृत प्रतिनिधीच असल्याने सरकारच त्याच्या मुखातून बोलते, अशी रयतेची समजूत असे. लिखापढी करणारा गावातील हा एकमेव गृहस्थ असल्याने गावकऱ्यांचे सर्व व्यवहार त्याच्या मदतीने व साक्षीने होत असत. काही ठिकाणी कुलकर्णी सावकारीही करीत असे आणि मग त्याच्या सावकारी पाशात अनेक गरीब रयत अडकून देशोधडीस लागत. थोर सत्यशोधक नेते 'दीनमित्र'कार मुकुंदराव पाटील यांनी या सुमारास 'कुलकर्णी लीलामृत' या नावाचा कुलकर्ण्यांच्या अनेकविध कारस्थानी कृत्यांवर कठोर प्रहार करणारा एक अप्रतिम औपरोधिक काव्यग्रंथ प्रसिद्ध केला होता. सत्यशोधक कार्यकर्ते विठ्ठल डोणे या ग्रंथाचे प्रकाशक, तर भास्करराव जाधव त्याचे प्रस्तावनाकार होते. हे सामाजिक दंभस्फोट करणारे ग्रंथास्त्र दिवाण सबनीस यांना अर्पण केले होते आणि या सर्व प्रयत्नांमागे शाहू महाराजांची प्रेरणा व अर्थसाह्य उभे होते.

'कुलकर्णी लीलामृत'मधील औपरोधिक; पण जहाल टीका 'ब्राह्मण ब्युरॉक्रसी'स फार झोंबली. या ब्युरॉक्रसीचे प्रमुख प्रवक्ते न. चिं. केळकर यांनी 'केसरी'त दोन अग्रलेख लिहून प्रारंभी या काव्यग्रंथाच्या 'कल्पनांचा ओघ, प्रासादयुक्त वाणी आणि शुद्ध भाषा' या गुणांचा गौरव करून नंतर ग्रंथाच्या हेतूवर हल्ले चढविले. त्यात ते म्हणतात, 'हे काव्य म्हणजे अमृतरूपी विष काहीतरी सैतानी कृत्य करावयास अवतरले आहे. सत्यशोधक

समाजाच्या दारूघरात बनलेली ही गोड आणि मसालेदार ब्राह्मणद्वेषाची दारू आहे आणि शाहू महाराजांच्या कृपेने ती अवघ्या तीन आण्यास एक बाटली याप्रमाणे मिळते आहे.'[६]

खरे तर मुकुंदराव पाटलांनी वर्णिलेल्या कुलकर्णी लीला तत्कालीन वस्तुस्थितीचे चित्रण करणाऱ्याच होत्या. प्रस्तावनेत भास्करराव जाधव यांनी म्हटले आहे, 'मुकुंदराव हे वतनदार पाटील आहेत. कुलकर्ण्यांच्या काव्याचा कडू अनुभव यास आलेला आहे. त्याचे अवलोकन सूक्ष्म असल्याने इतर ठिकाणच्याही कुलकर्णी लीला त्यास अवगत आहेत. प्रस्तुत ग्रंथाचे दहा अध्याय असून त्यात सात लीला वर्णिल्या आहेत; यातील एकही काल्पनिक नाही. काही मुकुंदरावांच्या अनुभवांतील व बाकीच्या त्यांच्या स्नेह्यांच्या अनुभवांतील आहेत.'[७]

'ब्राह्मण ब्युरॉक्रसी' मोडून काढण्यासाठी, विशेषतः मागासलेल्या वर्गास वर काढण्यासाठी, शाहू महाराजांचे जे अनेक प्रयत्न चालू होते, त्या मार्गात कुलकर्णी ही मोठी अडचण ठरत असल्याचे त्यांचे मत होते. मुंबई सरकारचे गृहसचिव रॉबर्टसन यांना लिहिलेल्या पत्रात महाराज म्हणतात, 'कुलकर्णी याचे गावात किती वजन असते आणि तो इतक्या क्षुल्लक वेतनावर काम करावयास का तयार असतो, हे आपणास माहीत आहेच. त्याच्या कारस्थानांमुळे त्याला बराच पैसा मिळतो आणि पैसा मिळविण्याचे त्याचे अनेक वाममार्ग आहेत. खेडूत हे अज्ञानी असल्यामुळे ते आपल्याच दयेवर अवलंबून असतात, हे तो जाणतो; पण जर खेडूतांना लिहायला आणि वाचायला शिकविले, तर त्याचे सर्व वजन खलास होईल; त्यामुळे मी जी सक्तीच्या मोफत शिक्षणाची योजना सुरू केली आहे, तिला स्वाभाविकपणे त्याची अनुकूलता नाही. मी ब्राह्मणी कारस्थानांचा बीमोड करण्यासाठी सरकारला कसे साह्य करीत आहे, याचीही त्याला पूर्ण कल्पना आहे.'[८]

याच सुमारास गव्हर्नर लॉर्ड सिडनहॅम यांना पाठविलेल्या पत्रात शाहू महाराजांनी म्हटले आहे की, सरकारला कुलकर्ण्यांच्या कसबाची पूर्ण कल्पना आहे. टिळक पक्षाच्या सत्तेचे अधिष्ठान कुलकर्णी असून कुलकर्णी वतने नष्ट झाली, तर खेड्यांतून ब्राह्मणी वजन कमी होईल आणि म्हणून टिळकांचे होमरूल पक्षाचे कार्यकर्ते कुलकर्ण्यांच्या बाजूने आपल्यावर बेफाम हल्ले करीत आहेत.[९]

कुलकर्णी खेड्यातील गरीब रयतेवर अन्याय करतातच शिवाय इंग्रज सरकार व कोल्हापूर संस्थान यांच्याविरुद्ध त्यांच्या राजद्रोहाच्या कारवायाही चालू असतात, असा स्पष्ट आरोप शाहू महाराजांनी केलेला आढळतो. खेड्यातील आपल्या स्थानाच्या जोरावर रयतेस आपल्याविरुद्ध तसेच इंग्रज सत्तेविरुद्ध उठविण्याचे अनेक तऱ्हेचे प्रयत्न करणे, गावच्या चावडीवर गावकऱ्यांना वर्तमानपत्रे वाचून दाखवून ब्रिटिश प्रदेशातील जहालवादाचा संस्थानात प्रचार करणे, राजद्रोही उद्देशांचा प्रसार करण्यासाठी अज्ञानी गावकऱ्यांकडून निधी गोळा करणे, 'लोकसंग्रह', 'लोकशाही', 'राजकारण', 'केसरी' इत्यादी जहाल वर्तमानपत्रांतून आपल्याविषयी लोकांचे मन कलुषित करण्यासाठी आपल्यावर बिनदिक्कत कडवट हल्ले चढविणे इत्यादी आरोप एका अधिकृत टिपणात महाराजांनी केले आहेत.[१०] तेव्हा महाराजांनी कुलकर्णी वतन खालसा करण्यामागे सामाजिक कारणांबरोबरच राजकीय कारणेही मौजूद होती, हे स्पष्ट होते.

२८ फेब्रुवारी, १९१८ रोजी संस्थानात कुलकर्णी वतन खालसा करण्याचा जाहीरनामा प्रसिद्ध करण्यात आला. त्यामध्ये शाहू महाराजांनी ग्रामपंचायती स्थापन करण्याच्या कार्यात कुलकर्ण्यांचा मुख्य अडथळा असल्याचे एक तात्कालिक कारण दिले आहे. जाहीरनाम्यात म्हटले होते, 'रयतेमध्ये विद्येचा प्रसार होऊ लागल्याने तिला जास्त हक्क देण्याची वेळ आलेली आहे. बिकानेर, त्रावणकोर वगैरे संस्थानांत प्रजेस ग्रामपंचायती दिलेल्या आहेत. त्याच धर्तीवर इथेही देण्याचा हुजुरांचा विचार आहे; पण या कामात 'वतनदार' कुलकर्णी ही मोठी अडचण आहे. समाजाच्या अज्ञान अवस्थेत कुलकर्णी वतन आवश्यक असेल; पण आता मात्र तो काळ राहिलेला नाही. वतनदार कुलकर्णी असताना एखाद्या ठिकाणी ग्रामपंचायत स्थापन झाल्यास सर्व सत्ता हा कुलकर्णी आणि त्याचे थोडे जातभाई यांच्या हाती जाईल व शेतकऱ्यांच्या मोठ्या समाजाच्या हिताकडे दुर्लक्ष झाल्याशिवाय राहणार नाही. वतनदार पाटील हा शेतकऱ्यांपैकीच असल्याने त्याच्या योगाने अशा ग्रामपंचायतीच्या कामास काही धोका येण्यासारखा नाही. ग्रामपंचायती यशस्वी करावयाच्या असतील, तर वतनदार कुलकर्ण्यांची पद्धत बंद झाली पाहिजे. सबब यापुढे ही पद्धत बंद करून पगारी तलाठी नेमून गावचे काम घेण्यात यावे.'

'आज कुलकर्णी लोक जे काम करीत आहेत, त्यातील बहुतेकास सनदा

नाहीत, ते फक्त वहिवाटीप्रमाणे काम करीत आहेत. वतनी जमिनीवर वतनदाराचा हक्क नाही. जोपर्यंत नोकरी घेण्यात येते, तोपर्यंत सदर जमीन त्याच्याकडे राहण्याची असते; तरी कुलकर्ण्याच्या ताब्यात असलेल्या जमिनी मोहिनी व अर्जी काढून न घेता दयाळूपणे त्यांच्याकडेच राहू देण्याची हुजुरांची इच्छा आहे. इतकेच नव्हे तर त्यांनासुद्धा सदर जमिनीवर पूर्ण मालकी नाही ती मालकीही देण्यात येत आहे. आज त्यांना सदर जमिनी गहाण देता येत नाहीत; विकत, बक्षीस अगर मृत्युपत्रानेही कोणास देता येत नाहीत; पण त्यांना रयताव्याचे पूर्ण हक्क मिळाले म्हणजे या सर्व गोष्टी करता येतील. असे पूर्ण हक्क मिळणे हा त्यांचा फायदाच आहे.'[११]

अशा प्रकारे या जाहीरनाम्याद्वारे खेड्यातील वतनदार कुलकर्णी दूर करून त्याचे काम करणारा 'वेतनदार तलाठी' नेमला जाणार होता. खरे तर कुलकर्णी वतन खालसा झाल्याबरोबर कुलकर्ण्यांच्या वतनी जमिनीही सरकारजमा होणे क्रमप्राप्त होते; पण महाराजांनी कुलकर्ण्यांना सूडबुद्धीने न वागविता दयाळूपणे त्या 'वतनी' जमिनी रयतावा करून म्हणजे त्यांच्या पूर्ण मालकीच्या करून दिल्या. एवढेच नव्हे तर अशा वतनी जमिनी रयतावा करण्यासाठी सरकारात जो ठरावीक 'नजराणा' भरावा लागतो, तोही महाराजांनी कुलकर्ण्यांना माफ केला.[१२] तथापि, आपले वतन खालसा केल्याचा कुलकर्णी लोकांत आणि त्यांची बाजू घेणाऱ्या ब्राह्मण वर्गात भडकलेला संताप इतका उग्र होता की, महाराजांच्या या औदार्याविषयी त्यांनी किंचितही कृतज्ञता व्यक्त केली नाही.

कुलकर्णी वतन खालसा करण्याविषयी काढलेला हुकूम महाराजांनी इंग्रज सरकारचे मत अजमावण्यासाठी काही काळ स्थगित केला होता, तो जुलैमध्ये अमलात आणला गेला. दरम्यान, आतापर्यंत महाराजांच्या गोटात असणाऱ्या करवीर पीठाच्या शंकराचार्यांनी - डॉ. कुर्तकोटी यांनी - 'ब्राह्मण ब्युरॉक्रसी'च्या प्रभावाखाली जाऊन उघडपणे कुलकर्ण्यांची बाजू घेतली. वतनदार कुलकर्णी मंडळींची पहिली सभा शंकराचार्यांच्या अध्यक्षतेखाली त्यांच्याच मठात भरली. कुलकर्ण्यांच्या वतीने आता ते महाराजांशी पत्रव्यवहार करू लागले.[१३] अशाच एका पत्रास महाराजांनी ११ जुलै रोजी पाठविलेले एक प्रदीर्घ उत्तर उपलब्ध आहे. त्यामध्ये त्यांनी आपल्या बाजूने मोठा बौद्धिक युक्तिवाद केला आहे. त्या युक्तिवादाचे प्रमुख मुद्दे असे –

१) कुलकर्णी वतनासंबंधीच्या हुकमाचा ब्राह्मण-ब्राह्मणेतर वादाशी काही

संबंध नाही. हा वाद फार पुरातन आहे. २) कुलकर्णी वतन खालसा झाले तरी वतनी जमिनी त्यांच्याकडेच ठेवल्याने त्यांचे कोणत्याही प्रकारचे आर्थिक नुकसान झालेले नाही. ३) पूर्वी कुलकर्ण्यांकडून चूक झाली तर त्यांचे उत्पन्न सरकारजमा होण्याचा धोका असे असे; इतःपर ते होण्याचा प्रश्न नाही, हा त्यांचा फायदा नाही काय? ४) खरे तर गावच्या हिशेबाचे काम म्हणजे काही श्रेष्ठ दर्जाचे काम नाही. कुलकर्णी लोकांसारख्या बुद्धिमान मंडळींना अशा कनिष्ठ दर्जाच्या कामात गुंतून राहणे हे त्यांच्या व समाजाच्या दृष्टीने योग्य नाही, तेव्हा त्यांनी आपल्या बुद्धिमत्तेचा समाजाच्या प्रगतीसाठी अन्य क्षेत्रांत उपयोग करावा. ५) जे कुलकर्णी घराण्यातील लोक वतनी नोकरी करीत नाहीत, ते आपल्या स्वतंत्र कर्तबगारीने समाजात उदयास आलेले आहेत. ६) शिवाय कुलकर्ण्यांना अशा कनिष्ठ दर्जाच्या सेवेतून मुक्त केल्यामुळे त्यांच्या ब्राह्मण्याचे तेज विशेष वाढणार आहे. ७) खरे म्हणजे कुलकर्ण्यांना वाईट वाटते, ते त्यांच्या वतनासाठी अथवा आर्थिक नुकसानीसाठी नव्हे तर केवळ त्यांची 'ब्युरोक्रॅटिक सत्ता' हातातून जाते म्हणून! ८) सध्याचा काळ सर्व प्रकारच्या ब्युरॉक्रसी नष्ट होण्याचा आहे. ब्राह्मणांनीच नव्हे तर राजे-रजवाडे मंडळींनीही आपली सत्ता सोडावयास तयार होणे, हे परिस्थितीस अनुसरून नाही काय? ९) ब्रिटिश सरकारनेही आपल्या 'ऑफिशिअल ब्युरॉक्रसी'चे न ऐकता हिंदी लोकांना हक्क दिले आहेत.[१४] या पत्राच्या शेवटी शाहू महाराजांनी शंकराचार्यांना विनंती करणारे एक 'ताजा कलम' जोडले आहे, ते सामाजिकदृष्ट्या फार महत्त्वाचे आहे. ते असे - 'सोशल रिफार्म करणे स्वामीकडे (शंकराचार्य) आहे. स्वामींनी या दृष्टीने काहीतरी चळवळ केलीच पाहिजे. ब्राह्मण, मराठे या ब्युरॉक्रसी अस्पृश्य जातींना म्हणजे आमच्या देशबांधवांना कुत्र्या-मांजरापेक्षा (कमी) समजतात, ही मोठी कीव येण्यासारखी गोष्ट आहे, तेव्हा स्वामींनी मनुष्याला मनुष्यत्व आहे, असे ठरविण्याची खटपट करावी अशी माझी इच्छा आहे.'[१५]

येथे जातीजातींमधील भेद कमी करून मनुष्याला 'मनुष्यत्व' देण्याचे कार्य शंकराचार्यांनी हाती घ्यावे, ही अपेक्षा महाराजांनी व्यक्त केली आहेच; पण त्याच वेळी 'ब्राह्मण ब्युरॉक्रसी'बरोबर 'मराठा ब्युरॉक्रसी'चाही निर्देश केलेला आहे. 'ब्राह्मण ब्युरॉक्रसी'प्रमाणेच 'मराठा ब्युरॉक्रसी', जी अस्पृश्यांना मनुष्यत्वाचे अधिकार नाकारते, तीही तोडली पाहिजे, असेही त्यांनी प्रतिपादन केले आहे!

सारांश, शाहू महाराजांनी 'ब्युरॉक्रसी' हा शब्द मर्यादित अर्थाने योजलेला नाही. आपल्या खास अधिकारांच्या व हक्कांच्या जोरावर मक्तेदारी निर्माण करून दुसऱ्यावर वर्चस्व गाजविणारी आणि समाजातील कमजोर वर्गाची पिळवणूक करणारी कोणतीही समाजव्यवस्था महाराजांच्या दृष्टीने 'ब्युरॉक्रसी'च होती. तिचे स्वरूप प्रसंगपरत्वे सामाजिक, धार्मिक अथवा राजकीय असे कसेही असू शकते. स्वातंत्र्य, समता, बंधुत्व, लोकशाही या तत्त्वांच्या युगात या ब्युरॉक्रसींचा ऱ्हास होणे काळाला अनुसरूनच आहे. त्यात महाराजांनी राजेशाहीलाही अपवाद मानलेले नाही. आज ना उद्या आपली राजेशाहीही बरखास्त होऊन लोकशाहीचे हक्क लोकांना द्यावे लागणार आहेत, याची पूर्ण जाणीव त्यांना होती. त्या दृष्टीने त्यांनी जाहीरपणे वक्तव्येही केलेली आढळतात.[१६]

शाहू महाराजांवरील ब्राह्मणद्वेष्टेपणाचा वृथा आरोप

'ब्राह्मण ब्युरॉक्रसी'शी संघर्ष करून मागासलेल्या वर्गास सामाजिक व राजकीय हक्क मिळवून देण्यासाठी शाहू महाराजांनी आपली सर्व हयात खर्ची घातली. हे करीत असताना म. फुले यांच्याप्रमाणेच शाहू महाराजांवरही ब्राह्मण वर्गाचा रोष उत्पन्न होऊन त्यांनी त्यांच्यावर द्वेष्टेपणाचा आरोप केला. तथापि, हा आरोप किती वृथा होता, याची तत्कालीन कागदोपत्री पुराव्याने इथे चर्चा केली तर ती अप्रस्तुत होणार नाही. महाराजांचे ब्राह्मणांशी शत्रुत्व नव्हते, तर त्यांच्यातील 'ब्राह्मण्या'शी शत्रुत्व होते, हा विचार अनेक अभ्यासकांनी आतापर्यंत मांडलेला आहे. त्यास तत्कालीन मुबलक पुरावेही उपलब्ध आहेत. त्यांपैकी काही त्यांनी केलेल्या भाषणात सापडतात, तर काही प्रशासनिक हुकमांच्या रूपाने मिळतात.

न्या. रानडे, नामदार गोखले, प्रि. आगरकर या उदारमतवादी व सुधारणावादी ब्राह्मण नेत्यांविषयी शाहू महाराजांना मोठा आदर होता. अनेकदा महाराजांनी न्या. रानडे व नामदार गोखले यांच्याशी समाजसुधारणेच्या संदर्भात चर्चा केल्याचे व त्यांचा सल्ला घेतल्याचेही नमूद आहे. या ब्राह्मण नेत्यांच्या उदारमतवादाची प्रशंसा करताना हुबळीत भरलेल्या ब्राह्मणेतर सामाजिक परिषदेच्या अध्यक्षपदावरून केलेल्या भाषणात महाराज म्हणतात, 'ब्राह्मणांनी विद्या रक्षण केली आणि विद्येची ज्योत राखिली, याबद्दल आम्ही त्यांचे कितीतरी अभिनंदन करावे; परंतु त्या वेळी नामदार रानडे, गोखले, आगरकर

यांच्यासारखे उदारमतवादी (ब्राह्मण) असते तर, खरोखरच त्यांनी सर्वांना विद्यादान दिले असते आणि अप्पलपोटेपणाने दुसऱ्यांना विद्या शिकवू नये, असा जो प्रकार चालू झाला, त्याला आळा बसला असता तसेच ब्राह्मण-ब्राह्मणेतर हा भेद राहिला नसता व आज ब्राह्मणेतरांची म्हणून परिषद स्वतंत्र भरविण्याचा प्रसंग आला नसता.!![१७] १९१५ मध्ये नामदार गोखले निधन पावले. गोखल्यांच्या राष्ट्रीय स्वरूपाच्या कार्याविषयी महाराजांना इतका आदरभाव होता की, त्यांच्या मृत्यूबद्दल कोल्हापूर संस्थानतर्फे जाहीर दुखवटा व्यक्त करून, खेद प्रदर्शनार्थ सर्व सरकारी कार्यालये व शाळा बंद ठेवण्यात आल्या.[१८]

पुणे हे ब्राह्मण ब्युरॉक्रसीचे प्रमुख केंद्र होते. तेथील ब्राह्मण वर्ग मोठ्या संख्येने शाहू महाराजांच्या विरुद्ध ते ब्राह्मणद्वेष्टे आहेत म्हणून प्रचार करत असे. मागासवर्गीयांच्या एका सभेत महाराजांनी केलेल्या भाषणाचा पुण्यातील वृत्तपत्रांनी विपर्यास करून त्यांना 'ब्राह्मणजातीचे पाय मागे ओढण्यासाठी झालेल्या कटाचा मेरुमणी' असे म्हटले होते. त्याला दुसऱ्या एका जाहीर सभेत उत्तर देताना महाराजांनी म्हटले होते, 'पुण्यनगरीतील कित्येक लोकांनी माझ्यावर असा आरोप आणला आहे की, महाराज पंक्तिप्रपंच करून आपल्याच जातीला पुढे आणतात. मी असे निक्षून सांगतो की, ही गोष्ट निखालस खोटी आहे. श्रीशिवछत्रपतींच्या नावाला किंवा त्यांच्या गादीला बट्टा आणणारे असे नीच वर्तन माझ्याकडून होणार नाही. राज्याधिकारसूत्रे हाती आल्यानंतर मागासलेल्या जातींना वर आणण्याचे मी अनेक प्रयत्न केले; परंतु यावरून ब्राह्मणांच्या ठिकाणी माझा द्वेषभाव आहे, असे मात्र मुळीच नाही. अनेक ब्राह्मण माझ्या पूर्ण विश्वासाचे अंमलदार आणि सल्लागार आहेत, अनेक ब्राह्मणांना मी इनामे वगैरे दिली आहेत तसेच इतर जातींप्रमाणे त्यांच्या कल्याणाची इच्छा बाळगलेली आहे.'[१९]

शाहू महाराजांच्या कारकिर्दीत संस्थानातील ब्राह्मण-ब्राह्मणेतर नोकरांचे प्रमाण पुढीलप्रमाणे होते : राज्यारोहणाच्या वेळी म्हणजे १८९४ मध्ये प्रशासनातील ७१ नोकरांपैकी ६७ ब्राह्मण होते, तर ४ ब्राह्मणेतर होते. महाराजांच्या कारकिर्दीच्या शेवटी, १९२२ मध्ये, एकूण ९५ नोकरांपैकी ३६ ब्राह्मण, तर ५९ ब्राह्मणेतर होते. १८९४ मध्ये 'खासगी' सेवेत एकूण ५३ नोकर होते. त्यात ४६ ब्राह्मण, तर ७ ब्राह्मणेतर होते. पुढे खासगीतही ब्राह्मणेतरांची संख्या वाढली. १९२२ मध्ये खासगीतील एकूण

१५२ नोकरांपैकी ४३ ब्राह्मण, तर १०९ ब्राह्मणेतर होते.[२०] महाराजांच्या मागासलेल्या वर्गास पुढे आणण्याच्या धोरणामुळे संस्थानातील नोकऱ्यांमध्ये ब्राह्मणेतरांची संख्या वाढणे स्वाभाविक होते; पण तरीही ब्राह्मण नोकरांची संख्या लक्षणीय होती. ती नगण्य करणे महाराजांना अशक्य नसतानाही त्यांनी तसे न करता प्रशासनातील अनेक प्रमुख पदांवर ब्राह्मण ठेवले होते. संस्थानातील महाराजांचे खासगी कारभारी, संस्थानचे मुख्य पोलीस अधिकारी, मुख्य न्यायाधीश, दुय्यम न्यायाधीश, शिक्षण खात्याचे संचालक, स्त्री-शिक्षणाधिकारी, तंत्रशाळेचे प्रमुख, जेलर, स्टेट प्लीडर, दरबार सर्जन आदी अनेक पदांवर ब्राह्मण अधिकारीच नेमले गेले होते.[२१] विद्यापीठ हायस्कूलचे संस्थापक वा. द. तोफखाने आणि 'धर्माधिकारी' या खास जागेवर नियुक्त केलेले गुंडोपंत पिशवीकर ही ब्राह्मण मंडळी महाराजांच्या खास विश्वासातील होती. अनेक सामाजिक व धार्मिक बाबींत महाराज त्यांचा सल्ला घेत असत. कोल्हापूर-इंदूर संस्थानांच्या दरम्यान १०० आंतरजातीय विवाह घडवून आणण्याचे कामही महाराजांनी याच पिशवीकरांवर सोपविलेले होते.

तोफखाने मास्तर तर शाहू महाराजांच्या खास प्रीतीमधील होते. त्यांच्या शाळेला जागा देण्यास खासगी कारभाऱ्यांनी दिरंगाई केली, तेव्हा खुद्द महाराजांनी पुढाकार घेऊन, सहा तास उन्हात उभे राहून, ती जागा तोफखाने यांना खुली करून दिली होती.[२२] तोफखाने यांची स्वामिनिष्ठा, शिक्षणप्रेम, प्रामाणिकपणा, सौजन्य, स्वार्थत्यागवृत्ती इत्यादी गुणांनी महाराजांना मोहित केले होते. त्यांच्या निरपेक्ष स्वभावामुळे त्यांना कर्ज झाल्याचे समजताच महाराजांनी एक हुकूम काढला. तो असा- 'रा. तोफखाने हे आमचे असल्यामुळे आणि त्यांनी लोकांची कसबाकसबी केलेली नसल्यामुळे त्यांना ३००० रुपये देणगी खाते द्यावेत. गोखले मास्तर व करमरकर मास्तर यांच्याप्रमाणे त्यांना आमची काळजी आहे. सबब त्यांना कर्जात ठेवणे योग्य होणार नाही. तरी त्यांना तीन हजार रुपये आदा करावेत - शाहू छत्रपती'[२३]

कला, समाजकारण, पत्रकारिता, उद्योग आदी अनेक क्षेत्रांतील ब्राह्मण व्यक्तींना शाहू महाराजांनी सढळ हाताने अर्थसाह्य देऊन त्या त्या क्षेत्रात कर्तबगारी गाजविण्यास प्रोत्साहन दिल्याची असंख्य उदाहरणे शाहूचरित्रात आढळतात. नारायण श्रीपाद राजहंस ऊर्फ बालगंधर्व ही महाराजांचीच मराठी कलासृष्टीस ललामभूत ठरलेली देणगी होती. महायुद्धाच्या काळात

कच्च्या लोखंडाअभावी कारखाना बंद पडण्याचे संकट निर्माण झाले असताना लक्ष्मणराव किर्लोस्करांना संस्थानातील जुन्या तोफा पुरवून महाराजांनीच तो कारखाना तगवून धरला होता.[२४] ही झाली ब्राह्मण वर्गातील बड्या व्यक्तींची उदाहरणे; पण सामान्य ब्राह्मण व्यक्तीविषयीसुद्धा महाराजांचा व्यवहार उदारबुद्धी आणि समभावाचा होता.

१९१८ मध्ये सरसुभे यांच्या नावे महाराजांनी काढलेला एक हुकूम पाहा - 'तलाठ्यांच्या नेमणुका होत आहेत; त्यात ब्राह्मण लोकांस घेतले जात नाही, अशी तक्रार आली आहे. सरकारी नोकरीस अमूक जातीचे लोक लायक नाहीत किंवा घेण्याचे नाहीत, असे ठरविणे योग्य नाही. सर्वांस ती मोकळीक पाहिजे हे समजून तजवीज राहावी - शाहू छत्रपती'[२५]

संस्थानच्या पागेत दोन ब्राह्मण व्यक्ती 'शिलेदार' म्हणून नोकरीस होत्या. नोकरीच्या जागी त्यांची होणारी कुचंबणा महाराजांच्या लक्षात आल्यावर त्यांनी उदार मनाने हुकूम काढला : 'शिलेदार मोरेश्वर विठ्ठल श्रीखंडे व अनंत दत्तात्रय पडळकर हे ब्राह्मण आहेत. त्यांना राकट काम करावे लागते. त्यांना घोड्याला मालिश करणे, लिदमूद काढणे, वेळ पडल्यास शिकार-मांस वाहून नेणे वाईट वाटते. इतर शिलेदार मराठे व मुसलमान असल्याने यांच्या जेवणा-खाण्याचीही सोय या लोकांत होत नाही. म्हणून त्यांची नोकरी व उत्पन्ने शिलेदार लिस्टमधून कमी करून कारकुनी लिस्टमध्ये घालण्यात येत आहेत.'[२६]

संस्थानच्या नोकरीत असलेल्या ब्राह्मण नोकराच्या मृत्यूनंतर त्याच्या निराधार झालेल्या कुटुंबाची काळजी महाराज कशी घेत असत, त्याचेही काही दाखले कागदोपत्री मिळतात. उदाहरणार्थ, सखाराम बाजी कुलकर्णी हा नोकर प्लेगच्या साथीत अकाली मृत्यू पावला, तेव्हा त्याच्या पत्नीने, 'आपल्यावर अकाली घाला आल्याने अगदी निराधार झाले आहे. पोटी दोन मुलगे असून त्यांचे संरक्षण होण्यास काही सोय नाही. भ्रतारानी मूळ सरकारचे आश्रयानेच विद्या केली असून, १४-१५ वर्षे इमाने इतबारे नोकरी केली. या सर्व गोष्टी ध्यानी आणून पोटाची सोय व्हावी,' म्हणून महाराजांकडे अर्ज केला, तेव्हा महाराजांनी कृपाळू होऊन तिला दरमहा चार रुपये आणि मुलांना प्रत्येकी तीन रुपये याप्रमाणे एकूण दहा रुपयांची पोटगी त्या कुटुंबास सुरू केली.[२७]

दुसरे उदाहरण आहे स्टेट प्लीडर मल्हार बळवंत गर्दे यांचे. त्यांच्या

निधनानंतर त्यांचे सहा व्यक्तींचे कुटुंब निराश्रित झाले. मुलगा पुण्यास फर्ग्युसन कॉलेजात शिकत होता. घरी दोन मुली लग्नाच्या होत्या. या परिस्थितीत कुटुंबाचा चरितार्थ चालणे कठीण झाले, तेव्हा उपरोक्त वकिलांनी निरपेक्ष बुद्धीने सरकारची सेवा केली आहे, हे ध्यानी आणून शाहू महाराजांनी वकिलांच्या पत्नीस हयात असे तो दरमहा दहा रुपये आणि मुलास पाच वर्षांपर्यंत शिक्षणासाठी दरमहा तीस रुपये असे एकूण दरमहा चाळीस रुपये मंजूर केले.[२८] त्या वेळी शिक्षकाचा पगार साधारणपणे दहा-बारा रुपये होता, यावरून ही रक्कम किती मोठी होती हे लक्षात येईल.

त्या काळात शाहू महाराज म्हणजे ब्राह्मण वर्गाचे, विशेषतः कुलकर्णी वर्गाचे, हाडवैरी असे चित्र विरोधकांनी रंगविले होते. या पार्श्वभूमीवर कोल्हापूर संस्थानातील एका ब्राह्मण कुलकर्ण्यांच्या घराण्यावर शाहू महाराजांनी आपल्या कृपेचे आणि मायेचे छत्र कसे धरले होते, याची साक्ष आजही कोल्हापुरातील सांगवडेकर कुलकर्णी यांच्या घराण्यातील प्रमुख दादा महाराज व त्यांचे बंधू देतात. आजही हे सांगवडेकर घराणे शाहू महाराजांना आपले दैवत मानते.

ही उदाहरणे थोड्याशा विस्ताराने एवढ्यासाठी नमूद केली आहेत की, शाहू महाराजांनी आपल्या संस्थानातील सर्व जातिधर्मांच्या लोकांना समभावाने वागविले. 'ब्राह्मण ब्युरॉक्रसी'शी त्यांचा संघर्ष चालू होता म्हणून समस्त ब्राह्मण जातीशी त्यांनी कधी शत्रुत्व केले नाही अगर त्यांना पक्षपातीपणानेही वागविले नाही. आपण जातीने मराठा असलो तरी राजा म्हणून राज्यातील सर्व प्रजाजनांचे आहोत, हा राजधर्माचा विवेक त्यांनी कधीच सोडून दिला नाही. शाहू महाराजांच्या ठिकाणी ही विवेकबुद्धी होती म्हणूनच ब्राह्मण वर्गातील राजारामशास्त्री भागवतांसारखे प्रकांड पंडित, सांगलीचे नामवंत वकील गणेश रघुनाथ अभ्यंकर यांच्यासारखे प्रसिद्ध बुद्धिवंत, कुरुंदवाडचे बाळासाहेब पटवर्धनांसारखे उदारमनस्क जहागीरदार अशा अनेक नामवंत व्यक्ती त्यांच्यावर प्रेम करताना आढळतात.

१९

आर्य समाज

'ब्राह्मण ब्युरॉक्रसी'शी संघर्ष करताना शाहू महाराजांनी अनेक साधनांचा अवलंब केला. त्यामध्ये छत्रपती म्हणून हाती असणारी राजसत्ता हे जसे साधन होते, तसे अस्तित्वात असणाऱ्या आर्य समाज, सत्यशोधक समाज इत्यादींसारख्या सामाजिक व धार्मिक सुधारणांच्या चळवळी चालविणाऱ्या संघटना हे एक साधन होते. समाजातील ब्राह्मणी वर्चस्वाला आणि धार्मिक क्षेत्रातील मक्तेदारीला या संघटना शह देणाऱ्या असल्याने त्यांच्याकडे महाराज आकृष्ट होणे व त्यांना त्यांचा राजाश्रय मिळणे या गोष्टी स्वाभाविक ठरल्या.

आर्य समाजाशी प्रथम परिचय

शाहू महाराजांचा आर्य समाजाशी फार पूर्वीच म्हणजे विद्यार्थिदशेतच संबंध आला होता. राज्यारोहणपूर्वकालात ते १८९२ मध्ये उत्तर हिंदुस्थानच्या शैक्षणिक सफरीत असताना मथुरा या ठिकाणच्या आर्य समाजाने त्यांचा मानपत्र देऊन गौरव केला होता;[१] पण आर्य समाजाच्या तत्त्वज्ञानाचा व कार्यपद्धतीचा त्यांना खरा परिचय १९०२ मध्ये झाला. त्या मध्ये बादशहा सातव्या एडवर्डच्या राज्यारोहणाच्या समारंभास उपस्थित राहण्यासाठी ते इंग्लंडला जात असताना इदारचे नरेश सर प्रतापसिंह महाराज यांच्याशी त्यांची भेट झाली. सर प्रतापसिंह हे मूळच्या जोधपूरच्या राठोड घराण्यातून इदारच्या गादीवर आले होते आणि त्यांनी आर्य समाजाचा स्वीकार केला होता. महाराज आणि सर प्रतापसिंह एकाच बोटीने प्रवास करीत असताना उभयतांच्या भेटीत अनेक प्रश्नांवर चर्चा होत असे. त्यामध्ये 'आर्य समाज' हा एक प्रमुख विषय असे. पुढे महाराजांनी एका जाहीर भाषणात या चर्चेची

आठवण सांगताना म्हटले आहे की, प्रतापसिंहांनीच आपणास आर्य समाजाची 'मते' समजावून दिली. त्यानंतर बडोद्यातील आर्य समाजाचे प्रचारक पंडित आत्माराम यांच्याशीही त्यांच्या भेटीगाठी झाल्या. त्यातून ते आर्य समाजाकडे अधिकाधिक आकृष्ट होऊन त्याची परिणती त्यांनी त्या समाजाचा स्वीकार करण्यात झाली.[२]

महर्षी दयानंद सरस्वतींनी १८७५ मध्ये मुंबईत आर्य समाजाची स्थापना केली होती. आर्य समाज हा हिंदू धर्माचे अधिकृत धर्मग्रंथ म्हणून वेदांना मानणारा आणि वैदिक तत्त्वज्ञान व संस्कृती यांचा जोरदार पुरस्कार करणारा होता. असे असूनही महाराष्ट्रातील वेदाभिमानी ब्राह्मण वर्गाचा त्यास कडवा विरोध होता. याचे प्रमुख कारण हे की, 'वेदां'वरील ब्राह्मणांची धार्मिक मक्तेदारी आर्य समाजास मान्य नव्हती. आर्य समाज 'वेदां'चा अधिकार स्त्रीवर्गासह, अस्पृश्यतेचा तीव्र निषेध करून स्त्री शिक्षण, पुनर्विवाह यांसारख्या सुधारणांचा पुरस्कार करीत होता. आर्य समाजाच्या या पुरोगामी मतांचा प्रभाव महाराष्ट्रातील लोकहितवादी, न्या. रानडे यांच्यासारख्या थोर सुधारकांवरही झाला होता. १८७५ मध्ये महर्षी दयानंदांचा पुण्यात मुक्काम असताना त्यांची हत्तीवरून मिरवणूक काढून या सुधारक मंडळींनी त्यांचा गौरव केला होता. या मिरवणुकीत म. जोतिराव फुलेही सहभागी झाले होते. याच वेळी पुण्यातील कर्मठ सनातन्यांनी एका सजवलेल्या गाढवाची मिरवणूक काढून 'स्वामी गर्दभानंद की जय' अशा घोषणा देऊन, स्वामी दयानंदांची टिंगलटवाळी करण्याचे पुण्य संपादन केले होते. पुण्यातील सनातन्यांचे नेतृत्व करणाऱ्या विष्णुशास्त्रींनी दयानंदांचा 'महार, मांग प्रभृती शूद्र जातींचा अभ्युदय करणारे तेज उदय पावले' असा कुत्सित उल्लेख करून आपल्या 'निबंधमाले'तून निंदाव्यंजक अस्त्र सोडले होते.[३]

शाहू महाराजांनी आर्य समाजाचा स्वीकार का केला?

या गोष्टी घडत होत्या, त्या वेळी शाहू महाराज बाल्यावस्थेत होते. पुढे १८८३ मध्ये महर्षी दयानंद मृत्यू पावल्यावर आर्य समाजाचा उत्तर हिंदुस्थानात मोठ्या प्रमाणावर प्रसार झाला. अनेक प्रकारच्या सामाजिक व शैक्षणिक संस्था स्थापन करून आर्य समाजाने राष्ट्रोद्धाराची मोठी चळवळ निर्माण केली. त्याने अनेक धार्मिक सुधारणांचा पुरस्कार करून हिंदूंचा सांस्कृतिक आत्मा जागा केला आणि राष्ट्रीय पुनरुत्थानाला हातभार लावला. शाहू

महाराजांनी जेव्हा सामाजिक सुधारणांकडे लक्ष द्यायला प्रारंभ केला, तेव्हा आर्य समाज ही देशातील राष्ट्रीय स्वरूपाची एक प्रमुख सामाजिक व धार्मिक चळवळ बनली होती. १९०२ मध्ये जेव्हा महाराजांना सर प्रतापसिंहांनी आर्य समाजाच्या तत्त्वज्ञानाचा प्रथम परिचय करून दिला, तेव्हा कोल्हापुरात वेदोक्त प्रकरणाचा भडका उडालेला होता. कोल्हापुरातीलच नव्हे, तर महाराष्ट्रातील सनातनी ब्राह्मण वर्गाने महाराजांना 'शूद्र' ठरवून त्यांना वेदोक्ताचा अधिकार नाकारला होता. या पार्श्वभूमीवर हिंदू धर्मातील सर्वांना, अगदी स्त्री-शूद्रातिशूद्रांनासुद्धा वेदांचा अधिकार देणाऱ्या आर्य समाजाविषयी महाराजांना ममत्व वाटणे स्वाभाविक होते. तथापि, त्यांनी आर्य समाजाचा घाईघाईने स्वीकार केलेला आढळत नाही. आर्य समाजाविषयीचे त्यांना वाटणारे ममत्व बरीच वर्षे सुप्तावस्थेत होते असे दिसते. पुढे १९१६-१७ नंतर जेव्हा त्यांनी 'ब्राह्मण ब्युरॉक्रसी'विरुद्ध दमदार पावले उचलावयास सुरुवात केली आणि जेव्हा त्याची प्रतिक्रिया म्हणून ती ब्युरॉक्रसीही त्यांच्यावर कठोर हल्ले चढवू लागली, तेव्हा त्यांनी उघडपणे आर्य समाजाचा पुरस्कार करून त्याविषयीचे आपले ममत्व जाहीर केले.

याविषयी खुद्द महाराजांनी रॉबर्टसन यांना लिहिलेल्या पत्रातील साक्ष महत्त्वाची आहे. ते म्हणतात, 'दुसऱ्या एका उद्देशाने मी सत्यशोधक समाज व आर्य समाज यांना पाठिंबा देत आहे. मी स्वत: हृदयाने आर्य समाजवादी आहे आणि जरी मी तसे उघडपणे बोललो नाही तरी मी त्यांच्या तत्त्वांचा चाहता आहे. मला ब्राह्मणांनी वाईट रीतीने वागविले आहे आणि विशेषतः खामगाव परिषदेतील माझ्या भाषणानंतर (२७ डिसेंबर, १९१७) त्यांनी माझ्याशी जे वर्तन केले; त्यामुळे आर्य समाजाच्या तत्त्वांविषयी उघडपणे प्रेम दाखविण्यास मला ते एक ताजे कारण घडले आहे. आर्य समाज आपणास वेदनिष्ठा शिकवितो, पुराणनिष्ठा नव्हे, कारण पुराणे म्हणजे वेदनिर्मितीनंतरच्या कालखंडातील ब्राह्मणांनी निर्माण केलेल्या कल्पित कथा आहेत. इदारचे महाराज सर प्रतापसिंह आणि मी अनेक वेळा या तत्त्वांसंबंधी विचारविनिमय केला आहे आणि त्या बाबतीत आम्ही दोघेही एकाच मताचे आहोत.'[४] याच पत्रात महाराजांनी पुढे म्हटले की, 'आर्य समाजाची तत्त्वे मनुष्याची समानता शिकवितात आणि ब्राह्मणांची धार्मिक मक्तेदारी झुगारून देण्यास सांगतात.'[५]

सर्व मनुष्यमात्रांस वेदाधिकार ही आर्य समाजाची घोषणा त्याच्या 'मनुष्यांची

समानता' या उदात्त तत्त्वांवर अधिष्ठित होती आणि हेच तत्त्व महाराजांचे आर्य समाजाविषयीचे आकर्षण वाढविण्यास कारणीभूत झाले होते. नवसारीत भरलेल्या आर्य समाजाच्या अधिवेशनात अध्यक्षपदावरून केलेल्या भाषणात ते म्हणतात, 'वेदांचा अधिकार मनुष्यमात्रांस आहे, असे श्रीस्वामी दयानंद यांनी प्रतिपादन केले आणि त्यांनी उत्तर हिंदुस्थानात वेदविद्या वाढविली. हजारो, लाखो लोक आर्य समाजास मिळून त्यांची गुरुकुले, पाठशाळा, कॉलेजे वगैरे शिक्षणसंस्था झाल्या. सर्वांस वेदांचा अधिकार आहे, असे प्रतिपादन केल्याने मनुष्यजातीचे समानत्व पटू लागले आणि समाजात एक प्रकारचे उच्च प्रतीचे जीवन येऊ लागले. स्वामी दयानंद यांच्या मतांचा प्रसार उत्तर हिंदुस्थानात झपाट्याने झाला; पण नर्मदेच्या दक्षिणेस त्यांनाही जास्तीतजास्त विरोध होऊ लागला. याचे कारण (येथील) ब्राह्मण ब्युरॉक्रसीचे सामर्थ्य हे आहे. स्वामीजींचा पुण्यात मुक्काम असताना त्यांची सुविचार परिप्लुत भाषणे ऐकल्यावर आर्यसमाजी मत हे आपणास विष आहे, हे 'ब्राह्मण ब्युरॉक्रसी'स कळून आले आणि स्वामीजींच्या मिरवणुकीस विरोध करण्याकरिता म्हणून गर्दभानंद सरस्वतीच्या मिरवणुकीची हलकट क्लृप्ती त्यांच्या डोक्यातून निघाली.'[६]

मानवी समता हे आर्य समाजाचे उद्‌घोषित तत्त्व होते. आर्य समाजास अभिप्रेत असलेल्या वैदिक संस्कृतीत व समारचनेत जातिभेद आणि अस्पृश्यता यांना थारा नव्हता; स्वाभाविकच शाहू महाराजांसारख्या सुधारक राजास ते जातिभेद नष्ट करण्याचे एक प्रभावी साधन आहे, असे वाटत होते. आर्य समाजाचा पाया धार्मिक असूनही तो सामाजिक समतेचा पुरस्कार करतो आणि म्हणूनच अशी संघटना ब्राह्मणांच्या ब्युरॉक्रसीशी समर्थपणे तोंड देऊ शकेल आणि बहुजन समाजाला भावी लोकशाहीसाठी लायक बनवेल, असा आशावाद त्यांनी मॉंटेग्यूसाहेबांस लिहिलेल्या एका पत्रात व्यक्त केला आहे.[७]

शाहू महाराजांनी आर्य समाजाचा उघडपणे पुरस्कार करून त्याची कोल्हापुरात स्थापना करण्यापूर्वीच, म्हणजे १९११ मध्येच, सत्यशोधक समाजास राजाश्रय देऊन, त्याची पुनःस्थापना केली होती. त्यानंतर सत्यशोधक समाजाने केलेल्या कार्यात महाराजांची प्रेरणा व साह्य यांचा मोठा वाटा होता, याविषयी पुढे चर्चा येईलच. तथापि, या ठिकाणी लक्षात घेण्याचा महत्त्वाचा मुद्दा असा की, ब्राह्मणशाहीच्या जुलमी सत्तेविरुद्ध लढण्यासाठी

एकट्या सत्यशोधक समाजावर अवलंबून राहणे महाराजांना इष्ट वाटत नव्हते. त्यांच्या मते ब्राह्मणशाहीची 'काळी बाजू उघडी करून दाखविणे' या कामी सत्यशोधक समाज यशस्वी झाला असला तरी तिची जुलमी सत्ता तो उलथून पाडू शकला नाही. ब्राह्मणशाहीशी चालू असलेल्या लढाईत आर्य समाजासारख्या आणखी एका सहकारी संघटनेच्या साह्याची आवश्यकता आहे. विशेषतः आर्य समाजातील जे ब्राह्मणी मक्तेदारीविरुद्ध कडवा पवित्रा घेणारे 'जहालवादी' आहेत, ते या कामी अधिक साह्यभूत होतील, असे त्यांना वाटत होते.

राजनैतिक प्रतिनिधी वुडहाउस यांस लिहिलेल्या पत्रात महाराज म्हणतात, 'मुसलमान, आर्य समाजवादी आणि ब्राह्मण या सर्वांत जहालमतवादी कार्यकर्ते आहेत; पण माझे मत असे आहे की, ब्राह्मणांच्या सर्व धार्मिक लबाड्या उघड करून दाखविण्यासाठी व त्यांना शह देण्यासाठी जहालमतवादी प्रतिस्पर्धी असावेत. यासाठीच मी आर्य समाजाला उत्तेजन देतो.'[८] त्या काळी आर्य समाजाबरोबर ब्राह्मो समाज, प्रार्थना समाज आदी संघटनाही महाराष्ट्रात अस्तित्वात होत्या; पण महाराजांनी त्यांना जवळ न करता आर्य समाजास राजाश्रय दिला, याची अचूक कारणमीमांसा महर्षी शिंदे यांनी केलेली आढळते. त्यांनी म्हटले आहे की, शाहू महाराजांचा ओढा ब्राह्मो समाज अथवा प्रार्थना समाज यापेक्षा आर्य समाजाकडे होता, याचे कारण हे समाज आणि आर्य समाज यांच्यात जो धार्मिक मतभेद आहे, त्यात नसून त्या समाजांच्या अनुयायांहून आर्य समाजाचे अनुयायी 'ऐहिक झटापटीत अधिक धाडसी व लोकसंग्राहक' होते या गोष्टीत आहे.[९]

आर्य समाजाच्या अनुयायांतही दोन गट होते. महात्मा हंसराज, सर प्रतापसिंह महाराज प्रभृतींचा गट इंग्रजांशी एकनिष्ठ होता; तर लाला लजपतराय, स्वामी श्रद्धानंद प्रभृतींचा गट इंग्रज सत्तेविरुद्धच्या स्वातंत्र्यलढ्यात आपले योगदान देणारा होता.[१०] या गटात सहभागी होणे शाहू महाराजांना राजकीयदृष्ट्या गैरसोयीचे व अडचणीचे ठरले असते. स्वाभाविकच त्यांनी इंग्रजनिष्ठ गटाचाच पुरस्कार केला होता. एक मांडलिक संस्थानिक या नात्याने महाराजांनी घेतलेला पवित्रा तत्कालीन राजनीतीशी सुसंगतच होता. सर प्रतापसिंह यांच्यासारखे आर्य समाजाचे पुढारी तर प्रत्यक्षात इंग्रजांच्या बाजूने महायुद्धात लढत होते. त्यांचा संदर्भ घेऊन महाराज वुडहाउस यांना लिहितात, 'सत्यशोधक समाजाला कसलाच पाया नाही. मात्र, आर्य समाजाला

वेदांचे अधिष्ठान आहे. इतर जातींना वेद शिकविण्याचा म्हणजेच ब्राह्मणांना जो आवडत नाही तो त्यांचा धर्म शिकविण्याचा माझा विचार आहे... सर प्रतापसिंहांप्रमाणे माझीही वेदांवर श्रद्धा आहे आणि मी आर्य समाजाच्या तत्त्वांचा चाहता आहे. प्रतापसिंह जेव्हा युद्ध आघाडीवरून परत येतील, तेव्हा ते ताबडतोब मला मदत करतील म्हणून मी त्यांच्या येण्याची वाट पाहत आहे. आर्य समाज राजकारणात ढवळाढवळ करीत नसल्याने सरकार त्यास साह्य करीत आहे. आर्य समाज ही एक धार्मिक व सामाजिक संस्था आहे आणि जहाल अतिरेक्यांना शह देण्यात सरकारला तिची मदत होते. म्हणूनच येथे कोल्हापुरातही आर्य समाजाचे लोक मला हवे आहेत.'[११] येथे इंग्रज सरकारला मदत करणारा आर्य समाज म्हणजे सर प्रतापसिंहांचा गट हे महाराजांना अभिप्रेत आहे, हे उघड आहे.

कोल्हापुरात आर्य समाजाची स्थापना

जानेवारी, १९१८ मध्ये कोल्हापुरात शाहू महाराजांच्या आश्रयाखाली आर्य समाजाची स्थापना झाली. या कामी पंडित आत्माराम यांचे त्यांना साह्य झाले.[१२] तत्पूर्वीच आग्र्याहून आलेल्या स्वामी परमानंद यांच्या मार्गदर्शनाखाली कोल्हापुरातील आर्य समाजाचे कार्य सुरू झाले होते. १९१७ मध्येच स्वामी परमानंदांनी कोल्हापूर-जवळच्या केरले या गावी प्राथमिक शाळा आणि गुरुकुल यांची स्थापना केली होती. त्या गुरुकुलातील ३० विद्यार्थ्यांच्या भोजनाच्या खर्चासाठी महाराजांनी ५००० रुपये मंजूर केल्याचा एक आदेश उपलब्ध आहे. त्यात त्यांनी म्हटले आहे, 'विद्यार्थ्यांचे अन्न व पोषाख साधा असावा आणि शिक्षणाचे ध्येय उच्च राहून सदर बोर्डिंगातून उत्तम नागरिक निपजतील अशी आशा आहे.'[१३] पुढे लवकरच कोल्हापुरात महाराजांच्या आज्ञेने आर्य समाजाचे एक 'फर्स्ट ग्रेड अँग्लो व्ह. स्कूल' आणि त्याला जोडूनच एक 'गुरुकुल' स्थापन करण्यात आले (मे, १९१८). त्यासाठी जागा व इमारतीही दिल्या गेल्या. गुरुकुलातील विद्यार्थ्यांची शिक्षणाची सर्व व्यवस्था मोफत करण्यात आली. केरल्याची शाळा व गुरुकुलही या संस्थेस जोडण्यात आले. हे सर्व शैक्षणिक कार्य संयुक्त प्रांतातील 'आर्य प्रतिनिधी सभे'कडे सोपविले गेले होते.[१४] पुढे याच 'सभे'कडे कोल्हापुरातील राजाराम कॉलेज व राजाराम हायस्कूल या दोन संस्था चालविण्यासाठी दिल्या गेल्याचे आपण पाहिलेच आहे.

आर्य समाजाच्या गुरुकुलांत अस्पृश्यांसह सर्व जातींच्या मुलांना प्रवेश दिला जात होता. अस्पृश्य समाजातील मुलांना इतरांच्या बरोबरीने वैदिक शिक्षण दिले जात असे, याचा उल्लेख यापूर्वी येऊन गेलाच आहे. स्वामी दयानंद सरस्वती यांच्या 'सत्यार्थप्रकाश' या ग्रंथाचे अध्ययन केवळ गुरुकुलांतील विद्यार्थ्यांनीच करायचे होते, असे नसून महाराजांनी पाटील व तलाठी यांच्या प्रशिक्षणासाठी जे वर्ग सुरू केले होते, त्या वर्गांतील विद्यार्थ्यांवर 'सत्यार्थप्रकाशा'च्या अध्ययनाची सक्ती करण्यात आली होती. त्या संदर्भात काढलेल्या आदेशात महाराजांनी म्हटले आहे, 'सध्या पाटील व तलाठी क्लास सुरू आहेत, ते सर्व पद्माळ्यावरील थट्टीच्या इमारतीत भरत जावेत आणि या क्लासमध्ये शिकणाऱ्या विद्यार्थ्यांस आर्य समाजाच्या 'सत्यार्थप्रकाश' या ग्रंथाचे शिक्षण दररोज निदान एक तास तरी देण्यात यावे. 'सत्यार्थप्रकाश' हे पुस्तक पाटील व तलाठी परीक्षेस लागू करण्यात आले असून त्यामध्ये विद्यार्थ्यांनी इतर विषयांप्रमाणे पास झालेच पाहजे - शाहू छत्रपती'[१५]

आर्य समाजाकडून महाराजांच्या अपेक्षा

शाहू महाराजांच्या विचारविश्वात आर्य समाजाचे नेमके काय स्थान होते, हे पाहणे इथे अप्रस्तुत होणार नाही. आर्य समाजाची तत्त्वे वेदांच्या मजबूत पायावर उभी असल्याने आणि वेदांविषयी सर्वांनाच पूज्यबुद्धी असल्याने या तत्त्वांचा म्हणजे आर्यधर्माचा प्रसार सर्व देशात झपाट्याने होत जाणार यात संशय नाही, असे त्यांनी म्हटले आहे. हिंदुस्थान एक राष्ट्र म्हणून बनण्याची प्रक्रिया चालू होती; त्यातही आर्य समाज महत्त्वाची भूमिका बजावीत आहे, असे त्यांचे मत होते. ते म्हणतात, 'हा आर्यावर्त देश पूर्वी कधीही एकराष्ट्र नव्हता; पण हल्ली एकच इंग्रजी राजछत्र सर्वांवर असल्यामुळे राष्ट्रीयत्वाची भावना उत्पन्न होऊ लागली आहे आणि ती हळूहळू वाढतही आहे ही कल्पना अशी वाढण्याच्या कामी आर्य समाजाची कामगिरी वाखाणण्यासारखी आहे. आर्य समाज हा या देशातील आर्य लोकांस, मग ते कोणत्याही जातीचे किंवा पंथाचे असोत, त्यास आपणात मिसळून घेतो. इतकेच नाही तर जे आर्य वंशाचे नाहीत अशा लोकांसही आपणात मिसळून आर्यांचे सर्व अधिकार, बेटी-रोटी व्यवहारांसह त्यास देतो.'[१६]

हिंदुस्थानच्या बाहेर युरोप - अमेरिकेत जे आर्य वंशाचे लोक आहेत,

त्यांनाही त्यांची इच्छा असल्यास या आर्य समाजाने आपल्या आर्यधर्मात घ्यावे, अशी सूचना आर्य समाजाच्या अधिवेशनात करताना ते म्हणतात, 'मग युरोप खंडातील आणि अमेरिकेतील ट्यूटानिक वंशाचे लोक, ते आर्य वंशाचेच आहेत असे विद्वान कबूल करतात, त्यांस घेण्यास तर तो (आर्य समाज) केव्हाही पाऊल मागे घेणार नाही. पूर्वी आर्यवंशाचे सर्व लोक उत्तरध्रुवाच्या प्रदेशात एकत्र राहत असत. पुढे तो प्रदेश सोडावा लागल्यावर त्यांच्या टोळ्या पूर्वेकडे आणि पश्चिमेकडे गेल्या. त्यांतील पश्चिम आर्यांच्या वंशात आता युरोपातील बलाढ्य राष्ट्रे आहेत आणि पूर्वेकडे आलेल्या आर्यांचे वंशज आम्ही आर्यावर्तवासी आहो; तेव्हा आम्हास युरोपियन व त्यांचेच वंशज अमेरिकन हे परकीय नाहीत. पश्चिमेकडील मोठमोठ्या वीरांनी, जसे लॉर्ड किचनेर, जनरल फ्रेंच, मार्शल फॉक वगैरेंनी, रणांगणावर लढून आपले क्षात्रतेज सर्वांच्या प्रत्ययास आणून दिले. आपल्या मताने ते क्षत्रिय आहेतच व त्यांची इच्छा असल्यास आपण त्यास आर्य धर्माची दीक्षाही द्याल.'[१७]

याचा अर्थ मानवी समतेवर अधिष्ठित असा आर्यधर्म हा केवळ हिंदुस्थानचा राष्ट्रधर्म व्हावा एवढ्यावरच शाहू महाराजांचे विचार थांबत नव्हते, तर आर्य धर्माच्या मानवतावादी तत्त्वांचा जगभर प्रसार होऊन तो 'विश्वव्यापी धर्म' बनावा अशीही ते इच्छा बाळगून होते.[१८] हा विचार आक्रमक स्वरूपाचा नव्हता. इतर धर्मांचा उच्छेद करून आर्यधर्माचा प्रभाव पडावा, ही मनीषा बाळगून तो व्यक्त झालेला नाही. आर्यधर्म हा अखिल मनुष्यमात्रांस व्यक्तिमत्त्वाच्या विकासाचे स्वातंत्र्य देणारा आणि समतेच्या पायावर वागविणारा मानवधर्म असल्याने तो विश्वधर्म झाल्याचे स्वप्न महाराज पाहत होते.

२०

सत्यशोधक समाज

ब्राह्मणशाहीच्या सर्वंकष सत्तेशी संघर्ष करून शुद्रातिशूद्रांचे सामाजिक व धार्मिक हक्क प्रस्थापित करण्यासाठीच म.फुले यांनी १८७३ मध्ये सत्यशोधक समाजाची स्थापना केली होती. तथापि, त्यांच्या निधनानंतर या समाजाच्या कार्याची गती मंदावत गेली. म. फुले यांचे एक सहकारी व कामगार वर्गाचे आद्य पुढारी नारायण मेघाजी लोखंडे यांनी आपल्या परीने समाजाचे कार्य चालू ठेवले होते; पण १८९७ मधील त्यांच्या दुर्दैवी निधनाने तेही थंडावले. पुढे बराच काळ असा निघून गेला. दरम्यान, कोल्हापुरातील वेदोक्त प्रकरण सर्व महाराष्ट्रभर गाजले. ब्राह्मणशाहीच्या उद्दाम वृत्तीशी संघर्ष करणाऱ्या सत्यशोधक समाजाच्या पुनरुज्जीवनाची बहुजन समाजातील विचारवंतांना व पुढाऱ्यांना आवश्यकता भासू लागली. परिणामी, १९१० मध्ये मुंबईत महर्षी वि.रा. शिंदे यांच्या अध्यक्षतेखाली सत्यशोधक समाजाची परिषद आयोजित केली गेली. परिषद यशस्वी करण्यात डॉ. संतुजी लाड, गंगाधरराव बगाडे, मारुतीराव नवले आणि वासुदेव बिर्जे या प्रमुख सत्यशोधक नेत्यांचा सहभाग होता. या परिषदेत म. फुले यांच्या तत्त्वांनुसार सत्यशोधक समाजाची ध्येय-धोरणे जाहीर करण्यात आली. त्यामध्ये, सर्व मानव ईश्वराची (निर्मिकाची) लेकरे असून त्याला प्रसन्न करण्यासाठी कुणा मध्यस्थाची गरज नाही, हे प्रमुख सत्यशोधकी तत्त्व घोषित केले गेले. पुढील वर्षी नाशिक येथे डॉ. लाड यांच्या अध्यक्षतेखाली परिषद भरविली गेली.[१]

कोल्हापुरात सत्यशोधक समाजाची स्थापना

अशा प्रकारे महाराष्ट्रात सत्यशोधक समाजाच्या पुनरुज्जीवनाचे वारे

सुरू झाले असताना कोल्हापूरसारखे बहुजन समाजाचे अस्वस्थ केंद्र त्यास अपवाद म्हणून राहणे शक्य नव्हते. सत्यशोधक समाजासारख्या चळवळीला खरी गती देण्याचे सामर्थ्य या केंद्रात निर्माण झाले होते. वेदोक्ताच्या संघर्षामुळे ब्राह्मणशाहीशी सामना करण्याचे मानसिक धैर्य येथील कार्यकर्त्यांत उत्पन्न झाले होते. भास्करराव जाधव, अण्णासाहेब लठ्ठे यांच्यासारखे सत्यशोधक बुद्धिमंत आणि बहुजनांचा कैवार घेणारे खुद्द छत्रपती शाहू महाराज यांच्या अस्तित्वाने कोल्हापूरची भूमी सत्यशोधक चळवळीच्या पुनरुज्जीवनास विलक्षण अनुकूल बनली होती. अशी परिस्थिती महाराष्ट्रात अन्यत्र कुठेच नव्हती.

११ जानेवारी, १९११ रोजी कोल्हापुरात सत्यशोधक कार्यकर्त्यांची सभा होऊन 'श्री शाहू सत्यशोधक समाज' स्थापन करण्यात आला. या सभेत भास्करराव जाधवांची अध्यक्ष म्हणून, अण्णासाहेब लठ्ठे यांची उपाध्यक्ष म्हणून, महादेवराव डोंगरे यांची मुख्याधिकारी म्हणून, तर हरिभाऊ चव्हाण यांची कार्यवाह म्हणून निवड करण्यात आली. जाधव, लठ्ठे आणि डोंगरे ही सर्व संस्थानच्या सेवेत मोठ्या हुद्द्यांवर असणारी मंडळी होती.[२] शाहू महाराजांच्या संमतीशिवाय ते अशा प्रकारच्या कार्यात पुढाकार घेऊ शकले नसते. महाराजांची केवळ संमतीच नव्हे, तर पूर्ण सक्रिय प्रोत्साहन या कार्यास मिळाले होते, हे त्यांनी पुढे सत्यशोधक समाजास केलेल्या साह्यावरून स्पष्ट होते. कोल्हापुरातील सत्यशोधक नेत्यांनी आपल्या सत्यशोधक समाजाचे नावही 'श्री शाहू सत्यशोधक समाज' असे ठेवले होते, तेव्हा त्यांच्या पाठीमागची प्रेरणा महाराजच होते, हे उघड आहे. सत्यशोधक समाजास महाराजांचे नाव जोडले असले तरी त्यांची चळवळ पुढे 'सत्यशोधक चळवळ' या नावानेच प्रसिद्धीस आली.

सत्यशोधक समाजाचे कोल्हापुरातील कार्य

बाबूराव यादव हे कोल्हापुरातील हाडाचे सत्यशोधक कायकर्ते होते. सत्यशोधक तत्त्वांचे ते कडवे प्रचारक होते. आपले धार्मिक विधी ब्राह्मण पुरोहिताशिवाय करायचे हे तत्त्व प्रत्यक्ष आचरणात आणायचे ठरवून त्यांनी आपल्या घरी मराठा पुरोहितांकडून वेदोक्त पद्धतीने २१ ऑगस्ट, १९१२ रोजी कोल्हापुरातील पहिली श्रावणी घडवून आणली. ही वार्ता बाहेर पडताच ब्राह्मण वर्गात मोठी खळबळ माजली. त्याच दिवशी बाबूराव

यादव, नानासाहेब मुळीक प्रभृती आणि मराठा समाजातील सुमारे १५० लोकांनी एकत्र येऊन एका जाहीर पूजेचा विधी घडवून आणला. या विधीच्या शेवटी ब्राह्मण पुरोहितशाहीच्या मक्तेदारीतून बहुजन समाजाच्या 'मनाची मुक्तता होवो' अशी सार्वजनिक प्रार्थनाही करण्यात आली! सत्यशोधक कार्यकर्त्यांच्या या कृत्याचे कोल्हापुरात ठिकठिकाणी अनुकरण होऊ लागले. लोक धाडसाने आपले धार्मिक विधी ब्राह्मण भटजीच्या साह्याविना करू लागले. पुढे लवकरच २४ सप्टेंबर रोजी म. फुले यांनी स्थापन केलेल्या सत्यशोधक समाजाचा वर्धापन दिन आला. ही संधी साधून कोल्हापुरातील सत्यशोधक कार्यकर्त्यांनी हा वर्धापन दिन एक जाहीर सभा भरवून धूमधडाक्यात साजरा केला. युरोपात जसे स्वर्गाच्या किल्ल्या आपल्या हाती ठेवणाऱ्या रोमच्या पोपविरुद्ध प्रॉटेस्टंटांनी बंड पुकारले, तसे इथे हिंदू स्वर्गाच्या किल्ल्या आपल्याजवळ ठेवणाऱ्या ब्राह्मण पुरोहितांविरुद्ध आणि शंकराचार्यांविरुद्ध बंड केले पाहिजे, असा ठराव या सभेत संमत केला गेला![३]

सत्यशोधकांच्या या प्रयत्नांनी ब्राह्मण व ब्राह्मणेतर अशा दोन्ही वर्गांत खळबळ माजली. अशी खळबळ माजून अज्ञ ब्राह्मणेतर समाज जागृत व्हावा, हीच तर सत्यशोधकांच्या अंतरीची इच्छा होती. आता सत्यशोधक कार्यकर्त्यांनी धीट बनून लग्नासारखे विधीसुद्धा ब्राह्मण पुरोहिताशिवाय करण्याचा सपाटा लावला. एकट्या कोल्हापुरात १९१२ मध्ये २००, १९१३ मध्ये २६६, तर १९१४ मध्ये २९९ लग्नविधी सत्यशोधक पद्धतीने पार पडले. याशिवाय इतर धार्मिक विधींची संख्या वेगळीच होती.[४] अशा प्रकारे ब्राह्मण पुरोहितास बाजूला सारून आपल्याच ज्ञातीच्या पुरोहितांकडून आपले धार्मिक विधी करण्याची लाट कोल्हापुरात उत्पन्न होऊन ती संस्थानातील खेड्यापाड्यांत पसरू लागली. त्यातून मराठा पुरोहितांना प्रशिक्षण देण्याची कल्पना पुढे आली. भास्करराव जाधव यांच्या मार्गदर्शनाखाली जुलै, १९१३ मध्ये कोल्हापुरात सत्यशोधक शाळा केली गेली. अर्थात या सर्व प्रयत्नांमागे महाराजांचा आशीर्वाद होताच. सत्यशोधक शाळेत शिक्षक म्हणून नेमलेले विठ्ठलराव डोणे हे राजवाड्यावरील सेवकच होते. दुसरे दोन सत्यशोधक कार्यकर्ते हरिभाऊ चव्हाण व श्रीपतराव शिंदे हेही त्या शाळेत शिकवीत असत. त्यांचाही पगार महाराजांकडून दिला जात असे. शाळेत इमारत, जागा इत्यादी

सुविधाही महाराजांकडून प्राप्त झाल्या होत्या. थोडक्यात, महाराजांच्या आश्रयावरच ही शाळा चालू होती. शाळेचा अभ्यासक्रम भास्करावांच्या मार्गदर्शनाखाली तयार झाला होता. त्यासाठी धार्मिक विधींचे शिक्षण देणारे 'घरचा पुरोहित' यांसारखे ग्रंथही तयार केले होते.[५]

डांबर प्रकरणाची खीळ

अशा प्रकारे कोल्हापूर संस्थानात सत्यशोधक समाजाच्या चळवळीचे जोरदार पुनरुज्जीवन चालू असतानाच आकस्मिकपणे 'डांबर प्रकरण' उपस्थित होऊन तिच्या गतीला जबरदस्त खीळ बसली. दरबारातील एका गटाच्या कुटिल डावपेचांची ती परिणती होती. १९१० पासूनच शाहू महाराजांच्या दरबारात दोन गटांत हेवेदावे सुरू झाले होते. एका गटाचे नेतृत्व खंडेराव ऊर्फ बाळासाहेब गायकवाड करीत होते, तर दुसऱ्या गटाचे नेतृत्व भास्करराव जाधव यांच्याकडे होते. गायकवाड गटास संस्थानातील सरदार, वतनदार आणि कलाप्पाअण्णा निटवे यांच्यासारखे धनाढ्य जैन व्यापारी यांचा पाठिंबा होता; तर जाधव गटात अण्णासाहेब लठ्ठे, महादेवराव डोंगरे आदी अनेक मध्यमवर्गीय सत्यशोधकांचा सहभाग होता. हे दोन्ही गट एकमेकांस शह देण्याची कारस्थाने करीत असताना शाहू महाराजांची अवस्था अनेकदा नाजूक आणि अडचणीची होत असे. दोन्ही गटांतील लोक महाराजांचेच सहकारी असल्याने त्यांपैकी कोणा एकाची बाजू त्यांना घेता येत नव्हती. या पार्श्वभूमीवर कोल्हापुरात बादशहा एडवर्ड व महाराणी अलेक्झांड्रा यांच्या पुतळ्यांना १४ फेब्रुवारी, १९१४ रोजी मध्यरात्री डांबर फासण्याची खळबळजनक घटना घडून आली. या घटनेचा कोल्हापूर संस्थानासच नव्हे तर मुंबई सरकारासही धक्का बसला. एवढेच नव्हे, तर ब्रिटिश पार्लमेंटमध्येही तिचे पडसाद उमटले. ब्रिटिश साम्राज्यांतर्गत मांडलिक संस्थानिक म्हणून असलेल्या शाहू महाराजांच्या स्थानास आणि प्रतिष्ठेस हा जबर धक्का होता. राज्यकर्ता म्हणून गुन्हेगाराला शोधून शिक्षा करणे हे त्यांचे कर्तव्य होते. गुन्हेगाराला शोधून काढणाऱ्यास ५ हजारांचे इनाम त्यांनी जाहीर केले होते.

दरबारातील गायकवाड-निटवे गटाने या भडकलेल्या आगीत पोळी भाजून घ्यायचे ठरविले. त्यांनी हे डांबर प्रकरण जाधव-लठ्ठे गटाच्या माथ्यावर मारण्याचे कारस्थान रचून लठ्ठे यांना मुख्य आरोपी केले आणि

ब्राह्मण पोलीस अधिकाऱ्यांच्या साहाय्याने त्यांच्या मागे ससेमिरा लावला; इतका की, लठ्ठे यांना आपला जीव घेऊन संस्थानातून बेळगावकडे पलायन करावे लागले. पुढील काळात 'कर्मवीर' म्हणून ख्यात पावलेले भाऊराव पाटील या वेळी सत्यशोधक कार्यकर्ते म्हणून समाजात वावरत होते. त्यांना कल्लाप्पाअण्णा निटवे यांनी कोल्हापुरात बोलावून लठ्ठे यांच्या विरोधात खोटी साक्ष देण्याची सक्ती केली. सत्यनिष्ठ भाऊरावांनी त्यास नकार दिला, तेव्हा निटवे यांनी त्यांच्यावर खोटा गुन्हा दाखल करून त्यांना पोलीस कोठडीत डांबले! तेथे भाऊरावांचा अनन्वित छळ करण्यात आला. 'डांबर प्रकरणा'चा फायदा उठवून गायकवाड-निटवे गटाने जाधव-लठ्ठे गटावर कुरघोडी करण्यात काही काळ यश मिळवले खरे; पण त्यामुळे कोल्हापुरातील सत्यशोधक समाजाची चळवळ नाहक बदनाम झाली. डांबर प्रकरणामुळे कोल्हापुरातील राजकीय वातावरण इतके तापले गेले की, भास्करराव जाधव, अण्णासाहेब लठ्ठे, महादेवराव डोंगरे प्रभृतींना सत्यशोधक समाजाचे राजीनामे द्यावे लागले! (ऑक्टोबर, १९१४)

खुद्द महाराजांना सत्यशोधक समाजाबद्दल आत्मीयता असूनही राज्यकर्ता या नात्याने त्यांच्या बाजूने उघड सहानुभूती दाखविणे अशक्य होऊन बसले होते. हे डांबर प्रकरण पुढे बराच काळ रेंगाळत राहिले आणि खऱ्या गुन्हेगारांचा काहीच शोध न लागता विरूनही गेले.[६] तथापि, दरबारातील कुटिल राजकारणाचा एका सामाजिक चळवळीस जबरदस्त तडाखा बसला. त्या तडाख्यातून सावरून पुन्हा उभे राहण्यास तिला तीन-चार वर्षे लागली. १९१६ पासून पुन्हा भास्करराव जाधव, लठ्ठे, डोंगरे प्रभृती सत्यशोधक समाजाच्या कार्यात पूर्ववत भाग घेऊ लागले. महाराजही उघडपणे या चळवळीला साह्य करू लागले. हे साह्य त्यांच्या कारकिर्दीच्या अंतापर्यंत चालूच राहिले. सत्यशोधक समाजाची ही चळवळ येथून पुढे महर्षी शिंदे, श्रीपतराव शिंदे, वालचंद कोठारी, भगवंतराव पाळेकर, मुकुंदराव पाटील आदी नव्या दमाच्या नेत्यांच्या सहभागामुळे अधिक गतिमान झाली. दरम्यान, शाहू महाराजांनी या चळवळीचे रूपांतर ब्राह्मणेतर चळवळीत केले, तो वृत्तान्त आपण पुढे पाहणार आहोत.

सत्यशोधक चळवळीस महाराजांचा उदार राजाश्रय

सत्यशोधक समाजास शाहू महाराजांनी राजाश्रय दिला, याचा अर्थ सत्यशोधकी मतांचा समाजात सर्वत्र प्रसार व्हावा म्हणून त्यास अनेक प्रकारचे प्रत्यक्षअप्रत्यक्ष साह्य केले. याचे अनेक दाखले शाहूचरित्र साधनात उपलब्ध आहेत. त्यांपैकी काही इथे सादर केल्यास ते अप्रस्तुत ठरणार नाहीत.

जातिभेदाचे उच्चाटन हे सत्यशोधक समाजाचे महत्त्वाचे मत. त्याचे आचरण उक्ती व कृती अशा दोन्ही प्रकारे शाहू महाराजांनी केल्याचे आपण पाहिले. १९१६ च्या सुमारास महाराजांनी सत्यशोधकी मतानुसार चालणारे एक मिश्र भोजनगृह कोल्हापुरात चालू करण्याचे ठरविले. त्यांनी आपला एक आवडता हुजऱ्या केशवराव पाटील यास ते काम सांगितले. त्यासाठी लागणारी इमारत, जागा वगैरे उपलब्ध करून देऊन भोजनगृहाच्या ५००-६०० रुपये मासिक खर्चाची तरतूद त्यांनीच केली. त्या काळात अशा प्रकारचे सर्व जातिधर्मांच्या लोकांसाठी मिश्र भोजनगृह चालविणे म्हणजे लोकनिंदेची गोष्ट होती. समाजसुधारणेचे ते धाडसी पाऊल होते. केशवराव सांगतात की, त्या वेळी स्वतःला सत्यशोधक म्हणवून घेणारेही सहभोजनाच्या सुधारणेपर्यंत आलेले नव्हते. अशा वेळी कोल्हापुरातील कट्टर सत्यशोधक कार्यकर्ते बाबूराव यादव त्यांच्या मदतीला आले. त्यांनी पुढे होऊन पाटलांस हे मिश्र 'भोजनगृह' काढण्यास सर्व प्रकारची मदत केली. आता बाहेरगावांहून येणाऱ्या सत्यशोधक समाजाच्या कार्यकर्त्यांची कोल्हापुरात भोजनाची उत्तम सोय होऊ लागली.[७]

बाबूराव यादव म्हणजे कोल्हापुरातील सत्यशोधक समाजाची 'मुलुख मैदान तोफ'च होती. 'बोले तैसा चाले' या उक्तीप्रमाणे त्यांचे कार्य चालू असे. सत्यशोधक समाजाच्या तत्त्वांचा प्रसार व्हावा, म्हणून त्यांनी अंतःकरणातील खऱ्या तळमळीने कोल्हापूर संस्थानात व संस्थानाबाहेर सतत जनजागरणाच्या मोहिमा केल्या. शाहू महाराजांच्या ते अत्यंत जवळचे व विश्वासू सहकारी समजले जात. खुद्द महाराजांनी त्यांच्याबद्दल विचाराने आणि तत्त्वाने पक्के असे गौरवोद्‌गार काढलेले आढळतात.[८] बाबूराव दरबारात रिसाल्यात नोकरीस होते; पण ही नोकरी नाममात्रच होती. सत्यशोधक समाजाचे पूर्ण वेळ कार्यकर्ते असल्याप्रमाणेच ते काम करीत

असत. महाराजही अधूनमधून त्यास फिरतीच्या भत्त्यासह एक-दोन महिन्यांची रजाही मंजूर करीत असत. असाच १९१७ चा एक हुकूम उपलब्ध आहे; 'रा.रा. रिसालदार मेजर कोल्हापूर यास आज्ञा केली ऐसीजे - आपल्याकडील दफेदार बाबूराव हैबतराव यादव यांस सत्यशोधक समाजाच्या कामाकरिता तारीख १७ डिसेंबर, सन १९१७ पासून दोन महिने (रजा) देण्यात आलेली आहे. त्यास फिरतीचा भत्ताही देण्यात यावा - शाहू छत्रपती'[९]

सत्यशोधक समाजाच्या कार्याला शाहू महाराजांकडून वेळोवेळी प्रत्यक्ष भरीव अर्थसाह्यही केले जात असे. १५ ऑगस्ट, १९२० च्या एका हुकूमान्वये महाराजांनी 'समाजा'साठी १५०० रुपये मंजूर करून, ते भास्करराव जाधवांकडे दिल्याची नोंद आहे.[१०] आणखी एक वैशिष्ट्यपूर्ण नोंद सापडते. कोल्हापुरातील शीघ्र कवी शाहीर लहरी हैदर हे महाराजांच्या खास विश्वासातील होते. शहरातील रोजच्या फेरफटंक्यात महाराजांसोबत ते खडखड्यात बसलेले असायचे. हैदरसाहेब व त्यांचे शिष्यगण आपल्या कवनांतून सत्यशोधकी मतांचा समाजात प्रसार करीत. त्यांनी काही सत्यशोधकी भजनेही रचली होती. ही गोष्ट महाराजांच्या कानावर जाताच त्यांनी अशी भजने म्हणण्याची कायमची सोय व्हावी म्हणून जागा व त्यावर बांधावयाच्या इमारतीची सामग्री देणगी म्हणून दिली. (१९२१)[११]

१९२० मध्ये शाहू महाराजांनी सत्यशोधक समाजाच्या कार्याला पूरक होणारे अनेक महत्त्वाचे निर्णय घेतले. त्यांपैकी पहिला निर्णय म्हणजे जूनमध्ये त्यांनी राजवाड्यातील देव-देवतांच्या व पूर्वजांच्या समाधींच्या पूजा आजवर ज्या ब्राह्मण पुरोहितांकडून होत होत्या, त्या बंद करून मराठा पुरोहितांकडून सुरू करण्याचा हुकूम दिला. महाराज आपल्या हुकुमात म्हणतात, 'आपल्या देवांची पूजा ब्राह्मणांकडून करून घेतली तर त्या देवांना स्पर्श करावयास आम्ही स्वतःच अयोग्य ठरतो. ते आम्हाला काही वेळा क्षत्रिय समजतात, तर काही वेळा शुद्र मानतात. यामुळे यापुढे नवीन राजवाड्यात आणि सर्व छत्र्यांत सर्व पूजा व सोळा संस्कार मराठा पुरोहिताच्याच हस्ते व्हायचे आहेत.'[१२] दुसऱ्या एका हुकुमाने महाराजांनी क्षात्रजगद्गुरूंच्या पाटगाव संस्थानातील आणि वाडी रत्नागिरी येथील ज्योतिबाच्या देवस्थानातील ब्राह्मण पुजारी यांना काढून टाकून त्या जागी मराठा पुजारी नेमले (३० डिसेंबर, १९२०)[१३]

महाराजांचा दुसरा निर्णय म्हणजे मराठा पुरोहित तयार करण्यासाठी

खास प्रशिक्षण शाळा स्थापन करण्याचा. रावबहादूर महादेवराव डोंगरे आणि मामासाहेब खानविलकर यांच्यावर ही कामगिरी सोपविली गेली. लवकरच ६ जुलै, १९२० रोजी 'शिवाजी क्षत्रिय वैदिक पाठशाळा' या नावाची वैदिक शिक्षण देणारी संस्था मामासाहेब खानविलकरांच्या अध्यक्षतेखाली अस्तित्वात आली. आरंभी या शाळेत १४ विद्यार्थी होते. वर्षाच्या शेवटी ती संख्या ६२ वर गेली.[१४] महाराजांचा तिसरा महत्त्वाचा निर्णय याच वर्षी झाला. तो म्हणजे पाटगावला मौनी महाराजांच्या पीठावर क्षात्रजगद्गुरूंची स्थापना करण्याचा; त्याची चर्चा पुढे येईलच! या ठिकाणी एवढेच लक्षात घ्यावे की, हा निर्णयही सत्यशोधक समाजाच्या तत्त्वांशी फारशी फारकत घेणारा नव्हता.

शाहू महाराजांनी सत्यशोधक समाजास केलेल्या साह्यामध्ये एक लक्षणीय साह्य म्हणजे त्यांच्या प्रेरणेने सुरू झालेले 'सत्यशोधक जलसे' खेड्यापाड्यांतील अज्ञ जनतेचे 'तमाशा' अथवा 'जलसा' हे एक अत्यंत लोकप्रिय असे करमणुकीचे साधन होते. महाराजांनी बहुजन समाजाची ही नस अचूकपणे पकडून करमणूकप्रधान तमाशाचे रूपांतर सत्यशोधक समाजाच्या मतांचा प्रसार करणाऱ्या प्रबोधनप्रधान 'सत्यशोधकी जलशा'त केले. अनेक सत्यशोधक कार्यकर्त्यांना त्यांनी सत्यशोधक जलशांची पथके तयार करण्यास प्रोत्साहित केले. त्यांमध्ये भीमराव महामुनी, भाऊराव पाटोळे, तातोबा यादव, गणपतराव मोरे प्रभृतींचे जलसे मुख्य होते. ही मंडळी शाहीर होती. त्यांच्या शाहिरी कलेचा महाराजांनी समाजजागृतीसाठी उपयोग करून घेतला. सोनतळी कॅम्पमध्ये या जलशांचे पहिले प्रयोग महाराजांसमोर केले जात. त्यामध्ये ते मोठ्या हौसेने रस घेत आणि जरूर मार्गदर्शन करीत. त्यानंतर जलशांच्या प्रचारदौऱ्यांची आखणी केली जात असे. ब्राह्मण पुरोहितांचा दांभिकपणा व त्यांच्याकडून अज्ञ जनतेची होणारी लुबाडणूक, समाजातील अंधश्रद्धा, केशवपनासारख्या क्रूर चाली, शेठ सावकरकांकडून नडलेल्या रयतेची होणारी पिळवणूक, शिक्षणाचे महत्त्व, लग्नकार्यातील अनाठायी खर्च, अस्पृश्यता निवारण असे सत्यशोधक जलशांचे अनेक विषय असत. जलशांच्या प्रहसनवजा कार्यक्रमांतून करमणुकीबरोबरच अज्ञ जनतेचेही मोठे समाजप्रबोधन होई. देव व मानव यांच्यामध्ये ब्राह्मण पुरोहिताची गरज नाही, हे म. फुले यांचे सत्यशोधकी तत्त्व जनतेवर ठसवले जाई. त्याचा इष्ट परिणाम खेड्यापाड्यांत झाल्याशिवाय राहत नसे.

प्रबोधनकार ठाकरे यांनी म्हटले आहे, 'सत्यशोधक जलशांमुळे गावोगाव भिक्षुकांच्या मध्यस्थीशिवाय एकमेकांना साधा हार घालण्यावर खेडुतांची लग्ने सर्वत्र साजरी होऊ लागल्यामुळे भिक्षुकवर्गात मोठीच खळबळ उडाली. ठिकठिकाणी जोशी वतनाच्या हक्काच्या जोरावर तसली लग्ने करणाऱ्यांवर फिर्यादी होऊ लागल्या. या बातम्या वृत्तपत्रांमध्ये येताच शाहू महाराजांनी धडाधड त्या त्या ठिकाणच्या ब्राह्मणेतर वकिलांना हे खटले लढवायला खर्चवेच देऊन रवाना करण्याची तरतूद चालू केली.[१५]

पूर्वीचा सातारा जिल्हा तर सत्यशोधक समाजाच्या कार्याचा बालेकिल्लाच बनून राहिला होता. या जिल्ह्यात कऱ्हाड येथे १९२० च्या वर्षारंभी सत्यशोधक समाजाची परिषद मुकुंदराव पाटलांच्या अध्यक्षतेखाली भरली होती. कऱ्हाडमधील ब्राह्मण वर्गाने तेथील ब्राह्मण मामलेदाराच्या मदतीने १४४ कलम पुकारण्यास लावून या परिषदेवर बंदी आणली होती; पण सत्यशोधकांनी सातारच्या मॉयसे या कलेक्टरांकडे तक्रार करून ही बंदी उठविली आणि परिषद यशस्वी केली. मॉयसेसाहेबांची सत्यशोधकांना सहानुभूती होती म्हणूनच हे शक्य झाले. ही परिषद सुरळीत पार पडण्यास 'शाहू छत्रपती यांनी तंबू, खुर्च्या, जाजमे इत्यादी सामानाची केलेली मदतच कारणीभूत' झाल्याची नोंद 'दीनमित्र' या वृत्तपत्राने केली आहे.[१६] याच सुमारास सातारा जिल्ह्यात सत्यशोधक कार्यकर्ते केशवराव विचारे व भाऊराव पाटील यांचे कार्य विशेष गाजत होते. विशेषतः भाऊराव पाटलांच्या 'सत्यशोधक जलशा'ने ग्रामीण भागात धमाल उडवून मोठी लोकप्रियता मिळविली होती.[१७]

अशा प्रकारे शाहू महाराजांच्या प्रेरणेने आणि साह्याने सत्यशोधक समाजाचे खरे पुनरुज्जीवन होऊन कोल्हापूर संस्थानातच नव्हे, तर संस्थानच्या बाहेर सातारा, पुणे, नगर, खानदेश, वऱ्हाड इत्यादी महाराष्ट्राच्या अनेक भागांत सत्यशोधक चळवळ फोफावत गेली. परिणामी, सत्यशोधक तसेच ब्राह्मणेतर चळवळींतील कार्यकर्ते महाराजांना प्रेरणास्थानी मानू लागले.

महाराष्ट्रातील वऱ्हाडासारख्या दूरच्या भागातही महाराजांच्या कार्याचा प्रभाव कसा पडलेला होता, याचा दाखला अमरावतीमधील ब्राह्मणेतर चळवळीतील एक कार्यकर्ते 'सुबोधमाला'कार काशिनाथ बापूजी देशमुख यांनी त्यांना लिहिलेल्या एका पत्रात पाहावयास मिळतो.

देशमुखांनी लिहिले आहे- 'क्षत्रियांची वेदोक्त श्रावणी आणि श्रावणी

पुराण या माझ्या ग्रंथाची अर्पणपत्रिका स्वीकारण्याचे श्रीमन्महाराजांनी कृपाळूपणे मंजूर करून यंदाच्या श्रावणीचे आत फोटोसह अर्पणपत्रिका प्रसिद्ध करण्याची आज्ञा दिली, याबद्दल मी महाराजांचा अत्यंत ऋणी आहे. आज्ञेप्रमाणे ग्रंथाच्या आत अर्पणपत्रिका छापून प्रसिद्ध करण्यात आली. दरसालच्या वहिवाटीप्रमाणे वऱ्हाडातील ४००-५०० क्षत्रिय मराठा मंडळी मिळून अमरावतीस 'सुबोधमाला' ऑफिसात यंदाही क्षत्रियांची श्रावणी झाली; त्या वेळी अर्पणपत्रिका व फोटो यांसह तयार असलेली श्रावणीची पोथी सर्व क्षत्रिय मंडळीस उत्तेजनार्थ वाटण्यात आली. वऱ्हाड प्रांत, नागपूर प्रांत आणि महाराष्ट्राच्या बहुतेक भागांत या श्रावणीच्या ग्रंथास आजपर्यंत हजारो मागण्या आल्या असून, याच पोथीवरून हल्ली क्षत्रियांच्या श्रावण्या होत आहेत आणि त्यांचे रिपोर्ट प्रसिद्धीकरिता आमच्याकडे येत आहेत. अमरावतीच्या या सार्वजनिक श्रावणीच्या जागी गोब्राह्मणप्रतिपालक श्री छत्रपती शिवाजी महाराज आणि श्री शाहू छत्रपती महाराज यांचे फोटो मुख्य स्थानी लावण्यात आले होते. श्रावणीचा विधी आटोपल्यानंतर धार्मिक, सामाजिक व राजकीय बाबतींत बहुजन समाजास व्यक्तिस्वातंत्र्य प्राप्त करून देण्याचे, राष्ट्रोद्धाराचे पवित्र कार्य शेवटास नेण्याकरिता श्री महाराज शाहू छत्रपती यांनी अनंत संकटांशी टक्कर देऊन काय काय महत्कार्ये केलीआणि हल्ली करीत आहेत, याची समग्र माहिती सांगून शेवटी क्षत्रिय श्रावणीच्या उत्तेजनार्थ योग्य पारितोषिक श्रीमन्महाराजांकडून मिळण्याची आशा आहे, असे ध्वनित करण्यात आले.

'सुबोधमाला' या नावाने ब्राह्मणेतर पक्षाचे मासिक गेल्या सहा वर्षांपासून अनेक अडचणींशी टक्कर देऊन महाराजांच्या आशीर्वादाने मी नियमितपणे चालविले आहे. त्यात 'श्रावणीविरुद्ध ब्राह्मणांची कावकाव' हा लेख कडक भाषेत लिहिला होता; त्यामुळे सन १९१८ मध्ये ब्राह्मणांनी माझ्यावर इं.पि.को. कलम ५०० प्रमाणे फौजदारी केस केली होती. फिर्यादी पक्षातर्फे ५०-६० वकील उभे होते. येथे असलेला एकच मराठा वकील माझे काम चालवीत होता. सहा महिने मुकदमा चालला; पण अखेरीस महाराजांच्या कृपेवरून फिर्यादी पक्षाच्याच पदरात माप पडण्याची चिन्हे दिसू लागताच, फिर्यादींनी आपली फिर्याद बिनशर्त काढून घेतली आणि आपला पक्ष विजयी झाला, तेव्हापासून श्रावणीची चांगली भरभराट झाली. हल्ली 'सुबोधमाला'चे एक हजार वर्गणीदार आहेत. या मासिकाचा विजया दशमीचा

अंक लवकरच प्रसिद्ध होईल. तो महाराजांच्या सेवेत हजर करीन. माझे मासिकापुरता ट्रेडल मशीनचा माझा लहानसा छापखाना आहे. 'वऱ्हाडात ब्राह्मणेतर पक्षाचे जोरदार वर्तमानपत्र सुरू करावे, जरूर पडेल तर आम्ही द्रव्यसाह्य करू' अशी महाराजांनी आपली सदिच्छा कृपाळूपणे कळविली, याबद्दल मी महाराजांचा फार फार आभारी आहे.[१८]

खुद्द शाहू महाराज वेदोक्त श्रावणी नेमाने करीत असत.[१९] त्यांचे अनुकरण महाराष्ट्रातील त्यांच्या अनेक ज्ञातीबांधवांनी केल्याचे दिसून येते. वेदोक्त पद्धतीने श्रावणी करणे म्हणजे फार मोठी सुधारणा होती, असे नव्हे; पण पुरोहितशाहीचे वर्चस्व झुगारून देणारे बंडखोरीचे कृत्य म्हणून त्यास प्रतिकात्मक महत्त्व होते. सामान्य जनात चळवळीची मते लोकप्रिय करण्यासाठी अशा प्रतिकात्मक बाबींची आवश्यकता असते; श्रावणीच्या निमित्ताने का होईना; पण लोकांना आपल्या सामाजिक हक्कांची जाणीव होऊ लागली, हेही कमी महत्त्वाचे होते, असे नाही.

६ मे, १९२२ रोजी शाहू महाराजांचे मुंबईत निधन झाले. ७ मे रोजी पंचगंगा तीरावर त्यांचे अंत्यसंस्कार झाले. आतापर्यंतच्या छत्रपतींचे अंत्यसंस्कार ब्राह्मण पुरोहितांकडून होत आले. ही प्रथा महाराणी लक्ष्मीबाईसाहेब आणि नूतन छत्रपती राजाराम महाराज यांनी धीरोदात्तपणे मोडली. त्यांनी 'शिवाजी वैदिक विद्यालया'च्या मराठा विद्यार्थ्यांकडून वेदमंत्रांच्या घोषात महाराजांचे अंत्यसंस्कार करविले. महाराजांच्या जीवननिष्ठेला शोभेल असेच हे कृत्य झाले.[२०]

राजर्षी शाहू -सत्यशोधक चळवळीची प्रेमळ माऊली

शाहू महाराजांच्या मृत्यूने महाराष्ट्रातील सत्यशोधक चळवळीला जबरदस्त धक्का बसला. थोर सत्यशोधक नेते 'जागृति'कार भगवंतराव पाळेकरांनी महाराजांच्या निधनाबद्दल शोक व्यक्त करताना म्हटले होते की, 'सत्यशोधक समाजाच्या चळवळीचा उजवा हात गळून पडला आणि अस्पृश्य मानलेल्या वर्गातील लोकांच्या मस्तकांवरील प्रेमाचे व औदार्याचे छत्र मोडून पडले आहे.'[२१]

महाराजांच्या मृत्यूनंतर करवीर गादीवर आलेल्या नूतन छत्रपती राजाराम महाराजांना दिलेल्या मानपत्रात कोल्हापुरातील सत्यशोधक समाजाने म्हटले आहे, 'आमचे परमपूज्य व प्रजाहितदक्ष राजश्री श्रीमन्महाराज शाहू छत्रपती

सरकार, करवीर यांच्या आकस्मिक व अकाली निधनाने सत्यशोधक समाजाचे अपरिमित नुकसान झालेले आहे. त्यांनी ब्राह्मणांच्या अन्यायी वर्चस्वापासून ब्राह्मणेतर समाज मुक्त व्हावा या हेतूने सत्यशोधक समाजाचे रोप लावले; परंतु त्याचा वृक्ष होण्याच्या अगोदरच ते आमच्यातून निघून गेले. श्री शाहू महाराजांनी सत्यशोधक समाजाकडून जी सामाजिक व धार्मिक बाबतींत सुधारणा घडवून आणली; त्यामुळे त्यांचे नाव अखिल भरतखंडात दुमदुमत राहिले आहे. आतापर्यंत होऊन गेलेल्या आणि सध्या हयात असलेल्या राजे-रजवाड्यांकडून जी कामगिरी झाली नाही, ती कामगिरी (कै.) श्री शाहू महाराजांच्या हातून झालेली आहे; म्हणूनच ब्राह्मणेतर जनतेने त्यांना 'राजर्षी' हा बहुमानाचा किताब मोठ्या प्रेमाने व आनंदाने दिला आहे. महाराजांच्या प्रेरणेने सत्यशोधक समाजाचा सर्वत्र प्रसार झाल्यामुळे महाराष्ट्रात अगर करवीर इलाख्यात असहकारितेसारखी असंतोषाचा फैलाव करणारी भयंकर चळवळ निरुपयोगी ठरून सर्वत्र शांतता नांदत आहे, हे नमूद करण्यास आम्हास अभिमान वाटतो. सत्यशोधक समाजाच्या प्रसाराने अखिल ब्राह्मणेतरांस धार्मिक व सामाजिक स्वातंत्र्य मिळणार असून राजकीय स्वातंत्र्याचा मार्गही तेणेकरून सुलभ होणार आहे, अशी आमची पक्की खात्री आहे'[२२]- (२८ ऑगस्ट, १९२२). याच समाजाने पुढे १९२७ मध्ये म. गांधींना दिलेल्या मानपत्रात शाहू महाराजांचे स्मरण करताना नमूद केले की, बहुसंख्य असणाऱ्या शेतकरी लोकांची मानसिक गुलामगिरीतून मुक्तता करण्यासाठी महाराजांनी सत्यशोधक चळवळीस प्रोत्साहन दिले.[२३]

१९२७ मध्ये पंढरीनाथ पाटील यांनी म. फुले यांचे मराठीतील पहिले विस्तृत चरित्र लिहिले. त्या चरित्रग्रंथाच्या प्रस्तावनेत वऱ्हाडातील एक पुढारी नारायणराव अमृतकर यांनी लिहिले आहे, 'राजर्षी शाहू महाराजांनी जोतिरावांच्या तत्त्वांचा पुरस्कार केल्यामुळे महाराष्ट्रात सत्यशोधक समाजाचा हा हा म्हणता प्रसार होऊन तो खुद्द ब्राह्मण्यांची पाळेमुळे खणून काढण्याइतका खंबीर बनू लागला. सत्यशोधक मताची नवनवीन पत्रे निघू लागली. धडाडीचे वक्ते चोहोकडे उपदेश करीत फिरू लागले आणि ज्या सत्यशोधक तत्त्वांची सुशिक्षितांनी टवाळी करावी, तेच त्या तत्त्वांच्या प्रखर सत्यतेने दिपून जाऊ लागले.'[२४]

'संदेश'कार अच्युतराव कोल्हटकर हे शाहू महाराजांच्या कार्याचे चाहते

होते. त्यांनी महाराजांच्या सत्यशोधक चळवळीतील कार्याच्या संदर्भात उद्‌गार काढले आहेत की, 'मी मी म्हणाऱ्यांना चारीमुंड्या चीत करणारा राजर्षी शाहूंसारखा बहादूर मुत्सद्दी या चळवळीला लाभला नसता, तर ही सत्यशोधक चळवळ प्रार्थना समाजासारखी पंगू किंवा मवाळ सुधारकांसारखी एकलकोंडी बनली असती.''[२५]

त्या काळातील महाराजांचे सहकारी आणि थोर सत्यशोधक पुढारी नामदार भास्करराव जाधव, 'हंटर'कार खंडेराव बागल प्रभृतींनीही सत्यशोधक चळवळीच्या पुनरुज्जीवनाचे सारे श्रेय शाहू महाराजांना दिलेले आढळते. भास्कररावांनी महाराजांच्या हयातीतच उद्‌गार काढले आहेत की, 'सत्यशोधक समाजाच्या कार्यकर्त्यांना जे यश मिळाले आहे त्याचे सर्व श्रेय महाराजांच्या प्रयत्नांना आहे.'[२६] खंडेराव बागल यांनी लिहिले आहे, 'शाहू महाराजांनी एका हातात सत्यशोधक समाज आणि दुसऱ्या हातात समता ही निशाणे घेऊन सर्व महाराष्ट्रभर म. फुले यांची तत्त्वे चोहीकडे सर्वांसमोर मांडली.''[२७] खंडेरावांचे सुपुत्र व सत्यशोधक चळवळीचे खंदे पुरस्कर्ते माधवराव बागल यांनी १९३३ मध्ये सत्यशोधक चळवळीच्या हीरक महोत्सवानिमित्त जो स्मारकग्रंथ प्रकाशित केला आहे, त्यात शाहू महाराजांचा 'सत्यशोधक शाहू' असाच गौरव करण्यात आला आहे.[२८]

शाहू महाराजांनी म. फुले यांच्या सत्यशोधक समाजाचे कार्य पुढे चालविल्याची सर्वांत महत्त्वाची साक्ष हिंदुस्थानच्या इतिहासातील एका महान व्यक्तीने दिली आहे. ती व्यक्ती आहे म. गांधी! एकदा सातारा जिल्ह्यातील सत्यशोधक कार्यकर्ते महात्माजींना भेटावयास गेले असता त्या भेटीत त्यांनी महाराजांच्या जीवितकार्याबद्दल असे गौरवाचे उद्‌गार काढले- 'सत्यशोधक समाजाच्या तत्त्वांप्रमाणे छत्रपती शाहू महाराजांनी अस्पृश्यता नष्ट केली. हा त्यांनी स्वराज्याचा खरा पायाच घातला आहे, याची मला पूर्ण जाणीव आहे.'[२९] इथे तर महात्माजींनी महाराजांना सत्यशोधक तत्त्वांचेच नव्हे तर स्वराज्य तत्त्वांचेही पुरस्कर्ते मानले आहे!

शाहू महाराजांनी सत्यशोधक समाजासाठी केलेल्या कार्याविषयी उपरोक्त साक्षी-पुरावे देण्याचा प्रपंच एवढ्यासाठी केला आहे की, शाहूकालात व त्यानंतरही सत्यशोधक चळवळीत काम करणाऱ्या नेत्यांना व कार्यकर्त्यांना महाराज सत्यशोधक चळवळीचे खंदे पुरस्कर्ते होते; दुसऱ्या शब्दांत ते 'सत्यशोधकी' होते, असे कसे वाटत होते, याची थोडी कल्पना यावी.

याचा संदर्भ शाहूचरित्रातील एका वादाशी म्हणजे शाहू महाराज आर्यसमाजी होते की सत्यशोधकी होते, या वादाशी असल्याने या साक्षी-पुराव्यांना अधिक महत्त्व आहे.

२१

राजर्षी शाहू : आर्य समाजी की सत्यशोधकी?

थोर पुरुषांच्या चरित्रात वादग्रस्त स्थळे नाहीत, असे सहसा घडत नाही. शाहू महाराजांचे जीवनचरित्रही त्यास अपवाद नाही. खुद्द महाराजांच्या हयातीतही त्यांच्या काही कृती वादग्रस्त ठरल्या. त्यातून अनेक वादविवाद सुरू झाले. त्यांच्या चारित्र्याच्या अभ्यासकांमध्ये या वादांचे पडसाद उमटत राहिले. शाहू महाराज आर्य समाजी होते की सत्यशोधकी होते, हा वाद यांपैकीच एक प्रमुख होय.

शाहू महाराज : 'आर्य समाजाचे पुरस्कर्ते'

शाहू महाराज आचार-विचाराने आर्य समाजी होते, सत्यशोधकी कधीच नव्हते, असे मत स. मा. गर्गे, डॉ. य. दि. फडके प्रभृतींनी मांडले आहे, तर महाराज सर्वथैव सत्यसमाजी होते, म. फुले यांचे सच्चे शिष्य होते, असे दुसरे मत डॉ. वि. भि. कोलते, डॉ. रमेश जाधव प्रभृतींनी प्रतिपादन केले आहे. उपरोक्त दोन्ही गटांतील अभ्यासकांनी आपल्या मताच्या पुष्ट्यर्थ अनेक पुरावे सादर करून आपापली बाजू बळकट करण्याचा प्रयत्न केला आहे. इतिहास-संशोधन क्षेत्रात अस्सल कागदपत्रांच्या पुराव्याचे महत्त्व लक्षात घेता महाराज आर्य समाजाचे होते, सत्यशोधकी मुळीच नव्हते, हे मत सिद्ध करण्यासाठी फारशी यातायात पडत नाही. महाराजांनी आर्य समाजाचा जाहीर पुरस्कार करून, त्याविषयी दाखविलेल्या प्रेमाविषयीची चर्चा मागे आलीच आहे. येथे एवढेच नमूद करणे पुरेसे आहे की, महाराजांनी आपल्या अनेक जाहीर भाषणांत आणि खासगी पत्रव्यवहारांत 'मी आर्य समाजाचा कसा झालो' अथवा 'मी स्वतः हृदयाने आर्य समाजवादी कसा आहे' याचे विवेचन केलेले आढळते;[१] पण याहीपेक्षा महत्त्वाचे

म्हणजे आपण सत्यशोधकी नाही, असे त्यांनी स्पष्टपणे जाहीर केल्याचे ठसठशीत पुरावे उपलब्ध आहेत.

बडोद्याचे स्नेही खासेराव जाधव यांना १९२० मध्ये लिहिलेल्या एका पत्रात महाराज म्हणतात, 'मी सत्यशोधक समाजाविरुद्ध आहे, हे मी माझ्या प्रत्येक भाषणात स्पष्ट करीत आहे... ख्रिस्ती लोकांचा उपदेश मी ऐकला, त्याप्रमाणे मी सत्यशोधक जलसेही पाहिले. मात्र, मी मुळीच त्यांच्या मतांचा नाही. मुसलमान आणि ख्रिस्ती लोकांप्रमाणे सत्यशोधकांच्या काही मतांशी मी सहमत आहे. त्याचा अर्थ मी सत्यशोधक आहे, असा होत नाही,'[२] यापुढील वर्षी बडोद्याच्याच 'जागृती' पत्रात महाराजांचे एक पत्र प्रसिद्ध झाले आहे, त्यात ते म्हणतात, 'मी केव्हाही सत्यसमाजिस्ट नव्हतो आणि नाही... कोल्हापुरात आर्य समाज, थिऑसफी वगैरे पुष्कळ पंथ आहेत. त्यांच्यापैकीच सत्यशोधक समाज एक आहे. मला वेद मान्य असून मी वेदास चिकटून राहणारा आहे; असे असताना माझ्यावर हल्ला का?'[३] अशाच आशयाची विधाने महाराजांच्या दुसऱ्या अनेक पत्रांतून आढळतात. एवढा विपुल पुरावा हाताशी असताना डॉ. फडके यांनी 'शाहू छत्रपती सत्यशोधक नमून आर्य समाजाचे पुरस्कर्ते होते' असा निष्कर्ष काढल्यास त्यात नवल नाही.[४]

दुसरे अभ्यासक स.मा.गर्गे यांनीही डॉ. फडके यांच्याप्रमाणेच 'शाहू महाराजांनी आर्य समाजाची तत्त्वे आणि ध्येय-धोरणे पुरस्कारिली' असे मत प्रतिपादन केले. सत्यशोधक समाजाच्या संदर्भात गर्गे यांनी म्हटले आहे, 'शाहू महाराजांची भाषणे वाचल्यावर आणि कार्याचा तपशील तपासल्यावर प्रथमदर्शनीच असा एक निष्कर्ष निघतो की, शाहू महाराजांची धार्मिक व सामाजिक दृष्टी सत्यशोधक समाजाच्या दृष्टिकोनाशी जुळणारी नव्हती. विशेषतः धार्मिक सुधारणांच्या बाबतीत त्यांचा परस्परविरोधच दिसून येतो... महात्मा फुले यांनी ब्राह्मणी सत्तेच्या मर्मस्थानी प्रहार करून एक ऐतिहासिक कार्य केले याची आवश्यक तेवढी जाणीव महाराजांना होती; पण हे सर्व मान्य करूनही महात्मा फुले यांचे अनुयायित्व महाराजांनी स्वीकारले होते, असे म्हणता येणार नाही. तसा महाराजांनी उल्लेख केल्याचे आढळत नाही. महाराजांच्या धोरणावरूनही तसे दिसत नाही. सत्यशोधक समाजाच्या धार्मिक आणि सामाजिक विचारांना महाराजांनी विशेष प्रोत्साहन दिल्याचे कोठेही नमूद नाही. किंबहुना सत्यशोधक समाजाच्या

धार्मिक दृष्टिकोनातील अपुरेपणाच प्रसंगी त्यांनी दाखवून दिला आहे.'[५]

शाहू महाराज : 'सर्वथैव सत्यशोधक'

आता दुसऱ्या गटाचा विचार करता, शाहू महाराज सत्यशोधकी होते, अशा निष्कर्षाप्रत अभ्यासकास नेणारेही अनेक पुरावे कागदोपत्री उपलब्ध आहेत. कोल्हापुरात सत्यशोधक समाज स्थापन करण्यापासून ते त्या समाजाची चळवळ महाराष्ट्रभर पसरविण्यासाठी त्यांनी केलेल्या साह्याचा निर्देश यापूर्वी सविस्तर देण्यात आलेला आहेच. त्याशिवाय सत्यशोधक समाजाचे संस्थापक म. ज्योतिराव फुले यांच्याविषयी आदरभाव व त्यांची सत्यशोधकी तत्त्वे यांच्याविषयी सहमती दर्शविणारी विधानेही महाराजांच्या भाषणांतून पाहावयास मिळतात.

१९१८ मध्ये आर्य समाजाच्या परिषदेत अध्यक्षपदावरून आर्यबंधूंसमोर बोलताना त्यांनी म. फुले यांच्याविषयी धन्योद्‌गार काढलेले दिसतात. ते म्हणाले होते, 'ते फार शोधक आणि विचारी असल्याने त्यांनी ब्राह्मणी कावा पूर्णपणे ओळखला... ही (ब्राह्मण) ब्युरॉक्रसी मोडण्याकरिता पुष्कळ प्रयत्न झाले; पण जोपर्यंत ब्राह्मणांच्या धार्मिक वर्चस्वावर प्रत्यक्षपणे हल्ला होऊन ते नाहीसे होत नाही तोपर्यंत ब्राह्मणेतरांची परावलंबी स्थिती दूर होणार नाही, हे मर्म जाणून जोतिराव फुले यांनी ब्राह्मणी सत्तेच्या अगदी मर्मस्थानी प्रहार करण्यास सुरुवात केला. जोतिराव यांच्या सत्यशोधक समाजाचे मुख्य मत ईश्वर व भक्त यांच्यात दलाल नको हे आहे. याप्रमाणे ब्राह्मणी मध्यस्थांची जरूर न ठेवता प्रत्येकाने आपली धर्मकृत्ये स्वतः करावी, असा उपदेश त्यांनी सुरू केला. बहुजन समाज ब्राह्मणी गुलामगिरीत व तज्जन्य अज्ञानात हजारो वर्षे गाडलेला असल्याने सत्यशोधकांच्या कामात पुष्कळ अडथळा येत असतो. सुधारकास अडचणीशी टक्कर देणे भागच पडत असते.'[६] त्याच भाषणात, पुण्यात कर्मठ ब्राह्मणांनी स्वामी दयानंदांची टवाळी करण्याच्या हेतूने काढलेल्या गाढवाच्या मिरवणुकीचा संदर्भ घेऊन महाराजांनी पुढे म्हटले आहे, 'त्या ठिकाणी गोड शब्द किंवा युक्तिवाद उपयोगी नाही, असेच ब्राह्मण ब्युरॉक्रसीस वागविले पाहिजे, हे जोतिराव फुले व त्यांचे अनुयायी यांनी चांगले ओळखले होते आणि जशास तसे अशा रितीने ब्राह्मणांविरुद्ध उपदेशास सुरुवात केली. या दक्षिण भूमीत खऱ्या धर्मविद्येचा व धर्माचा प्रवेश व्हावयास पाहिजे असेल,

तर सत्यशोधक समाजासारख्यांनी ही भूमी त्या कामास योग्य अशी तयार केली पाहिजे. अशा रीतीने जमिनीतील तण व खडक फोडून काढले म्हणजे आर्य धर्माचे बीज चांगले रुजेल आणि ते वृद्धी पावून सर्वांस सुख होईल.'[७]

एप्रिल, १९२० मध्ये नाशिकमध्ये मराठा विद्यार्थी वसतिगृहाच्या पायाभरणी समारंभानिमित्त भाषण करताना, ते वसतिगृह सर्व जातींच्या मुलांसाठी खुले ठेवण्याबद्दल चालकांचे अभिनंदन करताना शाहू महाराजांनी म्हटले आहे, 'या बोर्डिंगचे धोरणही अनुकरणीय आहे. मराठा शिक्षण परिषदेच्या प्रसंगी मराठे लोकांच्या औदार्याने याची स्थापना झाली असतानाही सर्व जातींच्या मुलांस याचे प्रवेशद्वार खुले ठेवण्यात चालकांनी आपल्या मनाचा थोरपणा व उज्ज्वल देशभक्ती दाखविली आहे. सर्व माणसे एकाच ईश्वराची लेकरे असल्याने त्यांचे परस्परांशी बंधुत्वाचे नाते आहे, हे सत्यशोधक समाजाचे मुख्य तत्त्व प्रचारात आणून आपले मनोधैर्य व सत्यनिष्ठा स्पष्टपणे दाखविल्याबद्दल येथील चालकांची तारीफ करावी तितकी थोडीच आहे. हे कॉस्मापॉलिटन तत्त्व जितक्या संस्थांतून पसरेल तितके चांगले. त्या योगाने जातिभेद मंदावून ऐक्य होण्यास चांगले साह्य होते.'[८]

याच भाषणात पुरोहितशाहीचा उच्छेद करणाऱ्या सत्यशोधक तत्त्वाचा पुरस्कार करताना महाराज म्हणतात, 'ब्राह्मणांची रिलिजिअस ब्युरॉक्रसी तुटून पडल्याशिवाय कधीही देशोद्धार होणार नाही. सबब ब्राह्मण पुजारी आणि ब्राह्मणांकडून धर्म ऐकण्याचे सोडले पाहिजे.'[९]

२० ऑगस्ट, १९२० रोजी शाहू महाराजांनी मुंबईच्या गर्व्हनरांचे सल्लागार ॲडम यांना महाराष्ट्रातील ब्राह्मणांच्या कुटिल कारवायांच्या संदर्भात पत्र लिहिले आहे. त्यात सत्यशोधक जलशांच्या संदर्भात महाराज म्हणतात, 'सत्यशोधक जलशांमुळे ब्राह्मण लोक माझा पूर्वीपेक्षा अधिक द्वेष करीत आहेत. अर्थात माझा सत्यशोधक जलशांशी प्रत्यक्ष काही संबंध नाही; पण ज्या तत्त्वांवर ते जलसे चालतात, ती तत्त्वे सर्वत्र पसरावीत, असे माझे मत आहे. जरी ब्राह्मणांना ते जलसे अश्लील वाटत असले तरी ते स्वतः प्रत्येक दिवशी पुराण आणि कीर्तन यातून तसल्याच गोष्टींचा धर्माच्या नावाखाली प्रचार व प्रसार करीत असतात. जर अशा अश्लील गोष्टी कथा-कीर्तनांतून कथन केलेल्या चालतात, तर तसल्या गोष्टी जलशांतून

सांगितल्या हरकत का असावी? जलसेवाल्यांविषयी आपणास सहानुभूती वाटते हे आपण मान्य करतो. निवडणुकीच्या काळात जलसेवाले हे ब्राह्मणेतरांना साह्य करतात, तर कीर्तनकार ब्राह्मणांना साह्य करतात.[१०] या पत्रात तर महाराजांनी स्पष्ट म्हटले आहे की, जलशांची तत्त्वे, म्हणजेच सत्यशोधक समाजाची तत्त्वे सर्वत्र पसरावीत हे आपले मत आहे.

उपरोक्त पुराव्यांसारखे काही पुरावे सादर करून डॉ. वि. भि. कोलते यांनी म्हटले आहे की, 'हे आणि यांसारखे अनेक ठिकाणी महाराजांनी काढलेले उद्‌गार लक्षात घेतले म्हणजे ते सर्वथैव सत्यशोधक होते, यात शंका राहत नाही. 'आपण सत्यशोधक समाजात नव्हतो आणि त्या चळवळीशी कोणताही संबंध ठेवण्याचे आपण नाकारले आहे.' हे उद्‌गार किंवा सत्यशोधक समाजामुळे जातीजातींत मत्सर निर्माण होणे संभवते, म्हणून आपण त्याच्याशी संबंध ठेवू इच्छित नाही, हे त्यांचे बोलणे निःसंशय राजकीय चाणाक्षपणाचे आहे.'[११]

सत्यशोधक समाजाविषयी शाहू महाराजांनी काढलेले अनेक उद्‌गार केवळ प्रासंगिक आणि वरवरचे म्हणूनच त्यांच्याकडे पाहिले पाहिजे, असे प्रतिपादन करताना डॉ. कोलते यांनी पुढे म्हटले आहे, 'जरी सत्यशोधक समाजादी समाजांनी काहीशी सुधारणा केली आहे; तथापि, या संस्थांनी विशेष अधिक काही होऊ शकणार नाही, कारण त्या 'शठं प्रति शाठ्यम्' या तत्त्वावर चालत आहेत,' असे उद्‌गार त्यांनी भावनगर येथील आर्य धर्म परिषदेत काढले होते. तेही असेच प्रासंगिक व वरवरचे असले पाहिजेत. 'मी ब्राह्मणांवर प्रेम करीत असतानाही जर ते माझा द्वेष व तिरस्कार करतील, तर मलाही जशास तसे वागावे लागेल,' हा महाराजांचा उद्‌गार 'शठं प्रति शाठ्यम्' या तत्त्वाचा प्रतिध्वनी नाही काय? इतरांना शुद्र म्हणून हीन लेखणाऱ्या उर्मट ब्राह्मणांना प्रतिटोला हाणण्यासाठी 'ब्राह्मण हे शुद्रापासून जन्मले आहेत... ब्राह्मणांशिवाय तीन वर्ग जिवंत आहेत,' असे जेव्हा ते म्हणतात, तेव्हा त्यांच्या मर्मघातात 'शठं प्रति शाठ्यम्' या सत्यशोधकाच्या वृत्तीचाच आविष्कार आढळत नाही काय? सारांश, महाराजांच्या उक्तीनुसार, प्रकृतीवरून ते अंतःकरणाने पूर्णपणे सत्यशोधक बनले होते, असे स्पष्ट दिसून येते.'[१२]

असे असताना शाहू महाराज आर्य समाजास का चाहत होते, याचे उत्तरही डॉ. कोलते यांनी दिले. 'पुढे पुढे त्यांच्या मनाचा कल आर्य

समाजाकडे वळला होता, हे खरे आहे. 'धर्मोपदेशक बनलेल्या जातींचे जुलमी जू झुगारून देण्याकरिता आर्य समाज उत्पन्न झाला आहे. बनावटी धार्मिक जू काढून टाकणे जास्त जरुरीचे आहे आणि यासाठीच मी आर्य समाजास चाहतो,' असे त्यांनी म्हटले आहे. सत्यशोधक समाजही हेच म्हणत होता. तथापि, आर्य समाजाच्या वेदनिष्ठेमुळे महाराजांच्या धार्मिकदृष्ट्या सश्रद्ध अंतःकरणाला आर्य समाजाच्या विचारसरणीत थोडे अधिक समाधान मिळत असावे, एवढाच त्याचा अर्थ; पण आपल्या कर्तृत्वाच्या प्रारंभकालापासून आपल्या अनुभवाने त्यांची जी मनोवृत्ती बनली होती, ती सत्यशोधकाची होती.'[१३]

शाहू महाराजांनी म. फुले यांच्या सत्यशोधक समाजाचाच अधिक पुरस्कार करून त्यांचे कार्य पुढे कसे चालविले, हे अधिक स्पष्ट करताना डॉ. जाधवांनी म्हटले आहे. 'महात्मा फुले यांनी आयुष्यभर 'बहुजन हिताय! बहुजन सुखाय!' या सूत्राप्रमाणे जे कार्य केले त्याच कार्याची धुरा शाहू छत्रपतींनी मनःपूर्वक स्वीकारलेली आढळते... राजर्षी शाहू छत्रपतींचे जीवन आणि कार्य यांचा मागोवा घेतला की, त्यांची महात्मा फुले यांची बहुजन उद्धाराची कार्यपरंपरा समर्थपणे पुढे नेली, हे मान्य करावे लागते. सत्यशोधक समाजाचे पहिल्या तीन वर्षांचे जे अहवाल उपलब्ध आहेत, त्यावरूनही सत्यशोधक समाजाच्या कार्याची दिशा लक्षात येते. राजर्षींनी आयुष्यभर जे कार्य केले ते याच दिशेने केले. म्हणून महात्मा फुले आणि राजर्षी शाहू छत्रपती हा विग्रह नसून तो समासच आहे, हे प्रांजळपणे मान्य केले पाहिजे. उभयतांच्या कार्याचा डोळसपणे अभ्यास आणि परीक्षण केले की, राजर्षी शाहू छत्रपती हे सत्यशोधक विचारांची बांधिलकी अधिक मानत होते, हे स्पष्ट दिसते.'[१४] शेवटी निष्कर्ष म्हणून डॉ. जाधव म्हणतात, 'थोडक्यात महात्मा फुले यांची सत्यशोधक समाजाची चळवळ राजर्षी शाहू छत्रपतींच्या कणखर नेतृत्वामुळे महाराष्ट्रात सर्वत्र वेगाने पसरली. महात्मा फुले यांच्या मृत्यूनंतर काही काळ ही चळवळ अक्षरशः मृतवत झाली होती; परंतु या चळवळीला लाभलेले राजर्षी शाहू छत्रपतींचे नेतृत्व संजीवनी ठरले! त्यांच्यामुळे या चळवळीत प्राण ओतला गेला.'[१५]

सत्यशोधकांविषयीच्या जाहीर पवित्र्यामागची कारणमीमांसा

असे असले तरी 'मी सत्यसमाजिस्ट केव्हाही नव्हतो आणि नाही' यांसारखी विधाने शाहू महाराजांनी प्रसंगोपात तरी का केली अथवा सत्यशोधकांविरुद्ध अनेक वेळा जाहीर पवित्रा का घेतला, याची कारणमीमांसा इथे अपरिहार्य ठरते. ज्यांच्या प्ररणेने सत्यशोधक जलसे उभे राहिले, त्या महाराजांनीच जलशांची जबाबदारी झटकून टाकावी, याचे रहस्य तत्कालीन निर्माण झालेल्या परिस्थितीत आहे. सन १९२० नंतर सत्यशोधक चळवळ महाराष्ट्रभर पसरत गेली. सातारा, कोल्हापूर, सोलापूर, नगर इत्यादी जिल्ह्यांत सत्यशोधकांचा जोर मोठा होता. सत्यशोधक जलशांतून ब्राह्मणशाहीचे दंभस्फोट करणारे जहाल कार्यक्रम सादर केले जात होते. याचा थेट परिणाम ब्राह्मणेतर समाजावर होत होता. खेड्यापाड्यांतून ब्राह्मणविरोधी वातावरण तयार होत होते.

सातारा जिल्ह्यात तर काही ठिकाणी ब्राह्मणांवर बहिष्कार टाकला जात होता. ब्राह्मणांच्या जमिनी खंडाने कसण्यास नकार देणे, त्या इतर कोणास कसू न देणे, ब्राह्मण भटजीस धार्मिक विधीस न बोलावणे; एवढेच नव्हे, तर कुंभार, न्हावी इत्यादी बलुत्यांनी ब्राह्मणांची कामे करण्यास नकार देणे अशा बहिष्काराच्या घटना घडू लागल्या. अनेक ठिकाणी उत्साही सत्यशोधकांनी आक्रमक पवित्रे घेतले. परळीला दासनवमीच्या उत्सवात ब्राह्मणांच्या व ब्राह्मणेतरांच्या वेगवेगळ्या पंगती बसविल्या जात. सत्यशोधकांनी हा पंगती-प्रपंच मोडावयाचे ठरवून तेथे ब्राह्मण-ब्राह्मणेतरांच्या एकाच पंगतीचा आग्रह धरला. तो ब्राह्मणांनी मानला नाही. परिणामी, उभय पक्षांत चकमक उडून 'ब्राह्मणांना भरल्या ताटावरून उठून जावे लागले.' अशा प्रसंगांच्या बातम्या ब्राह्मणी वृतपत्रांत 'सत्यशोधकांचे अत्याचार' अशा भडक शब्दांत प्रसिद्ध केल्या जाऊ लागल्या. ठिकठिकाणी या 'अत्याचारा'ची चौकशी करणाऱ्या ब्राह्मण्य संरक्षक सभा' स्थापन झाल्या होत्या. काही ठिकाणी उभय पक्षी मारामाऱ्या होऊन परस्परांवर खरेखोटे फौजदारी खटले भरले जाऊ लागले! आणि हे जेथे जेथे घडत होते, तेथे तेथे कोल्हापूरच्या शाहू महाराजांचा या सत्यशोधकांना पाठिंबा असल्यामुळे हे घडत आहे, असा एकच गिल्ला महाराष्ट्रातील ब्राह्मणी वृत्तपत्रे सातत्याने करीत होती.[१६]

एवढेच नव्हे तर खालसा मुलखात शांतता व सुव्यवस्थेची जबाबदारी

असलेल्या इंग्रज सरकारने महाराजांचा बंदोबस्त करावा, अशी त्यांची आग्रही मागणी होती. इंग्रज सरकारही ब्राह्मण-ब्राह्मणेतर संघर्षातून निर्माण होणाऱ्या अशांततेमुळे अस्वस्थ बनत होते आणि प्रसंगी महाराजांकडेही चौकशीची पत्रे पाठवीत होते.[१७]

आपल्या संस्थानामधील संस्था व चळवळी यांवर शाहू महाराज नियंत्रण ठेवू शकत होते. ती त्यांच्या सत्तेच्या अधिकारातील बाब होती; पण संस्थानाबाहेरच्या चळवळींवर ते त्यांचे नियंत्रण ठेवू शकत नव्हते. अशा परिस्थितीत आक्रमक सत्यशोधकांनी ब्राह्मण मंडळींशी केलेल्या संघर्षाची जबाबदारी एक संस्थानिक या नात्याने महाराज घेऊ शकत नव्हते. खालसा मुलखात अनेक ठिकाणी ब्राह्मण-ब्राह्मणेतर वाद विकोपाला जाऊन सरकारात फौजदारी गुन्हे दाखल होत होते आणि इंग्रज सरकारपुढेही प्रसंगी कायदा व सुव्यवस्थेचे प्रश्न निर्माण होत होते. या पार्श्वभूमीवर आपण सत्यशोधक समाजाचे पुरस्कर्ते आहोत, असे जाहीर करणे म्हणजे सर्व महाराष्ट्रातील सत्यशोधक कार्यकर्त्यांच्या सर्व प्रकारच्या कृत्यांची नैतिक जबाबदारी महाराजांनी स्वीकारण्यासारखे होते, कारण सर्व महाराष्ट्र त्यांना सत्यशोधक चळवळीचा आधारस्तंभ म्हणून मानत होता. अशा प्रकारे परिस्थितीच्या विचित्र कोंडीत महाराज सापडल्यामुळे 'मी सत्यसमाजिस्ट त्यांची व्यवहारनीती अथवा समाजकारणातील 'राजनीती'च होती, असे मानावे लागेल. उपरोक्त स्वरूपाचे उद्‌गार सत्यशोधक चळवळीतील कार्यकर्त्यांच्या कृत्यांना जेव्हा जेव्हा महाराजांना जबाबदार धरून हल्ले केले गेले, तेव्हा तेव्हा त्यांनी काढलेले आहेत, हेही ध्यानात घेतले पाहिजे, तेव्हा असे उद्‌गार वाच्यार्थाने घेतले तर महाराजांच्या सत्यशोधकी कामगिरीविषयी अभ्यासकांची मोठी दिशाभूल होण्याची शक्यता आहे.

महाराजांचे सत्यशोधक चळवळीविषयीचे खरे अंतरंग

महाराजांचे समाजकारणातील सहकारी व सत्यशोधक पुढारी बाबूराव यादव, श्रीपतराव शिंदे आणि वालचंद कोठारी यांनी १९१९ मध्ये बेळगाव, धारवाड व हुबळी या भागांत आपला प्रचार दौरा काढला होता. या दौऱ्यात त्यांच्या सभांत ब्राह्मण-ब्राह्मणेतरांच्या चकमकी घडून आल्या, तेव्हा राजनैतिक प्रतिनिधी वुडहाउसनी, हे महाराजांच्या आज्ञेवरून दौऱ्यावर गेले होते काय, म्हणून विचारणा केली. त्यावर महाराजांनी उत्तर दिले

आहे, 'मी त्यांना दौरा करावयास पाठविले नाही आणि असा दौरा करण्यासाठी त्यांना माझ्या परवानगीची जरुरीही नाही. ते त्यागी आणि खंबीर वृत्तीचे पुढारी आहेत आणि त्यांनी आपले जीवित मागासवर्गीयांच्या उद्धारासाठी वाहिलेले आहे.'[१८]

१९२० मध्ये पुण्यात टिळकपक्षीयांनी शाहू महाराजांची सभा उधळून लावली आणि उलट महाराजांवरच दंगल घडवून आणली म्हणून फिर्याद केली. पुढे खासेराव जाधव यांनी महाराज व टिळकपक्षीय यांच्यात मध्यस्थी करून हे प्रकरण मिटविण्याचा प्रयत्न केला, तेव्हा येथून पुढे महाराज जर मराठा लीग आणि सत्यशोधक समाज यांना आपला पाठिंबा देणार नसतील तर आपण फिर्याद काढून घेऊ, असा टिळकपक्षीयांनी डाव टाकला; परंतु असा पाठिंबा न देणे म्हणजे 'पददलित जनतेच्या उद्धाराचे कार्य' सोडून देण्यास सांगण्यासारखे आहे आणि ते आपण कधीच करणार नाही, असे महाराजांनी मुंबई सरकारचे सेक्रेटरी मॉंटगोमेरी यांना लिहिलेल्या पत्रात म्हटले आहे.[१९] खासेराव जाधवांना लिहिलेल्या पत्रात महाराज म्हणतात, 'माझ्याशी मित्रभावाने वागणाऱ्यांना व तत्समान जातींना मी कधीही अंतर देणार नाही. मी माझ्या ध्येयाविरुद्ध वर्तन करणार नाही. माझ्या स्पष्ट वक्तव्याबद्दल मला त्रास सहन करावा लागत आहे आणि तो सहन करावयास मी तयार आहे. तुमचे म्हणणे मी ऐकेन; पण मला माझी तत्त्वे सोडायला लावू नका. मी माझ्या तत्त्वांच्या विरुद्ध वर्तन करणार नाही. या सर्व गोष्टी मला घाबरविण्यासाठी केल्या जात आहेत, हे मी जाणून आहे; पण मी कधीही डरणार नाही.'[२०]

शाहू महाराजांच्या उपरोक्त उद्‌गारांवरून त्यांचे सत्यशोधक समाजाविषयी खरे अंतरंग काय होते, हे समजून येते. वास्तविक वेदनिष्ठा हा एक मुद्दा सोडल्यास महाराजांनी आपल्या आयुष्यात अंगीकारलेले कार्य आणि सत्यशोधक समाजाच्या मूळ संस्थापकांचे कार्य यात काही फरक नव्हता. ब्राह्मणांची धार्मिक आणि सामाजिक क्षेत्रांतील मक्तेदारी मोडून काढणे, जातिभेद निर्मूलन करणे, अस्पृश्यांचा उद्धार करणे, अज्ञ जनतेमध्ये प्राथमिक शिक्षणाचा प्रसार करणे यासाठी महाराजांनी आपली सर्व शक्ती पणास लावली होती. एका अर्थाने हे कार्य सत्यशोधक समाजाचेच कार्य होते आणि म्हणूनच त्या 'समाजा'चे अनुयायी महाराजांच्या वेदनिष्ठेचा बाऊ न करता 'सत्यशोधकी' मानत होते. यामध्ये 'समाजा'च्या अनुयायांच्या विचारांची

गफलत नव्हती, तर महाराजांच्या कार्याचे वास्तव मूल्यमापन होते. याचा अर्थ असा होतो की, स्वतःस आर्यसमाजी म्हणवत असताना महाराज प्रत्यक्षात सत्यशोधक समाजाचे खरे कार्य करीत राहिले; पण तसे करत असताना आपल्या कार्यास सत्यशोधक समाजाचे लेबल लावण्याचे त्यांनी जाणीवपूर्वक टाळले.

महाराज जाहीरपणे आपणास 'आर्यसमाजी' म्हणवीत होते; पण त्यांच्या जवळची भास्करराव जाधव, अण्णासाहेब लठ्ठे, महादेवराव डोंगरे, श्रीपतराव शिंदे, बाबूराव यादव, खंडेराव बागल आदी मंडळी मात्र 'सत्यसमाजी' होती; ती आर्यसमाजी नव्हती, ही बाब ध्यानात घेतली पाहिजे. यांपैकी कोणी आर्य समाजाच्या भजनी लागले नाहीत की महाराजांनींही आर्य समाजाचा गोतावळा वाढविण्याचा प्रयत्न केला नाही. ज्याप्रमाणे उत्तर भारतात आर्य समाजाचा प्रसार झाला, तसा तो महाराष्ट्रात झाला नाही. याचे महत्त्वाचे कारण महाराष्ट्रात वरच्या थरात प्रार्थना समाजाचे व खालच्या थरात सत्यशोधक समाजाचे कार्य जोमात चालू होते. आर्य समाजाच्या चळवळीची व्याप्ती प्रार्थना समाजासारखी बुद्धिजीवि वर्गापुरती मर्यादित होती. महाराष्ट्रातील बहुजनांच्या उद्धारासाठी आर्य समाजाच्या नव्हे, तर सत्यशोधक समाजाच्या प्रसाराची गरज होती आणि शाहू महाराजांनी मनोमन जाणले होते.

सत्यशोधक समाज हा या भूमीतील नैसर्गिक अंकुर होता. या समाजाचा मूळ संस्थापक हाच मुळी शूद्र समजल्या गेलेल्या जातीत उत्पन्न झाला होता आणि या समाजाचे मूळ उद्दिष्टच मुळी ब्राह्मणी वर्चस्वातून शुद्रातिशुद्रांची मुक्तता करणे हे होते. स्वाभाविकपणे शिक्षणाच्या प्रसाराने जागे झालेल्या आणि आपल्या समाजासाठी काही करावे असे वाटणाऱ्या बहुजन समाजातील सुशिक्षितांना आर्य समाजापेक्षा सत्यशोधक समाजाची अधिक ओढ लागणे स्वाभाविक होते.

शाहू महाराज आणि वेदनिष्ठेचा मुद्दा

ज्या आर्य समाजाचे महाराज स्वतः अनुयायी होते, त्या समाजाच्या तत्त्वांचे तरी ते काटेकोर पालन करीत होते, असे दिसत नाही. आर्य समाज मूर्तिपूजा त्याज्य मानतो; पण महाराज शेवटपर्यंत आपल्या राजवाड्यात देव-देवतांच्या पार्थिव मूर्तींची पूजा करीत राहिले. आर्य समाजाचे होमहवनाचे

कर्मकांडही त्यांना मान्य नव्हते आणि मग शेवटी राहतो तो त्यांच्या वेदनिष्ठेचा मुद्दा. त्यासंबंधी एक आठवण या ठिकाणी सांगण्यासारखी आहे.

शाहू महाराजांनी स्थापन केलेल्या वैदिक स्कूलमध्ये बहुजन समाजातील मुले वैदिक विधींचे शिक्षण घेत असत. एकदा महाराज या स्कूलमध्ये आले आणि संचालकांस म्हणाले, 'उद्या माझ्या वडिलांचे श्राद्ध आहे. तुमच्या विद्यार्थ्यांकडून मला ते करायचे आहे.' संचालक महाराजांकडे पाहतच राहिले. कोल्हापुरात वेदशास्त्रसंपन्न पुरोहित मिळाला असता; मग या मुलांकडूनच श्राद्धविधीचा महाराजांचा आग्रह पाहून ते अचंब्यात पडले आणि म्हणाले, 'महाराज, या मुलांना तसे फारसे काही येत नाही. आपण अनुभवी व जाणता माणूस पाहावा.' यावर महाराजांनी काय उत्तर द्यावे? ते म्हणाले, 'हे बघा, ही माझी मुले आहेत, बहुजन समाजाची आहेत. त्यांनी बाराखड्या म्हणू देत, ते मला चालेल; पण मला भटजी पुरोहित नको आहे.' (ही आठवण त्या काळी या विद्यार्थ्यांपैकी एक असणारे आणि नंतर तुळजाभवानीच्या मंदिरात पुरोहित म्हणून काम करणारे दत्तात्रय कुशाप्पा बिराडे यांनी वयाच्या ९०व्या वर्षी प्रस्तुत लेखकास सांगितली होती.) ही आठवण फार बोलकी आहे. महाराजांच्या चरित्रामधील आर्य समाजाचे स्थान आणि त्यांची वेदांवरील निष्ठा या गोष्टींसंबंधी कोणाही अभ्यासकास ती अंतर्मुख करावयास लावणारी आहे. वेदांच्या अधिकारासाठी महाराजांचा आग्रह होता, तो काही जुनाट वैदिक परंपरांचे पुनरुज्जीवन करण्यासाठी नव्हता. ब्राह्मण वर्गाने मक्तेदारीने वेदांचा अधिकार आपल्याकडे ठेवला होता. ती मक्तेदारी महाराजांना मोडून काढायची होती. डॉ. बाबासाहेब आंबेडकरांनी नाशिकच्या काळाराम मंदिरात प्रवेशासाठी सत्याग्रह केला तो काही रामाविषयीच्या श्रद्धेपोटी नव्हे, तर हिंदू म्हणून त्यांना मंदिरात प्रवेश करण्याचा जो अधिकार होता, त्याच्या आग्रहासाठी. राम काळा की गोरा याला महत्त्व नाही. मंदिर प्रवेशाच्या संघर्षातील सामाजिक स्वातंत्र्याच्या तत्त्वास महत्त्व आहे.

महापुरुष स्वयंभू असतो

महाराजांनी सामाजिक स्वातंत्र्यासाठी आर्य समाज, थिऑसॉफी, ख्रिश्चन मिशन अशा अनेक सामाजिक संस्थांचा आपल्या कार्यासाठी उपयोग

करून घेतला. अकबराने जसे आपल्या धर्मजिज्ञासेपोटी सर्व धर्मांना जवळ केले; त्यांच्या ठिकाणी जे जे चांगले आहे, त्यांचा संग्रह केला; तसे महाराजांनी अज्ञ बहुजनांच्या कल्याणाच्या तळमळीपोटी सर्व सामाजिक संस्थांना जवळ केले आणि त्यांच्या ठिकाणी असणाऱ्या सर्व विधायक शक्तींचा उपयोग करून घेतला; पण अकबराने आपला नवीन पंथ स्थापन केला, तसा पंथ महाराजांनी स्थापन केला नाही.

आणखी एक मुद्दा स्पष्ट व्हायला हवा. अनेक विद्वानांनी महाराजांना महात्मा फुले यांचे अनुयायी अथवा शिष्य मानले आहे. आमच्या मते, महाराज हे एक महापुरुष होते आणि महापुरुष कोणाचा अनुयायी असत नाही. शिवछत्रपती कोणाचे अनुयायी नव्हते. म. फुले कोणाचे शिष्य नव्हते. त्यांच्यासारखे महापुरुष स्वयंभू असतात. त्यांच्या अंतःकरणातील मानवतेची प्रेरणाच त्यांच्या मार्गावर त्यांना पुढे रेटत नेत असते. महापुरुष समाजातील अनेक व्यक्तींचे साह्य जरूर घेतो; पण त्याचा मार्ग हा त्यालाच निर्माण करायचा असतो. तो त्याचाच मार्ग असतो. शाहूचरित्र अभ्यासत असताना इतिहासकारांनी हा दृष्टिकोन स्वीकारला की, मग आर्यसमाजी शाहू महाराज मूर्तिपूजा कशी करतात आणि सत्यशोधकी शाहू महाराज क्षात्रजगद्‌गुरूचे पीठ कसे निर्माण करतात, या वरवर गूढ वाटणाऱ्या प्रश्नांची उत्तरे सहजासहजी उलगडू लागतात.

२२

क्षात्रजगद्‌गुरूपदाची निर्मिती

शाहू महाराजांच्या चरित्रातील १९२० च्या सुमाराचा काल हा समाज सुधारणांच्या विचारांनी मंतरलेला होता. या काळात अनेक अन्यायमूलक सामाजिक रूढी-परंपरांना धक्के देणारे कायदे व उपाययोजना घडून आल्या. क्षात्रजगद्‌गुरूपदाची निर्मिती ही त्यांपैकीच एक उपाययोजना होय. ही उपाययोजना वर्णवर्चस्ववादी समाजाला धक्का देणारी एवढेच नव्हे, तर सत्यशोधकांसारख्या मूलभूत परिवर्तनवाद्यांनाही संभ्रमात टाकणारी होती. महाराजांच्या या कृतीने महाराष्ट्राच्या तत्कालीन समाजकारणात वादळ उठून ती वादग्रस्त ठरली; इतकेच नव्हे, तर त्यानंतरच्या काळातही महाराजांच्या चरित्र-अभ्यासकांमध्ये ती मतांतर होण्यास कारणीभूत झाली.

क्षात्रजगद्‌गुरू पीठाच्या निर्मितीची पार्श्वभूमी, क्षात्रजगद्‌गुरूपदाची निर्मिती ही शाहू महाराजांना आकस्मिक सुचलेली कल्पना नव्हती. तिची मुळे वेदोक्त कालखंडातील ब्राह्मण पुरोहितशाहीविरुद्ध लढल्या गेलेल्या संघर्षात होती. 'वेदोक्ता'मध्ये अहंकारी पुरोहितशाहीचे चटके बसल्यावर तिच्या विळख्यातून आपल्या ज्ञातीस मुक्त करण्याचे विचार त्यांच्या मनात डोकावून गेले होते. फेब्रुवारी, १९०४ मध्ये आपल्या स्नेह्यास लिहिलेल्या पत्रात महाराजांनी म्हटले आहे, 'दैवज्ञ सोनारांप्रमाणेच आमच्या जातीचेही उपाध्ये असावेत, असे आम्हाला वाटते. शेणवी लोकांनीही अशाच प्रकारची व्यवस्था केली आहे आणि या समाजाचे ब्राह्मणांच्या मदतीखेरीज चांगले चालले आहे; परंतु आमचे धार्मिक विधी करण्यासाठी ब्राह्मणांची मने वळवून कायमची तेढ उत्पन्न होण्याचा प्रसंग टाळावा, असे म्हणणारेही काहीजण आमच्यामध्ये आहेत. सोनार व शेणवी लोकांप्रमाणे ब्राह्मणांचे जू फेकून देऊन सुस्थितीला पोहोचलेल्या लिंगायत व जैन लोकांचीही

उदाहरणे आहेत.'[१]

त्यानंतरच्या काळात पंचगंगेतून बरेच पाणी वाहून गेले. करवीर पीठाच्या जगद्गुरू शंकराचार्यांचे अनेक बरे-वाईट अनुभव शाहू महाराजांच्या गाठीशी जमा झाले होते. मध्यंतरी १९१७ मध्ये त्यांनी महाभागवत डॉ. कुर्तकोटी यांना करवीर पीठावर शंकराचार्य म्हणून आरूढ केले होते. डॉ. कुर्तकोटी हे मोठे विद्वान गृहस्थ होते. पौर्वात्य व पाश्चिमात्य संस्कृतीचा समन्वय साधणाऱ्या त्यांच्या सुधारणावादी विचारांनी प्रभावित होऊन महाराजांनी त्यांची करवीर पीठावर नेमणूक केली होती. पीठासनावर आरूढ झाल्यावर काही दिवस त्यांनी अनेक सुधारणांचा आपल्या भाषणांतून जोरदार पुरस्कार केला. अस्पृश्यतेचा जाहीर निषेध केला; पण वर्षभराच्या आतच त्यांनी आपले अंतरीचे प्रतिगामी स्वरूप प्रकट करायला सुरुवात केली. त्याचा प्रारंभ कुलकर्णी वतनाच्या प्रकरणात कुलकर्ण्यांची बाजू घेण्यापासून झाला आणि त्याचा शेवट छत्रपतींशी वितुष्ट येऊन डॉ. कुर्तकोटींनी आपला पदत्याग करण्यात झाला- (ऑक्टोबर, १९१८). 'कर्तव्य, नैतिक पातळी व न्यायप्रियता इत्यादीसंबंधीच्या आपल्या बोलांना मी भाळलो आणि फसलो,' असे पश्चात्तापदग्ध उद्गार काढण्याची पाळी महाराजांवर आली.[२] डॉ. कुर्तकोटींच्यानंतर आत्मारामशास्त्री चित्रे यांना करवीरचे शंकराचार्य म्हणून मान्यता मिळाली.[३] पीठ रिकामे पडले नाही हे खरे; पण या पीठावरील जगद्गुरूंकडून बहुजन समाजाला न्याय मिळू शकेल, ही महाराजांची आशा कायमची लोप पावली.

आणि मग आपल्या ज्ञातीच्या लोकांची धर्मकृत्ये आपल्याच ज्ञातीच्या पुरोहितांकडून करवून घेऊन ब्राह्मण पुरोहिताचे धार्मिक जोखड कायमचे फेकून देण्याचा शाहू महाराजांनी निर्णय घेतला आणि त्यानुसार कोल्हापुरात जुलै, १९२० मध्ये मराठा पुरोहित तयार करण्यासाठी 'श्री शिवाजी वैदिक विद्यालय' स्थापन केले.

पण महाराजांचे विचार एवढ्यावरच थांबलेले नाहीत. आपल्या ज्ञातीसाठी स्वतंत्र 'जगद्गुरू' निर्माण करावा, या निर्णयाप्रत ते येऊन पोहोचले होते. याच सुमारास इंदूरच्या नरेशांस लिहिलेल्या पत्रात महाराज म्हणतात, 'मला असे कळले की, आपण क्षत्रियाला अनुरूप असे वेदोक्त पद्धतीने सर्व धार्मिक संस्कार करून घेण्याची आपली इच्छा आहे. आम्ही येथे अशी कृती केली आहे, हे आपणास विदित आहेच. आमच्या या उद्दिष्टांचा

पाठपुरावा करावा म्हणून आम्ही 'शिवाजी क्षत्रिय समाज' नावाची संस्था स्थापन केली आहे. आमची सर्व धार्मिक कार्ये मराठ्यांकडून करवून घेण्याची व्यवस्था केली आहे. आमच्या या संस्थेला कायमचे स्वरूप यावे म्हणून आम्ही पाटगाव येथील विख्यात देवतुल्य मौनी महाराजांच्या गादीचा उपयोग करून घेऊ इच्छितो. मौनीबुवा हे क्षत्रिय संत होते आणि ते सर्व मराठ्यांना पूजनीय वाटतात. ते खरोखरच मराठ्यांचे जगद्गुरू होते आणि ते वेदोक्त पद्धतीने धार्मिक पूजा चालवीत असत. आम्ही त्या गादीवर योग्य अशा मराठ्याची नेमणूक करून त्या गादीचे पुनरुज्जीवन करू आणि ते आमचे अधिकृत जगद्गुरू होतील... आपल्या संस्थानामध्ये मराठ्यांचे धार्मिक संस्कार वेदोक्त पद्धतीने होतात की नाही हे पाहणे आपले काम आहे. धार्मिक बाबतीत मराठ्यांच्या मार्गात ज्या अडचणी निर्माण होतील, त्या दूर करणे हे आपले कर्तव्य आहे. पुरोहिताला तुल्यबळ ठरतील असे मराठे आपल्या पदरी असणे आवश्यक आहे. या रितीने आम्ही ब्राह्मणांचे धार्मिक जू फेकून देऊन, त्या धूर्त जातीच्या धार्मिक प्रभावापासून मुक्त व्हावे असे ठरविले आहे.'[४]

शाहू महाराजांचे उपरोक्त विचार बारकाईने अवलोकन केल्यास असे दिसून येते की, क्षात्रजगद्गुरूपदाची निर्मिती म्हणजे वेदोक्त कालखंडात वर्णवर्चस्ववादी ब्राह्मण वर्गाशी सुरू झालेल्या संघर्षाची परिणती होती. केवळ ब्राह्मणांच्या बरोबरीचे वैदिक हक्क प्राप्त करून हा संघर्ष थांबणार नव्हता, तर त्यांचे धार्मिक जू फेकून देऊन त्यांच्या धार्मिक प्रभावापासून मुक्त होण्याची प्रक्रिया पूर्ण केल्यानेच वेदोक्त संघर्षाचे उद्दिष्ट साध्य होणार होते. तत्कालीन कागदपत्रांवरून असे दिसते की, महाराजांनी 'क्षात्रजगद्गुरूपद' निर्माण करण्याचा आपला इरादा लोकमत अजमावण्यासाठी जाहीरपणे प्रकट केला होता आणि त्यानुसार महाराष्ट्रातील बहुजन समाजातील जागृत वर्गात त्याविषयी साधकबाधक चर्चाही सुरू होती. मराठा ज्ञातीमधील अनेक सद्गृहस्थांनी महाराजांचा क्षात्रजगद्गुरूपदाचा विचार उचलून धरला आणि त्याप्रमाणे आपली अनुकूलतेची पत्रेही त्यांनी पाठविली; पण महर्षी वि.रा.शिंदे यांनी वेगळाच विचार मांडला. त्यांनी म्हटले, 'धार्मिक बाबतीत काही वाद निघाल्यास त्यात अखेरचे मत अनभिषिक्त राजाने द्यावे, अशी परंपरा पहिल्या शाहू महाराजांपासून आहे, असे इतिहास सांगतो. आता छत्रपती शाहूमहाराजांनी दुसऱ्या कोणाला जगद्गुरू न नेमता त्याचे सर्व

अधिकार आपणच चालवावेत.'[५] तात्त्विकदृष्ट्या हे मत योग्य असले तरी व्यावहारिकदृष्ट्या छत्रपतींनीच धार्मिक व्यवहारांवर अधिकार चालवणे गैरसोयीचे व अडचणीचे ठरले असते. एकूण 'क्षात्रजगद्‌गुरू'च्या संकल्पनेतही ही गोष्ट बसणारी नव्हती.

क्षात्रजगद्‌गुरूपदाच्या निर्मितीचा जाहीरनामा

१२ ऑक्टोबर, १९२० रोजी शाहू महाराजांनी क्षात्रजगद्‌गुरूसंबंधीचा जाहीरनामा प्रसिद्ध केला. त्यात त्यांनी क्षात्रजगद्‌गुरूच्यापदाची निर्मिती आपण का करीत आहोत, त्या मागची आपली तात्त्विक भूमिका काय आहे, याचे सविस्तर स्पष्टीकरण केले होते. ते म्हणतात, 'हल्ली हिंदू समाजात ब्राह्मण व ब्राह्मणेतर असे दोन पक्ष होऊन त्या दोहोंमध्ये निष्कारण वाद उत्पन्न होऊन विकोपास गेल्याची स्पष्ट चिन्हे दिसत आहेत. ही स्थिती देशहितास कोणत्याही प्रकारे इष्ट नाही. ब्राह्मणेतरांस ब्राह्मण वर्ग धार्मिक व सामाजिक बाबतींत हीन लेखतो, हे अगदी उघड आहे. हिंदू जनतेचा धर्म वैदिक असून तो सर्वसंग्राहक असतानाही ढोंगी प्रचलित ब्राह्मणी धर्माने त्याचे स्वरूप संकुचित व पुराणवादी पौरुषेय कल्पनामिश्रित केले आहे. त्या योगे खऱ्या वैदिक धर्माच्या उज्ज्वल स्वरूपाची जाणीव जनतेसाठी लुप्तप्राय होऊ लागली आहे, ही अत्यंत शोचनीय गोष्ट आहे. अशा स्थितीमुळे लोकांची वैदिक पद्धतीने संस्कृती होण्यास आणि त्या योगे वैदिक धर्माचे खरे स्वरूप जाणण्यास काही साधन राहिले नाही. ब्राह्मण वर्ग आणि त्यांच्यातीलच जगद्‌गुरू म्हणविणारे यांचे लक्ष्य सनातन वैदिक धर्माकडे असावे असे नाही आणि त्यांच्या हातून इतरांची धर्माश्रती होणे शक्य नाही, असे ब्राह्मणेतरांचे म्हणणे असून तशा तऱ्हेची विनंतीपत्रेही इकडे आली आहेत... या सर्व अर्जांचा आणि साधकबाधक गोष्टींचा योग्य विचार करून इकडून असे ठरविण्यात येत आहे की, मराठा व ब्राह्मणेतर मंडळींचा विचार फार स्तुत्य असून इकडे पसंत आहे. एकाच राष्ट्रात राहून धार्मिक बाबतीत ब्राह्मणांशी वारंवार वाद करीत बसणे हे राष्ट्रासही विघातक आहे. आळस सोडून स्वतः प्रयत्न करणे मानवी कर्तव्य आहे.'

'करवीर राज्यात क्षत्रिय मराठ्यांचे खरे जगद्‌गुरू स्थान फार प्राचीन आहे; पण आम्हा क्षत्रिय मराठ्यांस आजवर त्याची विस्मृती पडली होती. ते गुरुस्थान पाटगाव मौनी महाराजांचे होय. याच मौनी गुरूमहाराजांनी क्षत्रियांतील

देव-अवतार जे श्री शिवछत्रपती यांना उपदेश केला होता, हे इतिहासप्रसिद्ध आहे. श्री शिवछत्रपती हे कोणत्याही संकटकाळी मौनी महाराजांकडे जाऊन त्यांचा आशीर्वाद घेत असत. यामुळे त्यांना कोणत्याही कृत्यात अपयश आले नाही. रामदास किंवा दादोजी कोंडदेव हे श्री शिवाजी महाराजांचे गुरू होते, ही क्लृप्ती ब्राह्मणांचीच आहे. त्याबद्दल इतिहासात कोठेही सबळ पुरावा नाही; परंतु या गादीबद्दल कोल्हापुरात आणि साताऱ्यात भरपूर पुरावा मिळतो. श्री शिवाजी महाराजांनंतर कोल्हापूरची गादी स्वतंत्र झाल्याने नंतर कोल्हापूरचे महाराजही त्यांना जगद्‌गुरू मानीत असत आणि त्या संस्थानचा परामर्श व उत्कर्ष व्हावा या हेतूने त्यांनी पाटगाव संस्थानास इनाम गावेही दिली आहेत. यावरून कोल्हापूरच्या महाराजांना हे संस्थान अत्यंत पूज्य होते, हेही निर्विवाद शाबीत होते. ही गादी निव्वळ क्षत्रिय मराठ्यांची असून शिष्य परंपरेने आजवर चालत आलेली आहे. अशा पवित्र गादीवर क्षत्रिय मराठा वर्गातील सत्पुरुषाची स्थापना करून ते आपले जगद्‌गुरू पीठ नावलौकिकास आणून क्षत्रिय मराठा वर्गातील सत्पुरुषाची स्थापना ते आपले जगद्‌गुरू पीठ नावलौकिकास आणून क्षत्रिय मराठा यांना याचा योग्य प्रकारे धर्मसंबंधात उपयोग व्हावा, अशी इकडील इच्छा आहे. हल्ली हे संस्थान कोणी शिष्य नसल्यामुळे सरकार वहिवाटीत आहे. ते सर्व उत्पन्न या पीठाकडे पूर्ववतप्रमाणे चालविण्यात येत आहे आणि या संस्थानचा सदैव उत्कर्ष होत जावा, याकरिता खालील नियम मुक्रर करण्यात येत आहेत -

१. धर्मिक बाबींच्या विचाराकरिता एक धर्माधिकारी असावा व धर्मनिर्णयाकरिता एक पंचायत कोर्ट असावे.

२. वैदिक धर्मशिक्षण देण्याचे एक विद्यालय असावे.

३. या गादीस दोन मोरचलांचा व सूर्यपानाचा अधिकार देण्यात येत आहे.

४. या गादीवर क्षत्रियकुलोत्पन्न सदाशिवराव लक्ष्मणराव पाटील राहणार बेनाडी यांस जगद्‌गुरू नेमण्यास आले आहे... या जगद्‌गुरूंनी मानवीप्राण्यास पशुप्रमाणे वागवून त्यांच्या खांद्यावर वगैरे वाहन देऊन, त्यात बसून जाण्याचे वर्ज्य करण्याचे आहे. त्यांचे प्रवासाकरिता चार घोडे आणि मठाच्या शोभेकरिता असलेल्या जनावरांचा उपयोग त्यांनी करावा.'[६]

याच तारखेचा आणखी एक हुकूम शाहू महाराजांनी गॅझेटमध्ये प्रसिद्ध केला. त्या अन्वये क्षात्रजगद्‌गुरू पीठावर आरूढ होणाऱ्या व्यक्तीस अविवाहित राहण्याच्या परंपरेची सक्ती दूर करण्यात आली. या हुकुमात महाराजांनी म्हटले होते की, या परंपरेमुळे जगद्‌गुरूंस लग्न करण्याची इच्छा झाल्यास त्यास प्रतिबंध राहणार नाही.[७] ऐन तारुण्यात असलेल्या सदाशिराव पाटलांवर आजन्म सक्ती करणे महाराजांना अन्यायकारक व अव्यवहार्य वाटत होते.

क्षात्रजगद्‌गुरूंची स्थापना

सदाशिवराव लक्ष्मण पाटील हे फर्ग्युसन कॉलेजचे संस्कृत व तत्त्वज्ञान विषयांचे बुद्धिमान विद्यार्थी होते. वृत्तपत्रांत प्रसिद्ध झालेले त्यांचे काही लेखही शाहू महाराजांच्या वाचनात आले होते. त्यावरून समाजहिताची तळमळ असणाऱ्या सदाशिवरावांची क्षात्रजगद्‌गुरू म्हणून होणारी निवड योग्यच ठरेल, असा विश्वास त्यांना वाटत होता. ११ नोव्हेंबर, १९२० रोजी पाटगावच्या मौनी महाराजांच्या मठात सदाशिवरावांना सशास्त्र पट्टाभिषेक होऊन वैदिक मंत्रांच्या घोषात क्षात्रजगद्‌गुरूपदी स्थापन करण्यात आले. यानिमित्त भरवलेल्या खास दरबारात खुद्द शाहू महाराजांनी नूतन क्षात्रजगद्‌गुरूंस वाकून मुजरा केला! दरबारातील सर्व सरदार मानकऱ्यांनी आणि अधिकाऱ्यांनी त्यांचे अनुकरण केले. अपवाद होता तो भास्करराव जाधवांचा! महाराजांनी सूचवूनही त्यांनी मुजरा केला नाही. क्षात्रजगद्‌गुरूंचे हे पद म्हणजे देव आणि मानव यांच्यातील मध्यस्थच आहे, अशी कट्टर सत्यशोधक भास्करावांची भावना झाली होती. म्हणून आपल्या तत्त्वनिष्ठेसाठी त्यांनी दरबारातील आपले सर्वस्व पणाला लावले होते. आपली अवज्ञा झाल्याचे पाहताच महाराजांनी संतापून त्यांना दरबार सोडून जाण्यास सांगितले. भास्कररावांनी ही आज्ञा मात्र पाळली. दरबार संपला. लोकांना वाटले की, भास्करराव आता महाराजांच्या कडक शिक्षेस बळी पडणार; पण महाराजांची पुढची कृती सर्वांना धक्का देणारी ठरली. त्यांनी घोडागाडी पाठवून भास्कररावांना राजवाड्यात बोलावून घेतले आणि त्यांच्या तत्त्वनिष्ठेची प्रशंसा केली; 'जाधवराव शाब्बास! भर दरबारात महात्मा फुले यांच्या सत्य तत्त्वांचा एवढा करारीपणा दाखविलात तुम्ही. मला फार आनंद झाला. आमच्या संस्थानात तुमच्यासारखे सडेतोड निःस्पृही आहेत, याचा आम्हाला फार अभिमान आहे.'[८]

आपले क्षत्रिय 'जगद्‌गुरू' हे शंकराचार्यांच्या मठातील ब्राह्मण 'जगद्‌गुरू'हून वेगळे असावेत, अशी शाहू महाराजांची अपेक्षा होती. ब्राह्मण जगद्‌गुरूंप्रमाणे भक्तांकडून भिक्षा म्हणून द्रव्य संपादन करणे, पाद्यपूजा करवून घेणे, भक्तांनी खांद्यावर घेतलेल्या पालखीतून मिरवणे या अनिष्ट प्रथांपासून महाराजांचे जगद्‌गुरू दूर राहणार होते. १९२१ च्या प्रारंभी आपल्या जगद्‌गुरूंना महाराजांनी लिहिलेले एक पत्र उपलब्ध आहे. त्यात ते लिहितात, 'श्री क्षात्रकुलोत्पन्न जगद्‌गुरू पाटगाव पीठ यांचे सेवेसी- सेवक शाहू छत्रपती सरकार, करवीर यांजकडून. स्वामींनी आपल्या कार्यास लवकर आरंभ करावा. फिलॉसॉफीचा अभ्यास सुरू ठेवावा. आपण आपले ध्येय देवासंबंधी दलाल असू नये असे ठेवावे, तसेच इतर स्वामींप्रमाणे आपले ध्येय असू नये. देशसेवा, लोकसेवा हेच ध्येय ठेवावे. पाटगावास वेदशाळा स्थापन करून त्याचे प्रॉस्पेक्ट्स इकडे पाठवावे. मी अज्ञ शिष्याने बहुत काय लिहावे? ता. २४ जानेवारी, १९२१'[९] हे छोटेसे; पण आशयाने घनसंपन्न असलेले पत्र महाराजांच्या क्षात्रजगद्‌गुरूंसंबंधीच्या आशा-आकांक्षाविषयी खूप काही सांगून जाते. खुद्द महाराज क्षात्रजगद्‌गुरूंना देव व मानव यांच्यातील 'दलाल समजत नव्हते; एवढेच नव्हे, तर असे 'दलाल' समाजात निर्माण होणार नाहीत, असेच त्यांचे प्रयत्न असले पाहिजेत, अशी त्यांची अपेक्षा होती हेही यातून स्पष्ट होते.

क्षात्रजगद्‌गुरू पीठाचे पडसाद

शाहू महाराजांच्या 'क्षात्रजगद्‌गुरू पीठा'च्या निर्मितीचे पडसाद जसे विरोधी गोटामध्ये उमटले तसेच त्यांच्या बरोबर समाजसुधारणा चळवळीत कार्य करणाऱ्या मंडळींच्या गोटातही उमटले. भास्करराव जाधव, महर्षी वि.रा.शिंदे, प्रबोधनकार ठाकरे यांसारख्या सत्यशोधक समाजाच्या तत्त्वांचा पुरस्कार करणाऱ्या बहुजन समाजातील विचारवंतांनी तीव्र शब्दांत आपली नापसंती व्यक्त केली. भास्कररावांनी तर भर दरबारात छत्रपतींच्या समोर 'एक प्रामाणिक सत्यशोधक आणि स्वर्गस्थ महात्मा जोतिराव फुले यांचा इमानी शागीर्द या नात्याने जगद्‌गुरू, त्यांचे पीठ या संस्थाच मला अमान्य आहेत,' असे उद्‌गार काढून आपला कडवा विरोध जगजाहीर केला होता.[१०]

क्षात्रजगद्‌गुरू पीठाची निर्मिती म्हणजे एक प्रकारे मानसिक गुलामगिरीचीच

निशाणी आहे, असा घणाघाती प्रहार करीत प्रबोधनकारक ठाकरे यांनी आपल्या 'मानसिक दास्याविरुद्ध बंड' या लेखात म्हटले होते, 'ब्राह्मण जगद्‌गुरूचे दास्य नको म्हणून क्षात्रजगद्‌गुरूंचे पीठ निर्माण करणे म्हणजे जुन्या गुलामगिरीच्या त्रासातून मुक्त होण्यासाठी नव्या गुलामगिरीचे जोखड पत्करण्यासारखे आहे. समाजोन्नतीसाठी किंवा धर्मोन्नतीसाठी शंकरराचार्यांचा एक मठच पाहिजे, त्यावर एक मठपतीच पाहिजे, ही कल्पनाच मुळी मानसिक दास्याची स्पष्ट निशाणी आहे. गुलामगिरीचा नायनाट गुलामगिरीने होत नसतो. शिवाय, वर्णाश्रमवादी ब्राह्मण जगद्‌गुरूंच्या मानसिक दास्यप्रवर्तक भिक्षुकशाहीला जमीनदोस्त करण्यासाठी थेट तसल्याच तत्त्वांवर उभारलेल्या क्षात्रजगद्‌गुरूंचा मठ निर्माण करणे म्हणजे देवाने आपल्याला जोखडासाठीच मान दिलेली आहे, अशी कल्पना दृढमूल झालेल्या बैलाने नाऱ्या तेल्याच्या घाण्याला रामराम ठोकून, पिऱ्या तेल्याच्या गोंडस घाण्याला स्वतःस जुंपून घेण्यासारखे आहे. मठ आला की, मठाधिपती आले; मग संप्रदाय सुरू झाला. संप्रदायाच्या मागोमाग सांप्रदायिक गुलामगिरी ठरलेलीच!'[११]

याचा अर्थ महाराष्ट्रातील सत्यशोधक चळवळीतील सर्वच नेत्यांनी व कार्यकर्त्यांनी शाहू महाराजांच्या क्षात्रजगद्‌गुरूच्या कल्पनेला विरोध केला असे नाही. सत्यशोधक समाजाचे कट्टर नेते 'दीनमित्र'कार मुकुंदराव पाटील यांचे या संदर्भातील विचार नोंद घेण्यासारखे आहेत. कऱ्हाडच्या सत्यशोधक परिषदेत अध्यक्षपदावरून केलेल्या भाषणात ते म्हणतात, 'सत्यशोधक लोकांना धर्माध्यक्ष अगर धर्मगुरू नको आहेत असा प्रकार नव्हता. समाजाचा मुद्दा इतकाच आहे की, कोणत्याही विशिष्ट चिन्हाने धर्म मर्यादित झाला आहे, असे मानू नये. जे कोणी परमेश्वर आणि भक्त यांच्यात अज्ञानाची भिंत उभी करून स्वतःला काहीतरी फायदा करून घेऊ पाहतात, अशा गुरूंवरच 'समाज' बहिष्कार टाकतो. जैन, लिंगायत, पारशी आणि मुसलमान यांचे स्वतंत्र धर्मगुरू असले तरी ते समाजास सहायकच होतात.'[१२] 'दीनमित्र'कारांचे मत ग्राह्य धरले तर शाहू महाराजांचे आपल्या ज्ञातीचा 'धर्माध्यक्ष' करण्याचे कृत्य सत्यशोधक समाजाच्या विचारकक्षेबाहेरचे झाले, असे म्हणता येणार नाही.

दुसरे सत्यशोधक नेते व शाहूचरित्रकार अण्णासाहेब लठ्ठे यांनी शाहू महाराजांच्या धर्मसुधारणेच्या कार्याची प्रॉटेस्टंट सुधारकांच्या कार्याशी तुलना करताना म्हटले आहे, 'रोमन कॅथॉलिक पंथातील धर्मगुरूंच्या नैतिक

दुराचारांमुळे कंटाळलेल्या आणि पोपचे बंड मोडून काढण्यास सज्ज झालेल्या ल्यूथरसारख्या धर्मसुधारकांनी धर्मसंस्थांचे आमूलाग्र उच्चाटन करण्यास कधीही सांगितले नाही. उलट त्यांनी पूर्वीच्या धर्मसंस्थांसारख्याच; पण दोषरहित आणि सुधारलेल्या संस्था अस्तित्वात आणल्या. क्षात्रजगद्‌गुरू आणि शिवाजी वैदिक शाळा काढण्यात महाराजांचा हेतू या प्रॉटेस्टंट सुधारकांसारखाच होता.'[१३]

आणखी एक कट्टर सत्यशोधक 'राष्ट्रवीर'कार शामराव देसाई यांनी शाहू महाराजांच्या कृतीची तुलना तुर्कस्तानच्या केमाल पाशाच्या कार्याशी करून तिचे समर्थन करताना म्हटले आहे, 'स्वराज्यविषयक उन्नतीला खिलाफत आड येऊ लागली म्हणून मुस्तफा केमाल पाशांनी जसा तिच्यावर नांगर फिरविला, तद्वतच बहुजन समाजाच्या स्वाभिमानालाच नव्हे, तर माणुसकीलासुद्धा वाळवीप्रमाणे होऊन राहिलेल्या ब्राह्मण्यग्रस्त धर्मगुरू पीठांचा आणि उपाध्याय प्रवृत्तीचा संबंध राजर्षींनी तोडून टाकला. कोणी म्हणतील, ब्राह्मण जगद्‌गुरू व ब्राह्मण भटजींची राजर्षींनी हकालपट्टी केली तरी त्यांच्या जागी त्यांनी स्वजातीय धर्मगुरूंची आणि पुरोहितांची उभारणी केलीच की नाही; परंतु हा प्रश्न सयुक्तिकपणाचा नव्हे, तुर्कस्तानच्या मुस्तफा केमाल पाशाप्रमाणे राजर्षी छत्रपतीही हिंदुस्थानचे सर्वाधिकारी असते, तर त्यांनी कदाचित साऱ्याच धर्मगुरू पीठांवर गाढवांचा नांगर फिरविला असता; परंतु इतकी व्यापक सत्ता राजर्षींकडे नव्हती; त्यामुळेच परंपरागत आणि अनियंत्रित धर्मगुरू पीठाची प्रतिष्ठा झुगारून देऊन, लोकनियंत्रित धर्मगुरू पीठाची व पुरोहितांची राजर्षींनी प्रतिष्ठापना केली. भविष्यकाळात यांची कितपत आवश्यकता राहील हे जरी आज स्पष्ट दिसले; तरी आद्य शंकराचार्यांपासून चालत आलेल्या धर्मपीठाशी प्रतिस्पर्धी असे धर्मपीठ उभारणे ही काही सामान्य धैर्याची गोष्ट नव्हती.'[१४]

अलीकडच्या काळात महाराष्ट्रातील वि. द. घाटे आणि प्रा. न. र. फाटक या दोन विचारवंतांनी शाहू महाराजांच्या या धार्मिक बंडखोरीची तुलना इंग्लंडमधील आठव्या हेन्रीने रोममधील पोपच्या सत्तेविरुद्ध केलेल्या बंडखोरीशी केली आहे. प्रा. फाटक म्हणतात, 'हेन्रीने युरोपातील अनेक राजांना आपल्या बोटांवर नाचविणाऱ्या पोपचा अंमल इंग्लंडातून उखडून टाकला आणि त्याचा अधिकार आपल्या हाती घेतला. शाहू महाराजांनी हिंदू आचार्य जगद्‌गुरूंची महती बुडविली आणि त्याच्या जागी क्षात्रजगद्‌गुरू

बसविला.'[१५]

ख्यातनाम संशोधक गेल ऑमवेट यांनी क्षात्रजगद्‌गुरू पीठाच्या निर्मितीची बीजे वैदिक आर्य संस्कृतीविषयी महाराजांना वाटणाऱ्या आकर्षणात आहेत, असा निष्कर्ष काढला : 'शाहू महाराजांना कोणत्या ना कोणत्या प्रकारचा धर्म आवश्यक वाटत होता. वैदिक आर्यपरंपरेशी काही नाते असावेसे त्यांना वाटत होते. विविध जातींच्या पेशींनी बनलेला एक सेंद्रिय समाज त्यांच्या नजरेसमोर होता. यातील प्रत्येक घटकाने स्वतःच्या नेतृत्वाखाली स्वतःच्या मार्गाने प्रगती साधावी, असा त्यांचा विचार होता. मराठे हे मूलतः आर्यक्षत्रियांचे वंशज आहेत, या तत्त्वावर आधारलेली क्षत्रिय विचारधारा मानण्याकडे त्यांचा कल होता. आर्य समाजाला त्यांनी पुरविलेला आधार आणि क्षात्रजगद्‌गुरूंची केलेली स्थापना या दोन घटना त्यांच्या क्षत्रिय विचारधारेच्या द्योतक होत.'[१६]

क्षात्रजगद्‌गुरू पीठ - समाजकारणातील एक अभिनव प्रयोग

प्रबोधनकार ठाकरे यांच्या हल्ल्यात शाहू महाराजांवर एक गंभीर आक्षेप घेतला गेला होता. तो म्हणजे त्यांनी आपल्या ज्ञातीसाठी, केवळ मराठ्यांसाठी जगद्‌गुरू निर्माण करून ब्राह्मण-ब्राह्मणेतर वादाच्या जोडीला मराठा-मराठेतर भेद निर्माण केला.[१७] शाहूचरित्रकार धनंजय कीर यांनीही प्रबोधनकारांचा आक्षेप अत्यंत योग्य मानून म्हटले आहे की, जातिभेद न मानणाऱ्या शाहू महाराजांनी क्षत्रिय मराठा जगद्‌गुरू निर्माण केल्याने पुरोगामी सामाजिक चळवळीचे पाऊल थोडे मागे पडले आणि काही काळ या चळवळीची विचारसरणी दोलायमान झाली.[१८]

वर्णभेद आणि जातिभेद याविरुद्ध संगर पुकारणाऱ्या शाहू महाराजांनी क्षत्रिय मराठ्यांसाठी स्वतंत्र जगद्‌गुरू स्थापन करावा, ही गोष्ट तत्कालीन ब्राह्मणेतर सुधारकांना व त्यानंतरच्या शाहूचरित्रकारांना कोड्यात टाकणारी भासावी अथवा त्यांच्या एकूण जाहीर ध्येय-धोरणांशी विसंगत वाटावी, यात नवल नाही. तथापि, आपण करीत असलेल्या कृतीचा अन्वयार्थ काय अथवा त्याचे आपण हाती घेतलेल्या कार्यावर कोणते परिणाम घडतील, याचा महाराजांनी काही विचार केला नसेल, असे म्हणता येणार नाही. ते मुत्सद्दी राजकारणी होते तसेच प्रयोगशील समाजकारणी होते. आमच्या मते, क्षात्रजगद्‌गुरू पीठाची निर्मिती महाराजांचा समाजकारणातील

एक अभिनव प्रयोग होता. वेदोक्त संघर्षात त्यांनी ब्राह्मणांच्या बरोबरीने क्षत्रिय मराठ्यांना वेदोक्ताचे अधिकार मिळवून दिले होतेच; पण त्यामुळे ब्राह्मण जगद्‌गुरू शंकराचार्य यांचे मराठ्यांवरील धार्मिक प्रभुत्व नष्ट झालेले नव्हते. अद्यापही वैदिक अथवा हिंदू धर्माचा प्रमुख म्हणून मराठ्यांना ब्राह्मण जगद्‌गुरूंच्याच तोंडाकडे पाहायला लागत होते आणि ब्राह्मण जगद्‌गुरूंचा सुंभ जळाला तरी पीळ कायम होता.

महाभागवत डॉ. कुर्तकोटी प्रकरणात तर महाराजांचे हात पोळून निघाले होते. या पार्श्वभूमीवर त्यांनी ब्राह्मण पुरोहितांशीच नव्हे, तर ब्राह्मण जगद्‌गुरूंशी असलेला संबंध कायमचा तोडून टाकण्याचे योजून, ब्राह्मणांच्या धार्मिक ब्युरॉक्रसीपासून पूर्णपणे स्वतंत्र होण्याचा निर्णय घेतला. ब्राह्मण पुरोहितांऐवजी मराठा पुरोहित निर्माण करणे हे जर मराठ्यांच्या धार्मिक स्वातंत्र्याच्या खटपटीतील पहिले पाऊल असेल, तर 'ब्राह्मण' जगद्‌गुरूंऐवजी 'मराठा' जगद्‌गुरू स्थापन करणे हे त्यातील दुसरे दमदार पाऊल होते. या वाटचालीत अखिल बहुजन समाजाचा 'ब्राह्मणेतर जगद्‌गुरू' हे तिसरे महत्त्वाचे पाऊल ठरणार होते. असे झाले असते तर दुधात साखर पडली असती आणि प्रबोधनकारांसारख्या टीकाकारांना आक्षेप घ्यायला जागाच उरली नसती. आज त्यासाठी आपणाकडे प्रत्यक्ष पुरावा हाती नसला तरी असे पाऊल महाराजांच्या नियोजित आराखड्यात नसेलच, असे त्यांच्या ध्येय-धोरणाकडे पाहिल्यावर तरी वाटत नाही.

महाराजांची कृती म.फुले यांच्या तत्त्वांशी विसंगत होती काय?

शेवटी आणखी एका मुद्द्याचा खुलासा करणे आवश्यक आहे. शाहू महाराजांनी मराठा पुरोहित आणि मराठा जगद्‌गुरू निर्माण करण्याची जी कृती केली, ती म. फुले यांच्या सत्यशोधकी तत्त्वांशी विसंगत होती, असा सर्वसाधारण आक्षेप महाराष्ट्रातील अनेक विचारवंतांनी आतापर्यंत घेतला आहे. सामाजिक चळवळीचे एक अभ्यासक प्रभाकर वैद्य यांनी म्हटले आहे, 'एका बाबतीत मात्र महाराजांनी फुले यांच्या शिकवणीशी विसंगत असे वर्तन केले आणि तेही कदाचित अभावितपणाने! फुले यांनी विवाहसंस्कारांतून दलाल उपाध्यायांची संपूर्ण हकालपट्टी केली आणि वधू-वरांनी स्वतःच इष्टमित्रांच्या सान्निध्यात मराठीमधून विवाह लावण्याचे नवे क्रांतिकारक संस्कार निर्माण केले. या जनविवाहांच्या प्रसारासाठी फुले

यांनी वैयक्तिक पुढाकार घेऊन खेडोपाडीसुद्धा सतत प्रचार केला. प्रत्यक्षात त्यांनी शेकडो लग्ने लावली. त्याबद्दल सनातन्यांनी कायदेशीर आक्षेप निर्माण केल्यानंतर त्यांचेही चिकाटीने निराकरण केले; पण आपले वेदोक्त हक्क प्रस्थापित करण्याच्या अभिनिवेशात फुले यांना प्रिय असणाऱ्या या विवाहसंस्कारविषयक सुधारणांकडे शाहू राजांचे दुर्लक्ष झाले. याही पुढे जाऊन त्यांनी सनातनी विवाह संस्कार अगदी सर्व वेदोक्त, शास्त्रोक्त तपशिलासह अमलात आणण्याची मोहीम खेडोपाडी राबवली. फरक एवढाच की, ब्राह्मण भटाऐवजी ब्राह्मणेतर उपाध्याय म्हणजे नवा ब्राह्मणेतर भटजी त्यांनी आणला. म्हणजे सगळे जुनेपुराण सनातनी (ब्राह्मणप्रणीत) संस्कारच, फक्त ते ब्राह्मणेतर भटांच्या पौरोहित्याखाली झाले म्हणजे भागले, असा हा एकूण विपरीत प्रकार घडला. अर्थात त्या काळच्या विशिष्ट संदर्भात कदाचित मर्यादित अर्थाने ही सुधारणा असली तरी फुले यांच्या शिकवणीशी ती विसंगत होती, याबद्दल मात्र शंका नाही.'[१९]

अशाच प्रकारचा विचार या क्षेत्रातील एक विदुषी नलिनी पंडित यांनीही मांडला आहे. त्या म्हणतात, 'फुले यांची धर्मप्रेरणा व्यापक नीतिमूल्यांवर अधिष्ठित होती. पूजा, जप-तप, क्रिया-कर्म यांचे जंजाळ नाहीसे करून व्यक्तीच्या अंतःप्रेरणेला वाव देण्याची त्यांना तळमळ होती. शाहू महाराजांच्या प्रोत्साहनाने ब्राह्मणेतर चळवळीचा जरी बराच बोलबाला झाला तरी, बहुजन समाजाला रूढिवादाच्या पाशातून मुक्त करण्याचा जोतिरावांचा हेतू त्यामधून सफल झाला नाही. क्षात्रजगद्गुरूंच्या स्थापनेने मठसंस्थेचे महत्त्व कायम राहिले. वेदमंत्रांच्या आग्रहाने जुन्या कर्मकाडांला जीवदान मिळाले आणि बहुजन समाजाचे धार्मिक अज्ञान कायम राहिल्याने ब्राह्मण नाहीसा झाला तरी पुरोहिताची उचलबांगडी झाली नाही.'[२०] इथे या अभ्यासकांनी शाहू महाराजांची म. फुले यांच्या सत्यशोधकी तत्त्वांशी बांधिलकी गृहीत धरली आहे. तथापि, अशी बांधिलकी महाराजांनी स्वीकारलेली नव्हती. त्यांचा मार्ग तसा स्वतंत्र होता आणि त्या मार्गावर स्वतःचे अनेक प्रयोग करण्यासही ते मोकळे होते, हे आपण लक्षात घेतले पाहिजे.

आपण क्षणभर शाहू महाराजांची उपरोक्त बांधिलकी गृहीत धरली आणि ते सत्यशोधक समाजाच्या तत्त्वांचेच कट्टर प्रसारक होते, असे मानले तरी महाराजांची मराठा पुरोहित व मराठा जगद्गुरू निर्माण करण्याची

कृती म. फुले यांच्या मताशी फारशी फारकत घेणारी नव्हती, असे दर्शविणारा एक पुरावा तत्कालीन साधनसाहित्यात मिळतो. तो असा की, गेल्या शतकात मुंबईत माधवराव राघोजी रोकडे (१८३९-१८९६) हे एक तळमळीचे सामाजिक कार्यकर्ते होऊन गेले. त्यांचे एक छोटेखानी चरित्र त्यांचे स्नेही व प्रसिद्ध इतिहासकार कृष्णाजी अर्जुन केळुसकरांनी लिहिले आहे. त्या चरित्रात म. फुले यांची एक आठवणही केळुसकरांनी दिली आहे.

केळुसकर लिहितात, 'सत्यशोधक समाजाचे मूळ प्रवर्तक जोतिराव फुले हे पुण्याहून येथे (मुंबईत) आले, तेव्हा त्यांचे एक व्याख्यान समाधीच्या जागी झाले. रावबहादूर लोखंडे अध्यक्ष होते. प्रस्तुत लेखक त्यांचे व्याख्यान ऐकावयास गेला होता. म. फुले यांनी आपले म्हणणे थोडक्यात; पण मुद्देसूद रितीने लोकांपुढे मांडले आणि कोणाच्या काही शंका असल्यास त्या त्यांनी विचाराव्यात, असे ते म्हणाले, तेव्हा आमच्या माधवरावांनी त्यांच्या सर्वसाधारण सिद्धान्तासंबंधाने आपली अनुकूलता प्रकट केली; पण ब्राह्मण उपाध्यायांऐवजी आपले उपाध्याय झाले पाहिजेत, असे जे म. जोतिरावांनी प्रतिपादन केले ते माधवरावांना रुचले नाही, कारण ही एक उपाध्यायांची नवीन जात निर्माण केल्यासारखे होणार आहे आणि हल्लीच्या ब्राह्मण उपाध्यायांप्रमाणे तेही शिरजोर होऊन बसतील, अशी भीती आहे, असे ते म्हणाले. याशिवाय आणखी सत्यशोधनाचे दुसरे कोणकोणते प्रकार उपस्थित करावयाचे आहेत, ते लोकांना स्पष्टपणे कळणे उचित आहे. ते कळून लोकांच्या पसंतीस उतरणार नाहीत, तोपर्यंत सत्यशोधक समाजाचा प्रसार होणे शक्य नाही आणि ब्राह्मण उपाध्याय नको म्हणण्याचा उपक्रम केल्याने परिणामी, सगळ्या ब्राह्मण जातींशी नाहक द्वेष माजविल्याचे अपयश माथी येणार आहे, असा आपला स्पष्ट अभिप्राय माधवरावांनी सांगितला...'[२१]

इथे बहुजन समाजाने ब्राह्मण पुरोहितांवर अवलंबून न राहता आपले पुरोहित, म्हणजे आपापल्या जातीचे पुरोहित निर्माण केले पाहिजेत, असा म. फुले यांचा स्पष्ट अभिप्राय नोंदविला गेला आहे. याचा अर्थ मानवताधर्म हा एकच धर्म मानणाऱ्या फुले यांचा धर्मविधींवर विश्वास नसला तरी त्यांच्या भोवतालच्या अज्ञ शुद्रातिशुद्र समाजाचा धर्मावर व धार्मिक कर्मकांडावर विश्वास होता. त्या सर्वांचा त्याग करा, असे सांगून चालणार नव्हते.

लग्न, वास्तुशांती, दशपिंड इत्यादी काही विधी समाजास आवश्यक होते आणि सत्यशोधक समाजाने त्यांची तरतूद करणेही गरजेचे होते. त्याअनुसार म. फुले यांनी १८८७ मध्ये 'सत्यशोधक समाजोक्त मंगलाष्टकांसह सर्व पूजाविधी' नावाची पुस्तिका 'लोकहितार्थ' प्रकाशित केली होती. त्यामध्ये सत्यशोधक तत्त्वांनुसार उपरोक्त विधी करण्याच्या पद्धती आणि 'पूजा करण्याचे मंत्र' दिलेले आहेत. लग्नविधीत वराने वधूस आणि वधूने वरास संबोधून म्हणावयाच्या मंगलाष्टका आहेत. आता ज्या अज्ञ व निरक्षर शूद्रातिशूद्र समाजासाठी म. फुले यांनी ही पुस्तिका तयार केली होती, त्यातील विधी त्यांना कसे वाचता येणार अथवा त्यानुसार ते कसे करता येणार? पुस्तिकेत म्हटले आहे की, 'वधू-वराचे जातीस नीच मानून त्या सर्वांस आपले सेवक दास म्हणणाऱ्या धूर्त, कपटी आर्यभट ब्राह्मणाची या कामी सावलीदेखील पडू देऊ नये.'[२२] तेव्हा शुद्रातिशुद्र समाजातील एखाद्या शिकलेल्या शहाण्या माणसाने पुढे व्हावे आणि सत्यशोधक पद्धतीने संबंधितांकडून ते विधी करवून घ्यावेत, असा एकच पर्याय उरतो. हा व्यवहार्य पर्याय स्वीकारूनच म. फुले यांनी आपल्या जातीच्या उपाध्यायाची सूचना केली आहे. असा उपाध्याय म्हणजे ब्राह्मण उपाध्यायासारखा देव व मानव यांच्यामधील मध्यस्थ नाही. तो ब्राह्मण उपाध्यायासारखा अज्ञ शूद्रातिशूद्र लोकांचे धार्मिक व आर्थिक शोषण करणारा दलाल नसून त्यांना मार्गदर्शक आणि सहायक ठरणारा हितचिंतक होता. या दृष्टीने विचार करता शाहू महाराजांनी निर्माण केलेले मराठा पुरोहित व मराठा जगद्‌गुरू म. फुले यांच्या सत्यशोधक विचारसणीत बसणारेच होते, असा निष्कर्ष काढावा लागेल आणि तो इतिहासाला सोडून होईल, असे वाटत नाही.

तथापि, शेवटी आणखी एक मतभेदाचा मुद्दा शिल्लक राहतो. तो म्हणजे म. फुले यांनी विविध विधींसाठी अथवा पूजेसाठी सत्यशोधकी तत्त्वांनुसार स्वतःच नियम अथवा मंत्र तयार केले. त्यांनी वेदोक्त मंत्रांचा स्वीकार केला नाही; पण शाहू महाराजांनी निर्माण केलेले पुरोहित मात्र वैदिक मंत्रांचा स्वीकार करून सर्व धार्मिक विधी वैदिक पद्धतीने करताना दिसतात. विशेष म्हणजे शाहूकालीन सत्यशोधकी कार्यकर्त्यांनी महाराजांच्या या उपक्रमास साथ दिलेली आढळते. ही एक प्रकारची व्यावहारिक तडजोडच म्हणावी लागेल. ब्राह्मणांच्या जुलमी पुरोहितशाहीविरुद्ध बंडखोरी करून

आपले पुरोहित निर्माण करणारे म. फुले आणि शाहू महाराज या दोघांच्या कार्यपद्धतीत भेद आहे तो असा. हा भेद मूलतः तात्त्विक स्वरूपाचा असून त्याचे मूळ म. फुले यांच्या वेदांच्या तिरस्कारात व शाहू महाराजांच्या वेदांच्या पुरस्कारात आहे. या पार्श्वभूमीवर महाराजांना म. फुले यांचे अनुयायी न मानता, त्यांचे व्यक्तिमत्त्व व कर्तृत्व स्वयंभू मानले तर अनेक तत्कालीन घटनांचा अधिक वास्तवतेने शोध घेणे शक्य होईल.

२३

ब्राह्मणेतर चळवळ

ब्राह्मणेतर चळवळीच्या उदयाची पार्श्वभूमी

महाराष्ट्राच्या इतिहासातील ब्राह्मणेतर चळवळीचे प्रकटीकरण १९१७ च्या सुमारास झाले. या चळवळीचा उद्‌गाता म्हणून शाहू महाराजांकडे पाहिले जाते. तिच्या प्रकटीकरणाच्या वेळी तिचे स्वरूप ब्राह्मणेतरांच्या राजकीय हक्कांच्या मागणीसाठी सुरू केलेली चळवळ असे भासले तरी तिची बीजे म. फुले यांच्या सत्यशोधक चळवळीत आणि खुद्द शाहू महाराजांच्या वेदोक्त चळवळीत पेरली गेली होती. ब्राह्मणशाहीच्या सर्वंकष जुलमी सत्तेविरुद्ध संघर्ष करणारी सत्यशोधकांची चळवळ ही महाराष्ट्रातील ब्राह्मणेतरांची पहिली चळवळ होती. शाहू महाराजांनी सुरू केलेली वेदोक्ताची चळवळ ही ब्राह्मणशाहीच्या मक्तेदारीविरुद्ध व अन्यायाविरुद्ध सुरू केलेली ब्राह्मणेतरांची दुसरी चळवळ होती. महाराजांनी वेदोक्त चळवळीबरोबरच म. फुले यांच्या सत्यशोधक चळवळीचेही पुनरुज्जीवन करून १९१७ मध्ये प्रकट झालेल्या 'ब्राह्मणेतर चळवळी'ची पार्श्वभूमी तयार करून ठेवली. दुसऱ्या शब्दांत मूळच्या सत्यशोधक चळवळीचा आणि वेदोक्त चळवळीचा संगम घडून आल्यानंतर पुढे राजकीय मागण्यांच्या पूर्ततेसाठी उद्‌भवलेल्या आणखी एका ब्राह्मणेतर चळवळीचा प्रवाह त्यास येऊन मिळाला आणि पुढे एकत्रित झालेल्या प्रवाहास 'ब्राह्मणेतर चळवळ' असे नामाभिधान मिळाले. सत्यशोधक तसेच वेदोक्त या दोन्ही चळवळींचे 'ब्राह्मणेतर' या राजकीय चळवळीत रूपांतर करण्याचे श्रेय शाहू महाराजांकडे जाते.

उपरोक्त दोन चळवळींची पार्श्वभूमी ब्राह्मणेतर चळवळीला कशी

लाभली याची साक्ष तत्कालीन कट्टर सत्यशोधक व नंतर ब्राह्मणेतर चळवळीतील एक प्रमुख नेते अण्णासाहेब लठ्ठे यांच्या शाहूचरित्रात पाहावयास मिळते. त्यात ते म्हणतात, 'वेदोक्ताच्या सामन्यात विजश्रीने अखेर महाराजांना माळ घालताच, अखिल महाराष्ट्रातील मराठा घराण्यांत वेदोक्त प्रकरणाविषयी नेहमी दिसून येणारे स्वाभाविक अगर वरपांगी औदासिन्य नष्ट होऊन, त्यांच्यामध्ये विलक्षण चैतन्य उत्पन्न झाले. मराठा व इतर वसतिगृहांमध्ये शिक्षण घेणारे विद्यार्थी व ब्राह्मणेतर, जागृतिरूपी विद्युत्शक्तीच्या प्रवाहाने व्यापून गेलेल्या कोल्हापूरच्या वातावरणात राहणारे लोक या सर्वांमध्ये एक प्रकारचा विलक्षण उत्साह उत्पन्न झाला. हे लोक कोल्हापूरची हद्द सोडून परमुलखात जेथे जेथे म्हणून जात असत, तेथे तेथे ब्राह्मणेतर जागृतीची नवीन केंद्रे उत्पन्न होत आणि याच केंद्रांपासून थोड्या वर्षांनंतर ब्राह्मणेतरांची चळवळ उत्पन्न झाली, असे म्हणण्यास हरकत नाही.'[१]

अशा प्रकारे महाराष्ट्रात ब्राह्मणेतर समाजाच्या जागृतीची अनेक केंद्रे शाहू महाराजांच्या कार्याच्या प्रेरणेने उभी राहिली होती. या केंद्रांकडून ब्राह्मणेतर समाजासाठी शैक्षणिक संस्था आणि वसतिगृहे स्थापन झाली. या शैक्षणिक कार्याबरोबर समाज जागृतीचे अनेक सत्यशोधकी उपक्रम हाती घेतले गेले; यातून कार्यकर्त्यांची एक पिढी तयार झाली. नाशिकमधील ब्राह्मणेतरांचे कार्य वानगीदाखल देता येईल. तेथे डी.आर.भोसले, गणपतराव मोरे, रावसाहेब थोरात-पाटील इत्यादी तरुण सामाजिक (सत्यशोधक) कार्यकर्त्यांनी अन्य उपक्रमांबरोबर 'उदाजीराव पवार वसतिगृह' स्थापन करून शाहू महाराजांच्या कार्यांचे अनुकरण चालू ठेवले होते. अशा प्रकारे महाराष्ट्रात नगर, खानदेश, वऱ्हाड इत्यादी भागांतही महाराजांच्या प्रेरणेने ब्राह्मणेतरांच्या जागृतीची केंद्रे स्थापन झाली होती. या केंद्रांतील कार्यकर्ते स्वतःला सत्यशोधक म्हणवून घेत होते. या सर्व सत्यशोधकांना महाराजांनी ब्राह्मणेतर चळवळीच्या प्रवाहात आणले.

म. फुले यांच्या काळातील सत्यशोधक चळवळीत समाजातील कनिष्ठ वर्गाच्या कार्यकर्त्यांचाच अधिक भरणा होता. तथापि, शाहू महाराजांच्या काळात पुनरुज्जीवित झालेल्या सत्यशोधक समाजात शहाण्णव कुळी मराठा, जैन, लिंगायत, कायस्थ प्रभू इत्यादी जातिधर्मांची मंडळी सहभागी झाली. स्वाभाविकच सत्यशोधक समाजाच्या प्रवाहाबरोबर ही मंडळीही ब्राह्मणेतर चळवळीत आली. सर्व सत्यशोधक ब्राह्मणेतर चळवळीत सामील

झाले तरी या चळवळीत सहभागी झालेले सर्वजण सत्यशोधक विचारसरणीचे होते असे नाही, हा डॉ. य. दि. फडके यांनी मांडलेला मुद्दा मात्र या ठिकाणी लक्षात घेतला पाहिजे.[२] त्या काळात काही सत्यशोधक ब्राह्मणेतर चळवळीतील सर्वांनाच सत्यशोधक विचारसरणीचे मानत असले तरी ब्राह्मणेतर चळवळीतील अनेकांना हा विचार मान्य नव्हता. त्यांच्या दृष्टिकोनातून सत्यशोधक चळवळ ही धार्मिक सुधारणा चळवळ असून ब्राह्मणेतर चळवळ ही राजकीय हक्कांसाठीची चळवळ होती.[३] या त्यांच्या म्हणण्यात बराच तथ्यांश असला तरी ब्राह्मणेतर चळवळीतील भास्करराव जाधव, अण्णासाहेब लठ्ठे, मुकुंदराव पाटील इत्यादी नेतेमंडळी मूळचे सत्यशोधक असल्याने या चळवळीचे सामाजिक वळण सत्यशोधकीच राहिले.

मुंबई इलाख्यात ब्राह्मणेतर चळवळीचा उदय होत असताना, दक्षिणेतील मद्रास इलाख्यातही तशाच स्वरूपाची ब्राह्मणेतर चळवळ १९१५ पासून उदय पावत होती. डॉ. माधवन नायर, सर.पी. त्यागराज चेट्टी, सी. नटेश मुदलियार, रामस्वामी मुदलियार, पानगलचे राजेसाहेब प्रभृती ब्राह्मणेतर मंडळी या चळवळीचे नेतृत्व करीत होते. सांस्कृतिक, सामाजिक, प्रशासनिक व राजकीय अशा विविध क्षेत्रांमध्ये असलेले ब्राह्मण वर्गाचे प्राबल्य नाहीसे करून ब्राह्मणेतरांना त्यांचे न्याय्य हक्क आणि स्थान प्राप्त करून देण्यासाठी त्यांनी १९१६ मध्येच 'साउथ इंडियन पीपल्स असोसिएशन' नावाची संघटना स्थापना केली होती आणि आपल्या मताच्या प्रसारार्थ 'जस्टिस' नावाचे इंग्रजी वृत्तपत्र सुरू केले होते. 'मॉंटेग्यू'च्या घोषणेनंतर राजकीय हक्कांच्या मागणीसाठी या नेत्यांनी 'साउथ इंडियन लिबरल फेडरेशन' हा राजकीय पक्ष स्थापन केला; पण या नावाऐवजी एव्हाना लोकप्रिय झालेल्या 'जस्टिस' वृत्तपत्रावरून या पक्षाचे 'जस्टिस पार्टी' असे नाव रूढ झाले. या 'जस्टिस'ने अल्पावधीतच दक्षिणेतील 'हिंदू' या सामर्थ्यशाली ब्राह्मणी वृत्तपत्रासमोर आव्हान निर्माण केले होते.[४]

मुंबई व मद्रास इलाख्यांतील ब्राह्मणेतर चळवळींची उद्दिष्टे जवळजवळ समान होती; एवढेच नव्हे तर त्या समान राजकीय पार्श्वभूमीवर उदय पावल्या होत्या. १९१४ मध्ये जागतिक महायुद्ध सुरू झाले. हिंदुस्थानातील राष्ट्रीय कॉंग्रेस हा प्रमुख राजकीय पक्ष मवाळवाद्यांच्या प्रभावाखाली होता. जहालवादी कॉंग्रेसच्या मांडवाबाहेरच होते; पण त्याच वर्षी लो. टिळकांची सुटका झाली आणि त्यांचे देशभर उत्साहाने स्वागत झाले होते. कॉंग्रेसअंतर्गत

मवाळ आणि जहाल यांचा समेट व्हावा, असा प्रयत्न काँग्रेसच्या एक आदरणीय नेत्या डॉ. ॲनी बेझंट यांचा चालू होता. दरम्यान, १९१५ मध्ये मवाळांचे दोन अध्वर्यू नामदार गोखले व सर फिरोजशहा मेहता कालवश झाले; त्यामुळे लो. टिळकांच्या नेतृत्वाखाली जहालांचा काँग्रेसप्रवेश सुकर झाला. याच वर्षी काँग्रेसमध्ये आवश्यक ती घटनादुरुस्ती करून जहालांना काँग्रेसमध्ये प्रवेश दिला गेला आणि पुढच्याच वर्षी लखनौच्या अधिवेशनात काँग्रेसवर जहालांचे प्रभुत्व निर्माण झाल्याचे चित्र उभे राहिले-(१९१६).

लो. टिळक हे काँग्रेसचे प्रमुख नेते बनले आणि त्यांच्या प्रयत्नानेच काँग्रेस व मुस्लीम लीग या दोन्ही राजकीय पक्षांची साम्राज्यवादी इंग्रजी सरकारविरुद्ध युती होऊन त्यांनी हिंदुस्थानातील राजकीय सुधारणांची एकमुखाने मागणी केली. तिकडे युरोपच्या भूमीवर जागतिक युद्ध लढत असताना हा लढा म्हणजे 'लोकशाहीविरुद्ध हुकूमशाही' असा आहे, असे वर्णन इंग्लंड, फ्रान्स आदी दोस्त राष्ट्रे करीत होती तसेच 'आपण सर्व जगाच्या स्वातंत्र्यासाठी आणि लोकशाहीसाठी' लढत आहोत, असाही त्यांचा प्रचार चालू होता. या पार्श्वभूमीवर लखनौ अधिवेशनापूर्वीच मुंबई इलाख्यात लो. टिळक यांनी व मद्रास इलाख्यात डॉ. ॲनी बेझंट यांनी 'होमरूल'ची चळवळ सुरू केली आणि ती आता देशव्यापी चळवळ बनू लागली होती. १९१७ मध्ये लो. टिळक आणि डॉ. बेझंट हे लोकप्रियतेच्या शिखरावर होते. त्यांच्या होमरूल चळवळीने देशभरात इंग्रज राज्यकर्त्यांविरुद्ध असंतोष निर्माण झाला होता. तो दडपून टाकण्याचा प्रयत्न राज्यकर्ते करीत होते. अशा परिस्थितीत भारतमंत्री लॉर्ड इ.एस. माँटेग्यू यांनी पार्लमेंटमध्ये ऑगस्ट, १९१७ मध्ये हिंदुस्थानच्या राजकीय सुधारणांची ऐतिहासिक 'घोषणा' केली. एक प्रकारे तो होमरूल चळवळीचा प्रत्यक्ष परिणाम होता. हिंदुस्थानला जबाबदार राज्यपद्धतीचे साम्राज्यांतर्गत स्वराज्य देण्याचे आपले ध्येय-धोरण असल्याचे माँटेग्यूसाहेबांनी या घोषणेत जाहीर केले होते. तसेच स्वराज्याचे हे हक्क हप्त्याहप्त्याने दिले जाणार असून त्याचा पहिला हप्ता लवकरच प्रदान केला जाणार होता.

हिंदुस्थानला स्वराज्य मिळण्याच्या मार्गावरील लढ्याचे हे एक अत्यंत महत्त्वाचे फलित होते. हिंदी समाजकारणाचे क्षेत्रही या परिणामांपासून अलिप्त राहणार नव्हते. राजकारण आणि समाजकारण ही परस्परांवर

प्रभाव टाकणारी क्षेत्रे असतात. राजकारणात प्रभावी असणारी शक्ती समाजकारणावरही आपली सत्ता गाजवू शकते. ज्याला समाजकारण करायचे त्याला राजकारणाकडे दुर्लक्ष करून चालत नाही, या सूत्रास अनुलक्षूनच दक्षिण हिंदुस्थानात ब्राह्मणेतरांच्या राजकीय चळवळी या सुमारास उदय पावल्या होत्या.

मॉंटेग्यूसाहेबांच्या घोषणेनुसार मिळणारे स्वराज्याचे हक्क हिंदुस्थानातील एक प्रमुख राजकीय पक्ष म्हणून कॉंग्रेसच्या पदरात पडणार होते, हे उघड होते आणि कॉंग्रेस म्हणजे शेवटी काय होते तर त्या संघटनेतील नेते आणि कार्यकर्ते या मंडळींत ब्राह्मण वर्गाचा मोठा भरणा होता. दुसऱ्या शब्दांत कॉंग्रेस ही त्या काळात ब्राह्मणांच्या प्रभावाखालची राजकीय स्वातंत्र्याची चळवळ चालविणारी संघटना मानली जात होती. याचाच अर्थ असा होत होता की, येऊ घातलेल्या राजकीय सुधारणा ब्राह्मण वर्गाच्या हातात पडणार होत्या आणि मिळणाऱ्या सुधारणांच्या हक्कांच्या जोरावर ब्राह्मणशाही अधिक प्रबळ होणार होती. पूर्वीहून बलिष्ठ झालेली ब्राह्मणशाही बहुजन समाजाच्या प्रगतीच्या मार्गावरील सर्वांत मोठी धोंड बनून राहील, अशी भीती ब्राह्मणेतर नेत्यांना वाटत होती. ब्राह्मणेतर समाज बहुसंख्य असला तरी शिक्षणात तो मागासलेला व आर्थिकदृष्ट्या दारिद्री असल्याने भावी सुधारणांपासून तो वंचित राहणार असाही धोका त्यांना दिसत होता. या धोक्यापासून त्याचा बचाव करायचा असेल, तर त्याच्यात राजकीय जागृती करून त्यास राजकीय हक्कांसाठी संघर्ष करावयास उभे करणे, हाच एक पर्याय उरतो. १९१७ मध्ये दक्षिणेत ब्राह्मणेतर चळवळी उसळी मारून समाजकारणाच्या पृष्ठभागावर प्रकट झाल्या, त्या या राजकारणामुळेच होय.

ब्राह्मणेतर चळवळीचा उदय आणि शाहू महाराजांचे योगदान

खरे तर महाराष्ट्रातील चळवळीचे प्रकटीकरण होण्यापूर्वीच ब्राह्मणेतर समाजातील नेत्यांनी हिंदुस्थानातील बदलत्या राजकारणाची चाहूल घेतली होती. १९१६ मध्ये अण्णासाहेब लठ्ठे, मुकुंदराव पाटील, वालचंद कोठारी, सी.के. बोले आदी पुढाऱ्यांनी 'डेक्कन रयत असोसिएशन' या संघटनेची स्थापना केली होती. 'ब्रिटिश सिंहासनाबद्दल राजनिष्ठा कायम ठेवून मागासलेल्या वर्गांच्या हक्कांचे व हितसंबंधांचे संरक्षण करण्याकरिता आणि

त्या योगाने देशहित साधण्याकरिता प्रयत्न करणे' हे या संघटनेचे जाहीर धोरण होते.[५] याच संघटनेमार्फत 'डेक्कन रयत' नावाचे वृत्तपत्रही सुरू करण्यात आले. पुढे लवकरच भास्करराव जाधव, श्रीपतराव शिंदे प्रभृतींनी 'ऑल इंडिया मराठा लीग' ही आणखी एक राजकीय संघटना निर्माण केली. दरम्यान, माँटेग्यूसाहेबांची राजकीय सुधारणांची घोषणा झाल्याने हिंदुस्थानच्या भावी कायदे मंडळात ब्राह्मण प्रतिनिधींचे प्राबल्य न राहता ब्राह्मणेतर समाजाला त्याच्या लोकसंख्येच्या प्रमाणात स्थान मिळावे यासाठी लोकजागृतीची मोहीम सुरू झाली होती. यातूनच मराठे, जैन, लिंगायत आदी ब्राह्मणेतर जातींना स्वतंत्र प्रतिनिधित्व मिळावे, ही ब्राह्मणेतर समाजाची मागणी पुढे आली.

इंग्रज राज्यकर्त्यांकडे हिंदुस्थानातील सर्व राजकीय संघटनांनी व सर्व जातिधर्मांच्या लोकांनी एकमुखाने स्वराज्याची मागणी करायला हवी; साम्राज्यवाद्यांच्या 'फोडा आणि झोडा' या कुटिल राजनीतीस आपण बळी पडता कामा नये, असे लो. टिळकांचे राष्ट्रीय विचारसरणीचे आग्रही प्रतिपादन होते आणि ते स्तुत्यच होते. या विचारसरणीनुसारच त्यांनी काँग्रेस व मुस्लीम लीग या दोन्ही प्रमुख संघटनांना एका व्यासपीठावर आणले होते. महाराष्ट्रातही ब्राह्मणेतर समाजाने आपल्या हिताच्या संरक्षणासाठी स्वतंत्र मतदारसंघांची मागणी केली तर तो समाज राष्ट्रीय प्रवाहाच्या बाहेर राहू नये, म्हणून ब्राह्मण वर्ग या मागणीच्या वेळी 'आनंदाने मौन स्वीकारील' अशी विधायक भूमिका त्यांनी प्रारंभी घेतली होती; पण दुर्दैवाने अवघ्या दोन महिन्यांतच त्यांनी ही भूमिका बदलून ब्राह्मणेतरांच्या कायदे मंडळातील जातवार प्रतिनिधित्वाच्या मागणीवर हल्ले करावयास सुरुवात केली. एवढी की, कायदे मंडळात जाऊन वाण्यांना काय तागडी तोलायची आहे की तेथे जाऊन कुंभारांना मडकी घडवावयाची आहेत, अशी ब्राह्मणेतरांच्या मागणीची कुचेष्टा करण्यापर्यंत त्यांचे हल्ले कठोर झाले.[६] त्यामुळे ब्राह्मणेतर चळवळीतील पुढारी अधिक इरेस पडून महाराष्ट्रातील ब्राह्मण-ब्राह्मणेतर वादास अधिक धार चढली. ब्राह्मण-ब्राह्मणेतर या दोन समाजांत समझोता करण्याची संधी इतिहासाने दुसऱ्यांदा दिली होती ती अशा प्रकारे हुकली. वेदोक्त संघर्षात पहिल्यांदा मिळूनही ती डावलली गेली होती.

इंग्रजी साम्राज्यसत्तेच्या आधिपत्याखालचे एक मांडलिक संस्थानिक म्हणून शाहू महाराजांना इंग्रजांच्या खालसा मुलखातील राजकारणात उघडपणे

भाग घेण्यास बंधने पडत होती. तथापि, ब्राह्मणेतर समाजाच्या हिताचे रक्षण करण्याची अंतःकरणातील ऊर्मी त्यांना स्वस्थ बसू देत नव्हती. केव्हा पडद्याआड राहून, तर केव्हा ब्राह्मणेतरांच्या सभा-परिषदांत प्रत्यक्ष भाग घेऊन त्यांनी आपल्या कारकिर्दीच्या अखेरपर्यंत सतत ४/५ वर्षे ब्राह्मणेतर चळवळीची सूत्रे आपल्या हाती ठेवली आणि त्यांचे संचालन केले. खालसा मुलखातील राजकीय चळवळीत त्यांच्यासारख्या संस्थानिकाने सहभाग घेणे काहीच गैर नाही, असे प्रतिपादन करताना त्यांनी म्हटले आहे, 'आमच्या रयतेशी आमचा राजेपणाचा संबंध असला तरी आम्ही ब्रिटिश साम्राज्याचे प्रजाजन असल्याने त्या बाबतीत आमचे व ब्रिटिश अमलातील प्रजेचे हक्क व जबाबदाऱ्या जवळजवळ सारख्याच आहेत आणि याकरिता राजे लोकांनी ब्रिटिश इंडियाच्या राजकारणात पडणे अगत्याचे आहे असे माझे मत आहे.'[७] असे असले तरी वुडहाउस, फ्रेजरसारख्या अनेक इंग्रज अधिकाऱ्यांना महाराजांचे हे मत मान्य नव्हते. या संदर्भात मुंबई सरकार प्रारंभी मौन बाळगून होते. तथापि, ऑक्टोबर १९२० मध्ये पुण्यामधील महाराजांच्या सभेमध्ये विरोधकांनी दंगल केल्यानंतर मात्र सरकार त्यांना ब्राह्मणेतरांच्या राजकीय सभांमध्ये जाण्यास प्रतिबंध करू लागले. असे असले तरी शाहू महाराजांचे ब्राह्मणेतर चळवळीस मार्गदर्शन आणि साह्य पूर्वीप्रमाणेच चालू राहिले.

हिंदुस्थानच्या सुधारणांविषयक केलेल्या पार्लमेंटमधील घोषणेची प्रतिक्रिया अजमावण्यासाठी आणि भावी सुधारणांविषयी चर्चा करण्यासाठी मॉंटेग्यूसाहेब हिंदुस्थानात आले होते, तेव्हा शाहू महाराजांनी नोव्हेंबर, १९१७ मध्ये त्यांची भेट घेतली होती. या भेटीत अस्पृश्य वर्गासह सर्व ब्राह्मणेतर समाजास स्वतंत्र मतदारसंघ दिले गेले पाहिजेत,[८] ही मागणी करीत असताना त्यांनी म्हटले होते, 'हिंदुस्थानात सक्तीचे प्राथमिक शिक्षण अग्रक्रमाने देणे आवश्यक आहे. जर स्वराज्य यशस्वी व्हावयाचे असेल, तर जातिभेद नष्ट झाले पाहिजेत. एवढेच नव्हे तर आंतरजातीय विवाहसुद्धा झाले पाहिजेत. नाहीपेक्षा स्वराज्य ही मूठभर लोकांची मिरासदारी होईल, अशी भीती वाटते.'[९]

मॉंटेग्यूसाहेबांच्या भेटीने हिंदुस्थानचे सर्व राजकारण ढवळून निघाले होते. देशातील विविध संस्था, संघटना आणि नेते आपापल्या परीने भावी सुधारणांविषयी आपल्या मागण्या पुढे करीत होते. त्यात महाराष्ट्रातील

ब्राह्मणेतर समाजही मागे नव्हता. विशेषतः शाहू महाराजांचे या संदर्भात कळकळीचे प्रयत्न चालू होते. भारतमंत्री, गर्व्हनर जनरल, गव्हर्नर आणि इतर वरिष्ठ इंग्रज अधिकारी यांच्याशी पत्रव्यवहार करून अस्पृश्य वर्गासह ब्राह्मणेतर समाजाच्या सर्व मागासवर्गांना स्वतंत्र मतदारसंघ दिले गेले पाहिजेत, या मागणीचा ते सातत्याने पाठपुरावा करीत होते. त्याचबरोबर ब्राह्मणेतरांच्या सभा-परिषदांमधून आपली भूमिका ते समाजासमोर मांडत होते. उदाहरणार्थ, खामगावच्या अखिल भारतीय मराठा शिक्षण परिषदेच्या अधिवेशनात ते म्हणाले होते, 'जर हल्लीची जातिव्यवस्थाच कायम राहिली तर ज्या रीतीने हल्ली स्वराज्याचा अर्थ समजला जातो, ते स्वराज्य म्हणजे मूठभर लोकांच्या हाती सत्ता जाणे हे होय! याचा अर्थ मी स्वराज्य चळवळीच्या विरुद्ध आहे, असे समजावयाचा नाही, हे मी पुन्हा एकवार सांगतो. आम्हाला स्वराज्य पाहिजेच. जातिभेदापासून होणारे अनिष्ट परिणाम नाहीसे होईपर्यंत, हल्लीच्या प्रसंगी आपणास ब्रिटिश सरकारचा आश्रय आणि मार्गदर्शकता यांची जरुरी आहे. सत्ता केवळ अल्पसंख्याक उच्च वर्गीयांच्या हातात जाण्यात स्वराज्याचे पर्यवसान होऊ नये, म्हणून निदान दहा वर्षांपर्यंत तरी आम्हाला जातवार प्रतिनिधी निवडून देण्याचा हक्क असला पाहिजे; त्यामुळे आमचे हक्क काय आहेत, याचे आम्हाला शिक्षण मिळेल. एकवार ते आम्हाला समजले, म्हणजे जातवार प्रतिनिधित्वाची जरुरी राहणार नाही.'[१०]

ब्राह्मणेतर चळवळीतील शाहू महाराजांचे एक वैशिष्ट्यपूर्ण योगदान म्हणजे त्यांनी ब्राह्मणेतर वृत्तपत्रांना दिलेले सक्रिय उत्तेजन हे होय. वृत्तपत्रांच्या क्षेत्रात आतापर्यंत ब्राह्मण वर्गाचीच मक्तेदारी होती आणि बहुतेक सर्व ब्राह्मणी वृत्तपत्रे ब्राह्मणांच्या हिताची जपणूक करणारीच होती. एवढेच नव्हे, तर कोल्हापूर संस्थानच्या कारभारावर कठोर प्रहार करण्याचे व्रत ती चालवीत होती. अशा परिस्थितीत लोकमतावर असलेला त्यांचा प्रभाव लक्षात घेता, आपली तसेच ब्राह्मणेतर पक्षाची बाजू समर्थपणे मांडणाऱ्या ब्राह्मणेतर वृत्तपत्रांची निकडीची गरज महाराजांना भासत होती. १९१७ पर्यंत फक्त मुकुंदराव पाटलांचे 'दीनमित्र' हे पत्रच ब्राह्मणेतरांच्या बाजूने एकाकीपणे लढत होते; पण त्याच वर्षी पुण्यात वालचंद कोठारींनी 'जागरूक', भगवंतराव पाळेकरांनी बडोद्यामध्ये 'जागृती' अशी ब्राह्मणेतरांची दोन वृत्तपत्रे सुरू केली. त्यानंतरच्या चार-पाच वर्षांत मात्र महाराजांच्या प्रत्यक्ष

साह्याने अथवा उत्तेजनाने एकामागून एक अशी अनेक ब्राह्मणेतर पत्रे निघाली. त्यामध्ये लठ्ठे आणि कोठारींचे 'डेक्कन रयत' (इंग्रजी), बळवंत पिसाळ यांचे 'विश्वबंधू', दत्ताजीराव कुरणे यांचे 'भगवा झेंडा', दिनकरराव जवळकरांचे 'तरुण मराठा', बाबूराव यादवांचे 'गरिबांचा कैवारी', श्रीपतराव शिंदे यांचे 'विजयी मराठा', दत्तात्रय रणदिवे यांचे 'संजीवन', शामराव देसाईंचे 'राष्ट्रवीर', केशवराव बागडे व कीर्तिवानराव निंबाळकरांचे 'शिवछत्रपती, गणेश आकाजी गवईंचे 'बहिष्कृत भारत', डॉ. बाबासाहेब आंबेडकरांचे 'मूकनायक' अशी काही प्रमुख वृत्तपत्रे होती.[११] या सर्वांच्या मागे महाराजांनी आपले नैतिक आणि आर्थिक बळ उभे केले होते. काही प्रसंगी या वृतपत्रांमध्ये आपसात बखेडे पैदा होत, त्या वेळी मध्यस्थी करून ते सोडविण्याचे कामही त्यांना करावे लागे. केवळ वृत्तपत्रातीलच नव्हे तर ब्राह्मणेतर पुढाऱ्यांतही निर्माण झालेले वाद मिटवण्याची जबाबदारी त्यांच्यावर येऊन पडत असे.

ब्राह्मणेतर चळवळीतील शाहू महाराजांच्या योगदानाचा दुसरा महत्त्वाचा पैलू म्हणजे त्यांनी मद्रासकडील ब्राह्मणेतर चळवळींशी (जस्टिस चळवळ) साधलेला संपर्क आणि तिच्या नेत्यांशी केलेले विचारांचे आदानप्रदान. १९१९ ते १९२१ या कालखंडात महाराजांचे मद्रासच्या ब्राह्मणेतर चळवळीचे डॉ. माधवन नायर, सर पी. त्यागराज चेट्टी, सी. नटेश मुदलियार, सर शंकरन नायर आदी नेत्यांशी घनिष्ठ संबंध प्रस्थापित झाले होते. हिंदुस्थानातील अखिल ब्राह्मणेतर आणि पददलित जनतेच्या हक्कांविषयी झगडणारा निधड्या छातीचा नेता म्हणून डॉ. नायर यांचा देशातच नव्हे, तर इंग्लंडमध्ये लौकिक होता. मॉंटेग्यूसाहेबांच्या घोषणेनंतरच्या कालखंडात इंग्लंडमध्ये जाऊन तेथील लोकमत आणि राज्यकर्त्यांचे ब्राह्मणेतरांच्या हितासंबंधीचे धोरण थोडेबहुत का होईना; पण अनुकूल करण्यात त्यांचा मोठा वाटा होता. महाराष्ट्रात जसे शाहू छत्रपती महाराज तसे मद्रासकडे डॉ. नायर यांना ब्राह्मणेतर चळवळीचे अग्रणी मानले जात असे. धनंजय कीर यांनी या दोन थोर पुरुषांचा 'भारतीय सामाजिक लोकशाहीचे व समतावादी समाजाचे अग्रप्रवर्तक' असा यथार्थ गौरव केलेला आहे.[१२] डॉ. नायर इंग्लंडहून परत आल्यानंतर जानेवारी, १९१९ मध्ये मुंबईत महाराजांनी त्यांची भेट घेऊन आपला त्यांच्याविषयीचा आदर व्यक्त केल्याची आणि भावी सुधारणांतील ब्राह्मणेतरांच्या हितसंबंधांच्या संरक्षणाविषयी चर्चा केल्याची

नोंद आहे.[१३] डॉ. नायर त्या वर्षीच एप्रिलमध्ये ब्राह्मणेतर पक्षाचे शिष्टमंडळ घेऊन पुन्हा इंग्लंडला गेले; परंतु दुर्दैवाने लवकरच तेथे त्यांचे निधन झाले- (१७ जुलै, १९१९). मद्रासच्याच नव्हे, तर अखिल हिंदुस्थानच्या ब्राह्मणेतर चळवळीची ती एक मोठी हानी होती.

मद्रासच्या ब्राह्मणेतर चळवळीचे दुसरे मोठे नेते सर पी. त्यागराज चेट्टी यांची शाहू महाराजांशी कर्नाटक ब्राह्मणेतर सामाजिक परिषदेच्या निमित्ताने हुबळी येथे जुलै, १९२० मध्ये भेट झाली होती. हा काल तर दक्षिणेतील ब्राह्मणेतर चळवळींच्या ऐन भराचा व नुकत्याच मिळालेल्या सुधारणान्वये होऊ घातलेल्या निवडणुकीच्या रणधुमाळीचा होता. या परिषदेच्या अध्यक्षपदावरून भाषण करताना महाराजांनी प्रारंभीच सर चेट्टी यांच्याबद्दल 'या प्रसंगामुळे त्यांच्यासारख्या महापुरुषाची भेट झाली आहे,' असे गौरवोद्गार काढल्याचे नमूद आहे.[१४] या परिषदेच्या निमित्ताने उभय नेत्यांत विचारांचे आदानप्रदान होऊन त्यांच्यात घनिष्ठ संबंध प्रस्थापित होण्यास मदत झाली. पुढील काळातही उभयतांत पत्रव्यवहार होत राहिला.[१५]

१९२१ च्या जानेवारीत शाहू महाराजांनी 'तंजावर केस'च्या संदर्भात मद्रासला भेट दिली. तेथे गव्हर्नर लॉर्ड विलिंग्डन यांनी त्यांचे आदरातिथ्य केले. आपल्या मुक्कामात त्यांनी 'जस्टिस'च्या कार्यालयास भेट दिली आणि तेथील ब्राह्मणेतर पक्षाच्या नेत्यांशी विचारविनियमय केला. मद्रासकडे ब्राह्मण-ब्राह्मणेतर वाद महाराष्ट्रातील वादापेक्षाही तीव्र स्वरूपात असून ब्राह्मण वर्गाच्या वर्चस्वास ब्राह्मणेतर समाजाचा कडवा विरोध आहे, हे त्यांच्या ध्यानात आले. आर्य संस्कृतीचा द्वेष आणि त्याचबरोबर अनार्य संस्कृतीचा अभिमान या मद्रासच्या ब्राह्मणेतर चळवळीच्या शिकवणुकीमुळे हा विरोध अधिक जहाल बनला होता. ब्राह्मण वर्गाची प्रतिक्रियाही तेवढीच तीव्र होती. या पार्श्वभूमीवर महाराज ब्राह्मणेतरांचे पुढारी असल्याने तेथील तंजावरच्या खटल्यात मद्रासकडील सर्व ब्राह्मणी वृत्तपत्रांनी त्यांच्या विरोधात भूमिका घेतली होती.[१६] ब्राह्मणी वृत्तपत्रांचा विरोधी प्रचार आणि न्यायालयीन क्षेत्रात असणारा बलिष्ठ ब्राह्मणी प्रभाव यामुळे महाराजांनी या खटल्यात पाण्यासारखे पैसे घालूनही त्यांना हार पत्करावी लागली.

मद्रासच्या ब्राह्मणेतर चळवळीविषयी आणि तिच्या नेत्यांविषयी शाहू महाराजांच्या मनात मोठी आदरभावना होती. हुबळीत भरलेल्या उपरोक्त सामाजिक परिषदेच्या समारोपाच्या वेळी त्यांनी केलेल्या भाषणात ती

पुरेपूर व्यक्त झालेली दिसते. त्या प्रसंगी महाराजांनी म्हटले होते, 'आता आम्ही काय करावे हे थोडक्यात सांगतो. येथे भरल्या तशा ब्राह्मणेतरांच्या सभा जागोजागी भरल्या पाहिजेत. ब्राह्मणेतरांची चळवळ यशस्वीपणाने कशी चालवावी हे आपण मद्रासकडून शिकले पाहिजे. यासाठी मद्रासचे वक्ते आणू या आणि पुण्या-मुंबईस, त्यांनी केलेल्या कामाची जाणीव करून देऊ या. ते येतील अशी माझी खात्री आहे. ब्राह्मणेतरांची परिषद भरवा. पुणे, मुंबई वगैरे ठिकाणी लवकरच भरवा. मुंबई, पुणे येथील ब्राह्मणेतर या चळवळीच्या चिकाटीत मद्रासपेक्षा फारच मागे आहेत. तेथील ब्राह्मणेतर पुढाऱ्यांच्या शिक्षणापुढे आमचे पुढारी म्हणजे केवळ मुलांप्रमाणे शोभतील.''[१७]

मद्रासच्या ब्राह्मणेतर नेत्यांनाही शाहू महाराजांनी मुंबई इलाख्यात ब्राह्मणेतर समाजास केलेल्या सामाजिक व राजकीय जागृतीची आणि ब्राह्मणेतर चळवळीच्या बांधणीसाठी केलेल्या प्रयत्नांची पूर्ण कल्पना होती आणि म्हणूनच महाराजांच्या निधनानंतर आपले दुःख व्यक्त करताना त्यांनी त्यांच्या कार्याबद्दल मनापासून धन्योद्गार काढले होते. सर पी. त्यागराज चेट्टी म्हणतात, 'श्री शिवाजी महाराजांचे एक वंशज या नात्याने श्री शाहू छत्रपती महाराज जरी एक राजे होते, तरी ते लोकसत्तावाद्यांतील लोकसत्तावादी आणि खालच्या जातींचे पाठीराखे होते. त्यांचे चरित्र असे काही अलौकिक होते की, ते ब्राह्मणेतरांच्या आणि अस्पृश्य मानलेल्या वर्गाच्या चळवळीतील एक दांडगी शक्ती होऊन बसले होते. ब्राह्मणेतरांच्या चळवळीचा सर्व हिंदुस्थानभर प्रसार करून, तिला राष्ट्रीय स्वरूप देणे हे महाराजांचे ध्येय होते.'[१८]

अशाच प्रकारचे उद्गार डॉ. नटेश मुदलियार यांनी काढले आहेत. 'महाराजांच्या ठिकाणी जगन्नियंत्याचे पितृप्रेम आणि मानवाचे बंधुप्रेमही केंद्रिभूत झाले होते आणि या दोन्हींचा उपयोग त्यांनी मानवजातीची अंतःकरणपूर्वक सेवा करण्यासाठी केला. आज जरी ते शरीररूपाने आमच्यातून नाहीसे झाले आहेत, तरी त्यांचा आत्मा येथे, नव्हे सर्व हिंदुस्थानातील ब्राह्मणेतरांमध्ये घुटमळत आहे. ब्राह्मणेतरांच्या चळवळीस जर कोणी जोराने गती दिली असेल तर ती महाराजांनीच!'[१९]

महाराष्ट्रातील ब्राह्मणेतर चळवळीत भास्करराव जाधव, अण्णासाहेब लठ्ठे, वालचंद कोठारी, मुकुंदराव पाटील, श्रीपतराव शिंदे, महादेवराव

डोंगरे, सी. के. बोले, केशवराव बागडे, के. सी. ठाकरे असे अनेक नामांकित पुढारी आपापल्या परीने चळवळ पुढे नेत होते आणि तसे करीत असताना त्यांच्यात अनेकदा हर्षामर्षाचे प्रसंगही उद्‌भवत होते. अशा वेळी शाहू महाराज वेळीच हस्तक्षेप करीत आणि उभय बाजूंस थोपवून धरून दिलजमाई साधत असत. कोठारींसारख्या पुढाऱ्याने एखाद-दुसऱ्या प्रसंगी केलेला विरोध वगळता ब्राह्मणेतर चळवळीतील महाराजांचे नेतृत्व सर्वांनी मान्य केले होते, असे दिसते. खुद्द महाराजांचा प्रयत्न ब्राह्मणेतर चळवळीची सर्व सूत्रे आपल्या हाती ठेवण्याचा असे; पण तसे करताना ते ब्राह्मणेतर चळवळीचे आपण प्रमुख नेते आहोत, असे कधी भासवत नसत. तथापि, चळवळीतील लठ्ठे, जाधव, शिंदे, पाटील प्रभृती नेत्यांना महाराजांशिवाय अन्य कोणाकडून सर्व ब्राह्मणेतरांची विळा-भोपळ्याची मोट बांधण्याचे अवघड कार्य होणार नाही, याची कल्पना होती.

या संदर्भात लठ्ठे यांनी चळवळीच्या ऐन भरात महाराजांना लिहिलेल्या एका पत्रात केलेले विधान पाहण्यासारखे आहे. लठ्ठे लिहितात, 'ब्रिटिश इंडियातील सार्वजनिक कामांत ब्राह्मणेतरांच्या वतीने हुजुरांनी भाग घेणे अत्यंत अवश्य आहे; असे अस्पृश्य व मराठे यांचेच नव्हे, तर सर्व ब्राह्मणेतरांचे मत आहे. या संबंधाने ब्राह्मणांच्या उपद्व्यापांमुळे ब्राह्मणेतर चळवळ हुजुरांच्या साह्यास मुकू नये याबद्दल शक्यतो प्रयत्न आम्ही करीत आहोत... हुजुरांस पुढारीपणा नको आहे, हे मी जाणून आहे; पण ब्राह्मणेतरांसाठी हुजुरांवाचून पुढारी होण्यासारखे कोणी महाराष्ट्रात नाही, हे खरे आहे... २० जून, १९२०.'[२०] अशीच भावना भास्करराव जाधव यांनीही एका पत्रात व्यक्त केली आहे. ते म्हणतात, 'ब्राह्मणेतर पक्षाची स्थापना चांगल्या प्रकारे झाली पाहिजे याविषयी हुजुरांची कळकळ सर्वश्रुत आहे. इतकेच नव्हे, तर मुंबई इलाख्यात या चळवळीस जे स्वरूप प्राप्त झाले आहे ते हुजुरांच्या आस्थेचेच फळ आहे. ब्राह्मणेतर चळवळ सातारा जिल्ह्यात विशेष भरात आहे आणि ती चिरडून टाकण्याचे ब्राह्मणांचे प्रयत्न जारी आहेत... सातारा जिल्ह्याची चळवळ हुजुरांच्या आश्रयावर चालू आहे. तो आश्रय कमी झाल्यास चळवळ खाली पडेल आणि इतर ठिकाणीही त्याचा वाईट परिणाम होईल, हे हुजूर जाणतच आहेत -१२ मार्च, १९२१.'[२१]

हिंदुस्थान भेटीनंतर माँटेग्यूसाहेबांनी भावी सुधारणांच्या संदर्भात पार्लमेंटला

आपला अहवाल सादर केल्यानंतर २३ डिसेंबर, १९१९ रोजी पार्लमेंटने 'गर्व्हमेंट ऑफ इंडिया ॲक्ट' पास केला. या कायद्यान्वये दिल्या गेलेल्या सुधारणा 'मॉंटफर्ड सुधारणा' म्हणून प्रसिद्ध पावल्या. 'मॉंटेग्यू घोषणे'च्या वेळी हिंदुस्थानातील ब्राह्मणेतर समाजासाठी स्वतंत्र मतदारसंघ देण्याच्या कल्पनेविरुद्ध असणाऱ्या इंग्रज राज्यकर्त्यांना आता ब्राह्मणेतरांना समाधानी राखण्यासाठी कायदे मंडळात निदान राखीव जागांची तरी सोय करावी लागली. मद्रास इलाख्यातील ब्राह्मणेतर समाजास त्याचा सर्वाधिक लाभ झाला होता. त्यांना एकूण ९८ लोकनियुक्त जागांपैकी २८ जागा मिळाल्या होत्या.[२२] मुंबई इलाख्यातील एकूण ८६ लोकनियुक्त जागांपैकी ३५ जागा ग्रामीण भागातील प्रतिनिधींसाठी दिल्या गेल्या आणि या ३५ जागांपैकी ७ जागा ब्राह्मणेतरांसाठी (मराठे आणि तत्सम जाती) राखून ठेवल्या गेल्या. अस्पृश्य वर्गास दोन जागा मिळाल्या. त्यावरील प्रतिनिधींची नेमणूक गव्हर्नर करणार होता.'[२३]

शाहू महाराजांनी मागणी केल्याप्रमाणे मराठा व तत्सम जातींना आणि अस्पृश्य वर्गास कायदे मंडळाचे स्वतंत्र मतदारसंघ मिळाले नाहीत हे खरे; पण त्यांच्यासाठी काही राखीव जागा मिळाल्या. या राखीव मतदारसंघातून तसेच मिश्र मतदारसंघातून ब्राह्मणेतर पक्षाने आपले उमेदवार उभे केले. १९२० च्या नोव्हेंबरमध्ये कायदे मंडळाच्या निवडणुका झाल्या. सी. के. बोले, आनंदराव सुर्वे, कीर्तिवानराव निंबाळकर, गंगाजी काळभोर, पांडुरंगराव जाधव, दाजीराव विचारे इत्यादी ब्राह्मणेतर मंडळी मुंबई कायदे मंडळात गेली, तर अण्णासाहेब लठ्ठे आणि केशवराव बागडे केंद्रीय कायदे मंडळावर निवडून आले.'[२४]

मॉंटफर्ड सुधारणांअन्वये अस्तित्वात आलेल्या कायदे मंडळाबरोबर ब्राह्मणेतर चळवळीचे पहिले पर्व संपले. कायदे मंडळात पाठविल्या गेलेल्या ब्राह्मणेतर लोकप्रतिनिधींकडून ब्राह्मणेतर समाजाच्या हिताच्या प्रश्नांवर आवाज उठविला जात आहे, हे पाहण्याचे भाग्य शाहू महाराजांना लाभले; पण ते अल्पकाळच टिकले, कारण लवकरच त्यांचे निधन झाले; त्यामुळे ब्राह्मणेतर चळवळीस जबरदस्त धक्का बसला. त्यांच्यानंतर भास्करराव जाधव, लठ्ठे, मुकुंदराव पाटील, भाऊराव पाटील, के.सी. ठाकरे, जेधे बंधू, श्रीपतराव शिंदे आदी नेत्यांनी ब्राह्मणेतर चळवळ चालविली हे खरे; पण या सर्वांना मार्गदर्शन करणारा, प्रसंगी दटावून चळवळीची शिस्त

पाळावयास लावणारा महाराजांसारखा नेता मिळाला नाही. तसा तो मिळणेही शक्य नव्हते, कारण महाराजांचे महाराष्ट्राच्या समाजकारणातील स्थान इतर कुणी घेऊ शकले नव्हते. तिकडे काँग्रेसमध्येही मूलगामी स्वरूपाचे बदल होत होते. १९२० मध्ये लो. टिळकांच्या निधनानंतर म. गांधींचा हिंदी राजकारणाच्या मंचावर उदय होऊन 'गांधीपर्वा'स प्रारंभ झाला होता आणि सर्व जातिधर्मांतील सामान्य माणसाचा राष्ट्रीय स्वातंत्र्याच्या आंदोलनातील सहभाग हे त्यांच्या राजकारणाचे एक मुख्य सूत्र होते. परिणामी, १९२० च्या दशकात काँग्रेस संघटनेवरील ब्राह्मण वर्गाचा प्रभाव कमी होत गेला. मात्र याच काळात मुंबई इलाख्यात काँग्रेसवरील ब्राह्मणांची पकड तशीच राहिली; पण त्या पुढील दशकात ब्राह्मणेतर पक्षातील बहुसंख्य कार्यकर्ते केशवराव जेधे यांच्या नेतृत्वाखाली काँग्रेसमध्ये सहभागी झाले आणि त्याबरोबर महाराष्ट्रातील ब्राह्मणेतर चळवळीचा झपाट्याने ऱ्हास होत गेला.

२४

स्वराज्यद्रोही की स्वराज्योपासक?

'केसरी'कारांचा बॉम्बगोळा

१९२०-२१ च्या सुमारास महाराष्ट्रात ब्राह्मणेतर चळवळीचा जोर कायम होता. या चळवळीत कार्यरत असणाऱ्या सत्यशोधक कार्यकर्त्यांचे कार्यही उत्साहाने चालू होते. ब्राह्मण वर्गावरील त्यांच्या तथाकथित हल्ल्यांच्या अतिरंजित हकिगती ब्राह्मणी वृत्तपत्रांतून भडक मथळ्यांनी प्रसिद्ध होत होत्या. लो. टिळकांच्या नंतरही त्यांच्या केळकर, खापर्डे, भोपटकर आदी अनुयायांनी शाहू महाराजांविरुद्धच्या विखारी चळवळीची धग कमी होऊ दिली नव्हती. उलट निकालात निघालेल्या कुलकर्णी वतनासारखी भुते जागी करून चळवळ कशी सतत धगधगती राहील, किंबहुना त्यामुळे शाहूविरोधी असंतोषाचा वणवा कसा पेटेल, यासाठी त्यांचे प्रयत्न अखंड चालू होते. टिळक अनुयायांनी दादासाहेब खापर्डे यांच्या अध्यक्षतेखाली १८ मे, १९२१ रोजी तासगावला आयोजित कलेली 'कुलकर्णी-परिषद' हा अशा प्रयत्नांचाच एक भाग होता; परंतु या परिषदेत केवळ महाराजांचा निषेध करण्यात अथवा त्यांच्याविरुद्ध चळवळीचा कार्यक्रम आखण्यात या मंडळींना समाधान नव्हते, तर महाराज लोकांच्या नजरेत एकदम बदनाम होतील, असा स्फोट त्यांना घडवून आणायचा होता आणि असा स्फोट केळकरांनी १७ मे रोजी 'केसरी'चा खास अंक काढून घडवून आणला. त्या अंकात बारा-तेरा वर्षांपूर्वी महाराजांनी वरिष्ठ इंग्रज अधिकाऱ्यांना संस्थानातील व संस्थानाबाहेरच्या दहशतवाद्यांच्या कारवाया निपटून काढण्यासाठी लिहिलेली खासगी व गुप्त पत्रे प्रकाशित केली गेली होती. एवढेच नव्हे, तर या पत्रांच्या आधारे केळकरांनी 'आमचे स्वराज्यद्रोही

छत्रपती' असा स्फोटक मथळा देऊन खास अग्रलेखही लिहिला होता. त्यामध्ये महाराजांचे वर्णन 'जुलमी, एकतंत्री, ब्रिटिश सरकारला स्वराज्यद्रोहाचा उपदेश करणारा आचार्य, स्वराज्यद्रोही' अशा शेलक्या शब्दांत करून लोकांसमोर 'स्वजनांचाच द्रोह करणारा छत्रपती' असे त्यांचे चित्र उभे केले होते.[१]

'केसरी'कारांच्या बॉम्बगोळ्यासारख्या स्फोटाने महाराष्ट्राच्या समाजकारणात आणि राजकारणात विलक्षण खळबळ निर्माण झाली. 'केसरी'च्या पंगतीमधील 'मराठा','लोकशाही', 'लोकसंग्रह', 'राजकारण', 'लोकमान्य' इत्यादी ब्राह्मणी वृत्तपत्रांना तर शाहू महाराजांवर हल्ला करण्याची ही नामी संधी मिळाली. त्या सर्वांनी एकच गिल्ला करून महाराजांना जेवढे बदनाम करता येईल, तेवढे करण्याची शिकस्त चालविली. कोणी लिहिले की, महाराजांचे हृदय त्यांच्या कातडीइतकेच काळे आहे; तर कोणी लिहिले की, त्यांनी केलेल्या स्वराज्यद्रोहाच्या पापाचे क्षालन म्हणून त्यांनी गादीचा त्याग करावा! ब्राह्मणी गोटातून अशा प्रकारे अत्यंत कडवट आणि कठोर टीकेचे प्रहार सुरू असताना ब्राह्मणेतरांची 'जागृती', 'विजयी मराठा, 'राष्ट्रवीर' इत्यादी वृत्तपत्रे महाराजांच्या साह्यास धावून आली आणि त्यांनी स्वधर्मातील बहुसंख्य लोकांना बौद्धिक व सामाजिक गुलामगिरीत ठेवणारे आणि देशभक्तीचे ढोंग करून आपल्या जातीपलीकडे न पाहणारे ब्राह्मणच खरे स्वजनद्रोही व स्वराज्यद्रोही आहेत, असे सुनावून महाराजांवरील हल्ले परतवून लावण्यास सुरुवात केली. याबरोबरच महाराष्ट्रातील अनेक गावी, महाराजांवरील या बेछूट हल्ल्याचा निषेध करणाऱ्या आणि महाराजांप्रती निष्ठा व्यक्त करणाऱ्या ब्राह्मणेतरांच्या सभा भरविल्या गेल्या. थोडक्यात, महाराष्ट्रातील समाजकारण 'केसरी'ने घडवून आणलेल्या बॉम्बस्फोटाने धुरकटून गेले. महाराष्ट्रातील ब्राह्मण-ब्राह्मणेतर वादाने अतिशय कडवट वळण घेतले. इतके की, श्रीपाद अमृत डांगे यांच्यासारखा कम्युनिस्ट नेताही ब्राह्मणी राष्ट्रवादाच्या सामाजिक प्रभावापासून दूर राहू शकला नाही. तरुण रक्ताच्या डांगे यांनी 'केसरी'तील ती पत्रे 'आपले स्वराज्यद्रोही छत्रपती' या पुस्तिकेच्या रूपाने पुन्हा छापून आणि त्वेषाने आपले हृद्गत व्यक्त करून सूचित केले की, प्रजेच्या छळातून निर्माण झालेला क्षोभाग्नी करवीरच्या राजघराण्याचा संहार केल्याशिवाय थांबणार नाही.[२] डांगे यांच्यासारख्या साम्यवादी क्रांतीची स्वप्ने पाहणाऱ्या मराठी विचारवंतास ब्राह्मण-ब्राह्मणेतर वादाचा सामाजिक

आशय उमजू नये, ही तत्कालीन समाजकारणाची शोकांतिकाच म्हणावी लागेल.

वास्तविक शाहू महाराजांची ही पत्रे १९१५ च्या सुमारास कोल्हापूर दरबारचे एक अधिकारी रावबहादूर महादेवराव डोंगरे यांनी इंग्रज राज्यकर्त्यांच्या माहितीसाठी पुस्तिकेच्या रूपाने प्रसिद्ध केली होती आणि त्या पुस्तिकेचा संदर्भही पुढे 'चिरोलच्या खटल्या'त येऊन गेला होता. डोंगरे हे महाराजांच्या खास विश्वातले सेवक असल्याने त्यांनी ही पुस्तिका महाराजांच्या संमतीनेच तयार केली असणार, हे उघड आहे. अर्थात या पुस्तिकेचे वितरण वरिष्ठ इंग्रज अधिकाऱ्यांच्या वर्तुळातच केले गेले होते. ते तसे व्हावे असेच अभिप्रेत होते; पण महाराजांना जे अभिप्रेत असे ते नेमकेपणे घडत असेच असे नाही. याच सुमारास त्यांनी काँग्रेसच्या असहकार चळवळीच्या संदर्भात आपली मते व्यक्त करणारे एक पत्रक वरिष्ठ इंग्रज अधिकाऱ्यांच्या गोटात वितरित केले होते. ते ज्या छापखान्यात छापले तेथून ते फुटले आणि मग मुंबईच्या 'बॉम्बे क्रॉनिकल' या वृत्तपत्राने ते हस्तगत करून 'चळवळ चिरडून टाका' अशा भडक मथळ्याने प्रसिद्ध केले! परिणामी, महाराजांविरुद्ध ब्राह्मणी वृत्तपत्रांनी टीकेचा गदारोळ उठविला.[३] या प्रकरणाची धूळ खाली बसते न बसते तोच 'केसरी'कारांनी महाराजांवर उपरोक्त बॉम्बगोळा टाकला.

दहशतवाद्यांच्या संदर्भातील महाराजांचे धोरण

त्या पत्रात असा कोणता विषय होता की, ज्याच्या आधारे शाहू महाराजांच्या विरोधकांनी त्यांना 'स्वराज्यद्रोही' ठरवावे? ही पत्रे कोल्हापूर संस्थानातील आणि संस्थानाबाहेरील दहशतवाद्यांच्या कारवायांच्या बंदोबस्तासंबंधी लिहिलेली होती. या विषयाची चर्चा मागे 'राजर्षी शाहू, शिवाजी क्लब व दहशतवादी' या सदराखाली सविस्तरपणे येऊन गेलीच आहे. तिच्या पुनरुक्तीची इथे आवश्यकता नाही. तथापि, प्रस्तुत चर्चेच्या संदर्भात महाराजांनी दहशतवाद्यांच्या बाबतीत स्वीकारलेल्या कडक धोरणाचे कालसापेक्ष मूल्यमापन करायचे झाले, तर काही महत्त्वाचे मुद्दे आपल्या नजरेसमोर पुन्हा आणावे लागतात. ते असे -

१. कोल्हापूरच्या दहशतवाद्यांमध्ये आरंभी सर्व जातींचे लोक असले तरी वेदोक्ताचा संघर्ष सुरू झाल्यावर त्यामध्ये ब्राह्मण वर्गाचाच अधिक

भरणा राहिला. वेदोक्तात ब्राह्मण वर्गाची हार झाली तरी त्यांनी महाराजांशी असलेले शत्रुत्व पुढे तसेच चालू ठेवले. त्यास पुण्यातील टिळक पक्षाचा आतून पूर्ण पाठिंबा होता. अशा प्रकारे कोल्हापूरच्या ब्राह्मण दहशतवाद्यांच्या चळवळीत 'ब्राह्मण्या'चे रंग मिसळलेले होते.

२. दक्षिणेत अनेक ब्राह्मण संस्थाने होती; पण तेथे दहशतवाद्यांनी आपल्या कारवाया सुरू न करता कोल्हापूर संस्थानचीच निवड करून महाराष्ट्रात पुण्याखालोखाल कोल्हापूर हे दहशतवाद्यांचे प्रबळ केंद्र बनविले होते. असे करण्यात आपणास अडचणीत आणून आपल्या संस्थानात धोकादायक परिस्थिती निर्माण करण्याचा त्यांचा हेतू आहे, असे महाराजांना वाटत होते.

३. कोल्हापूरचे दहशतवादी जसे इंग्रजांचे शत्रू होते, तसे ते महाराजांचेही शत्रू बनले होते. राजकन्येच्या लग्नसोहळ्यात बॉम्ब टाकून अनेकांचा घात करण्याइतपत त्यांची मजल गेली होती. राजनैतिक अधिकारी कर्नल फेरिस यांच्या हत्येचा त्यांनी प्रयत्न केला होताच; पण याहून विशेष म्हणजे ते महाराजांच्याच जीवावर उठले होते. त्यांना ठार मारण्याचे त्यांचे प्रयत्न त्यांच्या कारकिर्दीच्या अखेरपर्यंत चालू होते.

४. अशा प्रकारे दहशतवादी महाराजांचे कडवे शत्रू बनलेले असताना या 'शत्रूचे शत्रू ते आपले मित्र' हे सामान्य राजनीतीचे तत्त्व स्वीकारून महाराजांनी दहशतवाद्यांच्या कारवाया निपटून काढण्यासाठी इंग्रजांशी सहकार्य करणे अथवा त्यांचे सहकार्य घेणे हे स्वाभाविक होते.

५. महाराज हे इंग्रज साम्राज्य सत्तेचे मांडलिक होते. साहजिकच इंग्रजांचे शत्रू ते आपले शत्रू, अशी जाहीर भूमिका घेणे हे त्यांचे राजनैतिक कर्तव्यच होते शिवाय दहशतवाद्यांच्या रूपाने आपल्या संस्थानात कायदा व सुव्यवस्थेला निर्माण झालेला धोका निपटून काढणे हाही राज्यकर्ता म्हणून असणाऱ्या त्यांच्या जबाबदारीचा एक भाग होता. अशा परिस्थितीत दहशतवाद्यांचा बंदोबस्त न करता महाराजांनी हात बांधून स्तब्ध राहावे किंवा दहशतवाद्यांच्या कारवायांना अनुकूलता प्रकट करावी, अशी अपेक्षा करणे चुकीचे होते.

६. देशातील दहशतवादी चळवळी म्हणजे राष्ट्राच्या स्वातंत्र्याची अभिलाषा ज्वलंत ठेवण्याचा एक मार्ग आहे, ही तत्कालिन राजकारणातील सामान्य जाणीव महाराजांना नव्हती, असे म्हणणे धारिष्ट्याचे ठरेल.

ही जाणीव महाराजांना असल्यामुळेच त्यांनी बाबू अरविंद घोषांसारख्या थोर क्रांतिकारी देशभक्तास अंतःस्थ मदत पाठविली होती. याचा स्पष्ट अर्थ असा होतो की, देशपातळीवरील दहतशतवाद्यांच्या चळवळीस त्यांची सहानुभूती होती; पण कोल्हापूर संस्थानातील दहशतवाद्यांनी महाराष्ट्रातील समानधर्मीय दहशतवाद्यांशी संधान बांधून खुद्द महाराजांविरुद्ध कारवाया चालू ठेवल्याने त्यांना त्यांच्या बाबतीत कठोर उपाययोजना कराव्या लागल्या आणि त्यासाठी इंग्रज राज्यकर्त्यांशी पत्रव्यवहार करून वेळोवेळी व्यूहरचना करावी लागली.

उपरोक्त मुद्द्यांच्या पार्श्वभूमीवर शाहू महाराजांच्या दहशतवाद्यांच्या बाबतीतील धोरणाचे मूल्यमापन करावे लागेल. तथापि, त्या काळात दहशतवाद्यांची चळवळ ही राजकीय स्वातंत्र्याची चळवळ असून तिची परिणती शेवटी 'स्वराज्यात' होणार असल्याने त्यांच्या चळवळीस विरोध म्हणजे स्वराज्य चळवळीस विरोध असे समीकरण महाराजांच्या राजकीय विरोधकांनी मांडले होते आणि या समीकरणानुसार त्यांनी महाराजांची दहतशतवाद्यांच्या विरोधातील कारवाई 'स्वराज्यद्रोहा'च्या कलमाखाली बसविली होती; पण वस्तुस्थिती अशी होती की, महाराजांच्या अंतःकरणात खोलवर इंग्रजांविषयी द्वेषभावनाच होती आणि सच्चा देशभक्त म्हणून इंग्रजांविरुद्ध सशस्त्र क्रांतीचा मार्ग चोखाळणाऱ्या दहशतवाद्यांबद्दल अथवा क्रांतिकारकांबद्दल त्यांना आत्मीयता होती; पण ही भावना ते प्रकट करू शकले नव्हते. कधीकधी आपल्या जवळच्या विश्वासू सहकाऱ्यांजवळ ते आपले हृद्‍गत व्यक्त करीत. असाच एक प्रकार तोफखाने यांनी आपल्या आत्मवृत्तात सांगितला आहे. आपणावर लादलेल्या 'स्वराज्यद्रोहा'च्या आरोपाविषयी बोलताना महाराज म्हणतात, 'बाबू अरविंद घोष यांच्यावर राज्यद्रोही म्हणून ब्रिटिश गव्हर्नमेंटने लावलेल्या खटल्यात बडोद्याचे खासेरावसाहेब जाधव यांचे बंधू कॅप्टन माधवराव यांच्या हाती पाच हजार रुपये मी अरविंद बाबूंच्या मदतीकरिता पाठविले आणि लागतील तसे आणखीही पाठविण्याची तयारी दर्शविली, ती 'स्वराज्यद्रोहा'च्या कोणत्या कलमाखाली येते ते त्याचे ('केसरी'कार) लेखक सांगतील का?... लोकदृष्ट्या मला खाली ओढण्याचा हा जो भाग होता तो कितीसा टिकतो वा टिकला? खरे सांगावयाचे तर मी स्वराज्यद्रोही

होतो अगर आहे, असे अगदी बेंबीच्या देठापासून ओरडून कोणी सांगू लागला तरी ते लोकांना खरे वाटणार नाही, कारण स्वराज्याचा द्रोह म्हणजे ज्या लोकांत मी मोडतो त्या लोकांचा म्हणजे पर्यायाने माझा स्वतःचा तो द्रोह होतो आणि हे या लोकांना कितीही चातुर्याने पटविण्याचा प्रयत्न केला तरी तो टिकणार नाही, कारण स्वतःचा द्रोह कोण करील?'[४]

'स्वराज्य' कल्पनेचा खरा अन्वयार्थ : शाहू महाराजांच्या बाजूचे प्रतिपादन

'केसरी'कारांनी शाहू महाराजांवर केलेल्या 'स्वराज्यद्रोहा'च्या आरोपाचे पडसाद महाराष्ट्राच्या समाजकारणात महाराजांच्या हयातीतच नव्हे तर नंतरही पुढे अनेक वर्षे उमटत राहिले. ब्राह्मणी गोटाच्या या आरोपास ब्राह्मणेतर गोटातील 'जागृती', 'विजयी मराठा', 'राष्ट्रवीर' आदी अनेक वृत्तपत्रांनी बिनतोड जबाब देऊन त्याचे खंडन केले. स्वराज्याचा खरा अर्थ काय आणि त्या खऱ्या अर्थाने पाहू गेल्यास महाराज हे खरे 'स्वराज्योपासक' होते आणि त्यांच्यावर आरोप करणारे हेच खरे स्वराज्यद्रोही होते, असा युक्तिवाद त्यांनी केलेला आहे. 'राष्ट्रवीर'कार शामराव देसाई म्हणतात, 'शिक्षण आणि स्वाभिमान याचे संमेलन हे लोकसत्ताक स्वराज्याचे जननस्थान असे स्थूल प्रमाणाने म्हणता येईल. अर्थात शिक्षणाने आणि स्वाभिमानाने जनता संपन्न करण्याचा कोणी प्रामाणिकपणे प्रयत्न करील, तर ती जाणूननेणून कशीही असो; लोकसत्ताक स्वराज्याची उपासनाच होय, याविषयी मतभेदच उपस्थित होणार नाहीत, तेव्हा जनता सुशिक्षित आणि स्वाभिमानी होण्याकरिता राजर्षींचे काही विशेष प्रयत्न झाले असतील, तर 'स्वराज्य हा माझा जन्मसिद्ध हक्क आहे', अशा आक्रोशानेच देशभक्तीचे निशाण फडकविणाऱ्यांपेक्षाही ते अस्सल व स्वराज्योपासक होते, ही गोष्ट सज्जन समाजाला अवश्यमेव कबूल करावी लागेल... अशा स्थितीत महाराज लोकशाहीचे पुरस्कर्ते नव्हते असेच म्हणावयाचे असेल, तर अस्पृश्यतेचे संरक्षण करणारे अर्थात जातिभेद राखू इच्छिणारे, सक्तीच्या शिक्षणास विरोध करणारे, कायदे मंडळात जाऊन मराठ्यांना काय नांगर हाकावयाचे आहेत, वाण्यांना काय तागडी धरावयाची आहे, अशी वल्गना करणारे; राजकीय, सामाजिक व धार्मिक सत्तेचे केंद्रस्थान ब्राह्मणांच्याच हाती राहिले

पाहिजे म्हणून सार्वजनिक सोंगाखाली खटपट करणारे; पण 'स्वराज्य हा माझा जन्मसिद्ध हक्क आहे,' अशी वल्गना करणारे लोक लोकशाहीचे पुरस्कर्ते ठरतील काय?'[५]

शाहूचरित्रकार अण्णासाहेब लठ्ठे, धनंजय कीर प्रभृतींनीही हाच विचार उचलून धरला आहे. या प्रकरणावर आपला अभिप्राय देताना कीर यांनी म्हटले आहे, 'जर महाराष्ट्रातील ९५ टक्के लोकांच्या हिताच्या दृष्टीने या प्रश्नाचा विचार केला, तर शाहू महाराज हे जनताद्रोही वा स्वराज्यद्रोही नसून, गेली ४० वर्षे सामाजिक आणि धार्मिक सुधारणांस कडाडून विरोध करणाऱ्या आणि मागास व दलित वर्गाच्या उन्नतीला विरोध करणाऱ्या 'केसरी'लाच ते वर्णन अधिक शोभले असते.'[६]

उपरोक्त विवेचनावरून असे लक्षात येते की, 'स्वराज्य' या संकल्पनेचा अन्वयार्थ लावताना ब्राह्मण राष्ट्रवादी व ब्राह्मणेतर समाजातील विचारवंत यांच्यात मतभेद होता. 'स्वराज्य' म्हणजे केवळ राजकीय हक्क असा संकुचित अर्थ ब्राह्मण राष्ट्रवादी लावत होते; तर 'स्वराज्या'त राजकीय हक्कांबरोबर सामाजिक हक्कांचीही प्राप्ती झाली पाहिजे, नव्हे स्वराज्याच्या हक्कांच्या प्राप्तीपूर्वी सामाजिक हक्क प्राप्त झाले पाहिजेत, अशी मागणी ब्राह्मणेतर करीत होते.

शाहू महाराजांनी आपल्या भाषणांतून अनेक ठिकाणी 'स्वराज्य' या विषयावर आपले परखड विचार व्यक्त केले आहेत. त्यांच्या मते प्रथम स्वराज्याचे हक्क उपभोगण्याची लायकी बहुजन समाजाच्या ठिकाणी उत्पन्न झाली पाहिजे; त्यासाठी समाजातील जातिभेद नष्ट होऊन कनिष्ठ जातींचा दर्जा उंचावला पाहिजे, तसेच त्यांना किमान प्राथमिक शिक्षण तरी मिळावयास हवे. खामगावच्या १९१७ च्या परिषदेत महाराजांनी म्हटले होते, 'स्वराज्य हवे अशी ओरड चोहोकडे ऐकू येत आहे. आम्ही स्वराज्यास पात्र आहोत किंवा नाही, हाच एक अत्यंत महत्त्वाचा प्रश्न आहे. आम्हाला स्वराज्य पाहिजे आहेच (पण)... जोपर्यंत आमच्यात जातिजातींतील मतभेद आणि मत्सर जिवंत आहेत, तोपर्यंत आम्ही आपापसात झगडत राहणार आणि आमच्या हितवृद्धीस अपाय करून घेणार. आमच्यातील अंतःस्थ कलह नाहीसे करण्यास आणि आम्हाला स्वराज्यास पात्र करून घेण्याकरिता ही अनर्थकारक जातीपद्धती झुगारून देणे आम्हाला अत्यंत आवश्यक आहे.'[७]

शाहू महाराजांच्या अशा प्रकारच्या उद्गारांचा त्यांच्या विरोधकांकडून

अनेकदा चुकीचा अर्थ लावून ते आपल्या प्रजेस स्वराज्याचे हक्क देण्याच्या विरुद्ध आहेत, अशी हाकाटी केली जात असे. अशा आरोपांचा समाचार घेताना महाराजांनी १९२० मधील आपल्या भाषणात 'स्वराज्या'विषयी आपली भूमिका स्पष्ट मांडली आहे. ते म्हणतात, 'काही वर्तमानपत्रकारांचा माझ्यावर असा आरोप आहे की, मी माझ्या लोकांस स्वराज्य देण्यास बिलकूल कबूल नाही. हा आरोप अगदी खोटा असून, तो माझ्याविषयी गैरसमज निर्माण व्हावा म्हणून, माझ्या म्हणण्याचा विपर्यास करून मुद्दाम करण्यात येत आहे. याबद्दल मला फार दिलगिरी वाटते. ज्या भाषणासंबंधाने हा आरोप करण्यात येतो, ते भाषण करताना मी म्हणालो होतो : 'बहुजन समाजाचा शिक्षणाच्या बाबतीतला दर्जा वाढून, तो अंशतः तरी वरिष्ठ वर्गांच्या बरोबरीने आल्याशिवाय सुधारणेच्या दिशेने माझ्या संस्थानच्या राज्यकारभारात लोकांना हक्क देण्याविषयीचा बदल करण्यास मी धजणार नाही' यावरून माझ्या म्हणण्याचा मुद्दाम कसा विपर्यास करण्यात आला हे ध्यानी येईलच. मतदारसंघांस आपले हक्क समजून त्यांचा उपयोग करून घेण्याची पात्रता थोड्याबहुत अंशाने तरी त्यांच्या अंगी येण्यापूर्वी आणि लहानसहान जातींसदेखील विद्येची गोडी लागण्यापूर्वी स्वराज्य देणे मला सुरक्षित वाटत नाही. शेकडा ७०/८० लोकांची तयारी नसतानाही असे अधिकार लोकांस दिले गेल्यास ते अल्पसंख्याकांच्या हातात पडतात आणि जातिभेदाने जखडलेल्या आमच्या देशात ते एकाच जातीच्या हाती जाऊन स्वार्थबुद्धीने त्यांना इतरांचे भयंकर नुकसान करण्यास संधी मिळते. आर्य व अनार्य यांचा मागील इतिहास, त्याचप्रमाणे पेशवाईचा अलीकडील इतिहास माझ्या या म्हणण्यास भक्कम पुरावे देतील. स्वार्थाची साधने हाती आली म्हणजे चांगले लोकही वाईट आणि जुलमी होतात. मग ज्यांनी आज पिढ्यान्‌पिढ्या इतरांस गुलामगिरीत खितपत ठेवले आहे आणि ज्यांची उघडउघड तसेच वागण्याची इच्छा दिसत आहे; त्यांच्या हाती सर्व सत्ता जाऊ नये, याविषयी खबरदारी घेण्याची केवढी आवश्यकता आहे हे सांगावयास पाहिजे असे नाही.'[८]

याच भाषणात शाहू महाराजांनी आपल्या प्रजेस स्वराज्याचे हक्क देण्याचा मानस प्रकट केला आहे. ते म्हणतात, 'माझ्या रयतेमध्ये प्राथमिक आणि उच्च शिक्षणाचा प्रसार करण्याची माझी इतकी जोराने खटपट चालली आहे; यावरून शक्य तितक्या लवकर रयतेस स्वराज्य देण्याचे

माझे धोरण आहे, हे आपल्या ध्यानी येईलच. माझी सर्व प्रजा मराठी तिसरी इयत्ता तरी शिकून तयार झाली असती, तर त्यांना आनंदाने राज्यकारभाराचे हक्क देऊन मी आजच विश्रांती घेतली असती. आज पिढ्यान्‌पिढ्या जी रक्कम माझे पूर्वज व मी खासगी खर्चाकरिता घेत आहोत, तितकीच रक्कम माझ्या प्रजेला विनंती करून त्यांच्याकडून घेऊन बाकीच्या उत्पन्नाची व्यवस्था माझ्या प्रजेच्या प्रतिनिधींनी प्रजेच्या सुखाच्या व उन्नतीच्या प्रीत्यर्थ खर्च करावी, असे मी ठरवणार आहे... आज राज्यकारभाराचे सर्व काम मलाच करावे लागत आहे. प्रजेवर फक्त कर देण्याची जबाबदारी आहे. पुढे कर देणे आणि योग्य तो खर्च करणे ही जबाबदारी रयतेवर पडेल; पण माझी प्रजा ही जबाबदारी घेण्याअगोदर पूर्णपणे नसली तरी अंशतः तरी पात्र झाली पाहिजे. म्हणजे रयतेतील थोडासा भाग पूर्ण सुशिक्षित होण्यापेक्षा सर्व रयतेला प्राथमिक शिक्षणाचा थोडातरी अंश मिळाला पाहिजे, असे माझे मत आहे. रयतेतील मोठा भाग अडाणी राहिला, थोडेसे लोक विद्याचार संपन्न झाले आणि प्रजेस अधिकार दिले तर ते या थोड्या लोकांच्या हाती पडणार आणि एक 'स्वदेशी ब्युरॉक्रसी' तयार होणार. या 'सुशिक्षित ब्युरॉक्रसी'चा कारभार आमच्या ओळखीचा आहे.'[९]

महाराजांनी यापुढे जाऊन म्हटले आहे : 'आधी राजकीय सुधारणा की आधी सामाजिक सुधारणा' हा वाद समंजसपणाचा नाही. या सुधारणा स्वतंत्र नाहीत. एकात एक गुंतलेल्या आहेत. जणू काय या दोन सुधारणा राष्ट्रोन्नतीच्या गाड्याची दोन चाकेच आहेत! एकच चाक लावून गाडा सुरक्षित नेणे शहाणपणाचे होईल काय? या गोष्टी विचाराने सिद्ध आहेत. पाश्चात्त्य देशांचा अनुभवही हेच सांगतो. राजकीय सुधारणा अगोदर पाहिजेत, सामाजिक सुधारणेची तूर्त जरुरी नाही, असे प्रतिपादन ऐकू येते, तेव्हा तेथेच कांहीतरी पाणी मुरत आहे, असे समजावे. हे बोलणे कपटी काव्याचे असते. वास्तविक पाहता इंग्रज सरकारने प्रजेत शिक्षणाचा सार्वत्रिक प्रसार करण्याचे काम आपल्या प्रत्यक्ष नजरेखाली घेऊन ते योग्य प्रकारे फैलावल्यावर मग स्वराज्याचे हक्क रयतेच्या स्वाधीन करणे हेच योग्य आहे.'[१०]

इंग्रजांनी हिंदुस्थानात शिक्षणाची द्वारे खुली केली; 'राम-कृष्णाच्या काळातही' जी 'विद्यामृतपानाची संधी' मिळाली नव्हती, ती उपलब्ध केली

गेली; पण याचा फायदा कोणाला झाला? असेच स्वराज्याच्या हक्कांविषयी घडणार असल्याची भीती शाहू महाराजांना वाटत होती. ते म्हणतात, 'विद्यामृतपानाची मोकळीक सर्वांस झाली तरी त्या पोथ्या बहुतांशी ब्राह्मणांच्या ताब्यात राहिल्याने हे अमृत ब्राह्मणेतरांपैकी फारच थोड्यांस मिळाले. बहुतेक ब्राह्मणांचाच जास्त फायदा झाला. यामुळे आता स्वराज्याच्या हक्काची मागणी करताना त्यांचीच ओरड जास्त आहे आणि स्वराज्याचे जे अधिकार मिळतील ते सर्व आपल्या ताब्यात राहावेत, अशी त्यांची खटपट आहे. हे अधिकार त्यांच्या एकट्याच्या पदरात पडू नयेत, इतर जातींसही त्यात हिस्सा मिळावा, असे प्रतिपादन करणारे लोक त्यांस देशद्रोही, देशबुडवे दिसतात. जातवार प्रतिनिधींचा हक्क मागणाऱ्यांना अशा शेलक्या शिव्या व शाप देण्यात येत आहेत.'[११]

शाहू महाराजांची जातवार मतदारसंघाची मागणी

स्वराज्याच्या हक्कांपूर्वी आम्हास प्राथमिक शिक्षणाचे हक्क द्या, असा शाहू महाराजांचा आग्रह असला तरी देशातील स्वराज्याच्या चळवळीचे वारे वेगळ्या दिशेने वेगाने वाहत होते. होमरूल चळवळीच्या रेट्याने, काँग्रेस-लीग युतीच्या शक्तिप्रदर्शनाने आणि बदललेल्या आंतरराष्ट्रीय परिस्थितीने हिंदुस्थानातील लोकांना स्वराज्याचे काही भरीव हक्क देण्याशिवाय इंग्रज राज्यकर्त्यांसमोर पर्याय नव्हता. शाहू महाराजांना या वस्तुस्थितीची जाणीव नव्हती असे नाही; पण ते आपली भूमिका अशासाठी ठासून मांडत होते की, येऊ घातलेल्या स्वराज्याच्या हक्कांत संख्येने बहुसंख्य असलेल्या ब्राह्मणेतर व अस्पृश्य समाजास वाटणी मिळाली नाही तर मिळणारे हक्क वरिष्ठ ब्राह्मण वर्गाच्याच घशात जातील, याची जाणीव राज्यकर्त्यांना व्हावी आणि म्हणूनच त्यांनी ब्राह्मणेतर चळवळीची उभारणी हाती घेतली होती; पण या मागणीस व त्यासाठी उदयास आलेल्या चळवळीस ब्राह्मण राष्ट्रवाद्यांचा कडवा विरोध होता. त्यांना ही मागणी जातीय व ब्राह्मणांविषयी वाटणाऱ्या हेव्यापोटी केली जात आहे, असे वाटत होते.

त्यास उत्तर देताना महाराजांनी म्हटले आहे, 'अलीकडचे काही राजकारणी ब्राह्मण म्हणतात की, ब्राह्मणच आजपर्यंत पुढारीपणा घेत आले व आताही घेत आहेत. म्हणून त्यांचा हेवा वाटून त्यांचे पाय मागे ओढण्याकरिता

जातवार प्रतिनिधीसारख्या मागण्या केल्या जात आहेत; पण खरी स्थिती तशी नाही. आमची ब्राह्मणबंधूंस हीच विनंती आहे की, आपण या कामी फार पुढे गेलेले आहात. आपणास धावण्याची शक्ती आहे. आम्ही आता कोठे रांगत आहोत. थोडे थोडे पडतझडत उभे राहण्याचा प्रयत्न करीत आहोत. आमचे श्रम वाचविण्याकरिता आमच्यावरील प्रेमामुळे आपण आम्हास उचलून नेण्यास तयार आहात; पण आपल्या प्रेमाचा व कळकळीचा परिणाम आमच्या नुकसानीचा होईल. आपण आम्हाला रांगू दिले नाही, तर आम्ही कायमचे पंगू होऊ. याकरिता आपण आमच्या रांगण्याचे व उभे राहण्याचे कौतुक करा आणि उत्तेजन द्या; प्रतिबंध करू नका. आमची धडपड आमच्या अंगी शक्ती येण्यासाठी आहे. आपल्या द्वेषामुळे आम्ही ती करितो ही आपली समजूत चुकीची आहे, असे आम्ही आमचे पुढारी म्हणविणाऱ्यास नम्रपणे सांगतो.'[१२]

'स्वराज्य' या संकल्पनेप्रमाणेच 'जातवार प्रतिनिधित्व' या संकल्पनेचाही विचार शाहू महाराजांनी व्यापक अर्थाने पुढे मांडला आहे. जातवार प्रतिनिधित्व म्हणजे मागासलेल्या जातींना कायदे मंडळात मिळणारे प्रतिनिधित्व एवढाच अर्थ नाही, असे विशद करताना महाराजांनी म्हटले आहे, 'सर्व जातींचे लोक पुढे येऊन सामाजिक, औद्योगिक, शिक्षणविषयक, सरकारी नोकरी वगैरे सर्व बाबतींत आपापली जबाबदारी पुरी पाडण्याचे सामर्थ्य त्यांस येणे याला मी 'जातवार प्रतिनिधित्व' (Communal Representation) म्हणतो. अशा प्रकारे मागे पडलेल्यांना पुढे येण्यास उत्तेजन देणे हे माझे कर्तव्य आहे, असे मी मानतो. जनतेला त्याप्रमाणे हीन स्थितीतील लोकांस वर काढण्यास मी हातभार लावीत असतो. वयात आलेल्या आणि आपले हितअहित कळणाऱ्या मुलांकडे लक्ष देण्याची आई-बापास जरुरी नसते; पण जी अज्ञान आहेत, ज्यांना चालता येत नाही, ज्यांना धड उभेही राहता येत नाही; त्यांची काळजी आई-बापास जास्त घ्यावी लागते. कोणास हाताचा आधार द्यावा लागतो तर कोणास उचलूनही घ्यावे लागते. असे करणारे आई-बाप योग्य तऱ्हेने आपले कर्तव्य बजावतात असे होते. सर्व मुलांस सारखे वागवीत नसल्याने ते मुला-मुलांत पक्षपात करतात, असा त्यांच्यावर आरोप करणे हे अधमपणाचे होईल. हेच तत्त्व लक्षात घेऊन मी अगदी निकृष्ट स्थितीत असलेल्या जातींस जास्त उत्तेजन देत आहे.'[१३]

महाराजांचे हे विचार वाचले की, त्यांच्या ब्राह्मणेतर चळवळीस आणि त्या चळवळीस जातवार मतदारसंघाच्या मागणीस एक उदात्त सामाजिक न्यायाची पार्श्वभूमी प्राप्त झाल्याशिवाय राहत नाही.

२५

इंग्रजांशी तथाकथित राजनिष्ठा

इंग्रज साम्राज्यवाद्यांची राजनीती

१९ व्या शतकाच्या उत्तरार्धात इंग्रजांची साम्राज्यवादी अधिसत्ता आसेतुहिमाचल स्थापन झाली होती. लॉर्ड डलहौसीच्या कारकिर्दीपर्यंत इंग्रजांनी हिंदुस्थान जिंकण्याचे कार्य पुरे केले होते. काही राज्ये त्यांनी जिंकून बरखास्त केली, तर काही राज्ये त्यांना मांडलिक बनवून पूर्णपणे आपल्या अधिसत्तेखाली आणली. ही मांडलिक झालेली राज्येही काही ना काही निमित्त पुढे करून त्यांनी गिळंकृत करण्याचा सपाटा लावला होता; पण दरम्यान, १८५७ च्या उठावाने इंग्रजांच्या या नंग्या साम्राज्यवादी धोरणास पायबंद बसला आणि पुढच्या वर्षी 'राणीच्या जाहीरनाम्या'ने इंग्रज साम्राज्यवादाच्या तडाख्यातून वाचलेल्या हिंदी संस्थानांना अभय दिले गेले. त्यांच्याशी झालेले इंग्रजी साम्राज्यसत्तेचे करारमदार सचोटीने पाळले जातील, असेही अभिवचन राणीच्या मुखातून देण्यात आले. आता येथून पुढे संस्थानांची बरखास्ती होणार नव्हती; पण कायदा व सुव्यवस्था यांचे निमित्त करून कोणाही संस्थानिकास पदच्युत करण्याचा अधिसत्तेचा अधिकार मात्र संस्थानिकांच्या डोक्यावर 'टांगती तलवार' म्हणून अस्तित्वात होता. या अधिकाऱ्याच्या अस्त्राचा वापरही अधूनमधून बडोद्यासारख्या मातब्बर संस्थानाच्या संदर्भात इंग्रजांनी केलेला होता; त्यामुळे हिंदी स्थानिक आपल्या सत्तेच्या मर्यादा आणि इंग्रजी साम्राज्यसत्तेचे सामर्थ्य समजून होते. त्यांना अंतर्गत राज्यकारभार करण्याचे स्वातंत्र्य दिले गेले असले तरी हे स्वातंत्र्य त्यांनी इंग्रजांच्या 'मार्गदर्शना'खाली उपभोगावयाचे होते, कारण कोणत्याही संस्थानातील 'कायदा व सुव्यवस्था' या यंत्रणेची राजनैतिक

जबाबदारी अधिसत्ता म्हणून आपणावर आहे, असे इंग्रज मानत होते.

सारांश, इंग्रजांनी आखून दिलेल्या सत्तेच्या रिंगणात संस्थानिकांनी आपला कारभार करायचा होता. इंग्लंडच्या राजसिंहासनाशी अविचल निष्ठा ही त्याची मूलभूत कसोटी मानली जात होती. कोल्हापूर संस्थान आणि त्या संस्थानाचे अधिपती शाहू महाराज या उपरोक्त परिस्थितीस अपवाद नव्हते. त्यांच्याही सत्तेचे रिंगण इंग्रजांनी त्यांना आखून दिले होते; एवढेच नव्हे तर अन्य संस्थानिकांपेक्षा त्यांच्यावर इंग्रज अधिक बारीक व जागती नजर ठेवून होते, कारण हिंदुस्थानातील इतर संस्थानिकांप्रमाणे शाहू महाराज ख्याली-खुशालीत आणि चैनविलासात आयुष्य घालविणारे संस्थानिक नव्हते. त्यांनी आपल्या संस्थानातीलच नव्हे, तर देशातील दलित-पतितांना, अज्ञ बहुजन समाजाला जागृत करण्याचे कार्य हे देशसेवेचे व्रत म्हणून अंगीकारले होते. स्वतःला लोकशाहीचे आणि मानवी स्वातंत्र्याचे भोक्ते म्हणून घोषित करणारे इंग्रज राज्यकर्ते महाराजांच्या या देशसेवेच्या व्रतास उघडपणे विरोध करू शकत नव्हते; पण त्याच बरोबर अज्ञ बहुजन समाजाच्या जागृतीमध्ये हिंदुस्थानातील इंग्रजी साम्राज्य सत्तेस अंती शह बसण्याचा धोका दडलेला आहे, ही वस्तुस्थिती ते नजरेआड करू शकत नव्हते.

राजकीय स्वातंत्र्यासाठी संघर्ष करणाऱ्या लो. टिळकांचा लढा आणि सामाजिक स्वातंत्र्यासाठी संघर्ष करणाऱ्या शाहू महाराजांचा लढा असे दोन्ही लढे हिंदी लोकांना पूर्ण स्वातंत्र्याकडे नेणारे होते. हिंदी लोकांच्या दुर्दैवाने व इंग्रजांच्या सुदैवाने या दोन्ही लढ्यांमध्ये समन्वय आणि सौहार्द नव्हते. याचे प्रमुख कारण राजकीय स्वातंत्र्याचा लढा इंग्रजांविरुद्ध होता, तर सामाजिक स्वातंत्र्याचा लढा हा राजकीय स्वातंत्र्याचा लढा चालविणाऱ्या राष्ट्रवाद्यांविरुद्ध, सनातनी परंपरावाद्यांविरुद्ध होता. राजकीय स्वातंत्र्याचा आग्रह धरणारे राष्ट्रवादी (ज्यात बहुसंख्य ब्राह्मण होते.) आपल्याच बांधवांना सामाजिक स्वातंत्र्याचे हक्क द्यायला राजी नव्हते आणि जे आपल्याच देशबांधवांना सामाजिक स्वातंत्र्याचे हक्क द्यायला तयार होत नाहीत, त्यांना इंग्रजांकडून राजकीय स्वातंत्र्याचे हक्क मागण्याचा कोणता नैतिक हक्क आहे, असा सामाजिक स्वातंत्र्याच्या लढ्याचे नेतृत्व करणाऱ्यांचा सवाल होता. हा सवाल राष्ट्रवाद्यांना जसा अडचणीत आणणारा होता, तसा इंग्रज राज्यकर्त्यांना 'फोडा आणि झोडा' या नीतीचा अवलंब करण्यास

फायद्याचा ठरत होता. इंग्रजांनी 'सत्यशोधक' अथवा 'ब्राह्मणेतर' चळवळीस दाखविलेली सहानुभूती किंवा प्रसंगविशेषी केलेले साह्य हा त्यांच्या उदार नीतीचा भाग नव्हता, तर तो त्यांच्या कुटिल राजनीतीचा एक डावपेच होता. इंग्रज राज्यकर्ते, ब्राह्मण राष्ट्रवादी आणि बहुजनवादी समाजसुधारक यांचा मिळून जो एक त्रिकोण निर्माण झाला, त्यातील प्रत्येक बिंदू दुसऱ्याची राजनीती उमजून होता; एवढेच नव्हे तर, प्रसंगी एकाचा पाडाव करण्यासाठी दुसऱ्याचे साह्य घेत होता.

या सर्व पार्श्वभूमीवर शाहू महाराज व इंग्रज सरकार यांच्यातील संबंधांचा अभ्यास करायला हवा. शाहू महाराज राज्यासनारूढ होण्यापूर्वी सुमारे अर्धशतकभर अल्पवयीन छत्रपतींच्या राजवटी होऊन गेल्यामुळे इंग्रज साम्राज्यवाद्यांनी कोल्हापूर संस्थानाभोवतालचे आपले पाश जेवढे आवळता येतील तेवढे आवळले होते. हे पाश ढिले करून आपल्या संस्थानचा कारभार शक्य तेवढा स्वतंत्र करण्याचा महाराजांचा प्रयत्न चालू होता. तशातच 'कर्नल रेच्या विषप्रयोगा'च्या प्रकरणांसारखी संकटे त्यांच्यासमोर जेव्हा उभी राहत, त्या वेळी त्यांची अवस्था खूप नाजूक बनत असे. तोफखाने यांनी आपल्या आत्मवृत्तात या संदर्भात जी एक आठवण सांगितली आहे, तिचा उल्लेख मागे येऊन गेलाच आहे. कर्नल रे प्रकरणाच्या वेळी आपण कसे संकटात सापडलो होतो, याविषयी आपले मन उघडे करताना महाराजांनी म्हटले होते की, 'विषप्रयोगाच्या आरोपात आपल्याला गोवण्याची ब्रिटिश गव्हर्नमेंटची इच्छा होती. त्यात त्यांना यश येते, तर आपल्याला कोणत्याही अंधार कोठडीत घालून, मारून टाकता आले असते आणि कोल्हापूरच्या राजघराण्याला नालायक ठरवून संस्थानही खालसा करून टाकता आले असत... (तथापि) गव्हर्नमेंटच्या हातात मला नेस्तनाबूत करता येईल असे कसलेही हत्यार पडू न देण्याविषयी मी अत्यंत सावध होतो.'[१]

तथाकथित राजनिष्ठा व तथाकथित राजद्रोह

अशा परिस्थितीत इंग्रज राज्यकर्त्यांची मर्जी राखून संस्थानचा कारभार करणे म्हणजे तारेवरची कसरत होती. ही कसरत करत असताना वारंवार इंग्रज सरकारविषयी राजनिष्ठा व्यक्त करणे हा त्यांच्या राजनैतिक कर्तव्याचा एक भाग होता आणि म्हणून शाहू महाराज वरिष्ठ इंग्रज अधिकाऱ्यांच्या

भेटीगाठीत, त्यांच्याशी झालेल्या पत्रव्यवहारांत तसेच सार्वजनिक सभांत आपली राजनिष्ठा स्पष्ट शब्दांत व्यक्त करताना दिसतात. महाराज ज्या परिस्थितीत उभे होते, तिच्या पार्श्वभूमीचा विचार न करता केवळ त्यांच्या राजनिष्ठेच्या प्रकटीकरणाकडे वरवर पाहणाऱ्या एखाद्या अभ्यासकास त्यात त्यांचा इंग्रजधार्जिणेपणा सहज दिसू शकेल; पण त्या परिस्थितीचे ते अचूक मूल्यमापन होणार नाही, कारण मग असा इंग्रजधार्जिणेपणाचा आरोप या काळातील काँग्रेसचे पितामह दादाभाई नौरोजी, न्या. रानडे, लो. टिळक, म. गांधी प्रभृतींवरही करता येईल; कारण राजकीय हक्कांची चळवळ चालवत असताना ही सर्वच मंडळी आपण 'राजनिष्ठ' आहोत, असे उघडपणे म्हणत होती आणि त्यांनी तसे म्हणणे व तसे म्हणत असतानाच राष्ट्रीय स्वातंत्र्याची चळवळ चालविणे ही त्या काळाची गरजच होती. या संदर्भात लो.टिळकांनी १९१४ मध्ये महायुद्धाच्या प्रारंभी इंग्रजांना साह्य करण्यासंबंधी आपली राजनिष्ठा प्रकट करणारा जो जाहीरनामा काढलेला होता तो पाहण्यासारखा आहे. एक सशस्त्र क्रांतिकारक सोडल्यास त्या काळात देशातील कोणत्याही पक्षाचा नेता आपण 'राजनिष्ठ' नाही, असे म्हणू शकत नव्हता, कारण राजनिष्ठा नसणे हा त्या वेळी 'राजद्रोह' समजला जात होता आणि अशा 'राजद्रोह्या'स उघडपणे कोणतीही राजकीय अथवा सामाजिक चळवळ चालविणे केवळ अशक्य होते.

लो. टिळकांवर इंग्रज सरकारने त्यांच्या 'केसरी'तील राज्यकर्त्यांवर प्रक्षोभक टीका करणाऱ्या लिखाणाच्या आधारावर 'राजद्रोहा'चा आरोप अनेकदा केला आणि त्यांना कारावासाच्या शिक्षाही केल्या. तथापि, राज्यकर्त्यांच्या अन्यायी व जुलमी कृत्यांवर टीका करणे म्हणजे राजद्रोह नव्हे, असा लोकमान्यांच्या प्रतिवाद होता. ते म्हणतात, 'लोकांच्या तक्रारी अगर दुःखे सरकारच्या नजरेस आणणे व सरकारच्या चुका लोकांस समजावून देऊन त्यास कायदेशीर रीतीने दाद मागावयास सांगणे, यात कोणत्याही प्रकारचा राजद्रोह नाही. मग त्या गोष्टी अधिकारी वर्गास रुचोत वा न रुचोत' इतकेच नव्हे तर, 'ज्या काही अन्यायाच्या गोष्टी आहेत, त्या लोकांस नीट समजावून देऊन त्याबद्दल लोकमत जागृत करणे व त्यास कायदेशीर दाद मागण्यास सांगणे हे प्रत्येक वर्तमानपत्रकाराचे कर्तव्य आहे. यात राज्यास अपाय होण्यासारखे काहीही नाही; इतकेच नव्हे, तर उलट हे अन्याय दूर झाल्याने लोक अधिक संतुष्ट राहून राज्यास बळकटी

येण्याचा संभव आहे. असे लेख लिहिणाऱ्यास राजद्रोही म्हणणे म्हणजे अमूक घरात अमूक एक दुरुस्ती केली पाहिजे, असे म्हणणाऱ्यावर घरास आग लावण्याचा प्रयत्न करण्याचा आरोप करण्यासारखे आहे.'[२]

लोकमान्यांचा युक्तिवाद बिनतोड होता; पण इंग्रजांच्या 'सत्तेपुढे शहाणपण' चालत नव्हते.

उपरोक्त जाहीरनाम्यात लो. टिळकांनी म्हटले होते की, आपले प्रयत्न इंग्रजी राज्य बुडविण्याचे नाहीत; तसेच दहतशवाद्यांची अत्याचारी कृत्ये आपल्या स्वभावाला प्रतिकूल असून ती 'दोषार्ह'ही आहेत. महायुद्धात हिंदी लोकांनी इंग्रज सरकारास शक्य असेल तेवढी मदत करून पाठबळ देणे हे त्यांचे कर्तव्य आहे' असे मत प्रतिपादन करून लोकमान्य शेवटी म्हणतात, 'यावरून सरकारविषयीची आमची राजनिष्ठा व त्यास मदत करण्याविषयीची आमची बुद्धी ही नैसर्गिक व अढळ आहे आणि अशा प्रसंगी आमची कर्तव्ये व जबाबदारी आम्ही राजनिष्ठेपणे पाळत असतो असेच सिद्ध होते.'[३] लोकमान्यांच्या या उद्‌गारावरून ते इंग्रजी राजवटीशी एकनिष्ठ होते, असा निष्कर्ष काढणे पूर्णपणे अनैतिहासिक ठरेल. लोकमान्यांचे इंग्रजांविषयीच्या राजनिष्ठेचे हे प्रकटीकरण म्हणजे प्राप्त परिस्थितीत त्यांनी स्वीकारलेल्या राजकीय क्षेत्रातील डावपेचांचा अथवा मुत्सद्देगिरीचा एक भाग होता, असेच मानले पाहिजे. पुढे लवकरच त्यांनी इंग्रजांशी सहकार्य करण्याची आपली भूमिका बदलून संघर्षाचा पवित्रा घेतला, हा इतिहास सर्वज्ञातच आहे; पण असा संघर्ष करीत असतानाही त्यांनी ही आपली तथाकथित राजनिष्ठा आपल्या मार्गात आड येऊ दिली नाही.

महायुद्धाच्या प्रारंभीच्या काळात म. गांधींनीही इंग्रज साम्राज्याच्या संरक्षणाच्या कार्यात हिंदी जनतेने सहकार्य करावे अशी भूमिका घेतली होती, हे लक्षात घेतले पाहिजे. 'स्वराज्य मिळविण्याचा सर्वांत सोपा व सरळ मार्ग म्हणजे ब्रिटिश साम्राज्याचे संरक्षण करण्यात भाग घेणे होय.'[४] असे मत त्यांनी नोंदविलेले आहे.

खरे तर इंग्लंडच्या राजसिंहासनाशी हिंदी पुढारी व्यक्त करीत असलेली 'राजनिष्ठा' ही निखळ स्वरूपाची होती, असे म्हणता येणार नाही. मग ती राजनिष्ठा न्या. रानडे यांनी व्यक्त केलेली असो, लो. टिळकांनी व्यक्त केलेली असो अथवा शाहू महाराजांनी व्यक्त केलेली असो; कारण कोणीही सच्चा देशभक्त आपली मातृभूमी परकीय सत्तेने लादलेल्या गुलामगिरीखाली

कायमस्वरूपी राहावी, अशी इच्छा अंतर्यामी करणार नाही. फरक एवढाच होता की, काहींना ही परकीय सत्ता आपल्या मूढ देशबांधवांना शहाणे करून सोडणारी आणि अनिश्चित काळ अस्तित्वात राहणारी ईश्वरी अथवा दैवी योजना वाटत होती; तर काहींना बहुजन समाजाच्या हक्कांचे वरिष्ठ वर्गापासून संरक्षण करण्यासाठी या योजनेची काही काळ आवश्यकता वाटत होती; तर काहींना ही योजना जेवढी लवकर संपुष्टात येऊन देशाला जेवढे लवकर स्वराज्य मिळेल, तेवढे हवे होते. प्रश्न फक्त परकीय सत्तेची योजना किती काळ चालावी याचा होता. ती चिरकाल राहावी असे कोणालाच वाटत नव्हते. ही वस्तुस्थिती समोर ठेवली तर हिंदुस्थानातील राजकीय अथवा सामाजिक क्षेत्रातील धुरिणांच्या राजनिष्ठेचा अचूक वेध घेता येईल आणि मग शाहू महाराज राजनिष्ठ होते की नव्हते, या प्रश्नाचाही शोध घेणे शक्य होईल. या विषयाची चर्चा करीत असताना डॉ. रमेश जाधव यांनी आपल्या शाहूचरित्रात महाराजांची 'ब्रिटिश राजनिष्ठा' म्हणजे एक 'नाटक' होते, असा निष्कर्ष काढला आहे.[५] तथापि, हा 'निष्कर्ष उपलब्ध पुरावा काळजीपूर्वक पाहिला तर पटण्यासारखा नाही', असे म्हणून डॉ. य. दि. फडके यांनी त्यास विरोध केलेला आहे. डॉ. फडके यांचे हे मत मुख्यतः दहशतवादी लोकांच्या, तसेच ब्राह्मण राष्ट्रवाद्यांच्या कारवायांचा बंदोबस्त करण्यासाठी महाराजांनी इंग्रज अधिकाऱ्यांशी केलेल्या आणि इंग्रज अधिकाऱ्यांनी त्यांच्याशी केलेल्या पत्रव्यवहाराच्या अभ्यासावर आधारित आहे.'[६]

केवळ पत्रव्यवहाराचाच पुरावा समोर ठेवला (आणि तो मुबलक व अधिकृतही आहे), तर डॉ. फडके यांच्या मताशी कोणीही सहमत व्हावयास फारशी हरकत असू नये. तथापि, उपरोक्त कागदपत्रांतील पुराव्यास छेद देणाऱ्या अन्य पुराव्यांकडेही दुर्लक्ष होता कामा नये, असे वाटते. उदाहरणार्थ, तोफखाने यांनी आपल्या आत्मवृत्तात सांगितलेल्या थोर क्रांतिकारक बाबू अरविंद घोषांना शाहू महाराजांनी केलेल्या साह्याच्या कथेची बोळवण केवळ 'सांगोवांगी'च्या गोष्टी म्हणून करता येणार नाही, कारण तोफखाने हे महाराजांचे निकटचे सहकारी व जिव्हाळ्याचे स्नेही होते. त्यांचे कथन आपण ग्राह्य मानले पाहिजे. स्वतः डॉ. फडके यांनीही अन्य ठिकाणी अशा प्रकारे नंतरच्या काळात लिहिल्या गेलेल्या आठवणींतील कथन ग्राह्य धरले आहे. उदाहरणार्थ, रँडच्या खून प्रकरणात लो. टिळकांनी चाफेकर

बंधूंना केलेल्या साह्याच्या संदर्भात नंतरच्या काळातील चरित्रे, आठवणी, आत्मवृत्ते आदींच्या आधारावरच रँडच्या खुनाची पूर्वकल्पना लोकमान्यांना होती आणि खुनाच्या घटनेनंतरही चाफेकर बंधूंना गुप्त आश्रय मिळावा, अशी त्यांनी व्यवस्था केली होती, असा निष्कर्ष डॉ. फडके यांनी काढल्याचे आपण मागे पाहिलेच आहे.[७]

आमचे म्हणणे एवढेच की, जो न्याय लो. टिळकांच्या संदर्भात लावला जातो, तोच शाहू महाराजांच्या संदर्भातही लावला जावा. तसा तो लावला गेला तर उपलब्ध अधिकृत पुराव्यांच्याही पलीकडे इतिहासाच्या धूसर पटलाच्या आड दडलेली राष्ट्रवादी प्रतिमा अधिक स्पष्टपणे दृग्गोचर होण्यास मदत होईल आणि मग महाराजांच्या 'राजनिष्ठे'चे स्वरूपही अधिक स्पष्ट होईल.

अनेकांना अनेक रंगांत दिसणारे शाहू महाराज

शाहू महाराजांच्या राजनिष्ठेच्या संदर्भात चर्चा करीत असताना डॉ. फडके यांनी आणखी एक मुद्दा पुढे आणला आहे. तो असा की, लो. टिळक आणि महाराज सयाजीराव गायकवाड यांनी 'आपण राजनिष्ठ असल्याचा निर्वाळा' देणारे आपल्या राजनिष्ठेचे 'सोंग' कितीही घेतले तरी त्यांच्या 'राजनिष्ठेबाबत इंग्रज राज्यकर्ते नेहमीच संशय' घेऊन त्या दोघांनाही इंग्रज राजवटीचे शत्रू मानीत. सयाजीरावांच्या संदर्भातील आपला मुद्दा अधिक स्पष्ट करण्यासाठी डॉ. फडके यांनी इंग्रजांच्या गोपनीय कागदपत्रांचा पुरावाच सादर केला आहे. या पत्रात निःसंदिग्धपणे म्हटलेले आहे की, 'हिंदुस्थानातील सर्व राजे-महाराजांमध्ये एकटे सयाजीरावच असे संस्थानिक आहेत की, राजद्रोही कृत्ये दडपण्यात त्यांनी ब्रिटिश सरकारला सहकार्य केले नाही. त्यांनी कधी राज्यनिष्ठेच्या घोषणा केल्याच, तर त्या अनिच्छेने केलेल्या असतात.' डॉ. फडके यांचे म्हणणे असे की, अशा प्रकारे शाहू महाजारांजावर आरोप करणारे एकही प्रकाशित अथवा अप्रकाशित पत्र उपलब्ध नसल्यामुळे महाराजांची राजनिष्ठा म्हणजे एक नाटक होते, असा निष्कर्ष स्वीकारणे कठीण जाईल; एवढेच नव्हे तर उपलब्ध पुराव्यांवरून इंग्रज सयाजीरावांना आपले 'वैरी' मानत होते, तर शाहू महाराजांना आपले 'प्यारे दोस्त' समजत होते, हेच स्पष्ट होते.'[८]

शाहू महाराजांनी गुप्तपणे क्रांतिकारकांच्या चळवळीस केलेल्या साह्याचे

संदर्भ यापूर्वी अनेकदा येऊन गेले आहेत. हे सर्व संदर्भ 'सांगोवांगीचे पुरावे' म्हणून बाजूला ठेवून डॉ. फडके यांनी केवळ तत्कालीन अस्सल कागदपत्रांवर, विशेषतः इंग्रजांच्या गोपनीय पत्रव्यवहारांवर भिस्त ठेवून उपरोक्त प्रतिपादन केले आहे. महाराजांनी क्रांतिकारकांना गुप्तपणे केलेल्या साह्याचे सर्वच पुरावे खोटे आहेत, असे समजले तर डॉ. फडके यांचे प्रतिपादन पूर्ण सत्य म्हणून स्वीकारण्यात कोणतीच हरकत नाही; एवढेच नव्हे, तर महाराजांचे व्यक्तिमत्त्व सरळसोट, एकरंगी व अंतर्बाह्य एकच असते तर आम्हीही ते स्वीकारले असते; पण वस्तुस्थिती तशी नाही. ज्यांना महाराजांचा निकटचा सहवास लाभला, ज्यांना त्यांच्याशी समाजकारणापासून राजकारणापर्यंतच्या अनेक विषयांवर चर्चा करण्याची संधी मिळाली, अशा वा. द. तोफखाने, प्रबोधनकार ठाकरे, महर्षी विठ्ठल रामजी शिंदे आदी तत्कालीन व्यक्तींच्या ज्या साक्षी आहेत, त्या महाराजांच्या व्यक्तिमत्त्वाचे एक आगळेवेगळे दर्शन घडवितात.

प्रबोधनकारांनी म्हटले आहे, 'श्रीमन्महाराज शाहू छत्रपती हे एक असे अद्वितीय पुरुषश्रेष्ठ होते की, ते अनेकांना अनेक रंगांत दिसत असत. नानाविध लोक त्यांना नानाविध दृष्टींनी पाहत असत आणि ते त्यांना तसे दिसत असत. नव्हे, आम्ही स्पष्टच म्हणतो की, ते खरोखरच नानारंगी महापुरुष होते. चित्पावनांना ते वैऱ्याप्रमाणे दिसत. देशस्थांना धार्मिक क्षेत्रातील बंडाखोरांप्रमाणे भासत. मुंबई व हिंदुस्थान सरकारला ते 'प्यारे दोस्त' वाटत. ब्राह्मणेतरांना ते मायबाप वाटत, तर अस्पृश्यांना ते परमेश्वराचे अवतारच भासत असत.'[९] अशा प्रकारे नाना लोकांना महाराजांच्या व्यक्तिमत्त्वाची नाना रूपे भासत होती. आपले 'प्यारे दोस्त' असे त्यांचे इंग्रजांना भासलेले एक रूप असेच होते; पण त्या रूपाचा रंग खराच असेल असे नाही. शाहू महाराज हे 'अंतरंगी नाना कळा' असलेले पुरुष होते. प्रबोधनकारांच्याच शब्दांत 'एक पट्टीचे राजकारणी मुत्सद्दी' होते.[१०] राजकारणी मुत्सद्द्याचा बाहेरून दिसणारा रंग अंतर्यामी तसा असेलच असे नाही.

महर्षी शिंदे यांनीही शाहू महाराजांच्या या बहुरंगी व्यक्तिमत्त्वाचा शोध घेण्याचा प्रयत्न केला आहे. ते म्हणतात- 'शाहूराजा नुसता मराठा नव्हता, ब्राह्मणेतरही नव्हता. तो नवयुगातला सर्वांगपूर्ण राष्ट्रपुरुष होता. तो परकीयांची नांगी ओळखून होता, ही गोष्ट ज्यांनी त्यांच्याशी गुजगोष्टी

केल्या त्यांना तरी सांगणे नको. ते हाडाचे मराठा असल्याने जो गनिमी कावा त्यांच्या हाडात भिनला होता, तो आता त्यांच्या वर्तनात उघडपणे चमकू लागला. हा कावा त्यांनी पत्करला नसता, तर महाराष्ट्राच्या जनतेला जागे करून तिला तिच्या पायांवर उभी करण्याचे काम त्यांच्या हातून झाले नसते. टिळक आणि जोतिबा फुले या दोघांचेही हल्ले सामन्याचे होते. शाहू जरी आता पडद्याबाहेर पडले होते, तरी त्यांनी कधी कोणाला सामना दिला नाही; पण प्रत्येकाच्या बगलेतील हाडे त्यांना न कळत त्या राष्ट्रसेवकाने हसतहसत खिळखिळी करून टाकली. इतकी की, भटशाहीप्रमाणेच पुढे पुढे नोकरशाहीलाही हे कोल्हापुरी कोडे विचार आणि कौतुकही करावयास भाग पाडू लागले. या वर्णनावरून शाहू महाराज हा एखाद्या लेनिनच्या वळणावरचा क्रांतिकारक उत्पात होता, असे कोणी समजेल तर तेही खरे नाही. तो महाराष्ट्राच्या विकासाचा एक मोठा स्वाभाविक तरंग होता, हेच जास्त खरे.'[११]

महर्षी शिंदे यांचे हे विचार वाचल्यावर शाहू महाराजांचे इंग्रज राज्यकर्त्यांविषयी जे वर्तन घडले, ही त्यांच्या हाडात भिनलेल्या गनिमी काव्याची फलश्रुती असावी की काय, अशी शंका मनात डोकावून जाते आणि मग तत्कालीन ब्राह्मणशाहीप्रमाणेच इंग्रज राज्यकर्त्यांना पडलेले शाहू छत्रपतींचे कोडे अधिकच गुंतागुतीचे आणि गहन भासू लागते. डॉ. फडके यांना महर्षी शिंदे यांच्या उपरोक्त विधानांतील 'कोल्हापुरी कोडे' हा शब्दप्रयोग अधिक भावलेला दिसतो. हे कोडे सोडविण्याच्या संदर्भात त्यांनी काढलेले उद्‌गार सच्च्या संशोधकास शोभणारेच आहेत. ते म्हणतात, 'शाहू छत्रपती नावाच्या 'कोल्हापुरी कोड्या'चे उत्तर शोधण्याचा माझ्यासह आजवर अनेकांनी प्रयत्न केला आहे. हे कोडे सोडविल्यासारखे वाटले तरी त्याचे बिनचूक उत्तर सापडले आहे, असे कोणीही समजू नये. मात्र, कोडे सोडविताना आपल्या हातून इतरांच्या तुलनेने कमीतकमी चुका व्हाव्यात, अशी खबरदारी घेणे शक्य असते.'[१२]

प्रस्तुत लेखकाचा प्रयत्न हे कोडे सोडविण्याचाच आहे आणि त्याचा असाही दावा नाही की, या कोड्याचे बिनचूक उत्तर त्यास सापडले आहे. एवढे मात्र खरे की, डॉ. फडके यांनी म्हटल्याप्रमाणे हे कोडे सोडविताना आपल्या हातून कमीतकमी चुका होतील याकडे मात्र त्याने अवश्य लक्ष दिले आहे.

इंग्रजी राजवटीविषयी म.फुले-शाहू महाराज यांची कृतज्ञता

इंग्रजांचे राज्य म्हणजे 'ईश्वरी वरदान' आहे, अशी न्या. म. गो. रानडे, फिरोजशहा मेहता इत्यादी अनेक राष्ट्रीय नेत्यांची भावना होती. ही भावना व्यक्त करताना इंग्रजांनी या देशात प्रस्थापित केलेली शातंता व सुव्यवस्था, शिक्षण, कायदा, रेल्वे, तारायंत्रे यांसारख्या भौतिक सुधारणा, न्यायालयीन क्षेत्रातील समतेचे तत्त्व, व्यक्तिस्वातंत्र्य, उदारमतवाद, लोकशाही, राष्ट्रवाद आदी तत्त्वांची हिंदी लोकांना होणारी ओळख, अशा कितीतरी फायद्याच्या बाबी त्यांच्या समोर होत्या. आपल्या देशावर इंग्रजांनी लादलेले पारतंत्र्य त्यांना दिसत नव्हते असे नाही; पण इंग्रजांमुळेच आपल्याला उपरोक्त लाभ होत असून त्यांच्याशी 'राजनिष्ठ' राहण्यात आपले अधिक हित आहे, अशी त्यांची मनोमन भूमिका होती आणि म्हणूनच काँग्रेसच्या इतिहासाच्या पहिल्या पर्वात तिच्या वार्षिक अधिवेशनात इंग्रजांचा युनियन जॅक फडकाविला जाई, तसेच इंग्रजांचे राष्ट्रगीतही गायले जाई.'[१३]

म. जोतिराव फुले यांनीही अशाच प्रकारची 'राजनिष्ठा' आपल्या लिखाणातून अनेकवार स्पष्ट शब्दांत व्यक्त केलेली आढळते. तथापि, काँग्रेसच्या उपरोक्त नेत्यांच्या आणि म.फुले यांच्या इंग्रजी राजवटीसंबंधीच्या मूल्यमापनात फरक होता. रानडे, मेहता प्रभृतींना इंग्रज राजवटीमुळे देशबांधवांना झालेल्या उपरोक्त लाभांचे समाधान वाटत होते, तर म. फुले यांना आपल्या शुद्रातिशुद्र देशबांधवांना राजेशाही व भटशाही यांच्या जुलमांच्या कचाट्यातून या राजवटीने केलेल्या मुक्ततेमुळे समाधान वाटत होते. आपले हे समाधान अत्यंत निःसंदिग्धपणे त्यांनी 'इशारा' या ग्रंथात नमूद केले आहे. ते म्हणतात, 'अशा प्रकारे मदांध होऊन प्रजेशी क्रूर रीतीने वागणारे जे राजेलोक व त्यांच्या जातीचे यांची सत्ता सर्वशक्तिमान जो परमेवर याने हरण करून त्यांस त्यांच्या अपराधानुरूप शासन दिले आणि कनवाळू होऊन आपल्या दुःखांनी पीडित अशा शुद्रातिशुद्र प्रजेस परमन्यायी, हितावह, सौख्यकारक, सदाचारी आणि शांत असे राज्य इंग्रज सरकारच्या अमलाखाली प्राप्त करून दिले. सबब ती त्या प्रभूची फार ऋणी आहे आणि त्यास रात्रंदिवस अशी प्रार्थना करीत आहे की, 'हे प्रभो, आम्हास हे राज्य चिरकाल असू दे.' कारण हे राज्य झाल्यामुळे प्रजेस पूर्वीच्या राज्यात (भटशाहीमध्ये) जे काही द्वेषामुळे धर्मसंबंधाने,

नीतिसंबंधाने, राज्यसंबंधाने आणि दुसऱ्या अनेक गोष्टींच्या संबंधाने जुलूम होत असत, त्या सर्वांतून ती एकदाची सुटली.'[१४] याचा अर्थ म. फुले इंग्रजांचे स्तुतिपाठक बनले नव्हते. अज्ञान व दारिद्र्य यात खितपत पडलेल्या गरीब रयतेच्या हिताकडे दुर्लक्ष करणाऱ्या इंग्रज राज्यकर्त्यांनाही आपल्या लेखणीचे तडाखे द्यावयास ते मागेपुढे पाहत नव्हते, हेही लक्षात घेतले पाहिजे.[१५]

शाहू महाराजांनीही आपली इंग्रज राज्यकर्त्यांसंबंधीची 'राजनिष्ठा' व्यक्त करण्यासाठी 'ईश्वरी योजने'च्या भावनेचा पुरस्कार केलेला दिसतो. ते म्हणतात,'ईश्वरी इच्छेने हिंदुस्थानच्या कल्याणाकरिताच आम्ही 'ब्रिटिश एम्पायर'चे अवयव झालो आहोत. आमचे हितसंबंध त्यांच्याशी एकजीव झाले आहेत.'[१६] इंग्रजांनी केलेल्या उपकाराबद्दल हिंदी लोकांनी राजनिष्ठ राहिले पाहिजे, हा विचार महाराजांनीही मांडला आहे. महाराजांचा हा विचार न्या. रानडे, फिरोजशहा मेहता प्रभृतींसारख्या राष्ट्रीय नेत्यांनी आणि म. फुले यांच्यासारख्या क्रांतिकारी समाजसुधारकाने व्यक्त केलेल्या विचारांपासून फारशी फारकत घेणारा नाही. हिंदुस्थानातील तत्कालीन जागृतीची व उन्नतीची महाराजांनी जी तीन महत्त्वाची कारणे सांगितली आहेत, त्यात 'ब्रिटिश गव्हर्नमेंटचे शांततेचे राज्य' आणि 'इंग्रजी शिक्षण' ही दोन कारणे इंग्रज राजवटीशी संबंधित असणारी आहेत. इंग्रजी शिक्षणाचा हिंदी लोकांवर केवढा मोठा उपकार आहे, हे विशद करताना महाराज म्हणतात, 'इंग्रजी शिक्षणापासून भारतवासीयांना तिसरा डोळा आला आहे, हा केवढा मोठा फायदा आहे बरे? प्रथम आम्ही कोण होतो, आमची काय स्थिती होती, आता काय स्थिती आहे, पुढे आमची काय स्थिती होईल वगैरे गोष्टींचे ज्ञान होत आहे. ही मोठी आनंदाची गोष्ट आहे.''[१७]

इंग्रजी शिक्षणाचे 'विद्यामृत' ज्यांनी दिले, ते इंग्रज एक दिवस आपणास स्वातंत्र्याचेही हक्क देतील, असा आशावाद त्यांनी प्रकट केलेला दिसतो : 'ज्यांनी आम्हाला विद्यामृत पाजिले ते आम्हाला पारतंत्र्यातून - त्या बेडीतून खात्रीने मुक्त करतील. तुम्हाला जे काही पाहिजे आहे ते ज्याप्रमाणे मूल आई-बापाजवळून घेते, त्याप्रमाणे म्हणजे प्रेमाने व जोराने सरकारकडे मागा; सरकार ते खात्रीने देईल. माझी पूर्ण खात्री आहे की, प्रेमाने जसे काम होते तसे ते सक्तीने कधीही होत नसते.'[१८]

सर्व जातिधर्मांच्या लोकांना राज्यकारभारात समदृष्टीने वागविणारे इंग्रजांचे

'समानतेचे तत्त्व' हा त्यांच्या राजवटीचा हिंदी लोकांवर उपकार करणारा मोठा गुण आहे आणि त्याबद्दल सर्वांनी त्या राजवटीशी एकनिष्ठ राहिले पाहिजे, असे शाहू महाराजांनी स्पष्ट शब्दांत म्हटले आहे. 'सर्व प्रजेला सारखे हक्क आहेत. सर्वांना सारखे कायदे लागू केले पाहिजेत, त्यात जातिभेदावर कमी-अधिक शिक्षा असा अन्याय होता कामा नये, हे समानतेचे तत्त्व इंग्रजांनी राज्य कारभारात प्रथम लागू केले आणि त्यांच्या मिशनरी लोकांनी शाळा काढून अस्पृश्यांच्या मुलांस फार ममतेने वागविण्याचे उदाहरण सर्वांच्या अगोदर घालून दिले. अशा प्रकारे युरोप खंडातील हॉलंड, बेल्जियम वगैरे देश आपल्या ताब्यातील परदेशाच्या लोकांना शिक्षण वगैरे देऊन उन्नती करीत नाहीत; पण इंग्रज लोकांचे या कामी फार लक्ष असल्यामुळे ते श्रेष्ठ पदवीचे आहेत, इतकेच नव्हे तर आमचे बरेच लोक स्वराज्य नको म्हणत असताना इंग्रज लोक आपण होऊन ते आम्हास देत आहेत. हा त्यांचा केवढा थोरपणा आहे! सर्वांस समदृष्टीने पाहणारे जे इंग्लिश साम्राज्य त्यांच्याशी आम्ही फार राजनिष्ठ राहिले पाहिजे, हे सांगावयास नकोच. आमच्यावर त्यांचे फार फार उपकार आहेत.'[१९]

तथापि, इंग्रजी राजवटीबद्दल कृतज्ञता व्यक्त करणारे राजकीय अथवा सामाजिक क्षेत्रातले नेते आणि शाहू महाराज यांच्यात एक महत्त्वाचा फरक होता. तो म्हणजे त्यांच्यापैकी राजकारणी नेहमीच तर सुधारक प्रसंगोपात्त राज्यकर्त्यांच्या दोषार्ह कृत्यांवर वा धोरणावर सडकून टीका करू शकत होते. प्रसंगी सरकारचे वाभाडे काढू शकत होते; पण अशा प्रकारचे स्वातंत्र्य शाहू महाराजांना नव्हते. एवढेच नव्हे, तर महाराजांनी संस्थानाबाहेरच्या सार्वजनिक कार्यक्रमांत जाऊन भाषणे करू नयेत, असाही काही वेळा वरिष्ठ इंग्रज अधिकारी 'सल्ला' देताना दिसतात. खरे तर सामाजिकच नव्हे, तर राजकीय क्षेत्रातही आपण बहुजन चळवळीचे नेतृत्व करावे, अशी ऊर्मी त्यांच्या अंतरंगात होती. बहुजन समाजाच्या हिताचे रक्षण करण्यासाठी इंग्रज सरकारने आपणास १९२० च्या कायदे मंडळाच्या निवडणुका लढविण्याची परवानगी द्यावी, अशी त्यांची मागणी होती. सरकारने अर्थातच तिला नकार दिला.[२०] मांडलिक संस्थानिक म्हणून स्वाभाविकपणे त्यांच्यावर अशा अनेक मर्यादा होत्या. या मर्यादांनिशी त्यांनी बहुजनांच्या उद्धाराचे व्रत अंगीकारले होते.

शाहू महाराज-इंग्रज यांच्यातील संबंधांत १९२१ मध्ये ब्रिटिश युवराजाच्या हस्ते पुण्यात महाराजांनी योजिलेल्या 'मराठा युद्ध स्मारक' आणि 'शिवाजी-स्मारक' या दोन स्मारकांची पायाभरणी ही घटना महत्त्वपूर्ण होती. युवराजाची पुणे भेट महाराजांनी मोठ्या परिश्रमपूर्वक आणि मुत्सद्देगिरीने घडवून आणली. त्यासाठी अखिल महाराष्ट्रातून हजारो पाटील व रयत लोक महाराजांवरील आदरापोटी पुण्यात जमा झाले होते. त्यांच्या विराट संमेलनाने शाहू महाराजांचा त्यांच्यावर असलेला असामान्य प्रभाव जसा व्यक्त होत होता, तसेच महाराजांवरील त्यांच्या अनन्यसाधारण श्रद्धेचेही दर्शन घडत होते. या समारंभाच्या निमित्ताने ब्रिटिश युवराजाकडून मराठ्यांच्या पराक्रमी क्षात्रपरंपरेचा सन्मान तर झालाच शिवाय शिवाजी महाराज हे एक थोर राष्ट्रनिर्माता होते, असा त्यांचा जाहीर गौरवही झाला. खरे तर ब्रिटिश युवराजाने शिवाजीसारख्या थोर राष्ट्रपुरुषाला दिलेली ती एक प्रकारची जाहीर मानवंदनाच होती आणि या सर्व घटनेच्या मुळाशी कोल्हापूरच्या शाहू महाराजांची योजकता व दूरदृष्टी होती. मराठ्यांच्या छात्रतेजाला या निमित्ताने उजाळा मिळावा व त्यातून आपल्या गौरवशाली परंपरेचा अभिमान जागृत व्हावा, हा त्यांचा उद्देश होता. तो बऱ्याच अंशी सफल झाला असे म्हटल्यास चुकीचे होणार नाही.

२६

मुस्लीम समाज आणि उत्क्रमणशील धर्मविचार

शाहू महाराज 'मराठा' संस्थानिक असले तरी ते केवळ 'मराठ्यां'चे राजे नव्हते; त्यांच्या संस्थानात असलेल्या हिंदू, जैन, मुस्लीम, पारशी, ख्रिश्चन आदी सर्व जातिधर्मांच्या लोकांचे ते राजे होते. त्यांची स्वतःचीही अशीच भावना राहावी, ही त्यांची इच्छा अगदी १८९४ मध्ये ते राज्यासनारूढ झाल्यापासून व्यक्त झालेली आहे. १८९३ मध्ये मुंबईत प्रथम हिंदू-मुस्लिमांच्या जातीय दंगली झाल्या आणि त्याच्या पुढच्याच वर्षी पुण्यात गणेश उत्सवाच्या सुमारास त्याचे पडसाद उमटले. पुण्यातही दंगली होऊन उभय समाजांतील संबंध तणावग्रस्त झाले. लो. टिळकांनी हिंदूची बाजू घेतली होती. टिळकपक्षीयांवर सरकारने खटलेही भरले होते.[१]

या पार्श्वभूमीवर पुण्यात नूतन छत्रपती शाहू महाराज यांचा सत्कार सार्वजनिक सभेने घडवून आणला होता. सार्वजनिक सभेच्या वतीने गोपाळ कृष्ण गोखले यांनी महाराजांना द्यायच्या मानपत्राचे वाचन केले. या सत्काराला उत्तर देताना केलेल्या छोट्याशा भाषणात महाराजांनी पुण्यात नुकत्याच झालेल्या हिंदू-मुस्लीम दंगलीचा खास उल्लेख करून, सार्वजनिक सभेच्या कार्यकर्त्यांना त्यांनी हिंदू आणि मुस्लीम यामध्ये शांततेचा समेट घडवून आणावा' म्हणून सल्ला दिल्याची नोंद आहे.[२] याचा अर्थ हिंदू-मुस्लीम समाजाची पस्परांविषयीची सौहार्दाची भावना ही काळाची गरज असल्याची जाण महाराजांच्या ठिकाणी १८९० च्या दशकातच उत्पन्न झाली होती. ही त्यांची भावना त्यांच्या आयुष्याच्या अखेरीपर्यंत राहिली. १९२० च्या एका भाषणात त्यांनी हिंदू आणि मुस्लीम हे एकाच राष्ट्राचे भिन्नभिन्न अवयव आहेत असे म्हटले आहे.[३]

मुस्लीम समाजातील शिक्षण प्रसाराची तळमळ

तत्कालिन समाजात ब्राह्मण सोडल्यास मराठा व इतर तत्सम जाती, लिंगायत, जैन, मुस्लीम अशा सर्वच जाती शैक्षणिकदृष्ट्या मागासलेल्या होत्या आणि जोपर्यंत त्यांना शिक्षणाची गोडी लागत नाही, तोपर्यंत त्या मागासलेल्याच राहणार, अशी खंत शाहू महाराजांना होती आणि म्हणूनच या विविध जातींत शिक्षणाविषयी जागृती व्हावी, अशी त्यांची खटपट होती. मुस्लीम समाजही शिक्षणासाठी पुढे यावा, असे त्यांना वाटत होते. १९०२ मध्ये महाराज इंग्लंडच्या दौऱ्याहून सुखरूप परतल्याच्या आनंदाप्रीत्यर्थ कोल्हापुरातील मुस्लिमांनी एक समारंभ आयोजिला होता. या समारंभाचे निमित्त साधून मुस्लीम पुढाऱ्यांनी आपल्या समाजाच्या शिक्षणासाठी जनजागृतीची चळवळ उभारावी; शैक्षणिक संस्था स्थापन कराव्यात; तसे केल्यास दरबारकडून त्यांना पूर्ण साह्य मिळेल, असे आश्वासन महाराजांनी दिले होते.[४]

पण तत्कालीन मुस्लीम समाजात शिक्षणाविषयी इतकी पराकोटीची अनास्था होती की, महाराजांनी त्यांच्यासमोर उभ्या केलेल्या सुवर्णसंधीचा फायदा घ्यावा, असे त्यांना वाटले नाही. मुस्लीम समाज थंडच राहिला; परंतु महाराज थंड बसले नाहीत. त्यांनी मुस्लीम समाजातील शिक्षणेच्छू १० विद्यार्थ्यांना कोल्हापुरात नुकत्याच स्थापन झालेल्या 'व्हिक्टोरिया मराठा बोर्डिंग'मध्ये प्रवेश देऊन, संस्थानातील मुस्लिमांच्या शिक्षणाचा श्रीगणेशा केला. उपरोक्त दहा विद्यार्थ्यांत कर्नाटकातील अथणी गावाचा शेख महंमद युनूस अब्दुल्ला हा एक विद्यार्थी होता. हा पुढे राजाराम कॉलेजमधून ग्रॅज्युएट झाल्यावर त्यास महाराजांनी आपल्या संस्थानात 'मामलेदार' म्हणून नियुक्त केले. मुस्लीम समाजास शिक्षणाची गोडी लावण्याचे कामही त्याच्यावर सोपविले गेले.[५]

दरम्यान, १९०६ मध्ये शाहू महाराजांनी आपणहून पुढाकार घेऊन मुस्लीम समाजातील प्रतिष्ठित मंडळींची सभा बोलावली व 'मोहमेडन एज्युकेशन सोसायटी'ची स्थापना केली. स्वतः महाराज या संस्थेचे अध्यक्ष बनले आणि युसूफ अब्दुल्लांना कार्यवाह बनविले; हा निर्देश यापूर्वी येऊन गेलाच आहे. विशेष म्हणजे महाराजांनी संस्थानातील नानाविध जातिधर्मांच्या लोकांना त्यांच्या समाजातील शिक्षण प्रसारासाठी विद्यार्थ्यांची

वसतिगृहे स्थापन करण्यास उद्युक्त केले व भरघोस साह्यही दिले होते; पण कोणत्याही वसतिगृह संस्थेचे ते पदाधिकारी बनले नव्हते. मुस्लीम समाजाबद्दल मात्र त्यांनी अपवाद केला. त्यांच्या संस्थेचे पदसिद्ध अध्यक्षपद त्यांनी स्वीकारले, ही बाब त्यांच्या मुस्लीम समाजासंबंधीच्या आस्थेची द्योतक होती. त्या समाजात शिक्षणाचा प्रसार होऊन त्यांचा मागासलेपणा जावा म्हणून महाराजांची ही सर्व खटपट चालू होती. शेवटी त्यात यश येऊन मुस्लीम बोर्डिंग सुरू करण्यात आले.

संस्थानातील मुस्लीम देवस्थानांची उत्पन्ने या बोर्डिंगच्या संस्थेला जोडण्यात आली. असाच देवस्थानचे उत्पन्न संस्थेला देणारा महाराजांचा एक हुकूम उपलब्ध आहे. त्यात ते म्हणतात, 'कोल्हापुरात मागासलेल्या लोकांची बोर्डिंग स्थापन झाली आहेत. मुसलमानांच्या बोर्डिंगशिवाय इतर जातींची बोर्डिंग चांगल्या प्रकारे चालली आहेत. मुसलमान बोर्डिंगांची सांपत्तिक स्थिती चांगली नाही. इतर जातींप्रमाणे मुसलमान लोक सुशिक्षित होणे इष्ट आहे. त्यांच्या संस्थेस पैशाची सोय झाल्याशिवाय त्यांची स्थिती सुधारेल असे वाटत नाही. सबब कसबा रुकडी, पेटा हातकणंगले येथे श्री हजरत पिराचे प्रस्थाकरिता, दर्ग्यांचे रिपेरिकरिता वगैरे ५०० रुपये (पाचशे रुपये) ठेवून घेऊन बाकीची सर्व रक्कम 'सेक्रेटरी टू द किंग एडवर्ड मोहमेडन एज्युकेशन सोसायटी, कोल्हापूर' याजकडे दरसाल पाठविणे मंजूर केले आहे. सदरची रक्कम सोसायटीच्या नियमाप्रमाणे खर्च होण्याची आहे- २८ जून, १९१९.'[६] अशाच प्रकारे कोल्हापूर शहरातील 'निहाल मसिद, घोडपीर, बाबूजमाल व बाराइमाम' या देवस्थानांचे उत्पन्नही मुस्लीम बोर्डिंगला देण्यात आले. (अर्थात या देवस्थानांचा वाजवी खर्च उपरोक्त मोहमेडन सोसायटीकडून केला जाणार होता.)[७]

लवकरच चौफाळ्याच्या माळावर मराठा बोर्डिंगजवळच २५ हजार चौरसफुटांची मोकळी जागा मुस्लीम बोर्डिंगसाठी दिली गेली, तसेच इमारतीसाठी साडेपाच हजार रुपयांची देणगी व संस्थानातील जंगलातून मोफत सागवान देण्यात आले. महाराजांचे गुरू फ्रेजरसाहेब यांच्या हस्ते बोर्डिंगची पायाभरणी थाटामाटात केली गेली. यथावकाश त्या जागेवर भव्य दुमजली इमारत उभी राहिली. महाराजांनी या संस्थेस दरबाराकडून २५० रुपयांचे वार्षिक अनुदान आणि वार्षिक सहा-सात हजार रुपये उत्पन्न येईल एवढ्या जमिनी बहाल केल्या. मुस्लीम समाजातील मुलांनी

शिकावे म्हणून महाराजांनी अक्षरशः भरभरून दान केले होते. इतके दान मराठा बोर्डिंगच्याही पदरी पडले नव्हते![८] याचे कारण मराठ्यांहून मुसलमान शिक्षणाच्या बाबतीत अधिक उदासीन होते, तेव्हा या समाजाकडे अधिक लक्ष द्यावे, असे महाराजांना वाटत होते. आणखी असे की, एक धर्म ही बाब सोडल्यास मुसलमान हे बहुजन समाजाहून, विशेषतः मराठ्यांहून फारसे भिन्न आहेत, असे त्यांना वाटत नव्हते.

हुबळीच्या ब्राह्मणेतर परिषदेत त्यांनी म्हटले होते, 'मुसलमान हे नेहमी मराठ्यांप्रमाणे क्षात्रकर्म करतात. त्यांच्या चालीरीतीही बहुतेक मराठ्यांप्रमाणे आहेत. मराठ्यांच्या फौजेत मोठमोठे मुसलमान सरदार होते. त्याप्रमाणे मुसलमानांच्या फौजेत मराठे सरदार होते. हल्ली इंग्रज सरकारच्या फौजेत मराठे व मुसलमान खांद्यास खांदा भिडवून लढले आहेत.'[९]

हिंदू-मुस्लीम ऐक्यावर भर, कुराणाचे मराठी भाषांतर, धर्मस्थळांना देणग्या

आपल्या संपूर्ण कारकिर्दीत शाहू महाराजांनी हिंदू-मुस्लीम भावनिक व सामाजिक ऐक्यावर भर दिला. त्यासाठी त्यांनी अनेक उपक्रम हाती घेतले; अनेक प्रयोगही केले. त्यांतील एक प्रयोग मोठा लक्षणीय आहे. तो असा की, एका समाजाच्या देवस्थानाच्या उत्पन्नाचा काही भाग दुसऱ्याच्या देवस्थानला खर्ची लावावा म्हणून त्यांनी काही हुकूम काढले. उदाहरणार्थ, पाटगावच्या मौनीबुबांच्या मठाच्या उत्पन्नातून काही रक्कम तेथील मुसलमानांच्या मशिदीच्या बांधकाम खर्चासाठी मदत म्हणून देण्याचा एक हुकूम उपलब्ध आहे. विशेष म्हणजे हा हुकूम युवराज राजाराम महाराजांच्या सहीने काढला गेला आहे.'[१०]

अशीच एक व्यवस्था रुकडी गावातील देवस्थानासंबंधी केली गेली होती. रुकडीतील पिराच्या देवस्थानाच्या उत्पन्नातील काही भाग तेथील अंबाबाईच्या मंदिरातील दैनंदिन दिवाबत्तीसाठी खर्च होता होता.[११] अशा प्रकारचा आणखी एक प्रयोग राजकन्या आक्कासाहेब महाराज यांच्या विवाहाच्या निमित्ताने केला गेला. या प्रसंगी अनेक मराठा वधू-वरांचे विवाह लावले गेले. त्यासोबत काही मुस्लीम जोडप्यांचेही विवाह साजरे केले गेले. या सर्व नवपरिणीत जोडप्यांच्या हयातीभरच्या भत्त्याची व्यवस्थाही

लावली गेली. मराठ्यांच्या इतकाच मुस्लीम समाजही महाराजांना तितकाच जवळचा वाटत होता, हेच यातून स्पष्ट होते.

शिवछत्रपतींप्रमाणेच शाहू महाराजांनी परधर्मीय म्हणून मुस्लीम लोकांचा कधीच तिरस्कार केला नाही. उलट त्यांच्या धर्माविषयी नेहमीच आदर बाळगला, याची अनेक उदाहरणे शाहूचरित्रात विखुरलेली आहेत. कुराण हा धर्मग्रंथ अरबी भाषेत व अरबी लिपीत असल्याने त्याचा अर्थ सामान्य मुस्लिमांना समजत नव्हता. कुराणातील धर्मतत्त्वांचा अर्थबोध सामान्यासही झाला पाहिजे, अशी इच्छा बाळगून महाराजांनी त्याचे मुस्लिमांना समजणाऱ्या उर्दू भाषेत; पण देवनागरी (मराठी) लिपीत करून ते प्रसिद्धही केले होते. (प्रस्तुत लेखकाने नुकताच त्याचा शोध घेऊन आपल्या राजर्षी शाहू पंचखंडात्मक स्मारक ग्रंथात त्यातील प्रारंभीची दोन पाने छापली आहेत.- सन २०१९, पृष्ठ १९२१ ते १९२४) त्यासाठी कोल्हापूर दरबारची २५ हजार रुपयांची मोठी रक्कमही खर्ची घातली होती.[१२]

शाहू महाराजांनी आपल्या कारकिर्दीत मुस्लीम समाजाच्या मशिदीसाठीही अर्थसाह्य आणि रिकाम्या जागांच्या देणग्या दिल्याचे अनेक दाखले आढळतात. कोल्हापूर शहर वाढत होते. नव्या पेठा वसविल्या जात होत्या. अशा नव्या वसाहतींमधील मुस्लीम लोकांची नमाज पढण्याची गैरसोय होत असे. नव्यानेच वसविलेल्या शाहूपुरी या पेठेत मशीदच नव्हती, तेव्हा तेथील मुस्लिमांची कुचंबणा होऊ नये म्हणून महाराजांनी शाहूपुरी पेठेत जागा तर दिलीच शिवाय मशीद बांधकामासाठी एक हजारांहून अधिक रक्कम मंजूर करून दिली.[१३]

पाटगाव येथील मशिदीसाठी महाराजांनी केलेल्या मदतीचा निर्देश यापूर्वी येऊन गेलाच आहे. आणखी असेच एक उदाहरण कोल्हापुरातील बोहरी लोकांच्या संदर्भात मिळते. बोहरी ही मुस्लीम समाजातील सधन व व्यापारी जात होती; पण त्यांना नमाजासाठी त्यांची स्वतःची मशीद नव्हती, तेव्हा बोहरींचे पुढारी तयबअल्ली यांनी महाराजांना साह्याची विनंती केली. महाराजांनी कृपावंत होऊन शहराच्या मध्यवस्तीमधील ५ हजार चौरसफुटांची जागा बोहरींच्या मशिदीसाठी बहाल केली.[१४]

महाराजांनी राधानगरी हे नगर नव्याने वसविले. हे नगर वसवीत असताना त्यांनी प्रजाजनांच्या भौतिक गरजांबरोबर धार्मिक गरजांकडेही लक्ष दिले. त्यांनी हिंदूंसाठी दोन मंदिरे बांधली आणि मुस्लिमांसाठी

'हजरत पीर गैबीसाहेब' आणि 'शहज महाल' ही दोन देवस्थाने निर्माण केली. त्यांना उत्पन्ने लावून दिली. एवढेच नव्हे, तर मुस्लीम देवस्थानांना ७५ रुपयांची खास देणगीही दिली गेली.[१५] याचा स्पष्ट अर्थ असा होतो की, मुस्लीम प्रजाजनांच्या शिक्षणासारख्या भौतिक गरजांकडेच नव्हे, तर मशिदी, पिरांचे दर्गे यांसारख्या त्यांच्या धार्मिक गरजांकडेही महाराजांनी लक्ष पुरवले होते. मुस्लीम दर्गे, मशिदी आदी धर्मस्थळांना हिंदू राजांनी देणग्या दिल्याचे अनेक दाखले इतिहासात मिळतात; पण त्याही पलीकडे जाऊन त्यांना दरबारच्या खर्चाने मशिदी आणि दर्गे बांधून दिल्याची उदाहरणे आपणास क्वचितच सापडतील. मुस्लीम प्रजाजनांविषयी या राजाच्या हृदयात किती गाढ प्रेम वसत होते, याचा हा निःसंशय पुरावा मानावा लागेल.

विवाह-नोंदणीची सक्ती

१९१७ मध्ये मुस्लीम समाजाच्या हिताच्या रक्षणासाठी शाहू महाराजांनी दोन हुकूम काढले. पहिल्या हुकूमान्वये महाराजांनी जाहीर केले की, 'मुसलमान लोकांत त्यांचे काजीखेरीज कोणी लग्न लावण्यास हरकत नाही; पण कोर्टात काम पडल्यास काजीने लग्न लावले असल्याखेरीज कायदेशीर हक्क मानला जाणार नाही. सर्व ऑफिसांकडे सदर हुकमाची समज मिळणेकरिता कळविणेत यावी व गॅझेटमध्ये प्रसिद्धीही करावी- ५ जून, १९१७.'[१६]

काझी अथवा मौलवी यांनी लावलेल्या लग्नास कायदेशीरपणा प्राप्त व्हावा, म्हणून त्यांच्याजवळ असलेल्या लग्नाच्या रजिस्टरवर 'हुजूर ऑफिसचा शिक्का व सही' घेण्याची सक्ती करणारा दुसरा हुकूम महाराजांनी लवकरच जारी केला. त्यात म्हटले होते : 'मुसलमान लोकांत म्हणजे सुन्नी पंथाच्या लोकांत मलकापूर, बावडा, कागल, करवीर व तोरगल वगैरे ठिकाणी हल्ली जे काजी आहेत ते त्यांच्या ठरलेल्या हद्दीत लग्ने लावीत आले आहेत. त्या सर्वांनी लावलेली लग्ने कायदेशीर समजली जातील. त्याप्रमाणे ज्यांच्याकडून त्यांच्या हद्दीत लग्न लावण्यास अधिकार मिळाला, त्या मुल्लांनी वगैरे व त्यांच्या गुमास्त्यांनी लावलेली लग्नेही कायदेशीर समजली जातील. प्रत्येक काजीने व त्यांच्या गुमास्त्याने लग्नसंबंधाने रजिस्टर ठेवून, त्यात प्रत्येक लग्न नोंदले पाहिजे. सदरच्या रजिस्टरचा नमुना

ज्यांचा पूर्वी ठरला असेल तसे जरुरीपुरत्या पानांचे रजिस्टर तयार करून त्यांनी त्यावर हुजूर ऑफिसचा शिक्का व सही करून घ्यावी... रजिस्टरात नोंदलेले प्रत्येक लग्न कोर्टातील काम चालविण्यास वगैरे कायदेशीर पुरावा समजले जाईल. याशिवाय इतर लग्ने वगैरे कायदेशीर मानली जाणार नाहीत- ९ जुलै, १९१७.'[१७] महाराजांनी मुसलमान धर्मगुरूंचा लग्न लावण्याचा अधिकार मान्य केला, त्यात काहीही हस्तक्षेप केला नाही; पण अशी लग्ने लावली गेल्यावर त्यांच्या रजिस्टरवर सरकारी नोंदणीचे - कायद्याचे - बंधन घातले गेले. ही गोष्ट मुस्लिमांच्या विशेषतः मुस्लीम स्त्रियांच्या अधिक हिताची होती.

स्वतंत्र भारतात आजही काजी अथवा मौलवी यांनी लावलेल्या लग्नाच्या नोंदीवर सरकारी नोंदणीचा शिक्का असत नाही; म्हणजे तो आवश्यक मानला जात नाही; मुस्लीम विवाहास सरकारी नोंदणी आवश्यक असावी, अशी महाराष्ट्रात मुस्लीम सत्यशोधक चळवळीची मागणी आहे.'[१८] ही वस्तुस्थिती लक्षात घेतली, तर महाराजांचे पाऊल त्या काळाच्या मानाने किती पुढे होते, याची कल्पना येते.

गुणीजनांना उदार राजाश्रय

ज्या शाहू महाराजांनी आपल्या संस्थानातील सामान्य मुस्लीम समाजाविषयी इतकी आपुलकी बाळगली, त्यांनी मुस्लीम गुणीजनांना उदार राजाश्रय दिल्यास नवल नव्हते. अशा भाग्यवान गुणीजनांत प्रतिभासंपन्न 'शाहीर' लहरी हैदर, चित्रकलेच्या क्षेत्रातील महान कलावंत 'रंगसम्राट' आबालाल रहिमान, अखिल हिंदुस्थानमध्ये आपल्या असामान्य गायकीने ख्यातकीर्त झालेले 'गानमहर्षी' अल्लादिया खाँसाहेब, खुद्द महाराजांना मल्लविद्येचे धडे देणारे 'मल्लविशारद' बालेखान वस्ताद हे प्रमुख होते. शाहीर लहरी हैदर तर महाराजांच्या गळ्यातील ताईत बनले होते. महाराजांच्या इतिहासप्रसिद्ध खडखड्यात त्यांचे जे नित्याचे सहकारी बसत असत, त्यांपैकी हैदरसाहेब एक होते. वृत्तीने अवलिया बनलेल्या आबालाल रहिमानसारख्या असामान्य कलावंताची लहर महाराजांनी मोठ्या आनंदाने सांभाळली होती. अल्लादिया खाँसाहेबांवर त्यांनी बंधुप्रेमाचा वर्षाव केला होता; तर बालेखान वस्तादांना दरबारी मानकऱ्यांत स्थान देऊन त्यांची प्रतिष्ठा त्यांनी उंचावली होती. या सर्वच गुणीजनांना कोल्हापूर दरबारचा केवळ राजाश्रय लाभला होता असे

नाही, तर कोल्हापूरच्या राजाची लाख मोलाची मायाही मिळाली होती. या मायेपुढे जगातील कोणताही सन्मान त्यांना फिका वाटत होता; त्यामुळेच अल्लादिया खाँसाहेब यांनी हिंदुस्थानातील सर्वश्रेष्ठ गायक म्हणून मान्यता मिळाल्यावरही कोल्हापूरसारख्या छोट्या संस्थानाकडे पाठ फिरविली नाही. शाहू महाराजांची सेवा करण्यातच त्यांनी आजन्म धन्यता मानली!

अल्लादिया खाँसाहेब यांचे पुत्र भूर्जीखाँ यांच्या संदर्भातील एक आठवण नमूद करण्यासारखी आहे. भूर्जीखाँना पित्याच्या गळ्याचा थोर वारसा लाभला होता. तथापि, खाँसाहेबांकडून गायकीचे धडे घेत असतानाच ऐन मेहनतीच्या वयातच त्यांच्या दुर्दैवाने त्यांना 'मोतीझरा' या आजाराने गाठले व त्याचा परिणाम गळ्यावर होऊन आवाज बिघडला. अनेक उपाय करूनही सुधारणा होईना, तेव्हा खाँसाहेबांनी निराश होऊन त्यास शिकविण्याचा उद्योग सोडून दिला. ही गोष्ट जेव्हा शाहू महाराजांच्या कानावर गेली, तेव्हा त्यांनी भूर्जीखाँना बोलावून घेतले आणि महालक्ष्मीच्या मंदिरात रोज एक तास गायनसेवा करण्यासाठी त्यांची खास नेमणूक केली! 'जसे जमेल तसे गा; पण गात राहा' अशी महाराजांची आज्ञा झाली. भूर्जीखाँ महालक्ष्मीच्या मंदिरात रोज आपली गानकलेची हजेरी लावू लागले. रोज सक्तीच्या एका तासाच्या रियाजाने भूर्जीखाँचा गेलेला आवाज पूर्ववत येऊ लागला. इतका की, एक दिवस अल्लादिया खाँसाहेब मंदिराच्या जवळून जात असताना त्यांच्या कानावर आपल्या पुत्राचा आवाज पडला आणि तो ऐकून ते आश्चर्यचकित झाले. भूर्जीखाँचा आवाज सुधारेल, ही आशाच त्यांनी सोडून दिली होती. ही सर्व महाराजांची कृपा होती. खाँसाहेबांनी भूर्जीखाँस पोटाशी धरले आणि मग पुन्हा गायकीचे धडे द्यावयास प्रारंभ केला. हे भूर्जीखाँ पुढे शेवटपर्यंत महालक्ष्मीच्या मंदिरात आपली गायनसेवा करीत राहिले.[११] भूर्जीखाँसारख्या गायकाची महालक्ष्मीच्या मंदिरात केलेली नेमणूक हा केवळ कलेच्या क्षेत्रातील प्रयोग नव्हता, तर सामाजिक क्षेत्रातील हिंदू-मुस्लीम सद्भाव वाढविण्याच्या दिशेने महाराजांनी जाणीवपूर्वक टाकलेले एक पाऊल होते.

हिंदू-मुस्लीम ऐक्याची आदर्श परंपरा

कलेच्या क्षेत्रात जातिधर्माची बंधने नसतात. कला हीच जात आणि कलोपासना हाच धर्म हे तत्त्व सच्चा कलावंत मानतो आणि त्याप्रमाणे

वागतो. महाराजांच्या राजाश्रयाखाली असणाऱ्या उपरोक्त कलावंतांचे हेच बीद्र होते. त्यांनी आपणास कलावंत मानले व बहुजन समाजानेही त्यांच्या धर्माकडे न पाहता कलावंत म्हणून त्यांचा प्रेमाने स्वीकार आणि सन्मान केला. खरे तर कोल्हापूरच्या बहुजन समाजाचा ते आणि त्यांचा मुस्लीम समाज एक हिस्साच बनून राहिले होते. अशी उभय समाजांत असणारी 'आपुलकी' हिंदुस्थानात अन्यत्र अपवादात्मक होती. मुंबई इलाख्यात मुंबई, पुणे आदी ठिकाणी गोवध बंदी चळवळीसारख्या बाबींनी अथवा गणेश उत्सवासारख्या उत्सवाच्या निमित्ताने हिंदू व मुस्लीम समाजांत तणाव निर्माण होत असे आणि त्याची परिणती अनेकदा दंगलीत होत होती. या पार्श्वभूमीवर कोल्हापूर संस्थानात शाहू महाराजांनी 'गोवध बंदीचा कायदा' अमलात आणूनही[२०] उभय समाजांत कधी दंगली तर झाल्या नाहीतच; पण तणावही निर्माण झाला नाही. एवढेच नव्हे, तर मुस्लिमांच्या मोहरममध्ये हिंदू मोठ्या संख्येने उत्साहाने भाग घेत. गणेश उत्सव आणि मोहरम हे दोन्ही सण एकाच वेळी येत, तेव्हा कोल्हापुरात तालमीसारख्या सार्वजनिक ठिकाणी गणेशमूर्ती व मोहरमचे पंजे एकत्र बसविले जात असत आणि ती परंपरा आजही कोल्हापुरात पाळली जाते.

हिंदू-मुस्लीम ऐक्याच्या परंपरा शाहू महाराजांनी निर्माण केल्या आणि करवीरनगरीच्या लोकांनी निष्ठेने व अभिमानाने त्या परंपरा जतन केल्या आहेत. या परंपरांमुळेच महाराजांनंतरच्या स्वातंत्र्यपूर्व कालखंडातच नव्हे, तर स्वातंत्र्योत्तर कालखंडातही देशात हिंदू-मुस्लीम समाजांत दंगलीचे डोंब उसळले तरी कोल्हापूरला त्याची झळ पोहोचली नाही. कोल्हापूरने हिंदू-मुस्लीम सद्‌भावनेचा आदर्श टिकवून धरला. या संदर्भात काही वर्षांपूर्व कोल्हापुरात घडलेल्या एका घटनेचा निर्देश करावयास हवा. काही जमातवादी लोकांनी देवल क्लबसमोरच्या गानमहर्षी अल्लादिया खाँसाहेबांच्या पुतळ्याची नासधूस केली. करवीरच्या कलाप्रेमी जनतेला ही वार्ता समजताच ती संतापून उठली. तिने या धर्मांध कृत्याचा निषेध तर केलाच; पण पुढे महर्षींच्या पुतळ्याची पुनःप्रतिष्ठापना केली आणि कोल्हापुरातील राजर्षी शाहू महाराजांनी निर्माण केलेली हिंदू-मुस्लीम बंधुभावाची व ऐक्याची परंपरा लुप्त झालेली नाही, हे पुन्हा एकदा सिद्ध केले. हा महाराजांच्या धर्मनिरपेक्ष विचारांचा व कलेवरील प्रेमाचा विजय होता! आजही देशात अथवा महाराष्ट्रात हिंदू-मुस्लीम समाजांत दंगलग्रस्त तणाव निर्माण होतो,

तेव्हा कोल्हापूरच्या जनतेकडून शाहू महाराजांनी निर्माण केलेल्या परंपरांचा आदर राखला जातो. कोल्हापुरातील हिंदू-मुस्लीम ऐक्याची परंपरा ही कोल्हापूरलाच नव्हे तर अखिल महाराष्ट्राला भूषणास्पद आहे. **जैन, लिंगायत व थिऑसॉफिकल सोसायटी यासंबंधीचे आदेश**

कोल्हापूर संस्थानात मुस्लिमांशिवाय इतर प्रमुख समाज म्हणजे जैन आणि लिंगायत हे होत. या दोन्ही समाजांच्या धार्मिक गरजांकडे महाराजांनी लक्ष पुरविले होते. त्यांचे मठ आणि मंदिरांसाठी त्यांनी जागांच्या देणग्या दिलेल्या दिसतात.[२१] संस्थानातील जैन समाज ९ वे तीर्थंकर पुष्पदंत स्वामी यांच्या निर्वाणदिनी मोठा सण साजरा करीत असे. १९२१ मध्ये या समाजाने त्या दिवशी सार्वत्रिक सुट्टी जाहीर करण्याची महाराजांना विनंती केली. ती मंजूर करण्यात आली. त्या दिवशी संस्थानात कोणतीही हिंसा होऊ नये, अशी दुसरी मागणी जैनांनी केली होती. यावर महाराजांनी आदेश दिला, 'सर्व प्रजा सारखी असल्याने कोणाचेही भक्ष्य बंद करण्याकरिता कायदा करता येणार नाही. तथापि, जैनांनी प्रयत्न करून सर्व जाती व धर्मांच्या लोकांकडून आपल्या म्हणण्यापुष्ट्यर्थ सहानुभूती मिळविल्यास आणि सर्व प्रजेनेही जैनांच्या इच्छेकडे लक्ष देऊन शक्य तितकी हिंसा बंद केल्यास इकडे आनंद होणार आहे - १३ सप्टेंबर, १९२१."[२२]

लिंगायत समाजाच्या संदर्भात दोन महत्त्वाचे संदर्भ उपलब्ध होतात. त्यांपैकी पहिला म्हणजे १९१० मध्ये एका पाटीलकीच्या वतनाचा निवाडा करताना 'लिंगायत समाज हा शुद्र नाही' असा महत्त्वाचा निकाल महाराजांनी दिला. यापूर्वी ब्राह्मण पंडितांच्या मतावर भिस्त ठेवून पूर्वीच्या हायकोर्टाने हा समाज शूद्र असल्याचा जो निर्णय दिला होता, तो महाराजांनी अमान्य केला.[२३] दुसरा संदर्भ म्हैसूर राज्यातील चित्रदुर्ग मठाच्या लिंगायत स्वामींच्या बाबतीतील आहे. हे स्वामी सर्व लिंगायत समाजाचे 'जगद्गुरू' समजले जात आणि शृंगेरी मठाच्या जगद्गुरू शंकराचार्यांप्रमाणेच त्यांनाही अड्डापालखी, पंचकलश, श्वेतछत्री इत्यादी सन्मानचिन्हे (Insignia) वापरण्याचा पूर्वापार हक्क होता. विशेष म्हणजे हे स्वामी संस्कृतचे मोठे पंडित होते आणि मागासलेल्या समाजात शिक्षणाचा प्रसार व्हावा म्हणून त्यांचे प्रयत्न चालू असत. त्यामुळे महाराजांना त्यांच्याविषयी आस्था वाटत होती. १९१३ मध्ये स्वामींची महाराजांशी भेट झाली आणि त्या भेटीत स्वामींनी सांगितले

की, म्हैसूर महाराजांनी काही गैरसमजाने ही सन्माचिन्हे वापरण्यास स्वामींना बंदी केली आहे. शाहू महाराजांनी म्हैसूरचे दिवाण सर विश्वेश्वरय्या यांना खास वैयक्तिक पत्र लिहून म्हैसूरच्या महाराजांकडून हा अन्याय दूर करण्याची विनंती केल्याचे आढळून येते.[२४]

कोल्हापूर संस्थानात आर्य समाज, सत्यशोधक समाज आदी सामाजिक व धार्मिक चळवळी चालविणाऱ्या संस्थांना शाहू महाराजांनी दिलेल्या राजाश्रयाची चर्चा मागे येऊन गेलीच आहे. महाराजांना काही काळ थिऑसॉफिकल सोसायटीविषयीही आकर्षण निर्माण झाले होते. तथापि, 'थिऑसॉफी'मधीलही तत्त्वज्ञान त्यांच्या मनाचे पूर्ण समाधान करून शकले नाही. कोल्हापुरात थिऑसॉफिकल सोसायटीस त्यांनी जागा उपलब्ध करून दिली असली तरी तिच्याशी त्यांनी फारसे संबंध वाढविले नाहीत. 'थिऑसॉफी'च्या कार्यकर्त्यांचा, विशेषतः त्यांच्या अध्वर्यू डॉ. ॲनी बेझंट यांचा हिंदी राजकारणातील सक्रिय सहभाग हा कदाचित महाराजांना या सोसायटीशी घनिष्ठ संबंध वाढविण्यात अडचणीचा ठरला असावा आणि म्हणूनच १९२१ मध्ये सोसायटीस जागेची देणगी देताना कोल्हापूर दरबारने काही अटी घातलेल्या दिसतात. त्यामध्ये 'सदर सोसायटी करवीर दरबारास व ब्रिटिश सरकारास सदैव राजनिष्ठ राहिली पाहिजे' ही प्रमुख अट आहे. सोसायटीने कोल्हापूर संस्थानात आपल्या तत्त्वज्ञानाच्या प्रचाराचेच काम करावे, राजकीय हालचाली करू नयेत अशी दरबारची अपेक्षा होती. तथापि, शिक्षणप्रसार, ग्रंथालयाची उभारणी इत्यादी सामाजिक कार्ये त्यांनी हाती घ्यावीत यासाठी उपरोक्त जागेबरोबर दरबारने सोसायटीस ३००० रुपयांची भरघोस देणगीही दिली होती.[२५]

शाहू महाराजांचा उत्क्रमणशील धर्मविचार

'धर्मजिज्ञासा' हा शाहू महाराजांच्या व्यक्तिमत्त्वाचा एक तेजस्वी पैलू होता, असे म्हटल्यास चुकीचे होणार नाही. या संदर्भात त्यांची मध्ययुगात होऊन गेलेल्या महान मोगल बादशहा अकबर याच्याशी तुलना होऊ शकेल. अकबराची धर्मजिज्ञासा इतकी तीव्र होती की, त्याने जगातील सर्व प्रमुख धर्मांच्या पंडितांना आपल्या दरबारात आश्रय देऊन त्यांच्याशी 'धर्मतत्त्वज्ञाना'ची चर्चा केली. प्रत्येक धर्मातील चांगल्या तत्त्वांचा त्याने

बोध करून घेतला आणि शेवटी सर्व धर्मांतील चांगल्या तत्त्वांचा स्वीकार करून आपला 'दिनेइलाही' हा नवा धर्मपंथच स्थापन केला. अर्थात त्या पंथास फारसे अनुयायी मिळाले नाहीत आणि अकबराच्या मृत्यूबरोबर तो अस्तासही गेला. हे जरी खरे असले तरी हिंदुस्थानच्या इतिहासातील सामर्थ्यशाली राज्यकर्त्यांने केलेला हा अभिनव धार्मिक/सांस्कृतिक प्रयोग म्हणून त्याचे महत्त्व उरतेच. शाहू महाराजांनीही आपल्या धर्मजिज्ञासेपोटी अनेक धर्मांना, पंथांना, धार्मिक सुधारणावादी संघटनांना जवळ केले. त्यांनी राजाश्रयही दिला. त्यांच्या तत्त्वज्ञानांचा परिचय करून घेतला. 'धर्म' या विषयासंबंधी महाराजांच्या ठिकाणी मोठे आकर्षण व औत्सुक्य होते. त्यात सुधारणा व्हावी, तो अधिकाधिक समतावादी व्हावा, अशी त्यांची तळमळ होती आणि म्हणूनच त्यांनी 'वैदिक स्कूल' किंवा 'क्षात्रजगद्‌गुरू' यांसारखे प्रयोग धर्माच्या क्षेत्रात केले होते. असे काही धर्मासंबंधी मूलगामी विचार त्यांच्या डोक्यात येऊन गेले. महाराजांचे गुरू सर फ्रेजर यांनी म्हटले आहे की, 'अकबर बादशहाप्रमाणे एखादा नवीन धर्मपंथ स्थापन करता येतो की काय याची चाचपणी' त्यांनी केली होती.[२६]

फ्रेजर यांच्या साक्षीवरून महाराजांचे 'धर्म' या बाबीसंबंधीचे विचार एके काळी कोणत्या दिशेने जात होते, याची अल्पशी कल्पना येते. तथापि, या विचारांनी पुढे फारसा प्रवास केला नाही. याचे कारण नवीन धर्मपंथ स्थापून विशेष काही साध्य होईल, असे त्यांना वाटले नसावे. अशा धर्मपंथांच्या निर्मितीने जगातील धर्मपंथांच्या संख्येत आणखी एकाची भर पडेल आणि अकबराच्या 'दिनेइलाही'प्रमाणे आपल्यानंतर आपला पंथही अस्तास जाईल, याची जाणीवही त्यांना झाली असावी. परिणामी, नवीन धर्मपंथ स्थापन करण्यापेक्षा अस्तित्वात असलेल्या आर्य समाज, सत्यशोधक समाज, थिऑसॉफी आदी सुधारणावादी धर्मपंथांना राजाश्रय देऊन समाज सुधारणेसाठी त्यातील चांगल्या तत्त्वांचा पुरस्कार करण्याचे त्यांनी योजिले आणि त्या अनुसार त्यांनी आपल्या स्वतःच्या पद्धतीने त्याची अंमलबजावणीही केली.

ज्या आर्य समाजाचा शाहू महाराजांनी जाहीर पुरस्कार केला होता, त्या आर्य समाजाच्या कार्याची वाखाणणी करीत असताना त्यांनी म्हटले आहे की, तो हिंदुस्थानातील सर्व जातिपातींना, सर्व पंथीयांना एवढेच नव्हे तर जे आर्यवंशीय नाहीत, त्यांनाही समतेच्या तत्त्वाने सामावून घेतो

आणि आर्यांचे सर्व अधिकार रोटी-बेटी व्यवहारांसह त्यांना बहाल करतो. तथापि, आर्य समाजाने एवढ्यावरच न थांबता आपली दृष्टी विश्वव्यापक बनवावी, अशी अपेक्षा त्यांनी व्यक्त केली होती. युरोप-अमेरिका खंडांतील लोक आर्य वंशाचेच असून फार पूर्वी त्यांचे पूर्वज व हिंदुस्थानातील आर्यांचे पूर्वज एकत्र राहत असल्याने ते आणि आपण खरे तर एकच आहोत, तेव्हा त्यांनाही आर्य समाजाने आपल्यात सामावून घेण्याची तयारी दाखवावी, असे उद्‌गार त्यांनी काढल्याचे आपण पाहिलेच आहे. या संदर्भात महाराजांनी पुढे म्हटले आहे, 'हजारो वर्षे आम्ही व पश्चिमेकडील आर्य लोक निराळे राहिल्याने त्यांच्या व आमच्या आचारविचारांत फार फरक पडला आहे; परंतु काही मूलभूत तत्त्वे त्यांच्यात व आमच्यात एकच आहेत. ते जातिभेद मानीत नाहीत. आमच्याही खऱ्या धर्मास तो भेद मान्य नाही. फक्त बनावटी ब्राह्मणी हिंदुधर्म स्पर्शास्पर्शास महत्त्व देत असून जातिमत्सर वाढवीत आहे खरा; पण आर्यधर्म संग्राहक आहे. याच्या योगाने भिन्नभिन्न जातींचा, पथांचा व धर्मांचा एकोपा होण्यास मदत होणार आहे.'[२७]

तथापि, युरोप-अमेरिकादी खंडांतील आर्यांनी हिंदुस्थानातील आर्य धर्माचाच स्वीकार केला पाहिजे, असा शाहू महाराजांचा आग्रह नव्हता; उलट आर्य समाज हा सर्वांना आचार आणि विचार यांचे स्वातंत्र्य देत असल्याने भिन्नभिन्न पंथांचे अथवा धर्मांचे लोक एकाच कुटुंबात गुण्यागोविंदाने नांदत असतील, तर अशा आदर्श कुटुंब पद्धतीला आर्य समाजाने मान्यता द्यायला हवी, असे त्यांचे म्हणणे होते. महाराज म्हणतात, 'युरोप, अमेरिका व जपानमध्ये समानतेचे तत्त्व प्रचारात असल्याने, एकाच कुटुंबात भाऊ-भाऊ, नवरा-बायको वगैरे भिन्नभिन्न धर्मांचे आढळतात. तसाच प्रकार नवरा आर्य समाजी, तर बायको इतर धर्माची किंवा बायको आर्य समाजी, तर नवरा इतर पंथाचा असेही एका कुटुंबात सलोख्याने सापडणे अशक्य नाही. कुटुंबातील भाऊ-भाऊ निराळ्या पंथांचे किंवा धर्मांचे राहतील. प्रत्येकास आचार व विचारस्वातंत्र्य पाहिजे.''[२८]

या सुमारास (सन १९१८) महायुद्धानंतर जगातील प्रमुख राष्ट्रांची जागतिक शांततेसाठी सर्वांची मिळून एक 'सोसायटी ऑफ नेशन्स' स्थापन करावी, असा विचार चालू होता, त्याचा संदर्भ घेऊन जगातील सर्व प्रमुख धर्मांनी 'सोसायटी ऑफ रिलिजन्स' स्थापन करावी आणि त्यासाठी आर्य

समाजाने पुढाकार घ्यावा असा महाराजांनी विचार मांडला आहे. महाराजांचे हे विचार आर्य समाजास त्याच्या भावी वाटचालीसाठी राष्ट्रीय स्तरावरच नव्हे तर आंतरराष्ट्रीय स्तरावरही दिग्दर्शन करणारे होते. एवढेच नव्हे, तर आर्य समाजाचा प्रमुख धर्मग्रंथ 'सत्यार्थ प्रकाश' यामध्ये बौद्ध, जैन, इस्लाम, ख्रिश्चन आदी धर्मांची केलेली कठोर व आक्रमक 'समीक्षा' पाहिल्यावर आपल्या लक्षात येते की, महाराजांचे हे विचार आर्य समाजाला अधिक सर्व समावेशक, अधिक समतावादी, अधिक उदारमतवादी आणि अधिक सहिष्णू बनविणारे होते.

अशा प्रकारे शाहू महाराजांचा 'धर्मविचार' हा उत्क्रांत होत गेल्याचे दिसून येते. आरंभी कट्टर सनातनी असणारे महाराज वेदोक्त प्रकरणानंतर आर्य समाजाकडे आकृष्ट झाले आणि कट्टर वैदिक धर्माभिमानी बनले; पण याही अवस्थेतून ते पुढे गेल्याचे त्यांच्या उपरोक्त विचाराकडे पाहिल्यावर लक्षात येते. धर्म ही बाब वैयक्तिक असून जेव्हा राष्ट्राचा विचार पुढे येतो, तेव्हा धर्माचा विचार बाजूस ठेवला पाहिजे, असे मत व्यक्त करताना ते म्हणतात, 'आम्ही सर्व हिंदी आहोत, बंधू आहोत, हिंदी प्रजाजन कोणत्याही वर्णाचे असोत; कोणत्याही धर्माचे असोत, ते सर्व हिंदी आहेत. व्यक्तीच्या दृष्टीने धर्माची बाब महत्त्वाची असेल; पण राष्ट्रीय बाबतीत ती केव्हाही आड येता कामा नये. या पुरती धर्म ही बाब फार कमी महत्त्वाची आहे, असे मला वाटते.' शेवटी 'धर्म' म्हणजे तरी काय, याची व्याख्या करताना ते म्हणतात, 'धर्म शब्दाची थोडक्यात व्याख्या, देवाजवळ पोहोचण्याचा मार्ग अशी करता येईल. लंडन, मुंबई, कलकत्ता वगैरे मोठमोठ्या शहरांत सर्व बाजूंनी रस्ते येऊन मिळतात. म्हणजे सर्व ठिकाणच्या लोकांचा उद्देश त्या त्या शहरात थोड्या वेळात व श्रमाने पोहोचण्याचा असतो. त्याचप्रमाणे निरनिराळ्या देशांत व परिस्थितीत उत्पन्न झालेल्या धर्मांचाही उद्देश तोच आहे. यामुळे भिन्न रस्त्यांनी मुख्य शहरात पोहोचणाऱ्या लोकांनी एकमेकांना द्वेष करण्याचे जसे कारण नसते, तसेच निरनिराळे धर्म पाळून ईश्वराजवळ पोहोचणाऱ्या लोकांनी एकमेकांचा द्वेष का करावा? निरनिराळे धर्म स्थापन झाले, त्या वेळची स्थिती काय असेल ती असो; पण आजच्या स्थितीत तरी अमूक एका धर्माचे आचरण करून अमूक मनुष्य देवाजवळ पोहोचला आहे असे प्रत्यक्ष दिसत नाही आणि तसा मार्गदर्शक आम्हास मिळत नाही, तोपर्यंत माझा धर्म तेवढा चांगला व इतरांचा वाईट, असा पोकळ

अभिमान करण्याचा अधिकार कोणासही नाही, हे उघड आहे.' आणि शेवटी देशबंधूंची सेवा, परोपकार, जनी जनार्दन शोधणे म्हणजेच खरा धर्म या धर्मविचाराच्या अंतिम टप्यापर्यंत ते येऊन पोहोचतात. त्यांनी म्हटले आहे, 'दया धरमका मूल है, नरक मूल अभिमान।' यावरून पाहता देशाची म्हणजे देशबंधूंची सेवा करणे, जनी जनार्दन शोधणे व पाहणे, हाच खरा धर्म आहे; या बाबतीत सर्व धर्मांचे ऐक्य आहे, परोपकार हा पुण्य मार्ग आहे आणि परपीडा हे पाप आहे, असेच सर्व प्रतिपादन करतात, याप्रमाणे विचार केल्यास धर्मभेदाच्या किंवा जातिभेदाच्या सबबीवर एकमेकांचा मत्सर करणे अगदी चुकीचे आहे.'[२१] आजकाल जगातील अनेक भागांत धर्मकारणास राजकारण आणि समाजकारण यांपेक्षाही महत्त्व आले असता आणि आपल्या राष्ट्रकारणास सर्वांत मोठा धोका धर्मकारणापासून निर्माण झाला असता शाहू महाराजांचे धर्मविचार आपणास मार्गदर्शक आणि अधिक मोलाचे वाटल्यास नवल नाही.

२७

कामगार चळवळ

कामगार वर्गाचा उदय

१९ व्या शतकात औद्योगिक क्रांतीचा सर्व युरोपात प्रसार होऊन तेथे बलवान भांडवलदार वर्गाबरोबरच संख्याबळाने मोठा असणारा कामगार वर्गही अस्तित्वात आला. त्याच काळात वर्गीय लढ्याचे तत्त्वज्ञानही अस्तित्वात आले. इंग्लंड, फ्रान्स आदी देशांत कामगारांच्या कल्याणासाठी राजकीय लढे उभारले गेले. परिणामी, युरोपियन भूमीवर कामगार ही राजकीय लढे उभारले गेले. परिणामी, युरोपियन भूमीवर कामगार ही राजकीय शक्ती म्हणून उदयास आली. राज्यसत्तेतही कामगार वर्गाचा सहभाग वाढला. हिंदुस्थानातही औद्योगिक क्रांतीने प्रवेश केला होता. मुंबई, कलकत्ता यांसारख्या शहरांत कारखाने व गिरण्यांची स्थापना झाली होती आणि तेथे मजुरीने काम करणारा वर्गही अस्तित्वात आला होता. मुंबईत कापड गिरण्यांचा उद्योग वाढीस लागला होता. या गिरण्या इंग्रज, पारशी, भाटिया, खोजा या मंडळींच्या मालकीच्या होत्या आणि तेथे काम करणारे कामगार महाराष्ट्राच्या कानाकोपऱ्यांतून, शेतकरी वर्गातून आलेले मराठी लोक होते. मुंबईच्या गिरणी मालकांच्या ठिकाणी भांडवलशाहीचे सर्व गुणधर्म वसत होते आणि कामगारांचे निर्दयी शोषण करण्यात ते कमी पडत नव्हते. दुसऱ्या शब्दांत युरोपातील भांडवलदारांचे ते भाऊबंदच शोभत होते; पण हिंदुस्थानातील कामगार वर्गाची युरोपातील कामगार वर्गाशी तुलना होऊ शकत नव्हती, कारण युरोपातील कामगार वर्गाप्रमाणे तो सामाजिक व राजकीयदृष्ट्या जागृत आणि संघटित झालेला नव्हता.

शाहू महाराजांचा जागतिक परिस्थितीचा, विशेषतः युरोपातील कामगारांच्या

लढ्यांचा अभ्यास होता. तेथे कामगारांनी प्राप्त करून घेतलेल्या हक्कांची त्यांना जाण होती. युरोपप्रमाणे इथेही कामगारांनी संघटित होऊन आपल्या हक्कांसाठी लढा दिल्याशिवाय त्यांच्या पदरात काही पडणार नाही, असे त्यांना वाटत होते. ज्या मागासलेल्या बहुजन समाजाचा उद्धार करण्याचे व्रत त्यांनी स्वीकारले होते, त्या समाजाचाच कामगार वर्ग हा एक अविभाज्य भाग होता; तेव्हा या वर्गास वगळून बहुजन समाजाच्या अभ्युदयाची चळवळ चालविणे इष्ट नाही, याचीही जाणीव त्यांना झालेली होती. सुदैवाने महाराजांनी मुंबईच्या कामगारांच्या सभेपुढे दिलेली दोन भाषणे आज अभ्यासकांना उपलब्ध आहेत. त्यांतून त्यांची कामगार वर्गाच्या हितासंबंधीची कळकळ आणि त्या अनुरोधाने त्यांनी व्यक्त केलेले विचार स्पष्टपणे दिसून येतात. या भाषणांचा काळ नोव्हेंबर, १९१८ चा म्हणजे पहिल्या महायुद्धाच्या समाप्तीच्या सुमाराचा आहे. त्या काळी जगाच्या पाठीवर मोठमोठ्या उलथापालथींच्या घटना घडून आल्या होत्या. रशिया, जर्मनी आदी युरोपियन देशांत निरंकुश राजेशाहीचा शेवट होऊन कामगारांच्या राजकीय शक्तीचा उदय घडून आला होता. विशेषतः रशियात लेनिनच्या नेतृत्वाखाली कामगार वर्गाने साम्यवादी क्रांती घडवून कष्टकरी वर्गाच्या राज्याचा प्रयोग आरंभला होता. या साम्यवादी क्रांतीच्या भीतीने इंग्लंडसारखी भांडवलशाही राष्ट्रेही आपापल्या कामगार वर्गाचा अनुनय करू लागली होती. त्यांच्या कायदे मंडळामध्ये कामगार वर्गाच्या प्रतिनिधींनी यापूर्वीच प्रवेश करून आपले शक्तिप्रदर्शन केलेले होते. या सर्व पार्श्वभूमीवर, जागतिक घडामोडी नजरेसमोर ठेवून शाहू महाराजांनी कामगार वर्गास मार्गदर्शन केले आहे, हे लक्षात घेतले पाहिजे.

कामगार वर्गास ऐक्याचे व संघटित होण्याचे आवाहन

मुंबईत यापूर्वी रावबहादूर नारायण मेघाजी लोखंडे यांच्यासारख्या पुढाऱ्यांनी कामगार वर्गास संघटित करण्याचे प्रयत्न केले होते. या सुमारास सी. के. बोले, वंडेकर, तालचेलकर इत्यादी कामगार पुढारी कामगारांच्या चळवळीत कार्यरत होते. या मंडळींनी १० नोव्हेंबर, १९१८ रोजी मुंबईच्या परळ भागात दहा हजार कामगारांची व पददलित लोकांची सभा आयोजित करून तिचे अध्यक्षपद स्वीकारण्याची शाहू महाराजांना विनंती केली. ही विनंती स्वीकारून महाराज तिथे गेले. प्रत्यक्ष छत्रपती महाराज

आपल्या सभेसाठी येत आहेत, हे पाहून तेथे जमलेल्या गरीब कष्टकरी जनतेच्या आनंदास उधाण आले. भाषणाच्या प्रारंभीच महाराजांनी 'हे अध्यक्षस्थान स्वीकारण्यास मला विशेष आनंद वाटत आहे; कारण मी आपल्यापैकीच एक आहे,' असे हृदयस्पर्शी उद्‌गार काढून सर्वांची मने काबीज केली आणि मग कामगारांच्या स्थितीच्या मूळ मुद्द्यासच त्यांनी हात घातला. ते म्हणाले, 'पाश्चात्त्य देशांत भांडवलवाले व मजूर असे दोन वर्ग आहेत. तिकडेही भांडवलदार लोकांची मजूरदार लोकांवर बेसुमार सत्ता चाले; पण आता मजूरदार लोकांनी आपले संघ बनविले आहेत. गवताच्या एकेका काडीची ताकद जास्त नसते; पण अशा अनेक काड्यांचा वेत वळला तर त्याने हत्तीलाही बांधता येते. मजूरदार लोकांना विलायतेत मजुरी वाढवावी एवढ्याकरिताच झगडावे लागते. तेथील समाजात कोणत्याही दर्जास पोहोचण्यास जन्मसिद्ध अडचण मुळीत नाही; त्यामुळे ते सहज रीतीने उच्च वर्गात मिसळतात. तशी स्थिती आमच्या इकडे नाही. विलायतेत मजूरदार लोकांच्या संघांना पुष्कळ महत्त्व आले आहे. पार्लमेंटसारख्या संस्थांत आणि प्रधान मंडळात त्या लोकांतीलच प्रतिनिधी शिरले असून ते आपल्या वर्गाच्या हिताचे योग्य रीतीने संरक्षण करीत आहेत.'[१]

उपरोक्त चार वाक्यांतच युरोपातील कामगार वर्गाचा आदर्श आपल्या देशातील कामगार वर्गाने डोळ्यांसमोर ठेवून आपण संघटित व्हावे आणि बलदंड भांडवलदारांनाही वठणीवर आणता येईल, असे शक्तिसामर्थ्य पैदा करावे, असे आवाहन महाराजांनी केले आहे. याही पुढे जाऊन त्यांनी इंग्लंडमधील पार्लमेंटमध्ये व तेथील प्रधान मंडळात कामगार वर्गाच्या प्रतिनिधींनी निर्माण केलेल्या प्रभावाचा जो निर्देश केला आहे, तो फार सूचक आहे. हिंदुस्थानात भावी काळात जी लोकशाहीनिष्ठ राज्यघटना निर्माण होणार होती, तिच्यात या कामगार वर्गाच्या प्रतिनिधींचा प्रभाव असला पाहिजे आणि त्यासाठी कामगारांनी आतापासून जागृत व प्रयत्नशील राहिले पाहिजे, असे महाराजांना सूचित करावयाचे आहे. जागतिक राजकारणात झालेला कामगार सत्तेचा उदय जगातील लोकशाहीनिष्ठ सरकारे कामगार वर्गाच्या प्रभावाखाली जाण्याची चिन्हे दर्शविणारा आहे; अशा परिस्थितीत हिंदुस्थानातील भावी लोकशाहीनिष्ठ सरकारही त्यापासून अलिप्त राहू शकणार नाही, असे त्यांना वाटत होते.

आपला हा विचार या सभेनंतर अवघ्या दोन आठवड्यांनी भरलेल्या

आणखी एका कामगार सभेपुढे मांडताना महाराज म्हणतात, 'पाश्चात्त्य देशांत भांडवलवाले आणि मजूर या पक्षांचे भांडण चालले आहे, असे मी पूर्वीच सांगितले आहे. बहुतांश राज्य कारभार मजूर पक्षाच्या हाती जाणे, असा या युद्धाचा परिणाम झाला आहे. रशिया व जर्मनी ही निरंकुश राजसत्तेची दोन मोठी पीठे होती. त्या ठिकाणी आता मजूर पक्षाच्या नेतृत्वाखाली प्रजासत्ताक राज्ये स्थापन होत आहेत. इंग्लंडमध्येही आस्ते आस्ते मजूर पक्षाचा जोर वाढत आहे. हॉलंड वगैरे तटस्थ राष्ट्रांवरही या लाटेचा परिणाम झाल्याशिवाय राहत नाही. वयात आलेल्या प्रत्येक माणसास मत देण्याचा अधिकार मिळाला याचा अर्थ, बहुजन समाजाच्या मताप्रमाणेच कारभार चालणार, अल्पसंख्याकांची सत्ता कमी होणारच; ते अटळ आहे. आपणही तसेच अधिकार मिळविले पाहिजेत. मात्र, त्याकरिता स्वार्थत्यागपूर्वक सतत नेटाने प्रयत्न केले पाहिजेत.'[२]

महाराजांच्या या विधानावर भाष्य करताना प्रसिद्ध कम्युनिस्ट विचारवंत कॉ. प्रभाकर वैद्य यांनी म्हटले आहे, 'महाराजांनी रशिया आणि जर्मनीचा उल्लेख करणे आणि कामगारांनी झार आणि कैसरची जुलमी राजसत्ता उलथून पाडली आहे, याचा स्वागतपर उल्लेख करणे ही गोष्ट अधिकच महत्त्वाची आहे. तसा उल्लेख एका सिंहासनाधिष्ठित संस्थानिकाने करावा, याचे तर आज अधिकच कौतुक वाटते.'[३]

कामगार वर्गाचे जितके होईल तेवढे शोषण करणे, हे युरोपियन भांडवलशाहीचे तत्त्व हिंदुस्थानातील गिरण्या-कारखान्यांत शिरल्यामुळे गरीब कामगारांची स्थिती अधिकच कष्टमय झाल्याचे शाहू महाराजांनी म्हटले आहे. ही स्थिती सुधारण्यासाठी कामगारांनी संघटितपणे जोरदार व स्वार्थत्यागपूर्वक प्रयत्न करणे आवश्यक आहे, असे त्यांचे मत होते.[४] त्यासाठी त्यांनी कामगार वर्गास त्यांच्या अभ्युदयासाठी संघटना स्थापन करून स्वावलंबनाचा मूलमंत्र स्वीकारण्याचा उपदेश केला आहे. ते म्हणतात, 'इंग्लंडात मजूरदारांनी आपल्या उन्नतीकरिता आपले संघ स्थापन करून स्वालंबनाचे कार्य स्वीकारले. त्याप्रमाणे आपण आपले सुव्यवस्थित संघ तयार केले पाहिजेत. आपल्या मुला-बाळांस शिक्षण देऊन, आपले आरोग्य वाढविण्याचे प्रयत्न करून आपली उन्नती आपणच करून घेतली पाहिजे. दुसरा आपल्याकरिता काही करील, अशी अपेक्षा करणे केव्हाही कमीपणाचे आहे, ही गोष्ट अहर्निश लक्षात ठेवा. परधर्मापासून

आपल्या धर्मावर आलेले संकट आपल्याच लोकांच्या मदतीने छत्रपती शिवाजी महाराजांनी निवारण केले.'[५]

स्वावलंबनाने आपला अभ्युदय कसा घडवून आणता येतो, याचा इतिहासातील शिवछत्रतींचा दाखला महाराजांनी दिला आहे. त्यांनी एके ठिकाणी म्हटले आहे की, कामगारांनी आपल्या प्रगतीच्या लढ्याची ऐक्य, परस्पर प्रेम, विश्वास व चिकाटीने सतत प्रयत्न' ही आपली शस्त्रे बनविली पाहिजेत आणि 'सहकार' हे आपल्या प्रगतीचे मुख्य साधन केले पाहिजे. 'अडाणी' व 'अशिक्षित' कामगाराला सहकारात सुव्यस्थित रितीने काम करण्याची सवय लागते. 'सहकाराची पहिली शाळा' म्हणून प्रत्येक कारखान्यात कामगारांनी सहकारी पतसंस्था स्थापन करायला हव्यात,[६] अशी उपाययोजना त्यांनी सुचविली आहे. कामगारांच्या पहिल्या सभेत त्यांनी कामगार संघ स्थापन करण्यात पुढाकार घ्यावा, असे आवाहन शाहू महाराजांनी केले होते. त्याचा अनुकूल प्रभाव पडून मुंबईतील सी.के. बोले व त्यांचे सहकारी यांनी एकत्र येऊन कामगारांची 'लोकसंघ' (People's union) ही संघटना स्थापन केली आणि या संघटनेमार्फतच महाराजांची उपरोक्त दुसरी कामगार सभा आयोजित करण्यात आली होती. या सभेत लोकसंघाच्या निर्मितीबद्दल आनंद व्यक्त करताना महाराजांनी म्हटले होते, 'इंग्लंडात भांडवलदार व मजूरदार असे दोन प्रबळ पक्ष आहेत. त्यांचे हितसंबंध परस्परविरोधी आहेत, अशी आजपर्यंतची समजूत आहे. वास्तविक पाहता ज्याने त्याने आपले वाजवी हक्क तेवढेच सांभाळले आणि दुसऱ्यांच्या वाजवी हक्कांस विरोध केला नाही, म्हणजे तंट्यास जागा राहत नाही. तशी बुद्धी वरिष्ठ लोकांस होईल, दाबून टाकलेल्यांना मान करण्यास संधी मिळेल, तो सुदिन होय. हा सुदिन लवकरच उगवेल, अशी आशा वाटत आहे.'[७]

इथे कामगार वर्गाच्या संदर्भात शाहू महाराजांनी मांडलेल्या आणखी एक-दोन मतांचा परामर्श घेणे आवश्यक आहे. महाराजांनी म्हटले आहे की, हिंदुस्थानात मुख्य मागासलेला वर्ग हा शेतकऱ्यांचा असून कामगार हा शेतकरी वर्गातूनच शहरात आलेला कष्टकरी वर्ग आहे. तो शेतकऱ्यांहून वेगळा नाही. कारखान्यात काम करणारे कामगार हे मूळचे शेतकरीच असल्याने कामगार व शेतकरी अशा दोन्ही वर्गांच्या हिताचा एकत्र विचार करणे गरजेचे आहे.[८] महाराजांचे दुसरे मत खेड्यांतून शहराकडे रोजगारासाठी लागलेल्या लोकांच्या लोंढ्याविषयी व्यक्त केलेले आहे. खेड्यांतील शेतकऱ्यांचे

त्याच्या शेतीवर पोट भरत नाही म्हणून तो शहराकडे धाव घेऊन कारखान्यातील कामगार बनतो, ही गोष्ट देशाच्या विकासाच्या दृष्टीने स्पृहणीय तर नाहीच उलट अनेक समस्या निर्माण करणारी आहे; असे सांगून महाराज म्हणतात, 'खेड्यातील शेतीचा व्यवसाय हा आधुनिक आणि अधिक प्राप्तीचा झाला पाहिजे. या व्यवसायाने खेड्यातील जास्तीतजास्त लोकसंख्येला कामधंदा पुरवला पाहिजे आणि त्यातूनही ज्यांना रोजगार उपलब्ध होणार नाही, अशांनी शहरांकडे कामधंद्यासाठी जाण्यास हरकत नाही. असे झाले तर खेड्यांची आर्थिक प्रगती होईलच; पण बेरोजगार लोकांच्या लोंढ्यामुळे शहरांचे आरोग्य व समतोलपणा यांना बिघडवणाऱ्या गोष्टीही अस्तित्वात येणार नाहीत.'[१]

शाहू महाराजांचे शेतकरी व कामगार या वर्गासंबंधीचे उपरोक्त विचार मूलभूत स्वरूपाचे होते. काळ इतका बदलला आहे की, या विचारात आज कदाचित आपणास नावीन्य वाटणार नाही; पण शाहू महाराजांचा काळ नजरेसमोर आणला, तर त्यांनी व्यक्त केलेले विचार काळाच्या पुढे अनेक मजला होते असे दिसून येते. त्या काळी महाराष्ट्रातच नव्हे तर देशात कामगारांच्या संघटना अद्याप व्यापक पायावर उभ्या राहिलेल्या नव्हत्या. पहिल्या 'अखिल भारतीय कामगार संघटने'ची (आयटक) स्थापनाच मुळी १९२० मध्ये झाली आणि तिचे अध्यक्ष म्हणून काँग्रेसचे महनीय नेते लाला लजपतराय यांची निवड झाली. 'भारतीय कम्युनिस्ट पक्षा'ची स्थापनाही १९२५ मध्ये झाली आणि त्या सुमारासच कॉ. श्रीपाद अमृत डांगे आणि कॉ. मिरजकर यांचा कामगार नेते म्हणून उदय घडून आला. या सर्व गोष्टी अस्तित्वात येण्यापूर्वी शाहू महाराजांनी व्यक्त केलेले हे विचार आहेत, हे ध्यानात घेतल्यावर त्या विचारांचे नावीन्य व क्रांतिकारकत्व नजरेत भरल्याशिवाय राहत नाही. विशेषतः कामगारांच्या समोर वर्गीय संघर्षाचा अर्थ विशद करून त्यांना संघटित होण्याचा उपदेश करणारा हिंदुस्थानातील हा पहिलाच आणि अपवादात्मक संस्थानिक होता. इंग्रज साम्राज्यशाहीच्या वर्चस्वाखाली असणाऱ्या एका मांडलिक संस्थानिकाने रशिया-जर्मनीमधील कामगार क्रांतीचे संदर्भ देऊन हिंदुस्थानातील कामगार वर्गासमोर भावी लोकशाहीनिष्ठ कामगार सरकारचे स्वप्न ठेवणे, हे चित्र हिंदुस्थानच्या इतिहासात तरी अपूर्व होते, असे मानावयास हरकत नसावी.

दिवाणबहादूर आण्णासाहेब लठ्ठे :
सत्यशोधक समाजाचे नेते

सदाशिवराव पाटील बेनाडीकर :
क्षात्रजगद्‌गुरू

बाबूराव यादव : सत्यशोधक समाजाचे
धडाडीचे कार्यकर्ते

डॉ. हिंदुराव घाटगे : मराठा समाजातील
अत्यंत तत्त्वनिष्ठ व जिद्दीचे कार्यकर्ते

कीर्तिवानराव निंबाळकर :
मराठा समाजातील
सत्यशोधक कार्यकर्ते

रावसा. डी. आर. भोसले :
मराठा समाजातील शिक्षणप्रसारक.
मराठा समाजातील सत्यशोधक कार्यकर्ते

वासुदेवराव तोफखाने :
कोल्हापुरातील थिऑसॉफीचे अनुयायी

कर्मवीर भाऊराव पाटील :
हाडाचे सत्यशोधक व थोर शिक्षणप्रसारक

डॉ. पंजाबराव देशमुख :
वऱ्हाडातील थोर नेते व शिक्षणप्रसारक

दत्तोबा पवार : अस्पृश्यांचे पुढारी,
डॉ. आंबेडकरांचे सहकारी

प्रबोधनकार के. सी. ठाकरे :
निर्भीड पत्रकार व विचारवंत

मुकुंदराव पाटील : व्रतस्थ पत्रकार व
सत्यशोधक विचारवंत,
'दीनमित्र' वृत्तपत्राचे संपादक

श्रीपतराव शिंदे : तत्त्वनिष्ठ पत्रकार व कट्टे सत्यशोधक 'विजयी मराठा' या वृत्तपत्राचे संपादक

शामराव देसाई (बेळगाव) : ध्येयनिष्ठ पत्रकार व सत्यशोधक कार्यकर्ते, 'राष्ट्रवीर'या वृत्तपत्राचे संपादक

भगवंतराव पाळेकर (बडोदा) : राष्ट्रीय वृत्तीचे पत्रकार, सत्यशोधक नेते, 'जागृती' या वृत्तपत्राचे संपादक

रखमाबाई केळवकर : कोल्हापूर संस्थानमधील पहिल्या स्त्री-शिक्षणाधिकारी (सन १८९५-१९२२)

शाहूकालीन विविध क्षेत्रांतील कलाकार

गानमहर्षी अल्लादियाखाँसाहेब :
भारतीय संगीतातील 'गौरीशंकर'

हैदरखाँसाहेब : अल्लादियाखाँसाहेबांचे
धाकटे बंधू

मंजीखाँसाहेब : अल्लादियाखाँसाहेबांचे
दुसरे पुत्र

सुरश्री केसरबाई केरकर :
अल्लादियाखाँसाहेबांच्या शिष्या

अंजनीबाई मालपेकर :
अखिल भारतीय कीर्तीच्या गायिका

मोगूबाई कुर्डीकर : विख्यात गायिका,
अल्लादियाखाँसाहेबांच्या शिष्या

भूलोकीचे गंधर्व, नारायणराव
राजहंस ऊर्फ बालगंधर्व

संगीतसूर्य केशवराव भोसले :
असामान्य प्रतिभावान गायक

गोविंदराव टेंबे : अष्टपैलू कलावंत, नाटककार, कवी, संगीतज्ज्ञ

'महाराष्ट्र कोकीळ' शंकरराव सरनाईक : गुणी कलावंत

रंगसम्राट आबालाल रहिमान : कलाक्षेत्रातील महर्षी

कलामहर्षी बाबूराव पेंटर : असामान्य प्रतिभावान कलावंत

शाहू छत्रपती आणि त्यांच्या राजाश्रयाखालचे काही नामांकित मल्ल

इमाम बक्ष पैलवान : जगज्जेता गामाचा भाऊ

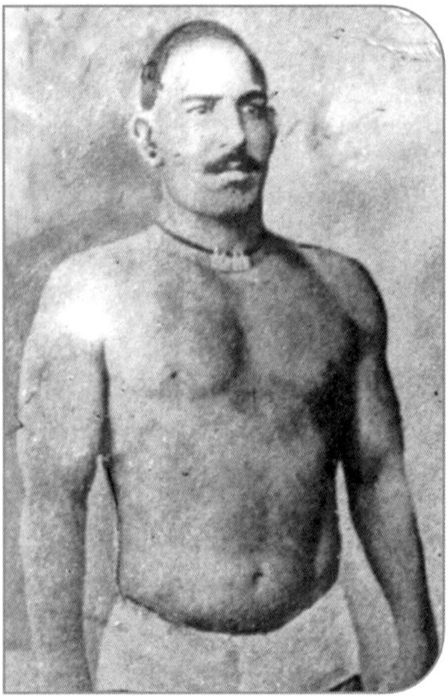

खंदा लढवय्या गुलाम मोहिद्दीन : पंजाबी मल्लश्रेष्ठ

अजिंक्य मल्ल व्यंकाप्पा बुरुड ऊर्फ 'काळा मारुती'

मल्लश्रेष्ठ गणपत शिंदे

शाहू छत्रपती आणि काही महत्त्वाचे प्रसंग

धारवाड मुक्कामी
डावीकडून :
१.काकासाहेब घाटगे,
२.बापूसाहेब महाराज
३.भाऊसिंहजी (बसलेले),
४.भाऊसिंहजींचे सहकारी
कालुभा (मागे ऊभे),
५.शाहू छत्रपती (बसलेले),
६.दत्ताजीराव इंगळे

शाहू छत्रपतींचे
राज्यारोहण
अधिकार प्राप्ती
समारंभ,
(२ एप्रिल, १८९४)

१२ जून, १९०२ रोजी
इंग्लंड भेटीत
शाहू छत्रपतींनी
विंचेस्टर कॉलेजला
भेट दिली.
त्यावेळी मानवंदना
स्वीकारताना

धारवाडमधील 'कर्नाटक ब्राह्मणेतर सामाजिक परिषद'च्या निमित्ताने लोकांनी शाहू छत्रपतींची धारवाडमध्ये जंगी मिरवणूक काढली. (सन १९२०)

कर्नाटक ब्राह्मणेतर सामाजिक परिषद, धारवाड, या प्रसंगी - कर्नाटक व महाराष्ट्र येथील सामाजिक कार्यकर्त्यांसह सत्पुरुष श्री सिद्धरूढ स्वामी आणि शाहू छत्रपती

ब्रिटिश युवराज प्रिन्स ऑफ वेल्स यांची पुणे भेट : (१९ नोव्हेंबर, १९२१) पुण्यात शिवस्मारकाची कोनशिला बसविण्याचा समारंभ, त्या प्रसंगी शाहू छत्रपती

शाहू छत्रपती आणि शिकार

शाहू छत्रपती
आणि शिकार.
समोर शिकारीत
मारलेली दोन अस्वले.
डावीकडून
शाहू छत्रपती

शाहू छत्रपती
आणि शिकार.
शिकारी कुत्र्यांकडून
भल्या मोठ्या वाघाची
शिकार (सन १९१०).
हिंदुस्थानातील
असे पहिलेच उदाहरण.
गुरूवर्य फ्रेझरकडून
छत्रपतींचे अभिनंदन

शाहू छत्रपती
चित्त्याच्या शिकारीवर
निघण्याच्या तयारीत.
घोडागाडीचे
सारथ्य
स्वत: छत्रपती
करीत आहेत.

शाहूकालीन प्रसिद्ध ऐतिहासिक ठिकाणे, इमारती इ.

न्यू पॅलेस -
शाहू छत्रपतींचे
निवासस्थान.
राणी अहिल्याबाई
यांच्या देखरेखीखाली
हा बांधला गेला.
(सन १८७७-८४)

सोनतळी
(रजपूतवाडी) कॅम्प,
शाहू छत्रपतींचे
आश्रमवजा
निवासस्थान.

रोमन आखाड्याच्या
धर्तीवर बांधलेले
श्री शाहू खासबाग
कुस्त्यांचे मैदान
(सन १९१२)

हिंदुस्थानातील
पहिल्या प्रतींचे नाट्यगृह :
सुप्रसिद्ध पॅलेस थिएटर
(सध्याचे संगीतसूर्य
केशवराव भोसले नाट्यगृह
(सन १९१५)

कोल्हापुरातील
साठमारीचे आगड.
शाहू छत्रपतींनी
आपल्या राज्यात
या खेळाचे तंत्र
विकसीत केले.

कोल्हापूर संस्थानाचा
कायापालट करणारे
राधानगरी धरण.
तत्कालीन संस्थानी
हिंदुस्थानातील
सर्वांत मोठे धरण.

राजर्षी शाहू आणि छत्रपतींची राजचिन्हे व मुद्रा

छत्रपती घराण्याची
राजमुद्रा : क्र. १

छत्रपती घराण्याची
राजमुद्रा : क्र. २

शाहू छत्रपतींच्या पत्रांवर आढळणारी
राजमुद्रा : क्र ३

शाहू छत्रपतींच्या खासगी पत्रांवरील
राजमुद्रा : क्र ४

शाहू छत्रपतींची संस्कृत
राजमुद्रा : क्र ५

महाराणी लक्ष्मीबाई यांच्या पत्रावरील
राजमुद्रा : क्र १

महाराणी लक्ष्मीबाई यांची इंग्रजी
राजमुद्रा : क्र २

इंदुमती राणीसाहेब यांची
राजमुद्रा

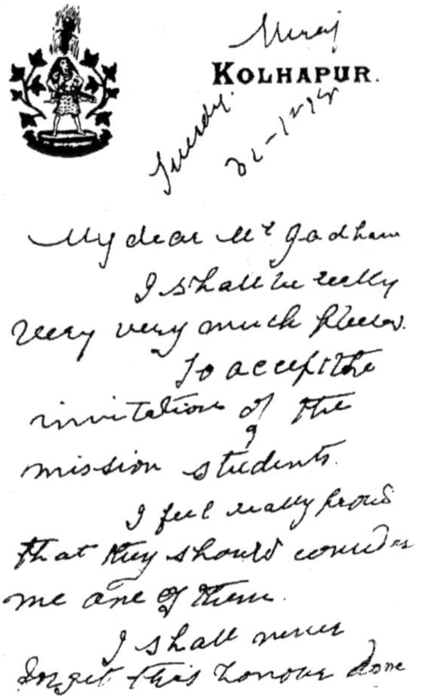

Miraj

KOLHAPUR.

Tuesday 31-1-1914

My dear Mr Jadhav

I shall be really very very much pleased to accept the invitation of the mission students.

I feel really proud that they should consider me one of them.

I shall never forget this honour done

शाहू छत्रपतींच्या स्वत:च्या हस्ताक्षरातील इंग्लिशमधील पत्र. मिरज मिशन स्कूलच्या मि. जाधव यांना लिहिलेले. दि. ३१ जानेवारी, १९१४

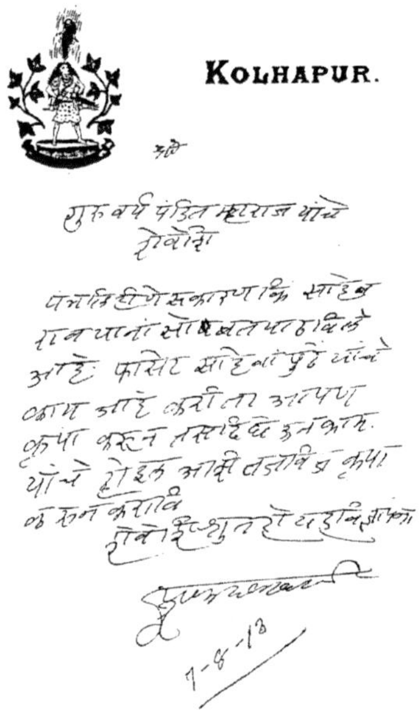

KOLHAPUR.

गुरुवर्य पंडित महाराज यांचे सेवेशी

पत्र लिहिण्यास कारण कि साहेब [illegible] यांना सोबत पाठविले आहे. फ्रेसर साहेबांपुढे यांचे काम आहे करीता आपण कृपा करून तसदी घेऊन काम यांचे होईल अशी तजवीज कृपा करून करावी सेवेशी श्रुत होय हे विनंती

[illegible]

7-8-13

शाहू छत्रपतींच्या स्वत:च्या हस्ताक्षरातील मराठीमधील पत्र. त्यांचे जिवलग स्नेही रघुपती पंडित उर्फ पंडित महाराज यांना लिहिलेले. दि. ७ ऑगस्ट, १९१३

२८

शेती, उद्योगधंदे व सहकार

आज महाराष्ट्रात कोल्हापूर जिल्हा शेती, उद्योगधंदे व सहकार या तिन्ही क्षेत्रांत अग्रेसर आहे. तथापि, या प्रगतीचा प्रारंभ स्वातंत्र्योत्तर काळातील नाही. स्वातंत्र्यपूर्व काळात शाहू महाराजांच्या कारकिर्दीत या प्रगतीची पायाभरणी झाली होती. त्याच काळात कोल्हापूर संस्थानात सुरू झालेली हरित क्रांती ही महाराष्ट्रातील पहिली हरित क्रांती होती. त्या क्रांतीचे जनकत्व महाराजांच्या दूरदृष्टीकडे आणि कल्याणकारी पुरोगामी धोरणांकडे जाते. हिंदुस्थानातील अन्य भागांप्रमाणे कोल्हापूर संस्थानातही बहुसंख्य प्रजाजन हे शेतकरीच होते. हा शेतकरी वर्ग अज्ञान व दारिद्र्य यांच्या गर्तेत खितपत पडलेला होता. त्यास अज्ञानामुळे सामाजिक मागासलेपण तर दारिद्र्यामुळे भौतिक मागासलेपण प्राप्त झाले होते. अशा स्थितीत जेव्हा दुष्काळ आणि प्लेग यांसारखी अस्मानी संकटे कोसळत, तेव्हा या वर्गाची दैन्यावस्था परकोटीस पोहोचत असे.

राज्यारोहणानंतरच्या आपल्या कारकिर्दीच्या पहिल्या पर्वातच शाहू महाराजांना या संकटाखाली आपली रयत भरडली जात असल्याचा कटू अनुभव घ्यावा लागला. त्या वेळी राज्यकर्ता या नात्याने दुष्काळाच्या कालखंडात प्रजेला अन्नधान्याचा आणि त्यांच्या गुराढोरांना गवतचाऱ्याचा पुरवठा करून त्यांना मृत्यूच्या तडाख्यातून वाचविण्याचे कर्तव्य महाराजांनी चोखपणे पार पाडले होते; पण एवढ्यावर त्यांना समाधान नव्हते. दुष्काळासारख्या संकटावर कायमची मात करण्याची मूलभूत उपाययोजना करण्याचे त्यांनी मनावर घेतले आणि १९०२ मध्ये त्यांनी आपल्या संस्थानासाठी अपूर्व असे 'सार्वत्रिक पाटबंधारे धोरण' (Mass Irrigation Policy) जाहीर केले. त्यासाठी लवकरच स्वतंत्र 'पाटबंधारे खाते' निर्माण

करून त्यावर खास 'इरिगेशन ऑफिसर'ची नेमणूक करण्यात आली. या खात्यामार्फत संस्थानातील प्रत्येक गावची पाटबंधाऱ्याच्या दृष्टीने तपशीलवार पाहणी करण्यात आली. नव्या- जुन्या विहिरी, छोटेमोठे तलाव, लहान-मोठे बंधारे या सर्वांच्या नोंदी करून त्यांच्या दुरुस्तीची कामे हाती घेण्यात आली. नव्या विहिरी, नवे तलाव व छोटे छोटे बंधारे यांच्या योजना तातडीने अमलात आणल्या जाऊ लागल्या.[१] पावसाच्या पाण्याचा प्रत्येक स्त्रोत अडविण्याचा प्रयत्न सुरू झाला आणि या प्रयत्नांना मुकुटमणी शोभेल अशी एक भव्य योजना महाराजांनी पुढे आणली. ती म्हणजे कोल्हापूरच्या पश्चिमेस सह्याद्रीच्या घाटात भोगावती नदीचा जलप्रवाह अडविणाऱ्या धरणाची महत्त्वाकांक्षी योजना; जी पुढे कोल्हापूर जिल्ह्याची वरदायिनी ठरली.

राधानगरी धरणाचा प्रकल्प : महाराजांचे जीवितकार्य

१९०२ मध्ये युरोपच्या दौऱ्यात शाहू महाराजांनी तेथील देशस्थितीचे आणि समाजस्थितीचे बारकाईने निरीक्षण केले होते. युरोपमधील लोकांनी निसर्गातील साधनसंपत्तीचा प्रत्येक स्त्रोत मोठ्या कल्पकतेने आपल्या भौतिक प्रगतीसाठी वापरल्याचे पाहून ते प्रभावित झाले होते. आपल्याकडे असे का होऊ नये, असे विचार त्यांच्या मनात थैमान घालत होते.[२] सह्याद्रीच्या माथ्यावर शेकडो इंच पाऊस पडतो आणि तेथून उगम पावणाऱ्या नद्या पावसाळ्यात दुथडी भरून वाहून ही प्रचंड जलसंपत्ती समुद्रात नेऊन ओततात. पावसाळा संपला की, त्या नद्या कोरड्या पडू लागतात. सह्याद्रीत कोसळणारे पावसाचे पाणी अडवून देशावरच्या काळ्याभोर तृषार्त जमिनीस दिले गेले, तर ही भूमी खऱ्या अर्थाने 'सुजलाम सुफलाम' होणार नाही काय? दुष्काळावर मात करण्यासाठी 'सौ सुनार की, एक लुहार की।' या न्यायाने असे नदीवरील मोठे धरण का बांधू नये? इच्छाशक्ती असेल, तर जगात अशक्य असे काय आहे? अशा विचारांत महाराजांचे 'राधानगरी धरणा'च्या स्वप्नाचे मूळ होते.

हे स्वप्न सामान्य नव्हते. ते एक शिवधनुष्यच होते. कोल्हापूरसारख्या एका छोट्या संस्थानाने राधानगरी धरणासारख्या एका महत्त्वाकांक्षी प्रकल्पास हात घालणे म्हणजे आज महाराष्ट्रातील एखाद्या जिल्ह्याने 'कोयना धरणा'चा प्रकल्प हाती घेण्यासारखे अशक्यप्राय काम होते. त्या काळात ते हिंदुस्थानातील

सर्वांत मोठे धरण ठरणार होते. असा महान प्रकल्प हाती घेण्यासाठी पहाडासारखे कणखर दिल असणारा राजा असावा लागतो. महाराजांजवळ दुर्दम्य इच्छाशक्ती व असे कणखर दिल होते आणि त्या मागे लोककल्याणाची तळमळ होती. खुद्द महाराज या प्रकल्पास आपले जीवितकार्य समजत होते. आपल्या स्नेह्यास लिहिलेल्या पत्रात त्यांनी म्हटले होते, 'हा प्रकल्प सिद्धीस गेल्यावर माझे जीवितकार्यच पूर्ण होईल!' (My life's work will have been done when I complete this project). आपल्या जीवितकार्याचे हे स्वप्न साकारण्यासाठी महाराज आपल्या सर्वशक्तिसामर्थ्यानिशी उभे राहिले होते. कोल्हापूर संस्थानातून सेवानिवृत्त होऊन मायदेशी गेलेल्या कर्नल फेरीस या इंग्रज अधिकाऱ्यास लिहिलेल्या पत्रात ते म्हणतात, 'आपण येथून निघून गेल्यावर मी सुमारे २० बंधारे बांधले; पण माझी महत्त्वाकांक्षा पूर्ण झाली नाही. म्हणून मी आता एक मोठा सिंचन प्रकल्प (Irrigation Scheme) हाती घेणार आहे. संपूर्ण भारतात मोठा (The biggest in India) असा तो प्रकल्प असेल. त्यासाठी मी माझी पूर्ण शक्ती लावत आहे. सध्या मी आणि बापूसाहेब दोघेही त्यावर काम करत आहोत. ही योजना यशस्वी व्हावी, हीच माझी अंतरीची इच्छा आहे.'[३]

अशा प्रकारे राधानगरी धरणाचा इतिहास म्हणजे शाहू महाराजांनी या प्रकल्पासाठी घेतलेले कठोर परिश्रम, दाखविलेली जिद्द व तळमळ आणि प्रसंगी उद्‌भवलेले आशा-निराशेचे प्रसंग यांचा इतिहास आहे. १९०९ मध्ये प्रत्यक्ष धरणाचे बांधकाम सुरू झाले. १९१८ पर्यंत १४ लाख रुपयांची रक्कम खर्ची पडून धरणाचे ४० फुटांपर्यंतचे बांधकाम पूर्ण झाले. पुढे निधीच्या कमतरतेमुळे बांधकाम काही काळ थांबले तरी धरणात साठणाऱ्या पाण्याच्या साठ्यातून दरवर्षी ६०० दशलक्ष घनफूट पाणी शेतीसाठी उपलब्ध होऊ लागले. ते पाणी जशी आवश्यकता भासेल तसे नदीत सोडण्यात येई. परिणामी, भोगावती (पुढे तीच पंचगंगा होते) नदीच्या दोन्ही तीरांवर बारमास हिरवीगार शेती फुलू लागली. महाराजांचे हरित क्रांतीचे स्वप्न अंशतः का होईना साकार झाले. (पुढे बराच काळ धरणाचे बांधकाम चालू राहिले. शेवटी ते १९५७ मध्ये पूर्णत्वास गेले.)

शेतीच्या क्षेत्रातील नवनवीन उपक्रम

स्वातंत्र्य प्राप्तीनंतर भारत सरकारने शेती आणि उद्योगधंदे या क्षेत्रांत आधुनिकीकरणाचा स्वीकार करून शास्त्रीय पायावर आधारित असे नवनवीन प्रकल्प हाती घेतले; पण कोल्हापूर संस्थानात आधुनिकीकरणाची ही प्रक्रिया शाहू महाराजांनी आपल्या कारकिर्दीतच सुरू केली होती. युरोपात शास्त्रीय पद्धतीने शेती करून आपल्यापेक्षा अनेक पटीने अधिक अन्नधान्याचे उत्पादन घेतले जाते, हे त्यांनी प्रत्यक्ष पाहिले होते, तेव्हा आपल्या शेतकऱ्यामध्येही शेतीतील आधुनिक ज्ञानाचा प्रसार व्हायला पाहिजे, या हेतूने महाराजांनी अनेक उपक्रम हाती घेतले. संस्थानात सुधारित शेती पद्धतीचा प्रसार करण्यासाठी १९१२ मध्ये त्यांनी कोल्हापुरात 'किंग एडवर्ड ॲग्रिकल्चरल इन्स्टिट्यूट' ही संस्था स्थापन केली. तिला जोडूनच कोल्हापुरात आधुनिक शेती-अवजारांचे एक म्युझियम सुरू केले.

शेतकऱ्यांना सुधारित अवजारे, बी-बियाणे, रासायनिक खते आणि आधुनिक मशागतीच्या पद्धती यांचे ज्ञान व प्रशिक्षण देण्यासाठी खास शेती अधिकाऱ्यांच्या नेमणुका केल्या. शेतकरी वर्गास आधुनिक शेतीची गोडी लागावी म्हणून संस्थानात महालक्ष्मी रथोत्सव, जोतिबा यात्रा अशा प्रसंगी 'शेती प्रदर्शने' भरविली जाऊ लागली. अशा प्रदर्शनांत शेतीची आधुनिक साधने, उत्कृष्ट उत्पादनाच्या धान्याचे नमुने, माहितीपत्रके आदींची मांडणी केलेली असे. त्याचबरोबर उत्तम पैदाशीच्या जनावरांचे प्रदर्शन भरविले जाई. काही प्रसंगी या शेती प्रदर्शनांबरोबर खास 'विज्ञान प्रदर्शन'ही आयोजित केले जाई. आपल्या प्रजेस विज्ञानाविषयी गोडी उत्पन्न व्हावी, असे महाराजांना वाटत होते. प्रजाजन, विशेषतः शेतकरी वर्ग मोठ्या संख्येने अशा प्रदर्शनाकडे यावा म्हणून त्या सोबत कुस्त्यांच्या दंगली, मर्दानी खेळांचे सामने, हत्तींच्या झुंजी यांसारखे करमणुकीचे कार्यक्रम आयोजित केले जात असत.[४]

'प्रयोगशीलता' हा आधुनिकतेचा एक महत्त्वाचा पैलू असतो. शेतीच्या क्षेत्रात शाहू महाराजांनी दाखविलेली प्रयोगशीलता खरोखरच वाखाणण्यासारखी होती. संस्थानात ऊस, भात, ज्वारी, भुईमूग, कडधान्ये ही नेहमीची पारंपरिक पिके काढली जात होती; पण याशिवाय चहा, कॉफी, रबर, वेलदोडे, कोको यांसारखी इथे कधीच न घेतलेली उत्पादने घेता आली, तर

संस्थानाच्या शेतीचा कायापालट होऊन जाईल, असे महाराजांना वाटत होते. त्यासाठी संस्थानातील पश्चिम भागात, मुबलक पर्जन्यमान असणाऱ्या सह्याद्रीच्या रांगांत उतार जमिनीवर त्यांनी चहा, कॉफी, रबर यांचे मळे तयार केले. यांपैकी चहाच्या मळ्यांचा प्रयोग अपेक्षेहून यशस्वी झाला. कोल्हापूर संस्थानात उत्कृष्ट दर्जाचा चहा उत्पादित होऊ लागला. लवकरच व्यापारी तत्त्वावर चहाचे उत्पादन सुरू होऊन 'Panhala Tea No.4' या नावाने तो संस्थानाबाहेर, विशेषतः हिंदुस्थानातील राजे-रजवाडे यांना पाठविला जाऊ लागला. खास नमूद करण्यासारखी गोष्ट अशी की, हा चहा बडोद्याचे महाराज सयाजीराव गायकवाड यांच्या खास आवडीचा बनला. खुद्द आपल्याही संस्थानात चहाच्या लागवडीचा प्रयोग करावा, असे आता सयाजीरावांनाही वाटू लागले.[५] शाहू महाराजानंतर चहाच्या मळ्यांच्या या शेती उद्योगाकडे फारसे कोणी गांभीर्याने पाहिले नाही. दुर्दैवाने कोल्हापूरचा 'पन्हाळा चहा' कालौघात इतिहासजमा झाला.

व्यापार-उद्योगास सक्रिय उत्तेजन

इतिहासातील कोणत्याही कालखंडात कृषी आणि व्यापार-उद्योग ही समाजाच्या भौतिक प्रगतीची दोन महत्त्वाची क्षेत्रे मानली गेली आहेत. या दोन्ही क्षेत्रांत युरोपियन समाजाने जागतिक आघाडी घेतली होती. शाहू महाराजांना याची जाण होती. विशेषतः व्यापार-उद्योगात आपण मागे पडल्याने आपले भयानक आर्थिक शोषण होऊन आपले पारतंत्र्य अधिक दुःखदायक झाले आहे, असे त्यांना वाटत होते. आपल्या लोकांनी विशेषतः मराठी माणसांनी व्यापार-उद्योगात शिरावे आणि आपल्याबरोबर देशाचीही प्रगती करावी, असे त्यांना वाटे. १९१७ मध्ये खामगाव येथे भरलेल्या 'अखिल भारतीय मराठा शिक्षण परिषदे'च्या अधिवेशनात आपल्या अध्यक्षीय भाषणात आपल्या जातिबंधूंना उपदेश करताना ते म्हणतात, 'आम्ही शेतकरी किंवा सैनिकच होऊन राहावे ही स्थिती आम्हाला समाधानकारक नाही. म्हणून आम्हास व्यापार-धंदे आणि इतर उच्च प्रतीचे व्यवसाय यांत शिरण्याची जरुरी आहे. हल्ली आम्ही व्यापार व उदीम यात पडतच नाही. विसाव्या शतकात राष्ट्राची उन्नती व्यापार व तत्संबंधीची चळवळ यावर अवलंबून आहे. खरोखर व्यापार हा पाश्चिमात्य राष्ट्रांचा धर्मच झाला आहे. येथे धर्म म्हणजे 'बुद्धियुक्त स्वहित' साधणे असे मी समजतो. व्यापार करण्याचे

साहस आम्ही केले नाही, तर आमच्या सर्व चळवळी निस्तेज व निरर्थक होतील. व्यापारासंबंधीच्या चळवळीवर माझा पूर्ण विश्वास असल्यामुळे मी माझ्या दोन मुलांना व आप्तांना व्यापारात घातले आहे आणि मला सांगण्यास समाधान वाटते की, त्यांनी तो धंदा मोठ्या आनंदाने स्वीकारला आहे. एवढेच नाही, तर त्यात ते चांगल्या रीतीने पुढे येत आहेत.[६]

शाहू महाराजांच्या कारकिर्दीच्या सुरुवातीस कोल्हापूर संस्थानची व्यापार स्थिती फारशी समाधानकारक नव्हती. संस्थानात प्रमुख बाजारपेठ अशी नव्हतीच. संस्थानात उत्पादित होणारा उत्कृष्ट प्रतीचा गूळ सह्याद्रीच्या पलीकडे घाट उतरून कोकणात राजापूरच्या बाजारपेठेत जाई व तेथून तो मुंबई वगैरे ठिकाणी पाठविला जात असे.

हा गूळ 'राजापुरी गूळ' म्हणून सर्वत्र प्रसिद्ध पावला होता! म्हणजे गूळ कोल्हापूरचा; पण नाव मात्र राजापूरचे! महाराजांनी ही परिस्थिती बदलायचे ठरविले. राज्यारोहणानंतरच्या दुसऱ्या वर्षी रेल्वे स्टेशनजवळच्या जमिनीवर 'शाहूपुरी' ही नवी बाजारपेठ वसविण्याचे कार्य हाती घेण्यात आले. कोल्हापूर, कागल, निपाणी येथील व्यापारी वर्गास खास सवलती देऊन त्यांना वखारी घालण्यास प्रोत्साहन देण्यात आले. अवघ्या ५/७ वर्षांत ही नवी बाजारपेठ जोमाने उभी राहिली. व्यापाऱ्यांची वस्ती वाढली. आर्थिक व्यवहार वाढले. संस्थानामधील शेतीमालास संस्थानातच बाजारपेठ मिळाली. १९०२ पर्यंत ही बाजारपेठ मोठ्या भरभराटीस आली. लाखो रुपयांची उलाढात होऊ लागली. खुद्द महाराजांनी आपल्या एका पत्रात या बाजारपेठेतून दरवर्षी ५० लाखांचा गूळ आणि २० लाखांचा भुईमूग निर्यात झाल्याची माहिती दिली आहे.[७] आजही सर्व देशांत कोल्हापूर ही गुळाची सर्वांत मोठी बाजारपेठ मानली जाते.

आणखी एक नवी बाजारपेठ शिरोळ रेल्वे स्टेशनजवळ १९१७ मध्ये स्थापन करण्यात आली. आपले जनक वडील जयसिंगराव घाटगे यांच्या स्मरणार्थ महाराजांनी या नव्या बाजारपेठेचे 'जयसिंगपूर' असे नाव ठेवले.[८] आपली एकुलती कन्या राधाबाई उपाख्य आक्कासाहेब यांच्या नावाने महाराजांनी कोल्हापूरच्या पश्चिमेस भोगावती नदीवर बांधलेल्या धरणाच्या पायथ्याशी नवी वसाहत (राधानगरी) स्थापन केली होती. संस्थानातील पश्चिमेकडील या डोंगराळ व मागास भागातील लोकांना हे नगर बाजारपेठ म्हणून उपयोगी ठरावे, यासाठी महाराजांनी अथक प्रयत्न केलेले दिसतात.

विशेषतः व्यापाऱ्यांनी तेथे जाऊन आपले उद्योग सुरू करावेत, यासाठी त्यांना सरकारातून कर्जाऊ पैसे दिल्याच्या नोंदी सापडतात.[९]

इतरत्रही महाराजांनी उद्योगधंद्यांच्या वाढीसाठी खास प्रयत्न केलेले दिसतात. उदाहरणार्थ, कोल्हापूर संस्थानातील रायबाग हे गाव सीमावर्ती भागात येत होते. पूर्वी हे ठिकाण कापड विणण्याच्या कलेबद्दल प्रसिद्ध होते; परंतु आपापसांतील कलहामुळे तेथील लिंगायत व मुस्लीम विणकर हे गाव सोडून दूरवर निघून गेले होते. महाराजांना ही माहिती कळताच त्यांनी या दोन्ही जातींच्या विणकरांना त्यांच्या गावी पुन्हा आणले. त्यांच्या 'विव्हर्स असोसिएशन' स्थापन केल्या. त्यासाठी भांडवल म्हणून पाच वर्षांसाठी ३००० रुपये बिनव्याजी दिले. एवढेच नव्हे तर अशा प्रकारे वस्ती करण्यास आलेल्या ४० कुटुंबांना घरासाठी खुली जागा व व्यवसायासाठी प्रत्येकी १५० रुपये देणगी म्हणून दिले.[१०] दरबाराकडून इतक्या उदार हस्ते अर्थसाह्य मिळाल्यावर विणकाऱ्यांचा उद्योग अल्पावधीत ऊर्जितावस्थेत आल्यास नवल नव्हते. लवकरच रायबाग हे पूर्वीप्रमाणे धोतर, लुगडी, चोळखण या कापडाविषयी महाराष्ट्रात पुन्हा प्रसिद्धीस आले.

उद्योगधंद्याच्या क्षेत्रातील प्रयोगशीलता

शाहू महाराजांनी आपल्या संस्थानातील पाटबंधाऱ्यांच्या योजनांसाठी जसे जलसंपत्तीचे सर्वेक्षण करून घेतले होते, तसे संस्थानात नवे उद्योग सुरू करण्याच्या दृष्टीने औद्योगिक सर्वेक्षणही करून घेतले होते. हे सर्वेक्षण आधारभूत धरून त्यांनी मोठ्या कल्पकतेने स्वतः अनेक नवे उद्योग सुरू केले, तर काही उद्योग लोकांनी सुरू करावेत म्हणून त्यांना प्रोत्साहन व चालना दिली. त्यानुसार १९०५ पर्यंत कोल्हापूर संस्थानात सुगंधी औषधी तेल उद्योग (Essential Oil Industry), मधुमक्षिका-पालन-उद्योग (Bee-Keeping-Industry), काष्ठार्क-उद्योग (Wood Distilation Industry) आणि सुती कापड-उद्योग (Cotton Textile Industry) सुरू केले गेले. त्यासाठी देशाच्या विविध भागांत महाराजांनी आपली माणसे त्या त्या उद्योगाचे प्रशिक्षण घेण्यासाठी पाठविली अथवा बाहेरची प्रशिक्षित माणसे आपल्या संस्थानात अधिकारपदी नेमली. अशा बाहेरच्या तज्ज्ञ लोकांच्या हाताखाली आपली माणसे तयार व्हावीत, अशी महाराजांची खटपट असे.

आज असे शेकडो उद्योग आपल्या देशात स्थिर होऊन प्रगतिपथावर

आहेत. विविध प्रकारचे हजारो आधुनिक कारखाने देशाच्या औद्योगिक उत्पादनात भर टाकत आहेत, तेव्हा आजच्या चश्म्यातून शाहू महाराजांच्या औद्योगिक धोरणाकडे पाहिल्यास त्यात काही विशेष कर्तबगारी न वाटण्याची शक्यता आहे; पण ज्या काळी मुंबई-कलकत्ता यांसारख्या शहरातच काही उद्योग तुरळक प्रमाणात सुरू झाले होते आणि अन्यत्र खालसा व संस्थांनी मुलखात अभावानेच आधुनिक उद्योग होते, अशा शंभर वर्षांपूर्वीच्या काळाचा विचार करता शाहू महाराजांनी आपल्या संस्थानात सुरू केलेले उद्योग हे देशातील औद्योगिकीकरणाच्या इतिहासातील अनन्यसाधारण महत्त्वाचे प्रकल्प ठरतात. विशेषतः त्यांनी हे उद्योग सुरू करण्यात दाखविलेली प्रयोगशीलता त्या काळी अनेकांना अचंबित करणारी ठरली होती, हे लक्षात घेतले पाहिजे. या विधानातील सत्यता तत्कालीन काही उदाहरणांवरूनच अधिक स्पष्ट होईल.

१९०४ मध्ये शाहू महाराजांनी जपानमध्ये प्रशिक्षित झालेल्या डी. एस. शाळिग्राम नावाच्या रसायनतज्ज्ञ व्यक्तीची नेमणूक आपल्या संस्थानात 'इंडस्ट्रियल इन्स्पेक्टर' म्हणून केली होती. जंगल संपत्तीवर आधारित काही नवे उद्योग संस्थानात सुरू करण्याचा महाराजांचा मानस होता. त्या दृष्टीने शाळिग्रामनी 'सुगंधी औषधी तेल उद्योग' व 'काष्ठार्क तेल उद्योग' या क्षेत्रांत प्रायोगिक तत्त्वावर काही वनौषधी तेलांचे व काष्ठार्कांचे यशस्वी उत्पादन सुरू केले होते. मुंबईत भरलेल्या 'औद्योगिक प्रदर्शनात' कोल्हापूर संस्थानात उत्पादित झालेल्या अशा प्रकारच्या तीन सुगंधी औषधी तेलांचे नमुने पाठविण्यात आले. विशेष म्हणजे या प्रदर्शनात ही 'कोल्हापूर तेले' तज्ज्ञांच्या प्रशंसेस पात्र ठरून कोल्हापूर संस्थानास चांदीचे पदक बहाल करण्यात आले. १९०४-०५ चा कोल्हापूर संस्थानचा प्रशासनिक अहवाल सांगतो की, तेथील तज्ज्ञ परीक्षकांनी आपल्या 'ऑफिशियल गाइड बुका'त या तेल उत्पादनाचे कौतुक करताना पुढील शेरा लिहिला होता : 'सुगंधी औषधी तेलाचे उत्पादन करण्याचा कोल्हापूर संस्थानातील हा उद्योग एक नावीन्यपूर्ण प्रयोग आहे आणि अशा प्रकारचा प्रयोग भारतातील कोणत्याच संस्थानात आजपर्यंत कोणी केलेला नाही.' The industry of essential oils in the state (i.e. Kolhapur State) is quite a new departure and one not yet taken by any other native state[११] हिंदुस्थानात त्या काळी शेकडो लहान-मोठी संस्थाने होती; पण कोणाही संस्थानिकाने

अशा प्रकारची 'तेलउद्योगा'ची प्रयोगशीलता दाखविलेली नव्हती. स्वाभाविकच त्या क्षेत्रातील तज्ज्ञांनासुद्धा या गोष्टीचे कौतुक करण्याचा मोह टाळता आला नाही.

कोल्हापूरने काष्ठार्क उद्योगातही असे स्पृहणीय यश प्राप्त केले होते. सह्याद्रीच्या वनविभागात मिळणाऱ्या विशिष्ट प्रकारच्या वनस्पतींच्या लाकडाच्या भट्ट्या लावून त्यापासून लोणारी कोळसा, व्हिनिगर आणि डांबर हे पदार्थ यशस्वीरीत्या उत्पादित केले गेले आणि त्यांचे नमुने मुंबई व कलकत्त्याच्या 'चेंबर ऑफ कॉमर्स' या संस्थेकडे एवढेच नव्हे, तर अमेरिका आणि जपान या देशांतील प्रयोगशाळांकडे तज्ज्ञांच्या परीक्षणासाठी पाठविले गेले (सन १९०५-०६). विविध प्रकारच्या रंग निर्मिती उद्योगात हे काष्ठार्क मोठ्या प्रमाणावर लागत असल्याने त्यांची निर्मिती व्यापारी तत्त्वावर फायदेशीर ठरू शकणार होती.[१२]

काष्ठार्क तयार करण्याचे प्रयोग पुढे अनेक वर्षे चालू होते. काही काष्ठार्क म्हैसूरच्या औद्योगिक प्रदर्शनात ठेवले गेले. तेथेही त्यांची शास्त्रीय गुणवत्ता तज्ज्ञांच्या पसंतीस पडून त्यांच्या उत्पादनाबद्दल कोल्हापूर संस्थानला चांदीचे पदक देण्यात आले- (सन १९९९).[१३]

'मधुमक्षिकापालन उद्योग' हा असाच एक अभिनव प्रयोग होता. शाहू महाराजांची कल्पकता, प्रयोगशीलता आणि दूरदृष्टी या तिन्ही गुणांचा संगम या प्रयोगात होता. या निसर्ग-पार्श्वभूमीवर आपल्या संस्थानात मधुमक्षिकापालन उद्योग सुरू केला, तर भरभराटीस येऊन शेतकऱ्यांस तो जोडधंदा म्हणून करता येईल, असे महाराजांना वाटत होते. ही कल्पना सुचताच त्यांनी या उद्योगाविषयी शास्त्रीय माहिती कुठे मिळू शकेल, याची चौकशी सुरू केली. मुंबई इलाख्यात कुठेच मधुमक्षिका उद्योग सुरू नव्हता म्हणून महाराजांनी चिटणीस नावाच्या आपल्या अधिकाऱ्यास कलकत्त्यातील 'डायरेक्टर ऑफ ॲग्रिकल्चर'कडे धाडले; पण तेथेही निराशाच पदरी पडली. त्यांच्याकडेही या उद्योगाचे प्रशिक्षण देण्याची यंत्रणा नव्हती. लवकरच महाराजांना समजून चुकले की, सबंध हिंदुस्थानात कुठेच हा उद्योग व्यापारी तत्त्वावर केला जात नाही, तसेच त्याविषयीचे प्रशिक्षण मिळण्याची अथवा व्यावहारिक ज्ञान देण्याची कुठेच सोय नाही.

या संदर्भात महाराज व त्यांचे मुंबईतील इंग्रज स्नेही मॅकनील यांच्यातील पत्रव्यवहार पाहण्यासारखा आहे. मॅकनील महाराजांना लिहितात, 'मि.

चिटणीस यांनी कलकत्त्याहून मला नुकतीच तार केली आहे की, ॲग्रिकल्चरल डायरेक्टर डॉ. वॅट यांना ते भेटले; परंतु काहीही माहिती हाती लागली नाही. टेलिग्राफ विभागातील हौशी मधुमक्षिकापालक डग्लस आणि त्यांचे एजंट मृत्यू पावले. मि. चिटणीस आता तेथे राहून अधिक काही साध्य करू शकतील, असे मला वाटत नाही. त्यापेक्षा त्यांनी मधुमक्षिकापालनावरील उत्तमोत्तम पुस्तके वाचून काढावीत आणि त्याप्रमाणे कोल्हापुरातच प्रयोग करून ते या विषयाचे ज्ञान प्राप्त करू शकतील. कदाचित प्रथम ते चुका करतील; पण त्यांनी चांगला संरक्षक बी-ड्रेस वापरल्यास त्यांना धाडस येईल आणि मग त्या मागून त्यांना आपोआप ज्ञानही प्राप्त होईल.'[१४]

मॅकनील यांना उत्तरादाखल पाठविलेल्या पत्रात महाराजांनी म्हटले आहे, 'आम्ही येथे मधुमक्षिकापालनाचे खूप प्रयत्न केले. मला खात्री आहे की, या तंत्राचे थोडेसे तरी व्यावहारिक ज्ञान आम्हाला मिळाले असते तरी आम्ही त्यात यशस्वी झालो असतो. खरे तर मधुमक्षिकापालनाचा प्रत्यक्ष अनुभव मिळावा म्हणून आम्ही मि. चिटणीस यांना पाठविले होते; परंतु संपूर्ण हिंदुस्थानात हा उद्योग कोठेही गंभीरपणे कोणी चालवत असल्याचे दिसत नाही. आता मी त्यांना 'इंडियन ॲग्रिकल्चरिस्ट' या मासिकाच्या संपादकांना भेटण्यास सांगितले आहे आणि त्यांना तिथेही यश मिळाले नाही, तर मात्र आपण सुचविलेल्या उपायांचा विचार करावा लागेल'- (मार्च, १९०३).[१५]

मधुमक्षिकापालन उद्योगाचे प्रत्यक्षातील व्यावहारिक तंत्रज्ञान कुठूनही उपलब्ध झाले तरी निराश न होता महाराजांनी हा उद्योग आपल्या संस्थानात जिद्दीने व चिकाटीने सुरू ठेवला आणि हिंदुस्थानातील या उद्योगाचे जनकत्व कोल्हापूरला प्राप्त करून दिले!

उद्योगधंद्याच्या क्षेत्रात कोल्हापूर संस्थानात सर्वांत मोठा प्रकल्प हाती घेतला गेला तो कापड गिरणीचा. शाहू महाराजांच्या प्रेरणेने व त्यांच्या आश्रयाखाली १९०६ मध्ये 'द शाहू छत्रपती स्पिनिंग ॲण्ड विव्हिंग मिल्स' या गिरणीची स्थापना झाली. या गिरणीच्या उभारणीसाठी विस्तीर्ण जागा, शेजारचे पाण्याचे तळे आणि ५० हजार रुपयांचे भांडवल महाराजांनी दिले. या उद्योगामुळे कोल्हापुरातील शेकडो लोकांना रोजगार उपलब्ध झाला. इतकेच नव्हे, तर कोल्हापूर हे हिंदुस्थानच्या कापड उद्योगाच्या नकाशावर ठळकपणे दिसू लागले. २७ सप्टेंबर, १९०६ रोजी दसऱ्याच्या

शुभ मुहूर्तावर महाराजांच्या हस्ते या गिरणीचे उद्घाटन झाले. त्या प्रसंगी आपण इंग्लंडच्या दौऱ्यात असताना तेथील लोकांच्या उद्योगधंद्याच्या क्षेत्रातील कलेच्या प्रगतीने कसे प्रभावित झालो होतो आणि मग अशी प्रगती आपल्या संस्थानात कशी प्राप्त करता येईल, या विचाराने आपण कसे बेचैन झालो होतो, याचा वृत्तान्त सांगून महाराजांनी आपल्या संस्थानातील सरदार व धनिक मंडळींनी या गिरणीच्या स्थापनेसाठी पुढाकार घेतल्याबद्दल आनंद व्यक्त करताना म्हटले होते, 'व्यक्तिशः आम्हास असे वाटते की, राज्य कारभाराच्या ओझ्याखाली वाकलेल्या राज्य यंत्रणेने उद्योगधंद्यासारख्या नव्या जबाबदारीचे ओझे वाढवून घेऊ नये. यासाठी लोकांनीच आपणहून पुढे होऊन परस्परांतील सहकार्याने अशा उद्योगधंद्यांचा विकास घडवून आणला पाहिजे.'

या उद्योगाच्या यशस्वितेसाठी आपले पूर्ण सहकार्य व साह्य राहील, असे अभिवचन देऊन महाराजांनी पुढे म्हटले होते, 'कोणत्याही परिस्थितीत हा चालू केलेला उद्योग बड्या गिरणी मालकांच्या अथवा धनिकांच्या ताब्यात जाणार नाही, यासाठी कोल्हापूरच्या लोकांनी दक्ष राहिले पाहिजे आणि या उद्योगात असे यश संपादन केले पाहिजे की, जगाला हे समजून चुकायला हवे की, व्यापार तंत्रातील कौशल्य ही काही मुंबईचीच मक्तेदारी आहे, असे नाही. (Mercantile talents are not a monopoly of Bombay alone.)' विजया दशमीच्या सुमुहूर्तावर हा कापड उद्योग कोल्हापुरात सुरू होत होता. विजया दशमीच्या दिवशी मराठे नवा मुलूख जिंकण्यासाठी विजयी मोहिमेवर निघत असत. आधुनिक काळात या दिवसाच्या बदललेल्या संदर्भाचा अन्वयार्थ आपल्या प्रजाजनांसमोर विशद करताना महाराजांनी शेवटी म्हटले होते, 'पूर्वीच्या काळी या दिवशी आपण सीमोल्लंघन करून शत्रूवर विजय प्राप्त करत असू. सीमोल्लंघनाची ही प्रथा आजही चालू आहे; पण आता भौतिक कीर्तीसाठी नाही तर आपल्या औद्योगिक प्रगतीच्या सन्माननीय गौरवासाठी आपण सीमोल्लंघन केले पाहिजे. युद्धापेक्षा हा विजय मोठा आहे. आजच्या जगात आपण अनास्था, अज्ञान व दारिद्र्य यांवर विजय मिळविला पाहिजे. त्यासाठी समाजातील अनिष्ट प्रवृत्तींशी संयमाने लढा दिला पाहिजे. आपल्या या सर्व प्रयत्नांना यश लाभो, हीच माझी मनःपूर्वक इच्छा आहे.'[१६]

याशिवाय संस्थानात शिरोळ, इचलकरंजी, गडहिंग्लज इत्यादी ठिकाणी

अनेक ‘जिनिंग फॅक्टरी’ स्थापन झाल्या होत्या. १९१२-१३च्या सुमारास संस्थानातील पहिली ऑइल मिल, पहिली सॉ मिल, पहिली फाउंड्री फॅक्टरी, पहिली इलेक्ट्रिक कंपनी, पहिली मोटार ट्रान्सपोर्ट कंपनी असे अनेक उद्योग सुरू झाले.[१७] निरनिराळ्या उद्योगांसाठी प्रशिक्षित कामगार तयार व्हावेत म्हणून ‘राजाराम इंडस्ट्रियल स्कूल’ स्थापन करण्यात आले. संस्थानातील लहान-मोठ्या व्यापाऱ्यांना व उद्योजकांना प्रसंगी सरकारकडून अल्प मुदतीची कर्जे देण्याची व्यवस्था करण्यात आली.[१८] संस्थानाबाहेरच्या उद्योजकांनाही महाराजांनी त्यांच्या व्यवसाय वाढीसाठी मदत केल्याची उदाहरणे सापडतात. त्यामध्ये मुंबईचे सरदारगृहाचे मालक विश्वनाथ साळवेकर आणि किर्लोस्कर कारखान्याचे संस्थापक लक्ष्मणराव किर्लोस्कर यांच्या नावाचा प्रामुख्याने समावेश होतो.[१९]

शाहू महाराज : सहकार तत्त्वाचे आद्य पुरस्कर्ते

आपल्या संस्थानात आणि संस्थानाबाहेर व्यापार व उद्योगधंदे यांच्या विकासाला चालना देण्याचे कार्य शाहू महाराज करीत असताना त्यांनी या क्षेत्रातील ‘सहकारा’च्या तत्त्वाचा जोरदार पुरस्कार केला होता, ही गोष्ट त्या काळात तरी संस्थानिकांच्या दृष्टीने अपूर्व होती. या देशातील ‘सहकार’ तत्त्वाच्या आद्य पुरस्कर्त्यांपैकी महाराज एक होते, ही गोष्ट महाराष्ट्राला भूषणास्पद होती, हे निर्विवाद आहे. समाजात शासकीय यंत्रणेद्वारे उद्योग सुरू करण्याऐवजी लोकांनी पुढे होऊन सहकारी तत्त्वावर ते सुरू करावेत, याचा उच्चार महाराजांनी १९०६ मध्येच कोल्हापुरातील कापड गिरणीच्या उद्घाटन प्रसंगी केल्याचे आपण पाहिलेच आहे. त्यानंतरही १९१८ मध्ये मुंबईच्या कामगार सभेत कामगारांनी सहकार तत्त्वावर चालणाऱ्या पतपेढ्या प्रत्येक चाळीत व प्रत्येक कारखान्यात काढाव्यात, असा त्यांनी सल्ला दिल्याचा निर्देशही मागे येऊन गेला आहे. पुढे १९२० मध्ये कोल्हापुरात ‘राजाराम इंडस्ट्रियल स्कूल’च्या वतीने एक कृषी औद्योगिक प्रदर्शन भरविण्यात येऊन त्यात या क्षेत्रातील आधुनिक साधने प्रदर्शित केली होती. या प्रदर्शनाला जोडूनच कोल्हापुरातील ‘आर्य क्षत्रिय समाजाने’ (जिनगर समाज) आपली एक परिषदही आयोजित केली होती. जिनगर समाज हस्तकलेच्या वस्तू बनविण्यात हुनरबाज समजला जात असे. महाराजांनी या समाजातील कुशल कारागिरांना हाताशी धरून त्यांना अनेक उद्योग काढण्यास प्रोत्साहन

दिले होते. कोल्हापुरातील पहिली फाउंड्री काढण्याचे श्रेय याच समाजातील दत्तो बाबाजी करजगार या कसबी कारागिराकडे जाते (सन १९१३). करजगार हे टेक्निकल स्कूलमधील 'लोहार मास्तर' होते. महाराजांनी त्यांच्यावर 'ऊस गाळण्याचे लोखंडी चरक आणि एका बैलावर दोन मोटा लावून चालविण्याची यंत्रे' तयार करण्याचे काम सोपविलेले होते.[२०]

अशा कसबी लोकांच्या सभेत त्यांना शाबासकी देताना महाराज म्हणाले होते, 'आपल्या जातीच्या लोकांचे हस्तकौशल्य सर्वश्रुत आहेच. ज्या ज्या प्रसंगी अशा कौशल्याची जरुरी लागते, त्या त्या वेळी मला आपल्यातील कारागिरांची आठवण झाल्याशिवाय राहत नाही. माझ्या नित्याच्या व्यवहारातील बऱ्याच जिनसा आपल्या कारागिरांच्या हातच्या आहेत हे मी मोठ्या आनंदाने सांगतो. माझ्या रयतेत असे कुशल पुरुष आहेत, याचा मोठा अभिमान वाटतो. आपल्या हस्तकौशल्याचे प्रदर्शनदेखील या दृष्टीने बोधप्रद आहे. आपणास काय करता येईल, हे यावरून स्पष्टपणे दाखविले आहे. आपणास खरोखर स्वदेशीचे व्रत पाळावयाचे असेल, तर कोणकोणते जिन्नस येथे बनविता येतील, याचाही बोध आपल्या प्रदर्शनांतून आमच्या स्वदेश भक्तास मिळणार आहे. देशातील कलाकौशल्यास उत्तेजन मिळण्याकरिता असल्या प्रदर्शनाची किती आवश्यकता आहे, हे पाश्चात्त्य राष्ट्रांनी आपणास दाखविले आहेच. कोणत्याही मोठ्या उत्सवाच्या किंवा समारंभाच्या प्रसंगी ते एक स्व-राष्ट्रीय प्रदर्शन भरवीत असतात. आपले हे प्रदर्शन आपल्या लोकांस भूषणावह असून होतकरू कारागिरांस मार्गदर्शक होऊन राहील. त्याचप्रमाणे आपला माल घेणाऱ्या गिऱ्हाइकांसही त्यापासून कोणता जिन्नस कोठे मिळेल, हे कळून उपयोग होईल. उद्योगधंद्याच्या वाढीवर देशाची उन्नती अवलंबून आहे, हे तत्त्व सर्वमान्य आहे. अशा प्रकारे उद्योगधंद्यास उत्तेजन मिळावे, याविषयी मला मोठी आवड असून त्या दिशेचे माझे प्रयत्न आपणास माहीत आहेतच.'[२१]

पूर्वी ही जिनगर मंडळी राजे-रजवाड्यांच्या आश्रयाखाली आपल्या हस्तकलेची जोपासना करीत होती; पण आता पूर्वीचा काळ राहिलेला नव्हता. आधुनिक युगाचा उदय होऊन सर्व समाजाची रचनाच बदलत होती. बहुजन समाज राजकीय व सामाजिकदृष्ट्या जागा होऊन तो भावी काळात राजसत्तेचा धनी होईल, याबद्दल शाहू महाराजांच्या मनात शंका नव्हती. या होऊ घातलेल्या बदलांच्या पार्श्वभूमीवर कारागिरांनीही आपापले

परंपरागत व्यवसाय टिकविण्याच्या दृष्टीने नव्या युगाचा 'सहकारा'चा मंत्र स्वीकारला पाहिजे, असा उपदेश महाराजांनी त्यांना केला आहे. ते म्हणतात, 'या काळात बहुजन समाजाच्या हाती सत्ता जात असल्याने ही आपली जुनी-पुराणी पद्धत आता आपल्या उपयोगी पडणार नाही. सध्या राजाश्रयापेक्षा लोकश्रयच विशेष श्रेयस्कर आहे, तसेच आता प्रत्येकाने निरनिराळे काम करण्याचे दिवस गेले. पुष्कळ लोकांनी आपली कुशलता, अक्कल, पैसा व अंगमेहनत एकत्र केली पाहिजे. म्हणजेच सहकार्य केले पाहिजे. पूर्वी फार तर एक कुटुंब एका ठिकाणी काम करत असे. येणारा नफा त्या कुटुंबातील माणसांना उपयोगी पडे. आता आपली ही कुटुंबाची व्याख्या पुष्कळ विस्तृत केली पाहिजे. १०/२०/५० कुटुंबे या उद्योगधंद्यांकरिता एक झाली पाहिजेत. त्यांना त्यांच्या योग्यतेप्रमाणे वेतन मिळाले पाहिजे. होणारा नफाही वाटून मिळाला पाहिजे. यासाठी आपण सहकार्य करण्यास शिका. आपली सहकारी पतपेढी काढा.'[२२]

सहकारी तत्त्वास कायद्याचे स्वरूप देणे आवश्यक होते. त्या उद्देशाने शाहू महाराजांनी आपल्या राज्यात १९१२ मध्ये 'सहकारी संस्थाविषयक कायदा' (Co-operative Socities Act) जारी केला. सहकारी संस्थांची कायदेशीर नोंदणी करण्यासाठी 'सहकार निबंधकाची' (Registrar) नेमणूक करण्यात आली. दुसऱ्याच वर्षी म्हणजे १९१३ मध्ये कोल्हापुरात 'द कोल्हापूर अर्बन को-ऑपरेटिव्ह सोसायटी लि.' ही पहिली सहकारी संस्था भास्करराव जाधव यांच्या नेतृत्वाखाली स्थापन झाली. १९२१ पर्यंत संस्थानातील सहकारी संस्थांची संख्या ३७ वर पोहोचली.[२३] उत्तरोत्तर कोल्हापूर संस्थानातील सहकारी चळवळीची संख्यात्मकच नव्हे, तर गुणात्मक वाढ होत राहिली. आज सहकारी तत्त्वांवर चालणाऱ्या विविध उद्योग-व्यवसायांमुळे कोल्हापूर जिल्हा हरितक्रांतीत व श्वेतक्रांतीत महाराष्ट्रात अग्रेसर आहे. आज जिल्ह्यातील सर्व ग्रामीण भागांत शेतकऱ्यांना शेतीसाठी अर्थसाह्य आणि साधनसामग्री पुरविणाऱ्या 'विविध कार्यकारी सहकारी संस्था', शेतीस पाणीपुरवठा करणाऱ्या 'सहकारी उपसा जलसिंचन संस्था', शेतकऱ्यांकडून दररोज हजारो लिटर दूध संकलन करणाऱ्या 'सहकारी दूध संस्था', शेतकऱ्यांना बचतीची सवय लावणाऱ्या आणि प्रसंगी अडी-अडचणींत कर्ज देणाऱ्या 'ग्रामीण पुरवठा संस्था', अशा अनेक प्रकारच्या हजारो सहकारी संस्थांचे दाट जाळे विणले गेले आहे.

विशेष म्हणजे या सर्व संस्था स्वतःच्या भांडवलाच्या बळावर आत्मनिर्भर झाल्या आहेत. 'कोल्हापूर जिल्हा मध्यवर्ती सहकारी बँक' ही जिल्ह्यातील प्रमुख सहकारी वित्तसंस्था कर्ज वितरण व शेतीमालाच्या विक्रीतून कर्जवसुली या कार्यात सर्व महाराष्ट्रात अग्रगण्य आहे. साखर उद्योगात तर कित्येक दशके कोल्हापूर जिल्हा अग्रेसर असून महाराष्ट्रातील सर्वाधिक साखरउतारा देण्याचा विक्रम त्याने सातत्याने टिकवून धरला आहे. कोल्हापुरी गुळाची प्रसिद्धी शाहू काळातच देशभर झाली होती. ही लोकप्रियता अद्यापही सर्व देशांत आघाडीवर आहे. जिल्ह्यातील 'कोल्हापूर जिल्हा सहकारी दूध संघ' ही संस्था राष्ट्रीय पातळीवर दूध संकलनाचा विक्रम करणारी संस्था ठरली आहे. महाराष्ट्रात कापूस उत्पादित होतो विदर्भ-मराठवाड्यात; पण या कापसापासून सूत उत्पादित करणाऱ्या सर्व महाराष्ट्रात आदर्श आणि कार्यक्षम ठरलेल्या सूतगिरण्या आहेत कोल्हापूर जिल्ह्यात. कापूस उत्पादित न करणाऱ्या कोल्हापूर जिल्ह्यातील सहकारी सूतगिरण्या आज उत्कृष्ट सूतनिर्मिती करून त्याची परदेशात मोठी निर्यात करीत आहेत. थोडक्यात, सहकार क्षेत्रात कोल्हापूरने नेत्रदीपक प्रगती केली आहे. तथापि, या प्रगतीच्या मुळाशी शाहू महाराजांनी पाऊणशे वर्षांपूर्वी दूरदृष्टीने स्वीकारलेले कृषी-औद्योगिक धोरण आणि ते राबविण्यासाठी पुरस्कारलेले सहकारी तत्त्व यांची बीजे आहेत, याचे विस्मरण होऊ देता कामा नये.

२९

शिकार, मल्लविद्या आणि ललितकला

'शिकार' अथवा 'मृगया' हा राजे-रजवाड्यांचा फार पुरातन काळापासून छंद मानला गेला आहे. तथापि, शिकार हा केवळ छंद अथवा मौजमजेचा प्रकार नाही. तो एक क्रीडा प्रकार आहे आणि कोणताही क्रीडा प्रकार हा विशिष्ट अशा तंत्राने विकसित होत जाणारा कलाप्रकारही असतो. या अर्थाने शिकार काय अथवा मल्लविद्या काय, हे सर्व प्रकार कलाच होत असे मानावे लागेल.

कोल्हापूरकर छत्रपती घराण्यातही पूर्वापार शिकारीचा छंद होताच; पण मधल्या काळात म्हणजे अल्पवयीन राजांच्या कारकिर्दीत सुमारे अर्धे शतकभर शिकार लुप्तप्राय झालेली होती. शाहू महाराजांनी आपल्या कारकिर्दीत या कलेचे पुनरुज्जीवन केले आणि ती उत्कर्षास नेली. शाहू महाराजांचे नातू, कोल्हापूर संस्थानचे शेवटचे अभिषिक्त छत्रपती शहाजी महाराज पट्टीचे शिकारी होते. त्यांनी आपल्या आजोबांवर एक लेख लिहिला आहे. त्यात त्यांनी म्हटले आहे, 'शिकार क्रीडेचे पुनरुज्जीवन करण्याचे श्रेय शाहू छत्रपती महाराज यांनाच दिले पाहिजे... जरी महाराज बंदुकीच्या वापरात पूर्णपणे सराईत झालेले असले आणि शॉटगन हाताळण्यात पटाईत होते तरी त्यांची खरी आवड दक्षिणेत प्रसिद्ध असलेली चित्ता, ससाणा व रानडुक्कर यांची शिकार हीच होती. त्यात पुन्हा 'चित्त्याची शिकार' (म्हणजे चित्त्याकडून हरणांची शिकार) ही कोल्हापूरच्या छत्रपतींची खासियत होती.'[१]

चित्त्याच्या शिकारीचे तंत्र शाहू महाराजांनी कोल्हापूरला आणले आणि ते इतके विकसित केले की, अखिल हिंदुस्थानात कोल्हापूर संस्थान 'चित्ता शिकारी'साठी ख्यात पावले. खुद्द महाराजांच्या बाबतीत बोलायचे झाले तर सर्व शिकार प्रकारांत 'चित्ता शिकार' हा त्यांचा सर्वांत आवडीचा छंद

बनला. चित्ता हा निसर्गातील सर्वांत वेगवान प्राणी आहे. त्याचा वेग नजरेनेही टिपता येत नाही. शिवाय त्याच्या दौडीतील लय आणि झेप यांमध्येही एक प्रकारचा शास्त्रोक्तपणा असतो. त्यासाठी चित्त्यास प्रशिक्षण घ्यावे लागते. महाराजांनी असे अनेक चित्ते बाळगून त्यांना खास तंत्राने प्रशिक्षित केले होते. चित्ता शिकारीसाठी संस्थानात अनेक ठिकाणी संरक्षित वने तयार केली गेली होती. तेथे असणाऱ्या हरणांच्या कळपातील काळविटाचीच शिकार करण्याचे प्रशिक्षण चित्त्याला दिलेले असे. शिकारीच्या दिवशी स्वतः महाराज चित्ता वाहून नेणारी घोडागाडी चौखूर उधळत हाकीत असत. दिल्लीसारख्या दूरच्या ठिकाणीही शिकारीसाठी ते आपल्यासोबत चित्ते नेत असत. चित्त्यांना दूरवर वाहून नेणाऱ्या अशा गाड्या त्यांनी स्वतःच डिझाइन करून, बनवून घेतल्या होत्या. संस्थानाला जेव्हा व्हॉइसरॉय, गव्हर्नर यांसारखे बडे पाहुणे भेट देत, तेव्हा त्यांच्या सन्मानार्थ 'चित्ता शिकार' आयोजित केली जात असे.[२]

चित्त्याच्या शिकारीच्या प्रकाराइतकाच 'रानडुकराची शिकार' हा शाहू महाराजांचा दुसरा आवडता छंद होता. या शिकारीत महाराजांना 'परमोच्च' आनंद मिळत असे, अशी त्यांचे चरित्रकार लठ्ठे यांची साक्ष आहे. ही शिकार म्हणजे एक प्रकारे अत्यंत धोक्याचा मर्दानी खेळच होता. घोड्यावर स्वार होऊन डुकराचा पाठलाग चालू असताना भाल्याची नेमबाजी करीत त्याला ठार मारणे यासाठी शिकाऱ्याच्या ठिकाणी घौडदौडीचे कौशल्य, धाडस, चापल्य, प्रसंगावधान आणि शारीरिक दणकटपणा लागतो. डुकराचा पाठलाग करीत असताना घोडा अडखळला अथवा डुकराला भाला लावताना नेम चुकला तर मृत्यूशीच सामना होतो. खुद्द महाराजांचे धाकटे पुत्र प्रिन्स शिवाजी अशाच एका डुकराच्या शिकारीमध्ये घोड्याने दगा दिल्यामुळे मृत्युमुखी पडले होते.

त्या काळी हिंदी संस्थानिकांमध्ये वाघ, अस्वल अशा हिंस्र पशूंची शिकार करणारे अनेकजण होते. ही शिकार करण्यासाठी धाडस, प्रसंगावधान, सहनशीलता आणि अचूक नेमबाजी या गुणांची आवश्यकता असते. महाराजांजवळ हे गुण होते. त्यांनी अनेक वाघांची तसेच अस्वलांची शिकार केली होती. १८९६ मध्ये वयाच्या २२ व्या वर्षी त्याने पावणेनऊ फूट लांबीच्या ढाण्या वाघाची मोठ्या साहसाने शिकार केली होती. या शिकारीत त्यांच्या जीवावरच बेतले होते; पण प्रसंगावधानामुळे ते बचावले.

असेच धाडस व प्रसंगावधान राधानगरीच्या जंगलात खवळलेली जंगी अस्वलीण अंगावर चालून आली असताना त्यांनी दाखविले होते. या वेळी तर प्रत्यक्ष त्या अस्वलिणीशीच त्यांना झटापट करावी लागली होती. आणखी एका प्रसंगी पन्हाळ्याच्या परिसरात धुमाकूळ घालणाऱ्या 'तेंडवा' जातीच्या क्रूर वाघावर महाराज निःशस्त्र चालून गेले आणि पटक्याने गुंडाळलेला आपला एक हात त्या वाघाच्या जबड्यात घालून, तर दुसऱ्या हाताने त्याचे नरडे आवळून केवळ जबरदस्त ताकदीच्या जोरावर त्यांनी त्या वाघाला ठार केले. ही गोष्ट शिकारीच्या इतिहासात विलक्षणच मानावी लागेल.

वाघाच्या शिकारीच्या संदर्भात महाराजांनी आणखी एक अद्‍भुत पराक्रम केला. तो म्हणजे आपल्या शिकारी कुत्र्याच्या साह्याने त्यांनी १९१० मध्ये एका महाकाय वाघाची केलेली शिकार; शिकारीच्या इतिहासात ही गोष्ट अपूर्व होती. या शिकारीचा वृत्तान्त गुरू सर फ्रेजर यांना महाराजांनी कळविल्यावर त्यांनी आपल्या शिष्याचे अभिनंदन करताना म्हटले होते,

'एका पूर्ण वाढलेल्या वाघाला श्वानपथकांनी ठार मारले हा विजयी संघर्ष म्हणजे एक महान धाडसच आहे. असा प्रकार मी तरी कुठेच वाचलेला नाही... हा सर्व प्रसंगच इतका अद्वितीय आहे की, आपण त्याचे इतिवृत्त बॉम्बे नॅचरल हिस्ट्री सोसायटीच्या पत्रिकेला पाठवाल अशी अपेक्षा करतो.'[३]

शिवाय बहिरी ससाणा शिकार-तंत्र शाहू महाराजांनी विकसित केले होते. या ससाण्याकडून ते अतिशय वेगवान असणाऱ्या काळविटांची आणि माळढोकांची शिकार करत असत. 'शिकारी'चे अनेक प्रकार विकसित करणाऱ्या शाहू महाराजांना वन्यजीवनाविषयी विलक्षण आस्था होती, तसेच आपल्या संस्थानातील वन्यपशूंचे संरक्षण व संवर्धन करण्याच्या बाबतीत ते अत्यंत दक्ष होते, हेही लक्षात घेतले पाहिजे. कोल्हापूरच्या आसमंतात पूर्व बाजूस त्यांनी हरणे, रानडुकरे, ससे, रानकोंबडे या प्राण्यांसाठी अनेक 'संरक्षित वने' तयार केली होती; तर पश्चिमेकडील सह्याद्रीच्या घाटात अनेक जंगले 'अभयारण्ये' म्हणून राखून ठेवली होती. या अरण्यात वाघ, बिबळे, गवे, सांबरे, अस्वले, रानडुकरे इत्यादी अनेक प्राणी आणि विविध प्रकारचे स्थानिक आणि स्थलांतरित पक्षी सुखनैव संचार करीत असत. या अरण्यात महाराजांनी रानहत्तीही आणून सोडले होते. विशेष म्हणजे त्यांचे

प्रजनन करण्याच्या प्रयोगातही त्यांनी यश मिळवले होते.[४]

शाहू महाराजांनी आपल्या राजधानीत बाळगलेले हत्ती, घोडे, उंट, चित्ते हे प्राणी कोल्हापूर राजधानीची शोभा वाढवीत होते. विशेषतः हत्ती आणि घोडे यांच्यावर विलक्षण प्रेम करणारा हा राजा होता. मस्तीत आलेल्या हत्तीला काबूत आणण्यासाठी महाराजांनी प्रसंगी आपले प्राणही धोक्यात घातल्याच्या कथा त्यांच्या चरित्रात आहेत. मदमस्त झालेल्या हत्तीची साठमारी हा खेळ त्यांनीच बडोद्याहून कोल्हापूरला आणला आणि आपल्या कल्पनेप्रमाणे विकसित केला. तथापि, महाराजांनी बडोद्याच्या साठमारीहून 'कोल्हापूरची साठमारी' अधिक धोक्याची अर्थात अधिक रोमांचकारी बनवली. साठमारीचे आगड (आखाडे) त्यांनी आपल्या कल्पनेनुसार बांधले. बडोद्याची साठमारी घोड्यावर स्वार होऊन खेळली जाई. शाहू महाराजांचे साठमार पायीच हत्तींवर चाल करीत आणि हत्ती चवताळून चालून आला की, आगडात मध्यावर बांधलेल्या बुरुजात आश्रय घेत. या वेळी साठमाराच्या प्रसंगावधान व चपळाई या गुणांची कसोटी लागत असे.

संस्थानात कोल्हापूर, सोनतळी, राधानगरी, पन्हाळा, रुकडी इत्यादी ठिकाणी साठमारीसाठी महाराजांनी अनेक आगड बांधले.

कोल्हापुरातील एका आगडावर त्यांनी ४० हजार रुपये खर्च केले- (सन१९१५). बाहेरून साठमारी तज्ज्ञ आणून या कलेत आपली माणसे तरबेज केली. त्यामध्ये शंकरराव तस्ते हे प्रमुख साठमार होते. साठमारीचा खेळ म्हणजे प्रत्यक्ष मृत्यूशी सामना असतो; पण असा धाडसी खेळ महाराजांनी आपल्या संस्थानात रुजवला आणि वाढीस लावला. इतका की, कोल्हापूर हे देशातील साठमारीच्या खेळाचे बडोद्याच्या तोडीचे प्रमुख केंद्र बनले. खुद्द महाराजांना या खेळात इतका रस होता की, कोल्हापुरातील साठमारीच्या प्रसंगी वापरावयाची चिमट्यासारखी साधने स्वतःच्या बुद्धीने त्यांनी आपल्या टेक्निकल स्कूलमध्ये तयार करून घेतली. ही साधने आजही नव्या राजवाड्यात 'श्री शहाजी छत्रपती म्युझियम'मध्ये जतन करून ठेवली आहेत.

साठमारीबरोबर शाहू महाराजांनी 'हत्तीच्या टकरा' हा अभिनव खेळ कोल्हापुरात सुरू केला. प्रारंभी या टकरा जुन्या राजवाड्याच्या चौकात होत. नंतर त्या साठमारीच्या आगडात केल्या जाऊ लागल्या. टकरीच्या प्रसंगी हत्तीचे दात जायबंदी होऊ नयेत म्हणून खास क्लृप्ती योजली जात असे.

त्यासाठी दोन हत्तींच्या मध्ये सहा फूट उंचीची भिंत उभी केली जाई; त्यामुळे हत्तीचे दात आणि नाजूक गंडस्थळ यांचा बचाव होत असे.[५]

शाहू महाराजांचे 'चित्ता' या प्राण्यावर भारी प्रेम होते. चित्ता हा प्राणी अतिशय क्रूर समजला जातो; पण अशा प्राण्यावर प्रेम केले तर तोही आपला मूळचा धर्म सोडून मालकावर प्रेम करतो, असे त्यांना वाटे. त्यांनी आफ्रिकेतील एक अत्यंत क्रूर समजला जाणारा चित्ता बाळगला होता. त्याला त्यांनी इतकी माया दिली होती की, तो आपणास कधीच दगा देणार नाही, असे त्यांना वाटत असे. एकदा त्यांनी या चित्त्याची परीक्षा पाहण्यासाठी त्याचे डोळे बंद करून कोल्हापूरपासून अनेक कोस दूर अंतरावर जंगलात त्याला सोडून दिले. आश्चर्य असे की, तो चित्ता आपल्या मालकाचा शोध घेत घेत पुन्हा महाराजांसमोर दत्त म्हणून हजर झाला! प्रेमाने प्रेम वाढते हे सूत्र विशद करीत असताना महाराजांनी ही कथा आपल्या एका भाषणातही सांगितलेली आहे. खुद्द महाराजांच्या दिवाणखान्यात त्यांच्या अवतीभोवती असे दोन पूर्ण वाढ झालेले चित्ते पाळीव कुत्र्यांप्रमाणे फिरत असत. दरबारी खुशमस्कऱ्यांच्यापेक्षा अशा वाघ, हत्ती, घोडे या प्राण्यांच्या संगतीत हा राजा अधिक रमत असे.

मल्लविद्या

शिकार कलेप्रमाणेच 'मल्लविद्या' ही कला कोल्हापुरात अशी बहरून आली की, त्याही क्षेत्रात शाहू महाराजांच्या कारकिर्दीत कोल्हापूरचे नाव सर्व हिंदुस्थानात दुमदुमून राहिले. संस्थानी काळाचे एक अभ्यासक हिंदुराव साळुंखे यांनी आपल्या लेखात एका ठिकाणी म्हटले आहे, 'भारतात पतियाळा ही मल्लविद्येची गंगोत्री मानली जाते, तर कोल्हापूरला 'मल्लविद्येचे माहेर' म्हटले जाते. याच दृष्टिकोनातून पतियाळाचे महाराज राघवेंद्रसिंग यांना 'मल्लविद्येचे भोक्ते' आणि कोल्हापूरचे छत्रपती शाहू महाराज यांना 'मल्लविद्येचे पोशिंदे' तसेच 'मल्लांचे मल्ल' असे संबोधले जाऊ लागले.'[६]

पुरातन काळापासून मल्लविद्येस राजे-रजवाड्यांचा आश्रय मिळत आलेला आहे. शाहू काळातही हिंदुस्थानात अनेक संस्थानिक मल्लविद्येचे भोक्ते होते; पण हे संस्थानिक व शाहू महाराज यात एक महत्त्वाचा फरक होता, तो म्हणजे खुद्द महाराज एक पट्टीचे मल्ल होते. अगदी बालपणापासून त्यांच्यावर मल्लविद्येचे संस्कार झाले होते. राजकोट व नंतर धारवाडला

शिक्षणासाठी त्यांना पाठविले होते. त्यांच्याबरोबर दोन मल्ल सांगाती होतेच. १८९४ मध्ये गादीवर आल्यावर कोल्हापुरातील मल्लविद्येच्या परंपरेचे पुनरुज्जीवन करण्याचा त्यांनी निर्धार केला त्याच वर्षी कोल्हापुरातील पहिले कुस्तीचे मैदान आयोजित केले गेले. पुढच्या वर्षी जुन्या राजवाड्याच्या परिसरात 'मोतीबाग' तालमीची स्थापना करण्यात आली. या तालमीत इतर अनेक मल्लांबरोबर दत्तोबा शिंदे, पांडोबा भोसले आणि बालेखान पठाण या वस्तादांच्या मार्गदर्शनाखाली मल्लविद्येचे शिक्षण चालू राहिले.

१८९७ मध्ये महाराजांना पुत्रलाभ झाला. या पुत्रजन्मोत्सवाच्या निमित्ताने त्यांनी कोल्हापुरात एक जंगी मैदान भरवले. त्यासाठी उत्तरेतील नामांकित पंजाबी मल्लांना पाचारण केले गेले. या पंजाबी पाहुणे मल्लांनी आपल्या मल्लविद्येतील कौशल्याने कोल्हापूरच्या मल्लांना एकामागून एक याप्रमाणे चितपट करून त्यांचा दारुण पराभव केला. या घटनेचा महाराजांना मोठा धक्का बसला आणि त्यांनी मनोमन असा निश्चय केला की, एक दिवस कोल्हापूरचे मल्ल पंजाबी मल्लांना अस्मान दाखवतील. या पराभवाच्या घटनेने दिलेल्या धड्यामुळे कोल्हापूरच्या मल्लांच्या भावी उज्ज्वल कामगिरीची बीजे पेरली गेली.

आणि मग येथून पुढच्या कालखंडात शाहू महाराजांनी मल्लविद्येस उदार राजाश्रय दिला. प्रत्येक पेठेत नव्या तालमी स्थापन झाल्या. जुन्या तालमींना अनुदान देऊन, त्या पुन्हा जोमाने सुरू केल्या. गुणवंत मल्लांना हेरून त्यांची या तालमीत मेहनत, खुराकासह चोख व्यवस्था केली गेली. त्यांच्या शिक्षणासाठी तज्ज्ञ वस्तादांच्या नेमणुका करण्यात आल्या. या वस्तादांनी पंजाबी मल्लांच्या विद्येच्या तंत्राचे निरीक्षण करून ते तंत्र आपल्या मल्लांना शिकविले आणि कोल्हापूरच्या मल्लांनी ते अल्पावधीतच आत्मसात केले. महाराजांच्या प्रेरणेने आठवड्यातून दोन वेळा जुना राजवाडा, नवा राजवाडा, चौपाळ्याचा माळ अशा ठिकाणी कुस्त्यांची मैदाने भरू लागली. विजयी मल्लांबरोबरच पराभूत मल्लांनाही बक्षिसे देऊन त्यांची प्रतिष्ठा राखली जाऊ लागली. हळूहळू संस्थानी प्रजेत मल्लविद्येविषयी विलक्षण प्रेम निर्माण झाले. संस्थानात गावोगावी तालमी स्थापन झाल्या. या गावांतून आता मल्लविद्येच्या 'उच्च शिक्षणा'साठी तरुण मुले कोल्हापुरात येऊ लागली. संस्थानाबाहेरच्या प्रदेशातीलही आई-बाप आपली मुले कोल्हापूरला धाडू लागले. दरम्यान, उत्तरेतून पंजाबी मल्लांचे जथ्थेच्या जथ्थे कोल्हापूरची

वाट चालू लागले. कोल्हापूरच्या राजाचा उदार आश्रय त्यांना मिळत राहिला. त्यांच्या मेहनतीची व खुराकाची चोख व्यवस्था दरबाराकडून होत राहिली. अशा प्रकारे मल्लविद्येतील त्यांच्या कौशल्याचे चीज स्वतः मल्लविद्येत निष्णात असणाऱ्या राजाकडून होत होते.

सातव्या एडवर्ड बादशहाच्या राज्यारोहण समारंभास हजर राहण्यासाठी १९०२ मध्ये शाहू महाराज इंग्लंडला गेले होते. त्या वेळी त्यांनी युरोपातील अन्य देशांनाही भेट दिली. रोममधील प्राचीन वैभवी वास्तू पाहत असताना रोमनांनी प्राचीन काळी द्वंद्वयुद्धासाठी व कुस्त्यांसाठी बांधलेला प्रचंड आखाडा त्यांनी पाहिला आणि त्यांच्या भव्यतेने ते भारावून गेले. अशाच प्रकारचा आखाडा आपल्या राजधानीत बांधायचा, असा त्यांनी निश्चय केला. पुढे त्यांनी कोल्हापुरात १९०७ मध्ये कुस्तीच्या आखाड्याचे काम सुरू केले आणि १९१२ मध्ये ते पूर्णत्वास नेले. त्याच वर्षी इमामबक्ष व गुलाम मोहिद्दीन या हिंदुस्थानातील त्या काळाच्या सर्वश्रेष्ठ मल्लांच्या लढतीने या आखाड्याचे उद्घाटन झाले. हा आखाडा 'शाहू खासबाग मैदान' या नावाने प्रसिद्ध पावला. त्या काळात सर्व हिंदुस्थानात शाहू महाराजांनी बांधलेल्या या आखाड्याच्या तोडीचा आखाडा नव्हता. या आखाड्याच्या निर्मितीनंतर कोल्हापुरात नियमितपणे मोठमोठी कुस्त्यांची मैदाने होऊ लागली. सर्व देशांतून विशेषतः पंजाब, दिल्ली आदी भागांतून नामांकित मल्लांचे ताफे कोल्हापूरकडे आकृष्ट होऊ लागले. कोल्हापूर हे हिंदुस्थानातील 'मल्लविद्येचे विद्यापीठ' बनले.

शाहू महाराजांनी दिलेल्या उदार राजाश्रयाने कोल्हापुरात बुलंद मल्लांची एक पिढीच उदयास आली. अशा या मल्लांची संख्या शेकड्यात मोजावी लागेल. तथापि, त्यातही कृष्णा मर्दाने, शिवाप्पा बेरड, व्यंकप्पा बुरूड, गणपत शिंदे, गोविंद कसबेकर, नारायण कसबेकर, बाबू बिरे, गणू भोसले, देवाप्पा धनगर, देवाप्पा हळिंगळी, गोपाळ परीट, ज्ञानू माने या मल्लांचा निर्देश करावयास हवा. याचे कारण याच मल्लांनी हमदुकाका, भोला पंजाबी, आक्रम, नवरंगसिंग, धर्मसिंग वस्सा अशा उत्तरेकडील अनेक मल्लांना चितपट करून त्यांना 'पंचगंगेचे पाणी' पाजले आणि उत्तरेकडील मल्लांची मल्लविद्येच्या क्षेत्रातील मक्तेदारी मोडून काढून शाहू महाराजांचे १८९७ चे भव्य स्वप्न साकार केले. हे स्वप्न साकार होत असताना महाराजांनी उत्तरेकडील मल्लांनाही आपल्या मल्लांप्रमाणेच ममतेने वागविले;

त्यामुळे गुलाम मोहिद्दीन, गुत्तासिंग, रजब पहिलवान, इमामबक्ष, कल्लू गामा, गुलाम कादर, वजीर पंजाबी, फकिरा पंजाबी, उस्मान पहिलवान, बिंदू पहिलवान, नथ्था पहिलवान यांसारखे नामांकित मल्ल काही काळ कोल्हापूरच्या तालमीत वास्तव्य करून राहिले. या सर्वच मल्लांच्या खुराकावर महाराजांनी पाण्यासारखे द्रव्य खर्च केले. दरवर्षी ३० हजार रुपये एवढी मोठी रक्कम मल्लांच्या व्यवस्थेवर खर्च होई. (त्या काळी एका रुपयास १०-१२ शेर दूध येत असे. अशी स्वस्ताई होती.) विशेष म्हणजे हा खर्च महाराजांच्या 'खासगी'तून होत असे.[७]

शाहू महाराजांनी मल्लविद्येस प्रोत्साहन देत असताना मल्लांची जातपात, पंथधर्म काही पाहिले नाही. त्यांच्या उत्तेजनामुळे महार-भंगी समाजापासून बेरड-बुरूड समाजापर्यंत अनेक मागासलेल्या जातींतून मल्ल निर्माण झाले. माकडवाल्यांसारख्या भटक्या समाजांतूनही महाराजांनी मल्ल तयार केले. स्पृश्यास्पृश्य भावनेने उत्तरेकडील मल्लांनी अस्पृश्य मानल्या गेलेल्या समाजातील मल्लांबरोबर लढतीस नकार देऊ नये म्हणून महार मल्लांना 'जाट पहिलवान', तर भंगी मल्लांना 'पंडित पहिलवान' अशी नावे दिली. परिणामी, या मागासलेल्या जातींची अस्मिता फुलू लागली. सामाजिकदृष्ट्या महाराजांचे हे कार्य दूरगामी परिणाम करणारे होते.

शाहू महाराजांनी मल्लांना केवळ राजाश्रय दिला असे नाही, तर त्यांच्यावर पुत्रवत प्रेम केले. एके काळी त्यांच्या रथामागून दमछाक न होता पळणाऱ्या देवाप्पा या धनगराच्या मुलाला महाराजांनी कोल्हापूरला आणून बलदंड मल्ल बनविले. देवाप्पाने मल्लविद्येत इतकी प्रगती केली होती की, एक दिवस 'रुस्तम-ए-हिंद' हा सर्वोच्च सन्मान तो कोल्हापूरला खेचून आणील, अशी महाराजांना खात्री होती. असा हा देवाप्पा कॉलऱ्याच्या साथीत सापडला. तो असान्नमरण अवस्थेत दवाखान्यात असताना महाराज त्यास भेटावयास गेले. त्याची अवस्था पाहून त्यांच्या डोळ्यांत अश्रू उभे राहिले. जवळच उभ्या असलेल्या डॉक्टरांना ते म्हणाले, 'डॉक्टर, माझ्या देवाप्पाला वाचवा. त्याच्या भारंभार सोने मी तुम्हास देतो!'[८]

मल्लांवर असे प्रेम करणारा राजा विरळाच मानावा लागेल. मल्लांनीही महाराजांवर असेच प्रेम केले. १९११ मध्ये दिल्ली दरबारच्या निमित्ताने बड्या लाटसाहेबांनी आयोजित केलेल्या कुस्त्यांच्या मैदानात या प्रेमाचे प्रत्यंतर दिसून आले. व्हॉइसरॉय, विविध प्रांतांचे गव्हर्नर, बडेबडे इंग्रज

अधिकारी, हिंदुस्थानातील नामांकित मल्ल व मल्लप्रेमी जनता यांनी खचाखच भरलेल्या त्या मैदानात शाहू महाराजांनी आपल्या साध्या पोशाखातील भव्य व्यक्तिमत्त्वाने सर्वांच्या नजरा आपल्याकडे खेचून घेतल्या. विशेषतः उत्तरेतील मल्लांची महाराजांना मुजरा करण्यासाठी जेव्हा रांग लागली, तेव्हा तर हिंदुस्थानातील मल्लश्रेष्ठांनी राष्ट्रीय पातळीवर त्याचा सन्मान केल्याचे चित्र उपस्थितांसमोर उभे राहिले. पंजाबचा प्रसिद्ध मल्ल चंदन याने तर महाराजांचे आसन उचलून कुस्तीच्या रिंगणाच्या प्रवेशद्वारात ठेवले आणि त्यावर महाराजांना त्याने स्थानापन्न केले. मैदान सुरू झाल्यावर रहिमबक्ष व गामा या सलामीच्या मल्लांची जोडी गैरहजर असल्याचे दिसून आले, तेव्हा लाटसाहेबांच्या इभ्रतीचा प्रश्न उभा राहिला. ही इभ्रत वाचविण्यासाठी महाराज पुढे झाले आणि त्यांनी प्रसंगावधान राखून कोल्हापुरी वास्तव्य केलेल्या गुत्तासिंग व नथ्था या पंजाबी मल्लांची कुस्ती सुरू केली आणि त्या काळचे मल्लश्रेष्ठ इमामबक्ष व हसनबक्ष या दोघांना प्रथम क्रमांकाची कुस्ती करण्यासाठी आखाड्यात उतरण्याचे आवाहन केले. या दोघाही मल्लश्रेष्ठांनी महाराजांच्या शब्दाला मान देऊन आखाड्यात उडी घेतली आणि आपल्या रोमांचकारी लढतीने रसिकांची मने काबीज केली. इमामबक्षने लढतीत बाजी मारली. सर्वत्र जल्लोष झाला. महाराजांनी आपल्या मस्तकीचा भरजरी फेटा त्याच्या डोईवर ठेवून त्याचा सन्मान केला. हसनबक्ष हरला असला तरी लढतीतील त्याच्या असामान्य कौशल्याबद्दल महाराजांनी त्यालाही शाबासकी दिली. एवढेच नव्हे, तर त्याच्या मस्तकी तसलाच भरजरी फेटा बांधून त्याचाही गौरव केला.[१]

दिल्लीच्या ऐतिहासिक मैदानातील ही रोमांचकारी घटना 'मल्लविद्येचा पोशिंदा' म्हणून शाहू महाराजांची अखिल भारतीय प्रतिमा जनमानसावर उमटविणारी ठरली.

शाहू महाराजांनी आपल्या कारकिर्दीत मल्लांच्या गुणांचे भरभरून कौतुक केले. अनेक मल्लश्रेष्ठांना त्यांनी चांदीच्या गदा, सोन्याचे तोडे आणि मेडल्स बहाल केली. काहींची हत्तीवरून मिरवणूक काढली. काहींना दरबारी सेवेत घेतले गेले. काहींना घरेदारे व शेतमळे इनाम दिले. काहींना पेन्शन सुरू केली. त्यासाठी खास फंडाची निर्मिती केली गेली. या फंडातून मल्लांना वृद्धापकाळात औषधोपचार व आर्थिक साह्य देण्याची तरतूद केली गेली.

आजही कोल्हापूर ही सर्व देशात मल्लविद्येच्या क्षेत्रात अग्रगण्य नगरी मानली जाते. शाहू महाराजांच्या काळची मल्लविद्येची तेजस्वी परंपरा स्वातंत्र्योत्तर काळातही कोल्हापूरने जतन केली आहे. राष्ट्रीय पातळीवरील 'हिंदकेसरी' हा सन्मान या नगरीने चार वेळा खेचून आणला आहे. श्रीपती खचनाळे, गणपतराव आंदळकर, हजरत पटेल आणि दीनानाथसिंह हे ते चार मल्लश्रेष्ठ 'हिंदकेसरी' किताबाचे मानकरी होत. हरिश्चंद्र बिराजदार व दादू चौगुले या दोन मल्लांनी 'हिंदकेसरी'च्याच तोडीचा 'रुस्तम-ए-हिंद' हा किताब प्राप्त केला आहे. या सर्वांच्या पाठीशी शाहू महाराजांची पुण्याई उभी आहे. आजच्या घडीला राष्ट्रीय पातळीवर चमकणारा युवराज पाटील हा मल्लश्रेष्ठ कोल्हापुरात असून त्याने उत्तरेकडील हरियानाच्या सत्पाल याचे मल्लयुद्धाचे आव्हान स्वीकारून त्याच्याशी तीन यशस्वी चमकदार लढती दिल्या आहेत. १९९१ मध्ये सत्पालचे गुरू व दिल्लीच्या बिर्ला आखाड्याचे उस्ताद पद्मश्री हनुमान यांच्या मल्लविद्येतील कामगिरीचा त्यांना 'शाहू पुरस्कार' देऊन कोल्हापूरकरांनी त्यांचा यथोचित सन्मान केला; ही गोष्ट शाहूरायांच्या मल्लविद्येच्या परंपरेस शोभून दिसणारीच आहे.

मर्दानी खेळ

मल्लविद्येबरोबरच शाहू महाराजांनी 'मर्दानी खेळां'चे पुनरुज्जीवन केले. दांडपट्टा, फरिगदगा, विटा, जंबिया, बाणा इत्यादी मर्दानी खेळ शिवकालापासून महाराष्ट्रात लोकप्रिय होते. या खेळांतूनच शिवकालात मराठा तरुणांना लढाईचे प्रशिक्षण मिळत असे. शिवकालातील दादोजी कोंडदेव, बाजीप्रभू देशपांडे, संताजी घोरपडे हे लढवय्ये मर्दानी खेळांत तरबेज होते. शिवकालीन मर्दानी खेळांची ही परंपरा कोल्हापुरात अस्तित्वात होती. शाहू महाराजांनी या परंपरेस नवजीवन दिले. खुद्द महाराजांचे मल्लविद्येतील गुरू हसन बालेखान वस्ताद हे या खेळातील शस्त्रविद्येचे तज्ज्ञ समजले जात. त्यांच्याशिवाय दादू माळी, येसबा हुजरे, यशवंतराव साळुंखे, गणपतराव सासने, बाळा नलावडे इत्यादी अनेक मंडळी मर्दानी खेळांत पारंगत होती. शाहू महाराजांनी या सर्वांना प्रोत्साहन देऊन, त्यांच्या मार्गदर्शनाखाली तरुण खेळाडूंची एक पिढी उदयास आणली. प्रत्येक तालमीत मल्लविद्येबरोबर मर्दानी खेळांचे शिक्षण दिले जाऊ लागले आणि मल्लांच्या बरोबरीने हे

'मर्द' खेळाडू आपल्या या पुरातन कलेतील प्रावीण्याने चमकू लागले.

कोल्हापुरात जेव्हा कुस्त्यांची मैदाने भरविली जात, तेव्हा प्रारंभी या मर्दानी खेळांची प्रात्यक्षिके दाखविली जात; तसेच जेव्हा व्हॉइसरॉय, गव्हर्नर यांसारखे बडे इंग्रज अधिकारी संस्थानला भेट देत, तेव्हाही त्यांच्या सन्मानार्थ मर्दानी खेळांचे आयोजन केले जाई. या खेळांतील 'विटा'नामक प्रकारात विटाधारी खेळाडू आपले शस्त्र असे चालवीत असे की, त्याच्यावर धावून येणाऱ्या ८-१० प्रतिस्पर्ध्यांना तो आपल्या भोवतीच्या १५-२० फुटांच्या त्रिज्येच्या रिंगणात प्रवेश करू देत नसे. त्यांचे 'विटा' चालविण्याचे कौशल्य व चपळाई पाहून इंग्रज अधिकाऱ्यांनाही मोठे कौतुक वाटत असे. शिवस्मारकाची पायाभरणी करण्यासाठी प्रिन्स ऑफ वेल्स पुण्यात आले होते; त्या वेळी झालेल्या समारंभात शाहू महाराजांनी बालेखान वस्तादांचा मर्दानी खेळांचा खास कार्यक्रम ठेवला होता. बालेखान वस्तादांनी याच 'विटा' खेळाची प्रात्यक्षिके दाखवून आपल्या अंगच्या कौशल्याने सर्वांना दिपवून टाकले होते. अशीच गोष्ट मद्रासमध्ये घडून आली. अड्यार येथील 'थिऑसॉफिकल सोसायटी'चे डॉ. अरूंडेल कोल्हापुरात आले असता येथील मर्दानी खेळांच्या प्रात्यक्षिकांनी एवढे प्रभावित झाले की, त्यांनी शाहू महाराजांना या खेळाडूंचे पथक अड्यारकडे पाठवून देण्याची विनंती केली. अड्यार, मद्रास अशा अनेक ठिकाणी या पथकाने आपल्या खेळांचे नेत्रदीपक प्रदर्शन केले. मद्रासमधील खेळ गव्हर्नरांच्या समोर झाला. दांडपट्टा, फरिगदगा, विटा, जंबिया आदी खेळ प्रकारांत खेळाडूंनी दाखविलेल्या अप्रतिम कौशल्याने गव्हर्नर साहेबांसह सर्वजण चकित झाले. गव्हर्नरांच्या हस्ते सर्व खेळाडूंना भरघोस पारितोषिके देऊन त्यांचा सत्कार केला गेला. कोल्हापूरच्या खेळाडूंनी आपल्या मर्दानी खेळाची कीर्ती मद्रासपर्यंत नेली.[१०]

संगीत

ललित कलांच्या समुदायात संगीत, नाट्य व चित्रकला ही प्रमुख दालने होत. शाहू महाराजांच्या कारकिर्दीत ही कलादालने तर समृद्ध झालीच, शिवाय त्यांनी दिलेल्या राजाश्रयाने महाराष्ट्रात या कलांचे सुवर्णयुग निर्माण झाले. संगीतापुरते सांगायचे तर शाहूपूर्वकालात कोल्हापूर संस्थानात कीर्तन, तमाशा, लावणी, साकी, दिंडी, फटका, भजन, वाघ्या-मुरळीची गाणी इत्यादी लोकसंगीताचे प्रकार अस्तित्वात होते. ध्रुपदधमार, ठुमरी,

गझल या प्रकारांचे शास्त्रीय संगीत राजे-रजवाडे, जहागीरदार, सावकार प्रभृतींकडून ऐकले जाई. विशेषतः दरबारच्या नवरात्र महोत्सवात आणि पंत अमात्यांच्या रामनवमी उत्सवात लोकसंगीत व शास्त्रीय संगीताच्या कार्यक्रमांचे आयोजन केले जाई. नवरात्र संगीत मेळाव्यात सहभागी होण्यासाठी बाहेरच्या नामवंत कलावंतांना पाचारण केले जाई. या काळात संपूर्ण करवीरनगरी संगीतमय होऊन जाई. खुद्द महाराजांचे जनक पिता आबासाहेब संगीतकलेचे भोक्ते होते. महाराजांचे दत्तकविधान होऊन ते छत्रपतींच्या गादीवर येण्यापूर्वी म्हणजे सन १८८३ मध्येच 'कोल्हापूर गायन समाज' ही संस्था कोल्हापुरात स्थापन झाली होती. संपूर्णपणे संगीतास वाहिलेली ही हिंदुस्थानातील पहिली संस्था होती. संगीतकलेच्या आवडीचा वारसा महाराजांकडे अशा प्रकारे चालत आला होता. १८९२ मध्ये सुप्रसिद्ध 'देवल क्लब'ची स्थापना झाली. महाराजांनी या संस्थेला जागेपासून इमारतीच्या बांधकामापर्यंत भरघोस मदत केली.[११] महाराजांच्या आश्रयाने व प्रेरणेने पुढे ही संस्था अखिल भारतीय कीर्तीची बनली.

प्रसिद्ध संगीतज्ञ एस. ए. कुलकर्णी यांनी शाहूकालीन 'संगीत व नाट्य कला' या विषयावर भाष्य करताना म्हटले आहे, 'आज देशात विविध संगीत घराण्यांचे गायक-गायिका कीर्तिमान झालेले आहेत. त्यांची वंशावळ करवीरनगरीतच संवर्धिली गेली आणि त्याचे मूळ प्रणेते होते राजर्षी शाहू महाराज! पुढे जेव्हा कोल्हापुरात महाराजांच्या कृपाप्रसादाने बहरलेला 'देवल क्लब' प्रसिद्धीस आला, तेव्हा देशातील प्रत्येक गायक-गायिकेला वाटायचे, देवल क्लबमध्ये आपले गायन व्हावे. 'देवल क्लब'मध्ये जो जो कलाकार आपली गायन-वादनाची कला सादर करू शकला, तो देशाच्या कीर्तिवलयात तरंगू लागला!'[१२]

देवल क्लब या संस्थेने कोल्हापूरला संगीताच्या क्षेत्रात अखिल भारतीय पातळीवर नेऊन पोहोचविले. असेच कार्य त्या क्षेत्रात 'गौरीशंकर' मानल्या गेलेल्या एका महान कलावंताने केले. हा कलावंत म्हणजे गानमहर्षी अल्लादियाखाँ. १८९५ मध्ये शाहू महाराजांनी त्यांना आपल्या दरबारात गायक म्हणून सन्मानाने आणले आणि 'जयपूर घराण्या'च्या गायकीचे दर्शन कोल्हापूरच्या व महाराष्ट्राच्या रसिकांना प्रथमच घडून आले. खाँसाहेबांबरोबर त्यांचे बंधू हैदरखाँ आणि तीन पुत्र मंजीखाँ, भूर्जीखाँ व नसिरुद्दीनखाँ असे सर्व गवई कुटुंब वास्तव्यास आल्याने कोल्हापूरनगरीत

जणू संगीताच्या विद्यापीठाचीच स्थापना झाली. या विद्यापीठातून पं. भास्करबुवा बखले, हैदरखाँ, मंजीखाँ, नथ्थनखाँ, केसरबाई केरकर, मोगुबाई कुर्डीकर, जसदनवाला, जरीवाला, गोविंदबुवा शाळिग्राम, निवृत्तीबुवा सरनाईक प्रभृती हे अल्लादियाखाँचे अखिल भारतीय कीर्तीचे शिष्य उदयास आले.

केसरबाई मूळच्या ख्यातनाम गवई अब्दुल करीमखाँ यांच्या शिष्या. पुढे त्यांनी महाराजांजवळ एका मैफलीत अल्लादियाखाँची गानकला शिकण्याची आपली तीव्र इच्छा व्यक्त केली. महाराजांनी त्यासाठी खाँसाहेबांकडे शब्द टाकला. त्यांनी तो मानला आणि केसरबाईंना भरभरून विद्यादान केले. एक दिवस केसरबाईंनी महाराजांसमोर खाँसाहेबांनी शिकविलेल्या चिजा हुबेहूब म्हणून दाखविल्या. त्या गाण्याने प्रभावित होऊन महाराज उद्गारले, 'बेटी, आता मात्र तू अल्लादियाखाँचे गाणे अमर करशील, त्यांचे नाव काढशील अशी माझी खात्री आहे. एक दिवस असा उगवेल की, भारतात तुझ्या गायकीची तारीफ होईल.'[१३] केसरबाईंनी आपल्या पराक्रमाने महाराजांचे हे उद्गार साकार केले. त्या अखिल भारतीय ख्यातीच्या गायिका झाल्या. गुरुदेव रवींद्रनाथ टागोरांनी आपल्या 'विश्वभारती'तर्फे त्यांना 'सूरश्री' हा किताब देऊन गौरविले. स्वतंत्र भारताने त्यांना 'पद्मभूषण' सन्मानाने भूषविले. केसरबाईंचा हा सन्मान जसा त्यांच्या स्वर्गीय गायकीचा होता, तसा तो अल्लादियाखाँ व शाहू महाराज यांनी कलेच्या क्षेत्रात केलेल्या थोर कामगिरीचाही होता.[१४]

अल्लादियाखाँच्या असामान्य कामगिरीचा गौरव करताना संगीतज्ज्ञ बाबूराव जोशी यांनी एके ठिकाणी म्हटले आहे, 'अल्लादियाखाँ यांनी अभिजात संगीताची एक वैशिष्ट्यपूर्ण, सौंदर्यशाली, बुद्धीला व मनाला आनंद देणारी, गतिमान अशी आगळीच परंपरा निर्माण केली. अल्लादियाखाँच्या रूपाने कोल्हापूरला शोभा देणारे एक नवे लेणेच मिळाले... असा प्रचंड बुद्धीचा व प्रतिभेचा गवयांचाही गवई वाग्गेयकार कोल्हापूरला लाभला हे त्या कोल्हापुराचे भाग्य! वडिलोपार्जित पराक्रमांच्या कीर्तीवर जसे त्यांचे वारस मिरवितात तसे कोल्हापूर हे आज खाँसाहेब यांच्या परंपरेवर कला-जीवन जगत आहे. कोल्हापूरला ज्यांनी मोठे केले किंबहुना अगदी स्पष्टच बोलायचे तर कोल्हापूरचे नाव ज्यांनी हिंदुस्थानभर केले त्याला एकमेव कारण म्हणजे अल्लादियाखाँ आणि म्हणूनच मी नेहमी या घराण्यास 'कोल्हापुरी घराणे' समजावे असे म्हणतो... असा अप्रतिहात प्रकांड बुद्धीचा

कलावंत पुन्हा होणे नाही!'[१५]

अल्लादियाखाँशिवाय शाहू महाराजांनी देवासचे प्रसिद्ध गवई रजबअलीखाँ, त्यांचे पिता मुगलेखाँ, किरणा घराण्याचे अध्वर्यू हैदरबक्षखाँ, अब्दुल करीमखाँ, अल्लादियाखाँचे बंधू हैदरखाँ, पुत्र भूजीखाँ, नथ्थनखाँ, अंजनीबाई मालपेकर अशा अनेक थोर गवई व गायिका यांना राजाश्रय दिला होता. रजबअलीखाँनी आपल्या कोल्हापूरच्या वास्तव्यात निवृत्तीबुवा सरनाईक आणि नूतन गंधर्व आप्पासाहेब देशपांडे यांना आपले शिष्य बनवले.

सुप्रसिद्ध गायक करीमखाँ यांना संगीताचे धडे दिले ते हैदरबक्षखाँनी! हैदरबक्षखाँनी दिलेल्या विद्येच्या जोरावर अब्दुल करीमखाँनी संगीताच्या क्षेत्रामध्ये अमर कीर्ती संपादन केली. अंजनीबाई मालपेकर या थोर गायिकेने अशीच अखिल भारतीय स्तरावर कीर्ती संपादन केली होती. शाहू महाराजांचा वरदहस्त लाभलेल्या या गायिकेच्या संगीताचा आस्वाद घेण्यासाठी राजे-रजवाडे त्यांच्या घरी पायधूळ झाडीत असत. अनेक राजांच्या दरबारात त्यांना मोठ्या इतमामाने वागविले जाई. हिंदुस्थानात 'गानचंद्रिका' म्हणून प्रसिद्ध पावलेली कोल्हापूरची दुसरी थोर गायिका म्हणजे लक्ष्मीबाई जाधव. अल्लादियाखाँचे बंधू हैदरखाँ यांच्या त्या शिष्या होत. पुढे त्या बडोदा सरकारच्या दरबार गायिका म्हणून रुजू झाल्या. अल्लादियाखाँचे पुत्र भूर्जीखाँ यांनीही मेनका शिरोडकर, अझमबाई, सरदारबाई, सी. बालाजी, आप्पासाहेब देशपांडे प्रभृतींना संगीताची दीक्षा दिली. अशा कोल्हापूरच्या संगीत विद्यापीठातून उदयास आलेल्या थोर गायक-गायिकांची नावे तरी किती सांगावीत! शाहू महाराजांनी दिलेल्या प्रेरणेमुळे या सर्वांनी शास्त्रीय संगीतात थोर कामगिरी बजावून कोल्हापूरचे नाव अमर केले.[१६]

अशा प्रकारे महाराजांनी अभिजात संगीताविषयीच्या आपल्या रसिकत्वाने हिंदुस्थानातील संगीताच्या नाना घराण्यांच्या अनेक थोर कलावंतांना कोल्हापुरात आकृष्ट केले. महाराजांनी या विविध घराण्यांच्या गायकीवर कोल्हापुरी एक मनोहर संगमच घडवून आणला आणि कोल्हापूरबरोबर सर्व महाराष्ट्राला शास्त्रीय संगीताची गोडी लावली. एवढेच नव्हे, तर महाराष्ट्रीय कलावंतांची एक उच्च दर्जाची संगीत परंपराही निर्माण केली. स्वातंत्र्योत्तर काळातही निवृत्तीबुवा सरनाईक, शंकरराव सरनाईक, जगन्नाथबुवा पुरोहित, विश्वनाथबुवा जाधव, आनंदराव लिमये, आप्पासाहेब देशपांडे प्रभृतींनी शाहूकाळापासून चालत आलेल्या या संगीत परंपरेचे जतन केल्याचे दिसून येते.

शाहू महाराजांनी शास्त्रीय संगीताबरोबर भजन गायकीसही प्रोत्साहन दिले. तुकारामबुवा सरनाईक, पंडितराव करंबेळकर, कृष्णा बागणीकर असे अनेक भजनी गायक शाहूकाळात महाराष्ट्रात प्रसिद्धीस आले. शाहिरी हा गायकीचा असाच एक प्रकार मानाव लागेल. या मर्दानी कलेला महाराजांनी भरपूर उत्तेजन दिले. शाहीर विठ्ठल डोणे, शाहीर रामचंद्र माळी, शाहीर ईश्वरा माळी, शाहीर लहरी हैदर इत्यादी मंडळी त्या काळचे नामवंत शाहीर होत. कलगीवाले व तुरेवाले असे शाहिरांचे अनेक फड महाराजांच्या कारकिर्दीत प्रसिद्धीस आले. या फडातील अध्यात्मवादी सवाल-जबाबांनी शाहिरांची प्रतिभा व कीर्ती फुलत गेली. त्यांपैकी शाहीर लहरी हैदर यांना तर महाराजांच्या खास प्रभावळीत मानाचे स्थान प्राप्त झाले होते.[१७] स्वातंत्र्योत्तर काळातही कोल्हापूरची शाहिरी परंपरा हैदरसाहेबांचे पट्टशिष्य शाहीर विशारद पिराजीराव सरनाईक, शाहीर शार्दुल भाऊसाहेब पाटील, शाहीर श्रीपतराव लोखंडे आदींनी पुढे चालविली. पिराजीरावांनी कोल्हापूरची शाहिरी सर्व महाराष्ट्रात गाजविली. १९५५ मध्ये रशियाचे अध्यक्ष बुल्गानीन भारतभेटीवर आले असताना त्यांच्या सन्मानार्थ दिल्लीत आयोजित केलेल्या एका सांस्कृतिक कार्यक्रमात पिराजीरावांनी आपली शाहिरी कला सादर करून बुल्गानीन आणि पं. नेहरू यांची शाबासकी मिळविली.[१८] अशा प्रकारे पिराजीरावांनी कोल्हापुरी शाहिरी कलेचा झेंडा दिल्लीत फडकावला.

नाट्यकला

शाहू महाराजांच्या कारकिर्दीत नाट्यकलेला बरोबरीचा राजाश्रय मिळाला. महाराजांकडून मिळालेल्या या दोन्ही कलांनी एकमेकींच्या हातात हात घालून विसाव्या शतकाच्या पूर्वार्धात कोल्हापूरचे, पर्यायाने महाराष्ट्राचे सांस्कृतिक जीवन समृद्ध केले. बालगंधर्व आणि केशवराव भोसले यांच्यासारखे महान कलावंत कोल्हापूरनेच मराठी रंगभूमीस दिले आहेत, हे एकच वास्तव शाहू छत्रपतींच्या कोल्हापूरची या क्षेत्रातील विलोभनीय कामगिरी दर्शविण्यास पुरेसे आहे.

शाहू महाराजांच्या दत्तक विधानाच्या (सन १८८४) सुमारास कोल्हापुरात नाट्यकलेचा नुकताच उदय घडून आला होता. त्या वेळी 'नरहरबुवा कोल्हापूरकर नाटक मंडळी' ही व्यावसायिक नाटक कंपनी अस्तित्वात होती. राजाराम कॉलेजमधील हौशी कलाकार 'बुकिश नाटका'चे प्रयोग

करीत होते. असाच एक 'शशिकला-रत्नपाल' नाटकाचा प्रयोग त्यांनी दत्तक विधानाच्या समारंभाच्या निमित्ताने १० वर्षे वयाच्या बाल शाहू छत्रपतींसमोर केला होता. महाराजांनी पाहिलेले हे पहिले नाटक होते; ते त्यांना आवडले. नाट्यकलेविषयी त्यांची ही आवड जशी समज येत गेली, तशी वाढतच गेली आणि आवडीचे रूपांतर अभिजात रसिकतेत झाले. पुढच्याच वर्षी राजाराम कॉलेजने नाट्यलेखन स्पर्धा जाहीर केली. वासुदेवशास्त्री खरे व गोविंद बल्लाळ देवल या दोन तरुण लेखकांनी आपली नाटके स्पर्धेसाठी धाडली; त्यामध्ये खरे शास्त्रींच्या 'गुणोत्कर्ष' नाटकाची निवड झाली. अशा प्रकारे मराठी नाट्यकला क्षेत्रातील या पहिल्या स्पर्धेने मराठी रंगभूमीला दोन प्रतिभासंपन्न नाटककारांचा लाभ झाला. महाराजांनी या 'गुणोत्कर्ष' नाटकाचाही प्रयोग पाहिला. आता खास त्यांच्यासाठी अशा नाटकाचे प्रयोग जुन्या राजवाड्याच्या चौकात होऊ लागले.[१९]

एवढेच नव्हे तर छत्रपती शाहू महाराज नाटकांचे हौशी रसिक आहेत, अशी त्यांची कीर्ती कानावर जाताच 'डोंगरे संगीत नाटक मंडळी', 'किर्लोस्कर नाटक मंडळी' अशा बाहेरच्या नाटक कंपन्या कोल्हापूरला येऊन आपली कला प्रदर्शित करू लागल्या. डोंगरेंच्या 'इंद्रसभा' या गाजलेल्या नाटकास कोल्हापूरचे सुप्रसिद्ध गवई बाळकृष्णबुवा इचलकरंजीकर यांनी संगीत दिले होते. बाळकृष्णबुवा हे मराठी रंगभूमीवरील 'पहिले संगीत दिग्दर्शक' होते. उत्तर हिंदुस्थानी संगीत महाराष्ट्रात प्रथम आणण्याचे श्रेयही बुवानांच दिले जाते. १८९४ मध्ये शाहू महाराजांच्या राज्यारोहण समारंभानिमित्त 'किर्लोस्कर', 'शाहूनगरवासी', 'स्वदेश हितचिंतक' अशा अनेक नाटक कंपन्या कोल्हापुरात मुक्कामास आल्या होत्या. त्यांच्या नाटकांचे प्रयोग जुना राजवाडा, लक्ष्मीप्रसाद थिएटर, जिवबानाना वाडा, हिंमतबहाद्दर पागा अशा ठिकाणी केले जात. कोल्हापूर दरबारकडून कंपनीच्या लोकांची मोठी बडदास्त ठेवली जाई. आंबेमोहर तांदळापासून तोंड धुण्याच्या साबणापर्यंत सर्व किरणा माल कंपनीच्या मुक्कामावर पाठविला जाई.[२०]

'किर्लोस्कर', 'शाहूनगरवासी' या कंपन्यांवर महाराजांची विशेष कृपादृष्टी होती. 'शाहूनगरवासी'चे गणपतराव जोशी यांच्या 'हॅम्लेट'ने त्यांच्यावर मोठी मोहिनी घातली होती. गणपतरावांची 'हॅम्लेट'ची भूमिका रंगभूमीवर चिरस्मरणीय व्हावी, अशीच होती.[२१]

गणपतराव जोशी यांच्याप्रमाणेच दत्तोपंत हल्याळकर या गुणी गायक-

नटावर शाहू महाराजांची निहायत मर्जी होती. ते 'गोवा नाटक मंडळी' सोडून कोल्हापुरास आल्यावर महाराजांच्या प्रोत्साहनाने त्यांनी 'महालक्ष्मी प्रासादिक कंपनी' काढली. आक्कासाहेब महाराजांच्या विवाहानिमित्त अनेक नाटक कंपन्यांना पाचारण केले होते. त्या वेळी दत्तोपंतांनी राजवाड्यावर 'मृच्छकटिक' नाटकाचा प्रयोग इतका प्रभावीरीत्या करून दाखविला की, तो पाहून राजघराण्यातील स्त्रिया ओक्साबोक्सी रडल्या, अशी कथा सांगितली जाते. महाराज अनेकदा राजवाड्यात दत्तोबांच्या गायनाच्या मैफली घेत असत आणि नंतर त्यांना आपल्याबरोबर भोजनाच्या पंगतीस बसवीत. भोजनाबरोबर काव्यशास्त्रविनोदाची चर्चाही रंगत असे.[२२]

या सुमारास कोल्हापुरात अनेक नाटक कंपन्या उदयास आल्या होत्या. त्यात स्त्रियांनी चालविलेलीही एक नाटक मंडळी होती हे विशेष होय. शेषासनी या नायकिणी पेशामधील स्त्रीने 'शेषासनी स्त्री-संगीत नाटक मंडळी' नावाची रंगभूमीच्या इतिहासातील स्त्रियांची पहिली नाटक कंपनी काढली होती. 'नल-दमयंती', 'सौभद्र', 'शाकुंतल' अशी नाटके 'शेषासनी' सादर करीत असे.[२३]

दत्तोपंत भोसले हे सुप्रसिद्ध गायक केशवराव भोसले यांचे थोरले बंधू, एक नामांकित नट म्हणून त्यांचा उदय घडून आला होता. चार वर्षांच्या केशवरावांना घेऊन त्यांनी प्रथम 'स्वदेश हितचिंतक मंडळी'त प्रवेश केला होता. नंतरच्या काळात महाराजांच्या प्रोत्साहनाने स्थापन झालेल्या 'कोल्हापूर संगीत नाटक मंडळी'तही विष्णुपंत औंधकर, भाऊराव जाधव, भागवत, दिनकर ढेरे, विष्णुपंत पागनीस आदी कलाकारांबरोबर दत्तोबांचाही सहभाग होता. 'मृच्छकटिक' आणि 'मानापमान' या नाटकांतील त्यांच्या भूमिका त्या काळात रंगभूमीवर फार गाजल्या. पुढील आयुष्यात त्यांनी नाट्यदिग्दर्शक म्हणून कार्य केले.[२४]

गोविंदराव टेंबे हा अष्टपैलू कलावंत याच कालखंडात मराठी रंगभूमीवर चमकू लागला. गोविंदराव पट्टीचे नट, नाटककार, कवी, मर्मज्ञ, संगीतज्ज्ञ आणि त्या काळातील सर्वश्रेष्ठ हार्मोनियमवादक होते. किर्लोस्कर कंपनीत ते चारुदत्त, कच या भूमिका उत्कृष्ट सादर करीत. त्यांनी नाट्यलेखनही बरेच केले. त्यांची 'सिद्धसंसार' 'चित्रवंचना' यांसारखी अनेक नाटके रंगभूमीवर रसिकप्रिय झाली. त्यांनी सादर केलेल्या अनेक संगीतिकाही लोकप्रिय ठरल्या; पण याहून त्यांची थोर कामगिरी म्हणजे बालगंधर्व, महाराष्ट्रकोकीळ

शंकरराव सरनाईक आदी थोर गायक नटांना त्यांनी 'संगीताचे शिक्षण व दिशा' दिली. विशेषतः बालगंधर्वांच्या कंठातून निघालेली सुमधूर गाणी महाराष्ट्रात घरोघरी गेली, ती गोविंदरावांनी दिलेल्या संगीतामुळेच![२५]

१९१५-१६च्या दरम्यान गोविंदरावांनी शाहू महाराजांच्या आदेशाने 'शिवराज संगीत मंडळी'ची स्थापना केली. शंकरराव सरनाईक यांच्यासारखा गोड गळ्याचा गुणी नट 'हिरॉईन' म्हणून या कंपनीस लाभला होता. कंपनीच्या दररोजच्या शिधासामग्रीपासून नाटकाच्या पडद्यापर्यंतची सर्व व्यवस्था महाराजांकडून केली जात असे. पुढे 'कलामहर्षी' या पदास पोहोचलेल्या बाबूराव पेंटर यांनी या कंपनीचे पडदे आपल्या अप्रतिम चित्रकारीने रंगवले होते.[२६] गोविंदरावांनी आपले सर्व आयुष्य संगीत आणि रंगभूमीच्या सेवेत व्यतित केले. बालगंधर्व, शंकरराव सरनाईक, हिराबाई बडोदेकर यांसारख्या अनेक थोर कलावंतांची त्यांनी जडणघडण केली. मराठी रंगभूमीवरील नाट्यसंगीतास बालगंधर्वांच्या गायकीतून 'श्रवणीय, मादक, सौंदर्यशाली आणि क्रांतिकारक' वळण लावले, ते गोविंदरावांनीच. संगीतसम्राट अल्लादियाखाँची गायकी किती महान आहे, याची जाणीव त्यांनीच कोल्हापूरला आणि महाराष्ट्राला करून दिली. ज्या थोर कलावंतांनी कोल्हापूरचे नाव हिंदुस्थानात प्रसिद्ध केले, त्यात गोविंदराव टेंबे हे एक होते.[२७]

भजनसम्राट तुकारामबुवा सरनाईक यांचे सुपुत्र शंकरराव सरनाईक हे कोल्हापूरच्या कलाविश्वातील असेच एक लेणे होते. कोकीळकंठ घेऊनच जन्मास आलेल्या या थोर कलावंताने आपल्या मधुर गायनाने सर्व महाराष्ट्रास वेड लावले. 'महाराष्ट्रकोकीळ' ही सार्थ पदवी मराठी रसिकांनी त्यांना बहाल केली. शाहू महाराजांच्याच आग्रहामुळे ते गोविंदराव टेंबे यांच्या 'शिवराज नाटक कंपनी'त गेले आणि एक गोड गळ्याचा नट म्हणून प्रसिद्धीस आले. पुढे १९१९ मध्ये 'शिवराज'मधून बाहेर पडून त्यांनी आपली स्वतःची 'यशवंत संगीत मंडळी' ही कंपनी स्थापन केली. या कंपनीस इंदूरच्या तुकोजीराव होळकरांचा राजाश्रय लाभला. कंपनीच्या कलावंतांत ख्यातनाम गायक वामनराव सडोलीकर, शंकररावांचे बंधू निवृत्तीबुवा सरनाईक आदींचा समावेश होता. शंकररावांनी ही कंपनी १९३४ सालापर्यंत चालविली. पुढे त्यांनी अखेरपर्यंत भजन-गायकीत आपले आयुष्य व्यतित केले.[२८]

कोल्हापूरच्याच नव्हे तर महाराष्ट्राच्या रंगभूमीचा इतिहास बालगंधर्व

नारायणराव राजहंस व संगीतसूर्य केशवराव भोसले यांच्या निर्देशाशिवाय पुरा होऊच शकत नाही. हे दोघेही थोर कलावंत म्हणजे कोल्हापूरने मराठी रंगभूमीस अर्पण केलेली अमोल अलंकाराची देणगी होती आणि या देणगीमागे शाहू महाराजांची दूरदृष्टी, मनाची दिलदारी आणि संगीत व नाट्यकला याविषयीची अभिजात रसिकता हे गुणविशेष प्रेरकशक्ती म्हणून कार्यरत होते. लहानपणी नारायणराव कोल्हापुरास वास्तव्यास असताना महाराजांना त्यांचे गाणे ऐकण्याचा योग घडून आला. नारायणरावांचे गायनातील कौशल्य व माधुर्य आणि रूपवान शरीरठेवण या गुणांची अचूक पारख करून त्यांनी त्यास मिरजेस किर्लोस्कर नाटक कंपनीत धाडले. नारायणरावास 'शाकुंतल'मधील शकुंतलेची भूमिका दिली गेली. खुद्द महाराजच या पहिल्या प्रयोगास हजर राहिले. त्यांचा आशीर्वाद घेऊनच नारायणराव रंगभूमीवर अवतीर्ण झाले आणि आपल्या पहिल्याच प्रवेशात त्यांनी आपल्या असामान्य अभिनयाने रसिकांना जिंकले. आपल्या निवडीचे चीज झाले असे महाराजांना वाटले.[२९] शकुंतलेची ही भूमिका नारायणरावांना उत्तुंग यशशिखराकडे नेणारी पहिली पायरी ठरली. त्यानंतर त्यांनी मागे वळून पाहिले नाही. त्यांच्या नाट्यगुणांवर लुब्ध होऊन लो. टिळकांनी त्यांना 'बालगंधर्व' ही पदवी बहाल केली. मराठी रंगभूमीवरील ते एक 'अवतारी' कलावंत ठरले. आपल्या मोहक स्त्रीभूमिकेने आणि स्वर्गीय गायनाने त्यांनी मराठी रसिकजनांस मंत्रमुग्ध करून सोडले.[३०] पुढे काही काळाने बालगंधर्वांनी किर्लोस्कर कंपनी सोडून, स्वतःची 'गंधर्व संगीत मंडळी' स्थापन केली. या गंधर्व कंपनीवरही महाराजांचा कृपाकटाक्ष अखेरपर्यंत राहिला.

मराठी रंगभूमीस बालगंधर्वांसारखाच आणखी एक असामान्य प्रतिभेचा कलावंत लाभला तो केशवराव भोसले यांच्या रूपाने; आपले वडील बंधू दत्तोपंत यांच्या बोटास धरून केशवरावांनी वयाच्या अवघ्या चौथ्या वर्षी जनुभाऊ निमकरांच्या 'स्वदेश हितचिंतक मंडळी'त प्रवेश केला आणि वयाच्या दहाव्या वर्षी रंगभूमीवर 'शारदे'ची भूमिका करून शाहू महाराजांसारख्या नाट्यरसिकांकडून 'वन्समोअर'ची शाबासकी मिळविली![३१] पुढे वयाच्या अठराव्या वर्षी त्यांनी 'ललित कलादर्श मंडळी' ही कंपनी निर्माण केली. (सन १९०८). वीर वामनराव जोशी आणि भा. वि. वरेरकरांसारखे श्रेष्ठ नाटककार मराठी रंगभूमीस मिळवून दिले. या कंपनीतर्फे कोल्हापुरात आणि महाराष्ट्रात अनेक ठिकाणी त्यांच्या नाटकांचे अनेक बहारदार प्रयोग

सादर झाले. कोल्हापुरात बालगंधर्वांच्या बरोबरही त्यांचे संगीताचे संयुक्त जलसे झाले.

मुंबईतील १९२१ मधील बालगंधर्वांबरोबर झालेल्या केशवरावांच्या 'संयुक्त मानापमाना'च्या प्रयोगाने त्यांना लोकप्रियतेच्या शिखरार पोहोचविले. मराठी रंगभूमीवर चंद्र-सूर्याप्रमाणे तळपणाऱ्या बालगंधर्व व केशवराव या दोन महान नटांची ती ऐतिहासिक जुगलबंदी होती. पु.ल. देशपांडे यांनी या प्रयोगाविषयी म्हटले आहे, 'सी. के. नायडूंनी मारलेल्या अकरा सिक्सर ही जशी क्रिकेटच्या क्षेत्रातील अभूतपूर्व घटना आहे, तशीच केशव-नारायण यांचा संयुक्त प्रयोग ही रंगभूमीवरची एक अभूतपूर्व घटना आहे. यामध्ये केशवराव धैर्यधर होते, तर नारायणराव भामिनी होते... केशवराव आणि नारायणराव यांच्या गायनात डावं-उजवं काय शोधायचं?; पण या 'संयुक्त मानापमाना'च्या प्रयोगात मात्र रसिकांनी 'केशवाय नमः' म्हटलं! असं इतिहास सांगतो.'[३२]

केशवरावांनी त्या दिवशी बाजी मारली! त्यांच्या गायनातील तडफ, चैतन्य व प्रतिभा या गुणांनी अखिल महाराष्ट्र दिपून गेला. संगीत विश्वात सूर्यप्रभेप्रमाणे त्यांचे गुण प्रकाशमान झाले. रसिकजनांनी त्यांना 'संगीतसूर्य' ही पदवी बहाल केली. आपले गुरू दत्तोपंत जांभेकर आणि रामकृष्णबुबा वझे यांनी दिलेल्या गानविद्येचे त्यांनी चीज केले. केशवरावांच्या या सर्व यशामागे शाहू महाराजांचा मातेचा वात्सल्यभाव व रसिकाचे हृदय होते. भा. वि. वरेकरांनी आपले 'कुंजविहारी' हे नाटक महाराजांना अर्पण केले. त्याप्रसंगी झालेल्या भेटीत महाराजांनी त्यांच्याजवळ उद्‌गार काढले होते, 'वरेरकर, तुम्ही मला नाटक अर्पण केलेत यात माझा मोठा मान आहे... आता माझा केशा (केशवराव भोसले) स्वतः उभा राहिला आहे. त्याला एक नाटक लिहून द्या... पण केशवला मात्र विसरू नका. केशा म्हणजे एक तळपती तलवार आहे. ती जर हाती मिळाली, तर तुम्ही जग जिंकाल.'[३३]

सूर्यासारखे तळपणाऱ्या केशवरावांना मायेने 'केशा' असे फक्त महाराजच म्हणू शकत होते.

१९१६ मध्ये केशवराव आपली कंपनी घेऊन कोल्हापुरात आले, तेव्हा शाहू महाराजांनी त्यांचा मोठा गौरव केला. आपल्या तमाम प्रजेस केशवरावांच्या 'मृच्छकटिक' या नाटकाचा प्रयोग पाहावयास मिळावा म्हणून या रसिक राजाने २५ हजार प्रेक्षक बसतील एवढे 'खुले नाट्यगृह',

(Open Air Theater) पॅलेस थिएटरच्या मागे खासबाग मैदानात तयार करून घेतले होते. कोल्हापूरच्या या मुक्कामात केशवरावांचे अनेक नाट्यप्रयोग झाले. केशवरावांच्या गायनी कलेने सर्व राजधानी जणू संगीतमय झाली होती. खुद्द महाराजांनी दरबारसाठी अनेक प्रयोग घेतले होते. केशवरावांच्या गायनावर खूश होऊन महाराजांनी त्यांना मोठे मानधन देऊन गौरविले. मुळातच दिलदार स्वभाव असणाऱ्या केशवरावांनी कोल्हापूर मुक्कामी मिळालेली सर्व संपत्ती धार्मिक कृत्यांत आणि देवल क्लबसारख्या संस्थेस मदत करण्यात खर्च केली. असा हा गुणवंत, कीर्तिवंत, वरदवंत कलावंत वयाच्या अवघ्या ३२ व्या वर्षी स्वर्गवासी झाला. मराठी रंगभूमीवरील संगीतसूर्य अस्तास गेला.[३४]

केशवरावांच्या निधनाची दुःखद वार्ता कोल्हापुरात आली, तेव्हा पहाडासारख्या शाहू महाराजांच्या नेत्रांत अश्रू उभे राहिले! मामा वरेरकरांनी केशवरावांस आदरांजली वाहताना म्हटले आहे, 'पाचव्या वर्षी रंगभूमीवर आला आणि अवघ्या ३२ व्या वर्षी रंगभूमी सोडून स्वर्गवासी झाला. सारे आयुष्य नाटकात गेल्यामुळे शिक्षण मुळीच झाले नाही; पण त्यांची दृष्टी केवढी विशाल होती! मराठी रंगभूमीला त्यांनी उजाळा दिला. नवे नाटककार उभे केले. नवे नट तयार केले. नवे तंत्रज्ञ, नवे शिल्पज्ञ उजेडात आणले आणि मराठी रंगभूमीचे स्वरूप पार बदलून टाकले. मोठमोठ्या गवयांनीदेखील ज्याच्या गाण्यांपुढे हबका खावा, असा हा गायक तितकाच अभिनयकुशल होता. भाऊराव कोल्हटकरांनंतर केशवरावांसारखा नट झाला नाही. पुढच्या काळात आज मोडकळीस आलेल्या रंगभूमीला उजाळा देण्यासाठी देव पुन्हा केशवरावाला महाराष्ट्रात पाठवील काय?[३५]

याच कालखंडात शाहू महाराजांच्या कलाप्रेमाचे चिरस्मरणीय प्रतीक म्हणून 'पॅलेस थिएटर' हे कोल्हापूरचे लेणे तयार झाले. महाराजांनी १९०२ च्या रोमच्या भेटीतच कुस्तीच्या भव्य आखाड्याबरोबर तेथील प्रशस्त नाट्यगृहे पाहून अशा वास्तू आपल्या संस्थानात निर्माण व्हायला पाहिजेत, असा निर्णय घेतला होता. त्यानुसार कुस्तीचा आखाडा बांधला गेला होता. आता नाट्यगृहाचे स्वप्न साकार करण्यासाठी त्याचे बांधकाम सुरू झाले (सन १९१३). रोमन नाट्यगृहाप्रमाणेच भव्य आणि वैभवशाली नाट्यगृह अवघ्या तीन वर्षांत उभे राहिले. १९१५ मध्ये या नाट्यगृहाचे उद्घाटन युवराज राजाराम महाराज यांच्या हस्ते आणि केशवराव भोसले यांच्या

'ललित कलादर्श' कंपनीच्या 'सौभद्र' नाटकाच्या आणि किर्लोस्कर कंपनीच्या 'मानापमान' नाटकाच्या प्रयोगांनी झाले. आता महाराष्ट्रातील नाटक कंपन्यांना आणि कलावंतांना त्यांची कला प्रदर्शित करण्यासाठी हक्काचे व्यासपीठ उपलब्ध झाले. त्या काळी अख्ख्या हिंदुस्थानात कुठेही पॅलेस थिएटरसारखे भव्य व राजेशाही थिएटर नव्हते. स्वातंत्र्योत्तर काळात महाराष्ट्र शासनाने या थिएटरचे 'केशवराव भोसले नाट्यगृह' असे नामकरण करून एका शाहूकालीन महान कलावंताचे ते स्मारक बनविले, ही गोष्ट कोल्हापूरच्या कलापरंपरेस साजेशी झाली.

तमाशा

नागर संस्कृतीमधील समाज नाट्यकलेचा भोक्ता होता, तर ग्रामीण संस्कृतीमधील अडाणी व अज्ञ समाज 'तमाशा' या कलेचा आश्रयदाता होता. 'तमाशा' म्हणजे नाट्यकलेचाच एक अस्सल आविष्कार होता. बहुजन समाजाची करमणूक करणारी ही कला असल्याने तिला आज 'लोकनाट्य' असे म्हटले जाते. शाहू महाराजांनी लोककलेच्या या प्रकाराला प्रोत्साहन दिल्याचे दाखले सापडतात. महाराजांनी त्या काळचा गाजलेला तमासगीर तात्या सावळजकर व प्रसिद्ध लावणीकार पठ्ठे बापूराव रेठरेकर या कलावंतांना आपल्या सोनतळी कॅम्पच्या मुक्कामी खास पाचारण करून त्यांच्या कलेचा गौरव केला होता. तात्यांचा 'मोहना-बटाव' हा वग फार लोकप्रिय होता. एकदा कागलच्या उरुसात तात्यांचा तमाशाचा फड उभा असताना महाराजांनी खास तेथे जाऊन तो वग ऐकला आणि तात्यांच्या कलेवर खूश होऊन, जरीपटका आणि एक हजाराची थैली देऊन त्यांचा सत्कार केला.[३६] पुढे महाराजांनी या 'तमाशा'च्या स्वरूपात आणि उद्दिष्टात बदल घडवून 'सत्यशोधक जलशा'ची निर्मिती केली आणि 'तमाशा'ला समाजसुधारणेचे एक प्रभावी साधन बनविले, याची हकिकत मागे येऊन गेलीच आहे.

चित्रपट

नाट्यकलेला प्राचीन परंपरा होती, त्या परंपरेचा धागा पकडून १९व्या शतकाच्या उत्तरार्धात महाराष्ट्रात मराठी रंगभूमी उदयास आली. संगीत व नाट्य या कलांना राजाश्रय देऊन शाहू महाराजांनी महाराष्ट्रात २०व्या

शतकाच्या पूर्वार्धात या कलांच्या सुवर्णयुगाची निर्मिती करण्यात मोलाची भूमिका बजावली. त्या मानाने चित्रपटकलेचा उदय तसा थोडा उशिराचा आहे. ही कला म्हणजे अभिनयकलेचाच आविष्कार असला तरी ती आधुनिक विज्ञान व तंत्रज्ञानावर अधिष्ठित होती आणि तिचा शोध हा युरोप खंडातून हिंदुस्थानात आला होता. प्रारंभीच्या पर्वात चित्रपट कला मुकावस्थेत होती, नंतर ती बोलू लागली. मूकचित्रपटांचे रूपांतर बोलपटात झाल्यावर ही कला बहरून गेली. भारतात मूक चित्रपटांचे युग सुरू केले ते दादासाहेब तोरणे आणि दादासाहेब फाळके या मराठी माणसांनी. १९१२ मध्ये प्रदर्शित झालेला तोरणे यांचा 'पुंडलिक' हा चित्रपट भारतातील पहिला चित्रपट होता. त्यानंतर पुढच्याच वर्षी फाळके यांनी आपला 'राजा हरिश्चंद्र' हा इतिहासप्रसिद्ध चित्रपट प्रदर्शित केला, असे चित्रपटसृष्टीचे एक अभ्यासक सूर्यकांत मांडरे यांचे नवे संशोधन आहे.[३७] असे मानले तरी आज देशात फाळके यांनाच 'भारतीय चित्रपटसृष्टीचे जनक' मानले जाते. फाळके यांनी आपल्या स्टुडिओची उभारणी गोदावरीच्या तीरी नाशिकमध्ये करून त्या नगरीस चित्रपटकलेच्या गंगोत्रीचा मान प्राप्त करून दिला असला तरी ही कला खरी बहरली, फुलली ती पंचगंगेच्या तीरावरील कोल्हापूरनगरीतच; इतकी की, करवीरनगरी ही भारतीय चित्रपटसृष्टीची माहेरघर बनली आणि या अपूर्व कामगिरीचे जनक होते कलामहर्षी बाबूराव पेंटर.

बाबूराव पेंटर हे कोल्हापूरच्या मातीतील अभिजात कलावंत होते. ते शिल्पज्ञ होते, ते तंत्रज्ञ होते आणि सर्वांत महत्त्वाचे म्हणजे त्यांच्या ठिकाणी कलेसंबंधी अव्यभिचारी निष्ठा होती. जन्मजात असामान्य प्रतिभा लाभलेल्या या कलावंतास कुणीही गुरू नव्हता. त्यांनी कोणाकडेही, कोणत्याही कलेचे शिक्षण घेतलेले नव्हते आणि तरीही त्यांच्या हातून अव्वल दर्जाच्या कलाकृती साकार झाल्या. नवनिर्मितीची त्यांना विलक्षण ओढ होती. कलेच्या क्षेत्रात ते सतत नवनवीन प्रयोग करीत असत. हिंदुस्थानात जेव्हा प्रारंभी विदेशी चित्रपट आले व त्यांचे अनुकरण करून दादासाहेब फाळके यांच्यासारख्या मंडळींनी आपल्या देशातच चित्रपटनिर्मिती सुरू केली, तेव्हा बाबूरावांना या नव्या कलाक्षेत्राविषयी जबरदस्त आकर्षण निर्माण झाले. या क्षेत्रात प्रवेश करण्याचे त्यांनी ठरविले. त्यांचे बंधू आनंदराव पेंटर यांची त्यांना साथ होतीच. आनंदरावही मोठे हुनरबाज कलावंत होते. या दोघा पेंटर बंधूंनी १९१३ मध्येच कोल्हापूर येथे चित्रपट प्रदर्शनासाठी

'महाराष्ट्र सिनेमा' या नावाने सिनेमागृह स्थापन केले होते. त्याची उत्कृष्ट सजावट केली होती. पेंटर बंधूंनी आपल्या कुंचल्यांनी सिनेमागृहाच्या चारीही भिंतीवर सुबक रंगकाम केले होते. रम्य पौराणिक दृश्ये चितारली होती. शाहू महाराजांच्या हस्ते या सिनेमागृहाचे उद्‌घाटन झाले. पेंटर बंधूंची अद्‌भुत चित्रकला पाहून तेही चकित झाले. पेंटर बंधूंना शाबासकी देत ते म्हणाले, 'अरे आनंदराव, कोण रे ही तुझी सजावट बघणार? तुझा सिनेमा तर अंधारात चालणार. पडद्यावर ही सजावट दिसली असती तर गोष्ट वेगळी होती.'[३८]

महाराजांच्या शेवटच्या वाक्याने पेंटर बंधूंच्या विचारविश्वात क्रांती केली. कोल्हापूरच्या भावी वैभवशाली चित्रपटकलचे बीजारोपण झाले. ही नवी कला आत्मसात करण्याचा त्यांनी निश्चय केला. दादासाहेब फाळके यांनी आपल्या चित्रनिर्मितीसाठी विदेशातून आणलेला कॅमेरा पाहण्यासाठी ते नाशिकास गेले; पण 'नुसता कॅमेरा पाहून काय समजणार तुम्हाला,' असा प्रश्न करून फाळके यांनी त्यांना परत पाठवले. तथापि, पेंटर बंधूंनी जिद्द सोडली नाही. ते स्वतःच कॅमेरा तयार करण्याच्या कामास लागले (सन १९१४). दुर्दैवाने आनंदरावांचे अचानक निधन झाले. या धक्क्यातून सावरून बाबूरावांनी आपले संशोधन सुरू ठेवले. अखेर १९१७ च्या मध्यावर त्यांना मूव्ही कॅमेरा तयार करण्यात यश मिळाले. संपूर्ण स्वदेशी बनावटीचा हिंदुस्थानातील हा पहिला कॅमेरा होय. त्याच वर्षाअखेरीस बाबूरावांनी कोल्हापुरात 'महाराष्ट्र फिल्म कंपनी'ची स्थापना केली. पुढे शाहू महाराजांनी बाबूरावांच्या कंपनीस मंगळवार पेठेत देणगी म्हणून एक खास जागा दिली. तिथे या फिल्म कंपनीने आपला संसार थाटला.[३९]

कंपनीच्या 'सैरंध्री' या पहिल्याच चित्रनिर्मितीसाठी बाबूरावांनी नाट्याचार्य कृष्णाजी प्रभाकर खाडिलकर यांच्या 'कीचकवध' या गाजलेल्या नाटकाची कथा निवडली. ज्यांनी कधी तोंडाला रंग लावला नव्हता अशा बाळासाहेब यादव, दत्तोबा पवार, गुलाबबाई, अनसूयाबाई अशा स्त्री-पुरुषांची कोल्हापुरातून नट-नट्या म्हणून निवड केली. स्त्रियांच्या भूमिका स्त्रियांनीच केल्या पाहिजेत, असा बाबूरावांचा अट्टहास होता. यापूर्वी चित्रपटातसुद्धा पुरुषच स्त्रियांच्या भूमिका करीत असत. बाबूरावांचा शिष्यपरिवार मोठा होता. त्यातील विष्णुपंत दामले, एस. फत्तेलाल, बाबा गजबर, नानासाहेब सरपोतदार, लिमये, धर्माधिकारी आदी सहकाऱ्यांनिशी बाबूरावांनी स्वतःच तयार केलेल्या कॅमेऱ्यावर

व प्रिंटिंग मशीनवर 'सैरंध्री'चे चित्रण केले. फेब्रुवारी, १९२० मध्ये 'सैरंध्री' प्रथम पुण्यात प्रकाशित झाला, तेव्हा त्याचे मोठे कौतुक झाले.

त्यावर अभिप्राय देताना 'केसरी'ने म्हटले होते, 'चित्रपटातील देखावे व नटांचा पोशाख हा पौराणिक ग्रंथातून वर्णन केल्याप्रमाणे आहे, हे या चित्रपटाचे वैशिष्ट्य आहे. पौराणिक काळची समाजस्थिती यथार्थ दाखविण्याच्या स्तुत्य उद्देशाने हा उपक्रम करण्यात आल्यामुळे हा चित्रपट लोकांच्या अभिरुचीला निराळेच वळण लावील, यात शंका नाही. कंपनीचे चालक रा. बाबूराव पेंटर यांनी चित्रपट तयार करण्याच्या बाबतीत लागणारा कॅमेरा व प्रिंटिंग मशीन वगैरे सर्वतोपरी देशी यंत्रसामग्री वापरून केलेल्या या चित्रपटात फोटोग्राफी वगैरेच्या दृष्टीने कोणतीही उणीव राहिलेली नसून प्रसिद्ध अमेरिकन व युरोपियन चित्रपटाच्या तोडीचा हा चित्रपट झाला आहे. याबद्दल रा. बाबूराव पेंटर आणि त्यांचे सहकारी यांचे आम्ही अभिनंदन करतो.'[४०]

खुद्द लोकमान्य टिळकांनी हा चित्रपट पाहून बाबूरावांना 'सुवर्णपदक' आणि 'सिनेमाकेसरी' ही पदवी देऊन त्यांचा जाहीर गौरव केला. वास्तव पण कलात्मक चित्रण हे बाबूरावांच्या चित्रपटकलेचे वैशिष्ट्य होते. 'सैरंध्री'तील 'कीचकवधाचे' चित्रण इतके परिणामकारक होते की, ते पाहून प्रेक्षकवर्ग किंचाळून उठे. स्त्रिया बेशुद्ध पडत. कॅमेऱ्यात कोणतीही ट्रिकसीनची यंत्रणा नसताना बाबूरावांनी हा प्रसंग घेतला होता. पडद्यावरचे हे दृश्य पाहून मुंबई पोलिसांनी 'सैरंध्री' चित्रपटात तुम्ही माणूस मारला आहात. तुम्हाला शिक्षा का करू नये?' अशी शो-कॉज नोटीसही पाठविली होती.[४१]

असा हा असामान्य प्रतिभेचा कलावंत शाहू महाराजांच्या कारकिर्दीत आणि त्यांच्या कलानगरीत निर्माण झाला, ही गोष्ट महाराजांना, तसेच त्या नगरीस मोठी भूषणास्पद होती. महाराजांनी बाबूरावांस पाचारण करून त्यांचा खास सत्कार केला. 'सैरंध्री'च्या यशाने बाबूरावांचे व कोल्हापूरचे नाव हिंदुस्थानच्या कानाकोपऱ्यांत गेले. त्यांनी आपल्या कारकिर्दीत 'महाराष्ट्र फिल्म कंपनी'चे २४ आणि इतर कंपन्यांचे ९ अशा तऱ्हेने ३३ चित्रपटांचे दिग्दर्शन केले. त्यांची कंपनी म्हणजे एखाद्या प्राचीन ऋषीच्या आश्रमासारखी होती. आपल्याकडील कला, विद्या यांचे ते मुक्त हस्ते दान करीत असत. या काळात चित्रपटसृष्टीत आलेले बाळासाहेब यादव, झुंजारराव दत्तोबा पवार, बाबूराव पेंढारकर, किशाबापू बकरे, स्टंट किंग गणपतराव बकरे,

व्ही शांताराम, विष्णुपंत पागनीस, मा. विठ्ठल, बाळ गजबर, आय.टी. निंबाळकर, बी. नांद्रेकर आदी अनेक गुणी कलावंत बाबूरावांच्या 'आश्रमा'त तयार झाले.

पुढे १९२९ मध्ये व्ही. शांताराम, दामले, एस. फत्तेलाल आणि केशवराव धायबर या बाबूरावांच्या शिष्यांनी 'महाराष्ट्र फिल्म कंपनी' सोडून कोल्हापुरात आपली स्वतःची 'प्रभात फिल्म कंपनी' काढली. बाबूरावांनी त्यांना आशीर्वाद दिला. या कंपनीने 'अयोध्याचा राजा' हा बोलपट तयार करून, मराठी चित्रपटसृष्टीतील पहिला बोलपट निर्माण करण्याचा मान कोल्हापुरास मिळवून दिला (१९३२). याच सुमारास चित्रपटसृष्टीचे तपस्वी म्हणून पुढे ख्यात पावलेले भालजी पेंढारकर 'महाराष्ट्र फिल्म कंपनी'त दिग्दर्शक म्हणून आले. भालजींचे व्यक्तिमत्त्व स्वयंभू असले तरी बाबूरावांनी कोल्हापुरात उदयास आणलेल्या चित्रपटसृष्टीची पार्श्वभूमी त्यांच्या अगर 'प्रभात'च्या पाठीशी उभी होती, हे विसरून चालणार नाही.

महाराष्ट्र कंपनी सोडल्यानंतर इतर कंपन्यांसाठी बाबूरावांनी दिग्दर्शित केलेल्या चित्रपटांतील गोविंदराव टेंबे, जयशंकर दानवे, गोपाळ मांडरे (चंद्रकांत), विष्णुपंत औंधकर, केशवराव दाते, दुर्गा खोटे, हिराबाई बडोदेकर, नानासाहेब फाटक, राजा परांजपे, बालगंधर्व, हंसा वाडकर, जयराम शिलेदार या कलावंतांची नुसती नामावली पाहिली, तरी मराठी चित्रपटसृष्टीत त्यांनी निर्माण केलेल्या वैभवशाली परंपरेचे दिग्दर्शन झाल्याशिवाय राहत नाही.

स्वातंत्र्योत्तर काळात भालजी पेंढारकर आणि मा. विनायक यांच्या मागून तात्या अंबपकर, बाळ गजबर, वसंतराव पेंटर (आनंदराव पेंटर यांचे पुत्र), माधवराव शिंदे, दिनकर द. पाटील, अनंत माने प्रभृतींनी मराठी चित्रपटसृष्टीची परंपरा श्रीमंत केली. अभिनेत्यांत चंद्रकांत, सूर्यकांत, अरुण सरनाईक, रमेश देव, तर अभिनेत्रींमध्ये सुलोचना, लीलाताई पेंढारकर, बेबी नंदा, आशा काळे, पद्मा चव्हाण आदी कोल्हापूरच्या कलावंतांनी मराठी चित्रपटसृष्टीची सेवा बजावली आहे. मा. विठ्ठल, व्ही. शांताराम यांसारख्या कलावंतांनी कोल्हापूरचे नाव राष्ट्रीय स्तरावर पोहोचविले आहे. याच कोल्हापुरात प्रसिद्ध नाटककार विष्णुपंत औंधकर यांच्या नाट्यप्रतिभेस, थोर कविवर्य ग. दि. माडगूळकर यांच्या काव्यप्रतिभेस व ख्यातनाम गायक सुधीर फडके यांच्या गानप्रतिभेस पहिले धुमारे फुटले आहेत. एवढेच नव्हे, तर आज स्वरसम्राज्ञी म्हणून ज्यांची कीर्ती त्रिखंडात पसरलेली आहे, त्या

लता मंगेशकर यांच्या कलावंत कारकिर्दीचा प्रारंभही याच भूमीतील आहे.

चित्रकला

'चित्रकला' या ललितकलेच्या क्षेत्रात महाराजांच्या काळात कोल्हापूरने उत्तुंग भरारी मारली. या क्षेत्रात पहिला मानाचा मुजरा करावा लागतो तो कलातपस्वी आबालाल रहिमान यांना. रिजन्सी कौन्सिलच्या काळात इंग्रज रेसिडेंटच्या शिफारशीवरून कोल्हापूर दरबारने खास शिष्यवृत्ती देऊन आबालाल यांना मुंबईस 'जे. जे. स्कूल ऑफ आर्ट' या ख्यातनाम संस्थेत पाठविले. तिथे आबालाल यांनी आपल्या कलागुणांनी इतिहास घडविला. त्यांच्या एका चित्रसंचामधील चित्रकारीचे असामान्य तंत्रकौशल्य पाहून त्यांना 'व्हॉइसरॉयज् मेडल' बहाल करण्यात आले! (सन १८८६). संस्थेला भेट देणाऱ्या प्रसिद्ध युरोपियन चित्रकारांनीसुद्धा ही चित्रे पाहून ती 'जगातील प्रसिद्ध चित्रकारांच्या तोडीची आहेत,' असा अभिप्राय दिला! असा हा असामान्य प्रतिभेचा कलावंत वृत्तीने अवलिया होता. कोल्हापूरला परतल्यानंतर त्यांनी कोटितीर्थ हा निसर्गरम्य जंगल-परिसर आपल्या वास्तव्यासाठी निवडला. तेथे एखाद्या प्राचीन ऋषीप्रमाणे राहून त्यांनी सतत चित्रकलेची आराधना केली. निसर्गाशी संवाद साधून तादात्म्य भावाने त्यांनी त्याचे विविध आविष्कार आपल्या कुंचल्याने साकार केले.[४२]

अशा या तपस्वी कलावंताची कीर्ती कानावर येताच तरुण शाहूराजांनी त्यास पाचारण करून त्यांचा गौरव केला आणि 'दरबार-चित्रकार' असा हुद्दा देऊन त्यास तनखा सुरू केला; पण असा राजाश्रय मिळाला म्हणून आबालालांच्या कलंदर वृत्तीत फरक पडला नाही. महाराजही या कलावंताची थोर योग्यता जाणून होते. त्यांनी त्यांच्यावर बंधने न घालता सन्मानाने वागविले.

आबालाल यांच्या बाबतीत एक आठवण सांगितली जाते : 'अनेकदा शाहू महाराज या थोर कलावंतास स्वतःहून भेटण्यास येत असत. आबालाल मोठे लहरी कलावंत होते. महाराज भेटावयास आल्याचे समजल्यावर ते त्यांचे स्वागत करावयास घराबाहेर येत आणि त्यांना मुजरा करीत; पण बऱ्याच वेळा आबालाल आपल्याच तंद्रीत असत. महाराज भेटावयास आले तरी ते बाहेर येत नसत. आबालाल बाहेर आले नाहीत, म्हणून शाहू महाराजांनी कधी राग धरला नाही. ते स्वतःच आबालालांच्या घरात जाऊन

त्यांना भेटत असत. आबालाल यांची 'कलावंता'ची लहर थोर मनाने हा राजा सांभाळत असे.'[४३]

कधीकधी शिकारीत महाराज आबालालांना बरोबर घेत आणि मग आबालाल घोड्यांची, शिकारीची तसेच विविध पशु-पक्ष्यांची चित्रे काढण्यात रमून जात. त्यांनी राजघराण्यातील स्त्री-पुरुषांची तसेच बड्या विदेशी पाहुण्यांची पोर्ट्रेट रंगवली होती. त्याचप्रमाणे पौराणिक व ऐतिहासिक प्रसंगांवरही चित्रे तयार केली होती. त्यांच्या एकूण चित्रांची संख्या १५ ते २० हजारांवर जाते. (आज त्यातील फारच थोडी शिल्लक उरली आहेत.)[४४]

आबालाल यांच्यातील कलागुणांचे अचूक मूल्यमापन करताना सुप्रसिद्ध कलासमीक्षक बाबूराव सडवेलकर यांनी म्हटले आहे : 'वास्तविक अन्य चित्रकारांच्या कलागुणांशी तुलना करून आबालाल यांच्यातील गुणांची महती पटवून देण्याचे कारण नाही. आबालाल यांच्या ५'' X ७'' एवढ्या छोट्या आकाराच्या 'रावणेश्वर' या केवळ एकाच चित्रातून सिसलेचा कल्पनावाद (रोमँटिसिझम), टर्नरची अवकाशाची अनुभूती (व्हिजन ऑफ स्पेस), कोरोने अनुभवलेल्या मंद वाऱ्याच्या हालचाली आणि कॉन्स्टेबलने साधलेले घनात्म ऐक्य (स्ट्रक्चरल युनिटी) इतक्या गुणांचा एक संमिश्र अनुभव प्राप्त होतो. कुंचल्याचा प्रत्येक फटकारा कुठेतरी आत खोलवर जातो आहे, असे वाटते आणि मग त्यातून कसलातरी नाद उमटतो, मंद गार वारा अंगाभोवती फिरू लागतो, ज्यायोगे अंग-प्रत्यंगात कंपन सुरू होते; सुखाच्या वेदना असह्य होतात, मन स्थिर राहत नाही; पण दृष्टी मात्र एका दिव्य स्वप्नात बंदिस्त होते...'[४५] हिंदुस्थानच्या नव्हे तर जगाच्या इतिहासातील थोर कलावंतांशी आबालालांची तुलना करताना सडवेलकर पुढे म्हणतात : 'आबालाल यांच्या असामान्य गुणांचा प्रत्यक्ष अनुभव घ्यायचा असेल तर त्यांनी त्या काळात, म्हणजे १८८५-८६ या वर्षी केलेली मूळ ड्रॉइंग्ज पाहावीत. विशेषतः लाल खडूने केलेले एका साधूचे चित्र (हेड-स्टडी); ते पाहताना लिओनार्डो डा व्हिन्सी आणि राफेल यांच्या ड्रॉइंग्जची आठवण येते. हे ड्रॉइंग जगातल्या एका नावाजलेल्या चित्रकाराने काढले आहे, असे जर कुणाला सांगितले तर त्या चित्रातील गुणांमुळे त्याला त्यावर विश्वास ठेवावाच लागेल. जवळजवळ एका पिढीने करावे तेवढे काम आबालालांनी एकट्याने केले... त्यांच्या (निसर्ग) चित्रांतील तजेलदारपणा व रंगांचे वजन आजही टिकून आहे. खरे पाहता आबालाल

यांचे तंत्रविषयक गोष्टींचे ज्ञान खरोखर असामान्य असले पाहिजे, कारण त्यांची चाळीस-पन्नास वर्षांपूर्वीची चित्रे (नीटपणे जतन करून ठेवलेली नसतानाही) आजही निस्तेज झालेली नाहीत. रसिकांची शुद्ध हरपून टाकण्याची ताकद त्यात आजही कायम आहे.'[४६] असा हा महान कलावंत शाहू महाराजांच्या कारकिर्दीत कोल्हापुरात निर्माण झाला, ही केवढी विलक्षण भाग्याची गोष्ट होय!

या कालखंडात असेच दोन कलंदर कलावंत- आनंदराव व बाबूराव हे पेंटर बंधू - कोल्हापूरने पाहिले. आनंदराव अत्यंत कल्पक, बुद्धिमान व जिद्दीने कलाकार होते. केशवराव भोसले यांच्या 'ललित कलादर्श' कंपनीच्या नेपथ्याच्या पडद्यांवरील दृश्ये आनंदरावांनी आपल्या कुंचल्याच्या जबरदस्त ताकदीने अशी काही रंगविली होती की, त्यांच्या सत्याभासातील सौंदर्याने रंगभूमीवर इतिहास घडविला. बालगंधर्व-केशवराव यांसारखे कलावंत जसे त्यांच्या गायनास टाळी घेत, तशी टाळी आनंदराव नाटकातील आपल्या पडद्यास घेत![४७] आजही त्यांच्या या पडद्यांची उपलब्ध छायाचित्रे पाहिली, तर त्यामधील आनंदरावांच्या अद्भुत चित्रकारीने रसिक भारावून जातो.[४८] पुढे गोविंदराव टेंबे यांच्या 'शिवराज नाटक मंडळी'साठी आणि बालगंधर्वांच्या 'गंधर्व नाटक मंडळी'साठी बाबूरावांनी असेच वैभवी पडदे तयार केल्याचा उल्लेख मागे येऊन गेलाच आहे.[४९] दुर्दैवाने आनंदराव अकाली निधन पावल्यामुळे कोल्हापूरच्या कलाक्षेत्राची मोठी हानी झाली.

बाबूराव पेंटरांचे कोणत्याही कलासंस्थेत चित्रकलेचे शिक्षण झालेले नव्हते आणि तरीही अशा संस्थेत प्रशिक्षित झालेल्या नामवंत चित्रकारांनाही थक्क करून सोडेल, अशी त्यांच्या कलेची किमया होती. बाबूरावांनी आपल्या चित्रपटांची स्वतःच तयार केलेली पोस्टर्स जेव्हा मुंबईत झळकली, तेव्हा त्यांची कीर्ती 'जे. जे. स्कूल ऑफ आर्ट'चे डायरेक्टर सर ग्लॅडस्टन सालोमन यांच्यापर्यंत जाऊन पोहोचली. ही कलात्मक पोस्टर्स पाहून ते इतके प्रभावित झाले की, त्यांनी बाबूरावांना पाचारण करून त्यांचा आपल्या संस्थेत सत्कार केला.[५०] बाबूरावांनी आपल्या हयातीत निसर्गचित्रे, व्यक्तिचित्रे, पौराणिक विषयांवरील चित्रे अशा अनेक चित्रकलाकृती निर्माण केल्या. त्यांच्याकडे रंगांच्या शुद्धतेचे व त्यांच्या मिश्रणाचे अचूक ज्ञान होते. त्यांच्या कुंचल्याच्या फटकाऱ्यात रंगलालित्याचा मोहक आविष्कार होता. त्याविषयी सविस्तर लिहिण्याचे हे स्थळ नव्हे; तथापि, त्यांनी आपल्या प्रतिभेने

चित्रकलेच्या क्षेत्रात आपल्या शैलीचे स्वतंत्र 'स्कूल'च निर्माण केले एवढे सांगितले तरी पुरेसे आहे. या शैलीच्या प्रभावातून पुढे बाबा गजबर, गणपतराव वडणगेकर, चंद्रकांत मांडरे, बाळ गजबर यांसारखे नामवंत कलावंत कोल्हापुरात उदयास आले.[५१] बाबूराव मर्मज्ञ चित्रकारांप्रमाणे कुशल शिल्पज्ञही होते. हस्तिदंती नाजूक कोरीव कामापासून धातूंच्या महाकाय पुतळ्यापर्यंत त्यांची अनेक शिल्पे आजही कोल्हापूरनगरीचे सौंदर्य वाढवीत आहेत.

याच कालखंडात रावबहादूर माधवराव धुरंधर आणि माधवराव परांडेकर हे दोन थोर चित्रकार मुंबईत प्रसिद्धीच्या शिखरावर पोहोचले. हे दोघेही मूळचे कोल्हापूरचेच होत; पण मुंबईत वास्तव्य करून त्यांनी राष्ट्रीय पातळीवर कीर्ती संपादन केली. आपली कला राष्ट्रीय स्तरावर नेणारा विनायक मसोजी हा आणखी एक प्रतिभावंत कलावंत कोल्हापूरने या काळात निर्माण केला. मसोजींनी गुरूदेव रवींद्रनाथ टागोरांच्या शांतिनिकेतनमध्ये आपली कलासाधना पूर्णत्वास नेली. गुरूदेवांचे ते आवडते सहकारी बनले. 'बंगाल' शैलीचे ते एकमेव मराठी चित्रकार होते.[५२] प्रत्यक्ष शाहू महाराजांचे प्रोत्साहन व अर्थसाह्य ज्यांना मिळाले असे तीन नामवंत कलावंत कोल्हापुरात होऊन गेले. ते म्हणजे बाबा गजबर, दत्तोबा दळवी आणि माधवराव बागल. दत्तोबांनी पुढे 'दळवीज आर्ट इन्स्टिट्यूट' ही चित्रकलेचे शिक्षण देणारी संस्था कोल्हापुरात स्थापन केली आणि माधवराव राजकारण व समाजकारण या क्षेत्रांत गुंतून गेले; त्यामुळे त्यांच्या कलानिर्मितीवर मर्यादा पडल्या. तरीही त्यांनी निर्माण केलेल्या कलाकृतींमधून त्यांच्या वैशिष्ट्यपूर्ण कलागुणांचा सुखद प्रत्यय आल्याशिवाय राहत नाही.

शाहूनंतरच्या कालखंडात दळवी, बागल, चंद्रकांत, वडणगेकर यांच्याबरोबरच शशिकिशोर चव्हाण, जी. कांबळे, रवींद्र मेस्त्री (बाबूराव पेंटर यांचे पुत्र), बाबूराव सडवेलकर, पी. सरदार, जयसिंगराव दळवी (दत्तोबा दळवींचे पुत्र), शामकांत जाधव, गणपत माजगावकर, एम. आर. देशमुख, शिवाजी शर्मा आदी कलावंतांनी कोल्हापूरची कलापरंपरा समृद्ध करण्यात हातभार लावला आहे. शिल्पकलेच्या क्षेत्रात बाळ चव्हाण, शामराव डोंगरसाने, त्यांचे पुत्र चंद्रकांत व श्रीकांत, रवींद्र मेस्त्री यांनी कलापरंपरा समर्थपणे पुढे चालविली. प्रभाकर डोंगरसाने आणि संजय तडसरकर हे या नगरीचे आजचे उदयोन्मुख शिल्पकार आहेत.

कोल्हापुरात शाहूकालात उदयास आलेल्या व नंतरच्या काळात बहरलेल्या विविध कलांचा हा धावता आढावा आहे. खरे तर कोल्हापूरची उपरोक्त प्रत्येक कला ही अभ्यासकाच्या खास संशोधनाचा विषय ठरावी इतकी श्रीमंत आणि समृद्ध आहे. शाहूकालातच मल्लविद्या, संगीत, नाट्य, चित्रकला आदी अनेक कलांचे कोल्हापूर हे माहेरघर बनले. शाहूपूर्वकालात अखिल देशात कोल्हापूर हे श्री महालक्ष्मीच्या वास्तव्यासाठी प्रसिद्ध होते. आता शाहूकालात ते विविध कलांच्या उत्कर्षासाठी प्रसिद्धी पावले. कोल्हापूरची 'कलापूर' म्हणून चोहोकडे कीर्ती पसरली ती याच काळात. महाराष्ट्राच्या सांस्कृतिक जीवनातील ही मोलाची घटना होती आणि तिच्या निर्मितीप्रक्रियेच्या प्रेरणास्थानी शाहूरायांसारखा मर्मज्ञ रसिक आणि जाणता राजा होता. 'राजा कालस्य कारणम्' या उक्तीची यथार्थ प्रचिती या घटनेमध्ये दृग्गोचर झाली होती असे म्हणावयास हरकत नाही.

३०

ब्राह्मणेतर वृत्तपत्रे

शाहूपूर्वकाळात कोल्हापूर संस्थानात काही वृत्तपत्रे अस्तित्वात आलेली होती. संस्थानातील पहिले वृत्तपत्र १८५३ मध्ये नाना मारोजी त्रिलोकेकर या गृहस्थांच्या 'ज्ञानसंग्रह' नावाच्या मासिकाच्या रूपाने सुरू झाल्याची नोंद मिळते. त्यानंतर क्रमांक लागतो संस्थानातील पोलिटिकल एजंट कर्नल अंडरसनने काढलेले 'वर्तमान संग्रह' या वृत्तपत्राचा. 'दरबारच्या कामकाजाची माहिती प्रजेला व्हावी' या उद्देशाने अंडरसनने हे वृत्तपत्र १८६४ मध्ये सुरू केले. पुढे 'ज्ञानसागर', 'शुभवर्तमानदर्शक', 'विद्याविलास' अशी अनेक वृत्तपत्रे निघत गेली. शंकरशास्त्री गोखले यांचे 'विद्याविलास' १८६६ मध्ये प्रथम मासिक म्हणून, तर दोन वर्षांनी साप्ताहिक म्हणून सुरू झाले होते. काही कालाने त्याचे दैनिकात रूपांतर झाले. कोल्हापूर संस्थानातील पहिल्या दैनिकाचा मान या 'विद्याविलास'कडे जातो.[१] 'विद्याविलास'कर्त्यांचा बाणा राष्ट्रीय स्वातंत्र्याचा पुरस्कार करणारा असला तरी शाहूकाळात त्यांनी सामाजिक सुधारणाविरोधी भूमिका बजावल्यामुळे दरबाराशी त्यांचा बेबनावच अखेरपर्यंत राहिला.

शाहूकाळातील पहिले वृत्तपत्रकार म्हणजे प्रो. विष्णू गोंविद विजापूरकर हे होत. नूतन छत्रपतींच्या भरघोस अर्थसाहाय्यावर राज्यारोहणप्रसंगी त्यांनी आपले प्रसिद्ध 'ग्रंथमाला' हे मासिक सुरू केले. इतिहास, राज्यशास्त्र, वैद्यक, कृषी, भौतिकशास्त्र इत्यादी अनेक विषयांवरील लेख व ग्रंथ या मासिकातून प्रसिद्ध करून 'स्वदेश, स्वधर्म व स्वभाषा' याविषयीचे प्रेम व जागृती मराठी वाचकांत निर्माण करण्याची कौतुकास्पद कामगिरी त्यांनी केली खरी; पण मुळातच असलेल्या सनातनी व परंपरानिष्ठ स्वभावामुळे त्यांनी पुढे उसळलेल्या 'वेदोक्त' संघर्षात महाराजांविरुद्ध कर्मठ ब्राह्मणांची

बाजू घेतली. १८९८ मध्ये त्यांनी 'राष्ट्रीय शिक्षणा'साठी वाहिलेले 'समर्थ' हे साप्ताहिक काढले. आपल्या 'ग्रंथमाला' आणि 'समर्थ' अशा दोन्ही पत्रांतून त्यांनी 'वेदोक्त' काळात खुद्द छत्रपतींवरच कडवट आणि कठोर हल्ले सुरू केले. परिणामी, त्यांचा कोल्हापूर दरबारचा राजाश्रय तर तुटलाच; पण त्याचा रोषही त्यांना ओढवून घ्यावा लागला. तथापि, 'ब्राह्मणी' पत्रकारितेच्या क्षेत्रात त्यांचा बराच गाजावाजा झाला. दरबारने १९०१ मध्येच 'ग्रंथमाले'चे अनुदान बंद केले होते. तरीही १९०६ पर्यंत 'ग्रंथमाला' तग धरून राहिली; पुढे १९०९ मध्ये दरबारने 'समर्थ'कडून जामीन मागितला. त्यास नकार देऊन विजापूरकरांनी 'समर्थ' बंदच करून टाकले.[२]

दरम्यान, प्रो. विजापूरकरांनी 'विश्ववृत्त' नावाचे एक मासिक १९०६ मध्ये सुरू केले होते. या मासिकाच्या १९०८ च्या एका अंकात पं. श्री. दा. सातवळेकर यांनी 'वैदिक प्रार्थनेची तेजस्विता' असा एक प्रक्षोभक लेख लिहिला. त्या लेखात 'जे क्षत्रिय शत्रूच्या सैन्याचा आणि दुनियेतील गुलामीचा बीमोड करीत नाहीत. त्यांच्या छत्रपतित्वाचा व समशेरबहाद्दरत्वाचा त्यांच्या राष्ट्राला काय उपयोग आहे?' असे एक प्रत्यक्ष शाहू छत्रपतींवर हल्ला करणारे विधान गेले गेले होते. हा संपूर्ण लेखच छत्रपतींची बेअब्रू करणारा आणि राजद्रोहात्मक आहे, असा आरोप ठेवून कोल्हापूर दरबारने प्रो. विजापूरकरांवर खटला दाखल केला. या खटल्याचा निकाल लागून त्यांना तीन वर्षांची साध्या कैदेची शिक्षा झाली.[३] अशा प्रकारे विसाव्या शतकाच्या प्रारंभापासूनच शाहू महाराजांचा 'ब्राह्मणी' वृत्तपत्रांशी संघर्ष सुरू झाला, तो त्यांच्या कारकिर्दीच्या अखेरपर्यंत चालूच राहिला.

शाहू महाराजांच्या कारकिर्दीत १९१२-१३ पर्यंत कोल्हापूर संस्थानात अनेक प्रकारची वृत्तपत्रे उदयास आली होती, असे दिसून येते. त्यातील बरीच धार्मिक उद्देशाने निघालेली होती. त्यामध्ये जैनांची 'महापुराण' व 'जैनबोधक', 'लिंगायतांचे 'वीरशैवमत प्रकाश', ख्रिश्चनांचे 'प्रकाशक', तर वैदिकांचे 'धर्मविचार' ही प्रमुख पत्रे होती. याशिवाय 'नाना लहरी', 'ज्ञानविलास', 'काळ', 'आर्यमित्र', 'मनोविनोद', 'कृषिकर्म' इत्यादी मनोरंजन व ज्ञानप्रसार या उद्देशांनी काढलेली काही लहानसहान वृत्तपत्रे काही काळ प्रकाशित होत होती.

पुढे बहुजन समाजात सत्यशोधक समाजाच्या तत्त्वांचा प्रसार करण्याच्या उद्देशाने काढलेली काही वृत्तपत्रे सुरू झाली. उदाहरणार्थ, भास्करराव

जाधवांचे 'मराठा दीनबंधू', बाबूराव यादवांचे 'गरिबांचा कैवारी', श्रीपतराव शिंदे यांचे 'विजयी मराठा' ही या काळातील सत्यशोधक विचारांची प्रमुख वृत्तपत्रे होत.[४] ही सर्व मंडळी शाहू महाराजांच्या सामाजिक कार्यातील त्यांची सहकारीच होती. त्यांना महाराजांचे आवश्यक ते साह्य आणि पाठिंबा मिळाला असणार, हे उघड आहे.

तथापि, शाहू महाराजांचे वृत्तपत्रांच्या क्षेत्राकडे खरे लक्ष वळले ते १९१५-१६ नंतरच्या कालखंडात. या कालखंडातच त्यांनी सत्यशोधक व ब्राह्मणेतर चळवळींना राजाश्रय दिल्याने आणि 'कुलकर्णी वतन' बरखास्तीमध्ये ब्राह्मण ब्युरॉक्रसीवर प्रहार करणारे प्रयोग केल्याने कोल्हापूर संस्थानामधीलच नव्हे तर सर्व महाराष्ट्रातील सनातनी ब्राह्मण वर्ग त्यांच्या विरोधात उभा ठाकला. विशेषतः महाराजांनी जेव्हा लो. टिळकप्रणीत होमरूल चळवळीला विरोध करून, माँटफर्ड सुधारणेनुसार निर्माण होणाऱ्या कायदे मंडळात मागासलेल्या जातींना प्रतिनिधित्व मिळविण्यासाठी स्वतंत्र मतदारसंघांच्या मागणीची चळवळ उभी केल्यावर आणि बहुजन समाजाला जागृत करण्यासाठी या जातींच्या परिषदांमध्ये उघडपणे भाग घ्यायला सुरुवात केल्यावर हा विरोध अधिक धारदार आणि तिखट बनला. महाराजांची सामाजिक व राजकीय मते, त्यांचा संस्थानातील कारभार आणि त्यांनी आश्रय दिलेल्या सत्यशोधक व ब्राह्मणेतर चळवळी यांवर महाराष्ट्रातील ब्राह्मणी वृत्तपत्रे कडाडून हल्ला करू लागली. एवढेच नव्हे, तर काही ब्राह्मणी वृत्तपत्रांनी महाराज व त्यांचा राजपरिवार यांच्या वैयक्तिक निंदा-नालस्तीची मोहीमच सुरू केली.

या सर्व पार्श्वभूमीवर महाराजांना आता ब्राह्मणेतर समाजाची बाजू मांडणाऱ्या आणि ब्राह्मण ब्युरॉक्रसीच्या विरोधात बहुजन समाजाला जागे करणाऱ्या ब्राह्मणेतर वृत्तपत्रांची अधिक निकड भासू लागली. वृत्तपत्र हे समाजप्रबोधन करण्याचे, तसेच जनमत तयार करण्याचे एक प्रभावी साधन असते, याची जाण महाराजांना पुरेपूर होती. आता ब्राह्मणी वृत्तपत्रांचे हल्ले परतवून लावण्यासाठी ब्राह्मणेतर वृत्तपत्रांचचेच प्रभावी हत्यार वापरले पाहिजे, या निष्कर्षाप्रत ते येऊन पोहोचले. त्या दृष्टीने त्यांनी बहुजन समाजातील अनेक व्यक्तींना वृत्तपत्रे काढण्यासाठी उद्युक्त केले. जे स्वतःहून उद्युक्त झाले, अशांना त्यांनी भरघोस साह्य केले आणि ज्यांची वृत्तपत्रे अस्तित्वात होती त्यांच्या पाठीमागे त्यांनी आपले बळ उभे केले.

खरे तर १९११ पासूनच शाहू महाराजांनी आपल्या संस्थानातील काही तरुण सुशिक्षित ब्राह्मणेतरांना वृत्तपत्रे काढण्यास प्रोत्साहित करावयास सुरुवात केली होती. त्या वर्षी त्यांच्याच प्रोत्साहनाने बळवंत कृष्ण पिसाळ यांनी 'विश्वबंधू' हे पत्र सुरू केले होते. ब्राह्मणांच्या मक्तेदारीवर आणि टिळक पक्षाच्या स्वार्थी राजकारणावर 'विश्वबंधू' अतिशय कठोर हल्ले करीत असे. त्याच्या प्रक्षोभक टीकेमुळे त्याने ब्राह्मण संस्थानिकांचाही रोष ओढवून घेतला होता.[५] १९२१ मध्ये मुंबई सरकारच्या रॉबर्टसन या गृहसचिवास महाराजांनी या पत्राचा एक अंक पाठवून सोबतच्या पत्रात म्हटले होते, 'या पत्राचा संपादक एक सामान्य माणूस आहे. मात्र, तो नेहमीच टिळकांच्या मतांना विरोध करतो; त्यामुळे त्याचे पत्र चालत नाही. त्याला मी मदत करणार आहे.'[६]

बळवंत कृष्ण पिसाळ यांच्यापेक्षाही लेखणीची जहाल भालाफेक करणारा पत्रकार या सुमारास पुण्यात उदयास आला. तो म्हणजे दिनकरराव जवळकर. केशवराव जेधे व दिनकरराव जवळकर या तरुण व उत्साही जोडगोळीने ब्राह्मणेतर पक्षाच्या बाजूने पुण्यातील लो. टिळकांच्याच नेतृत्वाला यशस्वी आव्हान दिले होते. पुण्यातील ब्राह्मणी गोटावर त्यांनी अत्यंत कठोर व धाडसी हल्ले केले. विशेषतः विठ्ठलभाई पटेल यांच्या 'आंतरजातीय विवाह' या क्रांतिकारी विधेयकाचा पुरस्कार करणारी 'प्रणय-प्रभाव' ही खळबळजनक नाट्यकलाकृती जेव्हा जवळकरांनी जन्मास घातली आणि त्यातील स्फोटक मसाला पाहून सरकारने त्या नाटकाचा पहिला प्रयोगही होऊन दिला नाही, तेव्हा या जवळकरांचे नाव सर्व महाराष्ट्रभर गाजले. शाहू महाराज अशा बेडर कलमबहाद्दरांच्या शोधातच असत. त्यांनी जवळकरांना हेरून पुण्याहून कोल्हापूरला आणले आणि त्यांनी स्वतंत्र वृत्तपत्र काढावे म्हणून त्यांस सर्व प्रकारचे साह्य केले. महाराजांच्या आश्रयावरच जवळकरांनी आपले 'तरुण मराठा' हे पत्र सुरू केले. (सन १९१९)

हाती वृत्तपत्रासारखे हत्यार येताच जवळकरांनी टिळक पक्षीयांवर बेफाम हल्ले सुरू केले. ब्राह्मण संस्थानिकही या हल्ल्यातून सुटले नाहीत. औंधच्या संस्थानिकांसंबंधी जवळकरांनी असेच प्रक्षोभक लिखाण केल्याने इंग्रज रेसिडेंटपर्यंत तक्रार करण्यात आली. रेसिडेंटने त्याची गंभीर दखल घेऊन जवळकरांचे आश्रयदाते शाहू महाराज यांच्याकडे खुलासा मागितला. जवळकरांची लेखणीच इतकी तिखट व प्रसंगी प्रतिपक्षास रक्तबंबाळ

करणारी होती की, त्यांना सांभाळून घेणे महाराजांनाही शक्य झाले नाही, तेव्हा त्यांना कोल्हापूर सोडून जाण्याचा हुकूम देण्याशिवाय महाराजांपुढे अन्य पर्याय राहिला नाही. (एप्रिल, १९२१).[७]

शाहू महाराजांनी साह्य करून आपल्या संस्थानात व संस्थानाबाहेर अनेकांना वृत्तपत्रे सुरू करण्यास प्रवृत्त केल्याची अनेक उदाहरणे सापडतात. पुण्यात १९२१ मध्ये केशवराव बागडे व कीर्तिवानराव निंबाळकर या दोघांनी 'शिवछत्रपती' हे पत्र सुरू केले, त्यामागेही महाराजांचे प्रोत्साहन होते अशी नोंद मिळते.[८] अशा सर्वच पत्रांची दखल जागेअभावी इथे घेता येणार नसली तरी महाराजांनी ज्या प्रमुख ब्राह्मणेतर वृत्तपत्रांच्या पाठीशी आपले 'अर्थ'पूर्ण पाठबळ उभे केले. (काहींना तर जीवदान दिले) त्यांचा उल्लेख अपरिहार्य आहे. त्यांमध्ये 'जागरूक', 'विजयी मराठा', 'मूकनायक', 'राष्ट्रवीर' ही वृत्तपत्रे प्रमुख होत.

सत्यशोधक तत्त्वांचे कट्टर पुरस्कर्ते व ब्राह्मणेतर पक्षाचे धडाडीचे नेते वालचंद कोठारी यांनी 'केसरी'ला आव्हान देणारे आपले 'जागरूक' हे पत्र पुण्यात जुलै, १९१७ मध्ये मोठ्या जिद्दीने सुरू केले होते. शाहू महाराजांना कोठारींच्या प्रयत्नांचे कौतुक होते. संस्थानच्या कागदपत्रांत १९१९ मध्ये त्यांनी कोठारींकडे तीन हजार रुपयांची मदत पाठविल्याचा उल्लेख सापडतो.[९] असे असले तरी कोठारींनी आपले पत्र स्वतंत्र बाण्याने चालविले होते. मागासलेल्या जातींना स्वतंत्र मतदारसंघ देण्याच्या प्रश्नाला सरकारने वाटाण्याच्या अक्षता लावल्यावर त्यांनी सरकारवर कठोर हल्ले करण्यास सुरुवात केली. महाराजांना ही गोष्ट आवडली नाही, तसेच ब्राह्मणेतर चळवळीत काँग्रेसमधील नेमस्त ब्राह्मणांचा अथवा काँग्रेसबाहेरच्या उदारमतवादी ब्राह्मण विचारवंतांचा सहभाग घ्यावा, यासाठी त्यांनी केलेले प्रयत्न ब्राह्मणेतर पक्षाच्या भास्करराव जाधव, लठ्ठे प्रभृतींना रुचले नाहीत; पण कोणाच्या आवडी-निवडीची पर्वा करणाऱ्यांपैकी कोठारी नव्हते. असे असले तरी प्रसंगी महाराजांच्या शब्दाला मान देण्याचेही औचित्य व भान त्यांच्याकडे होते.[१०]

याच सुमारास ब्राह्मणेतर चळवळीला आणखी एका तत्त्वनिष्ठ व निर्भीड पत्रकाराचा लाभ झाला. शाहू महाराजांचा प्रत्यक्ष राजाश्रय लाभून ज्यांचा अभ्युदय झाला होता, अशा श्रीपतराव शिंदे या कोल्हापूरच्या खंद्या सत्यशोधक कार्यकर्त्याने बहुजन समाजाविषयी वाटणाऱ्या तळमळीपोटी

वृत्तपत्र काढण्याचा निर्णय घेतला आणि पोलीस खात्यातील फौजदाराच्या प्रतिष्ठित नोकरीवर लाथ मारून, आपणहून पत्रकाराचे सतीचे वाण स्वीकारले. श्रीपतरावांसारख्या संसारी गृहस्थाने सुखाची नोकरी सोडून वृत्तपत्राचे खडतर व्रत अंगीकारावे, या गोष्टीस खुद्द महाराजांचाही विरोध होता. आपल्या या धाडसी कल्पनेस त्यांचा आशीर्वाद मागण्यास ते गेले असता महाराज कडाडले, 'श्रीपतराव, चांगली नोकरी सोडून तुम्हाला वर्तमानपत्र काढण्याचा भिकारपणाचा विचार कसा सुचला? तुम्हाला वर्तमानपत्र काढण्यास मी मदत करीन असा भ्रम असेल! पण मी पैचीही मदत करणार नाही. तुम्ही आताच्या आता इंदापूरला (नोकरीच्या ठिकाणी) निघा आणि राजीनाम्याचे विचार डोक्यातून काढून टाका!'[११]

महाराजांच्या या उद्‌गारामागे श्रीपतरावांचा संसार उजाड होऊ नये, हीच कणव होती. तथापि, श्रीपतराव जिद्दीने पेटून उठले होते. त्यांनी महाराजांच्या धमकीची पर्वा न करता स्नेही मंडळींच्या देणग्या व कर्ज या रूपात पैसा उभा केला. जेधे बंधूही त्यांच्या साह्यास धावून आले. पुण्यात १ डिसेंबर, १९१९ रोजी आपल्या 'विजयी मराठा'चा पहिला अंक श्रीपतरावांनी प्रसिद्ध केला. श्रीपतरावांच्या जिद्दीचे महाराजांना मनातून कौतुकच वाटत होते. 'विजयी मराठा' ताठ मानेने पुण्याच्या ब्राह्मणांच्या बालेकिल्ल्यात पाय रोवून उभा राहतो आहे, हे पाहताच त्यांनी श्रीपतरावांना खास बोलावून त्यांस शाबासकी तर दिलीच; पण पत्रास अर्थसाह्यही सुरू केले.[१२]

'विजयी मराठा'चा उदयकाल म्हणजे लो. टिळकांच्या कार्याचा मध्यान्हकाल होता. लोकमान्यांचे नाव सर्व देशभर दुमदुमत होते. त्यांच्या कार्याचा दबदबा सामान्य नव्हता. अशा पार्श्वभूमीवर पुण्यातच लोकमान्य व त्यांचा 'केसरी' यांना आव्हान देण्याचे यशस्वी धाडस श्रीपतरावांनी केले. त्यांनी आपले पत्र सत्यशोधक चळवळ व ब्राह्मणेतर पक्ष यांचे मुखपत्र बनवले. अनेक सामाजिक व राजकीय प्रश्नांवर बहुजन समाजात जागृती घडवून समाजसुधारकाची भूमिका बजावली.

'मराठी वृत्तपत्रांचा इतिहास' या ग्रंथाच्या कर्त्याने श्रीपतरावांच्या कामगिरीचे मूल्यमापन करताना म्हटले आहे, 'श्रीपतरावांची वाणी जोरदार होती; पण त्यांची लेखणीही कमी प्रभावी नव्हती. आपल्या वाचक वर्गाला समजेल, अशा सोप्या, सरळ भाषेत आणि पटेल व रुचेल अशा पद्धतीने त्यांचे लेखन असे. त्यात विद्वता नसली तरी कळकळ आणि व्यवहारी दृष्टी असे;

पण त्यांची तत्त्वनिष्ठा अधिक भक्कम होता; त्यामुळे त्यांच्या लेखनात जबर आत्मविश्वास प्रकट होत असे. लोकमान्यांच्या खंबीर नेतृत्वाला, समतेच्या व सुधारणेच्या प्रश्नांवर सामना देण्याचे धैर्य श्रीपतरावांनी दाखविले. आंतरजातीय विवाह, मुलींचे शिक्षण, जोतिबांचा पुतळा इत्यादी प्रकरणी श्रीपतरावांची भूमिका रास्त होती, 'केसरी'ची भूमिका चूक वाटते. अखेरपर्यंत झुंजत राहणारा, बहुजन समाजाच्या हिताने झपाटलेला असा हा एक बाणेदार तत्त्वनिष्ठ संपादक होता, असेच श्रीपतरावांविषयी म्हटले पाहिजे... मराठी वृत्तपत्रांच्या इतिहासात 'विजयी मराठा' पत्र व त्याचे संपादक श्रीपतराव शिंदे यांची कामगिरी अविस्मरणीय आणि या क्षेत्रातील एक निराळे वळण दाखविणारी आहे.'[१३]

श्रीपतराव शिंदे यांची कर्तबगारी म्हणजे शाहू महाराजांनी बहुजन समाजाच्या उद्धारासाठी दोन दशके केलेल्या प्रयत्नांचेच एक मधुर फळ होते. म.फुले व शाहू महाराज यांचे विचार बहुजन समाजात प्रसृत करण्याचे प्रबोधनाचे मोठे कार्य श्रीपतरावांच्या हातून झाले.

शाहू महाराजांनी अशाच प्रकारचे पाठबळ सत्यशोधक चळवळीचे थोर कार्यकर्ते व प्रसारक मुकुंदराव पाटील यांच्या 'दीनमित्र' या पत्राच्या मागे उभे केले. मुकुंदरावांना त्यांचे जनक पिता आणि म. फुले यांचे सहकारी कृष्णाजी पांडुरंग भालेकर व त्यांचे 'दीनबंधू' हे सत्यशोधकी पत्र यांचा उज्ज्वल वारसा लाभला होता. असे असले तरी अहमदनगर जिल्ह्यातील सोमठाण्यासारख्या खेडेगावातून 'दीनमित्र'सारखे सत्यशोधक तत्त्वांच्या प्रसारास वाहिलेले पत्र त्यांना अत्यंत खडतर मार्गावरून चालवावे लागत होते. ब्राह्मणशाहीवर कठोर हल्ले करणाऱ्या मुकुंदरावांना सनातनी ब्राह्मणांनी निर्माण केलेल्या अनेक 'कुलंगड्यां'ना सामोरे जावे लागत होते. कर्जाचा फास, सरकारातून येणारी जप्तीची वॉरंट्स, शत्रूंच्या दहशतीच्या कारवाया अशा अनेक संकटांशी सामना देत ते एखाद्या रणगाजीप्रमाणे 'दीनमित्र'चा किल्ला १९१० पासून एकाकीपणे लढवीत होते. १९२० मध्ये, तर हा किल्ला पडून जमीनदोस्त होतो की काय अशी परिस्थिती निर्माण झाली. अशा बिकट प्रसंगी शाहू महाराज मुकुंदरावांच्या साह्यास धावले. त्यांनी केलेल्या साह्यामुळे 'दीनमित्र'ला जीवदान मिळाले. सोमठाण्याहून हे पत्र नगर जिल्ह्यातीलच तरवडे गावी येऊन स्थिर झाले.[१४] या संदर्भात 'विजयी मराठा'ने पुढे १९२२ मध्ये केलेली नोंद पाहण्यासारखी आहे : 'दीनमित्र'

छापखाना गहाण पडला असताना आणि 'दीनमित्र' पत्राचा प्राण कंठाशी आला असताना बाबूराव यादवांनी (शाहू) महाराजांकडून हवे होते तेवढे द्रव्यसाह्य मिळवून देऊन त्याचा प्राण वाचविला आणि सोमठाण्याच्या वाळूच्या ढिगाऱ्यावरून त्याला तरवडीच्या खडकावर स्थिर केले.'[१५]

शाहू महाराजांनी संकट प्रसंगी 'दीनमित्र'ला साह्य केले, याबद्दल मुकुंदरावांच्या मनात कृतज्ञताभाव निश्चितच होता; पण म्हणून काही त्या उपकाराच्या दबावाखाली त्यांनी आपल्या तत्त्वनिष्ठेला तिलांजली दिली नाही. हाडाच्या पत्रकाराची पहिली बांधिलकी ही त्याच्या तत्त्वांशी असली पाहिजे, यावर ते दृढ होते आणि म्हणूनच महाराजांनी 'आपण सत्यशोधकी नाही' असे जाहीर वक्तव्य केले आणि काही कालाने मराठ्यांसाठी 'क्षात्रजगद्गुरू'पदाची निर्मिती केली, तेव्हा मुकुंदरावांमधील तत्त्वनिष्ठ पत्रकार जागा होऊन त्यांच्या लेखणीने त्यांच्यावरसुद्धा हल्ला चढविण्यास कच खाल्ली नाही. त्यांनी ब्राह्मण वर्गावरच आपल्या लेखणीने कठोर प्रहार केले असे नाही, तर मराठे व मराठा संस्थानिकही त्यांच्या तडाख्यातून सुटले नाहीत. त्यांच्या या निर्भीड पत्रकारितेचा गौरव करताना प्रार्थना समाजाच्या 'सुबोधपत्रिके'ने म्हटले आहे, 'खेडेगावात राहून साप्ताहिक पत्र वेळच्या वेळी काढणे, कामकरी माणसे तयार करणे आणि मजकुराची भरताड न करता आपले विशिष्टत्व कायम ठेवणे हे सहजसाध्य कार्य नाही... खेडेगावात राहून अधिकाऱ्यांच्या ताटाखालचे मांजर होऊन राहणे हा विचार मुकुंदरावांस केव्हाही शिवला नाही. त्यांनी आपले विचारस्वातंत्र्य कोणासही, केव्हाही विकले नाही व अगदी निकटवर्ती माणसावरही सत्यरक्षणासाठी त्यांनी धैर्याने आपली लेखणी उचलली.'[१६]

मुकुंदराव काही उच्च विद्याविभूषित गाढे विद्वान नव्हते. खरे तर त्यांचे शिक्षण मराठी इयत्ता दुसरीच्या पलीकडे गेलेले नव्हते; पण त्यांच्या ठिकाणी साहित्यिक प्रतिभा होती. लोकहिताची असामान्य अशी तळमळ आणि अन्यायाविरुद्ध संघर्ष करण्याची ऊर्मी हे जन्मजात गुण होते आणि म्हणूनच त्यांचे 'कुलकर्णी-लीलामृत' हे औपरोधिक काव्य वाचून संतापलेल्या 'साहित्यसम्राट' न. चिं. केळकरांसारख्या टिळकपंथीयांच्या अध्वर्यूलासुद्धा मुकुंदरावांच्या साहित्यगुणांचे कौतुक करण्याचा मोह टाळला आलेला नव्हता.

अहमदनगर जिल्ह्यातील मुकुंदराव पाटलांच्या 'दीनमित्रा'स मदतीचा हात देत असतानाच दक्षिण महाराष्ट्राच्या दक्षिण टोकावर असलेल्या

बेळगावातील शामराव भोसले, शामराव देसाई आदी तरुण सुशिक्षित मराठ्यांना महाराज सत्यशोधक तत्त्वांच्या प्रसारासाठी वृत्तपत्र काढण्यास प्रोत्साहित करीत होते. महाराजांच्याच प्रेरणेने या मंडळींनी मे, १९२१ मध्ये 'राष्ट्रवीर' हे वृत्तपत्र सुरू केले. बेळगाव हे मराठी मुलखातील सामाजिकदृष्ट्या जागृत होऊ पाहणारे महत्त्वाचे केंद्र होते. तेथे सत्यशोधक चळवळ उभी करून बहुजन समाजास जागे करण्याचे मोलाचे कार्य 'राष्ट्रवीर'ने केले. पुढील काळात शामराव देसाई यांनी दीर्घकाळ 'राष्ट्रवीर'च्या संपादकत्वाची धुरा सांभाळली. आपली संपूर्ण हयातच ज्यांनी समाजप्रबोधनासाठी खर्ची घातली, अशा काही मोजक्या तत्त्वनिष्ठ ब्राह्मणेतर वृतपत्रकारांपैकी शामराव देसाई हे एक होते. तीन दशकांहून अधिक काळ 'राष्ट्रवीर'च्या माध्यमातून त्यांनी म.फुले व शाहू महाराज यांच्या विचारांचा दक्षिण महाराष्ट्रात प्रसार केला.

याच सुमारास मराठी पत्रकारितेच्या क्षेत्रात एक महत्त्वपूर्ण घटना घडून आली. डॉ. बाबासाहेब आंबेडकरांच्या प्रेरणेने आणि त्यांच्या मार्गदर्शनाखाली १९२० मध्ये 'मूकनायक' या अस्पृश्य समाजाचा कैवार घेणाऱ्या आणि त्यांच्या हक्कांसाठी संघर्ष करणाऱ्या वृत्तपत्राचा जन्म झाला. तत्पूर्वी १९१९ मध्ये महाराज व बाबासाहेब यांची भेट घडून आली होती आणि बाबासाहेबांसारखा उच्च विद्याविभूषित नेता अस्पृश्य समाजात उदयास येतो आहे, याचा आनंद महाराजांना झाला होता आणि जेव्हा केवळ अस्पृश्य समाजाच्या उद्धारासाठी वाहिलेल्या वृत्तपत्राची कल्पना बाबासाहेब आणि त्यांच्या समविचारी सहकाऱ्यांनी त्यांच्यासमोर मांडली, त्या वेळी त्यांनी अडीच हजार रुपयांचे भरघोस अर्थसाह्य त्यांच्या हाती ठेवले. महाराजांकडून मिळालेल्या उत्तेजनामुळे प्रोत्साहित होऊन बाबासाहेबांनी ३१ जानेवारी, १९२० रोजी 'मूकनायक'चा पहिला अंक प्रसिद्ध केला.

अज्ञानामुळे शेकडो वर्षे मूक बनलेल्या अस्पृश्य समाजाचे नेतृत्व करून, त्यांच्या दुःखास वाचा फोडू पाहणाऱ्या 'मूकनायक'च्या पहिल्याच अंकात बाबासाहेबांनी म्हटले होते, 'आमच्या या बहिष्कृत लोकांवर होत असलेल्या आणि पुढे होणाऱ्या अन्यायावर उपाययोजना सुचविण्यास, तसेच त्यांची भावी उन्नती व तिचे मार्ग यांच्या खऱ्या स्वरूपाची चर्चा करण्यास वर्तमानपत्रासारखी अन्य भूमीच नाही... दीनमित्र, जागरूक, डेक्कन रयत, विजयी मराठा, ज्ञानप्रकाश, सुबोधपत्रिका वगैरे पत्रांतून

बहिष्कृत समाजाच्या प्रश्नांची वारंवार चर्चा होते; परंतु ब्राह्मणेतर या अवडंबर संज्ञेखाली मोडत असलेल्या अनेक जातींच्या प्रश्नांचा ज्यात खल होतो, त्यात बहिष्कृतांच्या प्रश्नांचा सांगोपांग ऊहापोह करण्यास पुरेशी जागा मिळणे शक्य नाही, हेही उघड आहे. त्यांच्या अतिबिकट स्थितीशी संलग्न असलेल्या प्रश्नांची वाटाघाट करण्यास एक स्वतंत्र पत्र पाहिजे हे कोणीही कबूल करील. ही उणीव भरून काढण्यासाठी या पत्राचा जन्म आहे.'[१७] तथापि, लवकरच बाबासाहेबांना आपला अभ्यासक्रम पुरा करण्यासाठी इंग्लंडला जावे लागेल. त्यांच्या मार्गदर्शनाशिवाय मागे राहिलेल्या 'मूकनायका'स फार काळ वाटचाल करता आली नाही.

ब्राह्मणेतर पक्षाच्या नेत्यांनी आपल्या पक्षाची बाजू उच्च विद्याविभूषित समाजात व सरकार दरबारी मांडण्यासाठी 'डेक्कन रयत' नावाचे इंग्रजी वृत्तपत्र १९१८ मध्ये सुरू केले होते. त्यांच्या चालक-मंडळींत अण्णासाहेब लठ्ठे, वालचंद कोठारी आदी प्रत्यक्ष चळवळीत कार्य करणाऱ्या व्यक्ती होत्या. 'डेक्कन रयत'ला शाहू महाराजांचे साह्य होत असे; तरीसुद्धा ते चालवणे जिकिरीचे होऊन शेवटी १९२० मध्ये ते बंद करण्याचा निर्णय चालकांनी घेतला. २० जून, १९२०च्या एका पत्रात लठ्ठे यांनी महाराजांना लिहिले आहे, 'डेक्कन रयत' बंद झाल्यामुळे आमच्या पक्षाची मते इंग्रजी जाणणाऱ्या वर्गापुढे मांडण्याची (गैरसोय) झाली आहे आणि ही आमच्या कार्याची मोठीच हानी आहे; परंतु (Marratha) वगैरे जहाल इंग्रजी साप्ताहिकेदेखील स्वतःच्या पायावर उभी राहू शकत नाहीत. अर्थातच वर्गणी भरून आमची मते समजून घेणाऱ्यांची संख्या ५० पेक्षा अधिक वाढू शकत नाही, यात नवल ते काय? अशा स्थितीत 'डेक्कन रयत'चा सगळाच खर्च दरसाल अंगावर येणार हे उघड आहे. हा खर्च सोसणे मला शक्य नाही आणि हुजुरांच्या औदार्यावर हा तोट्याचा बोजा कायमचा लादणेही योग्य नाही.'[१८] तथापि, महाराजांना असे वृत्तपत्र बंद पडावे, ही घटना रुचली नाही. त्यांनी लठ्ठे यांच्याकडे ४ हजार रुपयांचा चेक पाठविला. त्या आधारावर 'डेक्कन रयत' पुन्हा काही काळ चालू राहिले; पण शेवटी ते बुडालेच![१९]

शाहू महाराजांच्या काळात कोल्हापूर हे ब्राह्मणेतर चळवळीचे प्रमुख केंद्र बनून राहिले होते. त्यामध्ये बडोद्याच्या 'जागृती'कार भगवंतराव पाळेकरांपासून अमरावतीच्या 'सुबोधमाला'कार काशीनाथ देशमुखांपर्यंत

अनेक ब्राह्मणेतर पत्रकारांचा समावेश होता. काशीनाथ देशमुख हे मोठे उत्साही सत्यशोधक कार्यकर्ते होते. 'वेदोक्त श्रावणी'सारखे सत्यशोधक कार्यक्रम ते वऱ्हाडात धूमधडाक्यात राबवीत असत. २४ ऑगस्ट, १९२१ रोजी ते महाराजांना विनंती करतात, 'माझे मासिकापुरता ट्रेडल मशीनचा माझा लहानसा छापखाना आहे. 'वऱ्हाडात ब्राह्मणेतर पक्षाचे जोरदार वर्तमानपत्र सुरू करावे, जरूर पडेल तर आम्ही द्रव्य साह्य करू' अशी महाराजांनी आपली सदिच्छा कृपाळूपणे कळविली, याबद्दल महाराजांचा मी फार फार आभारी आहे. माझीही तीच इच्छा आहे; पण वर्तमानपत्रालायक स्वतःचा मोठा छापखाना नाही; त्यामुळे वर्तमानपत्र चांगल्या प्रकारे नियमितपणे चालविणे शक्य नाही. कसे तरी रडतखडत पत्र चालविणे ही गोष्ट मला चांगली वाटत नाही आणि वर्तमानपत्रालायक मोठा छापखाना घेण्याची शक्ती नाही. तरी या संबंधाने पूर्ण विचार करून मी आपले धोरण श्रीमन्महाराजांचे चरणी लवकरच सादर करीन.'[२०]

शाहू महाराजांनी जशी ब्राह्मणेतर वृत्तपत्रांना वेळोवेळी मदत केली, तशी ती ब्राह्मणी वृत्तपत्रांनाही केली. त्यामध्ये आगरकरांचे 'सुधारक' व अच्युतराव कोल्हटकरांचे 'संदेश' ही दोन प्रमुख वृत्तपत्रे होत. १८९५ मध्ये आगरकरांचे निधन झाल्यावर त्यांच्या चाहत्यांनी 'सुधारक' मोठ्या जिद्दीने चालविले होते; पण कालौघात ते आर्थिक अडचणीत सापडत गेले. १९०६ मध्ये तर ते 'मरणोन्मुख' अवस्थेपर्यंत येऊन पोहोचले. महाराजांच्या मनात न्या. रानडे, नामदार गोखले या उदारमतवादी ब्राह्मण नेत्यांच्या बरोबरीने प्रि. आगरकरांविषयी आदरभाव होता. विशेषतः 'सुधारक'ने सनातनी ब्राह्मण वर्गाविरुद्ध दिलेल्या एकाकी लढ्याचे त्यांना विस्मरण झालेले नव्हते. असा हा आगरकरांचा 'सुधारक' आर्थिक आपत्तीच्या भोवऱ्यात सापडल्याचे समजल्यावर त्यांनी त्याचे तत्कालीन संपादक विनायक रामचंद्र जोशी (पुढे प्रसिद्धीस आलेल्या चिं. वि. जोशींचे वडील) यांच्याकडे कोल्हापूर दरबारचे अर्थसाह्य पाठवून दिल्याची नोंद महाराजांच्या चरित्रात सापडते.[२१]

अशीच मदत कोल्हटकरांचे 'संदेश' आर्थिक संकटात सापडल्यावर शाहू महाराजांनी केल्याचा दाखला मिळतो. कोल्हटकर खरे तर मोठे टिळकभक्त होते; पण १९१९-२० च्या दरम्यान 'टिळक फंडा'च्या प्रश्नावरून त्यांनी खुद्द लोकमान्यांवर 'संदेश'मधून शरसंधान करण्याचा

धाडसी उद्योग केला. परिणामी, अखिल टिळकभक्तांचा रोष तर त्यांनी ओढवून घेतलाच; पण 'संदेश'ची लोकप्रियता घसरणीला लागून ते आर्थिक संकटाच्या भोवऱ्यात सापडले. टिळक फंडाविषयीच्या वार्ता महाराजांच्या कानावर पडत होत्याच. 'संदेश'ने उघडकीस आणलेल्या भानगडी सार्वजनिक पैशाच्या असल्यामुळे त्या बाहेर काढून 'संदेश'ने चांगले काम केले असे त्यांचे मत बनले होते.[२२] अशा वेळी टिळक पक्षाच्या विरोधात उभे राहण्याचे धाडस दाखविणाऱ्या पत्रकाराला आधार दिला पाहिजे, असे वाटून त्यांनी एका मध्यस्थामार्फत चार हजार रुपये कर्जरूपाने कोल्हटकरांकडे पाठवून दिले. अर्थात हे कर्ज बुडित धरूनच महाराज चालले होते. कोल्हटकरांनीही या वेळी 'आपण शाहूंच्या बाजूचे आहोत आणि दरबार जो मजकूर पाठवील, तो आपण प्रसिद्ध करू,' असा अनुकूल प्रतिसाद दिला.[२३] तथापि, 'संदेश'च्या अडचणीचा महाराजांनी गैरफायदा उठविल्याचे दिसत नाही. उलट ब्राह्मण वर्गास काय वाटते याची पर्वा न करता कोल्हटकर जेव्हा 'संदेश'मधून महाराजांची व ब्राह्मणेतर पक्षाची न्याय्य बाजू घेऊ लागले, तेव्हा त्यांनी त्यांस लिहिले, 'आपण आपल्या वर्तमानपत्रात माझ्या बाजूचे समर्थन करता; त्या योगाने आपण आपल्या लोकांत अप्रियता संपादन करीत आहात. तरी आपण यापुढे आपल्या लोकप्रियतेस धक्का लागेल म्हणून माझ्या बाजूचे समर्थपर लेख न लिहिल्यास बरे असे मला वाटते'[२४]-(१९२१). काही दिवसांनी 'संदेश'मध्ये महाराजांवर प्रतिकूल टीका येऊ लागली, तेव्हा महाराजांनी ज्या मध्यस्थाकडून कोल्हटकरांकडे कर्जाऊ रक्कम पाठविली होती, त्यास निरोप पाठविला, 'आपल्या जवळची प्रॉमिसरी नोट फाडून टाका! नाहीतर सूड उगविण्याच्या बुद्धीने आम्हास या नोटेचे पैसे वसूल करण्याची वासना होईल. अशा तऱ्हेची दुर्बुद्धी आमच्या मनात उत्पन्न होणे अशक्यच करून ठेवू या![२५] महाराजांच्या या उद्गारात त्यांची 'संदेश'कारांना मदत करण्यामागची निरपेक्ष भावनाच निदर्शनास येते.

उपरोक्त वृत्तपत्रांचा अपवाद सोडल्यास महाराष्ट्रातील बहुतेक वृत्तपत्रे शाहू महाराजांच्या विरोधात उभी होती. ती महाराजांच्या राज्यकारभारावर आणि त्यांनी चालविलेल्या सत्यशोधक/ब्राह्मणेतर चळवळीवर सडकून टीका करीत होती. सामाजिक चळवळ चालवायची तर अशा टीकेचे प्रहार होणारच, हे महाराज गृहीत धरून चालले होते आणि अशा टीकेच्या माऱ्यास सामोरे जायला त्यांची तयारीही होती. तथापि, अशी टीका तत्त्वाच्या

अथवा विचाराच्या संदर्भात असावी, व्यक्तिगत नसावी अशी त्यांची अपेक्षा होती. तथापि, ब्राह्मणी पत्रांपैकी काहींनी पत्रकारितेच्या क्षेत्रातील नीतीच्या मर्यादा ओलांडून शाहू महाराजांवरच नव्हे, तर राजघराण्यातील स्त्रियांवरही अत्यंत विखारी व अश्लील भाषेत टीकाप्रहार करण्याचे जणू काही व्रतच अंगीकारले होते. त्यात पुढे कादंबरीकार म्हणून प्रसिद्धीस आलेले वि.वा. हडप यांचे 'लोकशाही', रामकृष्ण पराडकर यांचे 'लोकसंग्रह' आणि सीताराम केशव दामले यांचे 'राजकारण' ही तीन पत्रे आघाडीवर होती.[२६]

कुलकर्णी-वतनाच्या बरखास्तीनंतर महाराष्ट्रातील समस्त ब्राह्मण वर्ग महाराजांच्या विरोधात गेला होता. त्यातच सत्यशोधक चळवळीस व ब्राह्मणेतर चळवळीस त्यांनी दिलेल्या पाठिंब्यामुळे आणि पडद्यामागे राहून केलेल्या नेतृत्वामुळे ब्राह्मणांच्या द्वेषाग्नीचा अधिकच भडका उडाला होता. या भडक्यात महाराज पोळून निघत होते. समाजसेवेच्या व्रताची फार मोठी किंमत त्यांना अशा प्रकारे द्यावी लागत होती. २१ डिसेंबर, १९२० रोजी आपल्या महाराणीस लिहिलेल्या पत्रात त्यांनी लिहिले आहे, '२० डिसेंबरच्या अंकात 'लोकसंग्रह'ने कोल्हापूरच्या क्षत्रिय पडदा महिला' यात काय प्रसिद्ध केले आहे हे तुम्हाला निश्चित माहीत आहे. काही दिवसांपूर्वी डॉ. कुर्तकोटी यांनी आक्कासाहेबांवर असाच विखारी हल्ला केला होता, हेही तुम्हाला आठवत असेल. आपल्या घराण्याची दुष्कीर्ती करण्याची ब्राह्मणी वर्तमानपत्रांनी सीमा गाठली आहे. जर तुम्ही माझ्या निष्ठावंत पत्नी असाल तर तुमचे सर्व ब्राह्मणी पुरोहित काढून टाकावेत आणि क्षत्रिय पुरोहितांकडून आपली धार्मिक कृत्ये करून घ्यावीत. या निश्चयापासून रेसभरही ढळू नका.'[२७]

ब्रिटिश मुलखातून ब्राह्मणी पत्रांकडून शाहू महाराजांवर होणारे हल्ले त्वेषाने परतवून लावण्याचे काम ब्राह्मणेतर वृत्तपत्रे करीत होती; पण इंग्रज सरकार मात्र याबाबत तटस्थेचे धोरण स्वीकारत असे. वास्तविक इंग्रजांचे मांडलिक असणाऱ्या संस्थानिकांचे अशा तऱ्हेने चारित्र्यहनन करणाऱ्या वृत्तपत्रांपासून संरक्षण करणे, हे सार्वभौम सरकारचे कर्तव्य आहे, असे महाराजांना वाटत होते. गमतीची गोष्ट अशी की, ब्राह्मणेतर पत्रांवर आणि त्यांच्या नेत्यांवर प्रतिहल्ले चढविले की, हेच सरकार अस्वस्थ होऊन त्याची 'न्यायबुद्धी' जागृत होई![२८]

या संदर्भात संस्थानिकांची कशी कुचंबणा होते, याविषयी एका स्नेह्यास लिहिलेल्या पत्रात महाराज म्हणतात, 'ब्रिटिश हिंदुस्थानात मुद्रणासंबंधी जे

नियम प्रचलित आहेत, त्यांचा उद्देश ब्रिटिश हद्दीतील जनतेचे संरक्षण करण्याचा आहे; परंतु अतिशय राजनिष्ठ असलेल्या संस्थानिकांचे किंवा त्यांच्या अधिकाऱ्यांचे त्यापासून संरक्षण होऊ शकत नाही, ही गोष्ट वृत्तपत्रकारांना ठाऊक असल्यामुळे, ते संस्थानावर यथेच्छ तोंडसुख घेत आहेत आणि हा गुन्हा अन्योन्य मदतीचा (Extraditable) नसल्यामुळे, संस्थानिकांना या बाबतीत काहीच करता येत नाही. ब्रिटिश कोर्टात त्यांच्यावर काम चालविले, तर सर्व अधिकारी व साक्षीदार यांना ब्रिटिश हद्दीत पाठविणे बरेच गैरसोईचे आणि मोठ्या खर्चाचे होते. तथापि, माझ्यासारख्या संस्थानिकाला ब्रिटिश हद्दीत काम चालविणे म्हणजे मोठी मौज वाटेल; परंतु संस्थान सोडून कित्येक महिने मला बाहेर राहता येत नाही. मी याचीही पर्वा केली नसती; परंतु (धुवायची) घाण केव्हा केव्हा अंगाला चिकटते. या अडचणीतून निघण्याचा मार्ग म्हटला म्हणजे रेसिडेन्सी कोर्टामध्ये अशा प्रकारचे कज्जे चालविण्याची सवड असावी.'[२९]

'रेसिडेन्सी कोर्टा'त ब्रिटिश मुलखातील अशा आरोपींचे खटले चालविण्याची व्यवस्था केल्यास संस्थानिकांना ते सोयीचे व न्यायाचे होईल, ही महाराजांची भूमिका रास्त होती; पण एखादा संस्थानिक परस्पर असा झोडपून निघत असेल, तर परक्या सार्वभौम सरकारला त्याचे सोयरसुतक का असावे?

देशाच्या राजकारणातील तसेच समाजकारणातील वृत्तपत्रांचे सामर्थ्य शाहू महाराज जाणून होते; त्यामुळेच ते आपल्याकडे सर्व मराठी व इंग्रजी वृत्तपत्रे मागवीत असत. त्यांमधील आपल्याविषयी व कोल्हापूर संस्थानचा कारभार आणि राष्ट्रीय चळवळ याविषयी येणाऱ्या बातम्या व लेख यासंबंधी ते फार जागरूक होते. संबंधित सर्व मजकुरांची कात्रणे तयार करून त्यांची फाइल रोजच्या रोज दिवाण सबनीस यांच्या नजरेखालून घालण्याची व्यवस्था त्यांनी केली होती. या फाइल्स पॅलेस लायब्ररीत संदर्भासाठी जतन करून ठेवल्या जात असत. महाराजांनी या कामासाठी रावबहादूर महादेवराव डोंगरे यांची 'वृत्तपत्र निरीक्षक' म्हणून खास नेमणूक केली होती- (७ जून, १९२०).[३०]

शाहू महाराजांनी अनेक ब्राह्मणेतर वृत्तपत्रांना सढळ हाताने मदत केली असली आणि त्यांचे चालक बहुधा महाराजांच्या बाजूचे समर्थन करत असले तरी ब्राह्मणेतर पत्रांनी आपले विचारस्वातंत्र्य पूर्णतया महाराजांच्या

दावणीला बांधलेले नव्हते. प्रसंगोपात 'विश्वबंधू', 'दीनमित्र', 'जागृती', 'विजयी मराठा', 'प्रबोधन' आदी ब्राह्मणेतर पत्रांनी महाराजांच्या धोरणावर कधी सौम्य, तर कधी कठोर हल्ले केलेले आढळतात. ऑक्टोबर, १९२० मध्ये कोल्हापुरातील काही उत्साही सत्यशोधकांनी अंबाबाईच्या मंदिरात दांडगाईने स्वतःच पूजा करून खळबळ माजवून दिली. महाराजांनी त्यांना पकडून लॉक-अपमध्ये घातले. ही बातमी 'प्रबोधन'कार ठाकरे यांना समजताच त्यांनी 'अंबाबाईचा नायटा' या नावाने खुद्द महाराजांवरच आपल्या 'प्रबोधन'मधून तोफ डागली!

प्रबोधनकार आपल्या आत्मचरित्रात लिहितात, 'शाहू महाराज मला आता बोलावणार नाहीत नि भेटणारही नाहीत, असा अनेकांनी तर्क केला; पण कसचे काय नि कसचे काय! पुढच्याच आठवड्यात स्वारी मलबार हिल, शिरी रोडच्या खाली माझी हापिसातून येण्याची वेळ साधून गाडीत बसलेली. शोफरने मला बिनचूक हेरून 'महाराज बोलावताहेत, चला' म्हणून गाडीकडे नेले. 'बस गाडीत'; बसलो, पन्हाळा लॉजवर आलो. 'कोणाला वर पाठवू नका,' असा दारवानाला महाराजांनी हुकूम दिला. बैठक संपली. 'काय लेका कोदंडा, लई वांड झालास?' महाराजांचा पहिला सवाल, 'तो कसा?' मी विचारले, त्यावर त्या स्फुटावर बरीच चर्चा झाली. 'अरे, एकदम साऱ्या गोष्टी साधत नाहीत. आस्ते आस्ते, सगळाच बंदोबस्त मी करणार आहे.' यापेक्षा विशेष कसलाच काही थांगपत्ता त्यांनी लागू दिला नाही; पण केलेल्या टीकेबद्दल मात्र त्यांनी मनाला काहीच लावून घेतले नाही, असा स्पष्ट खुलासा झाला.[३१]

अशा प्रकारे आपल्याच पक्षाच्या लोकांनी आपल्यावर केलेली प्रतिकूल टीका ऐकून घेण्याची सहनशीलता महाराजांनी अंगी बाणवली होती. या संदर्भात 'राष्ट्रवीर'कार शामराव देसाई यांनी एका ठिकाणी म्हटले आहे, 'बहुजन समाजातून वृत्तपत्रे निघावीत म्हणून महाराजांनी द्रव्यद्वारा जी मदत केली, ती करताना राजकीय क्षेत्रात वर्तमानपत्राचे धोरण अमूक प्रकारचे असावे, अशी त्यांनी कधीच सूचना केली नाही. एवढेच नव्हे, तर राष्ट्रवीर पत्राचा जन्मही महाराजांच्या कृपाप्रसादामुळेच झाला असावा आणि त्यांच्या हयातीतच राष्ट्रवीर सरकारांवर जरूर तेथे कडक टीका करीत असतानाही त्यांनी कधी खुशीनाखुशी दाखविली नाही. म्हणजे द्रव्य देऊन संपादकांची बुद्धी त्यांनी गहाण ठेवून घेतली नाही. एवढेच नव्हे, तर महाराजांच्या

आश्रयाखाली निघत असलेल्या पत्रांनी महाराजांवरच काही कारणांमुळे टीका केलेली असली तरी ती ते मोठ्या खुशीने ऐकून घेत असत.'[३२]

वृत्तपत्रकारांचे पत्रकारितेचे स्वातंत्र्य अशा प्रकारे कृतीने मान्य करणाऱ्या शाहू महाराजांनी आपले स्वतःचे विचारस्वातंत्र्यही तेवढ्याच दक्षतेने जपले होते. १९२० मध्ये 'जागरूक'कार कोठारींकडे त्यांनी एक पत्र प्रसिद्धीसाठी पाठविले होते; त्यात त्यांनी म्हटले होते, 'मी बऱ्याच वर्तमानपत्रांना मदत केली आहे; परंतु त्यातून प्रसिद्ध झालेल्या मतांबद्दलची किंवा लेखांबद्दलची जबाबदारी मजवर नाही. ही वर्तमानपत्रे कदाचित मजविरुद्ध काही लिहीत नसल्यास ही त्यांची मजवर मेहरबानी आहे. ज्या वेळी मी स्वतःचे वर्तमानपत्र काढीन, त्याच वेळी त्या पत्रातील मतांची किंवा लेखांची जबाबदारी माझ्यावर येईल. साधारणतः व्यक्ती तितकी मते असावयाची. त्याप्रमाणे माझीही काही स्वतंत्र मते असतील; पण ती मी लोकांपुढे मांडावयाला तयार नाही, कारण चांगला अनुभव असल्याशिवाय लोकांपुढे मते मांडणे योग्य नाही. ज्यांना माझी अशी काही स्वतंत्र मते ठाऊक असतील, त्यांनी ती माझी म्हणून त्याप्रमाणे वागू नये; परंतु ती मते स्वतःची समजून पाहिजे तर त्याप्रमाणे वागावे, अशी सर्वांना माझी विनंती आहे.'[३३]

अशा प्रकारे 'व्यक्ती तितकी मते' या तत्त्वाचा पुरस्कार करणाऱ्या शाहू महाराजांना ब्राह्मणेतर वृत्तपत्रांच्या मतभेदांचा अतिरेक होऊ नये आणि त्यांच्या मतमतांतरांच्या गलबल्यात हाती घेतलेल्या सार्वजनिक चळवळींची हानी होऊ नये, असे प्रामाणिकपणे वाटत होते आणि म्हणूनच १९१९-२० च्या दरम्यान ब्राह्मणेतरांनी नेमस्त ब्राह्मणांचे सहकार्य घ्यावे की नको या प्रश्नावर 'जागरूक' आणि 'विजयी मराठा' या दोन पत्रांत यादवी युद्ध सुरू झाल्यावर अशा वादाने ब्राह्मणेतर चळवळीची हानी होईल, असा धोका त्यांना वाटला, तेव्हा महाराजांनी हस्तक्षेप करून दोन्ही पक्षांना आपल्याला तलवारी म्यान करण्यास सांगितले. विशेष म्हणजे दोघाही झुंजार प्रवृत्तीच्या पत्रकारांनी महारांजाच्या शब्दाला मान दिला.

या संदर्भात लठ्ठे यांना लिहिलेल्या पत्रात महाराज म्हणतात, 'विजयी मराठा' आणि 'जागरूक' या पत्रांत चाललेला वाद कोणत्या स्वरूपावर जाईल, याची मला काळजी वाटत होती. हा वाद मिटावा म्हणून मी प्रयत्न चालविला होता व आनंदाची गोष्ट अशी की, वरील दोन्ही पत्रांच्या संपादकांनी वाद मिटता घेण्याचे ठरविले आहे... आपल्या पक्षाच्या सर्व पत्रांनी हातात

हात घालून एकदिलाने काम करावे, याविषयी आपणही सर्व पत्रांना मुद्दाम विनंती करावी.' (२५ सप्टेंबर, १९२०)[३४]

शाहू महाराजांचे म्हणणे असे की, ब्राह्मणेतर समाजाच्या उद्धारासाठी सुरू झालेल्या चळवळीच्या व्यापक हितासाठी ब्राह्मणेतर वृत्तपत्रांनी आपल्याच पक्षातील लोकांवर हल्ले चढवून त्यांची उणीदुणी काढण्यात आपली शक्ती खर्च करू नये, कारण त्यामुळे आपल्या शत्रूच्या हाती आपणच हत्यार देतो, असा अर्थ होतो. त्यांनी त्यांचे हे मत 'जागृती'कार भगवंतराव पाळेकर यांना लिहिलेल्या एका विस्तृत पत्रात स्पष्ट केले आहे. ते म्हणतात, 'आपण करविरी आला होता, तेव्हा बडोदे संस्थानच्या प्रत्येक खात्याविषयी लिहिण्याचा आपला विचार होता. त्या लिहिण्यापासून संस्थानचे, जातीचे व मराठा पार्टीचे नुकसान आहे, असे मी बोललो आणि वेळ नसल्याने थोडक्यात सांगावे लागले. एन.सी.केळकर हे जरी प्रागतिक पक्षाचे असले आणि टिळक जरी जुन्या मताचे होते तरी 'केसरी'ने टिळकांच्या विरुद्ध कधीही लिहिले नाही. लोकसंग्रह, राजकारण, केसरी आदी करून सर्व पत्रे कधीही ब्राह्मण संस्थानिकांविरुद्ध लिहीत नाहीत. मग जागृती, विजयी मराठा आदी पत्रांनी गायकवाड अगर इतर मराठा संस्थानिकांविरुद्ध का लिहावे? जर मराठी पत्रे आपल्या पक्षाविरुद्ध लिहू लागली तर ती पत्रे त्या पक्षाच्या विरुद्धच झाली; मग तो पक्ष त्या पत्राविषयी कळकळ कशी दाखविणार अगर त्यास मदत कशी करणार? दुसरे असे, एखाद्या खात्याविरुद्ध लिहिण्याचे असल्यास त्यातील तो खरा एक्सपर्टच पाहिजे. उदाहरणार्थ, इंजिनिअर खात्याविषयी लिहिण्यास मोठा अनुभवी इंजिनिअर पाहिजे किंवा सॅनिटरी खात्याविषयी लिहिण्यास मोठा तज्ज्ञ सॅनिटरी ऑफिसरच पाहिजे. जी टीका आपण करू तिला उलट टीका करता येऊ नये अशी ती पाहिजे. असे एक्सपर्ट आम्हासारख्यांना कोठून मिळणार? तसेच ते जागृतिकारांना तरी कोठून मिळणार? आपल्या पक्षाच्या, आपल्या मालकाच्या विरुद्ध लिहिणे केव्हाही चांगले नाही, कारण मी, खासेराव, संपतराव निंबाळकर, शिरगावकर आणि वणीकर जे जागृतिसारख्याला मदत करतो, ते साहजिकच महाराजांचे (सयाजीरावांचे) वैरी ठरतो. प्रेमाने जे काम होईल, ते चिडून केव्हाही होणार नाही. हक्काने जे काम होईल, ते परकेपणाने केव्हाही होणार नाही. आम्ही वर्तमानपत्रात बडोदेकरांच्या खात्याविरुद्ध लिहिणे, त्यांची अब्रू काढणे हे आमच्या शीलास शोभणारे नाही आणि त्यांना

चिडविण्याने किंवा नावे ठेवण्याने आमचा सुधारणा हा इष्ट हेतू तोही सिद्ध होणार नाही...'

'आपण आपले मालक बडोद्याचे महाराज किंवा आपल्या पार्टीची मंडळी यांची चूक झाल्यावर स्वतः अगर पत्राद्वारे जाऊन जबरदस्तीने त्यांची कानउघाडणी करावी, त्यांच्याबरोबर पाहिजे तसा वाद घालावा आणि पाहिजे तसे आपले मत मांडावे. ही सर्व प्रेमाची लक्षणे असल्यामुळे आपला इष्ट हेतू सिद्ध होईल; परंतु वर्तमानपत्रातून आपल्या मालकाची अगर पक्षाची वाईट बाजू मांडून ती वैऱ्याच्या हातात देणे अतिशय निंद्य होईल, असे मला वाटते... पाश्चिमात्य देशांत वर्तमानपत्रे देशाच्या व राजाच्या सुधारणांची मोठी हत्यारे समजली जातात; परंतु ती स्थिती हिंदुस्थानात नाही, कारण हिंदुस्थानात स्वराज्य नाही, एक जात नाही, एक धर्म नाही, एक पार्टी नाही; म्हणून इथल्या वर्तमानपत्रकारांनी पाश्चिमात्य वर्तमानपत्रांचे अनुकरण करणे उपयोगाचे नाही. हिंदुस्थानात राजे-रजवाडे, इंग्रज सरकारास गुड गव्हर्नमेंटबद्दल रिस्पॉन्सिबल आहेत. येथे जाती, धर्म निरनिराळे असल्यामुळे त्यांना कोणत्याही पक्षास खूश करता येत नाही. मग कोठल्या पक्षास खूश करणार? ही सर्व स्थिती लक्षात घेऊन आमच्या वर्तमानपत्रकारांनी लेख लिहावेत.'[३५] (५ फेब्रुवारी, १९२२).

अशा प्रकारे केवळ तत्त्वनिष्ठेपायी ब्राह्मणेतर पत्रांनी आपल्या लोकांवर टीका करून आपल्याच पक्षाच्या पायावर कुऱ्हाड मारून घेऊ नये आणि आपली बाजू कमकुवत करू नये, हे शाहू महाराजांचे प्रतिपादन पत्रकारितेच्या क्षेत्रातील निःस्पृहता व निष्पक्षपातीपणा या मूलभूत गुणांच्या कसोटीस उतरणारे नसले तरी ते चळवळीच्या हिताच्या दृष्टीने अधिक व्यवहार्य होते. मुळात महाराजांनी ब्राह्मणेतर वृत्तपत्रांना खतपाणी देऊन, त्यांची वाढ केली होती ती ब्राह्मणेतर पक्षाची बाजू बळकट करण्यासाठी. ही वस्तुस्थिती लक्षात घेतली, तर उपरोक्त प्रतिपादन म्हणजे चळवळीच्या संयोजनामधील तो एक शिस्तीचा दंडक होता आणि चळवळीच्या यशस्वितेसाठी महाराज तो त्यांना पाळावयास सांगत होते, हे उघड आहे. अशा प्रकारचे दंडक सर्व ब्राह्मणेतर पत्रांना सांगण्याचा नैतिक अधिकार शाहू महाराजांशिवाय महाराष्ट्रात अन्य कोणाला नव्हता. बहुसंख्य ब्राह्मणेतर पत्रकारांनीही हा अधिकार स्वखुशीने मान्य केला होता. अशा प्रकारे विसाव्या शतकाच्या प्रारंभी महाराष्ट्रात वृत्तपत्रांच्या सृष्टीत ब्राह्मणांची जी मक्तेदारी होती, ती शाहू

महाराजांच्या कारकिर्दीच्या शेवटी मोडून पडून ब्राह्मणेतर वृत्तपत्रांचे लहान-मोठे डेरेदार वृक्ष मराठी भूमीवर सर्वत्र दिसू लागले. वृत्तपत्रसृष्टीतील या समाजाभिमुख बदलाचे सर्वाधिक श्रेय इतर कोणाहीपेक्षा शाहू महाराजांना देणे इतिहासाला धरून होईल.

३१

शत्रूंच्या कुटिल कारवाया

'समाजसुधारणा' हे एक व्रत असून अनेकांनी या व्रतास 'सतीच्या वाणा'ची उपमा दिलेली आढळते. हे व्रत वैयक्तिक स्वार्थासाठी अथवा मोठेपणाच्या प्राप्तीसाठी नसते, तर ते अखिल समाजाच्या भल्यासाठी व त्याच्या अभ्युदयासाठी असते. समाजसुधारकांचा मार्ग खडतर असतो. त्यांचे सर्व प्रयत्न प्रचलित परंपरानिष्ठ प्रवाहांविरुद्ध प्रवास करणारे असतात व असा प्रवास करीत असताना समाजातील कमजोर घटकांवर अधिकार चालविणारे व त्यांचे शोषण करणारे 'हक्कदार' वर्गातील लोक दुखावले जातात. अनेकदा त्यांचे शत्रुत्व अंगावर घेऊनच सुधारकास आपल्या मार्गावरून पुढची वाटचाल चालू ठेवावी लागते. महाराष्ट्राचा गेल्या शंभर-सव्वाशे वर्षांचा इतिहास आणि थोर मराठी सुधारकांची चरित्रे या ऐतिहासिक कठोर व कटू सत्यास साक्षी आहेत. त्यास कोणी सुधारक अपवाद ठरलेला नाही. मग ते तथाकथित 'शूद्र' समाजातील म. फुले असोत अथवा तथाकथित 'वरिष्ठ वर्गातील प्रि. आगरकर असोत. या सर्वांनाच त्यांच्या शत्रूंनी काढलेल्या त्यांच्या जीवननिष्ठांच्या प्रेतयात्रा त्यांच्या हयातीत पाहाव्या लागल्या. एवढेच नव्हे, तर परंपरानिष्ठांचे वार छातीवर घ्यावे लागले. काही सुधारकांना तर छातीवरील वारांबरोबर कंबरेखालच्या वारांनाही सामोरे जावे लागले. जेव्हा सुधारकांवर कंबरेच्या खाली वार बसतात, तेव्हा त्यांचे हे व्रत साधेसुधे व्रत राहत नाही, ते आधी सांगितल्याप्रमाणे एक 'सतीचे वाण' बनते.

शाहू महाराजांच्या चरित्रात असे अनेक दाखले मिळतात की, त्यांना असे कंबरेखालील अनेक वार सहन करावे लागले. पहिला दाखला आहे १९०१ च्या सुमाराचा. वेदोक्त प्रकरणाचा भडका उडाला असतानाच त्यांच्यावर, त्यांनी कोल्हापुरातील जिरगे नावाच्या एका सधन कुटुंबातील

रूपवान मुलीची आपल्या राजवाड्यात ‘अब्रू लुटल्या’चा आरोप केला गेला. या प्रकरणाचा महाराजांच्या हितशत्रूंनी इतका गवगवा केला की, त्या मुलीच्या पित्यास आत्महत्या करावी लागली; त्यामुळे तर हे प्रकरण अधिकच गुंतागुंतीचे बनून त्याचा नेमका फायदा उठवला गेला. त्यासंबंधी शत्रूंकडून हेतुपुरस्सर अतिरंजित कथा पसरविल्या गेल्या. महाराजांचे चारित्र्यहनन करण्याचे एक जहरी हत्यारच त्यांच्या हाती आले.

हा आरोप इतका गंभीर होता की, शेवटी इंग्रज सरकारला या प्रकरणाची चौकशी करावी लागली आणि या चौकशीत सरकारला हा आरोप निराधार असल्याचे आढळून आले. खरे तर हे प्रकरण जेव्हा घडले, तेव्हा महाराज राजवाड्यावर नव्हतेच, ते कोल्हापूरच्या बाहेर असणाऱ्या सोनतळी (रजपूतवाडी) कॅम्पवर मुक्कामास होते; पण शत्रूंना त्याचे सोयरसुतक नव्हते. महाराजांचे राजवाड्यातील वास्तव्य गृहीत धरूनच त्यांनी त्या कथेचे षड्यंत्र रचले होते.[१]

काही वेळा इतिहासाची चमत्कृतीजन्य पुनरावृत्ती होत असते. अशी पुनरावृत्ती व्यक्ती अथवा घटनांची होत नसून ती त्या मागच्या प्रवृत्तीची असते. शाहू महाराजांच्या जीवनातील उपरोक्त प्रसंगापूर्वी २२५ वर्षांपूर्वी त्यांच्याच छत्रपती घराण्यात शिवछत्रपतींच्या काळात अशीच एक घटना घडली. युवराज संभाजीराजास बदनाम करण्यासाठी त्यांच्या हितशत्रूंनी षड्यंत्र रचले होते. ‘शिवपुत्र’ संभाजीराजांचा मराठ्यांच्या सिंहासनावरील हक्कच उखडून टाकण्यासाठी त्यांनी त्यांच्या ‘इष्का’च्या अनेक बनावट कथा प्रसृत केल्या होत्या. रायगडाखाली राहणाऱ्या एका ब्राह्मण प्रधानाच्या कन्येस संभाजीराजे रात्री भेटायला जातात आणि त्यांनी ही खोड सोडली नाही तर त्यांना ते गडाखाली जात असताना पकडून त्यांचा बेलाशक कडेलोट करावा, असा हुकूम शिवाजी महाराजांनी दिलेला आहे, असे सांगणारी एक कथा रचली गेली व ती थेट इंग्रज वखारवाल्यांच्या कानापर्यंत पोहोचविली गेली होती.

संभाजीराजांचे चारित्र्यहनन करणाऱ्या कथा त्यांच्या मृत्यूनंतरही रचल्या जात होत्या. त्यांच्या वधानंतर सव्वाशे वर्षांनी रचलेल्या एका कथेत तर याहून गंभीर आरोप केला गेला होता. रायगडावर शीतलागौरीच्या हळदी-कुंकवाचा समारंभ चालू असताना तेथे आलेल्या एका रूपवान ब्राह्मणकन्येस संभाजीराजांनी उचलून नेले आणि राजवाड्यातील एका महालातच तिच्यावर

बलात्कार केला, असा तो भंयकर आरोप होता. 'कथा'कार सांगतो की, शिवाजी महाराजांना ही घटना समजताच ते अत्यंत क्रुद्ध झाले आणि त्यांच्या कठोर शिक्षेच्या तावडीतून सुटण्यासाठी संभाजीराजे दिलेरखानाकडे पळून गेले. खरे तर उपरोक्त घटनेच्या वेळी संभाजीराजांचा मुक्काम रायगडावर नव्हे, तर दक्षिण कोकणातील संगमेश्वरी होता. संभाजीराजे रायगडाहून नव्हे तर सज्जनगडाहून दिलेरखानाच्या गोटात गेले; पण या 'कथा'काराला वास्तव इतिहासाशी काही सोयरसुतक नव्हतेच. केवळ संभाजीराजांची बदनामी करणे हेच त्याचे उद्दिष्ट होते.[२]

छत्रपती संभाजीराजांचे त्यांच्या हयातीत आणि हयातीनंतरही चारित्र्यहनन होत राहिले. त्याच घराण्यातील शाहू छत्रपतींची त्यांच्या हयातीत आणि हयातीनंतरही चारित्र्यहननाची मोहीम चालूच राहिली. फरक इतकाच की, संभाजीराजा एका स्वतंत्र मराठी राज्याचा प्रथम युवराज व नंतर सार्वभौम राजा होता आणि इथे शाहू छत्रपती सार्वभौम इंग्रज सत्तेखालच्या एका मांडलिक संस्थानाचे अनेक राजनैतिक बंधनांनी जखडलेले संस्थानिक होते; पण दोघेही समाजातील अनिष्ट प्रवृत्तीचे बळी ठरले. हाती घेतलेल्या अंगीकृत कार्यासाठी दोघानींही मानसिक यातना सहन केल्या.

यानंतर शाहू महाराजांच्या शत्रूंनी त्यांच्यावर १९०६ मध्ये दुसरा हल्ला केला. वेदोक्त प्रकरणात कोल्हापूरच्या ब्रह्मवृंदांची झालेली अवमानास्पद हार, ब्राह्मण दहशतवाद्यांनी सुरू केलेल्या दहशतवादी कारवाया आणि त्या निपटून काढण्यासाठी महाराजांनी अमलात आणलेली कठोर उपाययोजना अशी संमिश्र सामाजिक व राजकीय पार्श्वभूमी या हल्ल्याच्या मागे होती. १९०६ च्या मध्यावर महाराजांच्या कोल्हापुरातील शत्रूंनी 'शाहू महाराजांनी तीन स्त्रियांना जबरीने भ्रष्ट केले आहे,' अशा आरोपाच्या चौकशीची मागणी करणारी पत्रे मुंबई सरकारकडे पाठविली. त्यांपैकी काही निनावी होती, तर काही बनावट नावाखाली पाठविली होती, तसेच एक अर्जवजा पत्र कोल्हापुरातील ब्राह्मण स्त्रियांच्या नावांनी कलकत्त्यास व्हॉइसरॉयची पत्नी लेडी मिंटो यांना धाडले होते. हा सगळा उद्योग म्हणजे हिंदुस्थानातील एक संस्थानिक आपल्या संस्थानातील स्त्रियांची अब्रू धोक्यात आणत असून आता सार्वभौम सरकारनेच कठोर पावले उचलून (म्हणजे शाहू महाराजास पदच्युत करून) त्याचा बंदोबस्त करावा, म्हणून लेडी मिंटो यांची स्त्रीसुलभ सहानुभूती मिळविण्याचा कुटिल डाव होता, हे उघड होते.

मुंबई सरकारच नव्हे तर व्हॉइसरॉयच्या दरबारापर्यंत हे प्रकरण पोहोचल्याने त्याची दखल घेऊन, इंग्रज सरकारने चौकशीचे आदेश दिले. कर्नल फेरिस यांनी शाहू महाराजांची भेट घेऊन, या आरोपाबाबत त्यांचा खुलासा मागविला.

या भेटीनंतर महाराजांनी त्यांना आपला लेखी खुलासा करणारे जे पत्र पाठविले, ते त्यांची नैतिक भूमिका समजून घेण्यासाठी अत्यंत महत्त्वाचे असल्याने त्यातील आवश्यक तेवढा भाग येथे उद्धृत करीत आहोत.

कोल्हापूर - ७ ऑगस्ट, १९०६

प्रिय कर्नल फेरिस,

ज्या तीन स्त्रियांच्या बाबतीत आपले बोलणे झाले, त्या संदर्भात माझी अशी प्रामाणिक इच्छा आहे की, तत्संबंधी आपणाला आलेले पत्र निनावी असले तरी त्याची अगदी मुळापर्यंत जाऊन चौकशी केली जावी. हे काम माझ्या शत्रूंचे आहे, यात काही शंकाच नाही. मला माहीत आहे की, अशा प्रकारची पत्रे सरकारकडे नेहमीच जातात; परंतु आतापर्यंत अशा गोष्टींबद्दल आम्हाला कधीही प्रश्न विचारला गेला नव्हता; पण या प्रसंगी सरकार पूर्वी कधीही नव्हते इतके दक्ष दिसते. पूर्वी काका मास्तर नावाच्या गृहस्थाने स्वतःच्या सहीने पाठविलेले पत्रही सरकारने विचारात घेतले नव्हते; पण ज्या अर्थी आज मला या बाबतीत प्रश्न विचारला जात आहे, त्या अर्थी ही गोष्ट सत्य असावी की काय, अशी सरकारलाच शंका आलेली दिसते; परंतु अशी शंकास्पद परिस्थिती कायम राहावी हे मला मान्य नाही. म्हणूनच **माझी आपणास विनंती आहे की, याबाबत सखोल चौकशी करण्यात यावी. या चौकशीमुळे माझी 'अब्रू' जाईल, असे मानणाऱ्यांपैकी मी नाही. आपणास ज्ञात आहेच की, प्रा. विजापूरकर, राशिंगकर व टिळक आणि येथील वर्तमानपत्राचे संपादक हे माझे शत्रूच आहेत. अगदी माझी चौकशी करताना जरी या लोकांची मदत घेतली तरी माझी काही हरकत नाही. तुम्हाला त्यांना चौकशीत घ्यायचे नसेल, तर त्यांना खासगीत तुम्ही सत्य विचारू शकता.**

या प्रकरणी संबंधित असणाऱ्या सर्वांच्याच चारित्र्यावरील मळभ

दूर करण्यासाठी, तसेच या प्रकरणात थोडा अधिक जीव आणण्यासाठी माझ्यावरील आरोपांची चौकशी होणे गरजेचे आहे. माझ्या शत्रुस्थानी असलेले टिळक व त्यांच्या पक्षाचे लोक असे म्हणत असतील की, अशा चौकशीसाठी माझी अनुपस्थिती आवश्यक आहे, तर मला कोल्हापूरबाहेर पडून सफरीवर जाण्यास विशेष दुःख होणार नाही; पण शेवटी माझी एकच विनंती राहील की, जर सर्व चौकशीनंतर माझ्यावरील आरोप निराधार ठरले, तर मात्र ज्यांनी माझ्यावर आरोप केले आहेत, त्या टिळकपक्षीयांना त्यांच्या दोषानुरूप शिक्षा झाली पाहिजे.

उपरोक्त व्यक्तीपैकी कोणीही या प्रकरणातच नव्हे माझ्या जन्मापासूनच्या काळातील कोणत्याही प्रकरणात अशा प्रकारचे आरोप सिद्ध करून दाखवावे, असे त्यांना माझे आव्हान आहे.

आपला विश्वासू,
शाहू छत्रपती

ता.क. - मला या प्रकरणासंबंधी जे काही म्हणावयाचे आहे ते मी या पत्रात म्हटल्यामुळे आपण **'हे पत्र आपल्या दफ्तरी नोंद करून ठेवू शकता.'**[३] (जाड टाइप प्रस्तुत लेखकाचा.)

प्रस्तुत पत्रात शाहू महाराजांनी आपली बाजू मांडत असताना पुढील मुद्दे स्पष्ट केले आहेत. (१) जरी त्यांच्या शत्रूंनी निनावी पत्राने आरोप केले असले तरी या आरोपांच्या मुळाशी जाऊन चौकशी व्हावी. (२) अशी चौकशी झाली म्हणजे 'अब्रू' जाईल, अशी भीती त्यांना वाटत नाही. (३) विजापूरकर, राशिंगकर, टिळक आदी शत्रूंच्या गोटातील मंडळींचे साह्य या चौकशीसाठी घेण्यास आपली हरकत नाही. अशी चौकशी सरकार करणार नसेल, तर सत्य शोधनासाठी त्यांच्याशी खासगीत चौकशी करावी. (४) ज्या तीन स्त्रियांविषयी आरोप केला जातो, त्यांच्या पालकांना जाहीररित्या अथवा खासगीत या प्रकरणाविषयी विचारावे. (५) अशी चौकशी होत असताना कोल्हापुरात आपली अनुपस्थिती आवश्यक आहे, असे टिळक आणि त्यांच्या पक्षातील लोकांना वाटत असल्यास आपण त्यासही तयार आहोत. (६) सर्व चौकशीनंतर आपणावरील आरोप निराधार असल्याचे सिद्ध झाल्यास आरोप करणाऱ्या टिळकपक्षीयांना योग्य ते शासन व्हावे.

(७) शेवटी, हेच प्रकरण नव्हे तर आपल्या जन्मापासून आतापर्यंतच्या आयुष्यात अशा स्वरूपाचे कोणतेही कृत्य आपल्या हातून घडल्याचे या मंडळींनी सिद्ध करून दाखवावे, असे आपले त्यांना आव्हान आहे.

शाहू महाराजांचे हे पत्र इतके स्पष्ट, पारदर्शक व खणखणीत शब्दांत लिहिले गेले आहे की, त्यावर फारशी टीका-टिपणीची गरज नाही. पत्राची भाषा संयमी असली तरी रोकडी व आव्हानात्मक आहे. महाराजांच्या बाजूस उभ्या असलेल्या सत्य व न्याय या तत्त्वांवर जबरदस्त विश्वास या भाषेतून व्यक्त झाला आहे.

उपरोक्त पत्रात शाहू महाराजांनी लो. टिळकांचा 'enemy' म्हणून जरी उल्लेख केला असला तरी त्यांचा खरा रोख आहे तो कोल्हापुरातील टिळकपक्षीयांवर. हे खरे की, वेदोक्त प्रकरण आणि ताईमहाराज प्रकरण यामुळे महाराज व लोकमान्य यांच्यातील संबंध केवळ ताणलेच गेले होते असे नाही, तर उघडउघड शत्रुत्वाचे बनले होते. तसेच हेही स्पष्ट होते की, लोकमान्यांनी कोल्हापुरातील ब्रह्मवृंदास व ब्राह्मण दहशतवाद्यांस आपल्या पाठीशी घातले होते. विशेषतः याच दरम्यान (१९०६) लोकमान्यांनी मार्चमध्ये कोल्हापुरास भेट देऊन ब्रह्मवृंदाची सभा घेतली आणि कोल्हापूरच्या प्रजाजनांना आपल्या संस्थानच्या राज्यकारभारात सहभाग मिळविण्यासाठी लोकचळवळ उभी करण्याचा सल्ला दिला होता. त्यानुसार कोल्हापुरातील ब्राह्मण नेत्यांनी 'प्रतिनिधी सभा' स्थापन करण्याची खटपट चालविली होती. अशा प्रकारे कोल्हापुरातील ब्राह्मण मंडळींनी 'लोकशाही'च्या नावाखाली महाराजांविरुद्ध नव्या आघाडीची व्यूहरचना सुरू केली होता; पण त्याचा अर्थ असा होत नाही की,कोल्हापुरातील ही महाराजांच्या शत्रुस्थानी असणारी मंडळी प्रत्येक गोष्ट लोकमान्यांना विचारून अथवा सल्ला घेऊनच करीत होती. विशेषतः महाराजांचे चारित्र्यहनन करणाऱ्या अतिरेकी लोकांनी लोकमान्यांच्या चिथावणीने हे कृत्य केले असले असे वाटत नाही, कारण त्यांच्यासारख्या थोर नेत्याचा अशा घृणास्पद कामास पाठिंबा मिळणेच शक्य नव्हते. त्यांचे महाराजांशी जरूर शत्रुत्व होते; पण हे शत्रुत्व विचारांचे होते, व्यक्तिगत नव्हते. दोघांतील संघर्ष म्हणजे उघडउघड आव्हान-प्रतिआव्हानाचा मामला होता. त्यामध्ये कंबरेच्या खाली वार करण्याच्या नीतीला स्थान नव्हते.

असाच चारित्र्यहननाचा प्रसंग लो. टिळकांच्या जीवनातही उद्‌भवला

होता. ताई महाराज प्रकरणी न्यायालयात केस चालू असताना 'औरंगाबाद येथील मुक्कामात टिळकांनी ताई महाराजांवर बलात्कार केला,' असा गंभीर आरोप करणारे बनावट पत्र त्यांच्या शत्रूंनी न्यायालयात सादर केले होते. एवढेच नव्हे तर ताई महाराजांसारख्या कुलवान स्त्रीलाही त्यांनी आपल्या प्रभावाखाली आणून, त्या पत्रातील आरोपाला पुष्टी देणारी साक्ष द्यावयास भाग पाडले होते!

टिळक-चरित्रकार न.चिं.केळकर सांगतात, 'या जबान्या झाल्या, त्या दिवशी कोर्टातून घरी आल्यावर टिळक रागाने इतके लाल झाले होते की, ते तसे लाल झालेले एरवी कोणी केव्हा पाहिले नव्हते. ते इतकेच म्हणाले, 'एखादी बाजारबसवी स्त्रीदेखील आपली बेअब्रू आपल्या तोंडाने कबूल करीत नाही, झाकून ठेवते; पण एवढ्या मोठ्या सरदार घराण्यातील ही स्त्री निष्कारण आपली बेअब्रू आपल्या तोंडाने खोटे बोलून दाखविते, तेव्हा तिचा धिक्कार असो.'[४]

आपल्या चारित्र्यावर घाला घालणाऱ्या कृत्याने लोकमान्यांसारख्या थोर नीतिमान पुरुषास किती मानसिक यातना झाल्या असतील, याची कल्पना आपण करू शकतो. अशाच मानसिक यातना शाहू महाराजांनाही झाल्या होत्या. फरक इतकाच की, लोकमान्यांच्या जीवनात असा प्रसंग एकदाच आला होता, शाहू महाराजांच्या जीवनात त्यांच्या शत्रूंनी असे अनेक प्रसंग उभे केले होते. आयुष्याच्या अखेरपर्यंत त्यांचे शत्रू त्यांच्या चारित्र्यहननाचा उद्योग करीत राहिले.

ताई महाराज प्रकरणात लो. टिळकांची नैतिक बदनामी करून, त्यांना सार्वजनिक जीवनातून उठविण्याचा प्रयत्न करणारे त्यांचे शत्रू खुद्द पुण्यातीलच होते. लोकमान्यांनी त्यांना 'पाजी पंचक' असे म्हटले आहे. त्यांनी ताई महाराज व नागपूरकर (ट्रस्टी) यांना वश करून ॲस्टनसाहेबासारख्या कावेबाज इंग्रज अधिकाऱ्याशी संगनमत केले आणि हा बदनामीचा कट रचला.

या प्रकरणावर लिहिताना लोकमान्यांनी 'केसरी'तील अग्रलेखात म्हटले आहे, 'पण ताई महाराज ॲस्टनच्या व ॲस्टनसाहेब सरकारच्या हातात पडल्यावर मग सर्वच गोष्टी ताई महाराज किंवा नागपूरकरांच्या हातात राहिल्या नाहीत. केले एक आणि झाले भलतेच! अशी त्यांची स्थिती झाली आणि टिळकांवर भडिमार करण्यासाठी खोटा दारूगोळा भरून ज्या तोफा

सरकारने तयार केल्या होत्या, त्यांना बत्ती देण्याचे काम ताई महाराजांना आणि नागपूरकरांना करावे लागले.'[५]

खालच्या कोर्टात ताई महाराजांच्या प्रकरणात लोकमान्य टिळकांना शिक्षा झाली तरी हायकोर्टाने त्यांना दोषमुक्त ठरविले. लोकमान्यांच्या जीवनातील हा मोठा कठीण प्रसंग होता. त्यातून त्यांचे नैतिक चारित्र्य तावून-सुलाखून बाहेर पडले. लोकमान्यांनी या वेळी उद्‌गार काढले आहेत, 'तलवारीपेक्षा सत्याचा पाया अधिक मजबूत असतो.'[६]

शाहू महाराजांचीही या 'सत्या'वरच श्रद्धा होती आणि म्हणून 'तीन स्त्रियांना भ्रष्ट' केलेल्या आरोपाच्या जाहीर चौकशीस सामोरे जाण्याचे नैतिक धैर्य त्यांच्या ठिकाणी उत्पन्न झाले होते. महाराजांविरुद्ध आरोप करणारी पत्रे निनावी असल्याने जाहीर चौकशी करण्याचे इंग्रज सरकारलाही धारिष्ट्य झाले नाही; पण कोल्हापुरातील त्यांच्या राजनैतिक प्रतिनिधीस मात्र गुप्त चौकशी करून वर अहवाल पाठविण्यास सांगितले गेले. हा अहवाल अत्यंत गुप्त स्वरूपाचा होता. त्यात कर्नल फेरिस यांनी स्पष्ट शब्दांत म्हटले होते, 'मला खात्री आहे की, महाराजांचे जीवन निष्कलंक आहे. गतवर्षापर्यंत त्यांना एक अंगवस्त्र होते हे खरे; पण तिचा नुकताच मृत्यू झालेला आहे. माझा विश्वास आहे की, महाराज कधीच स्वैराचारी नव्हते.' ("I am sure as it is possible to be, that His Highness leads a clean life, I belive he had a mistress upto last year, but she died; he had never been a promiscuous fornicator.")[७]

महाराजांचे चारित्र्य स्वच्छ असल्याचा आणि ते कधीच स्वैर, व्यभिचारी जीवन न जगल्याचा अभिप्राय देणारा हा अहवाल प्रथम मुंबई सरकारकडे, तेथून व्हॉइसरॉयकडे व त्यांच्याकडून इंग्लंडला भारतमंत्र्याकडे पाठविला गेला. तो ग्राह्य मानून सार्वभौम सरकारने पुढे चौकशीच केली नाही. लो. टिळकांचा खटला जाहीररीत्या झाला आणि ते जाहीररीत्या निर्दोष ठरविले गेले. महाराजांची जाहीर चौकशी झाली नाही. त्यांचे निर्दोषत्व सरकारी कागदपत्रांच्या फायलीतच गुप्त राहिले. त्यांना तोंड दाबून मार सहन करावा लागला. मांडलिक संस्थानिक म्हणून त्यांची ही असहायता होती.

दरम्यान, मागे उल्लेख केलेली 'लोकप्रतिनिधी सभा' अस्तित्वात आली होती. या सभेत बहुसंख्य ब्राह्मण असून प्रो. विजापूरकर, राशिंगकर, अळतेकर, अभ्यंकर, गोखले अशी मंडळी नेतेपदी होती. ऑक्टोबर १९०६

मध्ये या सभेची पहिली आणि शेवटची बैठक झाली. या बैठकीत एका नेत्याने उद्‌गार काढले की, 'कोल्हापुरातील प्रत्येक स्त्री-पुरुषाला आपल्या वित्ताचे, जीविताचे किंवा नैसर्गिक हक्कांचे कसे संरक्षण होईल याची रात्रंदिवस काळजी पडली आहे.'[८] अशाच स्वरूपाचा प्रचार आता ब्राह्मणी वृत्तपत्रांतून होऊ लागला. शाहू महाराजांना महाराष्ट्रात बदनाम करण्यासाठी ही मोहीम पद्धतशीर राबविली जात होती. शाहूचरित्रकार कीर यांनी म्हटले आहे, 'ब्राह्मणी वर्तमानपत्रांनी, कोल्हापुरातील प्रत्येक पुरुष व स्त्री ही चिंताग्रस्त झालेली आहे या घोषणेचा प्रचार आणि प्रसार केला. कोल्हापुरातील ब्राह्मण व ब्राह्मणेतर स्त्रिया भयग्रस्त झाल्या होत्या, हे त्यांचे म्हणणे दुष्टपणाचे व धादान्त खोटे होते. ब्राह्मणेतर वर्ग या शाहूविरोधी दुष्ट व चारित्र्यहननाच्या चळवळीपासून अलिप्त राहिला होता. खरोखरच ही उघडउघड ब्राह्मणी चळवळ होती आणि त्या चळवळीचे लक्ष्य कोल्हापूर आणि कागल हेच होते.'[९]

शाहू महाराजांना बदनाम करण्याची टिळकपक्षीयांची व ब्राह्मणी वृत्तपत्रांची मोहीम अधूनमधून शेवटपर्यंत चालूच राहिली. विशेषतः १९१८ मध्ये महाराजांनी कोल्हापूर संस्थानातील कुलकर्ण्यांची वतने खालसा केल्यानंतर तर टिळकपक्षीय व ब्राह्मणी वृत्तपत्रे यांच्या अंगाचा तिळपापड झाला. ब्रह्मवृंदास तर महाराज म्हणजे आपले हाडवैरी वाटू लागले. त्यांच्या निषेध सभांतून आणि वृत्तपत्रांतून महाराज व त्यांच्या कुटुंबावर विखारी हल्ले होऊ लागले. खोट्यानाट्या कथा, कंड्या व अफवा अशा काही खुबीने अविरतपणे प्रसारित केल्या गेल्या की, कोल्हापुरात कोणाचेही जीवित आणि अब्रू सुरक्षित नाही असे महाराष्ट्रातील लोकांना वाटावे. १९२०च्या सुरुवातीस मुंबई सरकारने कुलकर्ण्यांचा अर्ज फेटाळून लावल्याने कुलकर्णी मंडळी संतापली होती. या पार्श्वभूमीवर मे, १९२० मध्ये संकेश्वर येथे कुलकर्ण्यांची दुसरी परिषद भरली असताना बेळगावच्या दत्तोपंत बेळवी या टिळकपक्षीय पुढाऱ्याने पुढील आशयाचे उद्‌गार काढले : 'कोल्हापुरात कुणाचीही बायको सुरक्षित नाही, कोणाचेही जीवित व मालमत्ता सुरक्षित नाही!'[१०]

बेळवींच्या या असभ्य वक्तव्याचा निषेध महाराष्ट्रातील ब्राह्मणेतर लोकांनी ठिकठिकाणी निषेध सभा भरवून केला. ब्राह्मणेतर वृत्तपत्रांनी टिळकपक्षीयांच्या या बेजबाबदार हल्ल्यावर प्रतिहल्ले चढविले. एवढेच नव्हे, तर मुंबईच्या 'इंदुप्रकाश'सारख्या नेमस्तवादी वृत्तपत्रानेही आपला

निषेध नोंदवत असताना म्हटले, 'बेळवींच्या या कुत्सित भाषणामुळे महाराष्ट्रातील प्रत्येक माणसाला अत्यंत दुःख व संताप येईल. आजपर्यंत पुष्कळांनी कोल्हापूरची निंदा केली; पण बेळवींइतका अविचारी हल्ला कोणीही केला नाही. बेळवी यांनी दरबारवर उडविलेले निंदाप्रचूर शिंतोडे हे ऐकीव माहितीवर आधारलेले आहेत आणि ते अयोग्यच नव्हे, तर दुष्टपणाने प्रेरित झालेले आहेत. त्यांनी सत्याचा अपलाप केला आहे. कोल्हापूर दरबारवर असे आरोप करून त्यांनी आपल्या स्वतःसच काळिमा फासला आहे.'[११]

बेळवी प्रकरणी महाराष्ट्रात गदारोळ उठला असताना शाहू महाराजांची प्रतिक्रिया काय होती? राजनैतिक प्रतिनिधी वुडहाउस यांना लिहिलेल्या पत्रात ते म्हणतात, 'मागासवर्गीयांची उन्नती करणे हा माझा उद्देश असल्यामुळे तसे करण्यास त्यांनी ब्राह्मणांचे अरेरावी जू झुगारून देऊन त्यांच्या मानसिक गुलामगिरीतून व सत्तेपासून मुक्त व्हावे, हे माझे म्हणणे रास्त आहे; त्यामुळे माझ्यावर सूड उगवण्यासाठी आणि लोकांनी माझा खून करावा या उद्देशाने, दुष्टपणाने ब्राह्मण चळवळे माझ्यावर हल्ला चढवीत आहेत. माझ्या विरुद्ध लोकांच्या मनात द्वेष आणि संस्थानात अराजक निर्माण करण्याच्या हेतूने बेफाम भाषेत लिहीत आणि बोलत आहेत.'[१२]

शाहू महाराजांच्या चारित्र्याच्या बदनामीचे पर्व त्यांच्या मृत्यूनंतरही थांबले नाही. बदनामीच्या कथा तिखट-मीठ लावून त्यांच्या शत्रूंनी समाजात पसरवतच ठेवल्या. यात टिळकपक्षीय मंडळी पुढे होती. लो. टिळकांचा सुधारक व त्यांचे सुधारणाविचार यांना विरोध होता, तर त्यांच्या पक्षातील अतिरेकी लोकांचे सुधारकांशीच वैर होते. फ्रेंच राज्यक्रांतीनंतर युरोपात राजेशाहीला शह देणाऱ्या लोकशाही तत्त्वाचा उदय व प्रसार होऊ लागल्यावर ऱ्हासाला चाललेल्या राजेशाहीने जो आक्रमक पवित्रा घेतला, त्याची येथे आठवण होते. त्या काळी राजेशाहीचा उदो उदो करणारा, राजापेक्षाही राजनिष्ठ (More royalist than King himself) असल्याचा भास निर्माण करणारा एक वर्ग उदयास आला. तसा लोकमान्यांच्या हयातीत व त्यांच्यानंतरही त्यांच्या परंपरानिष्ठ विचारांचा उदोउदो करणारा, म. फुले, राजर्षी शाहू छत्रपती यांच्यासारख्या सुधारकांशी आणि त्यांच्या विचारांशी वैर मांडणारा, टिळकांपेक्षाही अधिक 'टिळकनिष्ठ' असल्याचा भास निर्माण करणारा एक वर्ग महाराष्ट्रात उदयास आला होता. युरोपात जसे त्या 'राजनिष्ठां'नी

राजेशाहीला अडचणीत आणले आणि तिचा ऱ्हास घडवून आणला तसे या 'टिळकनिष्ठां'नी लोकमान्यांना त्यांच्या हयातीतच अनेकदा अडचणीत आणले आणि त्यांच्या मृत्यूनंतर टिळक पक्षाला अडचणीत आणून त्याचा ऱ्हास व अस्त घडवून आणण्यास हातभार लावला.

दाखलाच द्यायचा झाला तर १९२५ मध्ये पुण्याच्या म्युनिसिपालिटीत निर्माण झालेल्या 'म. फुले यांच्या पुतळा' प्रकरणाचे देता येईल. या सुमारास पुण्यात ब्राह्मण-ब्राह्मणेतर वाद पराकोटीस पोहोचला होता. ब्राह्मणेतर पक्षाच्या केशवराव जेधे व दिनकरराव जवळकर या तरुण जोडगोळीने चिपळूणकर-टिळक या ब्राह्मण पक्षाच्या आराध्य दैवतांवर कठोर हल्ले करणारे 'देशाचे दुष्मन' हे 'मशीनगनी' पुस्तक प्रकाशित करून हलकल्लोळ माजवला होता. त्याला उत्तर म्हणून ब्राह्मणेतर पक्षाच्या आराध्य दैवतांवर - म. फुले यांच्यावर - तसेच हल्ले करणारी गणपतराव नलावडे नावाच्या 'टिळकनिष्ठा'ने लिहिलेली 'सत्यशोधक की ख्रिस्तसेवक' नावाची पुस्तिका टिळकपक्षीयांनी प्रसिद्ध केली होती. टिळकपक्षीयांनी आपली बाजू 'नैतिकदृष्ट्या' भक्कम दिसावी म्हणून ब्राह्मणेतर समाजातील काही व्यक्तींना जवळ केले होते. त्यांपैकी गणपतराव नलावडे, विश्वासराव फुले, बाबूराव फुले (हे दोघेही जोतिबांच्या चुलत भावांचे नातू होते.) अशा काही व्यक्ती होत्या. केवळ ब्राह्मणेतर समाजातील नव्हे, तर खुद्द म. फुले यांच्या भाऊबंदांपैकीच काही व्यक्तींना पुढे करून, त्यांच्या नथीतून तीर मारून प्रतिपक्षास घायाळ करण्याचे कुटिल डावपेच टिळकपक्षीयांनी चालवले होते. म्युनिसिपालिटीतील अनेक ब्राह्मणेतर सदस्यांना या 'पुतळा' प्रकरणावर आपल्या बाजूस वश करण्यातही ते यशस्वी झाले होते.

गणपतराव नलावडे यांनी आपल्या पुस्तिकेत म. फुले यांच्यावर 'ते ख्रिस्त्यांनी हिंदू धर्माविरुद्ध सोडलेले एक पगारी प्रचारक होते,' असे अनेक खोटेनाटे आरोप तर केले होतेच, शिवाय त्या महात्म्याच्या धवल चारित्र्यावरही शिंतोडे उडविण्याचे धारिष्ट्य दाखविले होते. अशी ही पुस्तिका पुतळा-ठरावाची चर्चा करण्यासाठी बोलावलेल्या म्युनिसिपालिटीच्या खास सभेत सदस्यांना वाटली गेली. पुतळ्याचा ठराव केशवराव जेधे यांनी मांडला होता. त्यास ब्राह्मण व त्यांना मिळालेल्या ब्राह्मणेतर सदस्यांनी मोठा विरोध करून तो उधळून लावला. त्या प्रसंगी रंगोबा लडकत नावाचे सदस्य उद्गारले, 'टिळकांचे ब्राह्मणेतरांवर फार प्रेम होते. त्यांच्या

पासंगालासुद्धा जोतिबा उरणार नाहीत.' तर बाबूराव फुले म्हणाले, 'असला धर्मद्रोही माणूस फुले यांच्या घरात जन्मला म्हणून आम्हाला लाज वाटते.' फुले यांच्या पुतळ्याचा ठराव ब्राह्मणेतर सदस्यांच्याच सहकार्याने फेटाळला गेल्याने टिळकपक्षीयांना कृतकृत्य वाटले.[१३] टिळकपक्षीयांची ही काळाविरुद्ध लढाई होती. ही एक लढाई त्यांनी जिंकली असली तरी अशा अनेक लढायांनी मिळून बनणारे युद्ध मात्र ते अखेरीस हरले, अशीच इतिहासाची साक्ष आहे.

शाहू महाराजांच्या चरित्रातील त्यांना बदनाम करणाऱ्या शत्रूंच्या कुटिल कारवायांची चर्चा करीत असताना लो. टिळक अथवा म. फुले यांच्या चरित्रातील दाखले एवढ्यासाठी दिले आहेत की, इतिहासातील अनेक महापुरुषांना अशा प्रकारच्या कुटिल कारवायांना सामोरे जावे लागले आहे. म. फुले यांच्या बाबतीत तर त्यांच्या निधनानंतर ३०-३५ वर्षांनीही त्यांच्याबद्दलचा सूडाग्नी शांत झाला नव्हता, असेच म्हणावे लागेल, तेव्हा शाहू महाराजांच्या हयातीत जे घडले, ते अपवादात्मक नव्हते, हे जरी खरे असले तरी त्यांच्या चारित्र्याविषयी त्यांच्या शत्रूंनी उडविलेल्या बनावटी कथांच्या वावड्यांनी त्यांना दीर्घकाल मानसिक यातना सहन कराव्या लागल्या आणि जेव्हा शत्रू त्यांच्या कुटुंबीयांचीही बदनामी करू लागले, तेव्हा या यातना अतिशय क्लेशदायक झाल्या. या महापुरुषाने या यातना आणि क्लेश अंगीकृत कार्याच्या परिपूर्तीसाठी सहन केले. हे सत्य जेव्हा जाणवते, तेव्हा त्यांच्याविषयीचा आदर दुणावल्याशिवाय राहत नाही.

उपरोक्त विषयाच्या अनुषंगाने शाहू महाराजांच्या खासगी जीवनासंबंधी चार शब्द इथे लिहिणे अप्रस्तुत होणार नाही. डॉ. य. दि. फडके प्रभृती चरित्रकारांनी आपल्या ग्रंथात महाराजांच्या कामजीवनाविषयी चर्चा केलेली आहे. त्या सर्वांनीच त्या विषयावर दृष्टिकोन मांडलेला आहे.

तारुण्याच्या ऐन उंबरठ्यावर, वयाच्या अठराव्या वर्षी, राजवाड्यात शाहू महाराजांच्या १२ वर्षे वयाच्या राणीच्या 'गर्भाधान विधी'ची तयारी सुरू झाल्याची वार्ता गुरू फ्रेजर यांना समजताच त्यांनी आपल्या शिष्याला सावधानतेचा इशारा दिला आणि उभयतांच्या भावी आयुष्याच्या भल्यासाठी तसेच सुदृढ संततीसाठी त्यांनी राणीचे 'रास्त वय' होईपर्यंत तिच्याशी शय्यासोबत करू नये, असे बंधन घातल्याचा उल्लेख मागे येऊन गेलाच आहे. हे बंधन पाळून महाराजांनी आत्मसंयमनाचे प्रत्यंतर आणून दिले

होते. विशेष म्हणजे त्या काळी त्यांच्या या आत्मसंयमनाचे व 'स्वयं'नकाराचे (Self-denial) कौतुक संस्थानच्या 'कौन्सिल ऑफ ॲडमिनिस्ट्रेशन'ने खास ठराव करून केले होते.[१४]

पुढे यथावकाश या राजदांपत्यास चार अपत्ये झाली. बाळंतपणांनी अगोदरच नाजूक असलेल्या राणीसाहेबांची प्रकृती अधिकच नाजूक बनली. महाराजांना त्यांच्यापासून आवश्यक ते शरीरसुख मिळेनासे झाले. ही गोष्ट जवळच्या मंडळींच्या लक्षात येताच त्यांनी महाराजांना दुसऱ्या विवाहाचा आग्रह केला; पण अशा विवाहाने हेवेदावे आणि मत्सर उत्पन्न होऊन कुटुंबाचे स्वास्थ्य कसे बिघडते, याची त्यांना पूर्ण कल्पना असल्याने तो आग्रह त्यांनी मानला नाही. फॅमिली डॉक्टर टेंगशे यांनीही राणीसाहेबांच्या प्रकृतिस्वास्थ्यासाठी महाराजांनी एखाद्या उपस्त्रीचा स्वीकार करावा म्हणून सूचना केली. राजपरिवारात या विषयाची चर्चा चालू असतानाच कोणीतरी चांगल्या कुलाची; पण गरीब घरातील एक कोवळ्या वयाची रूपवती मुलगी त्यांच्यासमोर उपस्त्री म्हणून उभी केली. तिच्या वयाकडे पाहून महाराजांचे मन द्रवले आणि तिचा स्वीकार न करता त्यांनी तिचे आपल्या एका तरुण अधिकाऱ्याशी लग्न लावून दिले.[१५]

पुढे आपल्या शरीरधर्माची गरज म्हणून महाराजांनी नर्तकी अथवा गायिका कुलातील प्रौढ स्त्रियांची उपस्त्री अथवा 'अंगवस्त्र' म्हणून निवड केली. महाराजांच्या आयुष्यात अशा ५/६ स्त्रिया एकामागून एक याप्रमाणे येऊन गेल्याचे त्यांचे चरित्रकार सांगतात. महाराजांच्या खासगी जीवनाचा उपरोक्त त्रोटक वृत्तान्त नजरेखालून घातला तर कोणालाही महाराजांवर विषयलंपटत्वाचा आरोप करता येणार नाही. ज्या काळात हिंदी संस्थानिक शेकडो सुंदर स्त्रियांचे जनानखाने बाळगत होते, सरदार दरखदारच नव्हे, तर गावच्या देशमुख-पाटलांपर्यंतचे लोक लग्नाच्या दोन-चार बायका आणि आपल्या (आर्थिक) कुवतीनुसार अनेक अंगवस्त्रे बाळगत होते (आणि असे करणे प्रतिष्ठेचे मानले जात होते), त्या काळात शाहू महाराजांसारख्या संस्थानिकाने एकपत्नित्वाचे पालन करून निसर्गधर्मासाठी एखाद-दुसऱ्या स्त्रीचा सहवास केला, तर त्या काळी ती नैतिक अधःपतनाची गोष्ट मानली जाण्याचे कारण नव्हते; पण शत्रूंनी या गोष्टीचा राईचा पर्वत केला आणि बदनामीच्या अनेक कथा रचल्या.

शाहू महाराजांच्या चरित्राचे परिशीलन करीत असताना तेदेखील

हाडामांसाचे 'माणूस' होते, विरक्त संन्यासी पुरुष नव्हते; असा वास्तवबोधी व शास्त्रीय दृष्टिकोन स्वीकारावयास हवा. महाराजांचे मोठेपण समजून घेण्यासाठी अथवा त्यांचे महाराष्ट्राच्या व देशाच्या सामाजिक जडणघडणीतील कामगिरीचे मूल्यमापन करण्यासाठी त्यांच्या या खासगी जीवनाची कसोटी लावण्याचे काही प्रयोजन नाही. प्रसिद्ध संशोधक आणि विचारवंत डॉ. य. दि.फडके यांनी महाराजांच्या चरित्रातील या विषयावर मर्मभेदी भाष्य केले आहे. ते म्हणतात, 'खरे म्हणजे एकापेक्षा अधिक स्त्रियांकडून शरीरसुख घेतल्यामुळे केवळ एखाद्याच्या मोठेपणाला उणेपणा येतो किंवा त्याचे कर्तृत्व डागाळते हा रूढ समजच मुळात चुकीचा आहे. इतिहास घडविणारे महापुरुषही अखेर हाडा-मांसाची जितीजागती माणसेच असतात. प्रत्येक महान व्यक्ती विरक्त साधू, पुरुष असावी किंवा तिला विषयवासनेचे वावडे असावे अशी अपेक्षा करणे मुळातच चुकीचे आहे. याचे भान अनेकांना राहत नाही. अशा परिस्थितीत भारतातील सत्ताधीशांच्या व अन्य कारणामुळे लोकांना वंद्य वाटणाऱ्या व्यक्तींच्या लैंगिक जीवनाविषयी खोट्यानाट्या पण सुरस कथा त्यांचे शत्रू सांगत फिरतात. सर्वसामान्य माणसास वंद्य वाटणारी व्यक्ती लोकांच्या मनातून उतरावी यासाठी तिचे चारित्र्यहनन करण्याची चाल विरोधक नेहमीच खेळतात.'[१६]

डॉ. फडके यांचे हे भाष्य या विषयाच्या चर्चेस पूर्णविराम देणारे ठरावे. या भाष्याच्या अनुरोधाने विचार करता शाहू महाराजांना बदनाम करण्यासाठी त्यांच्या हितशत्रूंनी रचलेल्या सुरस कथा म्हणजे महाराष्ट्रातील तमाम बहुजन समाजास वंद्य असणाऱ्या व्यक्तीचे चारित्र्यहनन करण्याची तेढी चाल होती, असाच या विषयीचा अन्वयार्थ काढावा लागतो आणि मग 'दीन दुनियेचा वाली' असणाऱ्या महाराजांच्या आकस्मिक निधनाची वार्ता कानावर पडताच महाराष्ट्रातील बहुजन समाजात, 'सर्वत्र हाहाकार' उडून त्यांनी 'रक्ताची आसवे' गाळली; त्याच वार्तेने आनंदाने बेभान होऊन त्यांच्या हितशत्रूंनी मुंबई, वसई, सातारा आदी ठिकाणी रस्तोरस्ती पेढे वाढले, सत्यनारायणाच्या पूजा साजऱ्या केल्या आणि आपल्या मनातील विषारी भावनेस वाट मोकळी करून दिली, अशा परस्परविरोधी घटना महाराष्ट्रात घडून आल्या; यात आश्चर्य ते काय![१७]

३२

एका युगाची समाप्ती

धिप्पाड देहयष्टी व प्रचंड ताकद लाभलेल्या शाहू छत्रपतींच्या शरीरात मधुमेह व हृदयरोग या दोन घातक शत्रूंनी प्रवेश केला होता. त्यातच त्यांच्यावर धाकटे चिरंजीव प्रिन्स शिवाजी यांच्या धक्कादायक अपघाती मृत्यूने मोठा घाला घातला होता- (१२ जून, १९१८). प्रिन्स शिवाजी म्हणजे अत्यंत उमदा व तेजस्वी राजकुमार. त्यांच्यामागे राहिलेल्या त्यांच्या पत्नी म्हणजे शाहू महाराजांच्या स्नुषा इंदूमतीराणीसाहेब या वेळी अवघ्या १२ वर्षांच्या होत्या. त्यांच्याकडे पाहून तर महाराजांचे हृदय विदीर्ण होत होते. या अतिशय क्रूर घटनेने महाराजांचे मन ऐहिक ऐश्वर्यापासून दूर गेले. त्यांनी राजवाड्याचा त्याग करून पंचगंगा नदीच्या काठी जोतिबाच्या डोंगराच्या पायथ्याशी वसवलेल्या सोनतळी आश्रमात आपले वास्तव्य ठेवले. राहिलेले सर्व आयुष्य गोरगरिबांच्या, दलित-पतितांच्या, मागासवर्गीयांच्या कल्याणासाठी खर्ची घालण्याची प्रतिज्ञा करून ते संन्यस्त जीवन जगू लागले.

पण जसजशी ते मागासलेल्या वर्गाच्या उन्नतीसाठी पावले उचलू लागले, तसतशी त्याची प्रतिक्रिया म्हणून हितसंबंध दुखावलेल्या ब्राह्मण वर्गाच्या त्यांच्यावरील हल्ल्यांची तीव्रता वाढू लागली. विशेषतः त्यांनी कुलकर्णी वतनाची बरखास्ती केल्यापासून (जुलै, १९१८) तर ब्रिटिश मुलखातील अनेक ब्राह्मणी वृत्तपत्रांनी महाराजांवरील टीकेचा धरबंदच सोडला होता. 'केसरी'सारखी वृत्तपत्रे सार्वजनिक नीतिमत्तेच्या मर्यादेत राहून महाराजांच्या राज्यकारभारावर व धोरणांवर हल्ले करीत होती; पण ब्राह्मणी गोटातील काही वृत्तपत्रे महाराजांच्या वैयक्तिक जीवनावर, एवढेच नव्हे, तर राजकुटुंबातील सदस्यांवर, घृणास्पद हल्ले करू लागली होती. दिवसेंदिवस या हल्ल्यांची

तीव्रता वाढतच गेली. ब्रिटिश प्रदेशातील या पत्रांवर ब्रिटिश सरकारचा अधिकार चालत होता. त्या बाबतीत संस्थानिक हतबल होते; म्हणूनच अशा प्रकारच्या विखारी हल्ल्यांपासून संरक्षण मिळावे, अशी संस्थानिकांची ब्रिटिश सरकारकडे मागणी होती.

सप्टेंबर, १९२१मध्ये शाहू छत्रपतींनी व्हाइसरॉय लॉर्ड रीडिंग यांची सिमला मुक्कामी भेट घेतली होती. त्या भेटीत त्यांनी खास करून हा मुद्दा त्यांच्यासमोर मांडला होता. ते म्हणाले होते, 'वर्तमानपत्रांतील ही टीका सभ्यतेला धरून तर नसते; शिवाय ती न्याय्य नसतेच नसते. ती प्रांजल टीका नसून बदनामी असते. अशा परिस्थितीत संस्थानिक हे ब्रिटिश हिंदुस्थानातील न्यायालयात जाऊ शकत नाहीत आणि कोणत्याही स्वाभिमानी राजाला या न्यायालयातील साक्षीदाराच्या पिंजऱ्यात जाऊन अशा बाबतीत साक्ष देणे आवडणार नाही.'[१] अर्थात अशी संस्थानिकांची असहायता असली तरी सार्वभौम ब्रिटिश सरकार मात्र त्याविषयी फारसे गांभीर्याने लक्ष घालत नव्हते, हे संस्थानिकांचे विशेषतः शाहू महाराजांचे दुर्दैव होते.

अशा प्रकारे बाहेरच्या टीका-प्रहारांना तोंड देत असताना शाहू महाराज शारीरिक व्याधींशीही झगडत होते. मनःस्वास्थ्य व शरीरस्वास्थ्य या दोन्हींना पारखे झालेल्या महाराजांचा आता जगण्यातील आनंदही कमी झाला होता. आता आपण पाच-सहा वर्षांपेक्षा अधिक जगणार नाही, अशी भावना त्यांनी १९२० मध्येच एका पत्रात व्यक्त केलेली आढळते.[२] प्रत्यक्षात ते त्यापूर्वीच म्हणजे १९२२ मध्ये गेले.

महाराजांच्या आयुष्यातील १९२१ हे वर्ष मोठ्या धावपळीत गेले. जानेवारीत ते मद्रासला त्यांचे मित्र गर्व्हनर लॉर्ड विलिंग्डन यांच्या भेटीस गेले. फेब्रुवारीत दिल्लीतील नरेंद्र मंडळाच्या उद्‌घाटन सोहळ्यास उपस्थित राहून तेथील कामकाजात त्यांनी उत्साहाने भाग घेतला. त्यानंतर त्यांना पुण्यात उभारावयाच्या शिवस्मारकाचे वेध लागले. महायुद्धात कामी आलेल्या शूर मराठा वीरांच्या स्मारकाची पायाभरणी प्रिन्स ऑफ वेल्स यांच्या हस्ते नोव्हेंबरमध्ये पुण्यात होणार होती. त्याच वेळी पुण्यात महाराष्ट्राचे आराध्य दैवत शिवाजी महाराज यांच्या भव्य स्मारकाचाही पायाभरणी समारंभ प्रिन्सच्या हस्ते व्हावा, अशी योजना महाराजांनी तयार केली आणि ते त्या कल्पनेने झपाटून गेले. त्यासाठी ते सातत्याने ब्रिटिश अधिकाऱ्यांच्या भेटीगाठी घेऊन चर्चा करीत राहिले. त्या संदर्भात ऑगस्टमध्ये त्यांनी मुंबईत गव्हर्नरांची

भेट घेतली. पुढे सप्टेंबरमध्ये ते सिमला येथे व्हाइसरॉयना भेटावयास गेले. लगेच पुढच्या महिन्यात नरेंद्र मंडळाच्या बैठकीस ते दिल्लीला गेले आणि तेथेच त्यांनी व्हाइसरॉयची पुन्हा भेट घेतली. प्रिन्सच्या हस्ते शिवस्मारकाची पायाभरणी ही कल्पना बारगळत असताना महाराजांनी त्यांच्यासमोर या भेटीत मोठा आग्रह धरून हे स्मारक होणे ब्रिटिश सरकारच्या दृष्टीनेही कसे उचित आहे हे त्यांना पटवून दिले. प्रिन्सच्या हस्ते शिवस्मारकाची पायाभरणी होणार नसेल तर आपण प्रिन्सच्या स्वागत समितीचा राजीनामा देऊ, अशी धमकी द्यायलाही त्यांनी मागेपुढे पाहिले नाही. शेवटी व्हाइसरॉयनी महाराजांची मागणी मान्य केली.[३]

या समारंभाला जोडूनच शाहू महाराजांनी महाराष्ट्रातील पाटील लोकांची एक भव्य परिषद भरवली होती. या निमित्ताने महाराष्ट्रातील हजारो वतनदार पाटील आपल्या फेट्या-मुंडशांसह पुण्यात जमले होते. १९ नोव्हेंबर रोजी शिवस्मारकाच्या पायाभरणीचा सोहळा मोठ्या उत्साहात पार पडला. या प्रसंगी महाराजांनी प्रिन्सला बरोबर घेऊन उपस्थित असलेल्या प्रचंड जनसमुदायातून फिरवले. त्याबरोबर लोकांनी उत्स्फूर्तपणे त्यांचा जयजयकार करून स्वागत केले. शिवस्मारकाचा समारंभ अपेक्षेपेक्षा अधिक यशस्वी झाला. याचे श्रेय गव्हर्नरापासून सगळ्यांनी शाहू महाराजांना देऊन त्यांचे कौतुक केले; पण हे सर्व घडत असताना महाराजांच्या शरीर प्रकृतीवर प्रचंड ताण पडत होता. परिणामी, ती झपाट्याने ढासळू लागली होती. महाराजांचे मित्र मिरजेचे प्रसिद्ध धन्वंतरी डॉ. वॉनलेस हे त्यांच्यावर उपचार करत होते; पण महाराजांची प्रकृती त्यास प्रतिसाद देत नव्हती. तथापि, त्यांचे दौरे, प्रवास, भेटीगाठी या गोष्टी मात्र काही थांबल्या नव्हत्या.

६ फेब्रुवारी रोजी बापूसाहेब महाराजांनी त्यांच्या जहागिरीत मुरगुड येथे बांधलेल्या एका तलावाचे उद्‌घाटन शाहू महाराजांनी केले. त्याप्रसंगी झालेल्या समारंभात त्यांनी या तलावाच्या परिसरात भविष्यात एखादा साखरेचा कारखाना निघेल, असे भाकीत केले.[४] (आणि पुढे ते सत्यातही उतरले.) त्यानंतर लवकरच त्यांना बापूसाहेब महाराजांसह दिल्लीला प्रिन्स ऑफ वेल्स यांच्या सत्कार सोहळ्यास उपस्थित राहण्यासाठी जावे लागले; पण दिल्लीच्याच वास्तव्यात त्यांनी आपल्या वहिनी (बापूसाहेबांच्या पत्नी) स्वर्गवासी झाल्याची वार्ता समजून मनस्वी दुःख झाले. प्रिन्सच्या सत्कार-समारंभाच्या कार्यक्रमात ते अडकून पडल्याने त्यांना तातडीने दिल्ली सोडता

आली नाही. या सुमारास म्हणजे ११ फेब्रुवारीस त्यांनी व्हाइसरॉयचे सेक्रेटरी थॉमसन यांना लिहिलेल्या पत्रात म्हटले आहे की, त्यांची वहिनी त्यांना मातेसारखी होती आणि ब्रिटिश युवराजाप्रती आदर व्यक्त करण्याचा हा कार्यक्रम जर नसता तर ते क्षणभरही दिल्लीत थांबले नसते. ते पुढे लिहितात, 'हा कार्यक्रम माझ्या आयुष्यातील शेवटचे कर्तव्य आहे, कारण मी आता फार दिवस जगेन असे मला वाटत नाही.'[५]

महाराजांच्या या विधानांवरून त्यांना आपल्यावर चाल करून येत असलेल्या मृत्यूची चाहूल लागली होती, हे स्पष्ट होते. तरीही त्यांची लोकसेवेची उमेद खचलेली नव्हती. आयुष्याच्या अखेरपर्यंत सर्व जीवन लोकांच्या कल्याणासाठी खर्ची घालण्याची त्यांची दुर्दम्य इच्छाशक्ती होती. म्हणूनच दिल्लीच्या वास्तव्यात प्रसिद्ध कायदेपंडित फ्रँक बीमन यांच्याशी त्यांनी चर्चा केली आणि कोल्हापूर राज्यात त्यांनी नुकत्याच अमलात आणलेल्या हिंदू संहितेत आणखी काही कायद्यांची भर घालून 'हिंदू समाजातील सर्व जातींना समानतेची वागणूक' देणारी सुधारित कायदेसंहिता तयार करण्याची जबाबदारी त्यांनी त्यांच्यावर सोपवली.

याच काळात दिल्लीत 'अखिल भारतीय अस्पृश्य परिषद' भरवली गेली होती. या परिषदेचे अध्यक्षस्थान स्वीकारून ३० हजार अस्पृश्य बांधवांसमोर शाहू महाराजांनी त्या वेळी इंग्लंडमध्ये असलेल्या डॉ. आंबेडकरांचा मोठा गौरव करून म्हटले होते, 'आपण आपले पुढारी मि. भीमराव आंबेडकर यांचे उदाहरण डोळ्यांसमोर ठेवून त्याप्रमाणे होण्याचा प्रयत्न करावा.'[६] - (१६ फेब्रुवारी)

फेब्रुवारीच्या अखेरीस शाहू महाराजांनी व्हाइसरॉयची भेट घेतली आणि इचलकरंजी दत्तक प्रकरणाविषयी चर्चा केली. याच सुमारास शिकारीच्या निमित्ताने महाराज कुरूक्षेत्राकडे गेले. तेथे त्यांनी महात्मा गांधीची भेट घेतली.[७] या दोन महान व्यक्तींच्या भेटीत राजकारणापेक्षा समाजकारणावरच अधिक चर्चा झाली असावी.

महाराष्ट्रात ब्राह्मणी वर्तमानपत्रांतून त्यांच्यावर आणि त्यांच्या कुटुंबीयांवर होणाऱ्या हल्ल्यांनी महाराज या वेळीसुद्धा किती हैराण झाले होते, हे त्यांच्या या अखेरच्या दिवसांत थॉमसन यांना लिहिलेल्या पत्रातून स्पष्ट होते. ते म्हणतात, 'चित्पावन व महाराष्ट्रातील चळवळे माझा द्वेष करतात. माझी खात्री आहे की, मी आता महाराष्ट्रात सुखाने राहू शकणार नाही.'

व्हाइसरॉयनी या बाबतीत पुढाकार घेऊन हिंदी संस्थानिकांना अशा हल्ल्यांपासून संरक्षण देण्याची योजना अमलात आणली पाहिजे, अशी त्यांनी थॉमसन यांना सूचना केली आहे.[८]

कोल्हापूरचे राजाराम कॉलेज ही दक्षिण महाराष्ट्रातील नामांकित शिक्षण संस्था होती. हे कॉलेज मुंबई विद्यापीठाच्या कक्षेत येत होते. तथापि, त्याला विद्यापीठाची 'कायमची मान्यता' मिळालेली नव्हती. महाराजांच्या मनाला ही बोचणी लागून राहिलेली होती. यासाठी दिल्लीहून परतताना ते मुंबईत थांबले आणि सर चिमणलाल सेटलवाड आणि महाराजा सयाजीराव गायकवाड यांच्या मध्यस्थीने त्यांनी प्रयत्न चालविले. सयाजीरावांना लिहिलेल्या पत्रात त्यांनी म्हटले होते की, राजाराम कॉलेज म्हणजे मराठा व मागासवर्गीय समाज यांना मुक्तपणे उच्चशिक्षण घेण्याची संधी देणारी महाराष्ट्रातील एकमेव संस्था आहे आणि म्हणूनच त्या कॉलेजच्या अधिकारासाठी आपण खास प्रयत्न केले पाहिजेत; पण या कामी त्यांना लगेच यश आले नाही. म्हणून कोल्हापूरला आल्यानंतर या कामासाठी ते पुन्हा मुंबईस गेले आणि त्यांनी आपले प्रयत्न जारी ठेवले. शेवटी राजाराम कॉलेजला विद्यापीठाकडून कायमच्या मान्यतेबरोबर 'ऑनर्स कोर्स'चीही परवानगी त्यांनी मिळवली.[९] मागासवर्गीय समाजाच्या उद्धारासाठी केलेले हे शाहू छत्रपतींचे शेवटचे कार्य ठरले!

३० एप्रिल, १९२२ रोजी बडोद्यात महाराजा सयाजीराव यांच्या नातीचे, म्हणजे युवराज फत्तेसिंहराव व पद्मावती राणीसाहेब यांच्या मुलीचे, लक्ष्मीदेवींचे लग्न सावंतवाडीचे राजेसाहेब बापूसाहेब महाराज यांच्याबरोबर साजरे होणार होते. या लग्नास जायलाच पाहिजे, असे शाहू महाराजांनी मनाने घेतले होते, कारण एक तर लक्ष्मीदेवी म्हणजे माता-पित्याविना पोरकी झालेली राजकन्या होती आणि तिच्या आईने मृत्युशय्येवर असताना आपल्या मुलीकडे लक्ष देण्याचे वचन महाराजांकडून घेतले होते, तेव्हा प्रकृती ढासळत चालली असतानाही डॉक्टरांच्या सल्ल्यास न जुमानता महाराजांनी बडोद्यास जाण्याचा निर्णय घेतला आणि २० एप्रिल रोजी सावंतवाडीच्या नवरदेवास घेऊन त्यांनी बडोद्याच्या प्रवासासाठी कोल्हापूर सोडलेही. महाराजांचा हा कोल्हापूरला शेवटचा निरोप होता; पण असे अशुभ कोणाच्या मनातही त्या वेळी आले नसणार!

बडोद्यात राजकन्या लक्ष्मीदेवींचा विवाह सोहळा मोठ्या वैभवात पार

पडला. तथापि, त्यातील कार्यक्रमांनी शाहू महाराजांच्या प्रकृतीवर बराच ताण पडून ती अधिकच खालावत गेली. दुसऱ्या दिवशी विवाहाप्रीत्यर्थ साठमारीचा खेळ ठेवला होता; त्यास महाराज उपस्थित राहिले. खेळ ऐन रंगात आला असताना महाराज ज्या उंच जागेवर उभे होते, त्या रोखाने मदमस्त हत्ती दोन वेळा चाल करून आला. त्यांच्या जिवावरच बेतले होते; पण साठमाराच्या कौशल्याने महाराज वाचले. महाराजांनी त्या साठमारास तत्काळ एक हजार रुपयांचे बक्षीस दिले.[१०]- (१मे).

'चित्त्याची शिकार' हा महाराजांचा सर्वांत आवडता छंद होता. साठमारीनंतर दुसऱ्या दिवशी महाराज बडोद्याच्या बाहेर चित्त्याच्या शिकारीस गेले; पण शिकारीतील दगदगीने त्यांची प्रकृती अधिकच बिघडली. तशाच अवस्थेत ते ३ मे रोजी बडोद्याहून निघाले आणि दुसऱ्या दिवशी सकाळी मुंबईस त्यांच्या खेतवाडीतील पन्हाळा लॉज या बंगल्यात पोहोचले. एव्हाना त्यांच्या शरीरातील हृदयरोगाने गंभीर स्वरूप धारण केले होते. मुंबईतील प्रसिद्ध डॉक्टर आपल्या प्रयत्नांची शर्थ करीत होते; पण त्यात त्यांना यश मिळत नव्हते. महाराजांच्या छातीत भयंकर कळा येत होत्या. मृत्यू झपाट्याने जवळ येत असल्याचे त्यांना स्पष्ट दिसत होते.

अशा गंभीर परिस्थितीतच महाराजांनी प्रबोधकार ठाकरे यांना भेटीस बोलावले होते. ५मेच्या रात्री ठाकरे भेटल्यानंतर त्यांनी त्यांच्याकडून सातारच्या प्रतापसिंह महाराजांचा इतिहास लिहून पुरा करण्याचे वचन त्यांचा हात हातात घेऊन घेतले आणि त्यांना निरोप दिला. आता फक्त बापूसाहेब महाराज, आप्पासाहेब कागलकर, बाबासाहेब महाराज आणि इंदूमती राणीसाहेब एवढीच कोल्हापूरची मंडळी त्यांच्या भोवती होती. शेवटी महाराजांना रक्ताच्या उलट्या सुरू झाल्या, हृदयात भाला टोचल्याप्रमाणे वेदना होऊ लागल्या. आता मृत्यू आपले बाहू पसरून महाराजांसमोर उभा होता. त्याला न घाबरता 'मी यायला तयार आहे. कुछ डर नही। सबको सलाम बोलो' असे म्हणून महाराज त्याच्या बाहुपाशात विसावले.[११] त्यांना जवळ घेताना क्षणभर मृत्यूही थबकला असावा.

दि. ६ मे, १९२२ रोजी सकाळी ६ वाजता हा दीन-दुबळ्यांचा वाली, महाराष्ट्राचा महापुरुष आपल्या लाखो अनुयायांना आणि चाहत्यांना दुःखसागरात लोटून निघून गेला! महाराजांचे पार्थिव पुणे-सातारा मार्गे कोल्हापुरात आणले गेले. मार्गात हजारो स्त्री-पुरुषांनी आपल्या या थोर राजाचे साश्रू

नयनांनी दर्शन घेतले. ६ मेच्या मध्यरात्री दरबारी रिवाजानुसार राजेशाही इतमामात महाराजांची अंत्ययात्रा सुरू झाली. तत्पूर्वी त्यांचे चिरंजीव राजाराम महाराज यांना छत्रपतींच्या तख्तावर बसवून 'छत्रपत्री' म्हणून घोषित केले गेले.

७ मेच्या सूर्योदयास महाराजांची अंत्ययात्रा पंचगंगेच्या तीरावर राजस्मशानभूमीवर पोहोचली. महाराजांनीच स्थापन केलेल्या शिवाजी वैदिक स्कूलमधील विद्यार्थ्यांनी वैदिक मंत्रोच्चार करून त्यांचे अंत्यसंस्कार केले. या प्रसंगी ४८ तोफांची शेवटची सलामी महाराजांना देण्यात आली. राजाराम महाराजांनी चितेस अग्नी दिल्यावर महाराज पंचतत्त्वात विलीन झाले!

१७ व्या शतकातील युगकर्त्या शिवछत्रपतींनंतर शाहू छत्रपतींसारखा एवढा कर्तृत्ववान, धैर्यशाली, दूरदृष्टीचा पराक्रमी राजा महाराष्ट्राने पाहिलेला नव्हता. १८ व्या शतकात तो जन्मता तर अखिल हिंदुस्थान पादाक्रांत करून तो दिल्लीच्या तख्तावर विराजमान झाला असता आणि त्याने शिवछत्रपतींचे हिंदवी साम्राज्याचे स्वप्न पुरे केले असते!

महाराजांच्या आकस्मिक निधनाचा धक्का महाराष्ट्रातीलच नव्हे तर देशातील अनेक प्रांतांतील मागसवर्गीय समाजांना व त्यांच्या पुढाऱ्यांना बसला. सर्व देशभर त्यांना श्रद्धांजली वाहणारे कार्यक्रम झाले. वृत्तपत्रांनी खास अग्रलेख लिहून त्यांच्या कार्याचा गौरव केला. मद्रास इलाख्यातील द्रविड (ब्राह्मणेतर) चळवळीचे पुढारी सर त्यागराज चेट्टी म्हणाले, 'शिवाजी महाराजांचे एक वंशज या नात्याने शाहू छत्रपती हे त्यांचे थेट वारसदार असले तरी, ते लोकशाहीवाद्यांमधील लोकशाहीवादी आणि मागासवर्गीयांवर प्रेम करणारे होते. ब्राह्मणेतर चळवळीस व दलित वर्गात तर ते प्रेरकशक्ती होते. ब्राह्मणेतर चळवळीस राष्ट्रीय स्वरूप देण्याचे त्यांचे उद्दिष्ट होते.'[१२]

मद्रासच्या ब्राह्मणेतर पक्षाचे सुप्रसिद्ध मुखपत्र 'जस्टिस'ने आपल्या अग्रलेखात म्हटले होते : 'शाहू छत्रपती म्हणजे माणसांतील राजे व राजांतील माणूस होते. त्यांची आकर्षक देहयष्टी, त्यांचा दांडगा आशावाद, त्यांची दृढ निश्चयशक्ती, त्यांचा दयाळू व उदार स्वभाव या गुणांमुळे त्यांचे व्यक्तिमत्त्व एक उत्कृष्ट व उदात्त 'मराठा' म्हणून उठून दिसत असे. त्यांचा जन्म जर अन्य काळात झाला असता तर त्यांनी एक साम्राज्यच स्थापन केले असते.'[१३]

ज्या 'केसरी'ने सातत्याने शाहू महाराजांच्या विचारांच्या विरोधात भूमिका घेतली, त्याने श्रद्धांजली वाहताना लिहिले होते, 'महाराजांचे शरीरगुण व बुद्धिगुण लक्षात घेता ते सामान्य प्रतीचे मनुष्य नव्हते हे कोणीही कबूल करील. शरीरसामर्थ्याच्या बाबतीत ईश्वराने त्यांना काही एक वेगळीच देणगी दिली होती. सर्व हिंदुस्थानात शरीराने त्यांच्या तोडीचा एकही संस्थानिक असेल असे वाटत नाही. महाराजांची बुद्धिमत्ताही अशीच मोठी होती व कारस्थानपटुता हा तिचा गुण असल्यामुळे जुन्या काळी असते, तर त्यांना ऐतिहासिक कीर्ती लाभण्यासारख्या गोष्टी त्यांच्या हातून घडल्या असत्या यात शंका नाही... धर्मशास्त्र, राजनीतिशास्त्र व समाजशास्त्र या तिन्हींमध्ये वक्रबुद्धीचा नांगर खोल घालून सत्तेच्या बळावर शाहू महाराजांइतकी हल्लीच्या काळात दुसऱ्या कोणीही विचारी जमीन उलथीपालथी केली नसेल!'[१४]

शाहू महाराज गेल्यानंतरही 'केसरी'ने त्यांच्या विषयीचा वैरभाव पूर्ण सोडला होता, असे त्यांच्या 'वक्रबुद्धीचा नांगर' या शब्दप्रयोगावरून वाटत नाही.

अस्पृश्यांचे पुढारी डॉ. आंबेडकरांनी या प्रसंगी पाठवलेल्या सांत्वनपर पत्राचा संदर्भ मागे येऊन गेलाच आहे. अस्पृश्यांचे दुसरे पुढारी गणेश अक्काजी गवई यांनी आपल्या 'बहिष्कृत भारत'च्या अग्रलेखात शाहू महाराजांचे वर्णन 'अस्पृश्यांचा भगवान', 'आमचा अब्राहम लिंकन' असा केलेला आढळतो. याशिवाय 'जागृती'कार भगवंतराव पाळेकर, 'विजयी मराठा'कार श्रीपतराव शिंदे, 'प्रबोधन'कार केशवराव ठाकरे 'राष्ट्रवीर'कार शामराव देसाई इत्यादी अनेक सत्यशोधकी पत्रकारांनी आपल्या अग्रलेखांतून शाहू महाराजांच्या युगकार्याचा मुक्तकंठाने गौरव केलेला पाहावयास मिळतो.[१५]

ब्रिटिशांच्या गोटात व्हाईसरॉयपासून रेसिडेंटपर्यंतच्या अनेक ब्रिटिश राजनैतिक अधिकाऱ्यांनी आणि महाराजांच्या स्नेह्यांनी त्यांच्या निधनाबद्दल तीव्र दुःख व्यक्त करून, त्यांना श्रद्धांजली वाहिली; पण त्यांमध्ये सर्वांत महत्त्वाची श्रद्धांजली होती, त्यांचे गुरू सर फ्रेजरसाहेब यांची. ते म्हणाले -

'शाहू छत्रपती हे एक दुर्लभ आणि विलक्षण व्यक्ती होते. त्यांनी आयुष्यात संकटांना धैर्याने व उच्च तत्त्वनिष्ठेने तोंड दिले. ते खरोखरच एक पुरुषोत्तम होते. विचाराने ते खंबीर होते; पण इतरांचे दुःख पाहता त्यांचे हृदय मेणाहून मऊ होत असे. त्यांच्या निधनाने सामान्य माणसांना

नव्या युगाचा प्रकाश दाखवणारा एक दीप शांत झाला आहे आणि खरोखरच हिंदुस्थानचे अगणित नुकसान झाले आहे, कारण हिंदी संस्थानिकांत त्यांना एक समाजसुधारक म्हणून स्वतंत्र स्थान आहे. ज्या लोकांवर त्यांनी प्रेम केले आणि ज्यांच्या उद्धारासाठी त्यांनी आपले जीवन समर्पित केले ते लोक त्यांचे नाव कधीही विसरणार नाहीत.'[१६]

खरोखरच फ्रेजरसाहेबांचे भाकीत खरे ठरले आहे. आज शंभर वर्षांनंतरही मागासवगायांचा व दलित-पतितांचा मुक्तिदाता म्हणून शाहू छत्रपतींची कीर्ती अखिल भरतखंडात दुमदुमत आहे. एवढेच नव्हे, तर ती प्रतिपदेच्या चंद्राप्रमाणे दिवसेंदिवस वृद्धिंगत होत आहे!

३३

व्यक्तिमत्त्व व कामगिरी

शाहू महाराजांचे व्यक्तिमत्त्व लाखात एक होते, असे त्यांच्या चरित्रकारांनी म्हटले आहे.[१] खरे तर ते दहा लाखांत एक म्हटले तरी या विधानात काही अतिशयोक्तीचा दोष निर्माण होईल असे वाटत नाही, इतके ते असामान्य व्यक्तिमत्त्व होते. शाहूकालीन अनेक थोर व्यक्तींनी त्यांना महाराज कसे दिसले, याचे वर्णन आपल्या आठवणींत केलेले आढळते. सुप्रसिद्ध साहित्यिक व पत्रपंडित ग. त्र्यं. माडखोलकर यांनी महाराजांना अनेकदा पाहिले होते. त्यांनी म्हटले आहे, 'आपल्या पौराणिक ग्रंथांतून वर्णन केलेला भीमकाय तेजस्वी आणि उग्र असा पुरुषश्रेष्ठ मी त्यापूर्वी व त्यानंतर आजपर्यंत कधीही पाहिलेला नाही.'[२]

महाराजांना अगदी जवळून पाहणारी दुसरी व्यक्ती म्हणजे नटश्रेष्ठ बाबूराव पेंढारकर हे एक होत. बाबूरावांचे वडील पन्हाळ्यावर सरकारी डॉक्टर म्हणून नोकरी होते. त्यांच्यावर महाराजांचा मोठा लोभ होता. बाबूराव आपल्या लहानपणापासून महाराजांच्या आसपास वावरलेले होते. त्यांनी आपल्या आत्मचरित्रात मोजक्या शब्दांत त्यांचे सुरेख व्यक्तिचित्र रेखाटलेले आहे. ते लिहितात, 'शाहू महाराज दिसण्यात ओबडधोबड; पण देहाने दणकट, मनाने मजबूत होते. त्यांचा पोलादी देह सव्वासहा फूट उंच नि तसाच रुंदही होता. भव्य धिप्पाड शरीरयष्टीप्रमाणेच त्यांचा स्वभावही उदार, उमदा होता. त्यांची वृत्ती थोडी अबोल होती. त्यात लहरीपणाची व मिस्कीलपणाची छटा होती. श्यामल वर्ण, भेदक डोळे आणि भरदार देहयष्टीमुळे त्यांचे प्रचंड व्यक्तिमत्त्व हजार लोकांत उठून दिसत असे. परका माणूस जवळ येण्यास थोडासा कचरायचाच. त्यांचा आवाजही आभाळ गडगडल्याप्रमाणे भरदार, मोठा होता. कुस्ती आणि शिकार या

दोन गोष्टींचा त्यांना दांडगा शौक. त्यांच्या अंगी ताकदही तशीच प्रचंड होती. शिकार करण्यात व घोड्यावर बसण्यात अखिल महाराष्ट्रात त्यांच्या तोडीचा कोणी नव्हता. चार बैलांची मोट एकट्याने ओढण्यात तर त्यांना काहीच वाटत नसे. सावज अंगावर घेऊन त्याची शिकार करण्याची त्यांना भारी हौस! बेसावध जनावरावर त्यांनी कधीच गोळी झाडली नाही. बंदुकीचा नेम मारण्यात ते जितके पटाईत होते, तितकेच भालाफेकीतही तरबेज होते; त्यामुळे वेळ पडेल त्याप्रमाणे ते भाल्याने किंवा बंदुकीने शिकार करीत. शिकारीला गेल्यावर ते शेतकरी बांधवांत हटकून मिसळत. त्यांची कणी-कोंड्याची भाकर खात आणि गावच्या तरुण पोरांना तालमीत जमवून त्यांच्याशी दोन हातही करीत. इंग्रजी पोशाख, इंग्रजी खेळ आणि इंग्रजी चालीरीती यापासून ते कटाक्षाने नेहमी दूरच राहिले. त्यांची राहणी अतिशय साधी होती. लांब सैलसर मलमलचा सदरा, साधी तुमान किंवा लुंगी आणि भगवा फेटा हा त्यांचा पोशाख. बसायला घोड्यांचा साधा खटारा. त्याला 'खडखडा' म्हणत. त्यांचे जेवणसुद्धा साधे असे. तोंडी लावायला लसणीची चटणी असली की, झाले खमंग जेवण. भाकरी आणि कांद्याचे पिठले त्यांना फार आवडायचे. अधूनमधून ते मांसाहार करीत; पण मद्याला मात्र त्यांनी चुकूनही कधी स्पर्श केला नाही.'[३]

आपल्या अजब शरीरसामर्थ्याने आगळे स्थान निर्माण करणाऱ्या ज्या काही व्यक्ती इतिहासात होऊन गेल्या, त्यांपैकी कोल्हापूरचे छत्रपती शाहू महाराज हे एक होत. त्यांच्या अफाट शक्तिसामर्थ्याच्या कथा आजही करवीरच्या शिवारात सांगितल्या जातात, काही तर त्यांच्या चरित्रात नोंदल्या गेल्या आहेत. त्यातून ऐन ज्वानीत कोल्हापूर-महाबळेश्वर हे अंतर एका दमात घोडेस्वारीने काटणारे महाराज, भरधाव मोटार आपल्या अंगातील 'रगी'ने रोखून धरणारे महाराज, खवळलेल्या वाघावर निःशस्त्र चाल करून केवळ गळा घोटून त्याला ठार मारणारे महाराज, कुस्तीच्या आखाड्यात पहिलवान नाठाळपणा करू लागले, तर त्यांच्या लांगेत हात घालून त्यांना अलगद उचलून बाजूला ठेवणारे महाराज, क्लोरोफॉर्म न घेताच दीड-दोन तासांचे टॉन्सिलचे ऑपरेशन डॉक्टरकडून करवून घेणारे महाराज, अशी महाराजांच्या अद्‌भूत शक्तिसामर्थ्याची अनेक दर्शने या कथांतून होतात.[४] त्यांच्या या शक्तिसामर्थ्याकडे पाहून त्यांच्या काळातील लोकही अचंबित झालेले दिसतात.

अशा असाधारण शरीरबलाबरोबरच शाहू महाराजांना 'साहस' या गुणाची देणगी जन्मजात मिळाली होती. शिवपुत्र छत्रपती संभाजी महाराजांच्या कर्तृत्वाचा मागोवा घेताना सुप्रसिद्ध इतिहासकार सेतुमाधवराव पगडी यांनी त्यांच्या 'साहस' या गुणावर भाष्य करताना म्हटले आहे की, 'साहस या एकाच गुणाच्या आधारे बाकीचे गुण मनुष्यात वसत असतात. साहस नसल्यास बाकीचे गुण मातीमोल होतात.'[५] संभाजी महाराजांनी अनेक लढाया खेळून या गुणाची प्रचिती आणून दिली होती. शाहू महाराजांचा काळ अशा लढायांचा नव्हता. तरीही त्यांच्या जीवनातील शिकारीचे प्रसंग, साठमारीसारखे मर्दानी खेळ यांमधून त्यांच्यातील 'साहसा'चे विलक्षण दर्शन घडल्याशिवाय राहत नाही. त्यांनी वाघांच्या व रानडुकरांच्या अनेक शिकारी मोठ्या धाडसाने केल्या. अनेकदा त्यांना हिंस्र पशूंशी एकाकी निःशस्त्र अवस्थेत लढावे लागले. राधानगरीच्या जंगलात अत्यंत त्वेषाने चालून आलेल्या क्रूर अस्वलिणीशी महाराजांनी दिलेली लढत अजूनही त्या भागातील लोक आपल्या रसाळ वाणीने ऐकवीत असतात. बडोद्यास साठमारीच्या आखाड्यात खवळलेल्या मदमस्त हत्तीच्या पायाखाली साठमार तुडवला जाणार असे दिसताच महाराजांनी आपल्या आसनावरून आखाड्यात त्या हत्तीसमोर उडी टाकून भयंकर आरोळी ठोकली आणि त्या हत्तीच्या तडाख्यातून साठामाराचा जीव वाचविला, अशा साहसाच्या अनेक सत्यकथा त्यांच्या चरित्रात आढळून येतात.[६]

केवळ 'शिकारी'सारख्या प्रसंगांतच महाराजांच्या 'साहस' या गुणाचे दर्शन घडले असे नाही. आपल्या कारकिर्दीत अनेक प्रकारच्या शत्रूंशी त्यांनी जो संघर्ष केला, त्यातूनही त्या गुणाची प्रचिती आल्याशिवाय राहत नाही. मग तो संघर्ष वर्णवर्चस्ववादी ब्राह्मणशाहीशी असो, त्यांच्या जीवावर उठलेल्या दहशतवाद्यांशी असो वा कपटनीतिनिपुण इंग्रज साम्राज्यवाद्यांशी असो. एका बाजूस वर्णवर्चस्ववादी शत्रू, तर दुसऱ्या बाजूला सार्वभौम सत्तेचे प्रतिनिधित्व करणारी इंग्रज नोकरशाही यांच्या कैचीत राहून महाराजांनी बहुजनांच्या उद्धाराची जी चळवळ उभारली, त्यास त्यांच्या ठिकाणी असणाऱ्या सावधानता, दूरदृष्टी, मुत्सद्देगिरी आदी गुणांबरोबर 'साहसा'चीही जोड होती. अशा 'साहसा'तून 'सतीचे वाण' असणारी समाजसुधारणेची चळवळ चालविण्याचे मनोबल निर्माण होत असते. महाराजांजवळ ते मनोबल सतत मौजूद असे.

शाहू महाराजांना आपल्या बहुजन समाजाबरोबर राहून आणि त्यास बरोबर घेऊनच त्याची सुधारणा घडवून आणायची होती. त्यांची ईश्वरावर व धर्मावर असलेली श्रद्धा या गोष्टीची त्यांना या कामी मदतच झाली. त्यांनी आर्य समाजाचा उघडउघड पुरस्कार केला असला तरी मूर्तिपूजेचा त्याग केलेला नव्हता. संस्थानातील देव-देवतांचे ते श्रद्धेने दर्शन घेत असत. हिंदूंच्या देवळांप्रमाणेच मुस्लिमांच्या दर्ग्यातही ते जात. हातावर गोंदलेल्या शिवमूर्तीची ते दररोज नेमाने पूजा करीत. राजवाड्यात व संस्थानात पूर्वापार चालू असलेले धर्मविधी ते निष्ठेने पार पाडीत. संस्थानातील महालक्ष्मी, तुळजाभवानी, टेंबलाई, जोतिबा इत्यादी देव-देवतांचे उत्सव व यात्रा शाही वैभवाने साजऱ्या होत असत. राजा म्हणून प्रजेप्रती आपले ते कर्तव्यच आहे, अशी त्यामागची त्यांची भूमिका होती. त्यात ते कसूर करीत नसत.

शाहू महाराज पाश्चात्त्य संस्कृतीचे चाहते होते. पाश्चात्त्यांच्या ठिकाणी असणाऱ्या अनेक गुणांचे आपण अनुकरण केले पाहिजे, असेही त्यांना वाटे; पण आपल्या सांस्कृतिक परंपरांकडे पाठ फिरवून पाश्चात्त्यांच्या संस्कृतीचे सरसहा अंधानुकरण करावे, असे त्यांना वाटत नसे. त्या काळी संस्थानिकांच्या मुला-मुलींच्या शिक्षणासाठी युरोपियन गव्हर्नेस ठेवण्याची पद्धत होती. या गव्हर्नेसकडून राजकुमार व राजकन्या यांना पाश्चात्त्य शिक्षण व संस्कृतीचे ज्ञान दिले जाई; पण याचबरोबर जर त्यांना भारतीय शिक्षण व संस्कृतीचे ज्ञान देण्याची व्यवस्था केली गेली नाही, तर ही मुले आपल्या संस्कृतीची, धर्माची आणि पर्यायाने देशबांधवांची हेटाळणी करणारी अशी निर्माण होतात आणि हा पाश्चात्त्य शिक्षणाचा सर्वांत धोकेबाज परिणाम आहे, असे महाराजांना वाटत असे. खुद्द महाराजांना दोन्ही पद्धतीचे शिक्षण दिले गेले होते आणि त्याचा त्यांच्या आयुष्यात किती उपयोग होतो आहे, याचा अनुभव ते घेत होते. संस्थानिकांच्या मुलांसाठीच नव्हे, तर मुलींसाठी अशा दोन्ही प्रकारच्या शिक्षणाची अत्यंत आवश्यकता आहे, एवढेच नव्हे, तर मुलींसाठी त्याची अधिक गरज आहे, असे त्यांचे ठाम मत होते.

अक्कलकोटच्या राजांशी शाहू महाराजांच्या पुतणीच्या होऊ घातलेल्या लग्नाच्या वाटाघाटी मि. बोनस या सोलापूरच्या कलेक्टरमार्फत चालू होत्या. त्यांना लिहिलेल्या एका पत्रात मुलींच्या शिक्षणाच्या मुद्द्यावर आपले

मत नोंदवताना महाराजांनी म्हटले आहे, 'मुलींच्या दृष्टीने अधिक सुरक्षित शिक्षण कोणते यावर मी माझे मत व्यक्त करू इच्छितो. केवळ स्त्री गव्हर्नेसकडून शिक्षण घेतल्यास आपल्या मुलींना आपल्या समाजात कसे वागावे, याचे ज्ञान मिळणार नाही. विशेषतः आपल्याकडील एकत्र कुटुंबपद्धतीत थोरा-मोठ्यांशी, समवयस्कांशी अथवा लहानांशी कसे वागावे, हे त्यांना समजणे महत्त्वाचे आहे. आपल्या कुटुंबातील सर्व धार्मिक व्यवहार स्त्रियाच सांभाळत असतात आणि म्हणून त्या बाबतीत त्या अज्ञानी राहिल्या तर त्या कुटुंबात अप्रिय होतील. म्हणून मला वाटते की, आपल्या देशी व घरगुती शिक्षणात इंग्रजी शिक्षणाची भर टाकून मुलींना शिक्षण देणे, हे अधिक उत्तम होईल. आपल्या देशी शिक्षण पद्धतीमुळे आणि लहान वयात विवाह करण्याच्या प्रथेमुळे आपल्या मुलींना सासरी त्यांच्या नवऱ्याच्या इच्छेप्रमाणे स्वतःला सुलभपणे वळण लावता येते. याला पुराव्यादाखल बडोद्याच्या राणीसाहेबांचे उदाहरण देता येईल. मला वाटते, माझ्या पुतणीला असे शिक्षण दिले गेले पाहिजे की, जर यदाकदाचित ती पुराणमतवादी विचारांच्या वा पुरोगामी विचारांच्या कुटुंबात लग्न होऊन गेली तरी तिला कोणतीही अडचण येणार नाही.'[७] आपल्या घरच्या मुली लग्नानंतर दुसऱ्याच्या घरी गेल्यावर, मग ते घर पुराणमतवादी विचारांचे असो वा सुधारमतवादी विचारांचे असो, तेथे त्यांच्या वागण्याने त्या सर्वांना प्रिय व्हाव्यात आणि त्यांचे आयुष्य सुखी व्हावे, यासाठी त्यांना घराण्याच्या चालीरिती, संस्कार, धार्मिक परंपरा इत्यादींचे मूलभूत ज्ञान आवश्यक आहे, असे त्यांना वाटे. यात त्यांची स्त्रीशिक्षणाकडे बघण्याची व्यावहारिक शहाणपणाची दृष्टीच अधिक जाणवते.

शाहू महाराजांची धर्मावर, धर्मातील चांगल्या तत्त्वांवर व संस्कारांवर श्रद्धा होती; पण ते अंधश्रद्धाळू नव्हते. समुद्रपर्यटन केले की, धर्म बुडतो या हास्यास्पद अंधश्रद्धा तत्कालीन वरिष्ठ समाजाच्या इतक्या हाडीमांसी भिनल्या होत्या की, सात समुद्र पार करून हजारो मैलांवरून गोरे लोक इकडे आले आणि त्यांनी आमच्या गळ्यात गुलामीचा खोडा घातला, ही वस्तुस्थितीसुद्धा त्यांना शुद्धीवर आणत नव्हती. महाराज जेव्हा १९०२ मध्ये इंग्लंडहून मायदेशी परतले, तेव्हा त्यांनी सिंधुबंदीचा धार्मिक दंडक तोडल्याबद्दल प्रायश्चित्त घ्यावे आणि मगच महालक्ष्मीचे दर्शन घ्यावे, अशी धर्माज्ञा कोल्हापुरातील सनातनी ब्राह्मणांनी काढली. विशेष म्हणजे

मराठ्यांमधील काही सनातनी मंडळींनी ब्राह्मणांच्या आज्ञेस माना डोलवल्या. तथापि, बहुसंख्य मराठे महाराजांच्या बाजूने उभे राहिले. खुद्द महाराजांनी ब्राह्मणांची धर्माज्ञा धुडकावून लावून देवीचे दर्शन घेतले. ही गोष्ट त्या काळात सामान्य नव्हती. त्या काळी भल्याभल्यांना ब्रह्मवर्गाच्या आज्ञेचे पालन करावे लागले होते. त्यातून बडोद्याचे महाराजा सयाजीराव गायकवाड, लोकमान्य टिळक यांसारख्या विभूतींचीही सुटका झाली नव्हती.[८] हा काळाचा 'महिमा' लक्षात घेतला तर महाराजांचे हे मोठे 'साहसी' कृत्य होते असेच म्हणावे लागेल.

शाहू महाराज इंग्लंडमध्ये पोहोचल्यावर आठच दिवसांनी तेथील जगप्रसिद्ध केंब्रिज युनिव्हर्सिटीने 'शिक्षण व संस्कृती' या क्षेत्रात त्यांच्या ठिकाणी असणाऱ्या 'कळकळी'चा गौरव म्हणून त्यांना एका समारंभात एल.एल.डी. पदवी देऊन त्यांचा सन्मान केला.[९] पुढे दोन दिवसांनी महाराजांनी ग्वाल्हेरचे महाराज, आगाखान, सर जमशेटजी जीजीभाई आदी बड्या मंडळींसह विंचेस्टर या प्राचीन नगरीस भेट दिली. विंचेस्टर कॉलेजमध्ये या हिंदी पाहुण्यांचा भव्य स्वागत सभारंभ आयोजित करण्यात आला होता. त्या प्रसंगी पाहुण्यांचे स्वागत इंग्रजीतून न करता लॅटिन भाषेतून केले गेले. एक प्रकारे विंचेस्टरमधील इंग्रज लोकांनी आपल्या प्राचीन भाषेविषयीच्या आणि संस्कृतीविषयीच्या अभिमानाचेच ते प्रदर्शन केले होते. चाणाक्ष महाराजांच्या हे लक्षात येताच त्यांना उत्तम इंग्रजी येत असूनही त्यांनी मराठीत भाषण केले. महाराजांच्या पित्यांचे स्नेही विल्यम लीवॉर्नर सोबत होते. त्यांना मराठी भाषा अवगत होती. त्यांनी या मराठी भाषणाचा इंग्रजीत अनुवाद करून उपस्थितांना सांगितला.[१०] इंग्रजांनी हिंदी पाहुण्यासमोर आपल्या प्राचीन बोलीच्या प्रेमाचे प्रदर्शन केले, तर महाराजांनी त्या 'सॅक्सनां'च्या वंशजांसमोर ज्ञानदेव-तुकारामाच्या बोलीचा अभिमान व्यक्त केला.

शाहू महाराजांना शिक्षण देणारे गोखले, सबनीस, फ्रेजर आदी व्यक्ती निष्णात शिक्षक व पंडित होत्या; त्यामुळे त्यांचा शिक्षणाचा पाया मजबूत झाला होता. इंग्रजी साहित्य, सामाजिक शास्त्रे, तत्त्वज्ञान अशा अनेक विषयांचा त्यांचा दांडगा व्यासंग होता. केव्हातरी भेटणाऱ्या परक्या इसमास महाराज राकट व अडाणी वाटत. प्रबोधनकार ठाकरे यांनी म्हटले आहे की, सुशिक्षितपणाचा टेंबा मिरविणारी पांढरपेशी मंडळी महाराजांच्या भेटीस गेली की, ते जाणूनबुजून हेंगाड्यासारखे वागत आणि मुद्दाम हेंगाडी भाषा

बोलत; पण या 'हेंगाडी' रूपाच्या मागे अनेक गंभीर विषयांचा अभ्यास केलेली केवढी व्यासंगी व्यक्ती लपलेली आहे, याची फक्त त्यांच्याशी वैचारिक व तात्त्विक चर्चा करणाऱ्या विद्वानांसच प्रचिती येत असे. प्रबोधनकार असेच एक मोठे अभ्यासक व विद्वान पत्रकार होते. त्यांनी महाराजांशी झालेल्या त्यांच्या एका भेटीचा जो वृत्तान्त, आपल्या आठवणीत सांगितला आहे, यावरून उपरोक्त मुद्द्यावर अधिक प्रकाश पडतो. ते सांगतात. '...सध्या मी कोणते पुस्तक लिहीत आहे, याची त्यांनी चौकशी केली. 'भिक्षुकशाहीचे बंड' लिहीत आहे, असे सांगताच, संदर्भग्रंथांची नावे विचारली मी सांगितली.

महाराज : सॅव्हेलचा 'प्रीस्टक्राफ्ट अॅन्ड किंगक्राफ्ट' हा ग्रंथ नाही तुझ्याजवळ? वा! वा! तो तर प्रथम अभ्यासला पाहिजे. भिक्षुकशाहीप्रमाणे राजेशाहीसुद्धा ह्युमॅनिटीला जाचक ठरलेली आहे.

मी : मग आपणही त्या कक्षेत सापडता?

महाराज : सापडणारच, सध्याच्या राजेशाही काय अमरपट्टा घेऊन आल्या आहेत वाटतं? आजच आम्ही ब्रिटिशांच्या कृपेच्या धाग्यावर लोंबकळलेले आहोत. आज ना उद्या हा धागा तुटणारच. बरं ते असो. हे पाहा, अमेरिकेतील आर.पी.ए. सीरिजची पुस्तके चांगली अभ्यास कर. 'इंगरसॉल्स रायटिंग्ज अॅण्ड स्पीचेस' तर नेहमीच अभ्यासात असली पाहिजेत. इंगरसॉल वाचल्याशिवाय समाजसुधारणेची भाषा कोणी बोलू नये.

'अशा कितीतरी संदर्भग्रंथांची नावे महाराज भडाभड सुचवीत होते आणि कशात काय विषय आहे, यावर जिव्हाळ्याचे प्रवचन करीत होते. या क्षणाला प्रथमच महाराजांच्या व्यापक ज्ञानसंग्रहाचा मला साक्षात्कार झाला. इतकेच काय; पण कित्येक पुस्तकांतले काही महत्त्वाचे इंग्लिश परिच्छेद त्यांनी मला पाठ म्हणून दाखविले. वरवर पाहणाऱ्यांना महाराज अडाणी नि हेंगाडे वाटले तरी अंतरंगाचा, मुख्यत्वे त्यांच्या परिपक्व ज्ञानाचा मागमूस इतरेजनांना सहसा लागतच नसे. आज तो मला लागला नि मी अगदी चाट पडलो. जवळजवळ अर्धा तास ते सारखे तन्मयतेने बोलत होते आणि मी तितकाच तन्मय होऊन ऐकत होतो.'[११]

अशाच प्रकारे एका गाढ्या विद्वानाला आलेल्या प्रचितीची नोंद तोफखाने यांनी आपल्या आठवणीत केलेली आहे. प्रोफेसर आठवले हे म. गांधींच्या आश्रमातील त्यांचे एक सहकारी आणि संस्कृतचे प्रकांड पंडित होते. ते

कोल्हापुरी आल्यानंतर तोफखाने यांनी त्यांची महाराजांशी भेट घडवून आणली. ही भेट प्रदीर्घ होऊन उभयतांनी अनेक विषयांवर गहन चर्चा केली. या चर्चेने व त्यामध्ये दिसून आलेल्या महाराजांच्या अभ्यासू वृत्तीने प्रोफेसरसाहेब अत्यंत प्रभावित झाले. वर्ध्यास गेल्यानंतर त्यांनी तोफखाने यांना लिहिलेल्या पत्रात म्हटले होते. '(Through you, came into the Philosopher Prince of Plato's imagination.)'[१२]

'तुमच्यामुळे मी अशा एका राजास भेटू शकलो की, जो त्याला दिलेला 'महाराजा' हा किताब सार्थ ठरला आहे! खरोखरच तो एक 'महाराजा' आहे. अगदी प्लेटोच्या 'तत्त्वज्ञ राजा'च्या (Philosopher King) कल्पनेत बसणारा!'

म. गांधींच्या एका विद्वान सहकाऱ्यास कोल्हापूरच्या शाहू महाराजांच्या व्यक्तिमत्त्वात महान तत्त्वज्ञ प्लेटोच्या संकल्पनेतील आदर्श राजाचे रूप दिसावे, यासारखा एखाद्या राजाचा ज्ञानाच्या क्षेत्रात अन्य कोणता गौरव असू शकेल?

अनेक विषयांच्या व्यासंगाबरोबर शाहू महाराजांजवळ शोधक अथवा चिकित्सक वृत्ती (Spirit of Inquiry) होती आणि या वृत्तीस प्रयोगशीलतेची जोड मिळाली होती. महाराजांनी 'होमिओपॅथी' हे शास्त्र काय आहे, याची केवळ माहिती करून घेतली नाही, तर महाराष्ट्रातील पहिला सार्वजनिक होमिओपॅथीचा दवाखाना त्यांनी कोल्हापुरात स्थापन केला. युरोपच्या दौऱ्यावर असताना रोममधील आखाडे व नाट्यगृहे त्यांनी केवळ प्राचीन प्रेक्षणीय वास्तू म्हणून पाहिल्या असे नाही; तर तसा आखाडा व नाट्यगृह अशा वास्तू कोल्हापुरात निर्माण केल्या. युरोपातील धरणे त्यांनी पाहिली आणि त्याप्रमाणे आपल्या संस्थानात राधानगरी धरणासारखा मोठा प्रकल्प हाती घेतला. शेती, उद्योगधंदे, कारखानदारी आदी क्षेत्रांत अनेक नवे उपक्रम सुरू केले. संस्थानच्या जंगलात हत्तींची पैदास, डोंगरउतारावर चहा-कॉफीची व रबराची लागवड, मधुमक्षिकापालन, निरनिराळ्या प्रकारच्या सुगंधी द्रव्यांचे उत्पादन असे अनेक नवनवीन उपक्रम त्यांनी राबविले. पाळीव प्राण्यांचे संकर घडवून त्यांनी नवीन संकर जाती निर्माण करण्याचे प्रयोग केले. त्यांची ही प्रयोगशील वृत्ती सामाजिक क्षेत्रातही दिसून आली. शिक्षणाच्या क्षेत्रात वतनी शिक्षक नेमणे, प्रत्येक जातीसाठी स्वतंत्र वसतिगृह स्थापन करणे, धार्मिक क्षेत्रात 'मराठा पुरोहित' आणि 'क्षात्र जगद्गुरू' निर्माण

करणे या काही मोजक्याच कृती त्यांच्या प्रयोगशीलतेची ठळक उदाहरणे म्हणून देता येतील.

हिंस्र पशूंच्या संदर्भात शाहू महाराजांनी केलेल्या प्रयोगाची खास नोंद घेतली पाहिजे. त्यांनी एका भाषणात म्हटले होते की, 'प्रेमाने प्रेम वाढते व द्वेषाने द्वेष वाढतो. जनावरास प्रेमाने वागविले, तर जनावरदेखील उलट प्रेम करते.'[१३] महाराजांचे हे म्हणणे म्हणजे त्यांचे प्रचितीचे बोल होते. केवळ उपदेश नव्हता. दिल्लीत त्यांचा मुक्काम असताना त्यांच्या कानावर बातमी आली की, तेथील एका सर्कशीत खवळलेल्या वाघिणीने आपल्या संरक्षकासच ठार केले. त्यांनी सर्कस मालकाकडून ती वाघीण आपल्याकडे बाळगण्यास घेतली आणि तिला कोल्हापुरास आणले. तिला माणसाळविण्याचे त्यांचे प्रयोग सुरू झाले. हे प्रयोग इतके यशस्वी झाले की, महाराजांशिवाय तिला चैन पडेनासे झाले. त्यांच्या स्नेह्याने 'तुम्ही हे कसे केले?' असे विचारल्यावर ते म्हणाले, 'सर्कशीतील लोक तिला भीती दाखवून आपल्या ताब्यात ठेवू पाहत होते, मी तिच्याशी प्रेमाने वागलो. प्रेमानेच तिचा क्रूर स्वभाव जिंकला!'[१४] महाराजांनी आफ्रिकेच्या जंगलातील क्रूर जातीच्या चित्त्यावरही असाच प्रयोग केल्याचा उल्लेख मागे येऊन गेला आहे. त्यांच्या बैठकीच्या ठिकाणी शिकारी कुत्रे तर असतच; पण त्यांच्याबरोबर दोन-तीन वाघही (चित्ते) पाळीव कुत्र्यांप्रमाणे वावरत असत. ते दृश्य मोठे विलक्षण दिसत असे. महाराजांना भेटायला गेलेल्या अनेक व्यक्तींनी या दृश्याचे वर्णन आपल्या आठवणींत केलेले आढळते.

शाहू महाराजांची राहणी मुळातच साधी होती. दरबारी उंची पोशाखाचा व रत्नजडित अलंकारांचा त्यांना सोस नव्हता. खास दरबार प्रसंगी काढलेली त्यांची काही पेंन्टिंग्ज वगळता आज त्यांची जी पेंन्टिंग्ज व छायाचित्रे उपलब्ध आहेत, त्यावरून त्यांच्या साध्या राहणीची कल्पना येते. राजे-रजवाड्यांच्या मेळाव्यातही त्यांची साध्या पेहराव्यातील भव्य शरीरयष्टी असलेली मूर्ती उठून दिसत असे. १९१८ मध्ये त्यांच्यावर पुत्राच्या - प्रिन्स शिवाजींच्या - अपघाती मृत्युचे संकट कोसळले, तेव्हापासून त्यांनी राजवाड्याचा व तेथील राजवैभवाचा त्याग करून कोल्हापूर बाहेरच्या सोनतळी कॅम्पवरच आपला निवास ठेवला. हा कॅम्प म्हणजे एक आश्रमच होता. तेथे ते एखाद्या विरक्त साधूप्रमाणे राहू लागले. डोईस कतई रंगाचा फेटा, अंगात झिरमिरीत भगव्या रंगाचा सदरा, त्याखाली लुंगी अथवा

धोतर आणि पायात कोल्हापुरी जाडजूड वहाणा असा त्यांचा मऱ्हाटमोळा पोशाख असे. बैठकीच्या ठिकाणी काथ्यांनी विणलेली तीन-चार खाटली ठेवलेली असत. त्यावर सांबरांची सात-आठ कातडी एकावर एक घालून गादीवजा बैठक तयार केलेली असे. त्या एकावर महाराज बसत आणि बाकीच्या खाटल्यावर त्यांचे आवडते चित्ते पहुडलेले असत. भेटावयास येणाऱ्या व्यक्तीसाठी समोर एखादा कोच आणि चार-सहा खुर्च्या ठेवलेल्या असत. पावसाळा सोडून इतर काळात महाराज उघड्या जागेत आकाशाच्या छताखाली खाटल्यावरच झोपत. सकाळी ५ वाजता उठून थंड पाण्याने अंघोळ करून ते आपल्या दैनंदिन कामास प्रारंभ करीत.[१५]

एकदा थंडीच्या दिवसांत महाराज अंगावर बल्लारी घोंगडी पांघरून घेऊन बसले होते. तेवढ्यात क्षात्रजगद्‌गुरू त्यांना भेटावयास आले. घोंगडी पांघरून बसलेल्या महाराजांकडे पाहताच त्यांना हसू फुटले, तेव्हा महाराज म्हणाले, ‘यात हसण्यासारखे काय आहे? हे तर आम्हा मराठ्यांचे महावस्त्र! आज रायगडावर, तर उद्या पन्हाळगडावर, तर तेरवा रांगण्यावर असा प्रकार शककर्ते श्री शिवाजी महाराज यांच्या कारकिर्दीत सुरू होता. त्या वेळी प्रत्येक किल्ल्यावर भरजरी कोच थोडेच होते! खाटले टाकले आणि त्यावर घोंगडी पसरली की, झाले छत्रपतींचे सिंहासन! शिवाजी छत्रपतींची गादी ही तरी कोणी मिळवली आहे? मावळे वगैरे घोंगडीवाल्या मराठा शेतकऱ्यांनीच ना? मग घोंगडी पांघरून घेण्यास आम्हास लाज का वाटावी?’[१६] ही आठवण महाराजांच्या साधेपणामागचे तत्त्वज्ञान सांगून जाते.

‘मी राजा’ असा अहंभाव महाराजांच्या ठिकाणी नव्हता. प्रसंग पडला तर कोणतेही काम करण्याची माणसाची तयारी असली पाहिजे, असे त्यांना वाटत असे. या संदर्भात गंगाराम कांबळे यांनी सांगितलेली कथा फारच बोलकी आहे : ‘महाराजांचा एक हत्ती मेला होता. तो ओढण्यास तुरुंगाचे सर्व कैदी लागले होते. जुन्या राजवाड्यातून त्याला रविवार बुरुजांपर्यंत ओढत आणले होते. याच वेळी महाराज आपल्या रथातून येत होते. त्यांनी हे पहिल्याबरोबर ते स्वतः रथातून उतरले आणि त्या कैद्यांबरोबर त्यांनीही कासरा धरला आणि मेलेला हत्ती ओढण्यास मदत केली!’[१७] कोणतेही काम हलक्या दर्जाचे नसते. आपण तसे मानतो तो आपल्या मनाचा हलकेपणा असतो, हे तत्त्वज्ञान सांगण्यापेक्षा प्रत्यक्ष आपल्या कृतीनेच प्रजाजनासमोर त्याचा आदर्श ठेवणारा हा राजा ‘मुलखावेगळा’च म्हणावा लागेल.

आणि मग हा मुलखावेगळा राजा शेतकऱ्यांच्या, कष्टकऱ्यांच्या, कामगारांच्या, दलित-पतितांच्या मेळाव्यात 'मी तुमच्यापैकीच एक आहे. मला मजूर समजा अगर शेतकरी समजा,'[१८] असे उद्‌गार काढतो, तेव्हा ते सभा जिंकण्यासाठीचे उद्‌गार नसतात, तो समतावादी विभूतीच्या हृदयस्थ झालेल्या भावनांचा प्रामाणिक आविष्कार असतो. मुंबईतील कामगार मेळाव्यात महाराजांनी म्हटले होते, 'मी कोल्हापूरच्या राजपदावर असतानाही शिपाई, शेतकरी किंवा मजूर म्हणवून घेण्यात मला अभिमान वाटतो. माझी जनक आई मुधोळकर, घोरपडे घराण्यातील, दत्तक आई शिर्के घराण्यातील, दत्तक वडील भोसले कुळातील हे सर्व शेतकरी वर्गातीलच होते. हलक्या दर्जाच्या व अशिक्षित लोकांशी सहवास ठेवणे बरे नाही, अशी पुष्कळांची समजूत आहे. मलाही तसा उपदेश होत असे; परंतु ज्या शेतकरी व मजूर वर्गांत माझे कूळ वाढले, त्यांच्याविषयी प्रेम व अगत्य हे जन्मसिद्ध असल्याने अशा शिकविण्याचा माझ्यावर परिणाम होणार नाही, कारण माझ्या हाडीमांसी शिपाईगिरी, शेतकरी यांचे रक्त खेळत आहे, म्हणून मला आपल्यात मिसळण्यास आनंद वाटतो. एका थोर इंग्रज साधू पुरुषाने म्हटले आहे की, 'राजवाड्यापेक्षा गरिबांच्या झोपडीत सद्‌गुण जास्त सापडतात.' माझाही अनुभव तसाच आहे. इमानीपणा, बंधुप्रेम, देशप्रीती, राजनिष्ठा, मत्सराचा अभाव असे अनेक सद्‌गुण मला आपल्या ठायी दिसतात. म्हणून आपल्याविषयी माझ्या मनात फार पूज्यबुद्धी आहे. आपणही मला आपणांपैकी एक समजावे असे आपणाकडे माझे मागणे आहे.'[१९]

छत्रपतींनी स्वतःला शेतकरी अथवा मजूर म्हणवून घेणे व त्यात अभिमान बाळगणे, ही काही सामान्य गोष्ट नव्हती. असे पूर्वी कोणा राजाने म्हटले नव्हते अथवा त्याप्रमाणे कृती केली नव्हती. 'माझ्यासारखा कुठलाही राजा गरिबांमध्ये मिसळला नाही' असे त्यांनी जे एके ठिकाणी अभिमानाने उद्‌गार काढले आहेत, ते आत्मस्तुतीचे नव्हे, तर वस्तुस्थितीचे निदर्शक होते.[२०]

इतिहासातील या वस्तुस्थितीनेच लोकमानसात त्यांची 'लोकराजा' म्हणून प्रतिमा उभी केली आहे. कधी ही प्रतिमा जंगलातील धनगराच्या झोपडीतील अंबील-कण्या खाणाऱ्या राजाची असते, तर कधी ती शिवारातील शेतकऱ्याच्या खोपटात अथवा बेरडाच्या वस्तीवर चटणी-भाकर खाणाऱ्या राजाची असते; कधी ती आपल्या खडखड्यात महार-मांग लोकांना घेऊन गावभर फिरणाऱ्या

राजाची असते; तर कधी ती फासेपारध्यांना आपल्या पंगतीस घेऊन त्यांच्याबरोबर सहभोजन करणाऱ्या राजाची असते. अशा नाना प्रकारच्या प्रतिमा त्यांच्या चरित्रात दृग्गोचर होतात; पण ती सर्व मूळच्या 'लोकराजा'च्या प्रतिमेचीच विविध रूपे होती.

'लोकराजा' सर्व प्रजाजनांस आपली 'लेकरे' मानतो. त्यांच्या कल्याणाची अहर्निश काळजी वाहतो, विशेषतः दीनदुबळे, वंचित-शोषितांना तो आधार देतो, जगण्याची उमेद निर्माण करतो. ही लोकराजाच्या व्यक्तिमत्त्वाची सर्व व्यवच्छेदक लक्षणे शाहू महाराजांच्या ठिकाणी होती. हीच लक्षणे ध्यानात घेऊन ग. त्र्यं. माडखोलकरांनी त्यांची शिवछत्रपतींशी तुलना करताना म्हटले आहे : 'छत्रपती श्रीशिवाजी महाराज यांच्याविषयी तत्कालीन शाहिराने आपल्या एका पोवाड्यात -

शिवाजीच्या तळात पाणी पिती सर्व जीव, नाही भेदभाव ।। असे जे उद्‌गार काढले आहेत, ते उद्‌गार त्यांच्या वंशातल्या कोणत्या एका कर्तृत्ववान राजपुरुषाला लागू पडत असतील तर ते छत्रपती शाहूमहाराजांनाच!'[२१]

हीच भावना प्रसिद्ध वंग कवी देवेंद्रनाथ सेन यांनी एका भावपूर्ण कवितेत व्यक्त केली आहे.

"O king! Rich Mighty Heart, that feels alike
For rich and poor, for high-caste lords of men,
And for the low-caste Shudras, born in fen
Of social segregation.
The Hindus and non-Hindus, jains and all,
Do find a place in Halls of thy big soul!" [२२]

शाहूकालीन आणि तसेच उत्तरकालीन अनेक विचारवंतांनी शाहू महाराजांची आद्य छत्रपती शिवाजी महाराज यांच्याशी तुलना केली आहे. त्यांपैकी काहींनी शिवछत्रपतींच्या अनेक गुणांचे प्रकटीकरण शाहू महाराजांच्या कार्यात झाले असे कौतुक केले आहे,[२३] तर काहींनी 'दुष्ट समाजरचनेच्या मुळावरच आघात करण्याकडे खुद्द शिवाजी महाराजांचीही दृष्टी वळली नव्हती' म्हणून खंत व्यक्त केली आहे.[२४] प्रबोधनकार ठाकरे यांच्यासारख्या विचारवंताने तर 'स्वराज्य संस्थापक म्हणून शिवाजी महाराष्ट्राचा परमेश्वर असला तरी शतकानुशतके हिंदू समाजात विषमतेची महामारी फुलवीत बसणाऱ्या भटांच्या

धार्मिक आणि सामाजिक झब्बूगिरीची मोहिनी त्याला टाळता आली नाही,' अशा शब्दांत आपली नापसंती व्यक्त केली आहे.[२५]

खरे तर शिवकाल व शाहूकाल या दोन्ही कालांचे राजकीय व सामाजिक संदर्भ भिन्नभिन्न स्वरूपांचे आहेत. शिवछत्रपतींचा संघर्ष प्रामुख्याने राजकीय स्वातंत्र्यासाठी होता, तर शाहू महाराजांचा संघर्ष प्रामुख्याने सामाजिक स्वातंत्र्यासाठी होता. शिवछत्रपतींच्या कार्यास सामाजिक प्रबोधनाची पार्श्वभूमी लाभलेली नव्हती, तर शाहू महाराजांच्या कार्याच्या मागे राजा राममोहन रॉय यांच्यापासून सुरु झालेल्या आधुनिक युगाच्या सर्वंकष प्रबोधनाची पार्श्वभूमी उभी होती. या आणि अशा अनेक गोष्टी या दोन महापुरुषांच्या कार्यातील आणि मार्गातील भिन्नतेच्या मुळाशी दिसून येतात. १९ व्या - २० व्या शतकांतील समाजसुधारणेच्या चळवळींचा शोध शिवकालात घेणे, इतिहासाला धरून होणार नाही.

असे असले तरी शाहू महाराज आद्य छत्रपतींचे वंशज होते. त्यांच्या दर्शनाबरोबर आम मराठी जनतेला शिवछत्रपतींचे स्मरण होणे आणि या स्मरणाबरोबर तिच्या हृदयात त्यांच्याविषयी आदरबुद्धी उत्पन्न होणे हे स्वाभाविक होते. अशी आदरबुद्धी बाळगणाऱ्यांमध्ये होळकरांसारख्या मराठा संस्थानिकांपासून शेतात व कारखान्यात कष्ट करणाऱ्या शेतकरी-कामगारापर्यंतचे सर्व सामाजिक स्तर सामील होते. यातून शाहू महाराज हे महाराष्ट्राचे स्वाभाविक नेते समजले गेले. या स्वाभाविक नेतृत्वाचा त्यांनी स्वतःच्या फायद्यासाठी उपयोग न करता अखिल मागासलेल्या समाजाच्या कल्याणासाठी उपयोग केला, हा त्यांच्या कार्याचा विशेष मानावा लागेल. या त्यांच्या कार्याचे मोजमाप त्यांच्या अनेक समकालीनांनीही केले आहे.

पण सर्वांत यथार्थ मोजमाप केले ते कोल्हापूर संस्थानापासून शेकडो मैल दूर असणाऱ्या उत्तर प्रदेशातील कुर्मी क्षत्रिय समाजाने. महाराजांच्या युगकार्याची अचूक नस पकडून, त्यांनी आपल्या मेळाव्यात त्यांना 'राजर्षी' ही बिरुदावली बहाल केली आणि त्यांचा मोठा सन्मान केला. रामायण-महाभारत काळी जनक, श्रीकृष्ण, भीष्म असे अनेक 'राजर्षी' होऊन गेले; पण त्यानंतरच्या हजारो वर्षांच्या प्रदीर्घ काळानंतर 'राजर्षी'पदास पोहोचले ते कोल्हापूरचे शाहू छत्रपती. क्षत्रिय असून जो ज्ञानी व विचारवंत असतो, जो आपल्या विचार-आचारांचे आदर्श समाजासमोर ठेवून त्याची दिशा बदलून टाकतो तो राजर्षी. तो एका परीने नव्या युगाचा प्रणेताच असतो.

अशी आशयसंपन्न बिरुदावली देऊन कुर्मी क्षत्रिय समाजाने शाहू महाराजांचा गौरव करावा, यात त्या समाजाच्या सामाजिक जाणिवेची प्रगल्भता आणि परिपक्वता तर दिसतेच; पण त्या काळी अखिल हिंदुस्थानातील मागासलेला समाज महाराजांकडे कोणत्या दृष्टीने व अपेक्षेने पाहत होता, याचीही कल्पना येऊन जाते.

आयुष्याच्या उत्तरार्धात शाहू महाराजांनी मागासलेल्या समाजाचा, दलित-पतितांचा उद्धार हेच आपले जीवितकर्तव्य मानले. त्यासाठी ब्राह्मण ब्युरॉक्रसीप्रमाणेच इंग्रज ब्युरॉक्रसीशीही त्यांना संघर्ष करावा लागला. आपल्या संस्थानाबाहेरच्या ब्राह्मणेतरांच्या चळवळीशी त्यांनी कसलाही संबंध ठेवू नये, अशा प्रकारचा एक दमदाटीचा खलिता मुंबई सरकारने त्यांच्याकडे पाठविला असताना त्यांनी जो तडफदार जबाब धाडला, त्यावरून त्यांची अंगीकृत कार्यावर केवढी अविचल श्रद्धा होती, हे दिसून येते. आपल्या पत्रात महाराजांनी म्हटले होते, 'महाराष्ट्रातील अस्पृश्यांसह तमाम मागासलेल्या बहुजन समाजाचा उद्धार हे माझे पवित्र जीवनकार्य आहे. या लक्षावधी शेतकरी, कामकरी नि मजूर बांधवांची सामाजिक, धार्मिक नि आर्थिक सुधारणा झाल्याशिवाय सरकारने राजकारणी हक्काची भाषा बोलावी तरी कशाला? हक्क देणार कुणाला, घेणार कोण? आणि त्याचा अडाणी ब्राह्मणेतरांना अर्थ तो काय कळणार नि फायदा तरी काय देणार? सरकार मला पदच्युतीच्या बुरखेबाज धमक्या देत आहे, त्यामागे कोणाच्या चिथावण्या नि कारवाया आहेत ते मला माहीत आहे. तुम्ही पदच्युत करण्यापूर्वी मीच आत्मसंतोषाने गादीचा राजीनामा देईन; पण एकदा हातात घेतलेली ब्राह्मणेतरांची चळवळ प्राण जाईतोवर हा शाहू सोडणार नाही.'[२६]

शाहू महाराजांच्या प्रत्यक्ष पाठिंब्याने महाराष्ट्रात जसजशी ब्राह्मणेतर चळवळ फोफावू लागली तसतसे ब्राह्मण वर्गातील त्यांच्या हितशत्रूंचे महाराजांवरील व त्यांच्या कुटुंबीयांवरील जहरी हल्ले कठोर होऊ लागले. खुद्द महाराजांना या यातना सोसाव्या लागत होत्या. महाराजांच्या जवळच्या काही मंडळींना हे त्यांनी स्वतःहून आपणावर ओढवून घेतलेले संकट वाटत होते. आपल्या संस्थानचा कारभार भला आणि आपण भले असेच धोरण महाराजांनी स्वीकारले असते (आणि हिंदुस्थानातील बहुसंख्य संस्थानिकांचे हेच धोरण होते) तर शत्रूंचे हे आग्या मोहोळ का उठले असते, असा सरळ प्रश्न त्यांच्या हितचिंतकांना पडत होता. महाराजांनी हाती घेतलेल्या कार्यामुळेच

ते अनेकांच्या शिव्या-शापांचे व सरकारच्या नाराजीचे धनी बनले होते, तेव्हा कोणी सांगितली आहे ही नसती उठाठेव करायला, असे त्यांना वाटत होते. रावबहादूर बाळासाहेब गायकवाड हे अशा हितचिंतकांपैकी एक होते. उपरोक्त आशयाचे एक पत्र त्यांनी महाराजांना पाठविले होते. त्याला जे उत्तर महाराजांनी दिले आहे, ते म्हणजे त्यांच्या स्वाभिमानी बाण्याचे, त्यांच्या प्रखर ध्येयनिष्ठेचे व प्रचंड आत्मविश्वासाचे द्योतक आहे.

महाराज म्हणतात, 'तुम्ही दिलेला उपदेश शिरसावंद्य आहे. तो मी माझ्या डोक्यावर धरीन; परंतु क्षत्रियाला अनुचित असे कर्म मी करणार नाही. जरी मला तुरुंगात घातले तरी तुरुंगात बसून देशाच्या यशाबद्दल अनुष्ठानच करीन. भर मैदानात येऊन (सरकारच्या) आदेशाला बुजून मागे हटणे म्हणजे माझ्या शीलाला डाग लावणे असे मला वाटते. हर प्रयत्नाने जीवहीन न बनता माझ्या शीलास सोडण्यास व माझ्या आई-बापास डाग लावण्यास मी तयार नाही. मी आपला उपदेश शिरसावंद्य केला आहे. मोठ्या प्रेमाने व आनंदाने तो डोक्यावर ठेवीन; परंतु वागणे मात्र अशक्य, कारण शीलास बट्टा लागेल. लॉर्ड रीडिंग काय, ब्रह्मदेवाने, खुद्द काळाने भीती घातल्याने जर मी भिईन तर मग माझे पूर्वज व देव हसतील आणि रडतील. याचा विचार मनात येऊन मरण व अपयश तृणवत वाटते. स्वभावाला काय औषध!... त्यास आम्ही करी धरलेले ध्येय ++प्रमाणे सोडणार नाही. जीव वाचविण्याकरिता वैऱ्याच्या पाया पडणार नाही. I shall break but not bend...! Govt. नाराज होईल. होईल बिचारे. मला त्रास होईल. रंजल्या गांजल्यांना मदत केली, अस्पृश्यांना जवळ धरले, मराठ्यांच्या उन्नतीकरिता देह झिजविला, याबद्दल खरोखर परमेश्वराच्या घरी न्याय मिळेल; पण शिवाजीच्या व क्षत्रिय कुलाला अनुचित करणार नाही, असे मी पूर्वजांची शपथ घेऊन सांगतो. माझ्या आईस बट्टा लागेल, असे केव्हाही होणार नाही. आपली पॉलिसी मला पसंत नाही.'[२७]

उपरिनिर्दिष्ट पत्रात 'जरी मला तुरुंगात घातले तरी तुरुंगात बसून देशाच्या यशाबद्दल अनुष्ठानच करीन' असे एक विधान शाहू महाराजांनी केले आहे. राज्यलोभास्तव तुरुंगात बसून सूर्य-अनुष्ठान करणारे राज्यकर्ते महाराष्ट्राला माहीत होते; पण अंगीकृत कार्यासाठी राज्यावर पाणी सोडून तुरुंगात जाण्याची तयारी दाखविणारा व तेथे गेल्यावर देशाच्या भल्यासाठी अनुष्ठान करू पाहणारा राज्यकर्ता महाराष्ट्र प्रथमच पाहत होता. महाराष्ट्रातच नव्हे तर

अखिल देशात अशी मानसिक तयारी असणारा संस्थानिक सापडणे ही अशक्य नसली तरी अपवादात्मक गोष्ट होती.

२० व्या शतकाच्या पहिल्या एक-दोन दशकांत ज्यांच्या ठिकाणी राष्ट्र, राष्ट्रीयत्व, राष्ट्रधर्म, राष्ट्रीय शील, धर्मनिरपेक्षता आदी राष्ट्रवादी भावना उत्पन्न झाल्या होत्या, अशा मोजक्याच भारतीय नेत्यांमध्ये शाहू महाराजांची गणना करायला हवी. राष्ट्र घडविण्याचे श्रेय आपण या थोर नेत्यांनाच द्यावयास हवे. त्यांच्यामुळे आपण सर्व हिंदी बांधव एकाच राष्ट्राचे घटकावयव आहोत, ही भावना रुजली आणि वाढीस लागली. महाराजांच्या भाषणांतून व कृतींतून अनेकदा ही भावना प्रतित झाल्याचे दिसून येते. नागपूरच्या बहिष्कृत समाजाच्या परिषदेत त्यांनी अस्पृश्य समजले गेलेले लोक 'हिंदी राष्ट्राचे घटकावयव' असून ते समसमान हक्क असणारी 'बरोबरीची भावंडे'च आहेत, अशी आपल्या अंतःकरणातील भावना जाहीरपणे मांडली होती.

याच परिषदेत महाराजांनी म्हटले होते की, 'आम्ही सर्व हिंदी आहोत, बंधू आहोत, हिंदी प्रजानन कोणत्याही वर्णाचे असोत, कोणत्याही धर्माचे असोत; ते सर्व हिंदी आहेत. व्यक्तीच्या दृष्टीने धर्माची बाब महत्त्वाची असेल; पण राष्ट्रीय बाबतीत ती केव्हाही आड येता कामा नये.' महाराज पुढे म्हणतात, 'देशाची म्हणजे देशबंधूंची सेवा करणे, 'जनी जनार्दन' शोधणे व पाहणे हाच खरा धर्म आहे.'[२८]

केवळ राष्ट्राची निर्मिती करून भागणार नाही, त्या राष्ट्रातील नागरिकांचे 'राष्ट्रीय शील' निर्माण व्हायला हवे, हा विचार मांडताना महाराजांनी म्हटले आहे, 'समाजाची नीतिमत्ता वाढविणे हे सामाजिक सुधारणेचे एक महत्त्वाचे अंग आहे. वाईट रितीभाती व धर्मभोळेपणा यांच्या योगाने आमच्यामध्ये मद्यपान, बालविवाह, जुलमाचे वैधव्य, देवास मुली वाहणे असे घातक प्रकार रूढ होऊन, त्यापासून शारीरिक, मानसिक व बौद्धिक अवनती झाली आहे. ही अवनती दूर करण्यास आपण उपाययोजना करावी. याबाबतीत शील बनविणे हेच मुख्य कर्तव्य आहे. शीलवान नागरिकांशिवाय राष्ट्र बनणे अगर उदयास येणे या गोष्टी शक्यच नाहीत. शारीरिक उन्नतीकडेही आपण लक्ष दिले पाहिजे; परंतु अंगात केवळ शारीरिक शौर्य, वीर्य कितीही असले तरी नीतिमत्तेची अवनती झाल्याबरोबर रोमसारखी बलाढ्य राष्ट्रेही कशी रसातळाला गेली, हे आपण विसरता कामा नये.'[२९]

मागे सांगितलेल्या राष्ट्रविषयक संकल्पनांचे मर्म उपरोक्त उद्‌गारांतून

व्यक्त होत नाही काय? यापेक्षा या संकल्पनांचा अन्वयार्थ अन्य काय होऊ शकतो? या देशातील राजे-रजवाड्यांची 'राजसिंहासने' कालौघात नष्ट होणार असून 'लोकशाही'चे एकच एक सर्वोच्च सिंहासन या देशात निर्माण होणार आहे. नव्हे तसे होणे ही काळाची गरज आहे आणि त्यातच हिंदी बांधवांच्या कल्याणाच्या स्वप्नांची परिपूर्ती होणार आहे, हे राष्ट्रीय स्वप्न शाहू महाराजांनी स्वातंत्र्यपूर्व कालखंडात पाहिले होते. अशी स्वप्ने पाहणाऱ्या व्यक्ती त्या काळात निर्माण झाल्या, हे त्या काळातील आपल्या देशाचे भाग्य होते. Prophets are ahead of their times. असे अनेकदा म्हटले गेले आहे. महाराजांच्या संदर्भात ही उक्ती यथार्थपणे लागू पडण्यास हरकत नसावी.

हिंदुस्थानच्या भावी लोकसत्तात्मक राज्यघटनेचे जे स्वप्न शाहू महाराजांनी पाहिले होते, त्याची कक्षा संकुचित नव्हती. त्यांची स्वप्नातील 'स्वराज्या'त शेतकरी-कामगार वर्गासह तमाम मागासवर्गीयांचा सहभाग, त्यांच्या आशा-आकांक्षांची फलद्रूपता अपेक्षित होती; पण त्या काळी हप्त्याहप्त्याने मिळणारे स्वराज्याचे हक्क वरच्या वर वरिष्ठ वर्गाच्या हाती पडून त्याची स्वराज्याच्या नावाखाली 'स्वदेशी ब्युरॉक्रसी' निर्माण होण्याचा आणि हे मागासलेले वर्ग तसेच उपेक्षित राहण्याचा धोका महाराजांना दिसत होता आणि म्हणूनच टिळकपक्षीयांच्या स्वराज्य चळवळीस त्यांचा विरोध होता. हा त्यांचा विरोध 'स्वराज्य' या तत्त्वासच आहे, असा कांगावा करून विरोधकांनी त्यांना 'स्वराज्यद्रोही' म्हणून जाहीर केले. स्वराज्यद्रोह म्हणजे 'स्वजनद्रोह' आणि आपल्याच देशातील स्वजनांना बरोबरीचे हक्क नाकारून, त्यांची सामाजिक स्वातंत्र्याची मागणी धुडकावून खरा 'स्वराज्यद्रोह' कोण करीत असतील तर ते टिळकपक्षीय लोक, असा शाहूपक्षीयांचा टिळकपक्षीयांवर प्रत्यारोप होता. इंग्रज राज्यकर्त्यांकडे राजकीय स्वातंत्र्याची मागणी करणारे स्वकीयांना सामाजिक स्वातंत्र्य द्यायला तयार नव्हते, अशांना शाहूपक्षीयांनी आपले शत्रू मानले तर ते इतिहासातील तर्कशास्त्रास धरूनच होते. म्हणूनच शाहू महाराजांनी आपल्या चळवळीत राजकीय लोकशाहीपेक्षा 'सामाजिक लोकशाही'स अधिक महत्त्वाचे स्थान दिले. अशा सामाजिक लोकशाहीच्या निर्मितीशिवाय राजकीय लोकशाहीच्या प्रस्थापनेस मागासलेल्या वर्गाच्या दृष्टीने काही अर्थ राहणार नव्हता आणि म्हणूनच डॉ. बाबासाहेब आंबेडकरांसारख्या दलितांच्या उदयोन्मुख नेत्याने शाहू महाराजांचा गौरव करताना त्यांना The Pillar of

Social Democracy (सामाजिक लोकशाहीचा आधारस्तंभ) अशी बिरुदावली उपयोजित केली होती. सामाजिक समता व न्याय यांचे अधिष्ठान असलेल्या 'सामजिक लोकशाहीचा पुरस्कार करणारे शाहू महाराज हे खरे लोकशाहीचे उपासक होते, असे मद्रासच्या ब्राह्मणेतर चळवळीच्या सर त्यागराज चेट्टी यांनीही म्हटले आहे. महाराजांच्या निधनानंतर त्यांच्या कार्याचा गौरव करताना त्यांनी त्यांचे वर्णन 'a democrat of democrats' असे केले आहे.[३०]

विशाल वटवृक्षाची भव्यता त्याच्या सावलीत उभे राहणाऱ्याला थोडीबहुत जाणवली तरी ती त्याच्या खरी नजरेत भरते त्याच्यापासून काही अंतर दूर गेल्यावरच! महापुरुषांच्या कार्याबद्दल असेच म्हटले जाते. त्यांच्या हयातीत त्यांच्या कार्याची खरी महती पूर्णतः ध्यानात येतेच असे नाही. शाहू महाराजांच्या निधनानंतर अवघ्या दोनच वर्षांनी फ्रेजरसाहेबांनी हाच विचार मांडत असताना म्हटले आहे : 'आपण शाहू महाराजांच्या काळाच्या इतके जवळ आहोत की, त्यांच्या कामगिरीचे योग्य मुल्यमापन आपल्याला करता येणे शक्य नाही... मात्र, विकाससमान भारतातील कोणताही इतिहासकार शाहू महाराजांच्या जीवनकार्याकडे दुर्लक्ष करू शकणार नाही एवढे मात्र खात्रीने सांगता येते. संबंधित संघर्षातील कडवटपणा जेव्हा कालांतराने नाहीसा झालेला असेल, तेव्हा प्रत्येक स्तरावरील भारतीय नागरिक 'एक लोकोत्तर पुरुष' म्हणून शाहू महाराजांची स्मृती अभिमानाने आपल्या मनात जतन करून ठेवील यात शंका वाटत नाही.'[३१] आज स्वतंत्र भारताच्या इतिहासात शाहू महाराजांना मिळालेले अनन्यसाधारण स्थान फ्रेजरसाहेबांची भविष्यवाणी खरी ठरल्याचे दर्शवून देते, यात संशय नाही.

गांधीजींच्या हयातीत त्यांच्या अहिंसेच्या तत्त्वज्ञानावर व पं. नेहरूंच्या कारकिर्दीत त्यांच्या शांततेच्या 'पंचशील' धोरणावर त्यांच्या विरोधकांनी काही कमी कठोर हल्ले चढविले असे नाही. त्यांचे तत्त्वज्ञान दुबळ्यांचे तत्त्वज्ञान म्हणून हिणवले गेले; पण काळाची बरीच पाने उलटून गेल्यानंतर आणि अनेक हिंसात्मक व अशांततेच्या घटनांतून पोळून निघाल्यानंतर लोकांना कळून चुकले आहे की, हिंसा अथवा लढाया हा काही मानवी सुखाचा खरा मार्ग नाही. आज जगाला गांधीजींच्या मार्गाशिवाय पृथ्वीतलावरील मानवाच्या सुखी अस्तित्वासाठी अन्य पर्याय राहिलेला नाही. आज ना उद्या या मार्गाचा स्वीकार करावाच लागेल. पं. नेहरूंच्या पंचशील तत्त्वाचेही

तसेच आहे. या तत्त्वावर अधिष्ठित असलेले स्वतंत्र भारताचे परराष्ट्रीय धोरण त्यांच्या निधनानंतर विरोधी पक्षांची अनेक सरकारे येऊनही तसेच अबाधित राहिले आहे. गांधीजी काय, पं. नेहरू काय, त्यांचे तत्त्वज्ञान अखिल मानवजातीच्या कल्याणाचा विचार करीत असल्याने ते काळाच्या कसोटीस उतरले आहे.

शाहू महाराजांचे समाजक्रांतीचे विचारही असेच काळाच्या कसोटीस उतरले आहेत. त्यांच्या हयातीत त्यांच्या विचारांची वरिष्ठ वर्गाने हेटाळणी केली, तर तथाकथित विचारवंतांनी उपेक्षा केली. एवढेच नव्हे, तर सामाजिक स्वातंत्र्याचा विचार मांडणाऱ्या या विभूतीवर 'स्वजनद्रोहा'चा, 'स्वराज्यद्रोहा'चाही आरोप करण्यात या विचारवंतांचा विवेक पारखा झाला. त्या काळी राजकीय स्वातंत्र्याच्या चळवळीचे धुरीणत्व करणाऱ्या थोर थोर देशभक्तांनाही सामाजिक स्वातंत्र्याची चळवळ ही राष्ट्रीय मुक्तीची चळवळ वाटत नव्हती. या त्यांच्या मानसिकतेमुळेच अस्पृश्यतेचा निषेध करणारा साधा ठरावसुद्धा काँग्रेससारख्या राष्ट्रीय संघटनेच्या व्यासपीठावर कित्येक वर्षे पास होऊ शकला नव्हता. देश पारंतत्र्यात असल्याने राजकीय स्वातंत्र्याची निकड ज्या मंडळींना अधिक वाटत होती, त्यांनी आपल्याच देशबांधवांच्या सामाजिक गुलामगिरीच्या बेड्या तोडण्यास स्वातंत्र्य दिनाच्या मुहूर्ताची वाट पाहावी, ही बाब दुर्दैवी होती.

या पार्श्वभूमीवर शाहू महाराजांच्या विचारांची उपेक्षा होणे, यात नवल नव्हते; पण आज स्वांतत्र्य मिळून ५० वर्षांहून अधिक काळ लोटला तरी या विचारांची अंमलबजावणी जशी व्हायला हवी तशी होत नाही, ही खरी शोकांतिका आहे. याचा असा अर्थ होतो की, उपरोक्त विचार ५० वर्षांपूर्वी जेवढा सत्य आणि निकडीचा होता तसा तो आजही आहे आणि आजच्या ग्रामीण भागातील स्त्रिया, भूमिहीन, शेतकरी, मोलमजुरी करणारे कष्टकरी आणि दलित समाज यांच्या प्रश्नांकडे डोळस नजरेने पाहिल्यास या विचारांची लढाई आणखी बराच काळ करावी लागेल, या वस्तुस्थितीचे दर्शन झाल्याशिवाय राहत नाही. ही लढाई जिंकली जाईपर्यंत शाहूंचा विचार सतत प्रेरणादायी व मार्गदर्शक ठरणार आहे.

म. फुले यांचा विचार, राजर्षी शाहूंचा विचार अथवा डॉ. आंबेडकरांचा विचार या सर्वांचे स्थलकालपरिस्थिती अनुसार वेगवेगळ्या स्वरूपात प्रकटीकरण झाले असेल; पण त्यांच्या अंतरगांतील सूत्र एकच होते. या सर्व थोर

समाजक्रांतिकारकांचा वैचारिक आकृतिबंध एकच होता आणि या आकृतिबंधातील 'विषयपत्रिका'ही एकच होती. या विषयपत्रिकेवरील कार्यक्रम स्थलकाल-परिस्थितीपरत्वे काहीसे भिन्नभिन्न भासले तरी त्यांच्या मुळाशी एकाच उद्दिष्टाचे सूत्र होते आणि ते म्हणजे सामाजिक समता व न्याय यावर अधिष्ठित असा शोषणमुक्त समाज निर्माण करणे, वरिष्ठ व बलिष्ठ वर्गाने लादलेल्या मानसिक व बौद्धिक गुलामगिरीतून मागासलेल्या वर्गाची मुक्तता करणे, त्यासाठी त्या वर्गास सामाजिक बंडास उद्युक्त करणे.

म. फुले काय, महर्षी शिंदे काय, डॉ. आंबेडकर काय अथवा कर्मवीर भाऊराव पाटील काय या सर्वांची विषयपत्रिका एक असणे यात काहीच नवल नव्हते, कारण ते सर्वजण मागासवर्गीयांचे प्रतिनिधी होते; परंतु राजकुलोत्पन्न शाहू महाराजांचीही विषयपत्रिका त्यांच्यासारखीच असावी, हा विसाव्या शतकातील महाराष्ट्राच्या सामाजिक इतिहासातील एक चमत्कार मानावा लागेल. एका अमेरिकन इतिहासकाराने म्हटल्याप्रमाणे, 'इतका मूलगामी सामाजिक दृष्टिकोन फुले यांच्यासारख्या एका शेतकरी कुटुंबातील व्यक्तीत आढळणे हे समजण्यासारखे आहे; पण शाहू महाराजांसारख्या एका राजामध्ये तो दिसून येणे ही गोष्ट थक्क करणारी आहे!'[३२] खरोखरच बालपणापासून राजवैभवात वाढलेल्या आणि छत्रपतींच्या गादीवर विराजमान झालेल्या या राजास समाजक्रांतीचा झेंडा खांद्यावर घेण्याची काय आवश्यकता होती? त्यांच्या आयुष्यात घडलेल्या वेदोक्त प्रकरणानंतर त्यांच्यातील अन्यायाविरुद्ध लढणारी बंडखोर वृत्ती जागी झाली हे खरे; पण त्या वेळी त्यांनी तयार केलेली विषयपत्रिका वेदोक्तातील ब्रह्मवृंदांच्या शरणागतीने व त्यांच्या विजयाने अंतर्धान पावावयास हवी होती; पण तसे झालेले दिसत नाही. उलट त्यांच्या विषयपत्रिकेवर मागासवर्गीयांच्या आरक्षणापासून अस्पृश्यता निवारणापर्यंत आणि सक्तीच्या प्राथमिक शिक्षणापासून क्षात्रजगद्गुरूंच्या निर्मितीपर्यंत नानाविध विषयांची यादी वाढत गेल्याचे दिसून येते. वेदोक्त प्रकरणात खांद्यावर घेतलेला समाजक्रांतीचा झेंडा त्यांनी शेवटच्या श्वासापर्यंत खाली ठेवला नाही.

सर्वच काळातील महापुरुषांवर स्थलकालपरिस्थितीच्या मर्यादा पडलेल्या असतात. या मर्यादांनी वेढलेल्या अवस्थेतच महापुरुष समाजाला पुढे नेण्याचा प्रयत्न करीत असतो; परंतु सर्वांच्या मर्यादा सारख्याच असतात असे नाही. म. फुले यांच्या मर्यादा वेगळ्या, शाहू महाराजांच्या मर्यादा

वेगळ्या. म. फुले मागासलेल्या 'शूद्र' वर्णात निर्माण झालेले, तर शाहू महाराज उच्चकुलीन 'क्षत्रिय' राजवंशात उदय पावलेले. प्रसंगी अर्धपोटी राहून म. फुले यांनी तुटपुंज्या साधनांनिशी सुधारणा चळवळ चालू ठेवलेली, तर शाहू महाराजांनी आपल्या संस्थानाच्या खजिन्याची ताकद या सुधारणा चळवळीच्या मागे उभी केलेली. वरवर पाहता म. फुले यांच्यावर पडलेल्या परिस्थितीच्या व साधनांच्या मर्यादा स्पष्टपणे दृग्गोचर होतात; पण ज्या राजेपदामुळे महाराजांकडे साधनांची हवी तेवढी उपलब्धता होती, तेच राजेपद ही त्यांची सर्वांत मोठी मर्यादा होती. ते एक प्रकारचे जाचक बंधनच होते. फ्रेजरसाहेबांनी अचूकपणे या बंधनावर बोट ठेवले आहे. ते म्हणतात, 'सत्तेवर असल्यामुळे आपली धोरणे अमलात आणण्यासाठी शाहू महाराजांकडे मोठी साधने होती. तथापि, शाहू महाराजांचे स्थान जितके मोठे होते, तितकीच परिस्थितीची कोंडी फोडायला कठीण अशी होती आणि तितकाच अधिक त्रास त्यांना संघर्ष करताना भोगावा लागलेला होता.'[३३] म. फुले यांच्याकडे भले संपत्ती नसेल, सत्ता नसेल; पण ते ब्रिटिश इंडियातील स्वतंत्र नागरिक होते. प्रसंग पडला तर ते इंग्रज राज्यकर्त्यांवर लेखणीचे कठोर हल्ले करू शकत होते, त्यांचे वाभाडे काढू शकत होते, त्यांच्या चुकांचे व गैरकृत्यांचे पाढे वाचू शकत होते. महाराजांचे राजेपद त्यांना यापैकी काहीही करू देऊ शकत नव्हते. सार्वभौम इंग्रज सत्तेने आखून दिलेल्या अधिकाराच्या रिंगणातच त्यांना आपल्या राजसत्तेचा बहुजनाच्या उद्धारासाठी जास्तीतजास्त कौशल्याने वापर करायचा होता; तो असा की, मांडलिक संस्थानिक या नात्याने सार्वभौम सत्तेशी असलेल्या राजनैतिक संबंधांना थोडीही इजा पोहोचता कामा नये. ही तारेवरची कसरत होती. हिंदुस्थानातील अन्य शेकडो संस्थानिक आपल्या राजविलासात रममाण होऊन आपल्या राजवैभवाचा सुखेनैव उपभोग घेत असताना हा मराठी राजा गळ्यात 'कवड्यांची माळ' घालून गरिबांच्या कल्याणासाठी आयुष्याच्या अखेरपर्यंत ही कसरत करीत राहिला. विशेष म्हणजे या कसरतीची कोणी त्याच्यावर सक्ती केलेली नव्हती, त्याने आपणहून या कसरतीचे 'व्रत' स्वीकारलेले होते.

तत्कालीन व उत्तरकालीन अनेक विद्वानांनी, विचारवंतांनी व अभ्यासकांनी शाहू महाराजांच्या चरित्राचे परिशीलन करीत असताना महात्मा गौतम बुद्धाचे स्मरण केले आहे.[३४] धनंजय कीर यांनी म्हटले आहे; 'खरोखरच

बुद्धांनंतर भारतात राजर्षी शाहू हाच एक असा राजा होऊन गेला की, जो हरिजन व गिरिजन यांच्या पंगतीत प्रेमाने, निर्भयपणे व उघडपणे जेवला.'[३५] गौतम बुद्धाची मानवजातीविषयीची व्यापक करुणा आणि वैश्विक बंधुत्वाची भावना 'राजर्षी शाहू महाराजांच्या विचारांतून आणि कृतींतून व्यक्त झाली होती. विचारांपेक्षा ती कृतींतून अधिक प्रकट झाली होती. हा त्यांच्या कार्याचा विशेष मानावा लागेल.

कुर्मी क्षत्रियांच्या परिषदेत शाहू महाराजांनी जे भाषण केले, तो त्यांच्या समाजशास्त्रीय अभ्यासाचा उत्कृष्ट नमुना होता; पण त्याहून महत्त्वाचे म्हणजे या भाषणाच्या अखेरीस महाराजांनी सर्वशक्तिमान परमेश्वराला उद्देशून जी प्रार्थना केली आहे, ती त्यांच्या ठिकाणी वास करणाऱ्या विश्वबंधुत्वाच्या भावनेची, व्यापक करुणेची द्योतक होती. या प्रार्थनेद्वारे ते परमेश्वराकडे मागणी करतात, 'हे परमेश्वरा, आमच्या देशातील लोकांना सुबुद्धी देऊन त्यांच्या अंतःकरणात ज्ञानाचा प्रकाश पाड, आम्ही सर्व सद्‌गुणी चिरायू पुत्र होऊन बंधुप्रेमाने राहू. दुसऱ्याचे दुःख ते आपले दुःख व दुसऱ्याचे सुख तेच आपले सुख, असा आमचा समज होऊ दे. सर्वजण मिळून शारीरिक, आत्मिक व सामाजिक उन्नती करून या संसाराला स्वर्गधाम बनवू या.'[३६]

महाराजांची ही प्रार्थना वाचत असताना संतश्रेष्ठ ज्ञानदेवांच्या ज्ञानेश्वरीतील 'पसायदाना'ची आठवण होते. त्यांच्या उपरोक्त प्रार्थनेतील विचार ज्ञानदेवांच्या पसायदानातील 'जे खळाची व्यंकटी सांडो। तया सत्कर्मी रती वाढो।। भूतां परस्परे पडो। मैत्र जीवांचे ।।' या ओवीतील वैश्विक बंधुत्वाच्या विचारांशी नाते सांगणारा आहे. हा विचार सामान्य नाही. तो जगातील सर्व माहात्म्यांचा विचार आहे. अखिल मानवजातीच्या सौख्याचे व कल्याणाचे रहस्य या विचारात साठवलेले आहे.

'महात्मा' हाही 'माणूस' असतो, तो 'देव' नसतो याचे भान समाजाने ठेवावयास हवे; पण बहुधा हे घडत नाही. शिवाजी महाराजांना आम्ही 'शिवा'चे अवतार मानून 'अवतारी' पुरुष करून टाकले; त्यामुळे त्यांच्यातील 'माणूस' पुसला जातो याचे भान आम्हाला राहत नाही. महापुरुषांना आम्ही एकदा 'देवा'च्या स्थानावर स्थापन केल्यावर आमचे काम सोपे होते. त्यांच्या जयंत्या-पुण्यतिथ्या साजऱ्या करणे, त्यांचे पुतळे उभारणे एवढेच उत्सवी काम शिल्लक उरते आणि ते मोठ्या उत्साहात पार पाडले जाते.

मग ते शिवछत्रपती असतील, म. फुले असतील, राजर्षी शाहू असतील अथवा डॉ. आंबेडकर असतील; पण ते महापुरुषही तुमच्या-आमच्यासारखी हाडामांसाची माणसे होती आणि 'माणूस' असूनही त्यांनी पारलौकिक देवांनीही कधी केली नाहीत, अशी मानवजातीच्या कल्याणाची अद्‌भूत कामे केली, ही शास्त्रीय दृष्टी आम्ही स्वीकारत नाही, कारण अशी दृष्टी स्वीकारण्यात त्या महापुरुषांच्या विचारांचे अनुकरण आणि अंमलबजावणी करण्याची अप्रत्यक्ष नैतिक जबाबदारी आमच्यावर पडते.

हे सत्य आहे की, तुम्हा-आम्हा सर्वांनाच महापुरुष होता येणार नाही, म. फुले-राजर्षी शाहू बनता येणार नाही. हेही मान्य करू की, त्यांचे विचार १०० टक्के आपणास आचरणात आणता येणार नाहीत; पण त्यांच्या कार्यातील एखादा टक्का विचार तरी अमलात आणता येईल की नाही? ज्ञानेश्वर महाराजांनी ज्ञानेश्वरीतील हजारो ओव्यांतून जगातील सर्वश्रेष्ठ तत्त्वज्ञान मांडले, मानवी जीवनाचा अर्थ विशद करून सांगितला, सत्कर्माचे अनेक सन्मार्ग दाखवून दिले आणि त्याप्रमाणे वागण्याचा आपल्या बांधवांना उपदेश केला; पण त्याप्रमाणे सर्वस्वी वागणे सामान्य जनांना सोपे नाही, याची नामदेवांसारख्या ज्ञानी संताला कल्पना होती आणि म्हणूनच ज्ञानदेवामागून येणाऱ्या पिढ्यांना मार्गदर्शन करताना त्यांनी म्हटले आहे, 'नामा म्हणे ग्रंथ श्रेष्ठ ज्ञानदेवी । एक तरी ओवी अनुभवावी ॥'

नामदेव महाराजांच्या या उपदेशाला अनुलक्षून तुम्ही-आम्ही, फुले-शाहूंच्या समस्त चाहत्यांनी, त्यांची एक तरी उक्ती 'अनुभवावी' अशी अपेक्षा या ठिकाणी केली तर ती अस्थानी ठरू नये. ही अपेक्षा जरी अंशतः पूर्ण झाली तरी शाहूचरित्राचा आम्ही आमच्या अल्पमतीप्रमाणे घेतलेला हा शोध, त्यासाठी केलेला सर्व खटाटोप सत्कारणी लागला, याचे समाधान आम्हांस मिळणार आहे, तेव्हा ज्यांनी निरपेक्षपणे 'जगाचा संसार' केला, त्या माहात्म्यांच्या उक्तीप्रमाणे 'स्वतःचा संसार' करणाऱ्या आमच्याकडून आमच्या जीवनात एखादी तरी कृती करण्याची आम्हांस प्रेरणा मिळो, अशी मंगल कामना व्यक्त करून आणि राजर्षी शाहू महाराजांच्या पवित्र स्मृतीस विनम्र अभिवादन करून आम्ही आमच्या लेखणीस (स्वल्प)विराम देत आहोत.

◆

संदर्भ

१) शाहूपूर्वकालीन हिंदुस्थान, महाराष्ट्र व कोल्हापूर

१. आभा, पृ. १२१
२. ग्रँड, पृ. ४६
३. BPIR, pp. 70-72
४. विशम, खं.१, पृ. ३१-३२
५. कित्ता, पृ. ३३
६. मफुगौ, पृ. १०३
७. मफुसवा, पृ. २५३
८. विशम, खं. १, पृ. ६८
९. भीराआंच, खं.१, पृ. १६०
१०. कित्ता, पृ. १६२
११. विशम, खं. १, पृ. ३८-३९
१२. मफुगौ, पृ. ९९
१३. मसउ, पृ. २६-३९
१४. विशम, खं. १, पृ. १०३-१०५
१५. करि, पृ. ६६०
१६. कित्ता, पृ. ६६४
१७. राशाछ, पृ. ४३

२) शाहू छत्रपतींचे बालपण आणि राज्यारोहण

१. RSCP, Vol. 1, p. 264
२. कित्ता, पृ. ७६,८७

३. कित्ता, पृ. १५९-१६३
४. कित्ता, पृ. १६८
५. कित्ता, पृ. १७४
६. कित्ता, पृ. २०७-२१७
७. कित्ता, पृ. २४४-२६३
८. कित्ता
९. कित्ता, पृ. २१९
१०. राशागौग्रं, पृ. २३
११. कित्ता, पृ. २५-२६
१२. श्रीशाच, पृ. ९६-९७
१३. राशागौग्रं, पृ. २९
१४. RSCP, Vol. 2, pp. 4-5
१५. छशिमप, पृ. १५६-१५८
१६. श्रीशाच, पृ. ९०
१७. कित्ता, पृ. ९४
१८. राव्य, पृ. ८-९
१९. कित्ता, पृ. १२-१३
२०. राशाछ, पृ. ७१
२१. राशारामा, पृ. ११२
२२. RSCP, Vol. 2, p. 37
२३. श्रीशाच, पृ. ७७

३) व्यक्तिमत्त्वाची जडणघडण

१. राशागौग्रं, पृ. १८
२. राशाछ, पृ. २३
३. राशागौग्रं, पृ. ९-१५, ३१
४. राशाछ, पृ. ३२
५. राशामभा, पृ. ६५
६. अरामच, पृ. ५२-६९
७. राशास्माग्रं, पृ. ८५७
८. श्रीशाच, पृ. १२०

९. राशागौग्रं, पृ. ८१९
१०. राशास्माग्रं, पृ. ८१९
११. धजीत, पृ. ६५८
१२. RSCP, Vol. 1, p.218
१३. कित्ता, पृ. २४२-२४३
१४. राशागौग्रं, पृ. २२७
१५. शाछनिआ, भा. २, पृ. २९
१६. राशामभा, पृ. १८८
१७. राशास्माग्रं, पृ. ३२२
१८. राशामभा, परिशिष्ट -२, पृ. ७
१९. राशागौग्रं, पृ. ४५३-४५४
२०. कित्ता, पृ. ५७१
२१. श्रीशाच, परिशिष्ट-२, पृ. ६
२२. राशामभा, पृ. २२
२३. राशास्माग्रं, पृ. ७६१-७६२
२४. धजीत, पृ. ४६४

४) वेदोक्त चळवळ आणि तिचा अन्वयार्थ

१. राशाछ, पृ. ८३
२. मजोफु-पा, पृ. ८
३. भासंको, खं. ६, पृ. ७३३
४. राशारामा, पृ. २२४
५. भासंको, खं. ६, पृ. ७३८
६. सादा, दशक ५, समास १, पृ. १५७-१५८
७. राशारामा, पृ. २२६
८. राशाछ, पृ. ९४
९. RSCP, Vol.3,pp. 345-351
१०. कित्ता, पृ. ३५८
११. कित्ता, पृ. ३६७
१२. राशाछ, पृ. ११३, १३०, १३४, १५४; शाछलो, पृ. ६६-६७
RSCP, Vol.3,pp. 19

१३. RSCP, Vol.3,pp. 349
१४. कित्ता, पृ. ३५९-३६०
१५. राशास्माग्रं, पृ. ७१५
१६. श्रीशाच, पृ. २२०

५) शिवाजी क्लब व दहशतवादी

१. विशम, खं. १, पृ. १०३-१०५, २४१-२४२
२. राशारामा, पृ. ३६२
३. कित्ता, पृ. ५४६
४. कित्ता, पृ. ५४७
५. राव्य, पृ. ५३४
६. विशम, खं. १, पृ. २५९
७. राशाछवा, पृ. ६१
८. राशागौग्रं, पृ. २०९
९. राशाछअं, पृ. १७
१०. राशागौग्रं, पृ. ३४६
११. राशाछवा, पृ. ६२
१२. राशारामा, पृ. ५४८
१३. विशम, खं. १, पृ. १०४-१०५

६) राजर्षी शाहू आणि लोकमान्य टिळक

१. राशास्माग्रं, पृ. २९५
२. कित्ता
३. राशारामा, पृ. ३५७
४. राशाछ, पृ. ३३९
५. कित्ता, पृ. ४३७
६. राशागौग्रं, पृ. ५२७
७. कित्ता, पृ. ३४६
८. प्रठासवा, खं. १, पृ. २१६-२१७
९. विशम, खं. २, पृ. ३०-३१
१०. श्री. जयंतराव टिळक यांच्या सौजन्याने

११. राशाछअं, पृ. ४१-४२
१२. राशास्माग्रं, पृ. ७५३
१३. प्रठासवा, खं. १,पृ. २१६
१४. राशास्माग्रं, पृ. ५३८
१५. शाछलो, पृ. ३०४-३०५
१६. लोशाछ, पृ. १८८
१७. शाछलो, पृ. ३०५

७) १९०२ चा क्रांतिकारी जाहीरनामा

१. कसगॅ, भाग १, २ ऑगस्ट, १९०२
२. राशाछ, पृ. १२२
३. विशम, खं. १, पृ. २१३
४. कित्ता, पृ. २१३-२१४
५. राशाछ, पृ. १२७
६. राशास्माग्रं, पृ. ३११

८) वसतिगृह चळवळ

१. राशाछ, पृ. १२७
२. राशागौग्रं, पृ. ५८८
३. कित्ता, पृ. ५८७-५८८
४. राशाछ, पृ. १०६
५. राशागौग्रं, पृ. ५८९
६. RSCP, Vol. 5 Intro, p. 10
७. राशागौग्रं, पृ. ७०-७१
८. राशारामा, पृ. १४५
९. राशागौग्रं, पृ. ६९-७०
१०. विमश्रीशिं, पृ. २९
११. राशारामा, पृ. १५८-१५९ श्री. डी. ए. शिंदे, रा. नूल यांची मुलाखत
१२. राशामभा, पृ. ७०
१३. राशाछ, पृ. १२४

१४. राशारामा, पृ. १४०, १४६

९) अस्पृश्योद्धार : शिक्षण

१. धजीत, पृ. ४६५
२. राशामभा, परिशिष्ट-२,पृ. ७
३. राशारामा, पृ. ३७६
४. राशास्माग्रं, पृ. ३११
५. शाछनिआ, भा. १, पृ. ४१
६. कित्ता, पृ. ४५
७. कित्ता, पृ. ६१-६२
८. RSCP, Vol. 6, Intro, p. 5
९. शाछनिआ, भा.१, पृ. १०७; भा. २, पृ. ५२
१०. कित्ता, भा. २, पृ. ३७
११. कित्ता, पृ. ३८
१२. कित्ता, पृ. ६१
१३. कित्ता, पृ. ६६, १३२
१४. राव्य, पृ. ६७-६८
१५. राशाछ, पृ. ४५६
१६. राशास्माग्रं, पृ. ३१२

१०) अस्पृश्योद्धार : अस्पृश्यांच्या मुक्तीचे जाहीरनामे

१. राशाछ, पृ. ३८९
२. कसगॅ, स. १९१८, भा.१, पृ. ११६
३. राशाका, पृ. ३६
४. राशामभा, पृ. ५७-५८
५. कसगॅ, स. १९१८, भा.१, पृ. १३९
६. राव्य, पृ. ४९
७. राशामभा, पृ. ५८-५९
८. शाछनिआ, भा.२, पृ. ८४
९. राव्य, पृ. ८५-८६
१०. शाछनिआ, भा.२, पृ. १२०-१२१

११. गंगाराम कांबळे पत्रव्यवहार - अप्रकाशित
१२. शाछनिआ, भा. २, पृ. १२९
१३. राशागौग्रं, पृ. ५०९
१४. राशाछ, पृ. २२२; लोशाछ, पृ. २२२
१५. राशाद्वृ, पृ. २५
१६. राशामभा, परिशिष्ट, २, पृ. ५-६
१७. कित्ता, पृ. ६-७
१८. कित्ता, पृ. ४-५
१९. कित्ता, पृ. ७
२०. विशम, खं. २, पृ. २९६
२१. भीराआंच, खं. १, पृ. २०४-२०५
२२. भाअप्र, प्रस्तावना, पृ. १२-१३
२३. भीराआंच, खं. १, पृ. २१७-२२०
२४. कित्ता, पृ. २२४
२५. विशम, खं. २, पृ. ३०८

११) अस्पृश्योद्धार : प्रत्यक्ष कृती

१. शाछनिआ, भा. १, पृ. १३७
२. कित्ता, भा. २, पृ. २०
३. कित्ता, पृ. २१
४. कित्ता, पृ. ५४-५५
५. कित्ता, पृ. ९२
६. धजीत, पृ. ६६०
७. शाछनिआ, भा. २, पृ. १५४
८. राशामभा, परिशिष्ट-२, पृ. ७-९
९. राशास्माग्रं, पृ. ३१२
१०. कित्ता, पृ. ७४६
११. राशागौग्रं, पृ. ३२५
१२. कित्ता, पृ. ४८६-४९१
१३. कित्ता, पृ. ४९०
१४. कित्ता, पृ. ४९७-४९८

१५. श्रीशाच, पृ. ४२५
१६. राशाछ, पृ. ४३०-४३१
१७. राशास्माग्रं, पृ. ७३७
१८. राशागौग्रं, पृ. ५०५
१९. गंगाराम कांबळे पत्रव्यवहार - अप्रकाशित
२०. राशास्माग्रं, पृ. ७५३
२१. गव्यका, पृ. ३९-४०
२२. कित्ता, पृ. १२२
२३. राशागौग्रं, पृ. ४९४-४९५
२४. राछलो, पृ. २५८-२५९

१२) अस्पृश्योद्धार : विचार व मार्गदर्शन

१. राशाछ, पृ. ३४६
२. श्री. विजय सुरवाडे, मुंबई यांच्या खासगी संग्रहातून
३. राशामभा, पृ. ९५
४. कित्ता, पृ. ८७
५. कित्ता, पृ. ८०
६. भीराआंच, खं. १, पृ. २१९
७. राशामभा, पृ. ६२
८. कित्ता, पृ. ६८-६९
९. राव्य, पृ. १३७-१३९
१०. राशास्माग्रं, पृ. ७६२
११. शाछलो, पृ. २९८
१२. राव्य, पृ. २२१
१३. राशाछ, पृ. ४३१
१४. राशास्माग्रं, पृ. ७१२-७१३
१५. भीराआंच, खं. २, पृ. २३८

१३) राजर्षी शाहू आणि डॉ. आंबेडकर

१. भीराआंच, खं. १, पृ. ६५,६७,८४,८५
२. कित्ता, पृ. २३५

३. राशाछ, पृ. ४२०
४. राशास्माग्रं, पृ. ७५०
५. भीराआंच, खं. १, पृ. २३५
६. राशास्माग्रं, पृ. ५४०, ५४७
७. बभामू, २० मे, १९२७
८. भीराआंच, खं. १, पृ. २२१
९. राव्य, पृ. ११४
१०. जनता- खास अंक, एप्रिल, १९३३
११. राशामभा, पृ. ६२
१२. बभामू, १० एप्रिल, १९२०, पृ. ३७९
१३. राशागौग्रं, पृ. ४९८
१४. राशास्माग्रं, पृ. ५५७
१५. राव्य, पृ. १४१
१६. राशास्माग्रं, पृ. ५५२
१७. भीराआंच, खं. १, पृ. २६५-२६६
१८. कित्ता, खं. २, पृ. १२
१९. कित्ता, पृ. १३-१४
२०. राशाछ, पृ. ४८८-४८९
२१. राशामभा, पृ. १३१
२२. राशाछ, पृ. ५०६
२३. कित्ता, पृ. ५२८
२४. राशास्माग्रं, पृ. ५५७
२५. भीराआंच, खं. २, पृ. १२

१४) भटक्या विमुक्त जातींचा उद्धार

१. भटक्या-विमुक्त जातींचे एक अभ्यासक प्रा. डॉ. टी. एस. पाटील यांच्याशी झालेली मुलाखत : २६ एप्रिल, १९९८
२. राशास्माग्रं, पृ. ५०२
३. कित्ता, पृ. ५०३
४. कित्ता, पृ. ५०७-५१२
५. कित्ता, पृ. ७४८-७४९

६. कित्ता
७. कित्ता, पृ. ५१२
८. राशागौग्रं, पृ. १६५
९. कित्ता, पृ. १६२-१६३
१०. शाछनिआ, भा. १, पृ. ८३-८४
११. कित्ता, पृ. १३०-१३२
१२. राशास्माग्रं, पृ. ५०४
१३. राशागौग्रं, पृ. १६६
१४. राशाछअं, पृ. ६
१५. राशास्माग्रं, पृ. ५०५
१६. कित्ता, पृ. ७४९

१५) जातिभेदाशी मुकाबला

१. भीराआंच, भा. १, पृ. २५८
२. बाआं, पृ. ४७
३. राशामभा, पृ. ६५-६६
४. कित्ता
५. कित्ता, पृ. ४५
६. कित्ता, पृ. ६७
७. कित्ता, पृ. ९६-९७
८. कित्ता, पृ. ६५
९. कित्ता, पृ. १२१-१२२
१०. कित्ता पृ. ६६-६७
११. कित्ता, पृ. ८३
१२. कसगॅ, १२ जुलै, १९१९, पृ. १५-२१
१३. राशास्माग्रं, पृ. ७०२
१४. राशामभा, पृ. ९१-९२
१५. राशास्माग्रं, पृ. ७०३; राव्य, पृ. १८२
१६. राशाका, पृ. ३९-४०
१७. राशाछ, पृ. ४२२
१८. गांधी, पृ. १८८-१९३

१६) स्त्री जातीच्या संरक्षणाचे कायदे

१. श्रीशाच, पृ. ४५०; राशाछ, पृ. ३०२
२. राशामभा, पृ. ४८
३. कित्ता, पृ. ४८-४९
४. विशम, खं. १, पृ. ३८-३९
५. कसगॅ, भा. ४, २ ऑगस्ट, १९१९, पृ. ४२-४३
६. राशाका, पृ. ४९-५०
७. कसगॅ, १७ जानेवारी, १९२०, पृ. ३
८. कित्ता, पृ. ४-५

१७) शिक्षण : एक गुरूकिल्ली

१. राशामभा, पृ. २-३
२. मफुसवा, पृ. २३७
३. कित्ता
४. राशागौग्रं, पृ. ३१८
५. राशामभा, पृ. ७४
६. कित्ता, पृ. ८
७. कित्ता, पृ. ७३
८. श्रीशाच, पृ. ३२१
९. कित्ता
१०. राव्य, पृ. ४१
११. कित्ता
१२. राशाका, पृ. १५०-१५७
१३. राशागौग्रं, पृ. ८७
१४. श्रीशाच, पृ. ३९८
१५. शाछनिआ, भा. २, पृ. ७-८
१६. राशास्माग्रं, पृ. ३८९-३९०
१७. शाछनिआ, भा.१, पृ. १७९
१८. कित्ता, भा. २, पृ. ५-६
१९. राशाका, पृ. १४१-१४९

२०. राशाछ, पृ. ३५३
२१. राशागौग्रं, पृ. ९६
२२. शाछनिआ, भा. १, पृ. १७५
२३. कित्ता, भा. २, पृ. १४६-१४७
२४. कित्ता, पृ. ४
२५. कित्ता, पृ. २७
२६. कित्ता, पृ. ५१-५२
२७. कित्ता, पृ. ६
२८. राशागौग्रं, पृ. ९०-९१
२९. श्रीशाच, पृ. ९१-९४
३०. शाछनिआ, भा. १, पृ. १३९
३१. कित्ता, भा. २, पृ. ६३
३२. कसगॅ, भा. १, १९१३, पृ. ७९
३३. राशागौग्रं, पृ. ९३
३४. राशास्माग्रं, पृ. ६१५-६१७
३५. श्रीशाच, पृ. ४००-४०१; राशाछ पृ. ३३४-३३६
३६. शाछनिआ, भा. १, पृ. १४४; राव्य, पृ. ३७
३७. राव्य, पृ. ८३
३८. राशाछ, पृ. ४७९
३९. शाछनिआ, भा. २, पृ. ९७, १४१
४०. कित्ता, भा. १, पृ. ९२; भा. २, पृ. ८९
४१. कित्ता, भा. १, पृ. ६३-६४, ७९; भा. २, पृ. ११७-११८
४२. राशागौग्रं, पृ. ९७-९८
४३. श्रीशाच, पृ. ३९९

१८) ब्राह्मण ब्युरॉक्रसीशी सामना

१. मफुसवा, पृ. ७२
२. राशामभा, पृ. ७३-७४, ७५
३. कित्ता, पृ. ११३
४. कित्ता, पृ. ९९-१००
५. राशास्माग्रं, पृ. ७४१

६. राशाछ, पृ. २४५
७. मुपासवा, पृ. ७१
८. राशाछ, पृ. ३४४
९. कित्ता
१०. कित्ता, पृ. ३४३
११. राशाका, पृ. ५४-५५
१२. शाछनिआ, भा. २, पृ. ३५
१३. राशारामा, पृ. २८३
१४. राव्य, पृ. १३४
१५. कित्ता
१६. राशामभा, पृ. ८४-८५
१७. कित्ता, पृ. १०२
१८. शाछनिआ, भा. १, पृ. १०३
१९. राशामभा, पृ. ८१-८४
२०. राशाछ, पृ. ३२४
२१. कित्ता
२२. राशास्माग्रं, पृ. २९८
२३. शाछनिआ, भा. २, पृ. १०८
२४. राशाछ, च २६९
२५. शाछनिआ, भा. २, पृ. २०
२६. कित्ता, पृ. ८१-८२
२७. कित्ता, भा. १, पृ. ३४-३५
२८. कित्ता, पृ. १७३

१९) आर्य समाज

१. श्रीशाच, पृ. ६७
२. राशामभा, पृ. २०-२१
३. भीराआंच, खं. १, पृ. १५४-१५८
४. राशाछ, पृ. ३२०
५. कित्ता
६. राशामभा, पृ. ३३

७. राशाछ, पृ. ३८१
८. कित्ता, पृ. ३७८
९. राशागौग्रं, पृ. २५४
१०. शाछलो, पृ. ११८
११. कित्ता
१२. राशाछ, पृ. ३२३
१३. शाछनिआ, भा. १, पृ. १७६
१४. कित्ता, भा. २, पृ. १४-१५
१५. कित्ता, पृ. १३
१६. राशामभा, पृ. ३४
१७. कित्ता, पृ. ३४-३५
१८. कित्ता, पृ. ५४

२०) सत्यशोधक समाज

१. राशाछ, पृ. २१८, २१९, २२५, २३२
२. कित्ता, पृ. २१९
३. श्रीशाच, पृ. ३३३-३३४
४. कित्ता, पृ. ३३५-३३७
५. राशाछ, पृ. २४२-२४३
६. कित्ता, पृ. २२४, २५१-२५२, २५५-२५६
७. राशास्माग्रं, पृ. ७४४-७४५
८. राशाछ, पृ. ४५५
९. शाछनिआ, भा. १, पृ. १७४
१०. कित्ता, भा. २, पृ. ९८
११. राव्य, पृ. १११
१२. राशाछ, पृ. ४५१
१३. राव्य, पृ. १०८
१४. श्रीशाच, पृ. ४३४
१५. राशागौग्रं, पृ. १४५
१६. शाछलो, पृ. २६१
१७. विशम, खं. २, पृ. २९४

१८. राव्य, पृ. २२४-२२५
१९. शाछलो, पृ. २८१
२०. राशाछ, पृ. ५२५
२१. राशास्माग्रं, पृ. ४४५
२२. राशाछवा, पृ. १०८-१०९
२३. कित्ता, पृ. ११०-१११
२४. मजोफु-पा, प्रस्तावना, पृ. २
२५. राशाछवा, पृ. ३१
२६. राशाछ, पृ. ३०९
२७. खंगोबाले, पृ. ५७
२८. राशाछ, पृ. २१९-२२०
२९. सहीमग्रं, पृ. १२

२१) राजर्षी शाहू : आर्यसमाजी की सत्यशोधकी?

१. राशामभा, पृ. २०-२१; राशाछ, पृ. ३२०
२. शाछलो, पृ. १८७
३. कित्ता, पृ. १८६
४. कित्ता, पृ. १८७
५. राशागौग्रं, पृ. ४१९-४२६
६. राशामभा, पृ. ३१-३३
७. कित्ता, पृ. ३३-३४
८. कित्ता, पृ. ६४
९. कित्ता, पृ. ६८
१०. सशाछ, पृ. ४६३-४६४, शाहू महाराजांचे अॅडॅमना पत्र, कोल्हापूर पुराभिलेख संग्रहालय, क्र. आर. १२३१४, अप्रकाशित
११. राशागौग्रं, पृ. ३८४-३८५
१२. कित्ता, पृ. ३८५-३८६
१३. कित्ता, पृ. ३८६
१४. राशास्माग्रं, पृ. ४४३-४४४
१५. कित्ता, पृ. ४४७
१६. शाछलो, पृ. २८८-२९९

१७. राशाछ, पृ. ३८०
१८. कित्ता
१९. कित्ता, पृ. ४७७
२०. कित्ता, पृ. ४७९

२२) क्षात्रजगद्‌गुरू पदाची निर्मिती

१. श्रीशाच, पृ. २१९
२. राशारामा, पृ. २८६
३. विशम, भा. २, पृ. २७६
४. राशाछ, पृ. ४५४
५. राशारामा, पृ. ३२४
६. शाछनिआ, भा. २, पृ. १०५-१०७
७. कित्ता, पृ. १०४
८. प्रठासवा, खं. १, पृ. २१०
९. राव्य, पृ. ६५
१०. प्रठासवा, खं. १, पृ. २१०
११. कित्ता, पृ. २११
१२. श्रीशाच, पृ. ४३४
१३. कित्ता, पृ. ४३३-४३४
१४. राशास्माग्रं, पृ. ३२३-३२४
१५. राशागौग्रं, पृ. २६८
१६. राशास्माग्रं, पृ. ४८१
१७. प्रठासवा, पृ. २११
१८. राशाछ, पृ. ४७४
१९. राशागौग्रं, पृ. ३०३-३०४
२०. राशाछवा, पृ. ३३
२१. मारोसंच, पृ. ३३-३४
२२. मफुसवा, पृ. ४१६

२३) ब्राह्मणेतर चळवळ

१. श्रीशाच, पृ. २२०

२. विशम, खं. २, पृ. २५४
३. शाछलो, पृ. १९२-१९३
४. कित्ता, पृ. २३१-२३३
५. श्रीशाच, पृ. ४४६
६. विशम, खं. २, पृ. २७७-२७९
७. कित्ता, पृ. २९१
८. श्रीशाच, पृ. ४५२
९. राशारामा, पृ. ५१८
१०. राशामभा, पृ. ६-७
११. शाछलो, पृ. २३३-२३४
१२. राशाछ, पृ. ४१०
१३. कित्ता, पृ. ३७३
१४. राशामभा, पृ. १०२
१५. राशाछ, पृ. ४८८
१६. कित्ता, पृ. ४८६-४८७
१७. राशामभा, पृ. ११३-११४
१८. राशास्माग्रं, पृ. ७२५
१९. कित्ता, पृ. ७२५-७२६
२०. राव्य, पृ. २१७
२१. कित्ता, पृ. २१७
२२. राशाछ, पृ. ४००
२३. GIA,p.204; विशम, खं. २, पृ. ३१४, भारासोइ, पृ. १४६; राशारामा, पृ. ५२५
४. विशम, खं. २, पृ. २९५

२४) स्वराज्यद्रोही की स्वराज्योपासक?

१. सशाछ, पृ. ४९८-४९९
२. कित्ता, पृ. ५००-५०२, ५०९
३. कित्ता, पृ. ४९३
४. राशाछअं, पृ. १७-१८
५. राशास्माग्रं, पृ. ३२२-३२५

६. राशाछ, पृ. ५०२
७. राशामभा, पृ. ३-४
८. कित्ता, पृ. ७२-७३
९. कित्ता, पृ. ७४-७५
१०. कित्ता, पृ. ७६
११. कित्ता, पृ. ७०
१२. कित्ता, पृ. ७१-७२
१३. कित्ता, पृ. ७१

२५) इंग्रजांशी तथाकथित राजनिष्ठा

१. राशाछअं, पृ. १४-१५
२. लोटिले, पृ. ९०-९१
३. सकेवा, खं. २, पृ. ४५४-४५७
४. लोशाछ, पृ. २९०
५. लोशाछ, पृ. १८८
६. कित्ता, प्रस्तावना, पृ. १६-१७
७. विशम, खं. १, पृ. १०४-१०५
८. लोशाछ, प्रस्तावना पृ. १७-१८
९. कित्ता, पृ. ११
१०. कित्ता
११. राशागौग्रं, पृ. २५३
१२. लोशाछ, प्रस्तावना, पृ. १३
१३. मजोफु, पृ. २५०
१४. मफुसवा, पृ. ३८८-३८९
१५. मफुव्यवि, पृ. १७५
१६. राशामभा, पृ. ९१
१७. कित्ता, पृ. ४१
१८. कित्ता, पृ. ३९
१९. कित्ता, पृ. ९०-९१
२०. राशाछ, पृ. ४४१, ४४९-४५०; श्रीशाच, पृ. ४५६

२६) मुस्लीम समाज आणि उत्क्रमणशील धर्मविचार

१. विशम, खं. १, पृ. ९४-९६
२. राशाछ, पृ. ४८-४९
३. राशामभा, पृ. ९७
४. श्रीशाच, पृ. १३५-१३६
५. राशास्माग्रं, पृ. ४९९
६. राव्य, पृ. ६०
७. शाछनिआ, भा. २, पृ. ७६
८. राशास्माग्रं, पृ. ४९९
९. राशामभा, पृ. १०७
१०. शाछनिआ, भा. २, पृ. ५८
११. राशाछ, पृ. ४०१
१२. राशापंस्मा, पृ. १९२१ ते १९२४
१३. राशास्माग्रं, पृ. ५००
१४. कित्ता, पृ. ८१-८२
१५. कित्ता, पृ. ६८
१६. कित्ता, पृ. १४०
१७. कित्ता, पृ. १४७-१४८
१८. मुस्लीम सत्यशोधक चळवळीचे नेते श्री. हुसेन जमादार यांची मुलाखत.
१९. खाँ साहेबांचे नातू, अझिझुद्दीनखाँ यांनी सांगितलेली आठवण.
२०. शाछनिआ, भा. १, पृ. १३४; भा. २, पृ. ५३
२१. RSCP, Vol. 6, pp.130-141
२२. शाछनिआ, भा. २, पृ. १३१-१३२
२३. RSCP, Vol. 6, pp.4-5
२४. कित्ता, पृ. ३२१-३२२
२५. शाछनिआ, भा. २, पृ. ११३-११४
२६. MSCM, Vol.I, Intro,p.7
२७. राशामभा, पृ. ३४-३५
२८. कित्ता, पृ. ३५
२९. कित्ता, पृ. ८८-८९

२७) कामगार चळवळ

१. राशामभा, पृ. १४
२. कित्ता, पृ. २६
३. राशागौग्रं, पृ. ३०५
४. राशामभा, पृ. २०
५. कित्ता, पृ. १५
६. कित्ता, पृ. २६
७. कित्ता, पृ. १९-२०
८. कित्ता, पृ. १४
९. कित्ता, पृ. १२०

२८) शेती, उद्योगधंदे व सहकार

१. RSCP, Vol. 4, Intro, p.5
२. कित्ता, खं. ५, पृ. ७२
३. राशास्माग्रं, पृ. ६९५
४. RSCP, Vol. 4, Intro, pp. 16, 24-25; शाछनिआ, भा. १, पृ. ८५-८६
५. RSCP, Vol. 4, Intro, pp.6-7
६. राशामभा, पृ. ७
७. श्रीशाच, पृ. २८१
८. शाछनिआ, भा. १, पृ. १४३
९. कित्ता, पृ. ६६
१०. कित्ता, पृ. ५७-५९
११. RSCP, Vol. 4, Intro, p.10
१२. कित्ता, पृ. ११-१२
१३. शाछअ, पृ. ७२
१४. RSCP, Vol. 4, Intro, p.122
१५. कित्ता, पृ. १२५
१६. कित्ता, खं. ५, प्रस्तावना, पृ. ७२-७३
१७. कित्ता, खं. ६, प्रस्तावना, पृ. २६-२७
१८. राव्य, पृ. २१-२५

१९. राशाछ, पृ. २४९, २७९; शाछनिआ, भा. २, पृ. १६
२०. RSCP, Vol. 6, p.341
२१. राशामभा, पृ. ११९
२२. कित्ता, पृ. १२२
२३. शाछअ, पृ. ४१

२९) शिकार, मल्लविद्या आणि ललित कला

१. राशास्माग्रं, पृ. ६४२
२. कित्ता, पृ. ६४३-६४४
३. कित्ता, पृ. ६४६
४. कित्ता, पृ. ६४८
५. छशास्मृ, पृ. ५५-५६
६. राशास्माग्रं, पृ. ६३१
७. राशागौग्रं, पृ. ३९-४२; शाछनिआ, भा. १, पृ. ३, ५, १०७-१०८; भा. २, पृ. ८८
८. राशास्माग्रं, पृ. ६३९
९. राशागौग्रं, पृ. ४३-४४
१०. कित्ता, पृ. ५२-५४; शाछनिआ, भा. २, पृ. १५
११. राशागौग्रं, पृ. १०९-११०, ११६
१२. राशास्माग्रं, पृ. ६५२
१३. राशारामा, पृ. ६२३-६२४
१४. कित्ता, पृ. ६२२-६२४
१५. कोद, पृ. १६७-१६८
१६. कित्ता, पृ. १६६; राशास्माग्रं, पृ. ६५०-६५१; राशागौग्रं, पृ. १०६
१७. राशागौग्रं, पृ. १३३
१८. शापिसपो, पृ. १३०-१३१
१९. राशारामा, पृ. ६०८-६०९
२०. कोद, पृ. १८२-१८३
२१. राशारामा, पृ. ६११
२२. कोद, पृ. १८४

२३. राशागौग्रं, पृ. १२५
२४. कोद, पृ. १८४-१८५
२५. कोद, पृ. १८७
२६. राशारामा, पृ. ६१८-६२०
२७. कोद, पृ. १७०-१७१
२८. कित्ता, पृ. १८९; राशागौग्रं, पृ. १२७
२९. राशारामा, पृ. ६११-६१२
३०. कोद, पृ. १८७
३१. केभोजवि, पृ. ९, १९
३२. कित्ता, पृ. १३
३३. राशागौग्रं, पृ. ११४
३४. कित्ता, पृ. १२६
३५. शतसूर्य, पृ. ३७
३६. राशागौग्रं, पृ. १४४; राशास्माग्रं, पृ. ६५३
३७. विश्वकर्मा, पृ. १९१-१९२
३८. राशास्माग्रं, पृ. ६७४
३९. कित्ता, पृ. ६७४-६७५; विश्वकर्मा, पृ. १६, ३२, ३७
४०. विश्वकर्मा, पृ. ५३
४१. कित्ता, पृ. ५२, ५४-५५
४२. राशास्माग्रं, पृ. ६६३-६६५
४३. श्री. बाळासाहेब माधवराव वालावलकर, कोल्हापूर यांची मुलाखत
४४. राशास्माग्रं, पृ. ६६५
४५. कित्ता
४६. कित्ता, पृ. ६६५-६६६
४७. चिच, पृ. २५
४८. केभोजवि, पृ. ११६, ११८
४९. माजी, पृ. १८५-१८६; विश्वकर्मा, पृ. १८६
५०. भामसासं, पृ. ५३
५१. कित्ता, पृ. ५४; विश्वकर्मा, पृ. १७८
५२. तपस्वी, पृ. ६-७

३०) ब्राह्मणेतर वृत्तपत्रे

१. राशास्माग्रं, पृ. ६७८-६७९
२. कित्ता, पृ. ४६९-४७०
३. मवृइ, पृ. ६३०
४. राशास्माग्रं, पृ. ६८०-६८१,
५. मवृइ, पृ. ६३१; राशाछ पृ. ३३०, ४९६
६. विशम, खं. २, पृ. २६४
७. मवृइ, पृ. ७९०-७९१; राशाछ, पृ. ४९६
८. मवृइ, पृ. ७९९
९. शाछनिआ, भा. २, पृ. ६७-६८
१०. मवृइ, पृ. ५६२-५६३
११. विमश्रीशिं, पृ. १५
१२. कित्ता, पृ. १९; विशम, भा. २, पृ. २६६
१३. मवृइ, पृ. ५७७-५७८
१४. कित्ता, पृ. ५१२-५१७
१५. विशइ, खं. २, पृ. २६३
१६. मवृइ, पृ. ५१८
१७. बभामू, पृ. ३४७
१८. राव्य, पृ. २११
१९. विशम, खं. २, पृ. २६५
२०. राव्य, पृ. २२६
२१. श्रीशाच, पृ. २२८-२२९
२२. कित्ता, पृ. ४७०
२३. राशाछ, पृ. ४१३
२४. राव्य, पृ. १५५
२५. कित्ता, पृ. ४७०
२६. शाछलो, पृ. २८६
२७. राशाछ, पृ. ४८३
२८. कित्ता, पृ. ४९७
२९. श्रीशाच, पृ. ३०५-३०६
३०. शाछनिआ, श. २, पृ. ८९-९०

३१. प्रठासवा, खं. १, पृ. २०९
३२. राशास्माग्रं, पृ. ३२१
३३. राव्य, पृ. १६०
३४. विशम, खं. २, पृ. २७०
३५. राव्य, पृ. १५७-१५९

३१) शत्रूंच्या कुटिल कारवाया

१. राशासमा, पृ. ३५९-३६०; शाछलो, पृ. १४९; SCRR, p.162
२. छसंस्माग्रं, प्रस्तावना, पृ. १८, २३, ३३-३६
३. RSCP,Vol.5,pp.57-58
४. लोटिच, खं. २, भा. ३, पृ. ६०-६१
५. कित्ता, पृ. ६८
६. कित्ता, पृ. ६९
७. SCRR, p.161
८. राशाछ, पृ. १७६
९. कित्ता, पृ. १७६-१७७
१०. जुआ, पृ. ६९
११. राशाछ, पृ. ४३९
१२. कित्ता, पृ. ४४०
१३. दिजसवा, पृ. १७-१९
१४. राशारामा, पृ. ११३-११४
१५. राशाछ, पृ. १७३
१६. शाछलो, पृ. १५०-१५१
१७. कित्ता, पृ. ३००-३०१; राशास्माग्रं, पृ. ७२३

३२) एका युगाची समाप्ती

१. राशाछ, पृ. ५०७
२. कित्ता, पृ. ४४२
३. कित्ता, पृ. ५०८
४. राशामभा, पृ. १२९
५. राशाछ, पृ. ५१७

६. कित्ता, पृ. १३३
७. राशाछ, पृ. ५१९
८. कित्ता, पृ. ५२०
९. RSCP, Vol 9, pp.538-556
१०. राशाछ, पृ. ५२३
११. कित्ता, पृ. ५२४
१२. राशास्माग्रं, पृ. ७२५
१३. राशाछ, पृ. ५२७
१४. राशास्माग्रं, पृ. ७२९-७३०
१५. कित्ता, पृ. ७१२-७३४
१६. राशाछ, पृ. ५२७-५२८

३३) व्यक्तिमत्त्व व कामगिरी

१. राशागौग्रं, पृ. ३२
२. कित्ता, पृ. ३४२
३. कित्ता, पृ. ४४९-५५०
४. श्रीशाच, पृ. ३०३; राशास्माग्रं, पृ. ७५३-७५४, ७६०; राशाछ, पृ. १४४
५. छसंस्माग्रं, पृ. १०८
६. राशास्माग्रं, पृ. ७५२
७. RSCP, Vol.5, Intro, p.45
८. राशाछ, पृ. १२९, ४०९
९. श्रीशाच, पृ. १९४
१०. राशाछ, पृ. ११९
११. प्रठासवा, खं. १, पृ. २०२
१२. राशाछअं, पृ. १०९
१३. राशामभा, पृ. ६८
१४. श्रीशाच, पृ. २२३
१५. राशाछअं, पृ. ११०-१११
१६. श्रीशाच, परिशिष्ट-२, पृ. ८
१७. राशास्माग्रं, पृ. ७४८

१८. राशामभा, पृ. ३८
१९. कित्ता, पृ. २७
२०. राशाछ, पृ. ३७४
२१. राशागौग्रं, पृ. ३४२
२२. SPSD, p.1
२३. राशामभा, प्रस्तावना, पृ. ८
२४. राशास्माग्रं, पृ. ७३०
२५. सराशाछ, पृ. ४१
२६. राशास्माग्रं, पृ. ७६२
२७. राव्य, पृ. १५४-१५५
२८. राशामभा, पृ. ८८-८९
२९. कित्ता, पृ. १०६
३०. राशास्माग्रं, पृ. ७२५
३१. कित्ता, पृ. २९०
३२. कित्ता, पृ. ४७०
३३. कित्ता, पृ. २८९
३४. कित्ता, पृ. ५८२, ७१६; राशागौग्रं, पृ. २७३
३५. राशाछ, प्रस्तावना, पृ. ८
३६. राशामभा, पृ. ५०

◆

संदर्भ ग्रंथसूची

१. **अरामच** - अहिल्याबाई राणीसाहेब महाराज यांचे चरित्र - कृष्णराव चौकीकर, कोल्हापूर, १९११

२. **आभा** - आधुनिक भारत - शं. द. जावडेकर, तिसरी आवृत्ती, पुणे, १९६८

३. **करि** - करवीर रियासत - स. मा. गर्गे, दुसरी आवृत्ती, पुणे, १९८०

४. **कसगॅ** - करवीर सरकारचे गॅझेट, कोल्हापूर पुरालेखागार, कोल्हापूर

५. **केभोजवि** - केशवराव भोसले जन्मशताब्दी विशेषांक : महाराष्ट्र टाइम्स (सं.) गोविंद तळवलकर, मुंबई, १९९०

६. **कोद** - कोल्हापूर दर्शन - (सं.) ग. रं. भिडे आणि पु. ल. देशपांडे, पहिली आवृत्ती, पुणे, १९७१

७. **खंगोबाले** - 'हंटर'कार खंडेराव गोपाळराव बागल यांचे निवडक लेख -(सं.) माधवराव बागल, कोल्हापूर, १९७४

८. **गव्यका** - श्री. गवई : व्यक्ती व कार्य आणि विदर्भातील दलितोद्धाराच्या चळवळीचा संक्षिप्त इतिहास - ना. रा. शेंडे, अमरावती, १९६३

९. **गांधी** - गांधी - नलिनी पंडित, पहिली आवृत्ती, पुणे, १९८३

१०. **ग्रँड** - जेम्स कनिंगहॅम ग्रॅन्ट डफ - अ. रा. कुलकर्णी, प्रथमावृत्ती, पुणे, १९६९

११. **चिच** - चित्र आणि चरित्र - बाबूराव पेंढारकर, प्रथमावृत्ती, पुणे, १९६१

१२. **छशास्मृ** - छत्रपती शाहू स्मृतिदर्शन - हिंदुराव साळुंखे, प्रथमावृत्ती, कोल्हापूर, १९९८

१३. **छशिमप** - छत्रपती शिवाजी महाराजांची पत्रे - (सं.) प्र. न. देशपांडे, पहिली आवृत्ती, धुळे, १९८३

१४. **छसंस्माग्रं** - छत्रपती संभाजी स्मारक ग्रंथ - (सं.) जयसिंगराव पवार, प्रथमावृत्ती, कोल्हापूर, १९९०

१५. **जनता** - जनता, खास अंक, एप्रिल, १९३३

१६. **जुआ** - जुन्या आठवणी - वा. रा. कोठारी, पुणे, १९७३

१७. **तपस्वी** - तपस्वी - आबालाल रेहमान आणि विनायक मसोजी, जागतिक मराठी परिषद प्रकाशन, मुंबई

१८. **दिजसवा** - दिनकरराव जवळकर समग्र वाङ्मय - (सं.) य. दि. फडके, पहिली आवृत्ती, पुणे, १९८४

१९. **धजीत** - धर्म, जीवन व तत्त्वज्ञान - वि. रा. शिंदे, मुंबई, १९७९

२०. **प्रठासवा** - प्रबोधनकर ठाकरे समग्र वाङ्मय, खं. १ : माझी जीवनगाथा - प्रबोधनकार के. सी. ठाकरे, प्रथमावृत्ती (पुनर्मुद्रण) मुंबई, १९९७

२१. **बभामू** - डॉ. बाबासाहेब आंबेडकर यांचे बहिष्कृत भारत आणि मूकनायक - (सं.) वसंत मून, मुंबई, १९९०

२२. **बाआ** - डॉ. बाबासाहेब आंबेडकर - धनंजय कीर, सातवी आवृत्ती, मुंबई, १९९०

२३. **बाआंप्र** - डॉ. बाबासाहेब आंबेडकरांची पत्रे- (सं.) शंकरराव खरात, पुणे, १९९०

२४. **भाअप्र** - भारतीय अस्पृश्यतेचा प्रश्न - वि. रा शिंदे, मुंबई, १९७६

२५. **भामसासं** - ६५ वे अखिल भारतीय मराठी साहित्य संमेलन, कोल्हापूर, १९९२ : जरीपटका - (सं.) प्रतापसिंह ग. जाधव, कोल्हापूर, १९९२

२६. **भारासोई** - भारतीय राज्यघटनेचा सोपपत्तिक इतिहास - रा. वि. ओतुरकर व पां. श्री. घारे, दुसरी आवृत्ती, पुणे, १९६८

२७. **भासंको** - भारतीय संस्कृती कोश, खं. ६ - (सं.) पं. महादेवशास्त्री जोशी, प्रथमावृत्ती, पुणे, १९७०

२८. **भीराआंच** - डॉ. भीमराव रामजी आंबेडकर चरित्र, खं. १- चां. भ. खैरमोडे, चौथी आवृत्ती, पुणे १९९२, खं. २, द्वितीय आवृत्ती, पुणे, १९९१

२९. **मजोफु** - महात्मा जोतिराव फुले : आमच्या समाजक्रांतीचे जनक - धनंजय कीर, पुनर्मुद्रण, मुंबई, १९९०
३०. **मजोफु** - पा - महात्मा जोतिराव फुले - पं. सि. पाटील, आवृत्ती दुसरी, मुंबई, १९८९
३१. **मफुगौ** - महात्मा फुले गौरव ग्रंथ - (सं.) पी. बी. साळुंखे, मुंबई, १९८२
३२. **मफुव्यवि** - महात्मा फुले : व्यक्तिमत्त्व आणि विचार - गं. बा. सरदार, प्रथम आवृत्ती, मुंबई, १९८१
३३. **मफुसवा** - महात्मा फुले समग्र वाङ्मय - (सं) य. दि. फडके, चौथी आवृत्ती, मुंबई १९९१
३४. **मवृइ** - मराठी वृत्तपत्रांचा इतिहास - रा. के. लेले, पुणे, १९८४
३५. **मसउ** - इंग्रजी सत्तेविरुद्ध महाराष्ट्रातील सशस्त्र उठाव- वि. गो. खोबरेकर, मुंबई, १९५९
३६. **माजी** - माझा जीवनविहार - गोविंदराव टेंबे, कोल्हापूर, १९४८
३७. **मारोसंच** - माधवराव राघोजी रोकडे यांचे संक्षिप्त चरित्र - कृ. अ. केळुसकर, मुंबई, १९२७
३८. **मुपासवा** - सत्यशोधक 'दीनमित्र'कार मुकुंदराव पाटील यांचे समग्र वाङ्मय, प्रथमावृत्ती, मुंबई, १९९०
३९. **राव्य** - राजर्षी - एक व्यक्तिदर्शन - श्याम येडेकर, कोल्हापूर
४०. **राशाका** - छत्रपती राजर्षी शाहू महाराज आणि कायदेकानून - द. रा. बगाडे, आवृत्ती पहिली, कोल्हापूर, १९८२
४१. **राशागौग्रं** - राजर्षी शाहू गौरव ग्रंथ- (सं) पी. बी. साळुंखे, मुंबई, १९७६
४२. **राशाछ** - राजर्षी शाहू छत्रपती-एक समाजक्रांतिकारक राजा-धनंजर कीर, पहिली आवृत्ती, मुंबई, १९७९
४३. **राशाछअं** - राजर्षी श्री शाहू छत्रपती यांचे अंतरंग - वा. द. तोफखाने, प्रथमावृत्ती, कोल्हापूर, १९६३
४४. **राशाछवा** - राजर्षी श्रीशाहू छत्रपती : वाद आणि वास्तव - रमेश जाधव, प्रथम आवृत्ती, कोल्हापूर, १९९२
४५. **राशादृ** - राज़र्षी शाहू : एक दृष्टिक्षेप- जयसिंगराव पवार, कोल्हापूर, १९८९

४६. **राशामभा** - राजर्षी श्रीशाहू महाराजांची भाषणे- (सं) भ. बा. जाधव, पहिली आवृत्ती, कोल्हापूर, १९७१
४७. **राशारामा** - राजर्षी शाहू : राजा व माणूस- कृ. गो. सूर्यवंशी, पहिली आवृत्ती, पुणे, १९८४
४८. **राशापंस्माग्रं -** राजर्षी शाहू पंचखंडात्मक स्मारक ग्रंथ - संपादक - डॉ. जयसिंगराव पवार आणि मंजुश्री पवार, कोल्हापूर, २०१९
४९. **राशास्माग्रं** - राजर्षी शाहू स्मारक ग्रंथ - डॉ. जयसिंगराव पवार, पहिली आवृत्ती, कोल्हापूर, २००१
५०. **लोटिच** - लो. टिळक यांचे चरित्र, उत्तरार्ध - खं.२, - न. चिं. केळकर, पुणे, १९२८
५१. **लोटिले** - लोकमान्य टिळक लेखसंग्रह - (सं) लक्ष्मणशास्त्री जोशी, नवी दिल्ली, १९६९
५२. **लोशाछ** - लोकराजा शाहू छत्रपती - रमेश जाधव, प्रथम आवृत्ती, पुणे १९९७
५३. **विमश्रीशिं** - विजयी मराठाकार श्रीपतराव शिंदे - माधवराव शिंदे, कोल्हापूर, १९७३
५४. **विशम** - विसाव्या शतकातील महाराष्ट्र : खं. १- य. दि. फडके, प्रथमावृत्ती, पुणे, १९८९, खं. २, पुणे, १९८९
५५. **विश्वकर्मा** - विश्वकर्मा (बाबूराव पेंटर - चरित्र)- सूर्यकांत मांडरे, पुणे, १९९५
५६. **शतसूर्य** - शतसूर्य- (सं) राजाभाऊ फडणीस, पुणे, १९९०
५७. **शाछअ** - श्री शाहू छत्रपतींचे अर्थकारण- मीना कुलकर्णी आणि ब. शि. कुलकर्णी, पहिली आवृत्ती, कोल्हापूर, १९७५
५८. **शाछनिआ** - राजर्षी शाहू छत्रपतींचे निवडक आदेश- (संकलक) शामराव पाटील, (सं) भास्कर धाटावकर, भा. १, मुंबई, १९८८; भा. २- (सं) अ. प्र. जामखेडकर, मुंबई, १९८९
५९. **शाछलो** - शाहू छत्रपती आणि लोकमान्य - य. दि. फडके, पुणे, १९८२
६०. **शापिसपो** - करवीर दरबार शाहीर पिराजीराव सरनाईक यांचे पोवाडे- पि. रा. सरनाईक, कोल्हापूर, १९८३
६१. **श्रीशाच** - श्रीमच्छत्रपती शाहू महाराज यांचे चरित्र- आ. बा. लठ्ठे,

बेळगाव, १९२५
६२. **सकेवा** - समग्र केळकर वाङ्मय-२, लोकमान्य खंड, (प्रकाशक) मनोहर महादेव केळकर, पुणे १९३८
६३. **सराशाछ** - सत्यवादी : राजर्षी शाहू छत्रपती- (सं) बाळासाहेब पाटील, कोल्हापूर-सांगली, १९७४
६४. **सहीमग्रं** - सत्यशोधक हीरक महोत्सव ग्रंथ (सं) माधवराव बागल, कोल्हापूर, १९३३
६५. **सादा** - सार्थ श्रीदासबोध - (सं) ल. रा. पांगारकर, पाचवी आवृत्ती, अठरावे पुनर्मुद्रण, मुंबई, १९९३
६६. **BPIR** - The History and Culture of the Indian People : British Paramountcy and Indian Renaissance, Part 1, (Ed.) R.C.Mujumdar, Second Edition, Bombay, 1970
६७. The Govt. of India Act, 1919, Rules There under and Govt. Reports, 1920- H.N.Mitra, Culcutta, 1921
६८. **MSCM** - Memories of His Highness Shri Shahu Chhatrapati Maharaja of Kolhapur, Vol.1, A. B. Laththe, Bombay, 1924
६९. **RSCP** - Rajarshi Shahu Chhatrapati Papers, Vol.1, (Ed.) A. G. Pawar, Kolhapur, 1978; Vol.2,(Ed.) Vilas Sangave and B. D. Khane, Kolhapur, 1983; Vol.3,(Ed.) Sangave and Khane, Kolhapur, 1985; Vol.4,(Ed.) Sangave and Khane, Kolhapur, 1988, Vol.5(Ed.) Sangave, Kolhapur, 1992; vol.6 (Ed.) Sangave, Kolhapur, 1994
७०. **SCRR** - Shahu Chhatrapati ; A Royal Revolutionary - Dhananjay Keer, Bombay, 1976
७१. **SPSD** - Chhatrapati Shahu - The Pillar of Social Democracy-(Ed.) P. B. Salunkhe, Kolhapur, 1994

◆

विषयनाम सूची

अखिल भारतीय अस्पृश्य परिषद (माणगाव) - ४१३,
अखिल भारतीय बहिष्कृत समाज परिषद (नागपूर) - १४७, १४९, १६२
अखिल भारतीय मराठा शिक्षण परिषद (खामगाव) - १९७, २७८, ३३५
अंडरसन, कर्नल (पोलिटिकल एजंट) - ३७७,
अब्दुल करीमखाँ (गायक) - ३५८
अभ्यंकर, गणेश (गणपत) रघुनाथ, (सांगलीचे नामवंत वकील) - २२१, ४०३
अमेरिकन मिशन - ५८, १३५, १३६,
अय्यावारू स्वामी रामय्या व्यंकय्या (म. फुल्यांचे सहकारी व सत्याशोधक) - ५८
अरविंद योगी - ८७, ८९, २८९, ३०२,
अल्बर्ट, एडवर्ड हॉस्पिटल - ४२
अल्लादिया खाँसाहेब (गानमहर्षी) - ३१६, ३१७, ३१८,
अस्पृश्य विद्यार्थी वसतिगृह (पंढरपूर) - १२२, १४७
अहिल्याबाई (शिवाजी तिसरे यांच्या राणी) - ४९, १८७
आक्कासाहेब (राधाबाई) महाराज (शाहूंच्या कन्या) - ८४, १४३, १६६, २०३, ३१३, ३८९,
आगरकर, (प्रि.) गोपाळ गणेश - १६, १८
आठवले, (प्रा.) रा. बी. (म. गांधींचे सहकारी व प्रकांड पंडित) - ४२५
आंतरजातीय विवाह कायदा - १८८,
आंदळकर, गणपतराव (हिंद केसरी) - ३५५,
आनंदीबाई (चौथ्या शिवाजी महाराजांच्या राणी) - १८, २८, ४९, ७०,
आपटे, रघुनाथ नारायण - २२
आबालाल रहिमान, (रंगसम्राट) - ३१६, ३७२,
आंबेडकर, (डॉ.) बाबासाहेब - १३०, १३४, १४६, १४८, १५०, १५२, १५५, १५८, १५९, १६१, १६५, १६७, १७६, २०६, २१०, २५४, २७९, ३८५, ४१३, ४१७, ४३५, ४३७, ४३८, ४४१, ४४९,
आंबेडकर, रमाबाई - १६४
आर्य धर्म परिषद (नवसारी) - २४८
आर्य समाज - ६, ३१, ३२, ५७, ७८, १२४, १३६, १४६, १६१, १७३, २०५, २२२, २२३, २२४, २२५, २२७, २२८, २४४, २४५, २४६, ४५४
आर्य क्षत्रिय समाज - १८०, ३४२,
ऑल इंडिया मराठा लीग - १७६,

इंगळी, देवाप्पा (मल्ल) - ३५२, ३५३,
इंगळे, बुवासाहेब (पट्टीचे शिकारी) - २९, ३०, ४९,
इंदुमतीदेवी (राणीसाहेब) (शाहूंच्या स्नुषा) - १२६, १४९,
इंदुमतीराजे (ताराबाई) (शाहूंच्या स्नुषा, राजाराम महाराजांच्या राणी) - १८७,
इमामबक्ष (मल्ल) - ३५२, ३५३, ३५४,
उदाजी मराठा विद्यार्थी वसतिगृह (नाशिक) - ११४
एडवर्ड सातवा (इंग्लंडचा बादशहा) - ४२, २०४, २३३, ३१२, ३५२,
एस. फत्तेलाल (चित्रपट निर्माते) - ३६९, ३७१,
औंधकर, विष्णुपंत (नाटककार) - ३६२, ३७१,
कदम, गणपतराव (सत्यशोधक) - १११, १४९,
करजगार, दत्तो बाबाजी (उद्योजक) - ३४३,
करंदीकर, दादासाहेब (रघुनाथ) पांडुरंग (लो. टिळकांचे वकील) - ७५, ९६,
करमरकर, मास्तर (बाळासाहेब) (शाहूंचे सहकारी) - १९९, २१९,
कर्झन, लॉर्ड (गव्हर्नर जनरल) - ८२
कर्नाटक ब्राह्मणेतर सामाजिक परिषद (हुबळी) - २८०
कसबेकर, गोविंद (मल्ल) - ३५२
कसबेकर, नारायण (मल्ल) - ३५२
कागलकर, (घाटगे) दत्ताजीराव ऊर्फ काकासाहेब (शाहूंचे जनक घराण्यातील चुलते) - २७, १८३,
कांबळे, गंगाराम (अस्पृश्य पुढारी) - ३३१, १४५, १४७, १४८, ४२८,
कायस्थ प्रभू वसतिगृह - ६७, २७२
काळभोर, गंगाजी (ब्राह्मणेतर पुढारी) - २८३,
किंग एडवर्ड ॲग्रिकल्चरल इन्स्टिट्यूट - ३३४,
किर्लोस्कर नाटक मंडळी - ३६१, ३६२, ३६४, ३६७
किर्लोस्कर, लक्ष्मणराव (उद्योगपती) - ३४२
कीर, धनंजय (शाहू-चरित्रकार) - ९९, १०२, १५८, १६०, ४३९, ४६९
कुरणे, दत्ताजीराव (पत्रकार) - २७९,
कुराण - २, ३१३, ३१४,
कुर्डीकर, मोगुबाई (गायिका) - ३०५,
कुर्तकोटी, (डॉ.) (करवीर पीठाचे शंकराचार्य) - २०५, २५७,
कुर्मी क्षत्रिय परिषद (कानपूर) - १८७,
कुलकर्णी परिषद - २
कुलकर्णी, लीलामृत (काव्यग्रंथ) - २१२, २१३
कुलकर्णी, वतन - ९३, १४१, २०५, २१३, २१४, २१५, २५७,
केरकर, केसरबाई (सुरश्री) - ३५८,
केशवराव, भोसले नाट्यगृह - (पॅलेस थिएटर पाहा.) - ३६७
केसरी (वृत्तपत्र) - १८, २१, २३, २६, ३३, ६८, ७१, ७५, ७६, ८२, ८३, ८८, ९०, ९४, १०३, १०६, १६१, १९८, २०१, २०४, २१२, २१४, २८५, २८६, २८७, २८९, २९०, २९१, ३००, ३७०, ३८१, ३८२, ३९३, ४०२, ४१०,

४१७,
केळकर, न. चि. - ८७, २१२, २८५, ३८४, ४०२, ४७१
केळवकर, (डॉ.) कृष्णाबाई (कोल्हापूर संस्थानातील वैद्यकीय अधिकारी - २०३
केळवकर, (कमलाकार) (डॉ.) द्वारकाबाई - २०४
केळवकर, रखमाबाई (राधाबाई) (कोल्हापूर संस्थानच्या पहिल्या 'देशी' स्त्री शिक्षणाधिकारी) - ६०, २०३
केवळकर, (बॅ.) शामराव (कोल्हापूर येथील लॉ. कॉलेजचे संस्थापक) - ६०, १६४,
केळुसकर, कृष्णाजी अर्जुन - ५७, १६८, ४७०
कोठारी, वालचंद (ब्राह्मणेतर पुढारी) - २५१, ३८१, ३८६
कोल्हटकर, अच्युतराव बळवंत (पत्रकार, साहित्यिक) - २४१, ३८७, ३८८
कोल्हापूर गायन समाज - ३५७
कोल्हापूर दलित प्रजा परिषद - १६६,
कॅन्डी, (प्राचार्य) सी. एस. - ४२, ४३
क्लार्क (प्राचार्य) जॉर्ज (लॉर्ड सिडनहॅम) (मुंबईचे गव्हर्नर) - १५२, २१३,
क्लार्क (मिस) व्हायोलेट (गव्हर्नर कन्या) - १११
खरे, वासुदेवशास्त्री - ३६१
खाडीलकर, (नाट्याचार्य) कृष्णाजी प्रभाकर - ३६९
खानविलकर, गुणाजीराव (शाहूंचे श्वशुर) - ३२
खानविलकर, बाबासाहेब (मामासाहेब) (शाहूंचे मेहुणे) - २३७
खापर्डे, (नाम) दादासाहेब - ८७, १३८, २८५
गजबर, बाबा (चित्रकार, चित्रपट कला दिग्दर्शक) - ३६९, ३७५
गजबर, बाळ (चित्रकार) - ३७१, ३७५
गडकऱ्यांचा उठाव - २४
ग्रंथमाला (मासिक) - ३७७, ३७८
गरिबांचा कैवारी (वृत्तपत्र) - २७९, ३७९
गवई, गणेश अक्काजी (अस्पृश्यांचे पुढारी व पत्रकार) - १५८, ४१७
गागाभट्ट - ६७, ७१, ७२, १६६
गांधी, (महात्मा) मो. क. - १८४, २४२, ४१३
गामा पैलवान - ३५३, ३५४
गायकवाड, बाळासाहेब ऊर्फ खंडेराव (सरदार) - ९५, ९६, २३३, ४३३,
गायकवाड, (महाराजा) सयाजीराव - ६८, ७३, १३८, १५९, २०६, ३०३, ३३५, ४१४, ४२४
गुन्हेगार जाती - १२७, १२८, १७०, १७१, १७२, १७४,
गुप्ते, शंकर सीताराम (इरिगेशन ऑफिसर) - ३३२
गुलाम कादर (मल्ल) - ३५३
गुलामगिरी (ग्रंथ) - १४, १५, १८, ६१, १२०, १२६, १२८, १२९, १३०, १३४, १५४, १५६, १७०, १७८, १८३, १९२, १९६, १९७, २४१, २४६, २६२, २६३, २८६, २९२, ३०१, ४०५, ४३७, ४३८
गोखले, कृष्णाजी भिकाजी (शाहूंचे

शिक्षक) - २९, ५३,
गोखले, (नाम.) गोपाळ कृष्ण - ३४, १०८, २१७, २१८, २७४, ३८७
गोखले, (नाय.) व्ही.बी. (न्यायाधीश, कोल्हापूर संस्थान) - १०७
गौतम बुद्ध - १५८, ४३९, ४४०
घरचा पुरोहित (ग्रंथ) - २३३
घाटगे, (कागलकर) चंद्रप्रभाबाई (शाहूंच्या चुलत भगिनी) - १८३
घाटगे, जयसिंगराव (आबासाहेब) (शाहूंचे जनक पिते) - २५, २७, ४८, ३३६,
घाटगे, दत्ताजीराव ऊर्फ काकासाहेब (शाहूंचे चुलते) - १०९
घाटगे, पिराजीराव, (बापूसाहेब) (शाहूंचे बंधू) - ४७
घाटगे, यशवंतराव (शाहूंचे जनम घराण्यातील नाव) - २५, २७, २८, १३४
घाटगे, हिंदुराव (शाहूकालीन सामाजिक कार्यकर्ते) - १०८
घोलप, ज्ञानदेव ध्रुवनाथा (मुंबई कायदेमंडळातील अस्पृश्यांचे पहिले प्रतिनिधी) - १४६
घोष, बाबू अरविंद - ८७, ८९, २८९
चंदावरकर, (न्या. सर) नारायणराव - १३८,
चित्याची शिकार - ९८
चिपळूणकर, विष्णूशास्त्री - १७,२३,४०६
चिमासाहेब महाराज - ३१,
चिरोल प्रकरण - ९३, ९६, २७८
चिरोल (सर) व्हॅलेंटाईन - ९३, ९६
चेट्टी, (सर) पी. त्यागराज (मद्रासच्या ब्राह्मणेतर चळवळीचे पुढारी) - २८०, २८१, ४१६, ४३६,
चोखामेळा बोर्डिंग (नागपूर) - २०७
छत्रपती मराठा बोर्डिंग हाऊस (सातारा) -२०७
छत्रपती संस्कृत महाविद्यालय - २०५
जयकर (बॅ.) - १३८
जवळकर, दिनकरराव - ३८०, ४०६, ४६०,
जसदनवाला (गायक) - ३५८
जस्टिस (वृत्तपत्र) - ४१६
जाधव, खासेराव (शाहूंचे स्नेही - बडोदा) - ८७, २४५, २५२,
जाधव, (नाम.) भास्करराव विठोजी - ४४, १०४, १०८, १०९, १११, १२०, १२१, १२२, १२३, १२४, १४५, २१२, २१३, २३१, २३२, २३३,
जाधव, (कॅ.) माधवराव - ८७, २८९
जाधव, रामचंद्र बाबाजी (दासराम) (सत्यशोधक) - ११३
जाधव, लक्ष्मीबाई (गानचंद्रिका) - ३५९,
जांभेकर, (आचार्य) बाळशास्त्री - १५, १६
जिनगर समाज वसतिगृह - ३४२
जिरगे प्रकरण - ३९६
जेधे, केशवराव - ३८०, २८४, ४०६
जैन बोर्डिंग (दिगंबर) - ११०
जोशी, गणपतराव (नाट्य कलावंत) - ३६१
जोशी, दामू (सशस्त्र क्रांतिकारक) - ८४

जोशीराव, तात्याराव (उपाध्याय) - ७६
जॅक्सन (कलेक्टर) - ९४, ९७
टागोर (गुरूदेव) रविंद्रनाथ - ३७५
टिळक (लोकमान्य) बाळ गंगाधर - १७, ६९
टिळक, श्रीधरपंत - ९७
टेंगशे डॉक्टर (शाहूंचे फॅमिली डॉक्टर) - ४०८
टेंबे, गोविंदराव (संगीतकार) - ३६२, ३७४, ४७०
ठाकरे, (प्रबोधनकार) के. सी. - ९६, ९८, १५७, २६२, २६३, २६५, २८३, ३०४, ३९१, ४१५, ४१७, ४२४, ४३०, ४६९
डांगे, (कॉ.) श्रीपाद अमृत - २८६, ३३०,
डांबर प्रकरण - २३३, २३४,
ड्रिप्रेस्ड क्लास बोर्डिंग (नाशिक) - १६३
डेक्कन एज्युकेशन सोसायटी - ९०, २०७,
डेक्कन रयत (वृत्तपत्र) - २७५, २७६, २७९, ३८५, ३८६,
डोंगरे, (प्रा.) महादेव गणेश (सत्यशोधक) - ९६
डोणे, विठ्ठल बिराजी (सत्यशोधक) - २१२
ताराबाई मराठा बोर्डिंग (पुणे) - २०७
ताराबाई महाराणी (करवीर राज्य-संस्थापिका) - १८७,
तारापूरवाला, मेहरजी (दिवाण) - ४२, ४३
तोफखाने, वा. द. (शाहूंचे सहकारी) - ८७, २१९, ३०४, ४७०
थिऑसॉफिकल सोसायटी - ५६, ५८, ३१९, ३२०, ३५६,
थोरात (पाटील), रावसाहेब (सामाजिक कार्यकर्ते) - २७२
दयानंद सरस्वती (स्वामी) - २२८
दर्पण (वृत्तपत्र) - १५,
दलित प्रजा परिषद - १६६
दळवी, दत्तोबा (शाहूकालीन कलावंत) - १६०, ३७५,
दिगंबर जैन वसतिगृह - ११६
दिल्ली दरबार - ३५३
दीनबंधू (वृत्तपत्र) - ३७९, ३८३
दीनमित्र (वृत्तपत्र) - २१२, २३८, २६३, २७८, ३८३, ३८४, ३८५, ३९१, ४७०
देवल, गोविंद बल्लाळ (नाटककार) - ३६१
देशमुख, काशिनाथ बापूजी, (सत्यशोधक पत्रकार) - २३८
देशमुख, (लोकहितवादी) गोपाळ हरी - १६
देशमुख, (डॉ.) पंजाबराव - २०८
देसाई, शामराव (राष्ट्रवीरकार) - २६४, २७९, २९०, ३८५, ३९१, ४१७,
दैवज्ञ समाज वसतिगृह - २५६,
धनगर, देवाप्पा (मल्ल) - १५६, १८३
धुरंधर, (रावबहादूर) माधवराव (चित्रकार) - ३७५
नाईक, यल्लाप्पा बाळा (शाहूंचा ड्रायव्हर) - १४४
नाभिक बोर्डिंग - ११०
नायर, (डॉ.) टी. एम. (माधवन), (मद्रासच्या ब्राह्मणेतर चळवळीचे नेते)

- २०७, २७३, २७९
नायर, (सर) शंकरन (मद्रासच्या ब्राह्मणेतर चळवळीचे नेते) - २७९
निटवे, कलाप्पा आण्णा - २३३
निंबाळकर, कीर्तिवानराव (ब्राह्मणेतर चळवळीचे नेते) - २७९, २८३, ३८१
निराश्रित सोमवंशीय समाज (नाशिक) - २०७
पटवर्धन, चिंतामणराव (संस्थानिक) - ६७
पटवर्धन, बाळासाहेब (संस्थानिक) - ७६, २२१
पटेल, बिल - १८२
पटेल, विठ्ठलभाई - १३८, १८२, ३८०
पठाण वस्ताद बालेखान (शाहूंचे मल्ल विद्येतील गुरू) - ३१६, ३५१, ३५५, ३५६
पठ्ठे बापूराव (रेठरेकर) - ३६७
पंडित, आत्माराम (आर्य समाजिस्ट) - २२३, २२७,
पंडित, दाजी कृष्ण (कोल्हापूर संस्थानाचे कारभारी) - २४
पंडित, बाबा महाराज (ऊर्फ वासुदेव हरिभाऊ) - ६९
पन्हाळा लॉज (मुंबई) - ३९१, ४१५
परमानंद स्वामी - २२७
परीट, गोपाळ (मल्ल) - ३५२
पागनीस, विष्णुपंत (नाट्य कलावंत) - ३६२, ३७१
पाटील, आप्पासाहेब दादगोंडा - १५०
पाटील, केशवराव (सत्यशोधक) - २३५
पाटील, पंढरीनाथ सीताराम (फुले चरित्रकार) - २४१
पाटील, (रावबहादूर) पी. सी. - १०९, २०६
पाटील, (कर्मवीर) भाऊराव - ११८, १४६, १९४, २०८, २३४, ४३८
पाटील, मुकुंदराव (दीनमित्र' कार) - २१२, २१३, २३४, २३८, २६३, २७३, २७५, २७८, २८१, ३८३, ३८४, ४७०
पाटील, सदाशिवराव लक्ष्मणराव - २६०, २६१ (क्षात्रजगद्गुरू पाहा)
पाळेकर, भगवंतराव (जागृती कार) - ७८, २७८, ३८६, ३९३, ४१७,
पिशवीकर, गुंडोपंत (धर्माधिकारी) - ७६, १८३, २१९,
पीज (सर) आल्फ्रेड (शाहूंचे स्नेही) - १६४
पीपल्स एज्युकेशन सोसायटी, मुंबई - २७३
पेंटर, आनंदराव (नेपथ्य कलावंत) - ३६८, ३७१, ३७४
पेंटर, (कलामहर्षी) बाबूराव - ३६८, ३६९, ३७०, ३७१, ३७४, ३७५, ४७१
पेंढारकर, भालजी - ३७१
पेंढारकर, बाबूराव - ३७०, ४१९, ४६८
पोवार, दत्तोबा संतराम (डी.एस.) (सनदी वकील) - १४३, १६०, ३६९, ३७०
प्रतापसिंह (इदारचे महाराज) - ५७, २२२, २२४, ४१५,
प्रतापसिंह छत्रपती (सातारा) - ६७,

२११, ४१५,
प्रतापसिंह महाराज (जोधपूर) - २२३
प्रबोधन (वृत्तपत्र) - ३७९, ३९१,
प्रार्थना समाज - ६, १६, १९, २२६, २४२, २५३, ३८४,
प्रिन्स ऑफ वेल्स - ३५६, ४११, ४१२
प्रिन्स शिवाजी मराठा फ्री बोर्डिंग हाऊस - ११२
पॅलेस थिएटर (केशवराव भोसले नाट्यगृह) - ५६, ३६६, ३६७
फडके, य. दि. - ८८, ९९, १५७, २४४, २७३, ३०२, ४०७,
फुले, (महात्मा) जोतीराव - १४, १५, १७, १८, ५८, ६२, ६३, ६४, १५८, १६६, १७७, १७८, १८६, १९४, १५९, १९६, १९७, २०८, २०९, २११, २१७, २२३, २३०, २३२, २३७, २४१, २४२, २४४, २४५, २४६, २४९, २५५, २६१, २६२, २६६, २६७, २६८, २६९, २७०, २७१, २७२, ३०५, ३०६, ३०७, ३८३, ३८५, ३९६, ४०५, ४०६, ४३७, ४३८, ४३९, ४४१,
फेरिस (कर्नल) डब्ल्यू. बी. (पॉलिटिकल एजंट) - ८४, २८८, ३९९, ४०३
फ्रेजर (सर) स्टुअर्ट मिटफोर्ड - ३०, ३१, ५२
बखले, (पं.) भास्करबुवा (गायक) - ३५८
बर्वे माधवराव (दिवाण) - २५, २६
बहिष्कृत भारत (वृत्तपत्र) (संपा. गवई) - ४६९
बागडे केशवराव ('हंटर' कार) - २७९, २८२, २८३, ३८१
बागल, खंडेराव ('हंटर' कार) - १११, ११३, १२०, २४२, २५३, ४६८
बागल, (भाई) माधवराव - ९८, १६०, २०७, २४२, ३७५, ४७२
बाबासाहेब महाराज (छत्रपती शिवाजी तिसरे) - २४, २५, ७३, ४१५,
बालगंधर्व - २१९, ३६०, ३६५,
बेझंट (डॉ.) ॲनी - ५८, १३८, २७४, ३२०
बेरड, शिवाप्पा (मल्ल) - ३५२
बुरूड, व्यंकाप्पा (मल्ल) - ३५२
बिरे बापू (मल्ल) - ३५२
बेळवी, दत्तोपंत (शाहूविरोधक) - ४०४
बोले सी. के. ऊर्फ बाबासाहेब (कामगार पुढारी) - २८२, २८३, ३२६
ब्रह्मनाळकर स्वामी (शंकराचार्य) - ७०, ७५
ब्राह्मणेतर चळवळ - १६४, २७३, २८२, २८३, ४३२
ब्राह्मण ब्युरॉक्रसी - १५२, २०९, २१०, २११, २१२, २१३, २१५, २१६, २१७, २१८, २२१, २२२, २२४, २२५, २४६, ३७९, ४३२, ४५३
ब्राह्मो समाज - ६, १६, २२६
भगवा झेंडा (वृत्तपत्र) - २७९
भटक्या-विमुक्त जाती - १६८, १६९, १७४, १७५, ४५०
भाऊसिंहजी महाराज (भावनगर) - २९, ३०
भागवत, राजारामशास्त्री (सुधारक) - ६२, ७६,
भांडारकर, डॉ. (रामकृष्ण गोपाळ) - १६

भालेकर, कृष्णाजी पांडुरंग (म. फुल्यांचे सहकारी) - ८३८
भूर्जीखाँ (गायक) - ३१७, ३५७, ३५९
भोसले, (संगीतसूर्य) केशवराव - ३६०, ३६२, ३६४, ३६५, ३६६, ३६७, ३७४, ४६८
भोसले, गणू (मल्ल) - ३५२
भोसले, (रावसा.) डी. आर. (सामाजिक कार्यकर्ते, सत्यशोधक) - २७२
मराठा दीनबंधू (वृत्तपत्र) - ३७९, ३८६
मराठा फ्री बोर्डिंग हाऊस (पुणे) - ११२
मराठा विद्याप्रसारक समाज बोर्डिंग हाऊस (पंढरपूर) -
मराठा समाज / लीग - १२, ७८, १०७, १०८, १०९, ११२, २३२
मर्दाने, (भालेकर) कृष्णा (मल्ल) - ३५२
महार वतन - १३१, १३३, १३४, १९२
महालक्ष्मी मंदिर - ३१७, ३३४, ४२२, ४२३,
म्हस्के, (अँड) गंगाराम भाऊ (सामाजिक कार्यकर्ते, पुणे) - २२
म्हैसाळकर, आप्पासाहेब (जहागीरदार) - १०९
माडखोलकर, ग. त्र्यं. - ९५, ४१९, ४३०
माणगाव परिषद - १२८, १३०, १३१, १६०, १६२, १६३,
मालपेकर, अंजनीबाई (गायिका) - ३५९
मास्टर विठ्ठल (चित्रपट कलावंत) - ३७१,
मास्टर विनायक (चित्रपट दिग्दर्शक) - ३७१
मिणचेकर, मामासाहेब (दौलतराव भोसले) (सामाजिक कार्यकर्ते) - ११३
मिस क्लार्क वसतिगृह - १११, ११५, १४४, १४५
मुदलियार, (सर) रामस्वामी (मद्रासच्या ब्राह्मणेतर चळवळीचे नेते) - २७३
मुदलियार, (डॉ.) सी. नटेश (मद्रासच्या ब्राह्मणेतर चळवळीचे नेते) - २७३, २७९, २८१
मुळीक, नानासाहेब (शाहूंचे सहकारी, सत्यशोधक) - २३२
मूकनायक (वृत्तपत्र) - १६०, १६१, १६३, १७६, २७९, ३८१, ३८५, ३८६, ४६९
मोतीबाग तालीम - ३५१,
मोहमेडन एज्युकेशन सोसायटी (मुस्लिम बोर्डिंग) - ११२, ३११, ३१२
मौनी महाराज पीठ (पाटगाव) - २३७, २५८, २५९, २६०, २६१, ३१३
माँटगोमेरी (मुंबई सरकारचे सेक्रेटरी) - २५२
माँटेग्यू (लॉर्ड) इ. एस. - १६४, २२५, २७३, २७४, २७५, २७६, २७९, २८२, २८३
यशवंत संगीत (नाटक) मंडळी - ३६३
यादव, बाबूराव हैबतराव (सत्यशोधक पुढारी) - ११३, १४९, २३१, २३५, २३६, २५१, २५३, २७९, ३७९,
यादव, बाळासाहेब (चित्रपट कलावंत)

- ३६९, ३७०
रयत शिक्षण संस्था - ११८
राजाराम कॉलेज - ४२, ४३, १०४, २०३, २०४, २०५, २२७, ३११, ३६०, ३६१, ४१४
राजाराम महाराज (फ्लॉरेन्समध्ये मृत्यू) - २५, २७, ४९, ९१, १६६, २४०,
राजाराम महाराज (शाहूंचे पुत्र) - ३१३
राजाराम हायस्कूल - २०५, २२७,
राजोपाध्ये, आप्पासाहेब (ऊर्फ नारायणराव) - ७०, ७५
राधाबाई (शाहूंच्या मातोश्री) - २७, ३३६
राधानगरी धरण - ५६, ३३२, ३३३, ४२६,
रानडुकराची शिकार - ३४७
रानडे, (न्याय.) महादेव गोविंद - ११, १६, १९, २२, ७४, १०८, २१७, २२३, ३००, ३०१, ३०६, ३०७, ३८७
राशिंगकर वकील - ३९९, ४००, ४०३,
राष्ट्रवीर (वृत्तपत्र) - २८६, २९०, ३८१, ३८५,
रीव्हज (कर्नल) एच. ए. (पॉलिटिकल एजंट) - २८
रे, (कर्नल) विल्यम (पॉलिटिकल एजंट) - ४३
रोकडे, माधवराव राघोजी (सामाजिक कार्यकर्ते) - २२८, ४७०
रॅंड (कॅप्टन) - ९७, ३०२, ३०३
रॉबर्टसन लॉरेन्स (मुंबई सरकारचे गृहसचिव) - ९६, २१३, २२४, २८०
लठ्ठे, आण्णासाहेब बाबाजी (सत्याशोधक दिवाण) - २३१, २३३, २३४, २५३, २६३, २७२, २७३, २७५, २७९, २८१, २८२, २८३, २९१, ३७४, ३८१, ३८६, ३९२, ४७१
ललित कलादर्श मंडळी - ३६४, ३६७,
लहरी हैदर (शीघ्र कवी, शाहीर) - २३६, ३१६, ३६०,
लक्ष्मीदेवी, राजकुमारी (बडोदा) - ४१४
लक्ष्मीबाई महाराणी (आईसाहेब महाराज) - २४०,
लिटल (मिस.) एच. (स्त्री-शिक्षणाधिकारी) - ४२, ४८, २०३
ली, वॉर्नर (सर) विल्यम (शाहूंचे हितचिंतक) - ३०
लोकसंग्रह (वृत्तपत्र) - २१४, २८६, ३८९, ३९३
लोकसंघ संघटना (पीपल्स युनियन) - ३२९
लोखंडे, नारायण मेघाजी (कामगार पुढारी) - २३०, ३२६
विचारे, (रावसा.) दाजीराव अमृत (शाहूकालीन इंजिनियर सामाजिक कार्यकर्ते) - ४४, ८८, ९७, १०४
विंचेस्टर कॉलेज - ४२४
विजयी मराठा (वृत्तपत्र) - ११३, २७९, २८६, २९०, ३७९, ३८१, ३८२, ३८३, ३८५, ३९१, ३९२, ३९३, ४१७, ४७१
विद्यापीठ हायस्कूल - २१९
विजापूरकर, (प्रो.) विष्णु गोविंद - ६९, ७३, ७५, ७६, ७७, १०२, ३७७,

३७८, ३९९, ४०, ४०३
विद्याविलास (वृत्तपत्र) - ३७७
विलिंग्डन, लॉर्ड (गव्हर्नर, मुंबई, मद्रास) - २८०, ४११
विवाह नोंदणी कायदा - १८८, ३१५, ३१६
विश्ववृत्त (मासिक) - ३७८,
वीरशैव लिंगायत वसतिगृह - ११६,
व्हिक्टोरिया मराठा बोर्डिंग (श्री छत्रपती शाहू बोर्डिंग हाऊस) - १०८, १०९, ११०, ३११
व्हिक्टोरिया राणी - २१, ३९
व्हिक्टोरिया लेपर असायलम (कोल्हापूर) - ३९,
व्हेल, (डॉक्टर) सी. ई. - ५८, ९७
शंकराचार्य (करवीर पीठ) - ७०, ७५, १३९, १८२, २०५, २१६, २५७, २६६,
शहाजी छत्रपती महाराज (कोल्हापूर संस्थान) - ३४६
शाहू छत्रपती मिल्स - ३४०
शाहू महाराज (राजर्षी छत्रपती, कोल्हापूर) -
जन्म - २८
दत्तक विधान - २८
राज्यारोहण - २६, २७, ३३, ३४, ३५, ३८, ४१, ४२, ४३, ४५, ५३, ५५, ५६, १२१, २०७, २१८, २२२, ३३१, ३३६, ३५२, ३६१, ३७७, ४४२
विषप्रयोग प्रकरण - ४३, ४५, ५३, ८१, ८६, ९१, ९२, २९९
वेदोक्त प्रकरण - ४५, ५३, ५७, ६४, ६७, ६८, ६९, ७०, ७१, ७३, ७४, ७५, ७६, ७७, ८४, ९२, ९३, १०१, १२०, २२४, २३०, २७६, ३७७, ३९६, ३९८, ४०१, ४३८
ताई महाराज प्रकरण - ७०, ९३, ४०२
मागासलेल्या समाजासाठी राखीव जागा - १०६
हजेरी पद्धतीचे निर्मूलन - १२७
वेठवरळा पद्धतीचे निर्मूलन - १२७, १२९, १३०, १३१, १३३
अस्पृश्यता निवारण - ६१, ५८, १२३, १३५, १३७, १३८, १३९, १४०, १४३, १४७, १५२, २३७, ४३८
अस्पृश्यांसाठी शिक्षण - प्रसार - ११६, १२०, १२१, १९५, १२२, १२३, १२६, १४३, १७६, १८९, १९६, १९८, २०२, २०८,
वतनी शिक्षक योजना - १९९, ४२६
पाटील शाळा - २२८
उच्च शिक्षणास प्रोत्साहन - १०७, २०५, २०६, २०७, २९२, ३५१
गुन्हेगार जमात कायदा - १७०,
विधवा - पुनर्विवाह कायदा - १८६, १८७
आंतरजातीय विवाह - १८२, १८३, १८८, २१९, २७७, ३८०, ३८३
गोवध बंदी कायदा - ३१८
जातवार मतदारसंघाची मागणी - २९४, २९६,
क्रांतिकारकांना साहाय्य - ८८,
हिंदू-मुस्लीम ऐक्य - ३१३, ३१७, ३१८, ३१९
हजारी फंड योजना - १९९
राधानगरीची स्थापना - ३१४, ३३६

जयसिंगपूर बाजारपेठ - ३३६
खासबाग मैदान - ३५२, ३६६
होमिओपॅथी दवाखाना - ४२६
अस्वलाशी झुंज - ३४७, ३४८
जी. सी. एस. आय. पदवी - ४५
'महाराजा' किताब - ४५
एल. एल. डी. पदवी - ४२४
राजर्षी बिरुदावली - ४३१
शिकार - ४६२
मल्लविद्या - ४६२
संगीतकला - ३५६, ३५७, ३५८, ३५९, ३६०, ३६१,
नाट्यकला - ३६०, ३६१, ३६४
चित्रपट - ३६७,
चित्रकला - ३५६, ३६९, ३७२, ३७४, ३७६,
शेती, उद्योग व सहकार - ३३१,
राजचिन्हे, मानचिन्हे - ६८, ३१९,
मृत्यू - २५, ४९, १२६, १२७, २१८, २२०, २२३, २४०, २४९, ३२१, ३३१, ३४०, ३४७, ३४९, ३९७, ४०३, ४०४, ४०६, ४१०, ४१३, ४१५
स्मारक - १४८,३०९, ४१२, ४६९
शाहू सत्यशोधक समाज - २३१
शाहूनगरवासी नाटक मंडळी - ३६१
शिंदे, गणपत (मल्ल) - ३५२
शिंदे, बापूराव (सामाजिक कार्यकर्ते) - ११२
शिंदे, (महाराज अलिजाबहादूर) माधवराव (ग्वाल्हेर) - ३७१, ४७१
शिंदे, (महर्षी) विठ्ठल रामजी - ५१, ११९, १३८, ३०४
शिंदे, श्रीपतराव (विजयी मराठाकार) - १११, ११३, १२०, १२२, २३२, २३४, २५१, २७६, २७९, २८१, २८३, ३७९, ३८१, ३८२, ३८३, ४१७, ४७१
शिरोडकर, मेनका (गायिका) - ३५९
शिवछत्रपती (छत्रपती शिवाजी महाराज) - ५१, ९५, १६६, २३९, २५५, २६०, ३२९, ४३०, ४६९,
शिवछत्रपती (वृत्तपत्र) - २७९, ३८१, ४४१
शिवछत्रपती मंदिर (पन्हाळा) - ५०
शिवछत्रपती समाधी जीर्णोद्धार - १९, ५०, ८०, ८१, ९१,
शिवतरकर, सीताराम (अस्पृश्यांचे पुढारी) - १५५
शिवराज संगीत (नाटक) मंडळी - ३६३, ३७४,
शिवस्मारक - ३५६, ४११, ४१२
शिवाजी उत्सव - २०, २३, ५१
शिवाजी क्लब - २१, ८०, ८१, ८७, २८७, ४४५
शिवाजी मराठा सोसायटी - २०७
शिवाजी महाराज (चौथे) - २५, २६, २८, ४८, ४९, ९०,
शिवाजी महाराज (दुसरे) - २७
शिवाजी प्रिन्स (शाहूंचे पुत्र) - ४२७
शिवाजी वैदिक विद्यालय बोर्डिंग - २४०, २५७, २६४
शिवाजी क्षत्रिय वैदिक पाठशाळा - २३७
सकवारबाई राणी (शाहूंची आजी) - ४९
सत्यशोधक जलसे - २३७, २४८, २५०, ३६७
सत्यशोधक समाज - ६, १५, ५६, ५७, ६१, ७८, २२२, २२४,

२२५, २२६, २३०, २३१, २३२, २३३, २३४, २३५, २३६, २३७, २३८, २३९, २४०, २४१, २४२, २४३, २५६, २५७, २५८, २६३, २६७, २६८, २६९, २७२,२७८, ३२१, ४५५
सत्यसुधारक हॉटेल - १४८
सत्यार्थप्रकाश (ग्रंथ) - २२८
संदेश (वृत्तपत्र) - ३८७, ३८८,
सबनीस, (सर) रघुनाथ व्यंकाजी (शाहूंचे गुरू व दिवाण) - ३२, ४४, ५१, ५४, ५७, २१२, २९०, ४२४
संमती वयाचा कायदा - १८८
समर्थ (वृत्तपत्र) - ७४, १०२, १०३,
सरदारबाई (गायिका) - ३५९
सहकार कायदा - ३४४
साठमारी - ३४९, ४१५, ४२१
सामाजिक परिषद - १९, ७०, १७८, २१७, २८०
सार्वजनिक सत्यधर्म - १५
सार्वजनिक सभा - १९, ८३, ३००
सार्वत्रिक पाटबंधारे धोरण - ३३१
सालोमन, (सर) ग्लॅडस्टन (जे. जे. स्कूल ऑफ आर्टचे डायरेक्टर) - ३७४
सावंत, (रावसाहेब) जिवाजीराव (शाहूकालीन सामाजिक कार्यकर्ते) - १०९
सासने, गणपतराव (मर्दानी खेळतज्ज्ञ) - ३५५
साळुंखे, यशवंतराव (मर्दानी खेळतज्ज्ञ) - ३५५
सिडनहॅम, लॉर्ड (जॉर्ज लाईड) - १५२, १६३, २१३
सेवेकरी, नारायणशास्त्री - ७०
सोनतळी कॅम्प (रजपुतवाडी कॅम्प) - १४३, १४६, १४७, १४९, १६२, १७२,१७३, २०४, २३७, ३४९, ३६७, ३९७, ४१०, ४२७,
सोमवंशी आर्य क्षत्रिय ज्ञानवर्धक समाज - ११०, २०७
स्वदेश हितचिंतक नाटक मंडळी - ३६२, ३६४
स्वराज्य चळवळ - २७८, २८९, ४३५
हंटर (वृत्तपत्र) - २४२, ४६८
हंटर, कमिशन - १९५, १९६
हंटर, (कर्नल) डब्ल्यू. डब्ल्यू. (पॉलिटिकल एजंट) - ४२
हसनबक्ष पैलवान (मल्ल) - ३५४
हिंदू-मुस्लीम दंगे - २०
हिल्ल (सर) क्लॉड (शाहूंचे स्नेही) - ८५
हैदरखाँ - ३५७, ३५८, ३५९
होळकर, तुकोजीराव (संस्थानिक) - १८३, ३६३,
होळकर, यशवंतराव (संस्थानिक) - १८३
हॅरिस, (लॉर्ड) (मुंबईचे गव्हर्नर) - ३२, ३३
क्षात्रजगद्गुरू (सदाशिवराव पाटील) - २६०, २६१
क्षात्रजगद्गुरू पीठ - २३७, २५५, २५६, २६१, २६२, २६३, २६५,
ज्ञानप्रकाश (वृत्तपत्र) - ३८५
ज्ञानसागर (वृत्तपत्र) - ३७७

◆